AF653032

गावगाड्यातील विविध स्तरीय सामाजिक जीवनाचे आणि ग्रामीण परिसरातील दलित व अल्पसंख्याक समूहाचे यथार्थ जीवनचित्रण रेखाटणारी कादंबरी.

– महाराष्ट्र टाइम्स

शोषणाला उजागर करत वाचकांच्या मनाचा ठाव घेणारी आणि समाजमन ढवळून काढणारी लेखनशैली.

– दैनिक लोकसत्ता

वारूळ कादंबरीला मिळालेले पुरस्कार – (२००४)

महाराष्ट्र शासनाचा उत्कृष्ट 'वाङ्मय निर्मिती' पुरस्कार.

विदर्भ साहित्य संघ, नागपूर यांचा 'पु.य. देशपांडे' पुरस्कार.

जनसाहित्य परिषद, अमरावती यांचा 'जनसारस्वत' पुरस्कार.

मराठी अनुवाद परिषद, बुलढाणा यांचा 'तुका म्हणे' पुरस्कार.

पद्मगंधा प्रतिष्ठान, नागपूर यांचा पुरस्कार.

'कै. यशवंत दाते स्मृती पुरस्कार,' वर्धा यांचा 'बाबा पद्मनजी' पुरस्कार.

'शब्दपंढरी पुरस्कार,' लातूर.

आपल्या स्नेहीजनांना पुस्तके भेट द्या

वारूळ

ग्रामीण भागातील मागासवर्गीयांच्या जीवनाचं यथार्थ
दर्शन घडवणारी सामाजिक कादंबरी

बाबाराव मुसळे

मेहता पब्लिशिंग हाऊस

✆ +91 020-24476924 / 24460313 / Mob. No. 9545000513

Email : production@mehtapublishinghouse.com

Website : www.mehtapublishinghouse.com

- *या पुस्तकातील लेखकाची मते, घटना, वर्णने ही त्या लेखकाची असून, त्याच्याशी प्रकाशक सहमत असतीलच असे नाही.*

VARUL by Babarao Musale

वारूळ : बाबाराव मुसळे / कादंबरी

author@mehtapublishinghouse.com

मराठी पुस्तक प्रकाशनाचे हक्क : मेहता पब्लिशिंग हाऊस, पुणे.

प्रकाशक : सुनील अनिल मेहता, मेहता पब्लिशिंग हाऊस,
१९४१, सदाशिव पेठ, माडीवाले कॉलनी, पुणे ४११०३०.

मुद्रक : पार्कसन्स ग्राफिक्स

मुखपृष्ठ : सतीश भावसार

प्रथमावृत्ती : २६ ऑक्टोबर, २००४ / द्वितीय आवृत्ती : मार्च, २०१३ /
मेहता पब्लिशिंग हाऊस यांची तृतीय आवृत्ती : ऑगस्ट, २०१९

किंमत : ₹ ५९५

P Book ISBN 9789353173029
E Book ISBN 9789353173036
E Books available on : amazonkindle Apple Books Google Play Books

माझ्यासाठी पंढरीच्या पांडुरंगाच्या
पायाखालची 'वीट' बनलेल्या
सौ. अरुणास –

हार्दिक आभार!

- **कै. डॉ. आनंद यादव**, सुप्रसिद्ध लेखक, पुणे
- **श्री. बाबा भांड**, साकेत प्रकाशन, औरंगाबाद
- **श्री. नामदेव चं. कांबळे**
  साहित्य अकादमी पुरस्कारप्राप्त लेखक, वाशिम
- **श्रीमती बायडाबाई नामदेवराव कांबळे**
  सामाजिक तथा राजकीय कार्यकर्त्या,
  मु.पो. मांगवाडी, ता. रिसोड. जि. वाशिम
- **श्री. रमेश भालेराव**
  पत्रकार, सामाजिक तथा राजकीय कार्यकर्ते,
  मु. पो. शिवणी (दलेलपूर), ता. मंगरूळपीर, जि. वाशिम
- **श्री. अनिल कांबळे**
  पत्रकार, सामाजिक कार्यकर्ते तथा विद्रोही कवी,
  मु. पो. पार्डी टकमोर, ता. जि. वाशिम.
- **श्री. सोपान केशवराव कांबळे**
  सहशिक्षक, श्री पारेश्वर विद्यालय,
  मु. पो. पार्डी टकमोर, ता. जि. वाशिम
- **असंख्य मातंग माय-बाप, भाऊ-बहिणी**

भाग १

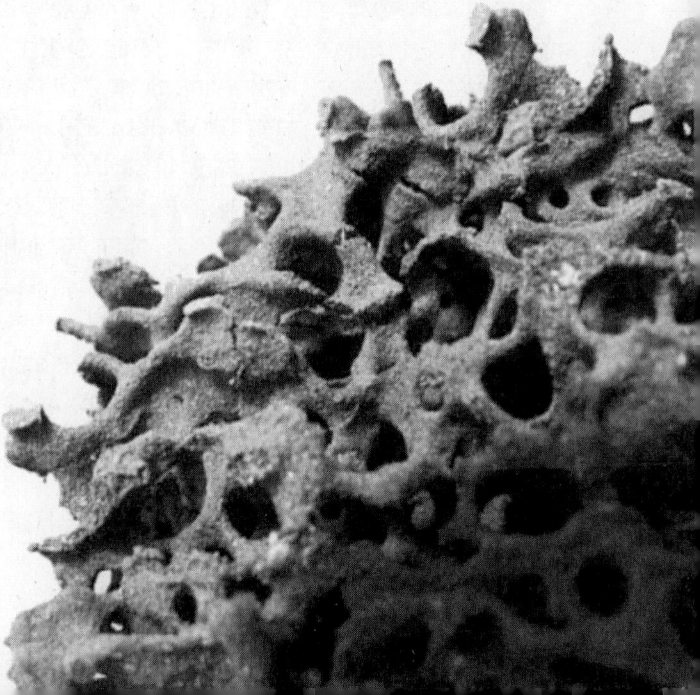

'...१५ ऑगस्ट १९४७ रोजी आपला भारत देश इंग्रजांच्या गुलामगिरीतून मुक्त झाला... भारताला स्वातंत्र्य मिळाले...!'

वाचता वाचता परभू थांबला. त्यानं धड्याच्या शेवटचा प्रश्न पुन्हा वाचला. 'भारताला स्वातंत्र्य केव्हा मिळाले?' असा प्रश्न होता.

त्याचं उत्तर वरच्या ओळीतच असल्याची त्याची खात्री झाली. त्याने मनानेच उत्तर तयार केले. 'भारताला १५ ऑगस्ट १९४७ रोजी स्वातंत्र्य मिळाले.' अन् लगेच वहीत उतरवून घेतलं.

परभू या वर्षी चौथ्या वर्गात शिकत होता. कुळकर्णी गुरुजी त्याला चौथ्या वर्गाला शिकवायला होते. ते फार चांगलं शिकवीत. परभू हा वर्गातला हुशार विद्यार्थी, म्हणून ते त्याच्याकडे विशेष लक्ष देत... धडा शिकवताना मुद्दाम त्याला एखादा वेगळा प्रश्न विचारीत. कालही त्यांनी तसाच प्रश्न विचारला.

"प्रभू, भारताला स्वातंत्र्य मिळून किती वर्षे झाली?"

परभू उभा राहिला. त्याने मनातल्या मनात हिशेब केला. सध्या कोणते साल चालू आहे? कोणता महिना चालू आहे? हं, महिना जानेवारी, साल १९५७. म्हणजे? ५७ वजा ४७ बरोबर दहा वर्षं... त्याने उत्तर दिलं. कुळकर्णी गुरुजी खूश झाले. म्हणाले,

"लक्षात ठेव, तुझा जन्मही १९४७ सालीच झालेला आहे."

हे ऐकून तर परभू फारच खूश झाला; पण गुरुजी म्हणाले ते खरंच का? त्याला शंका आली. त्याच्या जवळच बसून बायजा- त्याची माय-त्याची चड्डी शिवत होती. त्यानं बायजाला विचारलं,

"मा, माहा जन्म कव्हा झाला? कोणत्या साली?"

"साल-गिल मले नाही समजत बापा... तू अन् संतराममामाची गोधी एकाच साली जन्माले आले. तुमच्या दोघांत दोन मह्यनाचं अंतर हाये..."

परभूला हसू आलं ... मायच्या बोलण्यावरून आपण कोणत्या वर्षी जन्माला आलो हे थोडंच कळतं...?

"मा, तसं काय सांगती, साल सांग ना?"

"मी का तुह्यासारखी शिकलेली थोडीच हाओ बाप्पा?"

"काऊन नाही शिकली?"

"आमच्या लहानपणी काहाची आली शाळा? खासगी शाळा व्हत्या तव्हा; पण त्या पाटील-पांड्याच्या पोरायसाठी. मांगा-महाराच्या पोरायले तिथं पाय टाकायची मुभा नव्हती."

"अं, अशी कशी शाळा व्हती? आमच्या शाळेत तं मांगाचे, महाराचे पोऱ्हबी शिकतात."

"हं, आता शिकतात; पण तुहं नाव टाकतानी काय झालं व्हतं, माहीत हाये?"

"काय झालतं?"

"त्यो भोसले मास्तर तुहं नावच घेयेना."

"काऊन?"

"महारा-मांगाच्या पोऱ्हायचे नाव घेत नाही मने शाळेत."

"अं?" ही गोष्ट त्याला नवीनच होती.

"तुव्हं नाव टाकायच्या आगुदर त्यानं खरंच कोणत्याच महारा-मांगाच्या पोराचं नाव शाळेत घेतलं नव्हतं."

"मंग माहा कसं घेतलं?"

तव्हा हे कुळकर्णी मास्तर नवीनच आले व्हते शाळेवर. त्यायनं भोसले मास्तरले दटावलं. मनले, गुर्जी, ही शाळा काही खासगी नाही, का तुमच्या घरची नाही. ही सरकारी शाळा हाये... तुम्ही या पोराह्यचे नाव शाळेत घेतलं नाही तं मी तुमची तक्रार करीन... मंग तुमची नावही जाईल... तव्हा कुठं भोसले मास्तरनं तुव्हं नाव घेतलं... तुव्हंच काय तव्हापासून मांगा-महाराचं पोऱ्हं शाळेत जाऊ लागलं...

"अं, असा हलकट हाये का भोसले मास्तर, xxxचा..."

"अंहं, मास्तरले सेवा देऊ नाही."

बायजानं म्हटलं; पण त्याचा राग काही कमी झाला नाही. या गावात भोसले मास्तर कधीपासून असतील...? या माणसाने किती महार-मांगांच्या पोरांचं नुकसान केलं असेल? स्वतःला वरच्या जातीचा समजतो... या गावच्या पाटलाच्या ही गोष्ट

कशी लक्षात आली नाही? पण भगवान पाटील तर तसे वाटत नाहीत. आपल्या बापासोबत-येसाजीसोबत- ते किती चांगले वागतात, बोलतात...? कोण्या मांगा-महारानं पाटलाकडं तक्रार केली नसंल का? केली असती तर पाटलानं नक्कीच या भोसले मास्तरला या गावातून हाकलून दिलं असतं. विचार करता करता भोसले मास्तरबद्दल त्याच्या मनात राग उफाळून आला. त्याला मनातून वाटलं, असं उठावं अन् भोसले मास्तरच्या खोलीवर जावं अन् त्याला विचारावं. खोलीवरचं इंधन संपलं की, कसा आपल्याला सांगतो,

"अरे परभू, उद्या रविवार आहे. शाळेला सुटी आहे. उद्या जंगलातून एक मोळी आण आपल्यासाठी."

आपणही मोळी आणतो... आता दुम्हार सांग मनावं मोळी? मंग सांगतो त्याले....

"येसाजीकाका ऽऽऽ" बाहेरून हाक आली.

"कोण हाये?"

"मी हारजीचा यंका हाओ."

"काय हाये रे?"

"काकाले पाठवून द्या, पडीचा हिस्सा आणायले."

"कोणाचं ढोर मेलं रे?"

"इट्ठल मंदिरामागच्या सखारामची गाय मेली. लवकर धाडून द्या."

"बरं बाप्पा!"

मंग लगेच दुसरा विचार आल्यानं बायजाईनं यंकाला म्हटलं,

"नाही तं तूच जाय ना रे भगवान पाटलाच्या बैठकीलोक; ते तिथं असतील."

"माहा नाही जाणं व्हतं. मले मांगवाड्यातल्या बाकीच्या वाटेकरयाह्यले निरोप देयाचे."

यंका गेला. तसा परभू कपाळावर आठी पाडून बोलला, "मा, पडीचा हिस्सा मंजे काय वं?"

बायजाला प्रश्न पडला, याला कसं समजून सांगावं, पडीचा हिस्सा म्हणजे काय ते? या पडीसाठी या गावचा सगळा मांगवाडा कसा आसुसला होता, ते तिनं प्रत्यक्ष डोळ्यानं पाहिलं होतं. मागच्या दसऱ्याला महारांनी बौद्ध धर्म स्वीकारला अन् गावकीचं काम सोडलं. मांगांचा या कामावर डोळा होता. त्यांना तेच पाहिजे होतं. आंधळा मागतो एक डोळा अन् देव देतो दोन डोळे, तसं झालं. मेलेली ढोरं ओढून त्यांची कातडी सोलण्यासकट महारांची गावकीची कामं मांगांनी आपल्याकडे घेतली. इतक्या झटपट मांगांची माणसं या कामासाठी कशी काय तयार झाली? सगळ्यांनीच जणू एकमुखानं गावकीची कामं करायचं ठरवलं होतं.

एक दिवस तिनं येसाजीलाच विचारलं. त्यावर तो हसून सांगू लागला,

"याले तशी एकच गोष्ट कारणीभूत ठरली, मांगांना फुकटची पड खायाची सुटलेली हाव... तुले माहीत नाही; हे महार जव्हा मेलेलं ढोरं फाडत अन् त्याचे हिस्से घालत; तव्हा आपल्या मांगवाड्यातले मांग त्या महारायनं आपल्यालेबी त्यातलं थोडंफार मास देवावं मनून एकसारखे टुकणी लावून बसत. महार सगळे चांगलं चांगलं मास आपापल्या हिस्यावर टाकत अन् खराब राह्यलेलं मांगायच्या अंगावर फेकत... त्यामुळे या गावच्या मांगांना महारांचा हेवा वाटे. सगळ्या मांगांह्यले मनातून वाटे, काहीही करून, कसंही करून या महारायचं एवढं काम आपल्याले मिळावं... मंजे मंग याह्यच्या पुढे अशी भीक मांघायची पाळी येणार नाही अन् चांगलं मास बी खायाले मिळंल... मांगाह्यच्या सुदैवानं महार मागच्या दसऱ्याच्या वक्ती बौद्ध धर्मात गेले. त्याह्यनं सगळे भावकीचं कामं सोडले. अन् आगुदरच ह्या कामाकडे डोळे लावून बसलेल्या मांगाह्यनं हे कामं मोठ्या हौसीनं आपल्याकडे घेतले."

या सगळ्या गोष्टी कशा सांगाव्या परभूला? ती गप्पच राहिली, तरी त्यानं पुन्हा विचारलं,

"मा, सांग ना मले, पडीचा हिस्सा काय असते ते?"

"आगुदर तुह्या बापाले बलावून आण पाटलाच्या घरून. मंग सांगतो."

"नक्की सांगशील?"

"हो नक्की सांगीन."

"बरं जातो" म्हणत त्याने पुस्तक मिटवलं, फाटक्या थैलीत ठेवलं... थैलीकडे पाहता पाहता त्यानं रडक्या सुरात बायजाला म्हटलं,

"मा, मले दप्तर आणा लागते नवं; बापूले सांग नं. बापू हमेसा जातात ना अनसिंगले... तिथं तं भेटते..."

येसाजी येसकर होता; त्यामुळे अनसिंगच्या पोलीस स्टेशनात त्यांचे नेहमी जाणं-येणं असे.

"बरं बाप्पा... या वक्ती गेले की सांगतो. जाय आण बलावून."

परभू घराबाहेर पडला. पोंक् पोंक् असा तोंडानं पोंगा वाजवत अन् दोन्ही हातांनी चाक फिरवल्यागत करत त्यानं मोटर सोडली.

थोड्याच वेळात त्याची मोटर भगवान पाटलाच्या बैठकीसमोर येऊन थांबली.

चड्डी सावरत तो बैठकीच्या दरवाजापाशी आला. आत भगवान पाटलांसह पाच-सहाजण गप्पा मारत होते. दरवाजाला पाठ टेकून येसाजीही गप्पा ऐकत होता.

"येसाजी, तुपलं पोरगं आलं." एकानं परभूला पाहून म्हटलं.

"का रे, काऊन आला?" येसाजीनं पाठीमागे वळून पाहत विचारलं.

"मायनं बलवलं घरी."

"काहाले?"

"त्यो यंकादादा आला व्हता."

"काहाले आला व्हता?"

"पडीचा हिस्सा आणायले पाठवून द्या मने."

"पडीचा हिस्सा? अरे व्वा! येस्या, मजाच हाये लेका तुही आता मनायची?" लिंबाजी धनगर म्हणाला.

"त्याची एकट्याचीच मंतं का सगळ्याच मांगायची मंतं?" भगवान पाटलानीही पुस्ती जोडली.

"अस्सं! सगळ्या मांगवाड्याचेच हिस्से पडतात का काय मनावं?"

"एक तीळ सात जणायनं खाल्ला व्हता, हे माहीत नाही तुले?"

"माहीत हाये."

"मंग हे तं मोठं काम हाये. तसं मनातून तं परतेक मांगाले वाटते, समदं आपल्यालेच भेटावं; दुसऱ्या कोणाचाच हिस्सा न पडावं."

"मंग काऊन हिस्से पाडले?" मध्येच गोविंदा बेल्यानं विचारलं.

"अरे बाबा, भांडणावर काम आलं व्हतं. तव्हा ह्यो येस्या माह्याकडे पळत आला.. म्या अन् ह्यानं हिस्से-वाटे ठरवले... तव्हा कुठे जमलं ते."

"बाकी, येस्या; मोठा हुशार भरला गड्या तू?"

"कसे हो मोठेबापू?"

"अरे, हे येसकरकीचं काम तुह्याकडंच ठेवलं." भगवान पाटलाचे चुलते रामजी पाटील आपलं म्हणणं मांडू लागले.

"या कामात ना तरास ना तकलीफ! मस्त गावात घरोघर भाकरी मांघायच्या, कोणं काही काम सांगतलं तं ते काम करायचं अन् नेमून दिल्यासारखे आठा दिसाले रिपोट घेऊन पोलीस-ठेसनात जायाचं... हात मळे ना पाय मळे... बाकीच्या मांगाह्यनं मेलेले ढोरं वढू वढू मरायचं, त्याह्यचे कातडे सोलायचे, हिस्से टाकायचे... तुवा आपलं मस्त डुलत डुलत जाऊन तुव्हा हिस्सा आणायचा बस्स!"

"तुम्ही मनता तसं नाही झालं काका!" मध्येच भगवान पाटलानं हस्तक्षेप केला.

"मंग कसं झालं मनतं?"

"येसकरकीचं कामं अन् मेलेलं ढोरं वढायचं अन् सोलायचं काम या दोन कामाह्यची वाटणी केली."

"कशी काय?"

"येसकरकीचा हप्त्याचा रिपोट पोलीस ठेसनात नेऊन देयाचं काम येस्यानं

एकट्यानं करायचं, मात्र चहाद्यानं, याद्यानं अन् तुळशानं चार-चार महिने येसकरकीच्या भाकरी गावात मांघायच्या अन् त्या बदल्यात गावकीचे बाकीचे काम करायचे अन् मेलेल्या ढोराचे कामं नाथ्यानं, हारज्यानं, भिक्यानं अन् संप्यानं करायचं. ढोर वढायचं, सोलायचं काम हे चौघं करतात मनून त्याह्यले पडीचे दोन-दोन हिस्से, बाकीच्याह्यले एक-एक हिस्सा अन् ढोराच्या कातड्यावर मात्र नाथ्या, हारज्या, भिक्या अन् संप्या याह्यचे अधिकार.''

''व्वा, काही वाटण्या केल्या तुम्ही?'' गोविंदा बेल्यानं शाबासकी दिली.

''पोलीस ठेसनात हप्त्याचा रिपोट नेऊन देयाचं काम एकट्या येस्याले काहून सांगितलं. या कामी बाकी कोणीच तयार नव्हतं?'' रामजी पाटलानं विचारलं

''नाही मोठे मालक; पोलीस, पोलीस ठेसन मनलं की, बाकी सगळ्याची दाळ पातळ झाली. मंग पाटीलबुवा मले मनत, येस्या, हे काम तूच कर, तुले सायेब लोकाह्यसंगं कसं वागावं, बोलावं ते कळते.''

''खरं हाये गड्या भगवान मनते ते.''

''काही असो, महार बौद्ध धर्मात गेले अन् या गावच्या मांगाह्यची आयती मेर पिकली.''

यावर सगळे हसले. ''बापू, चलानं घराकड?'' परभूनं नेट लावला. ''हो चाल'' म्हणत येसाजी उठला.

''येतो मालक.'' म्हणत त्याने पाटलाची परवानगी घेतली अन् बाहेर पडला.

दोघं बापलेक रस्त्याला लागले. रस्त्यानं चालताचालता पड, पडीचा हिस्सा म्हणजे काय? या गोष्टी परभूनं येसाजीला विचारून घेतल्या. ह्या गोष्टी मटनाशी संबंधित आहेत, असे कळल्यावर आज आपल्या घरी मटन शिजणार या गोष्टीचा परभूला आनंद झाला. त्या आनंदाच्या भरात त्याने विचारलं, ''बापू, मी येऊ पडीचा हिस्सा आणाय?''

येसाजीनं 'चल' म्हटल्यावर तर तो अधिकच खूश झाला. हिस्सा बांधून आणण्यासाठी घरून मळका-चळका धोतराचा पालव घेऊन येसाजी सगळा गाव तुडवत उंबरवाटेवरच्या चिंचेकडे निघाला. गावात कोणाचंही ढोरं मेलं, तर ते या चिंचेखाली आणून सोललं जायचं, मेलेल्या ढोराचं कातडं चिंचेवरच वाळू घातलं जायचं. हे काम महारांकडे होतं, तेव्हाही इथंच केलं जायचं.

तो सोनाजी बेल्याच्या घरापुढे आला. समोरून शिदनाक येत होता. बौद्ध धर्म स्वीकारण्यापूर्वी शिदनाकच ढोरं ओढणं, सोलणं ही काम करणाऱ्या महारांचा मुख्य होता. सगळ्या महारवाड्याचे हिस्से तोच टाकायचा. आपल्यालाही थोडंफार काही मिळावं यासाठी दूर अंतरावर बसून वाट पाहणाऱ्या मांगांच्या अंगावर हाच शिदनाक मोठ्या उदारपणे ढोराच्या आतड्याचे चार-दोन तुकडे फेकायचा. शिदनाकानं हटकलं,

"काय येसाजी, कुठे निघाला लगबगीनं?"

"पडीचा हिस्सा आणाय चाललो."

बोलताबोलता त्यानं शिदनाकाला पुढे विचारलं, "येतं तू?"

"मी?" कपाळावर आठ्या पाडून शिदनाक बोलला.

"हां तू! येशिल तं तू मनशिल त्यो हिस्सा देतो. हिस्साच काय, तू मनशिल, सगळं काळीजच दे तरी देतो; चाल."

एखाद्या चांगल्या तुकड्याची आशा लावून बसलेल्या मांगांची पूर्वी हाच शिदनाक उपेक्षा करायचा; त्या गोष्टीच्या आठवणीमुळे येसाजी शिदनाकाला असं बोलून लाजवत होता.

"आता कसं जमंल? आम्ही सोडून देले ते धंदे आंबेडकरबाबाच्या सांगण्यावरून."

"आंबेडकर बाबाच्या सांगण्यावरून सोडलं हे खरं; पण आता कुठे राह्यले तुमचे आंबेडकर बाबा? मांघल्या महिन्यातच मेले ना ते?"

खरं तर येसाजीच्या या बोलण्याचा शिदनाकाला मोठा राग आला; पण त्यानं राग दाबला, समजुतीच्या सुरात तो म्हणाला,

"हे पाहाय येसाजी, आज मी काय मनतो हे तुले पटणार नाही... पण नशिबानं जर तुले लांब आयुष्य भेटलं तं एक ना एक दिवस तुले हे पटंल की, आंबेडकरबाबा एकट्या आमच्या जातीचे नाहीत... तुमचे, आमचे सगळ्याह्यचे हायेत... दुसरी गोष्ट मांस खायाले हरकत नाही; पण एक लक्षात घे. बाबासायबानं या गोष्टी आम्हाले सोडाय लावल्या यात बाबासायबाचा काहीच स्वार्थ नव्हता, उलट बाबासायबानं आम्हाले अभिमानानं जगायची नवी वाट दावली. या वाटेने चालणं न चालणं हे ज्याचं त्यानं ठरवावं. बाबासायबानं दावलेल्या वाटेनं नाही चालायचं असं मी मनात आणलं तं तू मनतंस तसं पुन्हा मेलेल्या ढोराचं मास खायाले हरकत नाही; पण गावकीचे काम करण्यात, मेलेले ढोरं वढण्यात, सोलण्यात, त्याचं मास खाण्यात जी लाचारी हाये; ती बाबासायबानं आमच्या नजरेस आणून देली. दुम्हार त्या लाचारीत जगायचं नाही, मनून मी, तू मनतो ती गोष्ट आज बाबासायब मेले असले तरी त्याह्यच्या माघारी करणार नाही. आतापर्यंत जे भोग आम्ही भोगले, ते पुन्हा आम्ही भोगणार नाही. इतकंच काय; तुमीबी ते भोगू नाही त्यासाठी तुमीबी हे गावकीचे कामं, ढॉर वढणं, सोलणं सोडून देवावं असं मले वाटते... कसं?"

"तू काय मले बोलू देणार हायेस? तुमच्या त्या डी. एम्. मोऱ्याच्या संगती राहून तू बी लीडर झाला. त्याच्यानं तुले असं बोलणं येते."

"तू मनतं ते खरं हाये; पण एक ध्यानात ठेव, ज्या चिखलात आम्ही इतके दिवस लोळलो; त्यो चिखल तुम्ही तुमच्या हातानं अंगावर लेपून घेयाले; पण एक दिवस तुमच्या नशिबी असा येईल आंबेडकरबाबाचं नाव सांगत आंबेडकरबाबासारखाच

एखादा बाबा तुमच्या जातीतून पुढे येईल अन् त्यो तुम्हाले हे समदे कामं सोडायले सांगंल. तसं झालं तं आपण दोघं एकमेकाले भेटून आजच्या आपल्या बोलण्याची आठवण देऊ अन् आपण जित्ते राह्यलो नाही तं मंग...''

''जाऊ दे, या फालतू गोष्टी सांगू नको मले!''

येसाजीसाठी आज तरी या गोष्टी खरंच फालतू होत्या. बौद्धांनी गावकीचे कामं सोडले तसे मांगांनीसुद्धा सोडावे; म्हणजे कुणब्यांना अडचणीत आणल्यासारखं होईल; यासाठीच हा आपल्याला पटवून सांगायला. ही गोष्ट जर भगवान पाटलाला सांगितली तर ते या शिदनाकाला गावात राहू देणार नाहीत. मागच्या दसऱ्यापासून महार बौद्ध झाले. त्यांनी गावकीचे कामं सोडले, त्या गोष्टीचा राग म्हणून भगवान पाटलानं गाववाल्यांना सगळ्या बौद्धवाड्यावर बहिष्कार टाकायला लावला. ही गोष्ट आपण पाटलाला सांगितली, तर आगीत तेल पडल्यासारखं होणार. जाऊ द्या... कशाला आपण नसत्या भानगडी वाढवायच्या?... विचार करताकरता त्यानं मानेला झटका दिला.

शिदनाक तरी चिवटपणे बोलूच लागला,

''आज तुले माह्या गोष्टी फालतू वाटतात; पण मव्हरच्या काळात ह्याच गोष्टी तुले लाख मोलाच्या वाटतील. देव करो अन् तुह्यावर लवकरात लवकर अशी येळ येवो.''

''चाल रे पोरा.'' असं परभूला म्हणत येसाजी तिथून निघाला.

शिदनाकाच्या बोलण्यानं येसाजीचं डोकं चक्रावलं. या वडगावचे आधीचे महार अन् आताचे बौद्ध अन् मांग यांच्यातून पूर्वीपासून विस्तव आडवा जात नाही. ह्या बौद्धांनी मांगांना कधी जवळ येऊ दिलं नाही अन् मांगही कधी बौद्धांच्या जवळ गेले नाहीत. बौद्ध मांगांना स्वतःपेक्षा हलके समजतात अन् मांगांना बौद्ध जणू आपले शत्रू वाटतात. वास्तविक कुणब्या-बामनाच्या तुलनेत या दोन्ही जाती हलक्या. गावात दोन्हींची वस्ती; पण ती जवळ जवळ नाही. बौद्ध गावाच्या नैर्ऋत्येला तर मांग लगेच विरुद्ध दिशेला म्हणजे ईशान्येला. दोन्ही वस्त्यांच्या मध्ये गाव. दोन्ही वस्त्यांच्या मध्ये असणारे हे गाववाले या दोन्ही समाजांना एकत्र येऊ देत नसतील का?... पण गाववाल्यांचा यात काय दोष? दोष कोणाचा असेल मग? ज्यानं वेगवेगळ्या समाजाच्या उतरंडी रचून ठेवल्या त्याचा? ही जात भारी, ती जात हलकी... कोणं ठरवलं हे? कशावरून ठरवलं? दोन हलक्या जातीतही एक भारी अन् एक हलकी... हे कसं काय? ब्राह्मणापेक्षा कुणबी हलके, कुणब्यापेक्षा बौद्ध हलके, बौद्धांपेक्षा मांग हलके, मांगापेक्षा डक्कलवार... हे सगळे कोणं ठरवलं...? अन् लोक हे मानतात तरी कसे? नाहीतर माणसामाणसांत काय भेद आहे? नाक, डोळे, हात, पाय, रक्त सगळं सारखेच ना! मग तू मांग, तू महार. तू खालचा,

तू वरचा! असं का? या गावच्या बौद्धा-मांगांतलं हे वैर कधीपासून चालू असेल? अशीच गत गावोगावच्या मांगा-बौद्धांची असेल का ?

विचाराविचारांत तो उंबरवाटेवरच्या चिंचेखाली आला. बौद्धांनी गावकीची कामं सोडल्यावर पहिल्यांदा मेलेले हेच ढोर म्हणून तिथं मांगवाड्यातल्या ढोरं सोलाणारांची, हिस्सेवाल्यांची झुबड उठली होती. तशीच झुबड तिथे जमलेल्या कुत्र्यांची, कावळ्यांची चालू होती. पलीकडे बाभळीच्या झाडावर दहा-बारा गिधाडंही माणसं निघून जाण्याची वाट पाहत होती.

"का रे झालं काय रे? किती टाइम हाये?"

"टाइम?" हिस्से - वाटे करणाऱ्या हारजीने कपाळावर आठी पाडली अन् विचारलं,

"ही कोणती भाषा हाये?"

"अरे बाबा, ही सायबलोकायची भाषा हाये."

नाथाने परस्परच उत्तर दिले. "आपला येसाजी उठल्या-पडल्या सायेब लोकायसंगं राह्यते. त्याच्यानं त्यो सायबासारकं बोलते, नाही का येसाजी?"

त्यावर येसाजी काहीच बोलला नाही.

"कोणाचं ढोर मेलं व्हतं रे?" येसाजीनं विचारलं.

"इठ्ठल मंदिरामांगच्या सकारामची गाय."

"क्काय? गाय?"

"हो!"

"हारजी, मंग माहा हिस्सा टाकू नको."

"काऊंन?"

"मी गाईचं मास खात नाही."

"काऊन?"

त्याला वाटलं, त्याच्या बापानं त्याला सांगितलेली पुराणातली ती कपिला गाईची गोष्ट सांगावी; पण ते त्यानं टाळलं. मात्र, ती गोष्ट त्यानं मनातल्या मनात आठवली.

एकदा म्हणे महादेव-पार्वती फिरायला निघाले... नंदीवर बसले. आकाशमार्गानं चालले. नद्या, डोंगर, दऱ्या-खोऱ्या, गावं, जंगलं मागे पडत होते. हा सगळा निसर्गाचा चमत्कार पाहत महादेव-पार्वती चालले होते... म्हणजे नंदीवर बसून जात होते... तर जाता जाता एका ठिकाणी एका झुडपात नुकतंच जन्माला आलेलं एक लेकरू पार्वतीला दिसलं... त्या लेकराजवळ ना त्याची माय ना त्याचा बाप... लेकरू एकटंच रडायलेलं.... भुकेजलेलं... ते पाहून पार्वतीला त्या बाळाची कीव आली. ती महादेवाला म्हणाली, "देवा, ते पाहा ते बाळ त्या झुडपात बेवारस

पडलं. किती रडायलं?'' महादेवानेही पाहिलं. त्यालाही त्याची कीव आली. ''चला, त्याला आपण आपल्यासोबत नेऊ'' पार्वतीनं सुचवलं, तेव्हा महादेवानंही होकार दिला. ते बाळ म्हणजेच मतंग ऋषी. हे मतंग ऋषी महादेवाजवळ मोठे झाले. वयात आले, तेव्हा महादेव-पार्वतीने त्यांना महादेव-पार्वतीसाठी पूजेची व्यवस्था करायचं कामं सांगितलं. मतंग ऋषी ते काम मन लावून करू लागले. त्याच काळात महादेव-पार्वतीजवळ एक दुसरं तरुण पोर होतं. पार्वती त्या पोराला कपिला गाईचं दूध प्यायला देई. कपिला गाईचंच दूध ते. फार गोड होतं... अमृतासारखं... त्या पोराला ते फार आवडे... पण पुढे त्याच्या मनात वाईट विचार आला... या कपिलेचं दूध एवढं गोड तर तिचं मांस किती गोड असेल? आणि एक दिवस कपिलेला रानात चरावयास नेल्यावर त्याने तिला ठार मारलं. तिचं मांस फाडलं. ते कच्चं खाऊन पाहिलं... पण ते चवदार लागेना... तेव्हा भाजलं... भाजलेलं मांस चवदार लागलं... तो ते आनंदाने खाऊ लागला... इकडे रोजच्या वेळेला कपिला गाय घेऊन ते पोर का आलं नाही, याची महादेव-पार्वतीला चिंता वाटू लागली. त्यांनी मतंग ऋषीला गाय आणि ते पोर का आले नाहीत ते पाहायला पाठविलं... मतंग ऋषी त्या रानात गेले. तिथे पाहतात तो कपिला गाय मरून पडलेली. अन् ते पोर तिचं मांस भाजून खायलेलं... मतंग ऋषी काय झालं ते समजले... लगेच परत फिरले... त्या पोराला वाटलं, आता हा मतंग महादेव-पार्वतीकडे जाणार अन् आपली करणी सांगणार. म्हणून त्यानं गाईच्या मांसाचा एक गोळा घेऊन तो मतंग ऋषीला फेकून मारला... मतंग ऋषीचं अंग रक्ताने लाल झालं... लगेच मतंग ऋषीच्या आधी ते पोर महादेव-पार्वतीजवळ पळत आलं अन् त्यानं ''मतंगाने कपिला गाय मारून खाल्ली'' असं त्यांना सांगितले. पुरावा म्हणून त्यानं मतंग ऋषींचे रक्ताने भरलेले अंग दाखविले... महादेवाला ते पटले... महादेवाला मतंग ऋषीचा राग आला... महादेवाने त्याला हाकलून दिलं अन् वरून शाप दिला, ''तू आणि तुझ्यानंतरच्या पिढ्यातल्या लोकांनी गाईचं मासं खाल्लं तर तुमचं कधीही बरं होणार नाही.''

त्याचा बाप ही कथा रंगवून सांगायचा अन् ''गाईचं मांस कव्हाच खाऊ नको. माही शपथ घे.'' असं म्हणायचा. येसाजीही शपथ घ्यायचा.

''का रे परभू, मंग कसं रे तुह्या घरी मटन नाही, तं माह्या घरी येतं?'' हारजीचा मधला पोरगा केशा परभूला म्हणाला. परभूनं येसाजीकडे नजर वळवली.

त्या पोराकडे डोळे वासून पाहात येसाजी म्हणाला,

''तुम्हाले तुमचे हिस्से नेयाचे असतील तं खुशाल न्या. मी मातर चाललो. याच्या मव्हरं ध्यान ठेवा, कोणाची गाय मेली तं माह्या घरी निरोप पाठवू नका.''

आणि तो माघारी वळला.

एवढुसं तोंड करून परभूही त्याच्या मागे पळायला लागला. आज आपल्याला मटन खायला भेटणार नाही, या विचाराने त्याचं तोंड आंबट झालं होतं.

***

"नमुनी सरस्वतीला, करू या तिच्या स्तुतीलाऽऽऽ"

परभू सर्व मुलांच्या पुढे उभा राहून नमनगीत म्हणत होता. त्याने दोन्ही हात छातीशी जोडले होते. त्यांच्यापुढे रांगेत असणारी सर्व पोरं-पोरी मागून म्हणत. चार वर्ग मिळून फक्त सहा पोरी- पहिलीत दोन, दुसरीत एक, तिसरीत एक अन् परभूच्या वर्गात-चौथीत दोन. एक भगवान पाटलाची राधा. तशी या गावात शाळा उघडल्यानंतर पहिल्यांदा शाळेत येणारी राधाच! दुसरी कुळकर्णी मास्तरची भाची- ज्योती. ज्योती या वर्षी गावात शिकायला आली. या दोघींत राधा दिसायला सरशी, गोरी. ज्योती मात्र काळी. ब्राह्मणाच्या पोरीसुद्धा अशा काळ्या असतात? असा तिला पाहताच नेहमी परभूला प्रश्न पडायचा. 'हॅट' त्याचं मन नकार द्यायचं. गावातल्या वाईकर पांडेबुवाची बायको अन् पोरगी कशी गोरी गोरीपान आहे? पांडेबुवाच्या घरी मागच्या उन्हाळ्यात आलेली पाहुणीही तशीच फोटोतल्या बाईसारखी... मग ही ज्योतीच अशी का? मांगवाड्यातल्या भिकाचा त्याच्याच वर्गात शिकणारा गणा म्हणायचा, "लेका, ती काट्टी बामनाची नसेल."

"कशावून मंतं तू?"

"माहा बापच मने; असे लेकरं ठेवलेल्या बाईचे असतात मनून."

"ठेवलेली बाई म्हंजे?"

"काजून, मलेबी माहीत नाही. बाईले ठेवत असतीन कुठं?"

"परभू, नमनगीत म्हण ना पुढे!" कुळकर्णी मास्तर गरजले.

तेव्हा त्याच्या ध्यानात आलं; आपुण नमनगीत म्हणताम्हणता ज्योतीच्या विचारात बुडालो.

"मायची मी तं..." असं म्हणतं त्यानं एकदा ज्योतीकडे पाहिलं. अन् मग सरळ नाकापुढे पाहून नमनगीत म्हणू लागला.

नमुनी सरस्वतीला, करू या तिच्या स्तुतीला
जी शुद्धशील बनवी, पदवीस थोर नेई
जी वंद्य तिन्ही जगाला, करू या तिच्या स्तुतीला
ज्ञानामृतास देई, जी पात्रतेस नेई
गाती कवि जियेला, करू या तिच्या स्तुतीला
या ज्ञान-मंदिराचे, शिखरास गाठण्याचे
सामर्थ्य यावयाला, करू या तिच्या स्तुतीला

परभूने सगळं नमन-गीत बिनचूक म्हटलं. मागून बाकीच्यांनी म्हटलं. दररोज एका एका मुलाने पुढे येऊन नमनगीत म्हणायचं- तेही फक्त चौथीच्याच मुलाने असा कुळकर्णी मास्तरांनी नियमच केला होता. आज परभूचा नंबर होता.

नमन-गीतानंतर राष्ट्रगीत म्हटलं. कुळकर्णी मास्तरांनी आजचा सुविचार सांगितला, ''माणूस कर्माने मोठा होतो, जातीने नव्हे.''

परभूने हा सुविचार मनातल्या मनात पुन्हा म्हटला; पण त्याला त्यातलं काही कळलं नाही. त्याला वाटलं, गुरुजींना म्हणावं, याचा अर्थ समजावून सांगा... पण त्याची हिंमत झाली नाही.

आता कुळकर्णी मास्तर आणि भोसले मास्तर पोरं-पोरींच्या कपड्यांची, नखा-दातांची तपासणी करू लागले. पोरांचा पांढरा कमीज-खाकी चड्डी अन् डोक्यावर गांधी टोपी असा गणवेश, तर मुलींसाठी पांढरा, निळा झगा. बहुतेक सगळे पोरं, पोरी शाळेच्या गणवेशात होते. तरी भोसले मास्तरने नारायण बेल्याच्या केशवला सगळ्यांसमोर दटावलं; ''काय रे, तुझ्या टोपीने किती मळ खाल्ला पाहा. हिला कधी पाणी दाखवत असतो की नाही? गाढवा, कमीज, चड्डी धुवायची असते अन् टोपी धुवायची नसते काय रे?''

लगेच त्यांनी केशवला दोन रूळ लगावले. केशव रडकुंडीस आला. तपासणी संपली.

टोपीवरून परभूला आठवलं. त्याला एकच एक टोपी आहे. एका रविवारी ती धुवायला टाकली, म्हणून बिनाटोपीचा तो दुकानावर गेला. परत येताना रामकिसन मानकऱ्याचा बाप रस्त्यात भेटला. म्हातारा काठी टेकवत चालला होता. परभू त्याच्या जवळून पुढे निघाला, तसा पाठीमागून म्हाताऱ्यानं आवाज दिला, ''ऐ बोडख्या पोरा, कोणाचा हायेस रे? इकडे ये.

परभू मागे फिरला. म्हाताऱ्याजवळ आला. म्हाताऱ्यानं हातातील काठी उचलून त्याच्या डोक्यावर हलकेच हाणली. अन् म्हणाला,

''बोडखा काऊन फिरायला? कोणाचा हायेस?''

''मी, येसाजी मांगाचा हाओ.''

''येस्या मांगाचा?''

''येस्या मांगाचा नाही, येसाजी मांगाचा.''

आपल्या बापाला या म्हाताऱ्यानं 'येस्या' म्हटल्याचा त्याला राग आला खरा. खरं तर असे कोणत्याही कुणब्याने कोणत्याही मांगाच्या माणसा-पोराला म्हटलं की, त्याला राग येतो. गावातली बरीच कुणब्याची माणसं, त्यात त्यांच्या बापापेक्षा वयाने लहान असणारीही - येसाजीऐवजी येस्या म्हणतात. बाकीच्या मांगांनाही तसंच म्हणतात. यादव म्हणायचं तर याद्या. ते ऐकलं की, त्याला या मोठ्या माणसांचा

मनातून राग येतो. असं का म्हणत असतील ही माणसं? यांना सरळ बोलता येत नसेल का?

"अरे हो, येस्या अन् येसाजी एकच. तुह्यासाठी येसाजी; पण आमच्यासाठी येस्या... त्यो मेला का काय?"

"क्काय?" परभूनं कपाळभर आठ्या पाडल्या.

"तू बोडखा हिंडायला मनून मनतो; तुहा बाप मेला का काय? ज्याचा बाप मेला ते असे बोडखे फिरतात."

बाप मेल्यावर बोडखं हिंडतात हे परभूला माहीत नव्हतं. या गावात कोणी कव्हा बोडखं हिंडत नाही. कोणाच्या डोक्यात पगडी, पटका, नाहीतर टोपी असते. यापैकी काहीच नसलं तर डोक्याला उपरणं तरी बांधतात. त्याच्याच बापाची टोपी जेव्हा धुवायला टाकली जाते, तेव्हा येसाजी डोक्याला उपरणं बांधतो... पण आपला आज्या मेला तरीही आपला बाप बोडखा का राहत नाही? अन् आपले कुळकर्णी मास्तर? ते तर नेहमीच बोडखे राहतात. त्यांना कोणी "तुमचा बाप मेला का?" असं विचारीत असतील का? नसतील विचारत...कुळकर्णी मास्तरचा बाप जिवंत असेल का मेला असेल? भोसले मास्तर मात्र हमेशा काळी टोपी घालतात...

"तसं काऊन मनता आज्या?"

"अरे पोरा, बोडखं फिरू नाही मंग."

"टोपी धुयाले टाकली."

"मंग काही पालवाचा धडपा गुंडाळायचा."

"बरं" म्हणून तो पुढे निघून गेला. म्हाताराही कुरकुरत गेला.

शाळेत बोडखं न येण्याबद्दल भोसले मास्तर नेहमी दटावतात. कुळकर्णी मास्तर मात्र काहीच म्हणत नाहीत. एकदा एक पोरगा शाळेत बोडखा आला, तेव्हा भोसले मास्तरने त्याला शाळेतून हाकलून लावलं; तर कुळकर्णी मास्तर म्हणाले,

"अशा गोष्टीकडे कशाला लक्ष देता गुरुजी? जसजसं जग बदलत जाईल तसतसं हे बदल होत राहतील. आजच शहरातून गाड्यासारखे बोडखे राहणारे लोक पाहत नाही तुम्ही?..."

मात्र भोसले मास्तरला ते पटलं नाही; ते मास्तर असले, तरी जुन्या-पुराण्या विचारांचे होते. त्यातल्या त्यात खेड्यात राहणारे. कुळकर्णी मास्तर मात्र शहरातले.

"शहरातलं शहरात, ते खेड्यात नाही चालणार." ते म्हणाले. प्रार्थना संपली. पोरं पांगली. काही लघवीला गेली; काही वर्गात गेली.

शाळा चावडीत भरते. ही चावडी गावाच्या मध्यभागी. अठरा खांबांच्या जोडणीची. जुन्या काळी बांधलेली. भोवतालच्या तीन भिंती विटांच्या पक्क्या बांधलेल्या. पुढे

भिंतीऐवजी लोखंडी पट्ट्या ठोकलेल्या, चार वर्ग या एकाच चावडीत बसतात. मागच्या भिंतीला टेकून चौथा वर्ग; मधल्या खांबांच्या रांगेला टेकून एका बाजूने दुसरा वर्ग, तर एका बाजूने तिसरा वर्ग. दरवाजाच्या बाजूला पहिला वर्ग. दुसऱ्या अन् चौथ्या वर्गाला कुळकर्णी मास्तर, तर पहिल्या अन् तिसऱ्या वर्गाला भोसले मास्तर. भोसले मास्तर शिकवण्यापेक्षा मारतातच जास्त! त्यातल्या त्यात मांगांच्या, बौद्धांच्या पोरांना जास्त त्रास देतात. तसं कुळकर्णी मास्तरचं नाही. परभूला या वर्षी कुळकर्णी मास्तरच होते. कुळकर्णी मास्तर त्याला आवडतात. माय म्हणते,

"त्याह्यनंच तुहं नाव शाळत घेतलं. भोसले मास्तर तं नायीच मने."

शाळेत दिवस कसा जातो ते समजत नाही. शिकवणं, खेळणं, साडेचार वाजत आले की, सगळ्या वर्गांनी मिळून पाढे म्हणणं - हे दररोजचं असतं. शाळेपुढंच घर असणाऱ्या परभूच्या वर्गात शिकणाऱ्या आनंदाची माय इकडे साडेचार वाजता पोरांची उजळणी म्हणणं सुरू झालं की, "आता माय, दाळ घालायची येळ झाली." असं म्हणून चूल पेटवते म्हणे.

आनंदाच त्याच्या मायची गंमत सांगत होता एकदा.

परभूच्या बापानं- येसाजीनं परभूला रात्री म्हटलं होतं,

"पोरा, तुह्या शाळेचे कुळकर्णी मास्तरच आले व्हते पहाटं पाटलाच्या घरी."

"काहाले बापू?"

"चावडीत चार वर्ग बसत नाहीत मनत. शिकवता येत नाही, अडचण व्हते मनत"

"हो खरंच व्हते.

"मनून मंग दोन वर्ग मारोतीच्या पारावर बसू द्या मनत."

"चालते ना मंग तसं?" बायजा मध्ये म्हणाली.

"मारोतीच्या पारावर चौफेर पत्रं हायेत. तिथं दोनच काय चार बी वर्ग बसतात."

"तुव्हं मन्नं खरं हाये. तसाच त्यो कुळकर्णी मास्तरबी मने."

"मंग काय मनत पाटील?"

"पाटील काहीच बोलले नाहीत. त्याह्यच्या आगुदर रामा बेल्याच मनला, "काय मास्तर, मारोतीच्या पारावर शाळा भरवून आमचा देव बाटवायचा इचार हाये का काय?"

"ते कसं काय?"

"तुह्यासारखंच कुळकर्णी मास्तरनं विचारलं.

"मगं काय मने त्यो?'

"त्यो मने, तुमच्या वर्गातले मांगाचे, बौद्धाचे पोव्हं पारावर बसतील; त्यानं देव बाटणार नाही का?... एक करसाल तं जमते... जे वर्ग पारावर बसवायचे त्यातल्या

मांगाच्या, बौद्धांच्या पोऱ्हायचे नावं काढून टाका.''

''मंग?''

''मंग काय? मास्तर मनतं हे कसं शक्य आहे?'' मास्तरनं असं मनलं की, रामा मास्तरची नक्कल करून मनला, ''मंग तेबी कसं शक्य आहे?''

''एऱ्ही लयच डुक्कर हाये त्यो राम्या! कोणं त्याचे नाव रामा ठेवलं देव जाणे! त्याची करणी सगळी रावणाचीच हाये. मेल्याच्या वासना सुद्या नाही.''

बायजाच्या बोलण्याचा अर्थ परभूला कळला नव्हता; पण त्या दोघांच्या बोलण्यातून रामा बेल्या चांगला माणूस नाही हे त्याच्या ध्यानात आलं.

राम्या बेल्याने दोन वर्ग मारोतीच्या पारावर बसू दिले असते, तर शाळेत एवढी दाटी झालीच नसती.

दुपारची सुटी झाली. पोरं आपापली दप्तरं घेऊन बाहेर पडले.

परभूही निघाला. चावडीच्या बाहेर आला. रस्त्याला लागला. तेवढ्यात मागून त्याच्या नावाचा पुकारा झाला.

''ए परभ्या, ए परभ्या!''

परभूने वळून पाहिलं. तिसऱ्या वर्गातला भिका मांगाचा गणा होता तो.

तो परभूजवळ येऊन म्हणाला,

''तुले कुळकर्णी गुरुजीनं बलवलं.''

चावडीच्या ओट्यावर कुळकर्णी मास्तर उभे होते. ते म्हणाले,

''अरे प्रभू, त्या गणपतलासुद्धा बोलाव.''

दोघंही मास्तरसमोर आले.

''काय रे, तू याला कशी हाक मारलीस?''

तो वरमला. त्यानं खाली मान घातली.

''काय रे, प्रभू म्हणून हाक मारायची, तर परभ्या म्हणाला. नाही? परभ्याऐवजी प्रभू म्हणायला काय जाते? प्रभू याच तोंडाने म्हणायचे आणि परभ्याही याच तोंडाने म्हणायचे. यापुढे असं म्हणशील का? सांग?''

त्यानं नकारार्थी मान हलविली.

''कोणालाही हाक मारायची असली, तर चांगल्या शब्दांत हाक मारावी. लक्षात आलं? जा आता.''

मेंढरासारख्या खालच्या मानेनेच तो निघून गेला.

''अरे प्रभू?''

''काय गुर्जी?''

''काय गुर्जी नाही, काय गुरुजी म्हण पुन्हा.''

''काय गुरुजी?''

"असं! इथून पुढे असं अशुद्ध बोलायचं नाही."

"बरं."

"हं, तर मी तुला याच्यासाठी बोलावलं, तुझी आई फडे तयार करते का?"

"हो"

"तर मग माझ्यासाठी दोन चांगल्या बांधणीचे फडे तयार करायला सांग तुझ्या आईला; सांगशील?"

"हो गुरुजी."

"तयार झाले की, आपल्या खोलीवर घेऊन ये. बरं, जा आता."

तो घराकडे निघाला. राममंदिराच्या कोपऱ्यावर त्याच्या वर्गातले कुणब्यांचे चार-पाच पोरं उभे होते. त्याचीच वाट पाहत होते.

"कारे परभू, काय झालं रे त्या गण्याचं?" त्यातल्या एकानं विचारलं. गणाची भानगड परभूनं त्या पोरांना सांगून विचारलं, "काऊन काय झालं?"

"त्यो आता बडबडत गेला. आम्हाले मने, त्या परभ्याले सांगा, इथून मव्हरं त्याले मी हाटकून परभ्याच मनीन."

"जाऊ द्या, एऱ्हीच रगेल हाये त्यो!"

परभूने त्याच्या बोलण्याकडे काणाडोळा केला. त्याचा बापही तसाच, मांगवाड्यात त्याचं कोणाशीही पटत नाही.

संध्याकाळी त्याने बायजाला कुळकर्णी मास्तरसाठी दोन चांगले फडे तयार करायला सांगितलं.

बायजा "हो" म्हणाली. फडे तयार झाल्यावर एक दिवस बायजा म्हणाली, "परभू, फडे नेऊन दे मास्तरच्या घरी."

***

आज महाशिवरात्रीची सुटी होती; त्यामुळे परभूमागे शाळेत जाण्याची घाई नव्हती. दोन्ही हाती दोन फडे घेऊन तो निघाला.

कुळकर्णी मास्तर राघोजी तेल्याच्या खोलीत राहतात. राघोजी तेल्याचं घर मोठंच्या मोठं. त्यातली एक खोली घाण्याची. त्या खोलीत म्हणे आधीच्या काळात तेलघाणा चालवला जायचा. पुढे तेलघाणा बंद पडला. तीच खोली राघोजीने कुळकर्णी मास्तरला राहायला दिली. कुळकर्णी मास्तर कुटुंब घेऊन राहतात. तसं त्यांना मूल-बाळ नाही. नवरा-बायको दोघंच. या वर्षी मात्र मास्तरने भाची शिकायला आणली.

रस्त्यानं चालताचालता परभूला ज्योतीची आठवण आली आणि त्याचं मन फुलून आलं. पाटलाच्या राधेच्या तुलनेत ज्योती दिसायला काळीमाळी असली, तरी

परभूला ती आवडे. त्याची कारणं काय असतील ती त्याला सांगता येणार नाहीत. मात्र, तिचं गालातल्या गालात हसणं, पाणीदार डोळे त्याला नेहमीच भुरळ घालतात. असं जर कुळकर्णी मास्तरला कळलं तर? अरे बापरे! त्याच्या सर्वांगावरून काटा निघून गेला.

तो खोलीसमोर आला. दार उघडं होतं; पण दारावर पडदा होता. आत कोणीतरी मोठमोठ्यानं बोलत होतं. मास्तरचे बाबा असतील. काय करावं, हाक मारावी, का कोणी बाहेर येण्याची वाट पाहावी? हाक मारण्यापेक्षा वाट पाहणं बरं असं त्याला वाटलं.

तो बाहेरच उभा राहिला, बराच वेळ. कोणीच बाहेर आलं नाही. काय करावं ते त्याला सुचेना.

"अरे प्रभू, तू?" एकाएकी कानावर आवाज आला.

पडदा सारून ज्योती त्याच्याकडे पाहून हसत होती. त्याला बरं वाटलं.

हे फडे आणले. गुरुजी हायेत?"

"हायेत नाही आहेत?" त्याची तिनं चूक दुरुस्त केली.

"हं, आहेत?" तो लाजला.

"दे इकडे." तिनं हातचे फडे घेतले.

"ये आत" म्हणून ती आत गेली; पण तो जाग्यावरच उभा राहिला. कसं जावं आत?

"अरे प्रभू, आत ये ना?" मास्तर पडदा सारून त्याला म्हणाले.

मास्तर "आत ये" म्हणाले, तरी आत कसं जावं? आपण मांग, मास्तर ब्राह्मण? आपण गावातल्या कुणब्या, तेलाच्या घरात एकदम जाऊ शकत नाही, इतकंच काय, आतापर्यंत भोसले मास्तरांनी कधी त्याला "घरात ये" म्हटलं नाही. इंधन, गोवऱ्या घेऊन कितीतरी वेळा तो त्यांच्या खोलीवर गेला अन् बाहेरच्या बाहेरून परत आला.

"अरे, ये ना" पुन्हा मास्तरांनी पडदा सारून म्हटलं, तेव्हा त्याला आत जावंच लागलं.

"बस."

तो बसला, संकोचून; एका कोपऱ्यात. "ऐसपैस बस." मास्तर म्हणाले, तरी त्याच्या मनावरचं दडपण गेलं नाही. "हं, कसा चाललाय अभ्यास?" मास्तरांनी आरामखुर्चीत बसत विचारलं.

पण त्याच लक्ष दुसरीकडेच होतं. माणसाच्या बोलण्याचा अजूनही आवाज येत होता; पण माणूस दिसत नव्हता. मास्तरीन आणि ज्योती आत भांडी वाजवीत होत्या; म्हणजे त्यांचा स्वयंपाक चालला असावा. मग हा आवाज? आपण बाहेर उभे होतो

तेव्हा ऐकला; तेव्हा वाटलं, मास्तरांचे बाबा बोलत असतील; पण मास्तर एकटेच घरात होते. त्यांचे बाबा दिसत नव्हते.

"काय रे, कसला विचार चाललाय?"

"अं हं, ह्यो आवाज?"

"ह्यो अंहं हा" त्यानं चूक दुरुस्त केली.

"हा आवाज म्हणतोस? रेडिओचा."

"रेडिओ?"

"हं, तू पाहिला नाहीस कधी?"

"नाही."

"ये इकडे! बघ, या कोनाड्यात ठेवलेला रेडिओ."

तो संकोचत कोनाड्याजवळ गेला. त्यानं आयुष्यात पहिल्यांदा रेडिओ पाहिला. डब्यासारखा. त्याला नवल वाटलं. यातून माणूस बोलतो? कसा बोलतो?

"यात माणसे असतात?"

"नाही, यात माणसं नसतात."

"मंग... अंहं... मग?"

"हे मशीनसारखं असतं. यात गुंतागुंतीची रचना असते. बटन सुरू केलं की, आवाज येतो, आवाज वाढविता येतो, कमी करता येतो." बोलताबोलता मास्तरांनी आवाज कमी-जास्त करून दाखविला. दुसऱ्या बटनाला हात लावून म्हणाले,

"या बटनानं आपल्याला हवं ते स्टेशन लावता येतं; हे बघ, हे मुंबई केंद्र."

मुंबई केंद्रावर गाणी सुरू होती.

परभूला हे सारं नवलाईचंच वाटलं.

त्यानं बरेच प्रश्न विचारले. मास्तरांनी त्याची उत्तरं दिली.

"मामा!" ज्योतीनं आवाज दिला

"काय?"

"फराळाचं." तिच्या हातात दोन बशा होत्या. परभूनं पाटलाच्या घरी कपबशा पाहिल्या होत्या. कशा पांढऱ्या चकचकीत असतात! कसा लागत असेल चहा त्यांत? तो नेहमी विचार करायचा.

"हो दे, बस रे प्रभू."

मास्तर आरामखुर्चीत बसले. परभूही आपल्या जागेवर येऊन बसला. ज्योतीनं एक बशी मास्तरांना दिली. दुसरी परभूपुढे धरली.

"मी... मला... नको."

"घे रे" मास्तर म्हणाले.

"पण?"

"अरे, संकोच करू नको. घे."

ब्राह्मण लोक इतर जातीच्या लोकांचा बाट जास्त प्रमाणात पाळतात, असं त्यानं ऐकलं होतं; पण इथे तर भलतंच...?

"घे" ज्योती म्हणाली.

त्यानं नाइलाजानं तिच्या हातची बशी घेतली.

"हं, कर सुरू" मास्तर म्हणाले.

त्यानं खायला सुरुवात केली.

"म्हटलं, तुझा अभ्यास कसा सुरू आहे? पुढच्या महिन्यात बोर्डाची परीक्षा आहे तुमची."

"अभ्यास दररोज करत असतो." त्याला शुद्ध बोलताना त्रास होत होता.

"बघ, चांगले गुण पडले पाहिजेत."

"हो! पण आपलं परीक्षेचे केंद्र..."

"अनसिंगला."

"बापरे, एवढ्या दूर?"

"काय दूर आहे एवढं? पाच कोस असेल?

"दररोज जाणं-येणं करायचं का? एवढ्या दूर पायी..."

"नाही; दररोज पायी जाणं-येणं परवडणार नाही; त्यामुळे दोन दिवस तिथल्या शाळेत मुक्कामाची व्यवस्था करू."

"अन् जेवण?"

"दोन दिवस घरून डबे बोलवायचे."

आपला डबा कोण आणेल याची आताच परभूला काळजी वाटू लागली.

"तू पाहिलंस कधी अनसिंग?"

"हो, माझ्या बाबाबरोबर गेलो होतो बाजारासाठी." परभू म्हणाला.

त्याला आठवलं, बापासोबत बाजाराला जाण्यासाठी त्यानं हट्टच धरला होता. बाप नाही म्हणे माय "न्या" म्हणे, म्हणून बापानं नेलं. बाजार काय असते ते त्यानं त्या वेळी पाहिलं. बाप्पा, बाप्पा किती माणसं बाया! बापानं त्याला हॉटेलात नेऊन एक आण्याचा चिवडा खाऊ घातला होता. अनसिंगच्या स्टँडवर त्याने तोंडाच्या अन् बिनतोंडाच्या मोटारीही पाहिल्या होत्या. आता परीक्षेसाठी अनसिंगला गेल्यावर ते सारं पुन्हा पाहायला भेटेल याचा त्याला मनोमन आनंद झाला.

मास्तरांनी फराळ संपवला. बशी खाली ठेवत त्यांनी ज्योतीला पाणी आणायला सांगितलं. ज्योतीने पाण्याचे पेले आणले. पैकी एक परभूसमोर ठेवला.

"चौथ्या वर्गात पास झाल्यावर कुठे जाणार आहेस शिकायला?"

"बाबा म्हणतील तिथे."

"अनसिंगला आठव्या वर्गापर्यंत सोय आहे."

"जाण्या-येण्याची अडचण?"

"हं, ते बरोबर आहे. गाडीवाटेचा रस्ता. तोही नीट नाही. मध्ये दोन-तीन मोठमोठे ओढे आहेत. पावसाळ्यात त्यांना पूर येतात. तिथे बोर्डिंगची सोय नाही. जिथे बोर्डिंगची सोय असेल, तिथे नाव टाक."

"पाहू."

त्यानं फराळाचं संपवलं. एका हाती पेला अन् दुसऱ्या हाती बशी घेऊन तो उठला.

"अरे अरे, काय करतोस?"

"बाहेरून बशी धुऊन आणतो."

"नको, त्याची काही गरज नाही. तू इथेच बशीत हात धू. बशी ज्योती धुईल."

ही गोष्ट त्याच्यासाठी मोठी नवलाईची होती. तो त्याच्या बापासोबत नेहमीच कुणब्यांच्या लग्न-कार्यात जेवायला जातो. पंगतीत त्यांना ज्या पत्रावळ्या टाकल्या जातात; जेवणं झाली की, त्यांच्या पत्रावळ्या त्यांनाच उचलाव्या लागतात. पाटलाच्या घरी त्यानं बापासोबत एक-दोनदा चहा पिला. ज्या थाट्यात त्यानं अन् त्याच्या बापानं चहा पिला; त्या थाट्या त्याच्या बापानं धुऊन कोपऱ्यात उपड्या घातल्या होत्या.

अन् आता मास्तर म्हणतात, त्याची बशी ज्योती धुते? मग बाट...? मास्तर म्हणाले तरी त्याने बाहेर जाण्यासाठी पाय उचलला, तसे मास्तर म्हणाले,

"प्रभू, मी म्हणतो ते ऐक. मी अस्पृश्यता पाळत नाही. मला, माझ्या बायकोला तुझा बाट होत नाही. मी जसा माणूस आहे तसा माझ्या दृष्टीने तूही. ठेव ती बशी खाली. धू तिच्यात हात."

नाइलाजानं त्यानं बशीत हात धुतला.

"ज्योती, बशी उचल! त्याला आणखी पाणी दे."

ज्योतीने तांब्यात पाणी आणलं. त्याच्या पेल्यात टाकलं. पाणी पिऊन त्याचं पोट भरलं; तेवढंच मास्तरांनी दाखविलेल्या माणुसकीनं भरलं.

मास्तर बोलू लागले, "मी ब्राह्मण असूनही बाट मानत नाही, याचं तुला नवल वाटत असेल; पण खेड्यात जेवढा बाट, शिवाशिव पाळतात, तेवढी शहरात पाळत नाहीत. हो, तुझ्या माहितीसाठी म्हणून सांगतो; जुन्या काळी शिवाशिवीच्या या साऱ्या गोष्टी आमच्या ब्राह्मणांनीच सुरू केल्या; पण त्यातील फोलपणा लक्षात आल्यावर त्या सोडण्यात ब्राह्मणच सर्वांत पुढे आहेत. शहरातून या बाबतीत झपाट्यानं सुधारणा होत असली तरी खेड्यात मात्र या गोष्टी फारच कट्टरपणे आजही पाळल्या जातात..."

आणि मग मास्तरांनी दोन वर्ग मारोतीच्या पारावर भरू देण्याबाबत पाटलाला विचारायला गेले, तेव्हा तिथे बसलेल्या रामा बेल्याचं बोलणं सांगितलं. ते त्याला येसाजीकडून आधीच कळलं होतं.

आपले मुख्याध्यापक भोसले गुरुजी या बाबतीत फार कट्टरपणे वागतात. खालच्या जातींची मुलं शाळेत घेऊच नयेत असं त्यांना वाटतं... काय म्हणावं या लोकांना? जे अशिक्षित आहेत, त्यांचं ठीक आहे; पण भोसले गुरुजी? जे शिकले तेही तसेच...'' मास्तरांनी सुस्कारा सोडला.

मास्तर यावर बराच वेळ बोलत राहिले. त्याला आठवण झाली; त्या दिवशीच्या सुविचाराची- माणूस कर्माने मोठा होतो, जातीने नव्हे! बऱ्याचदा याबाबत मास्तरांना विचारावं असं त्याला वाटलं, आता सहज विषय निघाला म्हणून त्याने त्याबाबत विचारलं.

''बरोबर आहे. माणूस जे काही चांगलं कर्तव्य करतो, त्या कर्तव्यामुळे त्याला मोठेपणा प्राप्त होतो. समजा, मी जातीने ब्राह्मण असूनही जर मी चोऱ्या करायला लागलो, तरी लोक मला श्रेष्ठ मानतील का? नाही ना? आपण दुसरं उदाहरण घेऊ. तुला डॉ. बाबासाहेब आंबेडकरांचं नाव माहीत आहे? 'थोरांची ओळख' या आपल्या तिसरीच्या पुस्तकात त्यांची माहिती आहे. कोण आहेत हे बाबासाहेब? कोणत्या जातीचे आहेत हे? बाबासाहेबांची पूर्वीची जात महार. आता त्यांनी बौद्ध धर्म स्वीकारला. अस्पृश्य जातीत जन्माला आले, तरी त्यांची थोरवी कशी आहे? त्यांच्याएवढा विद्वान, ज्ञानी, अभ्यासू माणूस आतापर्यंत इतर कोणत्याही जातीत-जातीतच कशाला जगात जन्माला आला नाही. मग मी म्हणालो ते पटलं ना?''

''हो.''

''गुरुजी?'' बाहेरून हाक आली.

''कोण आहे?''

''मी, आत्माराम पाटलाचा गजानन.''

''काय आहे ? ये आत.''

गजानन आत आला. तिथे परभूला बसलेला पाहून त्याला नवल वाटलं.

गजाननला पाहून परभूही संकोचला. चौथ्या वर्गात शिकणारा गजानन कट्टर अस्पृश्यता पाळतो हे त्याला माहीत होतं. त्याची आई त्याच्या अंगावर पाण्याचे शिंतोडे फेकल्याखेरीज त्याला घरात येऊ देत नाही. हं! पाण्याच्या शिंतोड्याने का बाट जातो?

आणि बाट म्हणजे तरी काय?.... काहीतरीच आपलं !

परभूकडे पाहात गजानन अर्धवट बोलला,

''माह्या...''

"अं हं, माझ्या..."

"हो, माझ्या आईनं पपया दिल्या."

त्याच्याकडे पाहत मास्तर हसले.

"काय रे, शुद्ध बोलताना फार त्रास होतो, नाही?"

परभूने अन् गजाननने एकमेकांकडे पाहिलं.

कुळकर्णी मास्तर म्हणतात ते खरं, शुद्ध बोलण्याचा त्रास होतोय. परभूला आठवला पहिल्या वर्गातला धडा. 'आई, घर बघ.' त्यातल्या आई या शब्दाचा त्याला अर्थ आधी माहीत नव्हता. मायला 'आई' म्हणतात हे कळल्यावर त्याने एकदा 'मायला' 'आई' म्हटलं तर ती रागावली. म्हणाली,

"तसं बामनासारकं बोलू नको. साजरं माय मनत जाय." तेव्हापासून परभूला वाटतं, शुद्ध कशासाठी बोलायचं?

"ज्योती, ह्याच्याजवळच्या पपया घे."

ज्योतीने थैलीतल्या पपया काढून घेतल्या. थैली परत केली.

"जातो गुरुजी."

"अरे, बस ना?"

"नाही, मले वावरात जा लागते."

"बरं, जा! पण मले म्हणायचं नाही, मला म्हणायचं."

गजानन गेला, तसा परभूही उठून उभा राहिला.

"तूसुद्धा जातोस?"

"हो."

"थांब."

मास्तर उठले. खुंटीवर टांगलेल्या पैजाम्याच्या खिशातून आठ आणे काढले. म्हणाले, "घे."

"काय?"

"पैसे."

"पैसे नको."

"अरे घे."

"नका. आम्ही गजाननसारखं दुसरं काही देऊ शकत नाही."

"अरे, त्याची काही गरज नाही हं, तुमची परिस्थिती चांगली असती तर हरकत नव्हती; पण तुझ्या आई-बाबांना हाता-तोंडाचा मेळ करताकरता नाकी नऊ येत असतील."

तो पुन्हा 'नाही नाही' म्हणाला, तरी मास्तरांनी त्याच्या हाती जबरदस्तीने पैसे दिले.

तो घरी आला. बायजाला त्याने सारं काही सांगितलं. मास्तरच्या वागण्याचं तिलाही नवल वाटलं; पण पैसे पाहून ती म्हणाली,

''अस्साच जाय अन् पैसे नेऊन दे. मास्तरले मनावं, आमची गरिबी असल, तरी आमच्याजवळ माणुसकी हाये.''

परभू तसाच मास्तरच्या घरी गेला. त्याने बाहेरून आवाज दिला.

''मास्तर बाहेर गेले.'' असं ज्योतीने सांगितलं. त्यानं ज्योतीच्या हातावर पैसे ठेवले,

''गुर्जीजवळ दे. म्या देले मनून सांग.'' एवढं बोलून तो पटकन मागे फिरला.

तो अशुद्ध बोलला हे सांगायची संधीही तिला मिळाली नाही. मात्र, तेवढ्यानं त्याचं मन फुलपाखरू झालं होतं.

***

सगळा गाव ओलांडून सिदाजी पाटील मांगवाड्यात आले. सिदाजी पाटील म्हणजे भगवान पाटलाचे आजोबा. म्हातारा ऐंशी-पंचाऐंशी वर्षांचा झाला, तरी ठणठणीत आहे. भगवान पाटलाचे वडील देवबा पाटील दहा वर्षांआधी दम्यानं मरण पावले... जवान पोरगा आपल्या डोळ्यांसमोर खंगून मेला याचं फार मोठं दुःख सिदाजी पाटलांना झालं होतं. आपल्या पोटी असा रोग मसाला जन्माला यावा, याचं त्यांना नवल वाटत होतं.

या वयातही सिदाजी पाटील पहाटे पाच वाजता उठतात; एका ठोक्याने दोनशे जोर-बैठका मारतात. भर जवानीत तर ते पाचशे बैठका मारत. खाणंही तसंच! बैठका मारणं झालं की, तोंड धुवायचं, हातानं म्हशीचं गुंडी भरून दूध काढायचं. अन् गरम न करता ते तसंच घटघटा प्यायचं... यावरून त्यांचा आहार कसा आहे, याची कल्पना सहज येते. पाटलाला कुस्तीचा भारी शौक. दसऱ्याला वाशिमच्या बालाजीची जंगी यात्रा भरते; त्या यात्रेत होणाऱ्या कुस्त्यांच्या दंगलीत म्हातारा भाग घ्यायचा. निसत्या वऱ्हाडातलेच नाही; तर मराठवाड्यातले नावाजलेले पैलवान यायचे; पण म्हाताऱ्यानं सतत दहा वर्षं पहिला इनाम जाऊ दिला नाही. मात्र, अकराव्या वर्षी नागपूरच्या बापू मडावी नावाच्या पैलवानानं म्हाताऱ्याची पाठ टेकविली; तेव्हापासून म्हाताऱ्यानं कुस्त्या सोडून दिल्या; पण तब्येत हलू दिली नाही, ना अंगमेहनत सोडली; त्यामुळेच आताही पोळ्याच्या दुसऱ्या दिवशी गावातल्या मारुतीपुढे असलेला सत्तर शेरांचा दगडी गोळा म्हातारा सहज उचलून खांद्यावरून पाठीमागे टाकतो. ज्यांनी म्हाताऱ्याची ही करणी पाहिली नाही, त्यांना कितीही पटकू पटकू सांगितलं तरी ते पटणार नाही... म्हाताऱ्याच्या कुस्तीमुळेच गावाचं नाव दूर दूर पसरलं... कोणी म्हणतं, कोणतं वडगाव हो...? तर सिदाजी पैलवानाचं वडगाव!

तसं हे गाव एवढं अडचणीत वसलेलं आहे की, वाशिमवरून या गावात यायचं किंवा या गावातून वाशिमला जायचं म्हटलं, तर पाच कोस पायी किंवा बैलगाडीनं अनसिंगला जायचं; मग तिथून मोटारीने वाशिमला. अनसिंगला जाण्याऐवजी वाशिमला जातो म्हटलं तर मग गाडीवाटेने नऊ-दहा कोस जावं लागतं. कोर्ट-कचेरीची वा तहसिलीची कामं करण्यासाठी गावातले लोक आजही सरळ पायी किंवा गाड्या-बैलाने वाशिमला जातात... मात्र, वाशिमला किंवा अनसिंगला जाण्यासाठी सिदाजी पाटलानं कधी गाडीबैल जुंपले नाहीत. ज्या दिवशी काम असेल त्या दिवशी दिवस उगवायच्या आधीच अर्धा रस्ता पार करायचा हा त्यांचा खाक्या; ना घोडा, ना गाडी! इतकंच काय, अकोल्याला म्हणजे जिल्ह्याच्या ठिकाणी सेशन कोर्टाच्या केससाठी ऐन पस्तिशीत सिदाजी पाटील चाळीस कोस अंतर पायीच जायचे आणि कोर्टाचं काम झालं की, गावाकडे लगेच परतही यायचे. सगळ्या गावाला त्यांच्या चालण्याचं नवल वाटायचं. आताही तीच रग सिदाजी पाटलाच्या अंगी कायम आहे.

असं असलं तरी त्यांनी गावात कधी कोणाला विनाकारण त्रास दिला नाही. एवढंच काय, गावातलं कोणाचंही भांडण कधी गावाबाहेर जाऊ दिलं नाही. अपवाद फक्त त्याच्या एका शेतीच्या खटल्याचा. ती भानगडही आपसात मिटवायला तयार होते; पण विरुद्ध पक्ष-वाशिमचा शंकरशेट मारवाडी ऐकायला तयार नव्हता. शेवटी केस हायकोर्टापर्यंत गेली. त्यात पाटीलच जिंकले. गावात येणारा कोणाच्याही घरचा पाहुणा असो, मग तो मांगाच्या घरचा असो की आणखी कोणाच्या घरचा पाहुणा असो, त्यांच्या बैठकीतून चहा पिल्याबिगर जात नसे.

बौद्ध धर्म स्वीकारायच्या आधी महारवाड्यात गावोगावची महारांची नेते मंडळी यायची. डी. एम. मोरे, भगवंत गायकवाड, धर्मा कांबळे, भीमराव गवई. ही सगळी माणसं पाटलांच्या बैठकीत यायची, चहा-पाणी घ्यायची. भगवान पाटलांसह सिदाजी पाटलांशी बोलायची, गप्पा मारायची; सल्ला घ्यायची.

"आमच्या गावच्या महारमंडळीनं डॉ. बाबासाहेब आंबेडकर मनतात त्या बौद्ध धर्मात जायाले आमची कायी हरकत नायी. तुम्हाले वाटलं त्या दिवशी तुम्ही गावकीचे कामं सोडा. तुम्हाले आमच्यातलं कोणीच काही मनणार नाही, याची हमी मी घेतो." असं स्पष्ट शब्दांत सिदाजी पाटलानं डी. एम. मोरेंना अन् बाकीच्या पाहुण्यांसमोर आश्वासन दिलं होतं.

- अशाच शब्दांत त्यांनी मांगाच्या माणसांनाही सांगितलं होतं,

"गडे हो, महारमंडळी बौद्ध धर्मात जाणार हाये. ते गावकीचे कामं सोडणार हायेत. त्यांचे कामं करायची तुमची मनातून इच्छा असेल तरच ह्यो भार डोक्यावर घ्या. तुम्हाले आम्ही जबरदस्ती करत नाही. नाही तं मनसाल, पाटीलबुवानं लयच जोर-जबरदस्ती केली; मनून आम्हाले हे कामं घेयाचं काम पडलं. आमच्या गावकीच्या

कामाची तुम्ही काळजी करू नका... कोणाचंच कोणावाचून अडत नसते... गावाचंबी तुमच्यावाचून अडणार नाही. गाववाले आपापले कामं आपापल्या परीनं करून घेतील... मंग बोला..''

मात्र, मांगांची सगळीच माणसं महारांनी टाकलेली गावकीची कामं करायला तयार होती.

पण बौद्धांच्या माणसांनी पुढे मोठा पेच उभा केला. कुणब्यांच्या विहिरीवर पाणी भरायचं अन् मारुतीच्या, रामाच्या मंदिरात जायचं असं त्यांनी जाहीर केलं. ही गोष्ट सिदाजी पाटलांना कळली. त्यांनी बौद्ध मंडळींतल्या कर्त्या माणसांना बोलावणं पाठवलं; पण 'गरज असेल तर तुम्हीच भेटाय या' असा त्यांनी उलट निरोप पाठविला.

तो निरोप ऐकून सिदाजी पाटलाच्या कपाळावर आठी पडली. तरी ते स्वतः त्यांना भेटायला गेले. त्यांना समजावून सांगण्याच्या सुरात म्हणाले,

''गडे हो, इनाकारण गावातलं वातावरण खराब करू नका. सुद्यामतीनं, गोडीगुलाबीनं तुम्हाले ज्या रस्त्यानं जायाचं असलं त्या रस्त्यानं जा... गाव नासवायच्या गोष्टी करू नका.''

पण मंडळी ऐकायला तयार नव्हती. तरणी पोरं जास्तच जोर मारत होती. वयस्कर माणसं मूग गिळून चूप बसली होती.

''बोलाना रे, शिद्या, हाणम्या, राघ्या, गण्या? तुम्ही लेकहो मुकेच हा?''

''या पोहायमव्हरं आमचं काही चालत नाही मालक'' धर्मा म्हणाला.

''मंजे तुमचा याह्यले पाठिंबा हाये मनायचा?''

''हो, हाये मंजे हायेच.' एक पोरगं बोललं.

यावर पाटील रागावून म्हणाले, ''गडे हो, मंग माहाबी शब्द ऐका. जव्हरक माह्या जिवात जीव हाये तव्हरक मी तुम्हाले कुणब्याच्या कोणत्याच इहिरीवर का मंदिरात पाय टाकू देणार नाही. मंग फाटून येवो का तुटून येवो.''

आणि पाटलानं शब्द खरा ठरवला. हातात भली मोठी डोक्यापर्यंत उंचीची भरीव वेळूची काठी घेऊन पाटलानं त्याच दिवसापासून गावात गस्त सुरू केली. पाटलाचं पाहून गावातले पाच-पन्नास पोरं सोबती झाले. गावात वातावरण तंग झालं.

पाटलाची दहशत म्हणा, जरब म्हणा; गावात काहीच कमी-जास्त झालं नाही; पण गावाच्या बाहेर तळ्याच्या काठावर असणाऱ्या भवानीच्या मंदिरात एक दिवस कोणीतरी मेलेलं कुत्रं टाकलं. सगळ्या गावकऱ्यांना बौद्धमंडळींचा संशय आला. लगेच गावकऱ्यांनी मीटिंग घेतली. अन् मीटिंगीत भगवान पाटलानं बौद्धांवर कायम बहिष्कार घोषित केला.

आपल्या सरत्या काळात गावातलं वातावरण नासलं याचं सिदाजी पाटलांना फारच वाईट वाटलं.

"बापूसाब, खुरमान घालतो."

कमरेत वाकून, दोन्ही हात जोडून हारजी मांगानं खुरमान घातली...

"सुखी राहा." सिदाजी पाटलांनी तोंडभरून आशीर्वाद दिला. विचारात गुंतलेले पाटील भानावर आले.

"का रे, घरीच बसून राह्यतंस का जातंस कोणाचं पेरणं कराय?"

"नाही बापूसाब, पेरण्यातलं काहीच येत नाही मले. ना तिफन हाणता येत, ना पेरता येत; ना वखर हाणता येत. मंग काय करावं जाऊन? अन् चालबी मनत नाही कोणी?"

यावर पाटील हसले. ही परिस्थिती एकट्या हारजीचीच नाही, तर या गावच्या मांगवाड्यातल्या प्रत्येक मांगाची. वाजवण्याच्या, गावकीच्या कामाशिवाय या मांगांनी कधी शेतीतली किंवा इतर कामं करूनच पाहिली नाहीत. शिळ्या-पाक्यावर, उष्ट्या-पाष्ट्यावर जगायची सवय झालेल्या या मंडळींना, समाजाला कष्ट करायचे म्हटले की, अंगावर काटे उभे राहतात. बरं, दुसरा काही व्यवसाय, नोकरी करायची; तर शिक्षणाच्या नावाने बोंबाबोंब! येसाजी अन् त्याच्या पिढीतले हारजी, संपत, नाथा, चहादू, यादव, तुळशीराम, भिका यातलं एकहीजण शिकलं नाही. तशी शिकायची संधी मिळाली नाही म्हणा. गावातल्या खासगी शाळेत महार-मांगांच्या पोरांना मास्तर घेत नसत. शिकवतही नसत अन् या लोकांनाही त्याची कधी गरज वाटली नाही... आता सरकारी शाळा सुरू झाल्या तर यांची पोरं शिकायली... आता हे येसाजीच्या पिढीतल्या सगळ्यांचे वय पस्तीस-चाळीस वर्षांचे झालेले; कोणाला दोन... कोणाला चार... कोणाला सहा लेकरं झाले, हे थोडेच आता शिकतात... तशी सरकारनं काही गावांत रात्रीची शाळा सुरू केली म्हणे; पण वडगावात तशी शाळा अजूनतरी उघडली नाही. त्यात आता महारांनी टाकलेले गावकीचे कामं यांनी स्वीकारले... म्हणजे येसाजीची पिढी आजच चिखल-गोट्यात बुडाली म्हणायची. याच्यानंतरच्या पिढ्यांची स्थिती कशी राहील, हे कोणास ठाऊक?'

पाटलानं मांगवाड्यावर नजर टाकली. मांगवाड्यातली बहुतेक घरं बसकी, तुऱ्हाट्याच्या, पऱ्हाट्याच्या कुडाची किंवा मातीच्या भिंतीची. भिंती पाटलाच्या खांद्याएवढ्या उंच... त्यांना दरवाजेही तसेच ठेंगणे. आत-बाहेर जायचं-यायचं असलं, तर कमरेत वाकून जावं-यावं लागते. सरळ जातो-येतो म्हटलं की, कपाळ फुटलंच समजा... ना घरांना खिडक्या... काही घरांवर टीन, काही झोपड्या ...घरं तरी केवढाली? मोठ्यात मोठं घर म्हटलं की, पाच हात रुंदी, दहा हात लांबी...

त्यातच माणसापोरांची कोंबाकोंबी... एखाद्याच्या पोराचं लग्न झालं... सून घरात आली की, बापानं कोण्याही कुणब्याच्या कोठ्यावर जाऊन कुत्र्यासारखं पडावं... मायनंही बेशरमपणाने घरातच राहावं... अलीकडे माय, बाकीचे लेकरं घेऊन झोपलेली... मधात धोतराचा नाहीतर लुगड्याचा पडदा... पलीकडे नवी सून, पोरगा... कोणी कोणाला लाजायचं अन् शरमायचं? बरं, यात म्हणजे घरात बदल करावा... घर वाढवावं किंवा दुसरीकडे जागा पाहून तिथं एखादं झोपडं बांधावं, ही इच्छासुद्धा या मांगांच्या मनात निर्माण होत नाही... घराचं सोडा... नहाण्या? बायको -पोरींना अंघोळी करायच्या म्हटल्या की, उघड्यावर अंघोळी करतात... पुरुष मंडळींचं ठीक आहे... पण बायकांना-पोरींना शरमा वाटत नसतील?... जात मांगाची असली म्हणून काय बायका-पोरींना इज्जती नाहीत? सकाळीच वावरात येता-जाता पाटलांना उघड्यावर अंघोळ करणाऱ्या पोरी-बाळी दिसल्या की, ते मांगांना शिव्या घालत... त्यांना नहाणीसाठी तुऱ्हाट्या, पऱ्हाट्याचे आडोसे करायला सांगत... आता मांगांमध्ये तेवढी एक सुधारणा झाल्याची पाटलांना दिसली... बहुतेकांनी अंघोळीसाठी नहाण्या तयार केल्या...

हारजीला वावरातलं कोणतंच काम येत नाही; त्यामुळे आपण कोणाच्या कामाला जात नाही, असं म्हटल्यावर पाटलांना मांगांच्या घरा-दारांची, अंगणाची, नहाण्याची आठवण झाली... अन् सगळा मांगवाडाच त्यांच्या डोळ्यांसमोर उभा राहिला... पाटलाला एका गोष्टीचं नवल वाटायचं... मांगवाडा, बौद्धवाडा असं म्हणताना वाडा हा शब्द मांग, बौद्ध या शब्दांना जोडून येतो... तेली, माळी, धनगर यांचे वाडे नसतात, तर वेटाळ असतात. वाडा म्हटला की, पाटलांचा वाडा. जसा आपला आहे किंवा गावातल्या आपल्यासारख्या काही मालदार कुणब्यांचे वाडे आहेत... ऐस-पैस, उंच-उंच, चिरेबंदी भिंती... त्यांना पाच-सहा खोल्या... पुढच्या भागात पाहुण्या-राहुण्यांना उठण्या-बसण्यासाठी बैठक... वाडा म्हटला की, त्यातून तालेवारपणा दिसून येतो... जमीनजुमला, पैसा-अडका, रुबाब, इज्जत या सगळ्या गोष्टी वाड्यामागे येतात... असं असताना मांगा, बौद्धांच्या वेटाळांना मांगवाडा, बौद्धवाडा का म्हणतात? मांगवेटाळ, बौद्धवेटाळ हे म्हणणं ठीक आहे. मग मांगवाडा, बौद्धवाडा असं म्हणायला कोणी सुरुवात केली असेल?... आपण पाहतो तेव्हापासून हे मांग, बौद्ध आपल्या म्हणजे गाववाल्यांच्या मर्जीवरच जगत आले. महार बौद्ध झाले, तरी ते आता त्यांच्या वेटाळाला बौद्धवाडा म्हणतात... या सगळ्या गोष्टींचं पाटलांना कोडं वाटायचं... त्याचं उत्तरही त्यांना उमगायचं... माणूस गरीब असो; वा श्रीमंत असो, खालच्या जातीचा असो, वरच्या जातीचा असो; त्याला हलकेपणा, कमीपणा स्वीकारावा वाटत नाही. माणूस अहंकारी असतो... अहंकारातूनच त्याला आपण मोठे आहोत असं वाटतं... मांगा-बौद्धांना

तसं वाटणं साहजिक आहे. त्यांनाही मन आहे... मोठेपणाची हाव आहे... ऐसपैस चिरेबंदी भिंती, मोठमोठे दरवाजे, चौक, बैठकी ह्या सगळ्या गोष्टी त्यांच्या वाड्यात नसतील, त्यांचे झोपडे, खुजी घरंच असतील... तरी ती त्यांना वाड्यासारखीच वाटत असतील... नाहीतरी प्रत्येकजण आपापल्या घरात पाटील असतो, राजा असतो. घरातल्या माणसांवर त्याचंच राज्य चालत असतं. तसे हे सगळे मांग त्यांच्या त्यांच्या घरातले राजे... पाटील... वा...वा....! या विचारांनी पाटलांना बरं वाटलं... बौद्ध धर्म स्वीकारण्याआधी गावकीची कामं करताना बौद्धवाड्यातला पांडनाक गमतीनं पाटलांना म्हणायचा...

"पाटील, आम्हाले काय कमी हाये हो...? या गावावर जे जे काही असलं... ते ते - सारं आमचंच ना?"

"ते कसं काय रे?"

"अहो, तुमच्याच मेलेल्या ढोराची बोटी, तुमच्याच गव्हाची रोटी अन् ते भाजायले तुमच्याच कुपाटीची काटी... मंग सांगा, काय कमी हाये आम्हाले? गाव तालेवार मनून आम्ही तालेवार, गाव दुबळा तं आम्हीबी दुबळे."

पांडुनाकाची ही भाषा आता या मांगांच्या तोंडी येईल; गावाची रोटी अन् कुपाटी यावर आधीच मांगांचा हक्क होता, आता बोटीवरही त्यांचाच हक्क झाला.

मात्र, पाटलाला ह्या गोष्टी पटत नव्हत्या... महारांनी बौद्ध धर्म स्वीकारायला, गावकीची कामं टाकून द्यायला पाटलांचा विरोध नव्हता... तसंच बौद्धांनी गावकीची कामं टाकून दिल्यावर ती गावातल्या मांगांनी स्वीकारलीच पाहिजे अशी सक्तीही पाटलांनी केली नव्हती... कोणाचं कोणतंही काम कोणावाचून अडत नाही, या गोष्टीवर पाटलांचा विश्वास होता.. मांगा-महारांना आपापल्या मनानं, मानानं वागायचा हक्क आहे... जग बदलायलं... माणसंही बदलणार... आज बौद्धांनी गावकीची कामं सोडली, उद्या काही काळाने मांगही कदाचित ही कामं सोडतील... कोणी सांगावं... पुढे काय होईल ते?

म्हणून सिदाजी पाटलांनी आयुष्यात कधी कोण्या महारा-मांगाला हलकं लेखलं नाही. मात्र, ज्याने त्याने आपापल्या धर्मानं वागावं असं त्यांना वाटे. बौद्धांनी अमक्या देवळावर जातो, ढमक्या विहिरीवर पाणी भरतो म्हटल्यावर त्यांनी विरोध केला होता.

"खुरमान घालतो बापू."

हारजीचं घर मागे टाकून नाथाच्या घरापुढे आलेल्या पाटलांना नाथानं कमरेत वाकून, नमस्कार केला. मांगवाड्यातून जाणाऱ्या रस्त्यानं गावखरच्या शेतात त्यांची दररोज न चुकता फेरी असायची. यात कधी खंड पडायचा नाही. आजही ते शेताकडेच निघाले होते.

एकदा येसाजीने त्यांना म्हटलं होतं, "आज्यासाब, इतक्या पहाटं दररोज मांगवाड्यातून काऊन जाता? आमच्या लोकाह्यचे तोंड पाहून तुमचा दिवस खराब नाही जात?"

त्यावर पाटील हसले होते. मग त्याला समजावत म्हणाले,

"ते तुले नाही कळायचं. अरे, मांग मंजे लक्षिमीचा लेक, मांगीण म्हणजे लक्षिमी. त्याच्यानं मांगाचं तोडं पाह्यणं चांगलं मानतात. भेटंल मांग तं फिटंल पांग मनतात, ते काय एऱ्हीच...?"

आणि त्या दिवशी पाटलानं फार वेळ येसाजीला मांग-पुराण ऐकवलं.

या गावात मांगांची घरं कुणब्याच्या घराला जरी लागून नसली, तरी मांगांचे अन् कुणब्यांचे दरवाजे समोरासमोर असतात. बाकीच्या अस्पृश्य जातीचे घरं कुणब्यांच्या घरांच्या पाठीमागे असतात. असं का? याचं कारण हे की, कुणब्यांच्या माणसांना उठल्याउठल्या मांगांच्या माणसांची तोंडं दिसावीत म्हणून कुणब्या-मांगांचे घरं समोरसमोर.

मांगणीच्या हातानं कुणबी दसऱ्याच्या दुसऱ्या दिवशी पोतर भरतात... यात पात्रावर भाकर ठेवतात. मांगणीला तिची पूजा करायला लावतात आणि कुणबी त्या मांगणीचं दर्शन घेतात... मांगणीला लक्ष्मी म्हणून मानलं जातं. म्हणून तिचं दर्शन घेण्यात कुणब्याला काही गैर वाटत नाही. पूर्वी ही पद्धत जास्त प्रमाणात होती. आता मात्र कमी होत चालली.

सूर्य-चंद्र ग्रहण लागलं की, मांगांची माणसं ग्रहण मागतात. "दे दान सुटे गिऱ्हाण" म्हणतात. मांगाला दान मिळालं तरच सूर्य-चंद्राचं ग्रहण सुटतं, एवढी मांगांच्या अंगी ताकद असते. ते जिथे चंद्र-सूर्याचं ग्रहण सोडवू शकतात; तिथं कुणब्यांची काय कथा? देवादिकांसारखाच हा मांग कुणब्यांचा गिऱ्हाही स्वतःच्या अंगावर घेतो.

मांगांच्या मोठेपणाची आणखी एक गोष्ट त्यांनी सांगितली; ती ब्राह्मणांबद्दलची होती.

चार वेदांचा बामन
कमरेला कातड्याचा तात
कणकीची गाय कापतात
लग्नाच्या वक्ती

कनकीच्या उंड्याची गाय तयार करून ती कापल्याबिगर ब्राह्मणाचं लग्न लागत नाही म्हणे. तसंच ब्राह्मण बायका डोक्यावर पदर घेत नाहीत... का तर डोक्याच्या भागाला ते मांगीण समजतात. ही गोष्ट माहूरच्या रेणुकेशी जोडली गेली. जमदग्नीच्या आज्ञेवरून परशुरामानं रेणुकेच डोकं उडवलं. जमदग्नी त्याच्यावर खूश झाला.

म्हणाला, 'पाहिजे तो वर माग.'

त्यानं 'रेणुकेला जिवंत करा' म्हटलं. तेवढ्यात तिथून एक मांगीण चालली होती. जमदग्नीनं तिचं डोकं कापून ते रेणुकेच्या धडावर बसवलं आणि तिला जिवंत केलं, तेव्हापासून रेणुकेचं डोकं मांगणीचं म्हणून ब्राह्मण बायका डोक्यावर पदर घेत नाहीत, असं म्हणतात.

ही गोष्ट ऐकून येसाजी भलताच चकित झाला होता. खरंच असं काही असेल, यावर त्याचा विश्वास बसेना. त्यानं ही गोष्ट खरी का खोटी हे जाणून घेण्यासाठी कित्येकांजवळ विचारपूस केली; पण कोणीच त्याचं समाधान केलं नाही.

एक दिवस तर गावातल्या वाईकर पांडेबुवालाच त्याने विचारलं. ते ऐकून पांडेबुवा त्याच्यावर भलताच रागावला,

"तू त्या सिद्यालाच जाऊन विचार. तो मोठा शास्त्रवेत्ता लागून गेला. उचलली जीभ लावली टाळ्याला. म्हणे ब्राह्मण कनकीची गाय कापतात अन् ..."

पांडेबुवाचा संताप पाहून येसाजीने तिथून काढता पाय घेतला.

"काय बायजे? कुठं गेला येसाजी?" सिदाजी पाटलानं बाहेरून हाक दिली.

"जी." ती घरातून बाहेर अंगणात आली.

"पातूरले गेले काल." पाटलांपुढे वाकून नमस्कार करीत ती बोलली.

"इतक्या दूर पातूरले काहाले गेला?'

"यवंदा आमचा परभू चौथ्या वर्गात पास झाला. त्याचे पाचव्या वर्गात नाव टाकायचं मनून..."

"अरे, मंग आपल्या अनसिंगले शाळा हाये ना, नाहीतर वाशिमले हायेना."

"पातुरात बोर्डिंगची सोय हाये मनं."

"मंग बरं हाये. शिकवा पोराले, त्याच्या पिढीत पालट पडंल."

एवढं बोलून पाटील पुढे सरकले. पाटलाचं दर्शन झाल्यानं बायजालाही बरं वाटलं.

पाटील नाथाच्या अंगणात आले. नाथा झाडणीने अंगण झाडत होता. नाकावर पटक्याचा पदर ठेवून पाटील म्हणाले, "काही नाही नाथा, अंगण झाडलं तरी घराचा वास सुटायचा थांबत नाही."

नाथानं झाडायचं थांबवलं.

पाटील काय बोलले ते त्याला कळलं नाही. तो नुसता कपाळावर आठी पाडून पाहत राहिला.

"मनलं, या रस्त्यानं जाता-येता माहे केस पिकले. कव्हाच असा वास आला नाही; पण औंदाच तुम्ही गावकीचं काम सुरू केले अन् पाहाय वास कसा घुसला मांगवाड्यात? इथून मव्हरं तं हे जास्तच व्हईल."

आता नाथाच्या ध्यानात आलं. मेलेल्या ढोरांच्या मटनाच्या मिठाचं पाणी लावून वाळवून ठेवलेल्या चान्यांचा हा वास होता. जसजसा पाऊस पडेल तसतसा हा वास वाढत जाईल.

नाथा काही बोलला नाही.

"आता उतारवयात असे हे वास सहन होत नाहीत. या वासापायी इथून माहा जाणं-येणं बंद न पडावं."

पाटील स्वतःशीच बोलत पुढे निघाले,

"एक काम चांगलं व्हते तं एक काम वांगलं व्हते. बौद्धायनं गावकीचे कामं सोडले ते मांगायनं सुरू केले हे सुदं झालं; पण हे मांग आता घराघरांत चान्या वाळवून ठेवतात; त्याचा वास आपल्यासारख्याले सहन व्हत नाही... ते बरं झालं; गावाची रचना करणाव्हनं हे काम करणाराव्हंचे घरं गावाच्या बाहीर; पण वायाच्या सुतानं बांधाय लावले. यायचे घरं आंधात मंधात असते तं गावात उभं राह्यणं मुश्कील झालं असतं..... जाऊ द्या."

पाटील काय बडबडायले हे न कळल्यानं जो तो पाटलाकडे विचित्र नजरेने पाहू लागला.

❊❊❊

येसाजी लगबगीनं चहादूच्या दारात आला. त्याच्या दारात कलवाडीचा त्याचा इव्हाई-केवजी साठ्या खाटेवर बसला होता. चहादूच्या लेकीला तो न्यायला आला होता. चहादूची लेक पहिल्या दिवाळीसाठी माहेराला आली होती.

त्याला पाहताच येसाजीने त्याला रामराम घातला.

पाहुण्यानेही उलट रामराम घातला.

येसाजीनं विचारलं, "कुठी गेला चहादू?"

"हायतं घरीच."

"काय मनता येसूदा?"

चहादू थाटलीत चहा घेऊन बाहेर आला. त्याने थाटली पाहुण्याला दिली.

"मनलं, तू दिनाजी बेल्याच्या गव्हाळीत चालला ना आज?"

"हो, काऊन?"

"माह्या परभ्याले ने संगं"

"अन् तुम्ही नाही येत?"

"नाही, मी चाललो भगवान पाटलासंगं त्याह्यच्या सासरवाडीले."

"तुम्ही नाही मनल्यावर दिनाजी बेल्या देईल पोराले?"

"देतो मने, म्या त्याले सांगतलं तसं."

"मंग काय हरकत हाये? नेतो संगं परभ्याले."

"हो ने."

"बसा, च्या घेऊन जा."

"नाही जातो; पाटील मनत, गडबडीनं ये."

"जा, पण च्या तं प्या? टेका जराक्सं बूड बाजंवर."

पाहुणाही "बसा, बसा" म्हणाला. त्याच्यानं त्याला नाही म्हणता आले नाही.

पाहुण्याचा चहा पिणं झाल्यावर थाटी घेऊन चहादू घरात गेला. पुन्हा येसाजीसाठी चहा घेऊन आला.

"काऊन, तुमचा परभ्या शाळा शिकायले गेल्ता ना वाटते, कुठेतरी?" चहादूनं विचारलं.

"हो गेला व्हता, पातुरले."

"मंग घरी कसा आला अंधातमंधात?"

"अंधातमंधात काहाचा? मह्यना झाले शाळा सोडून आला."

"काऊन?"

"करमत नाही मने तिथं! मायची लय याद येते मने."

"हात्तीच्या. मंग हो?"

"मंग काय? करंल आपल्यासारखी कुणब्याह्यची वऱ्हीवऱ्ही. एऱ्ही आपल्या जातीचा जल्मच कुणब्यांची ताबेदारी करायसाठीच हाये. मर मर केली तं भरंल पोट, नाही तं मरंल उपाशी पाय खोरून. काहो, पाव्हणेराव?"

"हो ना, खरं हाये!" पाहुणा बोलला. "आपल्या जातीत लेकराह्यले शिकायची आवडच नाही काऊन काजून? आमच्या गावातबी एवढा पंचीस घराचा मांगुडा; पण एक पोरगं शाळंत जात नाही."

"मंग आमच्या इथंबी तसंच हाये. आमचा परभ्या अन् भिक्याचा गण्या असे दोघंच शाळेत जात व्हते. झालं, परभ्या बसला घरी!"

"अन् ते दुसरं पोरगं?"

"अहो, तेच बेणं काहाचं शिकते? त्यानंबी शाळा सोडली मने, नापास केलं मनं मास्तरनं तिसऱ्या वर्गात."

"झालं मंग, गेले मांगुड्यातल्या लेकराह्यचे शिक्षण सेल्यावर! याच्यामव्हरच्या पोहायचं काय सांगावं?"

चिकाटीनं शिकावं बौद्धाच्याच लेकराह्यनं, पाहुण्यानं विषय काढला; "बौद्धधर्मात गेले तव्हापासून तं निऱ्हा चळल्यासारकेच करायले. पोरं-पोरी सगळे शाळाच शिकतो मनतात अन् शिकतातबी."

"तेच खरं हाये. त्या आंबेटकरबाबानं त्याह्यचे डोळे उघडले. त्याह्यच्यासारखं

आपलंबी टकुरं जाग्यावर येईल, त्या दिशी आपलेबी लेकरं शाळंत जातील.'' चहादू म्हणाला.

बौद्धांच्या विषयात येसाजीला काही रस नव्हता...

''पण तव्हरंक हे लोक किती पुढं जातील, याचा काही इचार?'' पाहुण्यानं विचारलं.

''त्याले काय इलाज हाये?'' येसाजी उठला, ''बरं, जातो मी, ने जो परभ्याले संगं.''

''हो, नेतो.''

येसाजी निश्चिंत मनानं निघून गेला. ''कुठं न्यायचं त्या पोराले?'' पाहुण्यानं विचारलं.

''दिनाजी बेल्याचं गव्हाचं पेरणं सुरू व्हणार हाये आज. भाडोळा मांघाय जायाचं.''

''भाडोळ्याचं गाणं येते तुम्हाले? कोणाजवळून शिकलं?''

''हो येते! आमच्या चुलत्याले येत व्हते हे गाणे.''

''अस्सं! चला, मंग मी बी येतो तुमच्यासंगं गाणं ऐकाय.'' चहादूला 'नाही' म्हणता आलं नाही.

जेवणं झाल्यावर चहादू पाहुण्यासह येसाजीच्या घरी आला. अंगणात बसून परभू त्याची वाटच पाहत होता. हातातला धोतराचा पालव गुंडाळून तो पुढे आला.

''का रे, येतं का?''

''हो, चला.''

''काय लेका, शाळा शिकायची सोडून या नरकात पडलास? काय आब हाय रे आपल्या जातीले? गावातले कुणबी, बाकी पचरूट जातीचे लोक, असे सगळे मांगाले कुत्र्यासारखं हाड-हाड करतात. त्यात आता हे गावकीचं कामं? पह्यलेच तं हलकट कामं करण्यात आपला जलम गेला; त्यात आता भर पडली या किळस येणाऱ्या मेलेले ढोरं वढायच्या अन् सोलायच्या कामाची. लेका, तू शिकला सवरला असता; तं तुले पुढं काही अक्कल आली असती. या गदळ कागापासून दूर राह्यला असता... पण....?''

''चला, त्या लेकराले काय अक्कल हाये? त्याच्यामव्हरं कितीबी भाषण केलं तं उबड्या घड्यावर पाणी टाकल्यासारखं हाये. जे तुम्ही मनता ते तुम्हा-आम्हाले तरी कळते का?''

''चाल, तुह्या मायले इचारलं?'' चहादूनं विषय सोडला.

''माही माय घरी नाही; गेली पाटलाच्या घरी तुरी भरडाय.''

तिघंही रस्त्याला लागले. दिनाजी बेल्याचं वावर सोनाटीच्या शिवाराला लागून

वडगावच्या उत्तरेला. रस्ता मोठा अवघड. कवटाचा माळ उतरून जायचं म्हटलं की, चहादूच्या नेहमीच जिवावर यायचं. स्वतःचा तोल सावरत सरळ उतारानं खाली जावं लागते. त्यापेक्षा परत येताना माळ चढणं त्याला सोपं वाटते. तसा माळ चढताना आणि उतरतानाही जर तोल सावरला नाही; तर माणसाचं काही खरं नाही. गेल्या वर्षी उत्तम माळ्याची बायको अशीच उतरताना तोल जाऊन घसरली अन् गडगडत खाली खोल असलेल्या ओढ्यात पडली. सोबतच्या माणसांनी तिचा मुडदा उचलून गावात आणला.

या वावरात जायला दुसरा रस्ता आहे. सोनाटीला जाण्याऱ्या गाडीवाटेनं सोनाटीच्या गावखरी जायचं अन् तिथून सोनाटीवरून कुदळवाडीला जाण्याऱ्या वाटेने उलट परत यायचं. म्हणजे दोन मैलांचा तरी फेरा. हा फेरा वाचविण्यासाठी जिवाची बाजी लावून जो तो याच वाटेने जातो. फक्त गाडी, बैलं, ढोरं या वाटेने जात नाहीत. त्यांना फेऱ्याच्याच वाटेनं जावं लागतं.

जीव मुठीत धरून तिघंही कवटाचा माळ उतरले. वरून तापणारं ऊन; माळाची उतरण यामुळे तिघांचे जीव कासावीस झाले. तिघांनीही ओढ्याच्या खळाळत्या पाण्यात हातपाय थंड केले; घटाघटा पाणी पिलं.

तोंड पुसत पाव्हण्यानं माळाकडे पाहिलं; म्हणाला, "भलताच अवघड रस्ता हाये? वढ्याच्या काठानं सगळा अवघडच माळ दिसते."

चहादूनं होकार भरला.

ते तिथून पुढे निघाले.

ओढ्याच्या काठावर पितांबर बेल्याचा नंबर; त्याला लागून पलीकडे दिनाजीचा नंबर. दोघा भावांचे हे नंबर पंचवीस-पंचवीस एकरांचे. काळेभोर. सुपारी फोडण्यालायक गोटा त्या दोन्ही वावरांत मिळायचा नाही. या दोघांनाही या दोन्ही नंबरात घरात मावणार नाही एवढं पीक होते. दोघा भावांच्या गव्हाळ्यात तीन-तीन पोते गव्हाचं बी पडते.

तसे कमी-अधिक प्रमाणात गावातले कुणबी मोठे मालदार, भगवान पाटलाजवळ नव्वद एकर जमीन. गावातले ते सगळ्यात जास्त मालदार, वतनदार. बाकीचे त्यांच्यापेक्षा कमीच. कोणाजवळ पन्नास, कोणाजवळ चाळीस, कोणाजवळ साठ एकर अशी काळी. असा चारी कोनानं कुणबी पिकला तर गावातल्या मांगांना काय कमी पडणार? कोणाचे थोडे बहुत कामं केले की भाकर, ज्वारी, गहू, दाळ-दाणा; मिरच्या असं जे हाती येईल ते कुणब्याच्या घरून, शेतातून मिळते. मांगांना सगळी ओढ कुणब्यांची. गावात कोण्याच मांगाजवळ तासभर वावर नाही; त्यामुळे कुणब्यांच्या मर्जीने राहायचं, त्यांचीच अडली नडली कामं करायची. झाडणं-लोटणं, इंधन-गोवरी, लग्न-कार्यात पत्रावळ्या-डोणे तयार करण्यासाठी पळसाची पानं आणून

देणं, दिवाळी, पोळा असे सण वाजवणं अशी कितीतरी कामं नुसत्या भाकरीच्या आशेवर करायचे; त्यामुळे आतापर्यंत कोणतंच मांगाचं माणूस कधी उपाशी मेलं नाही. सणवाराची तर गोष्टच सोडा, निदान दहा-पाच घरचा सण प्रत्येकाच्या वाट्याला यायचा. लग्न-कार्यात खाय-प्यायची मजाच मजा व्हायची. उरलेली उष्टावळही मिळायची. ती सारी मांग वाटून घ्यायचे. उरलेला स्वयंपाकही कधीकधी वाट्याला यायचा. भगवान पाटलाच्या पारबती नावाच्या मोठ्या पोरीच्या लग्नाच्या वेळी त्यांनी आठ पायली पिठाच्या पुऱ्या मांगवाड्याच्या हवाली केल्या होत्या.

जसं गावातलं तसंच रानातलं. शेंगा, हुरडा, हुळा, ओंब्या असं जे जे खायचं असंल ते ते खायला मनाई नव्हती. पोटाला लागंल तितकं खायाचं... हं मात्र काही चोरून आणायचं नाही. एवढीच एक पत पाळायची; त्यामुळे "कुणबी जैसा दाता नाही." असं म्हणतात, ते वडगावच्या कुणब्यांच्या बाबतीतही खरं होतं.

"काहो तात्या?" चालताचालता परभूनं विचारलं.

"काय रे?"

"भाडळा मंजे काय हो? माहा बाप मने तुमच्यासंगं जाय, भाडळा माघाय."

"हे आपल्या जातीले महादेवानं देलेलं वरदान हाये. जिथं जिथं बसव्या मंजे बैल जाईल, तिथं तिथं मांगानं भाडोळा मांघायले गेलं पायजे. कुणबी पाच-पाच आंजोळी बियाचं धान मांगाले देतात. भाडोळा मनून."

"कसा असतो भाडोळा? सांगा ना काका?"

"भाडोळ्याचं गाणं असते. भाडोळा मंजे महादेवाची बहीण. पृथ्वी निर्माण केल्यावर या पृथ्वीवर देवानं माणूस पैदा केला, जनावरं पैदा केले, पाखरं पैदा केले. या सगळ्याह्यले खायाले काही अनाज लागंल, मनून महादेव चिंतेत पडले. हे अनाज कसं तयार करावं ते त्याह्यले कळेना. मंग ते भाडोळाकडे गेले. भाडोळानं अठरा प्रकारचे धान्य तयार करून देले; पण त्याच्या बदल्यात चंद्र-सूर्य जामीन मनून घेतले. महादेवाले मनली, चंद्र-सूर्याले गिऱ्हाण लागलं, तव्हा या अठरा धान्याचे वाटप करा; त्यातून माहा याजयाज फिटंल, मुद्दल तुमच्याकडे राहील. भाडोळानं मतंग ऋषीले सांगतलं, जव्हा जव्हा चंद्र-सूर्याले गिऱ्हाणं लागंल, तव्हा तू गिऱ्हाण मांघ" महादेवानंबी मतंग ऋषीले गिऱ्हाण मांघायसाठी इनवले; तव्हापासून मंतग ऋषीची वंशावळ मंजे आपले लोक गिऱ्हाण मांघतात."

"ही झाली भाडोळाची गोष्ट. या गोष्टीनं गिऱ्हाण मांघायचं वरदान भेटलं; त्या बसव्याची अशीच काहीतरी कथा हाये ना वाटते?" पाहुण्यानं विषय लांबविला.

"हो. हाये ना! बसव्याची गोष्ट अशी. महादेवानं अंगाची मुळी काढून त्याचा मळ्या मांग तयार केला. त्याले सांगतलं, जाय बसव्याले धरून आण. बसव्या मंजे कपिला गाईचा गोऱ्हा. त्यो मोठा अंतर्ग्यानी व्हता. त्याले कळलं, मळ्या आपल्याले

धरून नेते. रडू लागला. मंग कपिला गाईनं मळ्याले शाप देला, तू माहा लेकरू धरून नेयाला. तुवा कितीबी धंदे केले तरी तुव्हं कव्हा बरं व्हणार नाही.''

''मनून आपल्या मांग जातीवाल्यांचे हे असे येल्हे हायेत, नाही?'' पाहुण्याला या गोष्टीचा जणू आता उलगडा झाला.

''हं.''

''बरं मंग काय झालं?''

''तं कपिला मने, तू आमची माय-लेकराची ताडातोड कराय आला. मनून तुव्हं कव्हाच बरं व्हणार नाही. झालं, मळ्याले आला राग. बसव्याले तीन शिंग व्हते. आताबी बैलाच्या दोन्ही शिंगाच्या मंधात तिसऱ्या शिंगाचं बूड दिसते. ते मधातलं शिंग धरून मळ्यानं काडकन मोडलं. बसव्याच्या नाकात पळसाच्या झाडाच्या मुळाचा वाखपट्टा घातला. हीच आताची आपली येसण. तरी बसव्या उड्या मारेच. मंग मळ्यानं त्याले भोईवर पाडलं. अन् त्याच्या आंडखुळ्या ठेसल्या. अन् त्याले महादेवामव्हरं नेऊन उभं केलं, तव्हा महादेव खूस झाला. अन् त्यानं मळ्याले वरदान देलं इथून मव्हरं तूच गोऱ्हा ठेसशील; त्याले मव्हरका, एसन घालशील.''

''अस्सं! तव्हापासून आपल्या वाट्यावर हे कामं आले मनायचे.''

पाहुणा कथा ऐकून चकित झाला. आपल्या सोयऱ्याला एवढ्या जुन्या-पुराण्या गोष्टी माहीत आहेत, याचाही त्याला मोठा अभिमान वाटला.

''इतकंच नाही तं जिथं-जिथ बसव्या जाईल, तिथं तिथं तुव्हा मान व्हईल, असंबी महादेवानं वरदान देलं. मनून पेरणीच्या जागी, पोळ्याच्या जागी, खळ्या-पाळ्याच्या जागी मांगाले मान देतात.''

''पोळ्याचं तोरण बांधणं, मोळ-पळसाच्या पानाचा डहाळा घरोघरी देणं, बैलाचा निवद शिजवायसाठी मोळी टाकणं, निवद लावायसाठी सागाचे पानं टाकणं, हे समदे कामं मनूनच मांगाच्या हातानं व्हतात मनायचे?''

''भाडोळा माघतानी या कथाच सांगता का?'' परभूनं विचारलं.

''हे गाणं हाये, कोणी याले भाडोळाची आरतीबी मनतात.

''मनून दाखवा ना काका?''

''थांब न आमाक्सा, दिनाजी पाटलाच्या वावरात गेलं की, तेच करायचं.''

भाडोळाचं गाणं ऐकायची तीव्र इच्छा असूनही परभूला काही काळ ती दाबून ठेवावी लागली.

ते दिनाजीच्या मोगड्याजवळ आले. भारीच्या भारी लाकडी मोगडा दोन बैलांना ओढणं कठीण जातो, म्हणून पुढे आणखी दोन बैलांची आगूल लावली होती. मोगडा हाणायला खुद्द दिनाजी होता; तर चाड्यावर पेरायला उंबरवाटंवरचा गणा बेल्या होता. पुढे आगूल हाणायला दिनाजीचं लहान पोरगं वसंता होता. वसंताला

बैलं बरोबर हाणता येत नव्हते; त्यामुळे दिनाजी अधूनमधून त्याच्यावर रागवत होता.

त्यात हे तिघं तिथे पोहोचले. यांना पाहून दिनाजी म्हणाला,

“आले का मानकरी?”

“हो बापू.” चहादूनं हात जोडून, वाकून म्हटलं.

“करा पटकन् चालू तुमचं.”

“बरं बापू. परभूलाही बरं वाटलं.

चहादूनं भाडोळाची आरती सुरू केली. पुढे मोगडा चाललेला, मागून चहादू हातवारे करत आरती म्हणायला आणि त्याच्यामागून परभू अन् पाहुणा ती आरती ध्यान देऊन ऐकायलेले.

अहो तिफनी, नंदी जुपले दोन्ही
आरती ववाळू

तिफन तासली, सुतारा
धन्य तू कारागिरा
आरती ववाळू
अहो तिफनी...
आगुल्या-वखराची, हाये गाठ
तिफनकरी हाये नीट
आरती ववाळू
अहो तिफनी...
बापूजी पाटील, द्या सत्वर
दिवस सुकीरवार
आरती ववाळू
अहो तिफनी...
भूमका (भूमी) माता हो, तू मोठी
अठरा धान्ये, तुझ्यापोटी
आरती ववाळू
अहो तिफनी...

मोगड्याचे चार फेरे होईपर्यंत चहादूची भाडळाची कथा पुरली. ती ऐकण्यात परभू अन् पाहुणाही गुंग झाले होते; पण चहादूच्या बडबडीकडे ना दिनाजीचं लक्ष होतं ना पेरणाऱ्या गणाचं. वसंताला बैल अजिबात जुमानत नव्हते; त्यामुळे मोगडा नीट चालत नव्हता.

“झालं का रे?”

“हो जी बापू.”

चहादू, परभू अन् पाहुण्याला वाटलं, आता दिनाजी मोगडा उभा करील. अन् आंब्याखाली ठेवलेल्या गव्हाच्या बियाण्यातून चार-आठ ओंजळी भाडोळा देईल; पण तो वसंतावर ओरडला,

"ये बेन्या, व्हय बाजूले. गाढवीचं निसतं खायाच्या कामाचं हाये."

"शाळेत जातात ना वाटते बापू ते?"

"अरे, असा का शाळा शिकून येलाले बी लावणारे हाये?"

वसंता या वर्षी चौथ्या वर्गात शिकत होता. तो गेल्या वर्षी परभूबरोबर चौथ्या वर्गात होता; पण परभू पास झाला. अन् वसंता नापास झाला. तो पुन्हा शाळेत जाऊ लागला.

"देवराव मालक कुठं गेले काजून?"

देवराव म्हणजे दिनाजीचा मोठा मुलगा. तरणाबांड, लग्नाचं वय झालेला.

"ते बेणं पडलं बिमार."

"काय दुखायलं मालक?"

"ते मंग सांगतो, तू व्हय वसंताच्या जागी."

चहादूनं पाहुण्याकडे अन् परभूकडे पाहिलं; दोघांच्याही कपाळावर आठ्या पडल्या. आपल्या हातचा फाटक्या चादराचा टुकडा खांद्यावर टाकून, चहादू नाइलाजानं आगुलीत धसला.

आणि पुन्हा मोगडा सुरू झाला.

मध्ये औत पारगाला उभं राहिलं.

दिनाजीनं एक-एक रोटी, भाजी तिघांनाही खायला दिली. परभूबद्दल अन् पाहुण्याबद्दल विचारलं.

"अरे, त्या येशानं या धुंगराले पाठवलं का? अन् त्यो कुठं गेला वकिली करायले?" तो पाटलासोबत गावाला गेल्याचं चहादूनं सांगितलं.

"तू कामी पडला... आता या काट्याले काय काम सांगू? का रे, गवत कापता येते का?"

परभूनं नकारार्थी मान हलविली.

"मंग असं कर, त्यो धुऱ्यावरचा बेहेडा हाये ना, त्याच्याखाली काही वाळलेले बेहेड्याचे फरळं हायेत. ते सगळे मोडून त्याच्या पाच-सहा मोळ्या तयार कर."

परभूनं त्या दोघांकडे पाहिलं. दोघंही कावरेबावरे झाले होते.

"पाव्हण्यालेच काहाले मुकं बसू देता?" गणा हसून दिनाजीला म्हणाला, "सांगा काही बसल्या बसल्या!"

"नाही नाही. पाव्हण्याले कसं काम सांगावं? त्यो जसा या चहाद्याचा पाव्हणा, तसा आपला बी. का रे, बरोबर मनतो ना मी?" दिनाजीने पाहुण्याला विचारलं.

"हो जी मालक!" इच्छा नसताना पाहुणा हसून बोलला.

"पण तुम्ही एखादी गोष्ट कर मनलं तं नाही मननार नाही मी? मले माह्या गावात नाही करा लागत? वाड-वडिलाचा मनवाच हाये ना जी, कुणबी जैसा दाता नही, मारे बिगर देता नही।"

पाहुण्याच्या बोलण्यानं चहादू घाबरा झाला. 'हे काय पाव्हणा बोलला?' असं त्याला वाटलं, नाहाकच दिनाजी रागं भरायचा?

"खरं हाये रे बुवा तुहं मननं!" गणा म्हणाला,

"पण गड्या मले वाटते, कुणब्याचं फुकाचं खाण्यापरीस असा थोडा घाम गाळून खाल्लं तं तुम्हाले बी पचल्यासारखं व्हईल! मिंधेपणा वाटणार नाही, कसं?"

पटलं, नाही पटलं तरी दोघांनी होकारार्थी माना हलविल्या. खरंही होतं म्हणा ते. भाडोळा मागायच्या वेळी असो, खळे मागायच्या वेळी असो; आगुल हाणणं, उपणण्यासाठी खळ्यातले मदनाचे टोपले भरून देणं, ही कामं करावीच लागतात. फुकट कोणी कसं देईल?

पुन्हा मोगडा सुरू झाला.

आणि संध्याकाळी झाक पडल्यावर मोगडा सुटला. सारं सामान गाडीत टाकलं, तेव्हा दिनाजीनं चहादूच्या, परभूच्या पदरात बारा-बारा ओंजळी गव्हाचं बी टाकलं.

"पाव्हण्याचं रे?" दिनाजीनं विचारलं.

"मले काहाले जी?"

"काहाले मंजे? आमची का आब गमावतं का? उद्या तुह्या गावाले जाशील अन् तुह्या गावच्या लोकाह्यले सांगशील... अहो, अमक्या गावच्या तमक्या कुणब्याच्या गव्हाच्या पेरण्यावर गेलो तं त्यानं असं असं केलं... ते काय नाही, चहादू, घे तुह्या कापडात."

"नाही... नाही..." म्हणता जबरदस्तीनं दिनाजी ओंजळी भरू भरू टाकू लागला. ते पाहून चहादूचा अन् पाहुण्याचा ऊर भरून आला.

***

"सांगा तुम्हीच यसुदा, म्या काय करावं?" नाथा जीव तोडून बोलत होता. त्याने जे काही सांगितलं, ते सारं खरं होतं.

नाथाचा सनई-चौघड्याचा जोड होता. तसा मुळात तो येसाजीचाच होता; पण येसाजी गाव कामदारकीच्या कामात गुंतला, तेव्हापासून त्याने सगळा जोड नाथाच्या हवाली केला. पूर्वी येसाजी सनई वाजवायचा. नाथा चौघडा वाजवायचा तर भिकाकडे नुसता पोंघाडा फुकायचं काम होतं. त्याला पोंघाडा वाजवण्याचाही मोठा कंटाळा

यायचा. येसाजीनं काम बंद केल्यावर नाथानं त्याचा कवठ्याचा मेहुणा तुकाराम कांबळेला मुद्दाम बोलावून घेतलं होतं. तुकाराम सनई वाजविण्यात उजवा होता. तो चारठाणच्या देवबा साठ्याच्या जोडात सनई वाजवायचा. त्याला नाथानं आपली अडचण सांगितली आणि त्यानंही होकार दिला; त्यामुळे नाथाचा जोड जसा येसाजीच्या कारकिर्दीत चालत होता, तसाच पुढेही चालू लागला.

जवळपासच्या पाच-सहा गावच्या वाजवण्याचं काम नाथाला मिळायचं. लग्न सराईच्या दिवसांत नाथाला, त्याच्या जोडातल्या माणसांना श्वास घ्यायलासुद्धा फुरसत होत नसे. एकदा घर सोडलं की, चार-चार, आठ-आठ दिवस घराचं तोंड दिसत नसे. असं म्हणतात की, लग्नसराईत वाघ भेटंल; पण मांगाचं पिल्लू भेटत नाही. खरं होतं ते.

कालपर्यंत सारं काही सुरळीत चाललं होतं; पण भिकानं काल आडवा पाय घातला.

त्याचं असं झालं. नाथानं उमऱ्याच्या सोनबा पाटलाच्या पोरीच्या लग्नाची सुपारी घेतली. हे लग्न पुढच्या हप्त्यात शनिवारचं. सोनबा पाटील सुपारी देऊन उठून गेले अन् भिका सोनाटीच्या जगन्नाथ पाटलाला घेऊन आला.

"नाथा, पाटलाच्या पोरीच्या लग्नाची सुपारी घे." आल्या आल्या भिकानं म्हटलं.

"पण कव्हाचं हाये हे लगन?'

"पुढच्या सनवारचं."

"सनवारचं? कव्हाचं? पहाटचं का संध्याकाळचं?"

"संध्याकाळचं" जगन्नाथ पाटील म्हणाला.

"मंग नाही जमत."

"काऊन?"

"या तिथीची संध्याकाळची सुपारी घेतली म्या!"

"कोणाची?" जगन्नाथ पाटलानं विचारलं.

"उमऱ्याच्या सोनबा पाटलाची"

"पण म्या याह्यले शब्द देला? मंग असं करना त्याह्यची सुपारी वापस कर; याह्यची घे."

"सुपारी कशी वापसं करावं त्याह्यची? बुवा खेटरानं मारणार नाही? जबान हाये का काय हाये मनंल? आतालोक तं म्यां कोणाची सुपारी वापस केली नाही..."

"मंग आता कर. त्यात काय मोठं? आपण एऱ्ही करार मनून नासकी सुपारीच घेतो ना? पैसा आधला तं घेतच नाही ना!"

भिकाचं म्हणणं खरं होतं. करार म्हणून सुपारीच घेतली जायची. खरी किंमत

सुपारीला नव्हती, किंमत होती जबानीला. एकदा जबान दिली; मंग जान जाओ का जेहान जाओ; पण दिलेली जबान खरी करून दाखवायची, ही मांगाची रीत होती. यातून मांगाच्या जातीच्या अंगी असणारा इमानदारपणा दिसून येतो... अन् भिका म्हणतो, सुपारी वापस कर... म्हणजे बेमानी कर...

"तसं कसं? सुपारी नासकी असंल, तरी जबानीपुरती तिले लाखाची किंमत हाये. म्या जबान देली, जमाना बदलला तरी जबान बदलता येणार नाही मले."

"मंग माह्या जबानीचं काय? म्या बी या पाटलाले जबान देली."

"अरे, पण तूवा तशी परस्पर जबान कशी देली? आपलं काय ठरलं व्हतं?"

कोणाचीही सुपारी घ्यायची असंल, तर ती नाथानंच घ्यावी, परस्पर जोडातल्या दुसऱ्या कोणी घेऊ नये, असं जोडातल्या सगळ्यांनी सुरुवातीपासूनच ठरवलं होतं.

"त्या भानगडी मले नको सांगू?. या पाटलाच्या सुपारीचं बोल."

"दोन्ही लगनं एकाच येळचे मनल्यावर कसं जमावं? त्यातलं एखादं पहाटंचं असतं तं जमलं असतं!"

"पहाटं लगन लावायची आमच्यात पद्धत नाही." पाटील म्हणाला.

"तीच तं अडचण आली."

"भिक्या, तू काय ते ठरव. म्या तुले सुपारी देली मंजे देली. म्या सांगतलं त्या वक्ती हजर राहा वाजवाय. चाललो मी." जगन्नाथ पाटील जतावून सांगून निघून गेला.

नंतर नाथाचा अन् भिकाचा खूप वाद झाला. शेवटी "मी माहा दुसरा जोड उभा करीन; पण जगन्नाथ पाटलाचं लगन वाजवीनच वाजवीन." असं सांगून तणतणत भिका निघून गेला.

हीच भानगड घेऊन नाथा येसाजीकडे आला होता.

येसाजीनं सारं ऐकल्यावर म्हटलं, "भिका लय आडमुठा हाये. कुत्र्याचं शेपूट एकदाचं सरळ करता येईल; पण भिका कोणाच्या बापाचं ऐकणार नाही. त्याच्या तोंडी लागून फायदा नाही. इतके दिवसच त्यो जोडात कसा टिकून राह्यला याचं मले नवल वाटते कव्हा कव्हा?"

"पण मंग मले एका माणसाची अडचण पडंल ना? भिका जोड सोडून गेल्यावर माह्या जोडातल्या पोंघाड्याचं काय?"

"दुसरा कोणी भेटणार नाही का?"

"आता ऐन येळेवर कसा कोण भेटंल?"

येसाजी विचारात पडला. काही वेळानं म्हणाला,

"असं कर, परभूले ने."

"परभूले? जमंल त्याले?"

"न जमाय काय झालं? मासुळीच्या पिल्याले पव्हणं शिकवा लागत नसते. तसा आपला ह्यो जनमजात धंदा हाये; त्यो शिकायले नवस-सायास करा लागत नाहीत."

"ठीक हाये."

"आजपासूनच त्याले पोंघाडा कसा वाजवायचा ते शिकव. दम कसा घ्यायचा, कसा सोडायचा, हे एकदा त्याच्या ध्यानात आलं की, झालं! सनवारच्या आगुदर एखादी लग्नाची तिथ हाये का?"

"हो, हाये बुधवारची."

"ती घेतली का?"

"हो, गावतलीच हाये, मारोती बेल्याच्या पोरीच्या लगनाची."

"काही हरकत नाही; मी संध्याकाळी धाडून देतो परभूले तुह्या घराकडं, त्याले सांग सगळं समजावून."

"बरं, जातो मंग?"

"हो, जाय; अन् त्या भिकाच्या तोंडी लागू नको."

"नाही लागत."

"जाय."

नाथा समाधान मनानं घराकडे निघाला. परभूलाही काहीतरी काम मिळते याचं समाधान येसाजीला झालं.

***

मात्र, भिका फारच परेशान झाला.

जिथं जिथं चौघड्याचे जोड आहेत, तिथं तिथं तो गेला.

"माह्या चौघड्याच्या जोडात चाला, निदान पुढच्या सनवारची संध्याकाळची सुपारी तरी घ्या." असा त्यानं आग्रह धरला; पण दोन्हीपैकी एकही गोष्ट शक्य झाली नाही. कशी शक्य होईल? प्रत्येक जोडावाल्यांनी शनिवारच्या सुपाऱ्या आधीच घेऊन ठेवलेल्या होत्या. काय करावं ते त्याला कळेना.

आता त्याला नाथाचा अन् त्याहीपेक्षा येसाजीचा राग जास्त येऊ लागला होता. येसाजीने आपल्या पोराला पोंघाडा वाजवण्यासाठी नाथाच्या हवाली केलं, हे त्याला आवडलं नव्हतं. निदान पोंघाडा वाजवणाराची तरी नाथाला पंचाईत पडावी अन् त्याने आपली मनधरणी करावी, असं त्याला वाटत होतं; पण हा येसाजी पहिल्यापासूनच आपल्या विरोधात काम करतो. हेच काम तो आपल्या मनासारखं कसा होऊ देईल? त्यानं उलट आपल्या विरोधात त्या नाथ्याचे कान भरले असतील? नक्कीच!

आता काय करावं? शनिवार चार दिसांवर आला, शुक्रवारी जगन्नाथ

पाटलाच्या घरची हळद आहे. हळदीच्या दिवशी वाजवायला ये, असं त्यांनी ठणकावून सांगितलं. इथे आपला कशात कशाचा पत्ता नाही. जावावं वापस नाथाकडे? धरावं त्याचे पाय? चाल म्हणावं त्याला? पण मग येईल तो? जर त्याला यायचं असतं तर त्याच दिवशी त्यानं 'नाही' म्हटलं नसतं. तो त्यानं दिलेल्या जबानीसाठी जीव द्यायला तयार आहे. आपल्या जबानीच काय होईल? आपल्याला जबान पाळता आली नाही, तर पाटील आपला जीव घेतल्याशिवाय राहणार नाही. काय करावं?

रात्र भरावर आली तरी विचाराविचारांत त्याचा डोळा लागत नव्हता. त्याची नजर भोवताल फिरली. त्याची बायको चार पोरांचं लेंढार घेऊन झोपली होती. पाचवा बाज्या त्याच्या अंथरुणावर झोपी गेला होता. पाच पोरं, नुसते खायच्या कामाचे. गणा जरा सटकर झाला. बारा-तेरा वर्षे झाले असतील; पण एका आधल्याच्या कामाचा नाही. समद्या कामाचा लेकाले कटाळाच, कोणतंच काम हरकेजून करणार नाही. शाळेचीही तशीच बोंब पाडली. तिसऱ्या वर्गात नापास झाला अन् बसला घरी. पुन्हा शाळेत जा म्हटलं तर "नाही" म्हणे. काय होईल या पोराचं देव जाणे? एखादा सोयरा सोयरीक घेऊन आला तर लग्न करावं लागेल. बाकीचे पोरं तर त्याच्यापेक्षा लहानच आहेत. तसा गज्या दहा वर्षांचा तरी असंल; पण तेही बेणं गणासारखंच बिनाकामाचं!

कशाला ही बायको कुत्रीसारखी जनली बिचारी या लेकराह्यले देव जाणे? आपलं लग्न होऊन झाले असतील चौदा-पंधरा वर्षे. चौदा-पंधरा वर्षांत पाच पोरं, सहावं पोटात आहे. सात महिन्यांचं झालं असेल ते. अजून किती होतील आयुष्यभर? दहा, पंधरा की वीस? नको रे देवा, ही माळ तोड रे बाबा कुठेतरी. नको असा कौरवांचा बाजार. हे सगळं बंद करण्यासाठी काहीतरी जादू कर... खरं तर एकच पोरगं पाहिजे होतं; त्या येसाजीसारखं... त्याला येसाजीच्या आठवणीने इतका वेळ विसर पडलेल्या पाटलाच्या सुपारीची आठवण झाली.

...पुन्हा तो विचाराच्या मोहोळात सापडला... नाथानं केलं तसं करावं का आपण? नाथानं येसाजीच्या परभूला शिकवलाच का नाही चार दिवसांत गोंधाडा वाजवायला? तसं आपण गणा, गज्याला शिकवू; पण शिकतील आपले डेंगरं? येसाजीचा परभू फार गुणी आहे, हुशार आहे. आपले लेकरं तर गाढवात जमा आहेत. हे कशाचे शिकतात?

"कावं, झोपले नाही?" एकाएकी आवाज आल्याने तो दचकला. त्याचं ध्यान बाजूला गेलं. त्याची बायको - द्वारका उठून बसली होती.

"काऊन उठली?"

"लग्गीले जातो."

“जातं एकटी का येऊ संगं बाहीर?”

“जातो.”

ती उठली. दिव्याच्या उजेडात त्याने तिच्याकडे पाहिलं. पोटात गर्भ असूनही कशी उसाच्या चिपाडासारखी वाळली. का नाही वाळणार? काय सोय आहे तिची, खाण्या-पिण्याची? नाहीतर लग्न झालं, तेव्हा कशी दिसायची? कापसाच्या गठुड्यासारखी, गाठच्या गाठ! आपण कसे पिसे झालो होतो त्या काळी तिच्यासाठी? त्याला आठवण आली... अन् हसूही आलं.

त्या वर्षी नुकतंच त्याचं लग्न झालं होतं. मोठ्या जबरदस्तीने त्याला रामचंद्र दुकानदारानं ज्वारीच्या खळ्यावर नेलं होतं. त्याचं खळं पाच दिवस चाललं होतं. कणसांचा ढीगच तसा मोठा पडला होता. तीन बैलगाड्यांनी रात्रभर कणसावर मळण धरायची. गाड्याच्या चाकांमुळे कणसाचा भुगा होऊन जे मदन तयार होईल ते दिवसा उपणायचं. पुन्हा रात्री मळण. एकदा माणूस घरून गेला की, खळं होईपर्यंत घरचं तोंड पाहायला मिळेना. मदन उपणायला नीट वारा सुटला नाही, तर खळ्याला पूर्ण व्हायला कधी आठ-आठ दिवस लागायचे. दोन दिवस भिकालाही घरची आठवण आली नाही; पण तिसरा दिवस त्याला मोठा जड जाऊ लागला. त्याने आपल्या मनातली गोष्ट सोबत काम करणाऱ्या कुणब्याच्या बापूरावला सांगितली. बापूरावनं आगटीजवळ शेकत बसलेल्या दुकानदाराला सांगितली अन् दुकानदार हसून म्हणाले,

“का रे भिक्या, माहा खळं अर्धवट टाकून तुले बायकोचं कसं ध्यान आलं रे?”

यावर तो काहीच बोलला नाही.

“मालक, जाऊ द्या याले.” बापूरावने जास्तच शिफारस केली.

तशी ही गोष्ट रामचंद्रसाठी किंवा बापूरावसाठीही फार मोठी नवलाची नव्हती. ज्वारी - गव्हाच्या, हरबऱ्याच्या खळ्यांच्या, कापसाच्या जागलीवर असले की, कधीकधी मालक तर कधी गडी माणूस रात्री-बेरात्री गावाकडे यायचे. आधीच बायकोला सांगून ठेवलं असल्याने तीही रात्र-रात्र जागून वाट पाहायची. अन् मनासारखं झालं की, पुन्हा त्या माणसानं पुन्हा वावराची वाट धरायची. ही जणू रीतच होती...

“अरे, पण आणखी दोन दिवस दम काहाड. कापसाची, का नुसत्या कणसाच्या गंजाची जागल असती तं येगळी गोष्ट व्हती; पण लेका, ही रास हाये ना खळ्यात? तू जाशील अन् तसाच वापस येशील? मंजे झाला सगळा भ्रष्टाकार.”

“खरं काय रे भिक्या?” बापूरावनं विचारलं,

“तसाच येशील का अंघोळ करून येशील?”

“अंघोळ करून येईल मालक.”

"जाऊ द्या मालक; येतो मंते अंघोळ करून..."

"जाय लेका; पण उशीर नको लावू, लवकर ये."

"पण गाडी मालक?"

मळणीची त्याची गाडी हाणायला दुसरं कोणी माणूस नव्हतं.

"हाण खळ्याच्या बाहीर. राहू दे जराशी उभी."

"उभी राहू द्यायची?"

"हो"

"नका मंग मालक, मी नाही जात."

"काऊन रे?"

"गाडी उभी करून?"

"राहू दे उभी. जाय ये तू. आता फालतूचा येल्हावू नको."

त्यानंही मग फारसे आढेवेढे घेतले नाहीत. सरळ गाडी खळ्याबाहेर काढली अन् उभी केली.

वाऱ्याच्या वेगानं तो त्या दिवशी घरी आला होता. त्यानं दारावर थाप मारली. दुसऱ्या थापेत दार उघडलं गेलं. तो घरात आला. दिव्याच्या उजेडात त्याने जे पाहिलं त्यानं तो थंडगार झाला.

दार उघडणाऱ्या बायकोसोबत त्याची सासूही उभी होती. तिला पाहून, 'ही कव्हा आली, मधात बिब्बा घालाय?' असा त्यानं मनात प्रश्न केला. मात्र, उघडपणे त्याचं उत्तर त्याच्या बायकोनंच दिलं,

"दुपाराच आली माय."

तो काहीच बोलला नाही. आला तसा थोबाडीत मारल्यासारखा परत फिरला.

पुढे कित्येक वर्षं या गोष्टीच्या आठवणीनं ते दोघं नवरा-बायको हसत होते. आताही त्याला पुन्हा हसू आलं. नेमकी त्याच वेळी द्वारका घरात आली. "काऊन हसले?" तिनं विचारलं...

"ध्यान आलं; मांघल्ल्या गोष्टीचं!" त्यानं ती गोष्ट सांगितली. तिलाही हसू आलं. हसणं झाल्यावर ती म्हणाली, "यालेच मनतात, हिडग्याले देली गाय अन् हिडगं धावू धावू गोठाणावर जाय."

"हं, तव्हाच्यासारखंच आताबी हिडगं गोठाणावर चाललं" असं म्हणत तो जागचा उठला अन् दाराची कडी लावणाऱ्या द्वारकाला जाऊन खेटला.

"आत्ता, हाये काही तुमाले लाजसरम?" ती फणकारली.

"हिडग्याले काय असते, लाजसरम?"

त्यानं तिला हातांनी बांधून टाकलं अन् तिला मग काहीच हालचाल करता आली नाही.

रात्र उताराला लागली, तेव्हा ते दोघं आपापल्या अंथरुणावर शांतपणे झोपी गेले होते.

***

आर्द्रा नक्षत्र सरलं अन् पुनर्वसू नक्षत्र सुरू झालं. दोन्ही नक्षत्रांच्या जोडावरच पावसाने सुरुवात केली. पाऊसही असातसा नाही; नुसता मुसळधार पाऊस! आधीच्या नक्षत्रांचा पाऊसही बराच झाला होता. त्यात याची भर पडली. रात्री अन् दिवसा पावसाला खंड पडला नाही. सतत पाऊस कोसळत होता...

या पावसाने मांगवाड्याचे पार हाल हाल केले. दोघा-चौघांचे घरं टिनाचे होते. बाकी बहुतेक घरं झोपडीवजा होती... पाऊस अन् त्यासोबतचा सुसाट वारा त्यामुळे झोपड्या विस्कटल्या, जागोजागी त्यांना भोकं पडली अन् त्या भोकांतून पाणी सरळ घरात उतरू लागलं. घरं आणि अंगणं सारखीच झाली. घरातली बायका-पोरं हातात थाटंवाट्या घेऊन घरात साचलेलं पाणी उपसून बाहेर फेकण्याचा एकमेव उद्योग करू लागली.

बहुतेक मांगांच्या घरांची हीच गत झाली; तरी एकंदरीत मांग खुशीत होते. त्यांच्या खुशीचं कारणही तसंच होतं.

गावात, रानात पाणीच पाणी झाल्याने गुरा-ढोरांचं मरण आलं. जी ढोरं थकलेली ती जागीच थाटरायला लागली... एकदा ही कमजोर झालेली ढोरं अशी थाटरली की, त्यांना डोळे मिटायला वेळ लागत नाही; त्यामुळे जिथं जिथं मांगांच्या बैठकी बसत, तिथं तिथं ह्या एकच गोष्टीची चर्चा चाले.

"थांबा, दोन-चार दिवस, ही झड अशीच चालू राह्यली की, आपली मज्जाच हाये."

"पण वाट तरी किती दिवस पाह्यची? यंधवा पाच दिवस झाले; पाण्याचा थेंब खंडला नाही; तरीबी गावातलं एक बी ढोर मेलं नाही. मले तं वाटते, ढोरंबी आता पहल्यापरीस धट झाले काजून? नाही तं जव्हरक महारायकडं मेलेले ढोरं वढायचं, सोलाचंच काम व्हतं, तव्हा कसे दरसाल उंदरासारखे ढोरं मरत, पटापट! चार वर्षे झाले असतील, तव्हा बारा दिवसांची झड व्हती. बावन ढोरं मेले व्हते, त्या बारा दिसात. महारायची मज्जा झाली त्या साली. अन् औंदा आपल्याकडे हे कामं आलं मनून का काय ढोरांच्या मरणाले टुकणी लावून बसा लागते."

"जरा धीर धरा... एकदा का गळ सुरू झाली की, मंग मव्हाच्या झाडाचे फुलं पटापट गळतात तसे ढोरं मराय लागतील."

"काय माहीत बाबा काय व्हईल ते?" हारजीच्या घरात ही चर्चा रंगात आली अन् तेव्हाच बाहेरून आवाज आला,

"हारज्या, घरी हायेस का रे?"

"कोण हाये बापू?"

"मी हाओ. इश्वास बेल्या."

"काय मनता बापू?"

"अरे, आपली गाय मेली गड्या." ही बातमी ऐकून तिथं बसलेल्या सगळ्यांचे चेहरे उजळले. त्यांनी एकमेकांकडे पाहिलं.

"अन् अशी कशी वो?"

"अरे, थकली व्हती गड्या, त्यात एक दिवस पावसानं झोडपली. कोठ्यात आली. बसली, ती दुम्हार उठलीच नाही."

"अरेरे, लयच बेकार झाले की हो" हारजीनं फुकटचा पुळका दाखविला.

"चला पटकन, तुमचे सगळे माणसं आणा."

"बरं, आलोच तुमच्या मांघच."

"पहाय हारजी, असं असते. बिमाराले खावावं वाटलं अन् वैदानं खायाले सांगतलं." संपत जागचा उठत म्हणाला.

"हं, लय दिस झाले खायाले भेटलं नाही. त्याच्यानं तोंड खराब पडलं." नाथा तोंडाला पाणी सोडत बोलला.

"काऊन मांघं सकारामची गाय मेली? तिच्या चान्या केल्या नव्हत्या?"

"केल्या व्हत्या; पण संपत तुही भावजयी कशी हाये? त्या गाईचं आमच्या हिश्श्यावर आलेलं मटन आम्ही दोन दिवस खाल्लं. उरलेल्या मटनाच्या वाधीसारख्या कापून मिठात घोळसून चान्या केल्या, वाळू घातल्या; पण तुह्या भावजयीनं त्या वाळायच्या आधीच दुधाचा उकाडा लावल्यावाणी सांजसकाळ चान्याच शिजवून चार दिसात संपवल्या, तव्हापासून तोंडी काहीच नाही."

"मंग तं आज पारणंच फिटते मनायचं तुमचं?"

"हं, पारणं तं फेडायचंच; पण औंदा चान्या जरा जास्तच करून ठेवायच्या. सालभर सरल्या न पायजेत."

"मंग जास्त ढोरं मरावं मनून नवस करावं लागेल" नाथा हसून बोलला; बाकीचेही हसले.

"बरं चला, आपण तिघं तं हाओच इथं, भिकाच्या घरी निरोप देतो मी." हारजी म्हणाला.

"हो दे." म्हणत ते तिघंही तयारीला लागले.

विश्वास बेल्याची गाय मेल्याची बातमी सगळ्या मांगवाड्यात पसरली. तसा सगळा मांगवाडा चेकाळला. लहान लेकरं, बायका, म्हातारे-कोतारे या सगळ्यांच्या तोंडाला जणू पाणी सुटलं. पावसाचा एवढा जोर असूनही जो तो आपला वाटा

मिळवण्यासाठी घराबाहेर पडला.

हारजीही विश्वास बेल्याच्या कोठ्यापुढे हजर झाला. तिथे त्याच्याआधीच नाथा, भिका अन् संपत उपस्थित झाले होते.

"चला, आटपा बिगिनं. वरून पाऊस चालू हाये. गाय गावाबाहीरं नेऊन टाकू अन् कातडं सोलून काढू." हारजी आल्या आल्या म्हणाला.

"नाही, मी गाईले तसा हात लावू देणार नाही" भिका पुढे झाला. हारजीनं कपाळावर आठ्या पाडल्या.

"अरे बाबा, त्यो भिका गाईले हात लावू देयेना आम्हाले, मनून तं... नाही तं इतक्या येळात तं गाय आम्ही दोघायनच नेऊन टाकली असती. तुही काहाले वाट पाहात व्हतो?' नाथा बोलला.

"पण भिकादा, काऊन वढू देत नाही मनता?"

"हे पहाय हारजी, आपल्या कामाच्या ज्या वाटण्या झाल्या, त्या मले पसंत नाहीत."

"मंजे?"

"आपण चौघायनं ढोर मेलं की वढायचं, त्याले फाडायचं अन् बाकीच्याह्यनं बाश्शासारखं हिस्से नेयाले येयाचं."

"काऊन, त्याह्यले बी गावकीचे बाकीचे कामं वाटून देलेच ना!"

"काय वाटून देले रे? मस्त आरामात गावात भाकरी मांघायच्या. कोण लाकूडफाटा फोड मनलं तं त्याची बी भाकर भेटते. दवंडी द्यायची, गावोगाव मरणा-धरणाचे निरोप द्यायचे, पोलीस ठेसनात हात हलवत जायचं अन् हात हलवत येयाचं... याले काय काम मनतंत?"

"मंग?"

"ते काय नाही, पर्तेकाच्या वाट्याले ढोरं वढायचं, फाडायचं काम आलं पाह्यजे. हेच काम नाही तं कोणतं बी काम पर्तेकाले कराय भेटलं पाह्यजे. आम्हाले का जाता येत नाही पोलीस ठेसनात रिपोट घेऊन? त्याच्यासाठी का मायच्या पोटातूनच शिकून या लागते का?"

त्याच्या या बोलण्यावरून त्याची पोटदुखी येसाजीसाठी आहे हे हारजीच्या लक्षात आलं.

मागच्या उन्हाळ्यात पोरीच्या लग्नात ठरल्याप्रमाणं चौघडा वाजवला नाही म्हणून सोनाटीच्या जगन्नाथ पाटलानं त्याला मारलं, तेव्हापासून येसाजीवर त्याचा राग होता. खरा राग तर नाथावर पाहिजे होता. नाथानंच जगन्नाथ पाटलाची सुपारी घ्यायला नकार दिला होता; पण त्याला नाथाचा राग नव्हता. वड्याचं तेल वांग्यावर काढण्यासारखं झालं हे! आपल्याला जगन्नाथ पाटलानं मारलं याचं जेवढं दुःख

त्याला झालं; तेवढाच त्याला येसाजीचा राग आला होता. येसाजीनंच जगन्नाथ पाटलाला एकाचे दोन सांगून आपल्याला मारायला लावलं, असं तो अनेकांजवळ बोलून गेला होता.

वास्तविक येसाजीने आपल्यापरीनं ते सगळं प्रकरण दाबायचा प्रयत्न केला. जगन्नाथ पाटलाच्या पोरीच्या लग्नात वाजवायची सुपारी घेऊनही भिकाला चौघड्याचा जोड तिथं नेता आला नाही. त्यानं जोडाचा जोड जमाव करायचा खूप प्रयत्न केला; पण ते त्याला शक्य झालं नाही. शेवटी पाटलाला बिनाबाज्याचं पोरीचं लग्न लावावं लागलं. तिसऱ्या दिवशी पाटील गावात आला. येतानाच त्याची येसाजीसोबत भेट झाली. येसाजीजवळ त्यानं म्हटलं, "त्या भिक्या मांगाचं घर दाखव रे, सुपारी घेऊन वाजवाय न येण्याचा काय परिणाम व्हते, ते त्याले दाखवतो."

येसाजीच्या सारं काही लक्षात आलं. त्यानं जगन्नाथ पाटलाला मांगवाड्यात सरळ न नेता भगवान पाटलाच्या घरी नेलं. भगवान पाटलानं अन् येसाजीने त्याची समजूत घातली. त्याला मात्र फारच राग चढला होता... ऊठसूट तो "त्याले माह्यामव्हरं आणा आगुदर" असं म्हणत होता. शेवटी भगवान पाटलानं येसाजीला भिकाला बोलवायला पाठविलं; पण भिका त्या दिवशी गावाला गेलेला होता. येसाजीने परत येऊन तसं सांगितलं; पण जगन्नाथ पाटलाला ते पटलं नाही.

"तू खोटा बोलतंस, मीच जाऊन पाहतो." म्हणून तो ताडकन उठला.

अन् भगवान पाटलानं, येसाजीनं अडवायचा प्रयत्न केला तरी ऐकला नाही, तडक मांगवाड्याकडे निघाला.

"हातानं आगेमव्हूळ उठवलं या भिक्यानं." भगवान पाटील सुस्कारा टाकून म्हणाले.

जगन्नाथ पाटलानं त्या दिवशी भिकाच्या घरी येऊन भिकाच्या बायकोला धमकावलं, "दुम्हार येतो त्याची सोय लावाय" असं सांगून तो तणतणत गावाकडे निघून गेला.

हे सारं कळल्यावर भिकाचा जीव मोठा घोरात पडला. जगन्नाथ पाटील त्याला काळासारखा वाटू लागला. तो "आला" म्हटलं की, भिका ढुंगणाला पाय लावत रानात पळून जायचा. दोन वेळा जगन्नाथ पाटील आला अन् हात हलवत परत गेला. पुन्हा मात्र आला नाही. भिकाचा जीवही भांड्यात पडला.

मात्र, त्यानंतर एक दिवस अनसिंगच्या बाजारात जगन्नाथ पाटलाने त्याला गाठलंच अन् पायातला जोडा काढून जोडा फाटेपर्यंत हाणलं. बाजारात असलेले हजार-पाचशे माणसं ही गंमत पाहात होते. भिकाला मेल्याहून मेल्यासारखं वाटलं.

आपल्याला मारलं ते फक्त येसाजीमुळे असा भिकाचा पक्का ग्रह झाला; अन् गावात आल्यावर त्याने येसाजीला माय-बहिणीवर शिव्या घातल्या.

"मी बी नावाचा भिका हाओ, मी बी पाहून घेईन." अशी वरून धमकी दिली.

तीच मळमळ त्यानं आता गाईच्या निमित्तानं ओकली. ह्या सगळ्या भानगडी हारजीला येसाजीकडून आधीच कळल्या होत्या. त्याचीही अपेक्षा होता की, हा भिका कधी ना कधी आडवी तंगडी करेल. ती संधी त्याला आज मिळाली होती.

जिथं मांगाची जात इमानदार मानली जाते, तिथं भिका हा जणू याला अपवाद होता. बेमानी, लबाडी, आडमुठेपणा हा त्याच्या रक्ताचा गुणच होता. त्याचा बाप, त्याचा आजा असेच वागत आले. आपण आपली पायरी ओळखून वागल्यामुळे गाववाल्यांचाही कधी कोणाला त्रास झाला नाही; पण भिकाच्या घराण्यात हे वळणच नव्हतं. भिकानं जसा जगन्नाथ पाटलाचा मार खाल्ला होता, तसा मार त्याच्या बापानं अन् आज्यानंही गाववाल्यांचा खाल्ला होता.

कोणत्याही कुणब्याच्या वावरात गेलं, तर शेतात जे काही खाण्यासारखं असेल ते खाण्याला कोणाची जशी आजही मनाई नाही, तशी जुन्या जमान्यातही नव्हती; पण भिकाच्या बापाची आदत खराब; एखाद्याच्या वावरात गेलं की, मडं पडेपर्यंत तिथं खायाचंही अन् चोरूनही आणायचं. गावात सगळे कुणबी ही गोष्ट जाणून होते. कोणाचे कणसं, कोणाचा भुईमूग, कोणाचा हरभरा, ओंब्या, कोणाच्या मिरच्या असं जे काही त्याच्या नजरेला पडेल ते तो चोरायचा; पण पाप भरलं की, पायली उबडते म्हणतात, तसं भिकाच्या बापाचं झालं. बुगाजी बेल्याच्या वावरातून एकदा त्यानं नेहमीच्या सवयीप्रमाणं वाणीच्या हुरड्याचे वीस-पंचवीस कणसं मोडले अन् घराकडे निघाला... पण आंब्याच्या झाडावर बसून राखण करणाऱ्या बुगाजीच्या दोन आडदांड पोरांनी त्याला पाहिलं अन् त्याला पकडून लाथा-बुक्क्या घालत गावपंचायतीसमोर आणलं. गाव-पंचायतीने त्याला दोषी ठरवून त्या काळात दोन रुपये दंड केला. दंड दिला नाही तर महिनाभर बुगाजीच्या शेतावर काम करायचे, असा निर्णय दिला. त्याच्याजवळ पैसा कोठून? दोन रुपये म्हणजे थोडी रक्कम नव्हती. बाईला दिवसभर काम केल्यावर एक आणा रोज मिळेना. गरिबांना एक रुपया डोळ्यांना दिसायचा नाही. झक मारत त्याला महिनाभर बुगाजीचं फुकट काम करावं लागलं.

हे झालं त्याच्या बापाचं. त्याच्या आज्याचं तर याहीपेक्षा वेगळं होतं. बापानं दोघांचाच मार खाल्ला; पण आज्याला तर अर्ध्या गावानं तुडवलं. शेवटी तो मेला, असं समजून सोडला. नुसत्या रग्गेलपणापायी त्याची तशी गत झाली. त्या काळात त्याचा सनई-चौघड्याचा जोड होता. कुणब्यांची, तेली-तांबोळी-माळी या आडजातीच्या लोकांची लग्नं वाजवायची, हा जसा अलिखित नियम होता; तसाच मांगांनी महारांच्या लग्नात सनई-चौघडा वाजवायचा नाही, असाही जणू नियमच होता. फार झालं, एखादा महार जास्तच आपुलकीचा असला तर डफडं वाजवायला परवानगी दिली जात असे; पण भिकाच्या आज्याने हा नियम मोडला अन् यादनाकाच्या

पोरीच्या लग्नाची सुपारी घेतली. त्यावर त्याच्या जोडातल्या माणसांनी, इतर मांगांनी अन् गावकऱ्यांनीही त्याला समजावून सांगितलं, तरी त्याने ऐकलं नाही. त्याच्या जोडातल्या चौघडा अन् पोंघाडा वाजविणारांनी "आम्ही त्याच्यासंगं जाणार नाही." असं म्हणून त्याची संगत सोडली. तरी या बहाद्दरानं "मी एकटा सनई वाजवीन, तुम्हाले काय करायचे ते करून घ्या." असं गाववाल्यांना आव्हान दिलं. शेवटी ही भानगड यादनाक महाराला कळली. त्याने त्याला भेटून "बाप्पा, माह्या पोरीच्या लग्नात सनई वाजवायले येऊ नको" असं सांगितलं.

तरी त्याने आपला हेका कायम ठेवला. शेवटी यादनाक पाटलाला भेटला. त्यानं सारी परिस्थिती सांगितली. शेवटी म्हणाला, "माहा गरिबाचा काही गुन्हा नाही मायबाप. नाहाक माह्या जिवाचे हाबेतोबे करसाल तुम्ही मले मारून; मनून मनायलो..." त्यावर पाटलानं त्याला "तू बिनघोर जाय. त्यो सनई वाजवाय आला, तरी त्याले मुकाट्याने वाजवू दे. तुह्या लगनात आम्ही इघ्नं उभं करणार नाही. आम्हाले काय करायचं ते आम्ही मंग करू" असं अभय दिलं.

झालं, भिकाच्या आज्याने ठरवल्याप्रमाणं यादनाकाच्या पोरीच्या लग्नात सनई वाजवली. लग्न पार पडलं. भिकाचा आज्या जेवूनखाऊन घराकडे निघाला अन् पाटलाच्या इशाऱ्यावरून वीस-पंचवीस आडदांड पोरांनी त्याला महारवाड्याच्या तोंडावरच गाठले. त्याला त्यांनी चावडीवर गावपंचायतीसमोर आणलं अन् गावपंचायतीनं न्याय-निवाडा केला. चावडीवरच्या प्रत्येक माणसाने, पोरासोराने त्याला पाच लाथा अन् पाच बुक्क्या माराव्या. त्याला चावडीपुढच्या लिंबाला करकचून बांधण्यात आलं. अन् मग त्याच्यावर लाथा-बुक्क्यांचा पाऊस सुरू झाला. लाथा-बुक्क्या मारणारांनी हातपाय दुखेपर्यंत त्याला हाणलं. शेवटी मेला म्हणून सोडून दिला.

एवढे रट्टे-घट्टे पडूनही शेवटी ये रे माज्या मागल्याच! ना भिका सुधारला, ना त्याचा बाप, ना त्याचा आज्या. भिकात फक्त फरक एवढाच पडला की, त्याचा बाप व आज्यानं गावातल्या कुणब्यांचा मार खाल्ला, तर यानं परगावच्या माणसाचा.

आपला दोष असूनही तोच भिका आता येसाजीला दोषी धरतो अन् मेलेली गाय ओढण्याच्या गावगाड्याच्या कामात अडथळा निर्माण करतो, हारजीला या गोष्टीचा मोठा दिमाख आला; पण इथं आपण याच्याशी वाद करीत बसण्यापेक्षा ही गोष्ट येसाजीच्या अन् पाटलाच्या कानावर घालावी, या विचारानं नाथा अन् संपतला घेऊन तो तिथून निघाला.

शेवटी भगवान पाटलाच्या बैठकीत पंचायत भरली. पंचायतीसमोर भिकानं आपलं म्हणण मांडलं.

"तू मनतं ते पटते आम्हाले." पंचायतीचा सदस्य असणाऱ्या बापू तेल्यानं

म्हटलं, "गावकीचे सारे कामं तुमच्या पर्तेकाच्या हिश्शावर यायलेच पाह्यजे. त्यासाठी तुम्ही एक करा गडे हो."

"कसं?" येसाजीनं विचारलं. पंचायत भरणार म्हणून मांगवाड्यातले सगळे मांग भर पावसात तिथं जमा झाले होते. त्यातले बहुतेकजण भिजले होते. तरी बैठकीसमोर गर्दी करून उभे होते.

"हे काम करणारे तुम्ही कितीजणं हा?"

"माह्यासकट आठजण."

"मंग तं गणित बरोबर जमते. आठ दीडं बारा. पर्तेकानं दीड-दीड मह्यना गावकीचे सगळे कामं करायचे."

"तसं कसं जमंल?" नाथा मध्ये बोलला.

"काऊन नाही जमत?"

"काही कामं एकट्या माणसाले करता येतील; पण काही कामं असे हायेत-जसं मेलेलं ढोरं वढून नेणं, ते सोलणं ही कामं एकट्या-दुकट्या माणसाले कशी जमतील?"

"अरे हो, ते बी खरंच हाये. "मंग असं काऊन नाही करत रे?" गोविंदा बेल्या म्हणाला.

"सांगा. दोघा-तिघा मांगांनी एकसाथ म्हटलं.

"तुम्ही आठजणं हा ना? मंग दोघा-दोघांची जोड करा. मंजे पर्तेक जोडीले तीन-तीन मह्यने वाटून येतील. कसं पाटील?"

यावर पाटील गप्पच राहिले.

"चालते असं बी." भिका बोलला, त्याला गोविंदा बेल्याचं म्हणणं पटलं.

"तुले चालते रे! पण मले नाही चालत." पाटील थोड्याशा उंच आवाजात म्हणाले. ते आत्ता पहिल्यांदा बोलले. त्यांचं बोलणं ऐकल्यावर सगळ्या मांगांनी, पंचायतीच्या लोकांनी कपाळावर आठ्या पाडल्या.

"असं काऊन मनता?" असं विचारायची मात्र कोणाचीच हिंमत झाली नाही.

सगळ्या मांगांवरून आपली करडी नजर फिरवून ती भिकावर स्थिर करत पाटील म्हणाले, "तुही पोटदुखी काय हाये ती मले माहीत हाये! येशानं अंगावर घेतलेलं गावकामदारकीचं काम तुह्या डोळ्यांत सलायलं."

"पण मालक, त्यानं मेलेले ढोरं वढले, सोलले तं काय बिघडते? त्यो का असा बामनाच्या पोटचा हाये?" भिकानं उलट उत्तर दिलं.

ते ऐकून तिथल्या सगळ्यांना आश्चर्य वाटलं. पाटलापुढे नजर वर करून पाहायची कोणाची हिंमत होत नसे, तिथं भिका उलट उत्तर देतो? केवढी मग्रुरी झाली त्याची ही!

“त्यो बामनाच्या पोटचा नाही हे खरे; पण मंग तू तरी बामनाच्या पोटचा हायेस का?”

भिका गप्प राहिला.

“कोण्या पोलिसासंगं का सायबासंगं कसं बोलायचं, कसं वागायचं हे त्याले जसं जमते तसं तुमच्या सातजणांपैकी एकाले तरी जमते का? सगळ्या कामांच्या वाटणीत हेबी काम घेसाल अन् माही खतवसाल. मनून मनतो, येसाजीले या कामासाठी मोकळे सोडा अन् बाकीचे कामं तुम्हाले जसे वाटून घ्यायचे असतील तसे वाटून घ्या.”

भिकाच्या मनात जे होतं तसं न होता सारं विरोधात झालं हे. आपल्यासारखी येसाजीनंही मेलेली ढोरं ओढावी-सोलावी ही त्याची तीव्र इच्छा होती. तेवढ्यासाठीच त्यानं ही भानगड उपस्थित केली होती; पण पाटलानं हे भलतंच काढलं? आता काय करावं? तो हवालदिल झाला.

बराच वेळ कोणी काहीच बोललं नाही. मग हळूच हात जोडून हारजी म्हणाला, “मालक, मी एक बोलू?”

“हां, बोल.”

गोइंदा बापूनं मनलं, तसे तिघा-तिघांचे गट करा.”

“पण? तुमच्या सातजणांत तिघा-तिघांचे गट कसे तयार करावं रे?’

“ऐकून तं घ्या मालक?”

“हं!”

“येसाजीले अन् मले सोडून उरलेल्या सहाजणांह्यचे दोन गट करा. अन् हे काम त्याह्यले वाटून द्या.”

“पण हारजी, माझ्यासाटी तू हे तुहं हक्काचं काम काऊन सोडतं?’ येसाजीनं म्हटलं. त्याला हारजीचं बोलणं योग्य वाटेना.

“येसुदा, तुमच्यासाटी हे कामच काय; पण माहा जीव देयाचं कव्हा कामं पडलं तं मी माघंमव्हरं पाहणार नाही.”

“येसुदा, हारजीले आमच्या गटात घेतो आम्ही. आम्ही चौघंजण काग करू. संपतनं आपला विचार बोलून दाखवला.

“पण पडीचे सात नाही सहाच हिस्से पडतील.” भिका चिरडी येऊन बोलला.

“काही हरकत नाही. सहा तं सहा.” नाथा म्हणाला,

“आमच्या हिस्स्यातला हिस्सा देऊ हारजीले अन् येसाजीले.”

पाटील पुढे म्हणाले, “हारजी, तू, संपत, नाथा अन् भिका असा तुमचा चौघायचा गट करा. उरलेल्या तिघायचा दुसरा गट.”

हारजीला ‘नाही’ म्हणता आलं नाही. वास्तविक भिका आपल्या गटात असावा,

असं कोणालाच वाटत नव्हतं; पण त्याला काही इलाज नव्हता.

"आता काय राह्यलं रे भिक्या?" पाटलानं विचारलं.

"काही नाही."

"मंग जा; त्या इश्वासदाची गाय वढून न्या. आज कोणं काम सुरू करायचे ते तिकडे जाऊन ठरवा; पण याद राखा, याच्यापुढे असं कोणाचं ढोरं वढायचं सोडून नसत्या उखाळ्या-पाखाळ्या काढत बसू नका, जा."

डोळ्याचं पात लवतं न लवतं तोच येसाजी सोडून सगळे मांग तिथून गेले.

"हे बेणं भोसडीचं भलतंच नासकं हाये." पाटील सौम्य आवाजात बोलले, "महरं कव्हाच्यालेबी ह्यो अन् याचेच पोट्टे-सोट्टे, नातू-पणतू गावावर नसत्या भानगडी करतील."

येसाजीसह सर्वांनीच या गोष्टीला दुजोरा दिला.

***

भगवान पाटलाच्या बैठकीत भगवान पाटील अन् येसाजीचा कवठ्याचा मेहुणा संतराम कांबळे यांच्या गप्पा ऐन रंगात आल्या; पण येसाजीचा त्या गप्पांत जीव लागेना. त्याला तिथून कधी उठू अन् कधी नको असं झालं होतं. त्याला खरं तर त्या गप्पांचा कंटाळा आला होता. कोणत्याही गावचा मांगाचा माणूस असो, तो त्याच्या गावच्या पाटलाचा मोठेपणा सांगण्यात नेहमीच रंगून जातो. आमच्या पाटलाची शेतीबाडी अशी, त्याची बैलजोडी अशी, त्याचा वाडा असा, त्याचा जोडा असा, त्याचं हे असं अन् त्याचं ते तसं... तासन्‌तास गप्पा चालल्या तरी विषय पाटलाचाच. म्हणूनच म्हणतात ना "उठला मांग, रातदिवस पाटलाचंच भूषण सांग."

भगवान पाटलाच्या बैठकीत चाललेल्या गप्पाही याच मासल्याच्या होत्या. संतराम कांबळे मोठाच गप्पा ठोकणारा. त्यात भगवान पाटलाची बहीण त्याच्या गावच्या पाटलाला दिलेली; त्यामुळे संतरामच्या गप्पांत भगवान पाटीलही रस घेऊ लागले. इच्छा नसताना येसाजीला मात्र हो ला हो लावत भाग घ्यावा लागत होता.

येसाजीला अशा गोष्टींचा नेहमीच कंटाळा येतो. तो स्वतः कोणत्या गावात गेला किंवा इतरत्र कुठे चार-चौघांत बसला तर कामापुरतंच बोलतो; पाटलाची अवास्तव स्तुती करत बसत नाही. संतरामसारख्यांनी याबाबत कधी विचारच केला नसेल? गावच्या पाटलाच्या, कुणब्यांच्या जिवावरच पोसले जाणारे हे लोक स्वतः कोणतंच कर्तृत्व करत नाहीत. नंबर एकचे आळशी. पाटलांच्या, कुणब्यांच्या घरची उष्टीपाष्टी भाजी-भाकर भेटली की, हे धन्य झाले. कमाईसाठी कोणतंच काम कधी अंगानं करणार नाहीत. काम करावं, कमाई करावी; त्या कमाईवर खावं-प्यावं अशी

त्यांची भावनाच नाही. नेहमी कुणब्यांची उष्टावळ खाणारी ही माणसं विचार तरी चांगला कसा करतील? त्यांना भलं सांगणाराही कोणी भेटला नसेल. कोणी भेटला तरी हे कोणाचं ऐकतील, याची शक्यता कमीच... तासन्तास कोणत्याही गोष्टीची बिनकामाची चर्चा करणं म्हणजेच आगाऊ वकिली करणं यातच त्यांना धन्यता वाटते... येसाजीला असं जे काही वाटत होतं, तसं कोणाजवळ बोलून दाखवायची त्याच्यात हिंमत नव्हती.

गावोगावच्या पाटलांनाही अशा तोंडपुज्या लोकांच्या गोष्टी बऱ्या वाटतात. पूर्वीच्या काळी राजे लोकांच्या पदरी भाट असायचे. त्यांच्याचसारखे हेही पाटलांचे भाट.

चुळबुळ करत येसाजी उठला. त्याच्याकडे पाहत पाटील म्हणाले, "का रे, बस नं, काऊन उठला?"

"मी येतो एकदा घराकून, बसा तुम्ही."

तो बाहेर पडला. रस्त्याने निघाला..

"अरे, ये येस्याऽऽ, माह्या बयनं बलवंल रे!"

कोणीतरी हाक मारली. येसाजीनं कलून पाहिलं. शिवाजी बेल्याचं दहा-बारा वर्षांचं पोरगं होतं ते. एवढुशा पोराने आपल्याला "येस्या" म्हटल्याचं मोठं वाईट वाटलं त्याला. काय आपली गत, कुत्र्यासारखी? सगळेच हाडहाड करतात. जिवाला आब कशी ती नाहीच. मानपान ही तर फार दूरची गोष्ट... एरव्ही मोठी माणसं त्याला "येस्या" म्हणतात, तेव्हा त्याला काही वाटत नाही; पण लहान लेकरांनीही तसंच म्हणावं? बरं, असं का म्हणतंस असं दरडावायची सोय नाही... घरातल्या मोठ्या माणसांना तरी कळू नये का? त्यांनी आपल्या लेकरांना वळण लावू नये?... शिवाजी कधी वळण लावेल? अर्धा माणूस झाला तरी त्याचीच लाळ गळते... नुसता नावाचाच शिवाजी तो. त्याची माय जिवंत आहे म्हणून त्याची ठाकुरकी आहे... तशी त्याची बायको हुशार आहे; पण सासूपुढे तिचं काही चालत नाही.

त्याला वाटलं, मागे वापस जाण्याऐवजी सरळ पुढे जावं... पण त्या पोरानं मागून पुन्हा आवाज दिला. आधीच्यासारखाच. मात्र, या वेळी शिवाजीच्या घरापुढे राहणाऱ्या धर्माजी बुढ्याने त्या पोराला दटावलं,

"का रे पंज्या, काय हाये रे असं उगिरल्यावाणी बोलणं? दादा, बाप्पा मननं राह्यलं, येसा मनायचं?"

पोराने त्याच्याकडे पाहून तोंड वाकडं केलं.

येसाजी वापस आला, त्याला पाहून धर्माजी बुढा म्हणाला, "पाहाय ने कसा जमाना आला?"

“जाऊ द्या ना आबा! लहान लेकरू हाये. त्याच्यावर काय ध्यान देयाचं एवढं?” काहीतरी बोलायचं म्हणून तो बोलला.

तो शिवाजीच्या दारापाशी गेला.

“काय मंता माय?” त्याने बाहेरून आवाज दिला.

त्याला माहीत होतं, काही काम असलं की, म्हातारी बोलावते.

“अरे, आम्हाले सागाच्या पानाचा एक कडप पाह्यजे व्हता रे!”

“बरं माय देईन”

“कव्हा देशील?”

“तुम्हाले कव्हा काम हाये?”

“मले परवाच्या दिवसच्याले पायजे व्हता.”

“देईन.”

“ध्यानानं दे जो.”

“देतो.”

“बय, कडप कसा असते?” पोरानं विचारलं.

“कडप मंजे सागाच्या पानांचा गठ्ठा.”

“मंग गठ्ठा काऊन नाही मनत?”

येसाजी तिथे थांबला नाही. आता खळ्याचे दिवस जवळ आले. ज्वारीचं खुडणं सुरू झालं की, कणसांच्या ढिगाखाली सागाची पाने अंथरतात... त्यासाठी बहुतेक सगळ्या कुणब्यांना एक-एक, दोन-दोन कडप द्यावेच लागतात. तसं हे काम बाकीचे मांगाचे माणसं करतात; पण काही लोक मुद्दाम येसाजीलाच सांगतात. येसाजीही बायजाला सोबत घेऊन सागाच्या पानांचे कडप आणतो. कडपांसाठी पार उमऱ्याच्या शिवारात जावं लागतं. उमऱ्याच्या शिवाराला लागून असलेली सरकारी सागांची डाग म्हणजे जंगल पानांच्या कामी पडते. रामकिसन मानकऱ्याच्या वाघाईच्या नंबरातही सागांची झाडं आहेत; पण तो तिथले पानं आणू देत नाही, तोडू देत नाही.

तो तडतड चालत गाव ओलांडून मांगवाड्यात आला. भिकाच्या दारात त्याला चार-पाच बायका उभ्या असलेल्या दिसल्या. त्यानं कपाळावर आठी चढविली.

“काय झालं?” त्याने त्यातल्या एकीला विचारलं.

“दारकीची पोरगी कशीकान्नू करायली?”

“काय झालं तिले?”

“तिले जलमताच सटवी-सोगणी झाली व्हती.”

“अस्सं!” खरं तर त्याला ही गोष्ट माहीत होती.

त्याला वाटलं, आपण स्वतः भिकाच्या घरात जाऊन पाहावं. भलेही आपलं अन् भिकाचं पटत नाही; पण तोरणदारी अन् मरणादारी दुस्मान-दावा विसरावं.

त्याची पोरगी सटवीनं झुरत चालली, म्हणजे तिचं काही खरं नाही. जगंल तरी कशी म्हणा? भिकाच्या बायकोच्या-द्वारकाच्या अंगात बाळासाठी दूध फुटायला कुठं ताकद आहे? तिच्या अंगावर नुसती हाडं अन् त्यावर चमडा शिल्लक... ही गत एकट्या द्वारकाचीच नव्हे, तर बाकीच्या मांगणींचीही अशीच... शक्तिहीन झालेल्या.. अंगात शक्ती येईल असं खायला तरी काय मिळतं त्यांना? गव्हाची रोटी, दूध, तूप, खारीक-खोबरं... ह्या नुसत्या कानाने ऐकायच्या गोष्टी... बनारस साखर घालून, गावरानी तुपात तळलेलं बदाम, खारीक, खोबरं, मनुका हे असलं तालेवार असणारं दोन-दोन शेराचं औषध कुणब्यांच्या बायका बाळंत झाल्या की खातात... वरून तूप, रोटी... तेव्हा कुठे त्यांच्या अंगावर बाळांसाठी दूध फुटतं.. तसं खारीक-खोबऱ्याचे औषध कोणत्याच मांगणीला कधीच मिळत नाही.... बाळंतीण असली, नसली तरी तिला पाटील-कुणब्यांच्या घरचं उष्टंपाष्टंच खावं लागतं. त्या शिळ्यापाक्या, उष्ट्या अन्नात कुठला आला कस?... खरं तर जिच्या अंगात कस तिनंच बाळंत व्हावं; असं म्हटलं तर मांगांच्या बायकांना बाळंत व्हायची संधीच मिळणार नाही... पण ते शक्य होईल का? पुरुष मग तो तालेवार असो वा गरीब, वरच्या जातीचा असो का खालच्या जातीचा; एकवेळ त्याला दोन दिवस पोटाला अन्न भेटलं नाही तरी चालेल... पण बायकोचा संग सोडणार नाही... खरं म्हणजे अंगात कस असण्याचा अन् नवरा-बायकोच्या संबंधाचा मेळच कुठे बसतो...? तसं असतं तर भिकाला पाच पोरांनंतर ही सहावी पोरगी झालीच नसती. भिकाचं काय बाकीचेही मांग तसेच... कोणाला दोन, कोणाला चार. तसे जे जन्माला येतात ते जगतातच असंही नाही. आपल्यालाच परभूच्या जन्माआधी दोन पोरी झाल्या होत्या... दोघीही मेल्या... परभू मात्र वाचला. तर त्याच्या पाठीवर नंतर काहीच झालं नाही. सगळी देवाचीच कृपा!

तो बायकांना बाजूला सारून घरात आला. खोल खोल डोळे गेलेली, निस्तेज झालेली द्वारका पोरीला मांडीवर घेऊन पदराने हवा घालत होती. तिच्या भोवताल दोन-चार मांगाच्याच बायका बसलेल्या होत्या.

"अरे, कोणाले दाखवलं काऊन नाही पोरीले?" त्यानं विचारलं.

तशी हारजीची बायको गया म्हणाली, "गेलेत भिकाभावजी त्या दाजिबा शेळक्याले बलवाय."

लहान मुलांच्या आजारांवर औषधी देण्यासाठी सगळ्या गावात दाजिबा शेळक्या प्रसिद्ध होता... त्याचं औषधं म्हणजे छा छू करणं... बट, पाणी, राख भारून देणं... लहान लेकरांच्या सगळ्या रोगांवर हे एकाच प्रकारचं औषध. कधी त्याचा गुण आल्यासारखा वाटे, कधी रोगी लेकरात काहीच फरक नसे, तरी 'फरक पडला नाही'

असं म्हणायची गावातही कोणी हिंमत करेना... आपण तसं म्हटलं, तर हा शेळक्या आपल्या लेकरांना दुसरं काही खुसपट घालायचा, अशी ज्याला-त्याला भीती वाटायची. बरं, त्याला एकदा एखादं लेकरू दाखवलं की, मग ते लेकरू जगो किंवा मरो, दुसऱ्या कोणाही वैदाला, डॉक्टरला दाखवायला जमणार नाही... तसं कोणी काही केलं की, त्याला फारच राग यायचा... अन् मग तो अशा माणसाच्या हात धुऊन पाठीमागे लागायचा. त्या माणसाच्या लेकराचा जीव घेतल्यावरच त्याला चैन पडे. असं त्याच्याबद्दल सगळं गाव बोलायचं... त्यामुळे त्याला सगळं गाव भ्यायचं... त्यानंच जर 'पोराले डाक्टरकडे न्या' असं म्हटलं; तर त्या पोराला डॉक्टरकडे न्यायचं... असा हा दाजिबा शेळक्या दिवसभर शेळ्याकडे राखणीला जायचा. खरा तर तो आडनावानं बेल्या; पण गावावरच्या शेळ्या राखताराखता त्याचा जन्म गेला.... त्यावरून त्याला 'शेळक्या' अशी ख्यालच पडली...

"त्यों तं आता गेला असंल जंगलात शेळा चाराय." येसाजीने सांगितले.

"भिकाभावजी गेले मंग रानातच त्याले बलवाय."

शेळ्यामागचा माणूस एका ठिकाणी कधीच सापडणार नाही. ही जात नुसती धावतच असते... मग ह्या दाजिबाची अन् भिकाची भेट कुठे होईल? पण तसं काही न बोलता येसाजी म्हणाला,

"येईल मंग... धीर धरायला सांगा दारकीले..."

यापेक्षा अधिक काही न बोलता बाहेर निघाला. बाहेर आता मांगवाड्यातली बायका-माणसं, लेकरं जमू लागली. घरी जाऊन बायजालाही भिकाच्या घरी पाठवावं या विचारानं येसाजी पुन्हा वाटेला लागला. अन् पुन्हा विचारात बुडाला.

मुळात म्हणे या गावावर पंढरपुराकडून मांगाचे दोन भाऊ राहायला आले... त्या दोनाचे आता आठ झाले... आठांचे अठ्ठावीस व्हायला यापुढे वेळ लागणार नाही. मांगाची आबादी अशीच वाढत जाणार; पण मग खाणार काय? कोणत्या मांगाजवळ पाच-दहा एकर जमीन आहे? दुसरी धन मामलत तरी आहे का? खायचं सोडा; पण मोठा प्रश्न राहायचा आहे ना... मांगवाड्यातले सगळेच घरं नाडापुडी इतके... त्यात पाय पसरून झोपतो म्हटलं तर ना धड आडवं झोपता येणार ना उभं झोपता येणार ... एखादा पाहुणा आला तरी त्याला झोपवायची पंचाईत... पुढे हे पोरांचं लचांड. ते मोठे झाले, त्यांची लग्ने झाली; त्यांच्या बायका आल्या तर त्यांनी संसार करावाच कुठे?... आपल्यालासुद्धा परभूचं लग्न करण्याआधी एखादी कुडाचीच का होईना घराच्या पुढच्या अंगणात चार-पाच टिनांची खोली काढावीच लागेल... परभूच्या सोयरिकीसाठी तर कवठ्याचा त्याचा मामा-संतराम कालपासून आला. संतरामपेक्षा लहान असलेल्या भावाची-दयारामची पोरगी परभूला देतो म्हणतो. रात्री त्याने ही गोष्ट काढली, तेव्हा येसाजी गप्पच राहिला. बायजा म्हणाली, "बाप्पा, इतक्या

लवकर माह्या परभूचं लगन?''

''काऊन? लहान हाये का त्यो?''

''मंग का लय मोठा झाला का? आता एकदी झाले त्यानं शाळा सोडली ना.. उमरच काय असंल त्याची अशी? दहा नाही तं बारा साल... खेळायचे, उंडारायचे त्याचे दिवस... अन् तू मनतं त्याचं लगन कर.''

''तुमचं लगन झालं, तव्हा तुह्या नवऱ्याची उमर काय व्हती? लग्नाच्या वक्ती दोघेजण आपापल्या मामाह्यच्या काखंत व्हते?''

''तव्हाचा जमाना अलग व्हता, आताचा अलग हाये.''

''मंजे मंग तुह्या मनात नाही असंच मन नं?''

''तसं नाही दादा; पण जरा दम धर, मले जव्हा माह्या परभूचं लगन करायचं असंल, तव्हा मी दयारामदादाचीच पोरगी करीन, हे मी तुले वचन देतो. मंग तं झालं?''

''पाहू.'' संतरामनंही एवढ्यावरच विषय आखडता घेतला होता.

...संतरामनं परभूचा विषय काढला, तेव्हापासूनच येसाजीला घराचा घोर पडला होता. कसा निभाव व्हावा या घरात? का आपल्यासारखीच पाळी येणार आहे परभूवर?... आपल्या काळात आपली माय बापूचं धोतर आडवं बांधायची. धोतराच्या पलीकडून आपण अन् बायजा अन् अलीकडून माय अन् बापू... कसं वाटायचं तेव्हा... तशी पाळी परभूवर न येवो... आपला एकुलता एक पोरगा आहे तर आपल्याला त्याचा एवढा घोर वाटतो; बाकीच्या मांगांना असं काहीच वाटत नसेल? कुणाचे दोन पोरं, कुणाचे चार पोरं; पण वाटलं तरी त्याचा फायदा काय? एक तर मांगवाड्यात जागा शिल्लक नाही. ज्याच्या त्याच्या घरी पहिलीच अडचण... मोकळी जागा. जी दुसऱ्याला विकत म्हटलं तरी देता येईल अशी कोणाजवळच नाही. गावात मोकळ्या जागा आहेत; पण तिकडे मांगाला कुणबी कसे पाय टाकू देतील? म्हणजे मांगांना या खोड्यांतच पाय खोरू खोरू मरावं लागणार.

विचार करत तो दारात आला. दारात अजूनही परभू सनई वाजवत होता. सकाळी उठून तोंड धुऊन न्याहारी केल्यापासून परभूनं सनईचाच ध्यास धरला. हा त्याचा दररोजचा क्रमच झाला.

''अरे पोरा, बंद कर आता. दे ठेवून.''

येसाजीचं बोलणं ऐकून न ऐकल्यासारखं करीत त्याने वाजवणं चालूच ठेवलं.

येसाजी घरात आला. घरात चुलीपाशी बसून बायजा काहीतरी करत होती. ''काऊन बापू?'' परभूनं सनई वाजवणं बंद करून घरात येत विचारलं.

''अरे, त्या भिकाकाकाची पोरगी कशी काजून करायली; मरते का काय ते? कोणाच्या घरात असं दुख असल्यावर आपण सनई वाजवणं बरं नाही. दे ठेवून...''

येसाजीच्या म्हणण्याप्रमाणं परभूनं सनई ठेवून दिली... येसाजीला परभूचं कौतुक वाटलं. एरव्ही परभूच्या हरेक गोष्टीचं त्याला कौतुकच वाटतं. सनईच्या बाबतीत तर त्यानं कमालच केली... नाथाच्या सनई-चौघड्याच्या जोडातून भिकानं अंग काढून घेतल्यावर गेल्या वर्षीच्या लग्नाच्या हंगामात परभूनं पोंघाडा वाजवला. मात्र, पोंघाड्यापेक्षा सनई वाजविण्यात त्याला जास्त मजा वाटायची... त्यानं येसाजीला मुद्दाम एक सनई विकत आणायला लावली... सनईच्या स्वरांची येसाजीजवळूनच ओळख करून घेतली. मागच्या वर्षीच्या नागपंचमीला त्याला येसाजीनं सनई विकत आणून दिली; तर पोळ्याच्या वेळेस बैलांना तोरणाखाली नेताना नाथाच्या चौघड्यात परभूनं सनई वाजवली. दिवाळीच्या वेळी कुणब्यांच्या अंघोळीच्या वेळी त्यानंच सगळ्या गावभर सनई वाजवली. सगळा गाव त्याचं कौतुक करू लागला... आता लग्न-सराई सुरू झाली... तर नाथानं त्यालाच सनई वाजवायला सांगितली... पोंघाडा वाजवायचं काम नाथानं हारजीच्या यंका नावाच्या पोरावर सोपवलं, यंका परभूपेक्षा सात-आठ वर्षांनी मोठा; पण त्याला नीट पोंघाडाही वाजवता येत नव्हता... त्याला जास्त वेळ श्वास रोखून धरणं जमत नव्हतं... तरीही त्याला तसंच वाजवायला सांगितलं.

येसाजी घरात आला तशी बायजा त्याच्यावर कचकचली, ‘‘कावं, किती वाढोळचे गेले घरून... गहू घेऊन येतो मनले..?’’

‘‘तूच मनली ना मांडे करत नाही मनून...’’

‘‘तसे कसे करू? त्या का रोट्या करणं व्हतं का? की आणले गहू, दळले अन् केले मांडे?’ ती कचकचली; पण तिचं म्हणणं खरं होतं.

मांड्याचा आटापिटा करावा लागतो. गहू पाण्यातून भिजवून काढायचे. दोन-तीन घंटे मुरू द्यायचे... मग तसे ओले गहू दळून काढायचे... ते पीठ बारीक चाळणीनं चाळायचं. त्या चाळलेल्या पिठाचा उंडा पाण्यात भिजवून तो तीन-चार घंटे मुरू द्यायचा... तेव्हा कुठे मांडे वळतात... येसाजीचं म्हणणं तिच्या भावासाठी-संतरामसाठी दुपारच्याला मांड्याचा पाहुणचार कर... त्यात घरात गव्हाचा पत्ता नाही. तसे नेहमी घरात गहू असतातच असं नाही. सणवार असला की, पाटलाच्या घरीच सण होतो. बाकी कोणी पाहुणा-राहुणा आला तर पाटलाच्याच घरून शेरभर गहू आणले जायचे; त्यामुळे घरात बहुतेक गहू नसायचेच. आता कव्हा ते गहू आणावं, भिजवावं, मुरू देवावं अन् दळावं? दळल्यावर चाळणं, चाळल्यावर उंडा भिजवून तीन-चार घंटे मुरू देणं. पहाटे दिवस निघायच्या आत गहू पाण्यात टाकले, तर रात्रीच्या जेवणासाठी मांडे तयार करता येतील... त्यासाठी संतरामनं आज मुक्कामी राहणं भाग होतं; पण तो राहायला तयार नव्हता. दुपारीच जातो म्हणाला... मग कसे मांडे करावे?... बायजाची ही अडचण होती... येसाजीचा मात्र मांड्यांचाच आग्रह

होता... येसाजीला मांड्यासोबत मटन फार आवडतं... तशी प्रत्येक मांगाच्या आवडीची ही गोष्ट आहे... बायजा सोडून मांगाच्या बाकीच्या बायका मांड्यासोबत वाळवून ठेवलेल्या चान्या शिजवितात. चान्या नसल्या तर मसरीची दाळ शिजवतात... येसाजीला घरात चानी वाळवून ठेवणं आवडत नाही... तसंच कोणाच्या घरून चान्या आणून त्या खाणंही आवडत नाही. मसरीची दाळही आवडत नाही. मांडे खायचे असले, तर तो अनसिंगावरून मुद्दाम बोकडाचं मटन विकत आणतो किंवा गावात एखादं कोंबडं विकत घेतो... गावात कोंबडे पाहायच्या विचारानंच तो पाटलाच्या बैठकीतून उठून घराकडे आला.

"मंग कोंबडं पाहू का कसं?"

"कोंबडं पाहायचं तं पाहा; पण माह्याकून मांडे करणं व्हणार नाही."

"नको करू... जेवारीच्या भाकरी तरी टाकशिल का नाही?"

"आणा जा..."

"हो" म्हणून तो बाहेर आला अन् 'अरे, मी इसरलोच' म्हणत पुन्हा घरात गेला. अन् बायजाला म्हणाला, "आवं, त्या दारकीची पोरगी कशी काजून करायली? जाते का काय मनावं ते? समद्या बाया-माणसं जमा झाले तिच्या घरी. तू जाऊन येतं का?"

"हो. मी येतो जाऊन; मंग कोंबडं काहाले आणता? भसकन् ती पोरगी मेली तं मंग कसं कोंबडं शिजवावं?"

"हो, ते बी खरंच हाये. जाऊ दे कोंबडं कॅन्सल... असं कर... पाव्हण्याले अन् मले जेवायसाठी चुण कर अन् भाकरीच टाक... अन् तू जाऊन ये, दारकीच्या घरून..."

सांगून तो मागे वळणार तेवढ्यात शेजारची पद्मिना बायजाला हाका मारीत आली...

"काय वं पद्मे?"

"बाई, आवं, दारकाबाईची पोरगी मेली."

"मेली? आत्ता माय, हे नेमकेच सांगायले, पोरगी कशी काजून करायली मनून?"

"मेली आत्ताच, समदा लडा-पडा उठला तिच्या घरात."

बोलताबोलता पद्मिनाच्या डोळ्याला पाणी आलं. पदराच्या शेवानं पुसत तीं म्हणाली, "उग्गंच असते माय बाईच्या जातीचं. पोट उपसून लेकराले जन्म द्या, त्याचं हागलं-मुतलं करा, अन् हे असा देव सटवाई-जोखाईचं निमित करून घेऊन जातो... बाईच्या नशिबातले हे भोग कव्हा बंद व्हतील ते व्हवो माय?"

"त्याले काय इलाज हाये मायबाई आपला? हे देवाचं देणं हाये, त्याले नाही

कसं मनावं? बाईनं लेकराले जन्मच देत नाही मनल्याने व्हते का? त्याच्यासाठीच तं तिचा जलम हाये.''

"पण मी मनतो, त्या देवानं काहीतरी करा लागत व्हतं आपल्यासाठी!''

"काय?''

"हेच दोन-तीन लेकरं झाले की, बाईच्या जातीची मासिक पाळी बंद... मंग कसे लेकरं झाले असते लय मोठे?''

त्या दोघींचा विषय येसाजीला पटण्यासारखा होता; पण त्याबाबत कोणालाच काही करता येण्यासारखं नव्हतं... ना कोण्या बायकोला, ना कोण्या नवऱ्याला... वामन बेल्याच्या बायकोला तर आतापर्यंत बारा लेकरं झाले... त्याच्या लग्नाला अठ्ठावीस-तीस वर्षे झाली असतील... आता त्याच्या बायकोची मासिक पाळी बंद होईपर्यंत आणखी किती होतील ते सांगता येत नाही... या वडगावात तेवढे लेकरं आजतरी कोणत्याच बाईला झाले नाहीत... तरी बऱ्याचजणींचे आठ-आठ बाळंतपणं झाले; त्यामुळे बऱ्याचजणांचे कुत्रेहाल सुरू आहेत... ना त्यांच्या पोरांच्या पोटाला भाकर, ना अंगावर कपडे... ज्यांची तालेवारी आहे, त्यांची वेगळी गोष्ट आहे; पण मांगवाड्यात कशाचे आले तालेवार ?

"बापू, दारका लाह्यनीमायची पोरगी मेली?'' परभूनं विचारलं.

"हो, मेली गड्या.''

"मंग तिचं मडं नेतानी मर्तिकाचं वाजवा लागते?''

परभूचं बोलणं ऐकून येसाजीनं कपाळावर आठ्या पाडून त्याच्याकडे पाहिलं... परभूनं मागच्या पोळ्याचं, दिवाळीचं वाजवलं... या महिन्यात एक-दोन लग्नाचं वाजवलं... मात्र, आतापर्यंत गावात कोणाच्या मर्तिकाचं वाजवायचं त्याला काम पडलं नाही... तसं गावात कुणब्याचं कोणी एवढ्यात मेलंही नाही. नाथा एकदा परभूची गंमत सांगत होता, त्याची येसाजीला आठवण आली... झाले असतील त्याला पंधरा दिवस... बौद्धवाड्यातला गौतम खिल्लाऱ्याचा बाप आनंदा मागच्या महिन्यात मेला... हे परभूला कळलं तर त्यानं नाथाला भेटून, "काका, त्या गौतम खिल्लाऱ्याच्या बापाचं मर्तिकाचं वाजवाय बौद्धवाड्यात जायचं का?' असं विचारलं... तेव्हा "आपण बौद्धांचं मर्तिकाचं वाजवत नाही'' असं त्यानं परभूला सांगितलं.

त्यावर त्याने उलटं विचारलं म्हणे, "मंग कोणाचं वाजवतो आपण?''

नाथानं त्याला समजून सांगितलं... खरं म्हणजे कुणबी समाजाचं कोणी मेलं तरच त्याचं मर्तिकाचं वाजवणंच काय, गावोगाव निरोप देणं, सरणाचे लाकडं-गवऱ्या नेणं ह्या सगळ्या गोष्टी मांग करतात; पण कधीकधी धनगर, तेली, माळी, वाणी या मंडळीनं 'चला' म्हटलं तर ते नाही म्हणत नाहीत. मात्र, बौद्धांच्या मर्तिकाचं बौद्ध महार होते, तेव्हाही कोणी कधी वाजवल्याचं नाथाला माहीत नव्हतं.

ही गोष्ट नाथानं येसाजीला सांगितली; तेव्हा येसाजीला परभूचं कौतुक वाटलं.

आताही तसंच काहीसं वाटलं. मर्तिकाचं वाजवणं इतर वेळी वाजवण्यापेक्षा वेगळं असत, ते त्यानं नाथाजवळून शिकून घेतलं म्हणे... चौघड्याचं तिथं काम नसतं... पोंघाडातही लागत नाही... फक्त सनई अन् डफडं असलं तरी चालते... डफड्याची चाल उलटी असते... डफड्याच्या टिपऱ्या अशा पडतात- ड ड डन् डन् ड ऽऽ; ड ड डन् डन् ड ऽ ऽ तशा त्यानं नाथाला जवळ बसवून घेऊन वाजवून दाखवल्या... उलट्या सुरात सनईसुद्धा वाजवून दाखवली...

"काका, कोणाचं मर्तिकाचं वाजवायचं असलं की, मले डफडं वाजवू द्या... बरं का?" असं त्यानं नाथाला बजावून ठेवलं होतं; पण आतापर्यंत मर्तिकाचं वाजवायची त्याला संधीच भेटली नाही... आता भिकाची पोरगी मेली, तर तिचं मर्तिकाचं वाजवायचं का? असं त्यानं येसाजीला विचारलं अन् येसाजीनं कपाळावर आठ्याच चढवल्या.

काय सांगावं या पोराला? त्याला प्रश्न पडला. तसं मांगवाड्यातलं वयस्कर म्हातारं माणूस मरण पावलं तर मर्तिक वाजवतात; पण एवढुशा लेकराचं मर्तिक? कशाला वाजवतील? अजून तरी कधी वाजवलं नाही.

"एवढुशा लेकराचं मर्तिक नसतात वाजवत बाबू?" येसाजीनं म्हटलं; पण ते ऐकून परभू हिरमुसला... त्यानं उलट विचारलं, "काऊन नाहीत वाजवत?"

ही वेळ त्याला समजावून सांगत बसण्याची नव्हती... भिकाच्या घरी जाऊन सगळी व्यवस्था पाहणं आवश्यक होतं अन् परभू मध्येच मर्तिकाचं वाजवायचं विचारत होता.

"मले नाही माहीत, जाय तिकडे." तो जरासा वैतागून बोलला.

"मी नाथा काकाले जाऊन इचारू?"

"जाय इचार."

येसाजीनं म्हटलं अन् परभू धूम ठोकतच घराबाहेर पडला, तर येसाजीनंही बायजाला "चाल बिगीनं" म्हणतं घराबाहेर पाय टाकला.

***

चिंचेखालच्या तुकाराम बेल्याच्या देविदासच्या लग्नाचं वऱ्हाड सेनगावच्या गावखरी येऊन पोहोचलं. रात्री दहा वाजता वडगाववरून गाडीबैलानं हे वऱ्हाड निघालं. सगळ्या वीस-पंचवीस गाड्या, दमण्या असतील; पण त्यात सनई-चौघडा वाजवणाऱ्या मांगांसाठी एकही गाडी नव्हती. त्यांना आपापल्या बासनांना सांभाळून गाड्यांसमोर पळावं लागत होतं. मांगांना बैलगाडी असली पाहिजे, असं कोणालाच वाटत नव्हतं. ना मांगही याबाबत आग्रह धरत होते... सगळ्या लग्नात हीच गत.

बौद्ध धर्मात जाण्यापूर्वी महार-मांगांना सोबती होते. त्या काळी मांग वऱ्हाडाच्या पुढे पुढे वाजवायचं काम करीत, तर महार त्यांच्या मागून लग्नाचे भगवे झेंडे हाती घेऊन पैदल चालत. महारांनी बौद्ध धर्म स्वीकारला अन् ते बिचारे यातून सुटले; पण मांगांच्या मानेवरचं जू मात्र अजून कायम होतं.

आठ कोसांचं वडगाव ते सेनगाव एवढं अंतर धावूनधावून परभू थकून गेला. बरं, कंटाळा करण्याची सोय नव्हती. मधात कोणतंही गावं आलं की, वाजवा... रात्री-बेरात्री गाव आलं की, का वाजवयाचं, हे परभूला कळेना. उगाच त्या गावच्या लोकांच्या झोपा मोडायच्या. चालून चालून मांगही थकत. त्यात नाथाची, यंकाची गोष्ट वेगळी होती. ते दोघे त्याच्यापेक्षा वयाने मोठे होते... ज्या काळात खेळायचं त्या काळात परभूच्या हाती सनई आली.

या वर्षीच्या लग्न-सराईपासून नाथाच्या चौघड्याच्या जोडात आता परभूच सनई वाजवतो. त्याचं वाजवणं असं सफाईदार की, जसा मुरलेला, भादवा माणूस सनई वाजवतो आहे, असं वाटावं. एवढुशा वयात या पोराला वाजवण्याच्या कलाकारीची मोठीच जाण आली... नाथाला नेहमीच परभूचं कौतुक वाटायचं.

परभू वाजवायला लागला, तेव्हापासून आजचं हे पहिलंच गावापासून दूर अंतरावरचं लग्न. त्यात वऱ्हाड निघालं रात्री. सगळी रात्र रस्त्यानं चालण्यात अन् मध्ये गाव आलं की, ते गाव सुरू झाल्यापासून संपेपर्यंत वाजवण्यात गेली. डोळ्याला झोप ती कशी नाहीच... त्यातच रस्त्यानं ठेचकाळणं, काटे मोडणं या गोष्टींची भर!

धाकली गाव ओलांडल्यावर परभूने थोडी कुरकुर केली होती. त्यावर नाथा म्हणाला होता, "बाबा, आपल्या नशिबी हेच हाये. हे सोडून कुठे पळून जातो मनलं तरी बी जाता येणार नाही. आपल्याले कंटाळा करून चालणार नाही. वाड-वडील मनत, नवरदेवाचं लगन अन् मांगाले हारिक... हारिक वाटत नसला तरी तसा दाखवा लागते... हीच मांगाची रीत हाये पोरा..."

परभूला ते पटलं नाही... अशी कशी रीत? माणसाला माणूस न समजण्याची? ते कुणबी मारे बैल-गाड्यात अन् आपण मांग झालो म्हणून पायी-पायी? मग वाजवायच्या या भानगडी करायच्याच कशाला?... असे बाकी अनेक प्रश्न परभूच्या डोक्यात नेहमीच येत... मांगांचा बाट कुणबी का पाळतात?... मांगही माणूस अन् कुणबीही माणूस! दोघांत फरक काय? मग तरीही मांगाचा माणूस कुणब्याच्या मांडीला मांडी लावून का बसू शकत नाही?.... मांगानंच हलकी-सलकी कामं का करावी? एखाद्या पाटलानं, कुणब्यानं अशी कामं का करू नये? कुणब्यांच्या जवळ शेती-वाडी, मोठमोठे वाडे, गाई-म्हशी का? मांगांची घरं लहान-लहान, त्यांच्याजवळ ना शेती ना वाडी असं का? मांगवाडा महारवाड्यासारखा गावाच्या एका बाजूलाच

का? मांगांची घरं कुणब्यांच्या वस्तीत का नाहीत? अशा प्रश्नांनी त्याचं मन अस्वस्थ होई... त्याला आठवण यायची शाळेची, कुळकर्णी मास्तरांची... मास्तरांनी सांगितलेल्या आंबेडकर-फुल्यांच्या गोष्टींची... आपण पुढे शिकायला पाहिजं होतं; आपण विनाकारण शाळा सोडून आलो, याचा त्याला अशा वेळी पश्चात्ताप व्हायचा.

"चला रे मांगे हो; वाजवाऽऽऽ" वऱ्हाडातला एकजण मोठ्यानं ओरडला, तेव्हा नाथाच्या बाजूला उभं राहून विचारात गढलेला परभू भानावर आला. त्याला त्या माणसाच्या असं "मांगे हो" बोलण्याचा राग आला. ही माणसं आपल्या माणसांशी माणुसकीनं का बोलत नसतील? असं नेहमीच कुत्र्यासारखं हाड हाड का करतात?

एकाएकी यंकानं पोंघाड्याचा आवाज काढला. नाथाच्या जुन्या जोडात भिका पोंघाडा वाजवायचा; पण भिकानं नाथासंगं वाजवणं सोडलं, म्हणून ते काम काही दिवस परभूच्या गळ्यात पडलं. आता परभू सनई वाजवितो म्हणून पोंघाड्याचं काम हारजीच्या यंकाकडे दिलं. खरं तर यंका अन् परभू दोघंही तसे पोरसवदाच झाले. परभू बारा वर्षांचा तर यंका अठरा-वीस वर्षांचा. त्या दोघांसोबत नाथाच वयस्कर माणूस... त्यामुळे परगावातले लोक नाथाला नेहमी हसून म्हणतात, "हे काय आंडमव्हळं आणले रे संगं? भोईले भार अन् खायाले काळ! वाजवता-गिजवता येते का यायले?"

मात्र, जेव्हा लोक यांचं वाजवणं पाहतात, ऐकतात तेव्हा तोंडात बोटं घालतात.

तिघांनीही वाजवायला सुरुवात केली.

गाव नेमकंच जागं झालं होतं. बाया माणसं हातात टमरेलं-तांबे घेऊन गावाबाहेर परसाकडे जायला निघाले होते आणि वऱ्हाडाजवळ कौतुकाने येऊन पाहात उभे राहत होते.

"वऱ्हाड आलं," असा निरोप घेऊन नवरदेवाचा चुलता लग्नघरी गेला. थोड्या वेळानं तो परत आला. त्यानं निरोप सांगितला, "वऱ्हाडाच्या गाड्या मारोतीच्या देवळामोव्हरं घ्या मनले इव्हाई."

"ठीक हाये, घ्या." तुकाराम बेल्या म्हणाला.

आणि वऱ्हाड मारोतीच्या देवळाकडे निघालं. सगळ्यात पुढे चौघडा, मागून सगळ्या गाड्या.

देवळापुढे गाड्या आल्या. लग्नघरच्या मंडळींची वऱ्हाड भेटीसाठी वाट पाहणं सुरू झालं. पुनःपुन्हा निरोप गेले. "हो आलोच" असं प्रत्येक वेळी झालं.

शेवटी आठ वाजले, तेव्हा भेटीचा कार्यक्रम झाला.

तिथून गाड्या जानोशापर्यंत वाजवत आणल्या अन् तेव्हा कुठे परभूची, यंकाची अन् नाथाची सुटका झाली.

"लय दूर जाऊ नको रे नाथ्या!" तुकाराम बेल्यानं सूचना दिली.

"नाही बापू" नाथानं नंदीबैलासारखी मान हलविली. परभूला तर कसंकसंच वाटलं हे ऐकून. लग्न संध्याकाळचं होतं; पण दिवसभर वाजवण्याला खंड पडला नाही. नवरी-नवरदेवाच्या अंघोळी, वऱ्हाडी मंडळींच्या अंघोळी, देव-देवकीची मिरवणूक, पानवाट्या, नवरदेवाला मारोतीच्या देवळावर वाजवत नेऊन केलेली शेवंती, परत मांडवादारी आणणं... मग लग्न... एवढं झाल्यावर त्या तिघांची पुन्हा सुटका झाली.

परभूला एकाएकी आठवण आली. शेवंतीसाठी मारोतीच्या पारावर नवरदेव वाजवत नेताना गावात एका जागी ते थांबले होते. वाजवणं चालूच होतं. घरोघरच्या बायका-माणसं-पोरं रस्त्यावर येऊन घोड्यावर बसलेला नवरदेव पाहण्यासाठी धडपडत होते; पण त्यातल्या त्यात काही बायका-पोरी मोठ्या कौतुकानं परभूकडेही पाहात होत्या. एवढ्या कमी वयात तो सनई वाजवतो. तीही चांगली वाजवतो, याचं त्या कौतुक करत होत्या. आपसात एकमेकींशी तसं बोलत होत्या. हे परभूच्या ध्यानात आलं नाही; पण नाथाच्या पटकन ध्यानात आलं. त्यानं परभूजवळ सरकून, त्याच्या कानाजवळ तोंड नेऊन म्हटलं,

"त्या पाहाय, त्या डांडारनी तुह्याकडे पाहायल्या."

त्यानंही आजूबाजूला पाहिलं; पण त्याला काहीच कळलं नाही. नाथानं डांडारनी म्हटलं. डांडारनी म्हणजे काय? हा शब्द त्यानं पहिल्यांदाच ऐकल्याने त्याच्या काही ध्यानात आलं नाही. बरं, वाजवणं बंद करून विचारणं बरोबर नव्हतं, नंतर विचारू, असा विचार करून त्याने तो विषय तिथंच सोडला.

बरं झालं. आता आठवण आली.

त्यानं नाथाला मांडवाच्या गर्दीपासून दूर नेलं. सोबत यंकाही होताच.

एका कुणब्याच्या ओट्यावर बसून त्यानं मघाची गोष्ट काढली.

"काका, मंघा तुम्ही काय मनत व्हते?"

"कव्हा रे?'

"शेवंतीसाठी आपण नवरदेव मारोतीच्या पाराकडे वाजवत नेत व्हतो तव्हा. डांडारिन... डांडारिन असं काहीतरी मनले तुम्ही."

"हं, ते व्हय?"

"हं, डांडारनी मंजे काय?"

"डांडारनी मंजे बायका."

"काय? बायका?"

"हं!"

"ह्यो कोण्या भाषेतला शब्द हाये बॉ?"

''आपल्याच भाषेतला.''

''आपल्या मंजे?''

''आपल्या मंजे, मांगाच्या.''

''मांगाची अलग भाषा हाये?''

''पह्यले व्हती; आता आपण मराठीच बोलतो.''

''अस्सं ! हे तं मले आजच कळलं.''

''तुलेच काय आपल्या जातीच्या बयाच माणसाह्यले हे माहीत नाही!''

त्याला मांगांच्या भाषेचं मोठंच कौतुक वाटलं. त्या भाषेबद्दल त्यानं नाथाला बरंच काही विचारू विचारू भंडावून सोडलं. नाथानंही त्याला जेवढं काही माहीत होतं ते सारं सांगितलं..

मांगांची भाषा मराठीपेक्षा वेगळी होती. कोणी तिला फारशी भाषा म्हणतात. या भाषेतले काही शब्द आताही नाथासारख्यांच्या बोलण्यात सहज येऊन जातात.

'वयल्या म्हणजे मटन', 'दुतवणं म्हणजे खाणं', 'वयल्या दुतवल्या का? म्हणजे मटन खाल्लं का?', भाकरीला 'करपटी' म्हणतात. 'वरवणं म्हणजे खाणं.', 'करपटी वरवली का? म्हणजे भाकर खाल्ली का?', 'सातलं म्हणजे इनाम', 'वरवा' या शब्दाचे मात्र वेगवेगळे अर्थ होतात. 'सातलं वरवा' म्हटलं की, 'बक्षीस घ्या'; 'डांडारिन वरवली' म्हटलं की, 'बाई पाहायली'; 'करपटी वरवली' म्हटलं की, 'भाकर खाल्ली'... हे सगळं परभूला मोठं गमतीचं वाटलं. मांगांचीसुद्धा वेगळी भाषा असेल, असं त्याला स्वप्नातही वाटलं नव्हतं.

या विचारात बराच वेळ तो गुंगला.

''काका, आता मातर लय भूक लागली.'' काही वेळाने तो म्हणाला.

मांडवात अजूनही पंगतीची धांदल सुरू होती.

वऱ्हाडासोबत त्या तिघांनाही दुपारी जेवण भेटलं होतं; पण झोपेमुळे अन् चालण्याच्या त्रासामुळे परभूला त्या वेळी काहीच खावंसं वाटलं नाही; त्यामुळेच आता खूप भूक लागली.

''आता दम खाय जरासा. पाव्हण्या-राव्हण्याच्या, गावातल्या लोकायच्या पंगती आगुदर बसतील, मंग...''

''मंग भेटंल का आपल्याले जेवण?''

''नाही रे पोरा, त्याच्या उप्पर बायांच्या पंगती बसतील. तं जानोसघरून जेवायसाठी वऱ्हाडणी मांडवात वाजवत आणा लागतात. तशा त्या येत नाहीत; त्याह्यची पंगत झाल्यावर मंग...''

''मंग आणखी कोणाची पंगत?''

''मंग कोणाची नाही. वाढणं करणाऱ्या लोकायची बसते. मंग त्याह्याच्यासंगंच

आपल्यालेबी जेवाय भेटंल.''

''किती येळ लागंल?''

''लागतील दोन घंटे.''

''बापरे? दोन घंटे? तव्हरक माहा जीवच जाते.''

''काही जीव-गीव नाही जात. अशा गोष्टीची बी आपण सवय केली पायजे! हे का आपलं घर हाये का मनंल, तव्हा भाकर भेटायले?'' नाथा रागावून बोलला; त्यामुळे परभू गप्प बसला.

पण त्याला आता उभं राहावंसं वाटेना. तो मटकन बाजूच्या ओट्यावर बसला. अन् त्यानं बसल्याजागीच अंग टाकलं. ते पाहून यंका म्हणाला,

''अरे ये परभू, झोपतं का काय?''

''अरे, आता वऱ्हाडणी मांडवात वाजवत आणाय जा लागते आपल्याले.''

''मी नाही गड्या, आता मले लय कटाळा आला.''

''बा, झोपू दे त्याले. झोप रे जेवायच्या वक्ती उठवतो तुले.'' यंका म्हणाला.

''आणू आपण दोघेच वाजवत.''

''ठीक हाये, तसं करू.'' नाथा या गोष्टीला तयार झाला.

अन् परभू बिनघोर डोळे मिटून पडला.

साडेतीन घंट्यानंतर म्हणजे रात्रीचे अकरा वाजता नाथानं परभूला हलवू हलवू अन् हाका मारू मारू जागं केलं.

''मी नाही जा, मी नाही जा'' म्हणत तो मात्र लोळूनच घेत होता. शेवटी नाथानं पेलाभर पाणी आणून त्याच्या तोंडावर फेकलं, तेव्हा कुठे तो चटकन उठून बसला.

''चाल, जेवाय जायचं, ऊठ.''

ते तिघंही मांडवाच्या बाजूला जेवायला बसले. बत्तीचा उजेड होता. त्या उजेडात माणसं येत-जात होती; पण कोणीच या तिघांकडे लक्ष द्यायला तयार नव्हतं. बरं नवरदेवाकडचंही कोणी दिसेना अन् नवरीकडच्यांची कोणाची ओळख नाही. शेवटी मोठ्या हिमतीनं नाथानं एकाला म्हटलं. त्यावर तो खेकसला, ''थांबा ना लेकहो, आम्हाले काय तेवढेच धंदे हायेत का तुम्हाले जेवायले वाढायचे?''

''का रे येसोंता, काय झालं?'' दुसरा जवळ येत विचारू लागला.

हे वऱ्हाडासंगंचे मांग आगुदर जेवाय वाढा मनतात.''

''खरं काय बे?''

''नाही बापू!'' नाथानं दोन्ही हात जोडले. लाचारीनं मागे सरला.

''थांबा जराशे, आमच्या गावातील बौद्धाची मंडळी यायली जेवाय. ते आले की, मंग त्याह्यच्यासंगं तुम्हालेबी वाढतो.''

''बरं बापू.''

तिघंही त्या गावच्या बौद्ध मंडळींची वाट पाहू लागले. बसून बसून कंटाळा आला तरी बौद्धांचा पत्ता नव्हता. शेवटी फार उशिरा ते आले.

"चला, बसा पटापट. ये पोऱ्हहो, चला, वाढा याह्यले."

एका बाजूने बौद्ध मंडळी पंगत धरून बसली. दुसऱ्या बाजूनं परभू, यंका अन् नाथा असे तिघे बसले.

"आपल्या गावात बौद्धायले बलवत नाहीत जेवाय, नाही काका?" यंकानं इस्तारीवर पाणी शिंपडत विचारलं.

"हं, जेवायलेच काय; पण कामालेबी सांगत नाही कोणी त्याह्यले, बौद्ध धर्मात गेले, तव्हापासून गावानं त्याह्यच्यावर बहिष्कार टाकला."

"या गावात आपल्या गावातल्यासारखे दिसत नाही."

"हं."

"ये पोरा, मांड डोणा, चाल आटप लवकर." वाढणारा हाती वरणाची गुंडी घेऊन परभूवर खेकसला.

तिघांच्या डोण्यांत वरण टाकून तो बौद्ध मंडळीच्या पंगतीला वाढू लागला. मागून शाक घेऊन एकजण आला. त्याने या तिघांना वाढलं अन् मग बौद्धांच्या बाजूला गेला... पण तेवढ्यात बौद्ध मंडळींतला एक वयस्कर माणूस उभा राहिला अन् मोठ्यानं म्हणाला, "थांबा, चंपतदादा, तुमची शाक वाढवणं थांबवा..!"

"का रे किसना, काय झालं? काऊन थांब मनत त्याले?" एका पटकेवाल्या बाबाजीनं पंगतीजवळ येऊन विचारलं.

"तुम्ही आम्हाले जेवायचं आवतन देलं ना?"

"हो."

"का आम्ही आमच्या मनानं आलो?"

"नाही."

"मंग आता आमचा अपमान काऊन करता?"

"कसा काय अपमान?"

"अपमान नाही तं काय?"

"अरे, पण कसा ते तं सांग?"

"हे तिघंजण जेवाय बसले ते कोण हायेत?"

"ते वऱ्हाडासंगंचे मांग हायेत."

"आम्ही कोण हाओ?"

"तुम्ही...? ये किसना, फालतूची लांबण न लावता तुले काय मनायचे ते सांग."

"हे तुमचे वाढे आगुदर त्या मांगायले वाढतात अन् मंग आम्हाले वाढतात. हे

आम्हाले जमणार नाही.''

ही गोष्ट ऐकून परभू चकितच झाला. हा काय प्रकार आहे हे त्याच्या ध्यानात येईना; पण नाथाला अन् यंकालाही हे माहीत होतं. काही गावातले महार - आताचे बौद्ध, मांगाला आपल्या पंगतीत बसू देत नाहीत ना मांगाच्या पंगतीला वाढणाऱ्या वाढ्यांना आपल्या पंगतीला वाढू देत. मांगांच्या पंगती अलग, महारांच्या पंगती अलग. मांगांचे वाढे अलग, महारांचे वाढे अलग. तीच गोष्ट हा बौद्धाचा किसना म्हणत होता.

त्याचं हे बोलणं ऐकून, तर परभूला विचित्रच वाटलं. कुणबी मांगाला-बौद्धाला लागू देत नाहीत. अन् बौद्ध मांगाला लागू देत नाहीत. म्हणजे मांग बौद्धापेक्षाही हलकट.

''अरे, पण किसना आता काय राह्यले पह्यलं?'' तो पटकेवाला बाबाजी म्हणाला, ''पहले तुम्ही महार व्हते, तव्हा हे सारं ठीक होते; पण आता तुम्ही धर्म बदलला ना? तुमच्या नव्या धर्मात बी पह्यल्यासारखेच वागायचं सांगितलं का रे?''

पटकेवाला बाबाजी मोठाच हुशार आहे हे नाथाच्या लक्षात आलं.

''धर्म बदलला मनून माणूस थोडाच बदलते? माणूस तं कुठं गेला तरी त्योच राहते, नाही रे किसना.'' शाक वाढणारा माणूस टोचून बोलला.

''ते काही सांगू नका. आम्ही मनतो तसं करत असाल तं जेवतो, नाही तं चाललो आम्ही आमच्या घराकडं.'' असं त्या माणसानं म्हटलं अन् खरंच त्याच्या पंगतीचे सारेजण उठून उभे राहिले.

''अरे, बसा बसा, तुम्ही मनता तसं करू.'' पटकेवाल्या बाबाजीनं म्हटलं.

अन् त्यानं वाढणाऱ्यांपैकी एकाला परभू, यंका अन् नाथाला स्वतंत्रपणे वाढायला सांगितलं अन् उरलेल्या दोघांना बौद्धमंडळींच्या पंगतीला वाढायला सांगितलं.

या सगळ्या प्रकारानं परभूची मात्र भूकच मेली. त्याला वरणाच्या डोण्यात आंबेडकर अन् शाकाच्या डोण्यात फुले हसताना दिसू लागले; कुळकर्णी मास्तरची त्याला खूप आठवण आली.

''काय ही विटंबना? देवा, काढ रे याच्यातून बाहीर!'' नकळत त्याच्या तोंडातून शब्द बाहेर पडले.

त्याची बडबड ऐकून खाण्यात गुंगलेला नाथा म्हणाला, ''ए पोरा, बडबड करू नको, पोटभर जेऊन घे आगुदर.''

मात्र, खाण्यावर परभूची वासनाच होईना, तो वाढलेल्या पात्राकडे उदासपणे पाहत राहिला. नाथा, यंका काहीच झालं नाही अशा आविर्भावात जेवणावर ताव मारत होते.

आपण थोडेफार शिकलो म्हणून आपल्याला ही गोष्ट बोचायली. नाथा, यंका

मात्र शिकले नाहीत; त्यामुळे ते अज्ञानाचा आनंद भोगत होते. कोणतं खरं ? ज्ञान की अज्ञान?... ज्ञानच! त्याच्या मनाने उत्तर दिलं.

***

दिवस उगवला. येसाजीनं निघायची घाई केली. त्याचा इव्हाई- संतराम म्हणाला, जेऊन जा.

"नका, दुपारचं ऊन व्हते. किती झालं, तरी उन्हाळ्याचे दिवस. त्यात पाच कोस रान तुडवत जायाचं. संगं पोरगी बी हाये. किती झालं तरी तिच्या पायानंच जा लागंल."

येसाजीने आपली व्यथा मांडली. ती खरीही होती. मे महिन्याचे दिवस. दिवस कासराभर वर आला की, सूर्याची धग जाणवते. सूनबाई पारूला सोबत न्यायचं होतं. मागच्या महिन्यात १९ तारखेला परभूचं लग्न झालं. येसाजीचे मेहुणे संतराम अन् दयाराम दोघंही दयारामची पोरगी-पारू परभूला करावी, यासाठी चार वर्षांपासून येसाजीच्या अन् बायजाच्या खूपच मागे लागले होते. बायजा-येसाजीचा जमाना वेगळा होता. लेकरू गर्भात असे तेव्हाच सोयरिकी पक्क्या व्हायच्या. गर्भार बाईच्या पोटालाच कुंकू लावायचे. आता जमाना तसा राहिला नाही. परभूचं लग्न थोडं उशिरा झालं तरी चालेल असं बायजा पुंजाला वाटे. परभूचं वयच तरी काय? परभूचा जन्म १९४७ चा. तो चौथा वर्ग पास झाला १९५७ साली. पुढे शिकायचं तर घरीच बसला. नाथाबरोबर सनई-चौघड्याच्या जोडात शिरला. संतराम तेव्हापासूनच दयारामची पोरगी परभूला करा, असा आग्रह धरून बसला होता. वयाच्या दहाव्या-बाराव्या वर्षी परभूचं लग्न करणं येसाजीला योग्य वाटत नव्हतं... त्यात पारूही अशी काही आभाळाला टेकली नव्हती. ती परभूपेक्षा पाच वर्षांनी लहान होती. तरी त्या दोघा भावांनी बायजावर खूपच दडपण आणलं होतं...

"माही पोरगी करणार नसशील तं तुहा-आमचा संबंध तुटला. तू आम्हाले गेली; आम्ही तुले मेलो."

एवढी टोकाची भूमिका त्या दोघांनी घेतली...

शेवटी... "जव्हा परभूचं लगन करायचं तव्हा तुमचीच पोरगी करू, दुसऱ्या कोणाचीही करणार नाही." असं वचन त्या दोघा भावांनी या दोघांकडून घेतलं... तेव्हा कुठे त्यांचं समाधान झालं... मध्ये दोन वर्षे गेली अन् त्यांनी पुन्हा 'लवकर लग्न करा' असा तगादा लावला... अखेरीस त्या दोघा भावांनी या वर्षी जबरदस्ती परभूचं लग्न करायला भाग पाडलं... अन् मागच्या महिन्यात म्हणजे १९ एप्रिल १९६२ रोजी परभूचं लग्न पार पडलं... आता तो पंधरा वर्षांचा झाला... पारू दहा

वर्षांची... पारूला आणखी वर्ष दोन वर्षं म्हणजे मासिक पाळी येईपर्यंत सांभाळणं भाग होतं... वाढत्या वयाचं पोरसवदा लेकरू सांभाळणं सोपं काम नाही... एकदा का त्यांचे ते संसाराला लागले की, आपला जीव बिनघोर... अशी बायजाची धारणा होती... म्हणजे पारू लग्न होऊन आली अन् बायजाच्या जिवाला नसता घोर लागला.

लग्न लागल्यावर 'पोरगी राहू द्या माहेरातच!' असा बायजानं भावजयीला सल्ला दिला... पण भाऊ त्या गोष्टीला तयार नव्हता.

'ही कापसाची गंजी तुही तू संबाळ, ही आग आमच्या घरात नको... आमच्या जीवाले नसता घोर...'

भावाच्या या बोलण्याचा बायजाला राग आला... भाऊ बिनघोर झाला अन् आपल्या गळ्याला फास लावला... म्हणून तिनं रागारागानंच येसाजीला पारूला आणायला पाठवलं... त्यासाठीच काल येसाजी कवठ्याला येऊन थांबला होता.

"तुमच्यासंगं घोडं हाये ना जणू? त्याच्यावर तुम्हा दोघाले बसून नाही जाता येत?"- शेवंतानं- संतरामच्या बायकोनं येसाजीला विचारलं. दयारामच्या बायकोपेक्षा शेवंता येसाजीशी मोकळं बोले.

"घोडं हाये; पण त्याच्यावर बसून कसं जावावं? आपलं थोडंच हाये?" येसाजी म्हणाला.

"मंग कोणाचं हाये?"

मध्येच संतरामनं बोलून बायकोला समजावलं, "अवं, ते घोडं त्याह्यच्या गावच्या भगवान पाटलाचं हाये. पाटलाच्या घोड्यावर कसे बसून जातील ते ?"

खरं होतं हे! मांगाला जिथं कुणब्याची, पाटलाची पायरी चढायला परवानगी नाही, तिथं पाटलाच्या घोड्यावर बसून जायचं? जर तसं केलं अन् पाटलाला कळलं, तर पाटील बंदुकीच्या गोळीनं उडवून दिल्याबिगर राहणार नाहीत... नुसत्या विचारानंच येसाजीच्या अंगावर सरसरून काटा उभा राहिला.

"मंग काऊन मंतात पाटलाचं घोडं अन् येसकराले भूषाण?" शेवंतानं नाक मोडून विचारलं. त्यावर संतराम अन् येसाजी हसले.

"रिकामं घोडं न्यायचं, का तुमचे पाटील बी आले?" दयारामनं आता तोंड उघडलं.

"पाटील नाही आले. नुसतंच घोडं न्यायचं."

"नुसतंच घोडं कशाले आणलं व्हतं?"

येसाजीनं काल आल्या आल्या संतरामला जे सांगितलं, तेच दयारामलाही आता सांगितलं. अनसिंग ठाण्याचा एक शिपाई पाच दिवसांपूर्वी वडगावला आला होता. तो आला होता खंडाळ्याला जाण्यासाठी. अनसिंगवरून त्याने तिथल्या

पाटलाची दमणी आणली होती; पण अनसिंग ते वडगाव रस्ता दगड-धोंड्यांचा असल्यामुळे त्याचा जीव दमणीत बसून आंबला. पुढे त्याच दमणीने खंडाळ्यापर्यंत जाणं शक्य नाही, या विचाराने त्याने भगवान पाटलाला घोडे मागितले. भगवान पाटलालाही "नाही" म्हणता आलं नाही. एकटा घोड्यावर बसून जाईल तर तो शिपाई कसला? त्याने भगवान पाटलाला, "माझ्यासोबत तुमचा गावकामदार द्या" म्हटले; त्यामुळे येसाजीला त्याच्यासोबत यावं लागलं.

शिपाई घोड्यावर अन् येसाजी पायी पायी. कधी हळूहळू, तर कधी दौडत दौडत. जसा घोड्याचा वेग तसा येसाजीचा वेग. दोन दिवस त्यानं खंडाळ्यात मुक्काम ठोकला. तिथून पाच कोस दूर असणाऱ्या सुकळीला दोन दिवस मुक्काम करून काल सुकळीच्या पाटलाच्या टायरच्या दमणीत बसून परस्पर वाशिमला गेला अन् त्यानं येसाजीला गावाकडे परत जायला मोकळीक दिली, तेव्हा घोडा घेऊन तो सुकळीवरून काल कवठ्याला आला.

हे सारं ऐकून दयाराम म्हणाला, "हे तुमचं काम भलतंच येल्ह्याच हाये."

"त्याले काय इलाज हाये?" उठता उठता येसाजी म्हणाला.

"चला, आटप मनावं पोरीले; तव्हरक मी थोरबा पाटलाच्या घरून त्याह्यची अन् वच्छिलाबाईची भेट घेऊन येतो. तसंच घोडंबी आणतो त्याह्यच्या कोठ्यातलं."

थोरबा पाटील म्हणजे भगवान पाटलाचा मेहुणा तर वच्छिलाबाई भगवान पाटलाची बहीण.

"तुम्ही पाटलाले अन् पाटलिणीले भेटून या. दयाराम आणंल घोडं" संतराम म्हणाला.

"बरं, तसं करतो." म्हणून येसाजी बाहेर पडला.

पाटलाची अन् पाटलिणीची भेट घेऊन आल्यावर येसाजी पारूला सोबत घेऊन गावाकडे निघाला.

घोडं हाती धरून तो पुढे चालू लागला. तर पारू लुगड्याचा बोंगा सावरत घोड्याच्या मागून जाण्याचा प्रयत्न करू लागली. तिच्या वयाच्या मानाने लुगडं सावरणं कठीण जातं होतं. तिला मागे मागे येऊ देण्यासाठी येसाजी रस्त्यात जागोजाग थांबायचा.

बामनी, खेर्डा ओलांडलं; ते सोनाळ्यात आले. दिवस बराच वर आला होता. तहानही लागली होती.

"रस्त्याच्या बाजूलाच एक विहीर होती. ती विहीर कुणब्याचीच आहे हे येसाजीला अगोदरच माहीत होतं. आठ-दहा बायका विहिरीवर होत्या. कोणी पाणी शेंदत होत्या, कोणी धुणं धुत होत्या.

त्यानं एका पोरगेल्याशा बाईला म्हटलं, "माय, पाणी पाजता?"

"कोण रे बापा तू, घोडं घेऊन आलास माह्यासाठी?" त्या बाईने थोडं रागातच विचारलं.

"माय, मी वडगावचा येशा मांग."

"मंग तिकडे मांगाच्या इहिरीवर जाय. मले फुरसत नाही, तुले पाणी पाजाय."

हे ऐकून येसाजीला काहीच वाटलं नाही, कारण हे नेहमीचं आहे." म्हणून त्यानं दुसऱ्या बाईकडे आशाळभूतपणे पाहिलं. तिने मात्र तो काही बोलण्याआधीच म्हटलं,

"ये रे बाप्पा इकडे, मी पाजतो पाणी."

येसाजी पुढे झाला. दोन्ही हातांची ओंजळ धरली. त्या बाईने त्याच्या ओंजळीत बाटलीतलं पाणी टाकलं.

तोपर्यंत मागून पारू तिथे येऊन पोहोचली.

"ही पोरगी कोण हाये रे?" पाणी पाजणाऱ्या बाईनं विचारलं.

"ही माही सून हाये माय."

बाकीच्या बायकाही पारूकडे कौतुकानं पाहात होत्या.

"कोण गाव माहेर तिचं?"

"कवठं."

"कवठं?" तिसरीच एक बाई हाती लुगड्याचा पिळा घेऊन, एकदम उभी राहून विचारू लागली, "कवठ्याची कोणाची लेकबाळ हाये ही?"

"ही दयाराम मांगाची लेक, संतरामची पुतणी."

"अस्सं! दयाची पोरगी हाये का? मंजे इच्या मायचं नाव रंभीच हाये ना?"

"हो जी."

"माहबी माहेर कवठंच हाये. मी सीताराम जाधवाची लेक हाओ. ईची माय हमेशा माह्या बापाच्या घरी कामाले येते."

"मंग पाज रंजे तूच पाणी त्या पोरीले अन् या दादाच्या घोड्यालेबी, त्यालेच काऊन तसं ठेवतं?" येसाजीला पाणी पाजणारी बाई म्हणाली.

"हो पाजतोच, येगं इकडून."

खरंच तिनं पारूला अन् घोड्यालाही पाणी पाजलं. तेवढ्यात येसाजीच्या कानावर बँडचा आवाज आला. त्यानं कपाळावर आठी पाडली. सनई-चौघड्याऐवजी बँडबाजे आल्याचं त्यानं ऐकलं होतं; पण बाजा प्रत्यक्षात पाहिलेला नव्हता. बाजाबद्दल त्याने बरंच काही ऐकलंही होतं. बाजा कसा असतो तो मुद्दाम जाऊन पाहावं या विचाराने त्यानं कवठ्याची लेकबाळ असणाऱ्या त्या बाईला विचारलं,

"माय, कोणाच्या घरचं लगन वाजते?"

"आमच्या गावच्या मांगीलाल मारवाड्याच्या पोरीचं लग्न वाजायलं."

"कुठे हाये घर ते?"

त्या बाईने घराचा पत्ता सांगितला. येसाजीनं पारूला विहिरीजवळच बसायला सांगितलं. घोड्याला बाजूच्या लिंबाच्या झाडाच्या मुळीला गुंतवलं अन् तो निघाला.

कानाचे पडदे फाडणारा अन् उरात धडकी भरविणारा बाजाचा आवाज त्याला जणू एकसारखा खेचत होता. कोणाचा बाजा असेल? बाजा वाजवणारे मांगच असतील का आणखी दुसऱ्या जातीचे कोणी असतील? पण दुसऱ्या जातीचे लोक कसे बाजा वाजवतील? ही सारी कामं आपल्या मांगांचीच आहेत. बाजाच्या वेगवेगळ्या बासनांचे जे आवाज यायले त्यावरून बाजा वाजवणारे सात-आठजण तरी असतीलच... बाजाचे बासनंही मोठमोठे अन् महागही असतात म्हणे? एवढा पैसा कोठून जमा केला असेल त्या मांगांनी? एरव्ही आपली जात तर दरिद्री, गाठीला कधीच पाच पैसे नसतात... बरं ही गोष्ट सोडा. ह्या बाजाचे वाजवायचे पैसे किती घेत असतील हे वाजवणारे? पन्नास, शंभर, दोनशे? नाहीतर सनई-चौघडा वीस रुपयांत, फार फार तर पंचवीस रुपयांत. दोन-दोन, तीन-तीन दिवस एकाच मांडवादारी वाजवावा लागतो... लोक बाजा लावत असतील लग्नात? इतका महाग? हिंगोली-औंढ्याकडे म्हणे गावोगावच्या लग्नात लोक बाजाच लावायले... सनई-चौघड्यांना कोणी विचारेना... आपल्याकडेही तसंच होईल? नेमकाच परभू सनई वाजवायला शिकला... या दोन वर्षांत कमाई करायला लगनसराईत... आपल्या भागात हा बाजा आला... आला म्हणजे हा काय आलाय ना? हे गाव सोनाळं अन् आपलं वडगाव, मधात फक्त उमरंच ना?

या विचारांनी तो अस्वस्थ झाला.

तरीही तो वेगाने बाजाकडे निघाला. जवळ गेल्यावर त्याने जे पाहिलं ते पाहून तो बर्फासारखा थंडगारच झाला.

बाजा वाजवणारांत वडगावच्या भिकाचा पोरगा गणाही होता. गणा अन् परभू दोघं सोबतच शाळेत जात होते. पुढे परभू चौथ्या वर्गात पास झाला. अन् गणा तिसऱ्या वर्गात नापास झाला. मग दोघांच्याही शाळा सुटल्या. गेल्या तीन-चार वर्षांत त्याचा गावात पत्ताच नव्हता. तोच गणा आता बाजा वाजवणारांत होता... म्हणजे बाजा आपल्या लगेच ढुंगणाजवळ आला. भिकाचं आपल्याशी कधीच पटलं नाही. त्याचं हे पोरगंही त्याच्यासारखंच असणार. याचं अन् परभूचंही कधी पटंल असं वाटत नाही. शाळेत जाता-येता ते कधीच सोबत राहिले नाहीत वा खेळले नाहीत. काय करील हा गणा? आपल्या परभूचा सनई-चौघड्याचा जोड चालू देईल?... म्हणजे गणा आजच परभूचा धंद्यातला दुश्मन झाला आणि बाजा सनई-चौघड्याची सवत झाला. कसं पटेल या दोन्हीचं... कोणाची हार होईल, कोणाची जीत होईल...?

येसाजी नुसत्या विचारांच्या खोल डोहात बुडून गटांगळ्या खाऊ लागला.

गणाही ड्रम वाजवता वाजवता त्याच्यासमोर अचानक येऊन उभ्या राहिलेल्या येसाजीकडे डोळे वासून पाहू लागला.

***

भगवान पाटलाची बायको सुंद्राई पाटलिणीच्या माडीच्या भिंतीचं बाहेरून सारवणं सुरू होतं. दोन-तीन दिवसांपासून बायजा अन् तिची सून पारू याच कामाच्या रगाड्यात होत्या. शेण आणणं, गढीची माती आणणं, पाणी आणणं, पायानं ते सारं एकत्र कालवणं. यापेक्षा अवघड होतं भिंती सारवणं, माडीच्या भिंती उंच-उंच. पंधरा हात उंचीची शिडी लावूनही भिंती वर पाच हात शिल्लक राहत होत्या. एवढ्या उंचीवरच्या भिंतीही सारवून घेण्यासाठी सुंद्राई पाटलिणीचा बायजामागं एकसारखा टेंभू होता; पण ते बायजाला शक्य नव्हतं. जेथपर्यंत शिडीची उंची होती तिथपर्यंत तिला सारवता येत होतं. त्यापेक्षा वर चढून जाणं तिला शक्यच नव्हतं. मुळात शिडीवरून भिंती सारवण्याचं काम अवघड होतं. एका बकेटीत गारा घेऊन शिडी चढून वर जायचं. शिडीच्या वरच्या पायरीवर बकेट पद्धतशीर ठेवायची. ती सांडणार वा उबडणार नाही याची काळजी घेत एका हाताने शिडी पकडून स्वतःचा तोल सावरत दुसऱ्या हातानं सारवण करायचं.

"बायजे, त्याच्या वरचं राहू देतं का काय वं?" शेवटी न राहवून सुंद्राईनं विचारलं.

"आता कसं सारवू मनता सासूजी?"

वास्तविक सुंद्राई बायजापेक्षा वयाने लहान होती. तरी मांगांच्या बायकांनी कुणब्यांच्या बायकांना "सासूजी" म्हणायची पद्धत होती. मग कुणब्याची बाई लहान असो अथवा मोठी असो.

"अगं, तुले घेता येत नसंल तं तुह्या सुनंले शिडीवर पाठव."

"ती तरी कशी सारवंल? माह्यासारख्या भादव्या बाईचा जीव घाबरते; ती तं कितीबी केलं तरी लेकरूच हाये.

"मंग राहू देत तसंच सारवायचं?"

आता बायजाला सुंद्राईचा राग येऊ लागला. तसा सुंद्राईचा स्वभाव थोडासा तापट होताच. भगवान पाटलाचा स्वभाव कोणीकडे अन् सुंद्राईचा स्वभाव कोणीकडे. घंट्यापूर्वी भगवान पाटील बाहेरून घरी आले; तेव्हा शिडीवर उभी राहून सारवणाऱ्या बायजाला म्हणाले होते, "बायजे, जरा ध्यानानं! लय मोठा नेट करू नकोस. नाही तं तोल जाईल अन् येशील धाडकन भोईवर, घेशील कंबर नाही तं हात-पाय मोडून. नसती आफत आणशील माह्यावर...! वरचं राह्यलं तं राहू दे. हाये चोपडं ते.

तो माणूस असं म्हणतो अन् ही बाई? हिला वाटते, गरिबाचा जीव गेला तरी चालेल; पण आपले काम नीट झाले पाहिजे. बायजाचं सगळं आयुष्य पाटलाच्या घरचं कामं करण्यात गेलं. पाटलाची माय-आबईबुढी माणसाला लळा लावे; पण सुंद्राई तशी नाही... भगवान पाटलाचा अन् येसाजीचा एकमेकांशी संबंध येतो म्हणून, नाहीतर सुंद्राईच्या सावलीला उभी राह्यली नसती बायजा... सुंद्राईवरच का पाणी ढाळलं? दुसरी एखादी कुणब्याची बाई हाताशी धरली असती अन् जर अशी कोणतीच मिळाली नसती तर सरळ कोणाच्याही रानात जाऊन मोलमजुरी केली असती.

पण तसं काही करायचं काम नव्हतं. बहुतेक मांगणी वेगवेगळ्या कुणब्यांच्या घरी आडवे-तिडवे कामं दररोज करीत असत. दाळी-साळी कांडणं, निसणं, पाखडणं, ज्वारी, गहू यांचे दळण निसणं, दळणं, सडा-सारवणं, कधीमधी धुणंही. याच कामांत मांगणींचा दिवस कसा जाई ते कळत नसे. त्याच्या मोबदल्यात भाकर, भाजी, मिरच्या, ज्वारी, गहू, दाळ, दाळींचा कणेर, मुगुड्या, वड्या, पापड, लोणचं, कुरवड्या, खारवड्या असं काही हाती पडेल ते दिलं जायचं. कधीमधी अंगावरचा जुना झालेला कपडा मिळायचा. कमीज, धोतर, चोळी, लुगडे वगैरे; त्यामुळे मांगाची बाया-माणसं बहुतेक नवे कपडे विकत घेत नसत. त्यांच्या घरातल्या पोरा-पोरींनाही असेच जुने कपडे मिळायचे.

भाकर-भाजी, अन्न-धान्य, कपडालता मिळतो म्हणून जिवावरची कामं करायची का काय? बायजाला वाटलं, गाऱ्याची बाटली घेऊन सरळ खाली उतरावं अन् काम सोडून घराकडे जावं. याला कारणही तसंच झालं. खालून सुंद्राई म्हणत होती,

"बायजे, मी मनतो तसं सारवशील तरच मी तुले याचं काहीबाही देईल...

"मी मुततो तुह्या काहीबाहीवर" हे मात्र ती मनात म्हणाली, "हलकटाच्या पोटची मेली, कुठून खत आणून भरलं काजून भगवान पाटलानं हे?"

पण मग तिला स्वतःचाच राग आला. कोण्या देवाने आपला जन्म मांगाच्या पोटी घातला देव जाणे? आपल्याला सुंद्राईसारखं कुणब्या-बामनाच्या पोटी घातलं असतं तर? आपणही आपल्या हाताखालच्या बायकांना असंच राबवून घेतलं असतं का? का दयामाया दाखवली असती? दाखवलीच असती; आपण या सुंद्राईसारखे वागलो नसतो... पण आपल्या नशिबी या जन्मी कुठलं हे सुख? आपल्या घरी ना वावर ना शिवर. आपल्याच काय कोणत्याच मांगाच्या जवळ वावर नाही. या गावच्या जसं नाही, तसं तिच्या माहेरच्याही मांगांच्या जवळ नाही. आणखी दुसऱ्या कोण्या गावच्या नातेवाइकांजवळही नाही... मांगांना वावर नसण्याचं वरदान असेल का?

एकदा असाच तिनं येसाजीजवळ विषय काढला होता,

"मले कानी वाटते, आपल्याकडंबी वावर असावं. एकर दोन एकर... हलकं

मालकं... माळाचं का असेना!"

त्यावर त्याने तिला वेड्यात काढलं होतं.

"येडे, आपण का कुणब्याच्या कुळीत जन्माले आलो? आपण मांग, मांगाचं काय, गावावरची सगळी जमीन त्याचीच. वाटंल त्याच्या वावरात जावावं, वाटेल ते घेवावं. कोणी काही मनत नाही, बोलत नाही. एवढे असल्यावर काहाले मांगाले वावर पायजे? वावर इकत घ्या, बैलखटे इकत घ्या, औतफाटे करा, दोरखंड-चऱ्हाटं वळा... या नाहाकच्या भानगडी कोण लावून घेईल?"

काय बोलावं माणसानं अशा माणसापुढे?

एकाएकी कोण्या बाईचं मोठमोठ्यानं बोलणं बायजाच्या कानावर आलं. सारवणं थांबवून तिनं रस्त्यावर पाहिलं. मांगवाड्यातल्या हारजीची बायको- गया मोठमोठ्यानं बडबडत येत होती.

"काय वाटते वंऽऽ तिले? आम्ही का कुत्रे -मांजरं हाओ? कामं करून घेतानी कसं गोड वाटलं मनावं? अन् ही अशी इटलेली भाजी अन् फुली आलेली भाकर देली? आंधळी झाली व्हती का ती? इमानं ढळले याह्यचे आता; याह्यचं कव्हाच भलं व्हणार नाही, माहा बोल खोटा व्हणार नाही. ध्यानात ठेव मनावं ऽऽ!"

"अवं, कोणाले सेवा-सराप देयाली? काय झालं असं, इतकं संतापाय?" सुंद्राईनं विचारलं.

"संतापू नको? आता तुम्हीच पाहा सासूजी, ही भाजी-भाकर माणसानं खायाच्या लागी हाये का?"

तिनं सुंद्राईसमोर भाजी-भाकर धरली. खरोखरच सगळी भाकर फुली आलेली होती अन् भाजी विटली होती.

"कोणं देली?"

एवढ्या वेळात बायजाही खाली आली होती. तिनं गयाच्या हातची भाजी-भाकर पाहिली. देणारणीने अशी भाजी-भाकर दिलीच कशी, याचं तिला नवल वाटलं.

"त्या पंचाईनं."

पंचाई म्हणजे सुताराच्या कामठ्याजवळच्या मारोती बेल्याची बायको.

"तिच्या घरची भाकर काहाले आणली? तुम्ही तं रामकिसन मानकऱ्याच्या घरचं काम करता ना?"

"आवं माय, माही सून तिच्या घरचे काम करायली, सहा महिन्यांपासून."

हे बायजाला माहीत नव्हतं.

"तं ती कव्हाबी असंच करते. कव्हाच सुदी जेवार देणार नाही का गहू देणार नाही. कव्हाबी मातऱ्याचेच नाहीतं किडलेले. भाकर-टुकडा देईल तं शिळा-कडक झालेला. दातानं तुटणार नाही असा! नाहीतर असा इटलेला, फुली आलेला."

आता गयाचं बोलणं ऐकून शेजार-पाजारच्या पाच-सहा कुणब्यांच्या बायका जमा झाल्या. सगळ्याजणी गयाचं बोलणं ध्यान देऊन ऐकत होत्या.

गयाचा संताप खरा होता. चार दिवसांपासून तिच्या सुनेचं- लिलाचं अंग तापानं दुखत होतं; तरी तिनं पंचाईच्या म्हणण्यानुसार तीन शेर वाळलेल्या मिरच्या कांडल्या. त्याचा मोबदला म्हणून पंचाईने ही फुली आलेली भाकर अन् विटलेली भाजी दिली. लिलानं ती तशीच घरी आणली अन् गयाला दाखविली, तेव्हा गयाची तळपायाची आग मस्तकाला पोहोचली. "आत्ता जाऊन तिची खबर घेतो," म्हणाली. असं म्हणत खरोखरच ती सगळ्या गावभर मोठमोठ्यानं कल्ला करत निघाली. जागोजाग कुणब्यांच्या बायका तिला विचारत; अन् ती सारं काही सांगून भाजी-भाकर दाखवायची, तेव्हा बायका म्हणायच्या,

"अशी कशी हाये वं पंचाई? तिले कळू नव्हतं, इतकी फुली आलेली भाकर अन् इटलेली भाजी कशी देवावं मनून?"

इथेही सुंद्राईसह सगळ्या बायका अशाच म्हणू लागल्या. बायजाचं लक्ष सुंद्राईवर गेलं. सुंद्राई कामासाठी कोंबड्यासारखी कुरकुर करायची; पण काही देण्याच्या बाबतीत मात्र तिनं असं कधी केलं नाही. जे काही द्यायची ते चांगलंच द्यायची. पाहुणचार, सण केला की, ती बायजाला विसरेना.

"मनूनच मनतो" गया पोटतिडकीनं बोलू लागली. "आता या गावच्या कुणब्याचे कामं करण्यात काही मतलब नाही. याह्यच्या नियता आता पह्यल्यासारख्या शाबूत राह्यल्या नाहीत."

"अगं, असं काऊन मंते? गव्हासंगं किडेबी लगडतं का काय?" सुंद्राईनं म्हटलं. सुंद्राईनं स्वतःला किडे म्हटलं हे ऐकून बायजाला हसू आलं. सुंद्राई खरंच पाटलाच्या गव्हातला किडाच होती.

"मी काहाले लगडू? या पांढरीवर ज्याची ज्याची नियत बदलली असंल त्याले त्याले लागंल माहा बोलणं?"

बायजा अजूनही सुंद्राईकडेच पाहात होती. तेवढ्यात सुंद्राईची नजर बायजावर गेली अन् ती सारखी आपल्याकडेच पाहते, हे पाहून ती पटकन् म्हणाली,

"बायजे, म्या असं कव्हा केलं तुह्यासंगं?"

"नाही जी?"

तिनं "नाही" म्हटलं म्हणून सुंद्राईला बरं वाटलं.

"आवं, जे झालं ते झालं, आता सगळ्या गावभर काहाले उपणत चालल्या हे? दुम्हार त्या घरी काम करू नाही."

"बायजे, मले नाही कोणाचं भेव वाटत. एखांदा राकेस "खातो खातो" मनत आला तं त्याच्या तोंडातले दात उपटणारी मी बाई हाओ अन् आपण मुकंच राह्यलो,

तं या बाया याच्यापेक्षा जास्तच आपल्या जिवाची माती करतील. आपण हलक्या जातीचे झालो मनून काहीबी का सहन करायचं? येळ आली तं तू कर बिचारे; पण मी नाही करणार.''

बायजाला तिच्या बोलण्याची भीतीच वाटू लागली. कुणब्याच्या माणसाने लाथेनं उडवलं तरी एक शब्द न बोलणारी, उलट मार खाल्ल्याचा अभिमान वाटणारी मांगाची जात. त्या जातीची एक बाई उघडपणे, बेधडकपणे असं बोलते? काय परिणाम होईल याचा? भांडण झगडा, मारामारी, बहिष्कार... बौद्धांसारखा.

नुसत्या विचारानं बायजाच्या अंगाला कापरं भरलं. गया मात्र पहिल्यापेक्षा मोठमोठ्यानं बडबड करत रस्त्याला लागली. बाकीच्या बायकाही आपापल्या घरी गेल्या.

बायजानं सारवनाच्या गाऱ्यानं बाटली भरली अन् ती घेऊन ती जसजशी शिडीवर चढू लागली, तसतसे तिचे पाय लटपटू लागले. आपल्या डोळ्यांपुढे अंधारी येते की काय असं तिला वाटलं, तेव्हा तिनं हातची बाटली खाली सोडून दोन्ही हातांनी शिडीचे पाय गच्च धरले.

इकडे वरून खाली येत असलेली गाऱ्याची बाटली पाहून सुंद्राई ओरडली. ती बाटली पारूच्या टाळक्यात पडणार एवढ्यात तिला सुंद्राईने आपल्याकडे ओढले. धाडदिशी बाटली खाली पडली. त्यातलं सारवणं उबडलं, सांडलं. त्या दोघींनी वर पाहिलं. बायजा घोरपडीसारखी शिडीला चिकटली होती.

''आत्याबाई, काय झालं तुम्हाले?'' पारूनं मोठ्यानं विचारलं.

''बायजे, चक्कर-गिक्कर आली का काय गं? खाली ये आगुदर.''

बायजानं सुंद्राईचं म्हणणं ऐकलं. ती हळुवारपणे शिडीची एक एक पायरी उतरू लागली.

रात्र झाली. पावसानं अधिक जोर धरला. मघा नक्षत्राचा हा पाऊस. परवापासून मघा सुरू झाल्या. आधीचं आश्लेषा नक्षत्र पूर्णपणे कोरडं गेलं; पण मघानं नमनालाच जोरात सुरुवात केली. तसं हे नक्षत्र लहरी! जर पाऊस सुरू झाला तर मग तो संपेपर्यंत थांबणारच नाही आणि उघड गेलं तर थेंबभर पाऊस पडणार नाही. म्हणूनच कुणबी म्हणतो, ''मघा, वरतीच बघा, नाहीतर चुलीपाशी हागा.'' या वेळीही मघानं परवापासून कोणालाही घराबाहेर तोंड काढू दिलं नाही. माणसं तर सोडा; गुरा-ढोरांनाही चरायला जाणं अवघड झालं.

याला अपवाद होता हरिपाठवाल्या भजनी मंडळाचा. कितीही पाऊस असो, थंडी असो; हरिपाठात कधी खंड पडत नाही. गावाच्या पश्चिमेला धनगर वेटाळाला लागून असलेल्या मारोतीच्या देवळात रोज रात्री हरिपाठ होतो. हरिपाठ घेणारे आधी हरिपाठ घेतात; मग जेवायला जातात.

हरिपाठ घेणारांत एकू बेल्या, चंद्रभान तेली, विठ्ठल बेल्या, नारू धनगर, उत्तम बेल्या आणि आणखी चार-पाचजण होते. मांगवाड्यातला यादव हरिपाठ मंडळातला महत्त्वाचा घटक. त्याच्याशिवाय हरिपाठ सुरूच होत नव्हता. हरिपाठच काय कीर्तन, भजन असलं तरी त्याच्याशिवाय सुरू होत नसे. त्याचं कारणही तसंच होतं. हरिपाठ, भजन म्हणणारं भजनी मंडळ कुणब्यांचं- तेल्यांचं, धनगरांचं. रामा धनगर नेहमी पखवाद वाजवायचा. हा रामा धनगर गेल्या वर्षी पान लागून मेला. मग भजनी मंडळाची हातमोडी झाली. पखवाद वाजवणारा त्यांच्याजवळ दुसरा कोणी नव्हता. हरिपाठ बंद पडायची पाळी आली. काय करावं, काय नाही याचा खल झाला. पाटलाच्या कानावर गोष्ट गेली. पाटलानं थोडा विचार केला अन् मंडळातल्या माणसांना विचारलं,

"पखवाद वाजवणारा माणूस देतो मी तुम्हाले; पण त्यो तुम्हाले चालेल का पाहा?"

"असा कोण हाये?"

"त्याचं नाव तं सांगा." एकानं विचारलं...

"त्याचं नाव याद्या"

"याद्या?"

"कोण याद्या?"

"मांगाचा"

"मांगाचा? हेट् काही बी?"

"तेच मनतो."

सगळ्या मंडळात चलबिचल झाली. मांगाचा माणूस अन् पखवाद वाजवायला? कसं जमंल ते?

"पण त्याला पखवाद वाजवता येते का?"

"अरे, या गावात कोणाले काय येते हे तुम्हाले माहीत नसंल; पण मी पाटील असल्यानं मले समद्याह्यचे गुण-अवगुण माहीत हायेत. त्याच्या बापानं भजनी मंडळ तयार केलं व्हतं, हे तुम्हाले माहीत हाये का नाही?"

"हां ते माहीत हाये; त्याच्या बापाच्या मौतीनंतर ते बंद पडलं, बरोबर हाये ना?"

"हो बरोबर हाये; त्याचा बाप मेला; पण पखवाद वाजवायचा गुण याद्याले देऊन गेला."

"हे आम्हाले ठाऊक नव्हतं."

"पण त्याले मारोतीच्या पारावर कसं येऊ द्यावं?" उत्तम बेल्यानं विचारलं.

"आज तुम्हीच मनसाल त्याले पखवाद वाजवू द्या अन् उद्या त्यो पारावर चढला

तं नाहक आमची दमकोंडी करसाल."

"त्याले काहाले पारावर येऊ द्या लागते?"

"मंग?"

"त्यो पायरीजवळ उभा राहून वाजवंल पखवाद."

"पण पाऊस-पाणी असला तं?"

"त्याच्यासाठी लहानशी झोपडी करायची, त्यालेच करायले लावायची."

"मंग जमते."

तेव्हापासून पखवाद वाजवायचं काम यादवकडे आलं. ते पाहून गावातल्या दहा-पाचजणांनी नाकं मोडलं; पण पाटलापुढे कोणाचं चालणार?

या कामी त्याने एकही दिवस कंटाळा केला नाही. पाऊस, थंडी, वारा याचा विचार केला नाही.

आज मात्र त्याला हरिपाठाला जाणं अशक्यच होतं.

काल अर्ध्या रात्रीपासून त्याला ताप चढला होता. तसं सात दिवसांपासून अंग कणकणत होतं; पण त्यानं ते जुमानलं नाही. तापानं फणफणल्यावर मात्र त्याला बाज धरावी लागली...

दुपारी हारजी त्याच्या घरी आला. तो खाटेवर पडलेला पाहून म्हणाला,

"अरे, कव्हापासनं?"

"अर्ध्या रातीपासून."

"काही औषिदपाणी घेतलं का?"

"हो, लिंबाच्या अत्तर सालीचा काढा उकळून पेला दोनदा. आता जरा बरं वाटते."

"बरं, जातो मंग."

तो लगेच जाण्यासाठी फिरला.

"कसा काय आला व्हता?"

"रामकिसन मानदाराचा बैल मेला."

"कुठे?"

"कोठ्यात हाये त्याच्या ! मनलं तुले संगं नेवून...." तसा यादवचा गट वेगळा होता; पण एक भिका सोडला तर बाकीचे एकमेकाला मदत करत.

"येऊ का मंग?"

"नका." मध्येच यादवची बायको कौशल्या म्हणाली.

"आवं, नको काय मनतं? हारजीकडं अन् माह्याकडं हे काम हाये सध्या, मी जर गेलो नाही तं...."

"ते काय नाही. मी नाही जाऊ देणार! बाहीर गेल्यावर पावसानं अंग भिजंल.

घरी आल्यावर गरम पाण्यानं अंघोळ करसाल, ढोर वढून आल्यावर, सोलून आल्यावर अंघोळ केल्याबिगर तुम्हाले करमत नाही. मंजे असं दुहेरी सरद-गरमानं ताप वाढवून घेसाल.''

''अरे, राहू दे यादव. भाबी मनतात ते खरं हाये. मी पाह्यतो दुसरा कोणी.''

आणि यादवनं ''हो नाही'' म्हणायच्या आतच हारजी निघून गेला.

हे काम निसटलं; पण हरिपाठाचं काम निसटणारं नव्हतं. तो जर हरिपाठाला गेला नाही तर हरिपाठ बंद पडेल, या चिंतेत तो होता.

रात्र झाली. हरिपाठाची वेळ झाला अन् तो खाटेवरून उठला.

''काऊन उठले?''

''हरिपाठाले जाऊन येतो.''

''काही जायाचं नाही. तुमच्यावाचून काही अडत नाही त्या हरिपाठाचं.''

''अवं पण मी गेलो नाही तं...

''काही बिघडणार नाही. पाह्यला कसा पाऊस चालू हाये? तोंड बाहीर काढू देत नाही.''

''अवं, पण...''

''इतका नेटपाट करून जायचं असंल तं खुशाल जा. मंग काही कमी-जास्त झालं तं मले सांगू नका.'' फणकाऱ्यानं तिनं म्हटलं.

आणि त्यानं पुन्हा बाजेवर अंग टाकलं. आपल्याला हरिपाठाला जाता येत नाही याबद्दल त्यानं मनोमन देवाची क्षमा मागितली आणि बसल्याजागीच हरिपाठ म्हणायला सुरुवात केली.

देवाचिये द्वारी उभा क्षणभरी ।
तेणे मुक्ती चारी साधियेल्या ॥
हरि मुखे म्हणा हरि मुखे म्हणा ।
पुण्याची गणना कोण करी ॥
असोनि संसारी जिव्हा वेगु करी ।
वेदशास्त्र उभारी बाह्य सदा ॥
ज्ञानदेव म्हणे व्यासाचिया खुणा ।
द्वारकेचा राणा पांडवा घरी ॥

हरिपाठ म्हणण्यात तो गुंगून गेला. त्याच्या बायकोलाही ते ऐकून बरं वाटू लागलं. भाकरी थापता थापता कितीतरी वेळा तिचे हात जागीच थांबले.

शेवटच्या भागावर तो आला,

नामसंकीर्तन साधन पै सोपे ।

जळतील पापे जन्मांतरीची ।।
न लागती सायास जाणे वनांतरा ।
सुखे येतो घरा नारायण ।।

कौशल्याला हे ऐकून वाटलं, आपण त्याला हरिपाठाला जाऊ द्यायला पाहिजे होतं, देवाधर्माच्या कामात आपण विनाकारण आडकाठी आणली. पण 'न लागती सायास जाणे वनांतरा । सुखे येतो घरा नारायण ।।' हे ऐकून खरंच नारायण आपल्या घरात अवतरला असंच तिला वाटू लागलं. हरिपाठात एवढी गोडी असते हे तिला आज कळलं. इतके दिवस जेवणाची वेळ झाली की, तो हरिपाठाला जायचा अन् तो परत येईपर्यंत तिला त्याची वाट पाहात बसावं लागे. या गोष्टीचा तिला कंटाळा यायचा. तो घरी आला की, ती त्याच्यावर कचकचायची; पण आपणच मूर्ख आहोत, हे तिच्या आज लक्षात आलं. आपणही हरिपाठ शिकावा, पाठ करावा आणि दररोज म्हणावा असं तिला आता मनोमन वाटू लागलं.

हरिपाठ झाल्यावर त्यानं 'युगे अठ्ठावीस विटेवरी उभा' ही विठ्ठल-रखुमाईची आरती म्हटली. ज्ञानदेव-तुकारामाची आरती म्हणून झाल्यावर 'घालीन लोटांगण वंदीन चरण । डोळ्यांनी पाहीन रूप तुझे ।। प्रेमे आलिंगीन आनंदे पूजीन । भावे ओवाळीन म्हणे नामा ।।' हा उपसंहार म्हणत, उभं राहून स्वतःभोवती गिरक्या घेतल्या. त्या वेळी त्याचा उत्साह पाहून त्याच्या बायकोला मोठं नवल वाटलं. या वेळी याच्याकडे पाहिल्यावर याचं अंग दुखतं हे कोणाला सांगितलं तरी खरं वाटणार नाही. असा विचार तिच्या मनात आला अन् तेवढ्यात दारातून आवाज आला.

भगवान पाटलाचा गडी दरवाजात उभा होता.

''काहो, काय मनता?'' हरिपाठाच्या तंद्रीतून बाहेर पडत यादवनं दरवाजात येत विचारलं.

''चाल, तुले बलवलं पाटलानं आत्ताच्या आत्ता.''

''आत्ता एवढ्या राती? पावसा-पाण्याचं काय काम काढलं?''

''पाटलाच्या आज्याची मौत झाली?''

''काय? सिदाजी पाटलाची मौत झाली? कव्हा?''

''अर्धा घंटा झाला असंल.''

''अरे अरे, धट्टे कट्टे व्हते ना पाटील-आज्या; काल...''

''ते मंग सांगत बस, आगुदर चाल. तुले आत्ताच्या आत्ता निरोप घेऊन जा लागते कवठ्याले! लवकर ये.''

पाटलाचा आज्या मेला म्हणजे उद्या त्याच्या मड्यावर जास्तीतजास्त पैसे उधळणार; मड्यावर फेकलेल्या पैशांवर मांगांचाच हक्क. त्यासाठी मांगांच्या पोरांची

झुबड उठते. या वेळी मात्र यादव आजारी असल्यामुळे कौशल्याला त्या गोष्टीचं थोडसंही कौतीक वाटलं नाही. तो घराबाहेर पडला अन् तिच्या मनातल्या पावसानं अधिकच जोर धरला. तो डोळ्यांतून धारांनी वाहू लागला.

***

येसाजी धनगर वेटाळ ओलांडून बौद्धवाड्यात आला. बौद्धवाडा गावाच्या नैर्ऋत्येला. तर मांगवाडा त्याच्या विरुद्ध दिशेला म्हणजे ईशान्येला. पिढ्यान्‌पिढ्या एकमेकांकडे पाठी करून बसलेल्या अन् वागणाऱ्या या दोन वस्त्या; बौद्ध धर्म स्वीकारल्याने महार आता महार राहिले नाहीत. बौद्ध झाले. मांग जिथल्या तिथेच आहेत. मात्र, महार बौद्ध झाले तरी ते कुणब्यांच्या दृष्टीने आजही अस्पृश्यच आहेत; पण बौद्धांना याची पर्वा नाही. त्यांच्या आचार-विचारांत भलताच बदल झाला. कुणब्यांच्या शेंबड्या पोरांच्या नजरेला नजर द्यायची ज्यांची कधी हिंमत झाली नाही, ती माणसं आता पाटील-पटवाऱ्यांपुढे छाती काढून उभी राहतात. मांगाप्रमाणेच ज्यांच्या सांजा कुणब्यांच्या घरच्या उष्ट्या-पाष्ट्यावर निभावल्या, तीच माणसं गावाने बहिष्कार टाकला तरी वाकली नाहीत, झुकली नाहीत. मजुरी करणारे बौद्ध गाव सोडून गेले. ज्यांच्याजवळ थोडीफार शेती ते गावातच राहिले. बहिष्कार काढून टाका असं म्हणून त्यांनी कधी गाववाल्यांची मनधरणी केली नाही. एवढं बळ कसं आलं त्यांच्यात? डॉ. आंबेडकरांनी एवढी जादू केली? एक माणूस अशी जादू करू शकतो? मग त्याला माणूस कसं म्हणायचं? त्याला देवाचा अवतारच मानावा लागेल. डॉ. आंबेडकर खरंच देवाचे अवतार असतील का? त्यांना मरून एवढी वर्षं झाली तरी या बौद्धांवर अजून त्यांचा प्रभाव कायम आहे. काय म्हणावं याला? आपल्या समाजाला उजळून काढणारा एखादा डॉ. आंबेडकर आपल्याही जातीत जन्माला येईल का? करेल आपल्या समाजाचा कायापालट? समजा, असा एखादा देवमाणूस पैदा झाला तरी आपला समाज त्याचं म्हणणं ऐकलं? सोडेल गावकीची कामं? आज तरी या गोष्टी शक्य नाहीत.

"काय येसाजी? कुणीकडे चक्कर मारली?"

येसाजी भानावर आला. शिदनाक होता तो. महारांच्या नावापुढे नाक लावायची पद्धत होती. जसं नारनाक, नागनाक, देवनाक पण आता शिदनाक बौद्ध झाल्याने त्याला शिदनाक म्हणायला जमत नाही. तो आता सिदाजी झाला. नाहीतर गावात सिदाजी एकच- भगवान पाटलांचा आज्या. हाही एक नवा बदलच म्हणायचा नाहीतर काय? बौद्ध होण्याआधी हाच सिदनाक कुणब्यांसाठी "सिद्या" होता. सगळ्याच बौद्धा-मांगांना असं म्हणण्याची गावकऱ्यांची पद्धत; पण आता सिदाजीला "सिद्या" किंवा इतर कोणा बौद्धाला उद्धटपणे तसं म्हणण्याची गावात कोणी हिंमत

करणार नाही? ते सुटले यातून. आपण? आपण आजही गाववाल्यांसाठी 'येस्या'च, आपल्यालाही मनातून वाटते, गाववाल्यांनी सिदाजीसारखं आपल्यालाही "येसाजी" असं तोंड भरून म्हणावं. आपल्याला 'येसाजी' म्हणण्याचा दिवस या जन्मी तरी उगवणार नाही. उगवेल?

"काय नाही, चिनकूनाकाले बलवाय आलतो."

"चिनकूनाक?" सिदाजीनं कपाळावर आठी पाडली.

येसाजीला चूक लक्षात आली. तसा तो सावरून म्हणाला,

"नाही. चिनकाजी."

"हे, अस्सं! काय काम काढलं? कोण बलावलं? कुठं बलावलं?"

"पाटलानं बलावलं, वाड्यावर. काय काम हाये ते मले माहीत नाही."

"तरी?"

"काय असेल ते देव जाणे."

"दुसरं कोण हाये तिथं?"

"पांडेबुवा."

"त्याच्या वावरा-शिवराचं असंल; पण त्यो तं गावावर नाही, मंबईले गेला, काम कराय. माहीत नव्हतं का तुले? त्याचं वावर तं मीच वाह्यतो."

"मले समदं माहीत हाये; पण आपल्याले काय, राजा बोले दल हाले. पाटलानं, पांडेबुवानं जाय मनलं, आलो."

बौद्ध मंडळींनी हा एक शहाणपणा केला. ज्यांच्या ज्यांच्याजवळ थोड्या फार जमिनी आहेत, त्या आपल्याच भाऊबंदांना वाहायला देऊन मुंबई जवळ केली.

"बसं, चिलम वढतं?"

"नाही."

"बस मंग, लय दिसानं भेटलास."

"हं!"

"बस न?"

"नाही, बसत नाही. जायाचं. गावात फिरायचं. आणखी काही जणाले बलवायचं?"

खरं तर येसाजीला हा सिदनाक आवडत नव्हता, पहिल्यापासूनच आवडत नव्हता. हा त्याच्याशी किंवा इतर कोणा मांगाशी कधीच सरळ वागला नाही. बोलला नाही. कधी बोलला तर वाकडंच. बौद्ध धर्मात गेल्यानंतर हे वाकडेपण अधिकच वाढलं किंवा तसं नसेलही कदाचित; पण येसाजीला मात्र तसं वाटायचं.

"एक गोष्ट इचारायची व्हती; सांगशील?"

येसाजीनं कपाळावर आठी पाडली. नक्कीच हा काहीतरी आडवं तिडवं विचारणार. काय विचारील?

"काय मनतं?" सिदाजीनं पुन्हा म्हटलं,

"बोल. माहीत असंल तं सांगीन?"

"तुले माहीत हायेच."

"इचारून पाहा."

"भगवान पाटलाच्या घरी काल-परवा मीटिंग झाली मनं?"

"कोणाची?"

"गावातल्या मुखंड लोकायची."

"काही माहीत बॉ!"

येसाजीनं कानावर हात ठेवले. वास्तविक मागच्या मंगळवारी पाटलाच्या घरी मीटिंग झाली, तेव्हा तो तिथं हजर होता.

"तुले माहीत नाही मनल्यावर मले पटंल असं वाटते तुले? उजव्या कानाची खबर डाव्या कानापासून एक वेळ लपून राहील; पण गावात कुठे खटकन वाजलं तरी ते तुह्या कानावर आल्याबिगर राहात नाही, कारण गावकामदार मनल्यावर तुहं कामंच हाये ते. त्याच्यानं तुवा "नाही" मनलं तरी मले पटत नाही."

येसाजीने त्याच्यावर नजर टाकली. तो त्याच्याकडे रोखून पाहात होता. येसाजीला उगंच घाबरल्यागत वाटलं.

"तुले काय वाटते, गावात काय काय चालू हाये ते मले कळत नाही? अरे येसाजी, भगवान पाटलाच्या अन् त्याच्या आज्याच्या दाबाखाली सगळ्या गावानं इतके वर्सं जरी आमच्यावर बहिष्कार टाकला असंल; तरी आम्हाले मानणारे चार-दोन कुणबी असतीलच ना बे गावात? असतील का नसतील? तुले काय वाटते?"

"असतील बॉ!"

"हं, तं त्या माणसाह्यकडून आम्हाले गावातलं समंद हागलं-मुतलं कळते. सिदाजी पाटील मेला, आता हाये ह्यो भगवान पाटील. त्याचं वजन काही त्याच्या आज्याइतकं नाही गावावर, हे तू बी कबूल करशील. "बौद्धांवरचा बहिष्कार उठवा" असं गावातल्या चार-सहाजणाह्यनं भगवान पाटलाले खडसावून सांगितलं मनं... काय, सांगितलं का नाही?"

येसाजीला काय बोलावं तेच कळेना. तरी काहीतरी बोलायचं म्हणून तो बोलला,

"तुम्हाले समद्या गोष्टी माहीत हायेत मनता. मंग मले काहाले इचारता?"

"अंहं, तुले इचारायचं ते याच्याचसाटी की, तुले आमच्याबद्दल जरासा वलावा हाये का नाही?"

"कसा?"

"अरे, आम्ही बौद्धधर्मात गेलो; पण आदुगर तं तुमच्यासारखेच व्हतो ना! जशी

हाड् हाड् तुमच्या नशिबी आता हाये; तशी तव्हा आमच्याबी नशिबी व्हती. असं मनतात, दोन माणसं ज्याह्यचं दुःख सारखंच हाये-ते एकमेकाले भेटले तं एकमेकाले आपापलं दुःख सांगतात. तू मात्र तुहं दुःख तं कव्हाच सांगत नाहीस; पण आमचं बी ऐकत नाहीस?''

''काय सांगत बसू तुले? त्या मिटिंगात अमक्या, ढमक्यानं 'बौद्धावरचा बहिष्कार उठवा' असं भगवान पाटलाले सांगितलं, एवढंच?'' तो जरा घुश्श्यातच बोलला.

त्यावर सिदाजी हसला.

''येड्या, इतलंच तुवा आगुदर सांगितलं असतं, तं मले बरं वाटलं असतं.''

''पण मले काय घेणं-देणं त्यात?''

''तसं नको मनू.''

सिदाजी एकाएकी गंभीर झाला,

''तू-मी अशी भाषा नको वापरू. तुम्ही आम्ही येगळे नाही. मांगावर, बौद्धांवर अन्याय करणारे एकच हायेत. तुमच्या लोकाह्यनं आमच्यासंगं बाबासायबाच्या म्हणण्याप्रमाणं बौद्धधर्माची दीक्षा घेतली असती तं आज ज्या ठसनंनं मी गावावर राह्यलो, त्याच ठसनंनं तूबी राह्यला असता! पण ते तुमच्या नशिबात नव्हतं, असंच मन.''

त्याची ही गोष्टही येसाजीला पटली नाही. मांग लोक बाबासाहेब आंबेडकराचं म्हणणं ऐकून बौद्ध धर्म स्वीकारणार होते म्हणे? पटंल कोणाला? काहीही बोलतो आपला, उचलली जीभ लावली टाळ्याला. याच्या अशा भलत्या-सलत्या बोलण्यानंच त्याच्याशी बोलणं येसाजीला आवडत नाही.

''जातो मी, मले नाही फुरसत तुह्या गोष्टी ऐकायले.'' त्यानं तणक्यानं म्हटलं अन् तो निघालाही.

''अरे येसाजी, तुवा ऐकलं अन् नाही ऐकलं तरीबी गाववाल्याह्यचा ठराव बदलणार हाये थोडाच? अरे, त्याह्यच्या वावरातल्या कामा-धंद्यासाटी त्याह्यले आमची गरज हाये... त्याच्यानं तेऽऽऽ!''

पुढचं काहीच येसाजीनं ऐकलं नाही. ऐकू आलं नाही. तो तणतणतच निघाला.

तो धनगर वेटाळ ओलांडून जयराम तेल्याच्या दारात आला. तर जयरामच्या ओट्यावर, अंगणात दहा-बारा माणसं जमलेले. ते काहीतरी बोलत होते.

अं! काय झालं म्हणावं इथे? येसाजीचे कान टवकारले. त्याला आठवण आली, सिदाजीच्या बोलण्याची. गावात कुठे काही जरासं वाजलं तरी ते आपल्याला ऐकू येतं, खरं आहे हे? उगीच नाही आपण गावकामदारकी करायलो? इथे काय झालं, ते पाहावं या विचाराने त्याने तिथं उभ्या असलेल्या एकाला विचारलं,

''काय झालं बापू? काऊन जमा झाले माणसं?''

''कोणीतरी पंडित बाबा मेले मनं?'' त्या माणसाने सांगितलं.

पण त्याचं बोलणं येसाजीला कळलं नाही. हे कोण पंडित बाबा? शेगावचे गजानन बाबा, डव्ह्याचे नंगेनाथ बाबा, लोणीचे सखाराम बाबा, फार झालं तर शिर्डीचे साई बाबा... ह्या बाबांची नावं त्याला माहीत होती; पण हा कोण पंडित बाबा? हां... गाडगे बाबा, तुकडोजी बाबासुद्धा त्याला माहीत होते; पण पंडित बाबा त्याच्या ओळखीचे नव्हते.

दुसऱ्या कोणाला तरी विचारावं या विचाराने त्याने पुढे पाय टाकला तर मागून आवाज आला,

''अरे, पंडित बाबा नाही; पंडित जवाहरलाल नेहरू म्हण.''

येसाजीनं मागे वळून पाहिलं. भोसले मास्तर होते ते. उन्हाळ्याची सुटी लागली तरी ते गाव सोडून गेले नव्हते. तिकडं म्हणे त्यांना कोणीच नाही. खरं-खोटं तेच जाणोत.

''काय मनता? पंडित जवाहरलाल नेहरू?'' येसाजीनं कपाळावर आठी पाडून विचारलं.

''हो, आपले पंतप्रधान ...पंडित नेहरू मरण पावले... नुकतीच बातमी ऐकली मी रेडिओवर''

ही बातमी ऐकून येसाजीला धक्का बसला. अरेरे! फार वाईट झालं... त्यानं याच्या-त्याच्याकडून नेहरूंबद्दल बरंच ऐकलं होतं. फारच चांगला माणूस होता म्हणे... त्याला ''पंडित बाबा मेले'' असं सांगणाऱ्या त्या माणसाचं मात्र नवल वाटलं. त्यानं पंडित बाबा कसं म्हटलं असंल? हां... हां... बरोबर... जसं गांधी बाबा, आंबेडकर बाबा, तसे पंडित बाबा...

''काहो गुर्जी, कशानं मेले हो?'' त्यानं चौकशी केली.

आता सविस्तर बातमी ऐकण्यासाठी बाकीचेही भरभर भोसले मास्तरच्या भोवती जमा झाले.

मास्तर सांगू लागले,

''आपलं चीनसोबत युद्ध झालं गेल्या वर्षी, माहीत आहे तुम्हाला?''

''हो हो, तव्हा आभाळात धुपट सोडणारे लय मोठे रॉकेट जायचे.'' एकजण म्हणाला. त्यावर पाच-सहाजण हसले.

''बरोबर आहे तुमचं म्हणणं... तर त्या युद्धात आपण हरलो... चिनी लोक आपल्याला भाई म्हणजे भाऊ म्हणत. हिंदी-चिनी भाई भाई, असा ते नारा देत.''

''अन् तरीबी त्यानं आपल्यासंगं भावबंदकी केली?'' तेल्याच्या रंगनाथानं विचारलं.

"बरोबर, त्यानं विश्वासघात केला अन् भारतासोबत युद्ध छेडलं. त्यात आपला पराभव झाला. हीच गोष्ट नेहरूजींच्या मनाला लागली, तेव्हापासून ते आजारी पडले. अन् आज.."

मास्तर पुढे गप्पच झाले.

"मायची हांडी त्या चीनच्या?" भीमा बेल्यानं ओठ खाऊन शिवी हासडली.

बाकीच्यांच्या मनातही चीनबद्दल राग निर्माण झाला. येसाजीच्याही मनात विचार आले. तो तिथून विचार करतच निघाला.

खरंच कसा गधा असंल हा चीन? त्याला कळू नव्हतं नेहरूसंगं कसं वागावं ते? आता, एवढे मोठे नेहरू? त्याह्याच्यासंग दगाबाजी करावी? भाऊ भाऊ म्हणायचं अन् पाठीत सुरा खुपसायचा? पण या त्याच्या आगाऊपणाबद्दल त्याचा कोणी कान धरणारा भेटला नसंल का त्याले?... चालता चालता तो विचारात बुडाला. नकळत त्याचे पाय रस्ता कापू लागले.

"का रे येस्या?"

एकाएकी तो भानावर आला. तो पाटलाच्या बैठकीच्या दारात उभा होता.

"का रे, कोण कोण भेटलं?"

तो गोंधळला... त्याने दोघा-तिघांनाच बोलावलं. बाकीच्या घरी जायचं तर नेहरूंच्या विचारात तो सरळ पाटलाच्या घराकडे चालत आला.

"जीऽ बलवतो ऽऽऽ आता बलावतो समद्या लोकायले."

तो तसाच माघारी वळला. पाटील काहीतरी बोलले. बैठकीतले माणसं ते ऐकून मोठ्यानं हसले.

पण त्याकडे ध्यान न देता येसाजी रस्त्याला लागला. नेहरू बाबाने आपल्या कामात भूल पाडली... आता मात्र भूल पडू द्यायची नाही... आपलं काम आधी... मग नेहरू बाबा. तरीही नंतर चालता चालता एक विचार त्याच्या मनात विजेसारखा चमकून गेलाच! नेहरू मेले, त्या गावातल्या मांगाह्यच्या पायाले दम नसेल. नेहरूंच्या मौतीची बातमी या गावाले, त्या गावाले देयासाठी सगळे मांग चौफेर धावत सुटले असतील... आपण सिदाजी पाटलाची - सिदाजी पाटलाचीच काय, गावातल्या कोणत्याही कुणब्याची - बातमी सांगण्यासाठी जिवाचं पाणी-पाणी नाही करत? त्या वेळेस ऊन, वारा, पाऊस, थंडी, पूर, अंधार, काटेकुटे या कशाकशाचाच आपण विचार करत नाही. तसंच असंल नेहरूंच्या मौतीचा निरोप घेऊन जाणाऱ्या मांगाह्यचं...

"अरे येश्या, मेल्या डोळे फुटले कारे तुहे? सारका अंगावर येसालास." एकाएकी कोणीतरी कचकचलं.

गालात सणाण थपड बसावी तसं वाटलं येसाजीला. नेहरूंच्या विचाराविचारांत

रस्त्यानं चालताना तो समोरून येणाऱ्या नारू बेल्याच्या मायच्या - कौताबुढीच्या अंगावर गेला... बरं झालं, बुढीनं आवाज दिला... नाहीतर त्याने बुढीला धडकच दिली असती.

"माय, चुकलो; पदरात घ्या." त्यानं बुढीपुढे चक्क लोटांगण घातलं.

"ऊठ मेल्या, आता तरी माहा रस्ता आडवू नको." बुढी म्हणाली अन् पुढे निघून गेली.

येसाजी उठला. खजील झाला. खाली मान घालून रस्ता चालू लागला. नेहरूंमुळे आपलं हसं झालं. त्यानं नेहरूंचा विचार सोडला. आता तो पूर्णपणे भानावर येऊन रस्त्याने निघाला.

"गणानं नवा बँड आणला" ही बातमी नुसती मांगवाड्यातच नव्हे तर सगळ्या गावात पसरली. अन् जो तो बँड कसा असतो, कसा वाजतो, कसा वाजवतात हे पाहायला गणाच्या घराकडे धावू लागला. यात लहान लेकरं आघाडीवर होते.

गणाच्या घरासमोर ओट्याभोवताल लेकरा-माणसांचा मोठा गराडा पडला होता. त्याने मुद्दाम बँडची बासनं ओट्यावर मांडून ठेवली होती. त्यात कलाट, कारनेट, ढोल, ताशा इत्यादींचा समावेश होता. लहान लहान लेकरं त्या प्रत्येकाला हात लावून पाहात, ढोलावर बोट टाकून वाजवून पाहात; गणानं दटावलं की, बाजूला होत.

"बरं झालं गड्या, तुवा बँड आणला गावात! ते सनई-चौघड्याचं वाजवणं आता जुनं झालं. उग्गं आपलं तेच पीऽ पीऽ पीऽ पीऽ अन् ढुमळम, समळम, ढुमळम, समळम." तेल्याचा आनंदा म्हणाला.

त्यावर बाकीच्यांनी "बरं झालं" म्हटलं. पण योगीराज बेल्या म्हणाला,

"आनंदा, तुम्हा-आम्हाले असं मनायले काय जाते?"

"काऊन?"

"अरे, या बँडानं त्या सनई-चौघडावाल्या नाथ्या-परभ्याचे पोटं बसतील त्याचं काय?"

"ते कसं काय?"

"अरे, सगळे मनतील आम्हाले बँडच पायजे, मंग सनई-चौघडा कोण लावंल?"

"हां, हे खरं हाये; पण सनई-चौघडा इतक्या लवकर थोडाच बंद पडणार हाये? चालंल की दहा-पाच वर्स...

"कशाचा दहा-पाच वर्स चालते? पाहशील तू त्या नाथ्या-परभ्याले सनई-चौघडा दोन वर्सात बंद करा लागते का नाही?"

"तसंच व्हते रे पोऱ्हहो " म्हातारा नामा बेल्या मध्येच बोलला,

"आता हेच पाहा ना, जे आमच्या जमान्यात व्हतं ते आता तुमच्या जमान्यात राह्यलं का? आमचे मनगट शेजारच्या घरच्या दुधा-तुपात बुडालेले असत; आता ताकबी कोणी कोणाले फुकट देयाले तयार नाही. माहा एवढा जलम गेला; पण बक्षी गव्हाशिवाय दुसऱ्या गव्हाची पोळी म्या कव्हा खाल्ली नाही... अन् आता? सरकारनं त्यो कोणता जव गहू आणला; दळून आणला की, दळणात समदा कोंडाच... शेरभर गव्हाचं तीन पावशेर चाळणच... पोळी करून खाल्ली तं हागवण लागते... अन् ती जेवारी - लाल, कडू लागणारी... मिलो मनतात का काय ते? अरे, आमच्या कणग्यातली धामन्याची जेवारी कव्हा सरलीच नाही... काय जमाना आला ह्यो? पह्यलं जे जे साजरं व्हतं ते कापरासारखं उपकायलं... निकस ते जन्माले यायलं..."

खरं होतं नामदेव बेल्याचं. माणसाची नियत बदलायली, तसा निसर्गसुद्धा बदलायला... लोकसंख्या वाढायली... नीट पाऊस पडेना, शेतात पिकं होईनाशी झाली... सगळ्या देशात अन्नधान्याचा तुटवडा पडायला लागला. लोक उपाशी मरायला लागले; पण सरकार लोकांना कसं मरू देईल? शिकलेले लोक म्हणतात,

"पाकिस्ताननं भारतासंगं लढाई केली, पाकिस्ताननंच काहीतरी केलं असंल, मनून दुष्काळ पडायला...? अमेरिका त्याचा सोबती आहे... अमेरिकेला सांगून पाकिस्तान भारतावर पाहिजे तेव्हा पाऊस पडू देत नाही... किती खरं असेल हे? असं काही अमेरिकेला तरी करता येईल का? पण मग वेळच्या वेळी पाऊस का पडत नाही?... सरकार तरी काय करणार या गोष्टींना? सध्या पंतप्रधान असणारे लाल बहादूर शास्त्री यांनी पाकिस्तानबरोबर लढाई जिंकून त्याची खोड मोडली... देशातले लोक भुकेनं उपाशी मरू नये म्हणून अमेरिकेतून मिलो ज्वारी, जव गहू आणला... आता लोक म्हणतात की, अमेरिकेतले डुकरंसुद्धा हा गहू, ही ज्वारी खात नाहीत... मुंबईत राज्य सरकारच्या विरुद्ध असणाऱ्या पक्षांनी मोर्चे काढले... मुख्यमंत्री वसंतराव नाईक यांचा मिलो ज्वारी अन् जव गव्हासाठी निषेध करायचा म्हणून त्यांच्या सरकारविरुद्ध रान उठवलं... याच वसंतराव नाईकांनी शेतकऱ्यांना वरदान ठरणारी कापूस एकाधिकार योजना सुरू केली; तर राज्यात कोणीही उपाशी मरण पावला न पाहिजे यासाठी रोजगार हमी योजना सुरू केली. आता तर म्हणे वसंतराव नाईक कमी काळात, कमी पावसावर येणारे ज्वारीचे, कापसाचे इतर शेतीमालाचे बियाणे तयार करून राहिले... अजून काय करावं त्या माणसानं? त्याच्या सरकारनं...?"

या अशा काही गोष्टी तेल्याच्या आनंदाच्या कानावर पडल्या होत्या. त्याचा मेहुणा-बायकोचा भाऊ अकोल्याला कोण्यातरी ऑफिसात मोठा साहेब आहे. तो मागच्या आठवड्यात बहिणीला भेटायला आला होता... तेव्हा त्याच्याशी बोलताना

त्याने या गोष्टी सांगितल्या होत्या. त्याला वाटलं, आपल्या मेहुण्याने आपल्याला सांगितलेल्या या गोष्टी नामदेव बेल्याला सांगाव्या... पण त्या कशा सांगाव्या तेच त्याला कळेना... तरीही बोलायचं म्हणून त्यानं म्हटलं,

"आज्या, तुम्ही मनता ते खरं हाये, तुमच्या काळात मोटा व्हत्या, त्या गेल्या. पुढे ऑईलचे इंजिनं आले... आता इंजिनाच्या जागी इलेक्ट्रिक लाइनवर चालणाऱ्या मोटारी निघायल्या मनं... लांब कशाले, हेच पाहा ना, तुमच्या-आमच्या वावरात सरकारनं कशा बडिंग नाल्या तयार केल्या..? नाही तं आपलं शेतकऱ्याचं कसं व्हतं...? जिथे कुठे पाण्याने रानातला गाळ वाहते तिथे आपलं आडवं वळण तयार करायचे... ना त्या वळणाने पाणी अडवलं जाये ना पाटात पाणी मावे... मंग ह्या गोष्टी सुद्या हायेत का खराब?"

"आनंदा, तू मनतं ते खरं हाये, नाला-बडिंगची गोष्ट तं सुदी हायेच."

"तसंच मंग जे नवं येयालं ते सगळंच काही खराब मानू नाही. हं, ते आपल्याले खराब वाटते, काऊन ते आपल्याला त्या गोष्टीची सवय नसते. पह्यल्या तुम्ही सायकली पाह्यल्या असतील, आता फटफट्या आल्या... रेडिओ कव्हा पाह्यला व्हता तुमच्या काळात? पह्यले पटकीसारख्या रोगाची लागण व्हवून माणसं पटापट मरत, आता सरकार त्याच्यावर लस, औषधी देऊन पटकन उपाय करते... इतकं काहाले, आपल्या दिनकर दुकानदाराची लहानी सून गोल साडी घालते... पाह्यली व्हती कव्हा आपल्या गावात अशी गोल साडी नेसणारी बाई?"

नामदेव बेल्याचं तोंडच बंद झालं.

"तसं मंग ह्या गणानं बँड आणला तं त्याचं बी आपण कौतुक करावं! कसं?"

"खरं हाये रे बॉ तुहं." नामदेव बेल्यानं बँडला मान्यताच दिली जणू!

मग चर्चा सुरू झाली बँडाची. एकेकजण एकेक प्रश्न गणाला विचारू लागला.

कुठून विकत आणला बँड? केवढ्यात बसला? पैसे कुठून आणले एवढे?

यातल्या शेवटच्या प्रश्नाबद्दल सगळ्या गावाला कुतूहल होतं. गणाचा बाप भिका तसा आळशी. कोणतंच अन् कोणाचंही काम मन लावून न करणारा. सामूहिक काम असेल तर त्यात अडथळे निर्माण करण्यात त्याचा हातखंडा! गेल्या एक-दोन वर्षांत तर त्यानं गावकीची कामं सोडूनच दिली होती. मात्र, एक धंदा जोरात सुरू केला होता, तो म्हणजे दारू काढण्याचा, विकण्याचा. दारूचे गिहाइकं त्याला गावात कमी भेटत. जे काही पिणारे पाच-दहाजण, ते पाटील-मानकऱ्यांना चोरून पित. मात्र, त्याला गिहाईक होतं उमऱ्याचं. तिथे जवळपास प्रत्येक घरातून एक-दोन माणूस दारू पिणारं होतं.

उमऱ्यात दारू काढणारेही कमी नव्हते. चार-पाचजण दारू काढायचं, विकायचं काम करत. त्यांच्यात भिका सहभागी झाला. गावावरची मोहफुलं जमा करणं, ती

उमऱ्याला पोहोचवणं, गावातल्यांसाठी दारू आणणं यातच त्याचा वेळ जाई; त्यामुळेच गावकीची कामं करण्यासही त्याला फुरसद नव्हती. मेलेली ढोरं ओढणं, त्यांची कातडी सोलणं ही कामंही त्याने बंद केली.

याबाबत येसाजीसकट बाकीच्या मांगांनी भगवान पाटलाकडे त्याची तक्रार केली, तेव्हा पाटील म्हणाले,

"जाऊ द्या, बरं तुमच्यातून सडकं वांगं बगलणं झालं. त्याच्यावर तुम्ही ध्यान देऊ नका."

"पण मालक, ते गावात दारू आणून इकते त्याचं काय?" येसाजीनं विचारलं होतं.

"त्याचीबी येळ येईल एखांद्या दिशी. तुम्ही उतावळे व्हवू नका." पण असा दिवस अजून तरी उगवला नाही.

"कर्ज घेतलं का कुठे डाका टाकला रे?" जनार्दन बेल्यानं फटकळपणाने विचारलं.

एवढा वेळ घरात बसून असलेला भिका हा प्रश्न ऐकून बाहेर आला अन् जनार्दन बेल्याला म्हणाला, "बापू, आतापावेतो या भिक्यानं का त्याच्या पोरासोरायनं, बायकोने कोणाची सुतळी तरी उचलली का? हं, कामं करण्याबाबत हरामी केली असेल; पण चोरीनं जीव नाही बाटला कोणाचा. मंग माहं पोरगंच कुठे जाणार हाये डाका टाकाय?"

"तसं नाही रे मले मनायचं? तुले माह्या मनण्याचा राग आला?"

"राग येणार नाही?... अहो, आम्ही खालच्या जातीचे झालो मनून का आम्हाले इज्जत नाही?"

"बापू, तुम्ही चूप बसा" गणानं भिकाला दटावलं,

"मी सांगतो काका, कसे पैसे जमा केले ते."

"नको रे सांगू बाप्पा? आम्हाले काय करायचं?" जनार्दन म्हणाला,

"आम्हाले काय करायचं? तू चोरून आणलं का मारून आणलं तरी!"

"नाही; पण मले वाटते, जरा इचार करून बोलावं." भिकानं लांबण लावली; जनार्दननं पडती घेतली अन् बाकीच्यांना म्हणाला, "चला रे, व्हा आपापल्या, घराकडे."

अन् खरंच सारे माणसं, पोरं काहीही न बोलता पांगले.

एवढा वेळ बाजूला उभं राहून गंमत पाहणाऱ्या यादव मांगाला मोठीच गंमत वाटली. भिकानं जनार्दनशी उलटून बोलण्याची हिंमत केलेली पाहून त्याला त्याचं कौतुक वाटलं. गाववाल्यांच्या पुढे- मग तो कोणताही कुणबी असो गरीब असो का हारीब असो, कोणाहीपुढे एवढी हिंमत ठेवून बोलणं साधी गोष्ट नाही. निदान ती

ताकद आपल्यात तरी नाही. आपल्यातच काय मांगवाड्यातल्या दुसऱ्या कोणत्याच माणसात नाही. भिकापेक्षाही त्याला त्याचं बोलणं मुकाट्यानं ऐकून घेणाऱ्या इतर गाववाल्यांचाही अचंबा वाटला. या लोकांनी निमूटपणे कसं ऐकून घेतलं? या लोकांनी त्याला मारलं कसं नाही? कसे काय हे गाववाले एवढे शेपाळे झाले? अन् भिकातही एवढी हिंमत कोठून आली? का सिदाजी पाटील मेला; त्यामुळे कुणब्यांचा वचक कमी झाला? सिदाजी पाटलाएवढा भगवान पाटलाचा धाक वाटत नाही हे खरं का? जमाना बदलायला म्हणतात तो हा असाच का? पण हे कसलं बदलणं? सनई-चौघड्याच्या जागी बँड येणं किंवा भिकासारखी निसती बोलण्यात मुजोरी येणं म्हणजे बदल का? बाकी सारं जिथल्या तिथंच! मांगवाड्यात काडीचाही बदल पडला नाही. उलट घराघरांत लेकरं वाढले. सुना आल्या. खाण्या-पिण्यापेक्षा बसण्या-उठण्याची, झोपायची पंचाईत व्हायली. मांगांचे झोपडे जाऊन त्या जागी भगवान पाटलाच्या वाड्यासारखे मोठमोठे वाडे आले तर म्हणता येईल जग बदलायलं.

"गण्या, उचल ते बासनं अन् ठेव घरात. बसला आपला दुकान मांडून; उद्या लगन झाल्यावर बायको आली मंजे तिला बी अशीच वट्यावर उभी करून ठेव, येणाऱ्या-जाणाऱ्याले पाहायले."

बोलता बोलता भिकाचं यादवकडे लक्ष गेलं अन् उसळून तो बोलला, "पाहणारेबी तं इतके बेसरमाच्या पोटाचे हायेत गाढवीचे की...!"

तो आपल्याला पाहून शिव्या देत आहे हे लक्षात येऊन यादवनं तिथून काढता पाय घेतला. त्याच्यात नाहाक भानगड करण्यात काही अर्थ नव्हता.

"बापू, म्या हे बासनं काऊन मांडले असतील याचा जरासा तरी इचार केला का तुम्ही?" गणा कारनेट हातात घेऊन बोलला.

"काऊन मांडले?"

"ज्याच्यामुळं तुम्हाले त्या नाथ्यानं त्याच्या सनई-चौघड्याच्या जोडातून काढलं. त्या येशाच्या परभ्याचा सनई-चौघडा मले बंद पाडायचा, त्याच्या कानावर म्या नवा बँड इकत आणल्याची बातमी गेली पायजे अन् गाववाल्याह्यलेबी कळलं पायजे मनून म्या अंगणात बासनं मांडले."

येसाजीचं नाव काढलं की, भिकाच्या तळपायाची आग मस्तकाला जाते. या येसाजीमुळे गावावर इज्जतीनं जगणं त्याला मुश्कील झालं. सगळा दोष येसाजीलाच देता येईल असं नाही. काहीबाही आपलंही चुकलं असंल. सोनाटीच्या जगन्नाथ पाटलाच्या घरच्या लग्नाची सुपारी आपण नाथाला न विचारता घेतली ही आपली चूक झाली; पण ती चूक येसाजीनं, नाथानं सावरून घ्यायची, तर आपल्याला वाऱ्यावर सोडलं; एक दिवस अनसिंगात भेटलेल्या जगन्नाथ पाटलाने आपल्याला

जोड्यानं मारलं. आपली होती नव्हती इज्जत त्या दिवशी निलाम झाली... गावात, सोयऱ्या-धायऱ्यांत तोंड दाखवणं मुश्कील झालं... पण झालं ते बरं झालं. आपला गावाशी, मांगवाड्याशी संबंध तुटला. आपला दारूचा धंदा तेजीत चालला. चार पैसे हातात आले. गणानं बँड विकत घ्यायची गोष्ट काढली, तेव्हा खसकन तीनशे रुपये बँड आणण्यासाठी गणाच्या हातावर ठेवता आले. आधी गणा बामनीच्या रंगा साठ्याच्या बँडात सामील झाला. त्याने एक एक करता बँडातले सगळे बासनं वाजवायचं शिक्षण घेतलं. हळूहळू त्याच्यापेक्षा लहान असणाऱ्या गजू, संजूला त्यानं त्याच बँडात सामील करून घेतलं. तिघं भाऊ वाजवण्यात पक्के झाले... तेव्हा कुठे स्वतःचा बँड घ्यायचा गणानं ठरवलं. तिघांच्या वाजवण्याचे चारशे रुपये त्याने मागे टाकले होते. रंगा साठ्यानं बाकीचे पैसे उसने दिले. स्वतः गणासोबत अमरावतीला गेला अन् त्याला बँड घेऊन दिला... आपण येसाजी, नाथासोबत गावकीचं काम करत राह्यलो असतो तर हे सगळ करता आलं असतं? आपल्यामागं गणा, गजू, संजूलाही आपण गावकीच्या कामाच्या चिखलात लोटलं असतं; पण तसं नाही झालं. खरं तर हे त्या नाथाचे अन् येसाजीचेच आपल्यावर उपकार झाले... तरीपण आपण त्यांच्याशी पुढेही संबंध ठेवायचा नाही... म्हणून गणानं नाथा अन् परभूचा सनई-चौघडा बंद पाडण्याची गोष्ट काढली, तेव्हा त्याला बरं वाटलं. नुसतं बरंच वाटलं नाही तर त्याला त्याचा अभिमानही वाटला. आपल्याच पोरांचा बँड सगळ्या गावातलं लग्नं दणकावून वाजवायला... अन् याउलट नाथाच्या सनई-चौघड्याचा जोड बंद पडून आता तो फक्त गावातल्या कुणब्यांच्या मौतीपुढे डड डन् ड, डड डन् डऽऽ या डफड्याच्या उलट्या चालीवर सनई वाजवायला अशी दोन चित्रं भिकाच्या डोळ्यांपुढे आलटूनपालटून तरळू लागली. तो त्या चित्रांतच रममाण झाला.

***

"मनलं, या वक्ती दिवाळी झाल्यावर माही भावजयी पारूच्या वटीत फळं घालून तिची बोळवण करणार हाये."

बायजानं येसाजीच्या हाती गरम गरम चहाची परात दिली, "म्याच तसा निरोप देला तिले."

अनसिंगवरून पोलीस स्टेशनात आठवड्याचा रिपोर्ट पोहोचवून जेवणवेळ संपून गेल्यावर अंधारात तो घरी आला. आज सोमवार उपासाचा दिवस असल्याने त्याला जेवायचं नव्हतं. तसा बायजालाही सोमवारचा उपास होता. परभू मात्र जेवण करून बाहेर कुठेतरी गेला होता.

पारूच्या वटीत फळं टाकण्याची गोष्ट येसाजीला आज सांगू, उद्या सांगू असं

कित्येक वेळेला बायजाच्या मनात येऊनही तिला तशी संधी मिळाली नव्हती. एक तर गावकीच्या कामाच्या रगाड्यातून येसाजीला फुरसत मिळत नव्हती अन् जेवताना किंवा अंघोळीच्या निमित्ताने तो घरी असताना गोष्ट काढायची म्हटलं की, कोणी ना कोणी असायचं. कधी परभू तर कधी बाहेरचं कुणी.

"इतक्या लवकर?" त्यानं परातीतला चहा थंड करण्यासाठी दोन्ही हातांवर परात धरून चहा आतल्या आत फिरवीत म्हटलं.

"आत्ता, लवकर काहाचं, किती वर्सं झाले परभूले?"

"आगुदर पोरीले किती झाले ते सांग?"

"मले नाही तसं समजत; पण मांघल्या हप्त्यात माहेराले जायच्या आधी ती आपल्या घरीच पहिल्यांदा इटाळशी झाली व्हती."

येसाजीनं चहाचा लांब फुरका मारला. अजूनही चहा गरमच होता. तो पुन्हा परात हलवून चहा थंडा करू लागला.

"आवं पण, एवढुशी तं वाट्टे पोर्गी?"

"तसं काय सांगू नका, पोरीच्या जातीचं? परभू लहान हाये असं वाटते का काय तुम्हाले?"

"त्यो काहाचा लहान हाये? रजाकारीच्या साली चांगला वर्सा-दीड वर्साचा व्हता ना वाट्टे?"

"हो तं, रजाकार आले, रजाकार आले मनलं की, त्याले काखंत घेऊन तं मी पाटलाच्या वाड्यावर जात जाओ. भारताला स्वातंत्र्य मिळालं, त्यासाठी हैदराबादच्या निजामाच्या रजाकारांनी वऱ्हाडातले निजाम सरकारच्या हद्दीला लागून असणारी गावं लुटण्याचा सपाटा लावला होता. हे रजाकार रात्री-बेरात्री येऊन गावांवर हल्ले करत, गावं लुटत."

"रजाकारीले झाले ना मंग सतरा-अठरा वर्सं!"

"तेच मनतो, किती दिवस असं जान-जवान लेकरू संबाळावं? मनून परवाच्या दिवशी मपल्या माहेरची धनगराची एक बाई आली व्हती, तिच्याजवळ म्या भाबीले निरोप देला, पोरीची वटी भरायचा."

"बरं झालं," तो चहा पिऊ लागला.

"ते बरं झालं; पण आपली सोय लावा लागलं ना?"

"मंजे?"

"या एवढुशा कोपटात त्याची बाज घातल्यावर आपण दोघायनं कुठे झोपावं?"

"आपल्या वक्ती माहे बाप-माय कसे झोपले व्हते, मंधात धोतराचा पडदा लावून तसे."

"तव्हाचा जमाना येगळा व्हता; आताचा जमाना बदलला. तुमचे माय-बाप

जित्ते व्हते तव्हरक तुम्ही मले कव्हा त्याह्यच्या देखत बोलले नाही; आताचे लेकरं तं... जाऊ द्या काहाले सांगून तोंड खराब करू? आपलेच दात अन् आपलेच व्हट!''

खरंच, ही एक समस्याच होती. तशी ही एकट्या येसाजीचीच समस्या नव्हती; मांगवाड्यातल्या सगळ्यांचीच होती. तशी काही कुणब्यांची घरंही अशीच अडचणीची होती; पण त्यांना पर्याय होता. कुणब्यांच्या घरची पोरं, माणसं मारोतीच्या पारावर झोपायला जात; आपण कुठे जावावं? मांगासाठी काही पर्याय नव्हता.

''म्या गयाले-हारजीच्या बायकोले इचारलं; तिच्या वसरीत पडू दे मनलं; तं झोपा मने. तुमीबी चला तिच्या वसरीत...''

चहाचा शेवटचा घोट घशाखाली लोटून तो बायजाकडे नुसताच पाहात बसला. काही बोलेना. ते पाहून बायजाचा चेहरा पडला.

तिला वाटलं, आपलं तर काही काही चुकलं नाही?

''काऊन असे पाहायले?''

''गयाच्या घरी नाही जायाचं.''

''मंग?''

''आपल्या घरीच झोपू.''

''आपल्या घरात?''

''नाही वसरीत.''

''वसरी? आपल्या घराले कुठे हाये वसरी?''

''नाही तं बनवता येईल.''

''त्याले पत्रं, फाटे?''

''भगवान पाटलाले पाह्यतो मनून. भगवान पाटील सलामत तो पत्रं पचास'' तो पोलिसासारखा बोलला.

''पाहा, माय; पण लवकर करा काय करायचे ते.''

तिनं चहाची रिकामी परात घेतली. ती न धुता तिच्यात स्वतःसाठी चहा गाळून घेतला. तो उठला, बाहेर निघाला.

''कुठं चाल्ले?''

''येतो जरा नाथाच्या घरून.''

''आता काय हाये त्याच्या घरी?''

''परवापासून दिवाळीचं वाजवणं करायचं, त्याच्यासाठी बोलायचं!''

''त्यात काय बोलायचं? हरसाल वाजवता तसं वाजवायचं?''

''तसं पहिल्यासारखं सोपं नाही राह्यलं या वर्षी?''

''काऊन?''

"त्या भिकाच्या गणानं बँड आणला मांघल्या उन्हाळ्यात नवा."

"मंग त्याचं काय?"

"त्यानं पोळ्याच्या वक्ती पाटलाच्या, मानकऱ्याच्या बैलापुढं वाजवला व्हता."

"परभूच्या सनई-चौघड्याचा जोडबी तं व्हता तव्हा!"

"हो व्हता; पण आता दिवाळीचं वाजवणं करायसाठी बी त्यो गणा, पाटील-मानकऱ्याले भेटला मनं."

"वाजवेना मंग, त्यात तुमचं काय बिघडलं?"

"बिघडलं नाही मंजे? तुह्या ताटात वाढलेली भाकर जर मी घेयाले लागलो तं तू घेऊ देशील?"

"नवरा मनून घेसाल तं घेऊ देईन अन् तसं मनसाल तं हात लावू देणार नाही."

"मंग त्यो तसाच घेऊ पाह्यला. मांघ पोळ्याचं वाजवणं केलं, तव्हा नाथानं काही मनलं नाही, आता दिवाळी वाजवतो मंते, आताबी आम्ही गप बसलो तर त्यो गणा शिरजोर व्हईल पुढं-मांघ. लग्नं, कार्वे हायेत अन् एकदा गाववाल्याह्यले या बँडची चटक लागली की, सनई-चौघड्याले कोणीच विचारणार नाही... कमाईचं साधन बुडंल ना आपलं?"

"ते खरं हाये, या जाऊन; पण लवकर या घराकडं. लय उशीर लावू नका. मले एकटीले हुरहुर वाटते."

"परभू हाये ना घरी?"

"त्याचं काय खरं हाये, त्यो गेला बाहीर. राती-बेराती घरी येते त्यो."

"अं! याच्या आगुदर तू मनली नाही कव्हा?"

"काय मनायचं, दिवाळी झाल्यावर गळ्यात लोढणं पडलं की, मंग कसाच घर सोडायचा नाही."

"माह्यासारखाच!" तो हसला.

तीही हसली अन् म्हणाली,

"हो, तसंच, निघा आता. या वयात शोभतात का अशा गोष्टी?"

आवं वय झालं मंजे? गी का लगे साठ वर्षांचा मथारा झालो?

"मले नाही माहीत, मथारे झाले का नयतुरणे हा ते? जा, त्या लेकरायसाठी वसरीची काय सोय लावायची ते पाहा. जा! का देऊ घराबाहीर लोटून?"

"नको, जातो." म्हणत हसत-हसतच तो घराबाहेर पडला अन् रस्त्यावरच्या अंधारात गुडूप झाला.

***

"अहो, आपल्या मांगाच्या अठरा जाती हायेत; मांग, मातंग, दखनी मांग, मांगमसी, मदारी, गारुडी, मांगगारुडी अशा. आपल्याकडं आपण मांग लोक जसे शिंदीच्या फोकाचे टोपले, दुरड्या-फडे बनवतो तसे मराठवाड्यात चांभारमांग हायेत. ते चपला, जोडे तयार करतात." चिंचखेड्याचा नामदेव साठे बोलत होता. तो नाथाचा मेहुणा म्हणजे त्याच्या बायकोचा भाऊ होता. बहिणीला, मेहुण्याला भेटण्यासाठी तो मुद्दाम आला होता. चिंचखेडच्या अंबादास कुळकर्ण्याच्या शेतीकामात त्याचं सगळं आयुष्य गेलं होतं. अंबादास कुळकर्णी चिंचखेडचा पटवारी... खूप हुशार माणूस... त्याचं वाचन फार दांडगं... तुम्ही कधीही त्याच्या घरी जा, त्याच्या हातात कोणतं ना कोणतं पुस्तकं दिसेल... ह्या माणसाला माहीत नसेल असा कोणताच विषय जगात नाही... एखाद्या विषयावर हा माणूस बोलायला लागला की, तासन्तास बोलतो... गडी माणसं ऐकत बसली तर त्यांना उठू देत नाही... शेतातलं काम तसंच राहिलं तरी चालेल... पण तो बोलतो ते ऐकत राहा, असं त्याचं म्हणणं... जातीपाती, वर्ण-धर्म, अस्पृश्यता, चालीरीती, अंधश्रद्धा, शिक्षण, विज्ञान, राजकारण, समाजकारण असा कोणताच विषय त्याला वर्ज्य नाही. बरं बोलतो ते सारं सोप्या भाषेत. कोणालाही समजेल असं... बोलण्यात कोण्या जाती-धर्माच्या माणसाबद्दल कडूपणा नाही."

नामदेव साठ्यानं नाथा, त्याची बायको, येसाजी अन् चहादूसमोर हे अंबादास कुळकर्ण्याचं पुराण लावलं. वास्तविक महत्त्वाचं बोलायचं म्हणून नामदेव साठ्यानं नाथाच्या हातानं येसाजीला, चहादूला मुद्दाम बोलावून घेतलं होतं; पण मूळ गोष्टीवर तो येतच नव्हता,

"आमचे पांडेबुवा मंतात, कुणब्यासकट सगळ्या जाती सकाळी उठून मांगाचं तोंड पाहणं शुभ मानतात, म्हणून मांगवाड्यातल्या मांगांच्या घरांचे दरवाजे अन् कुणब्यांच्या घरांचे दरवाजे गावोगाव समोरासमोर दिसून येतात. इतकंच नाही तर जोशी, गोंधळी, वासुदेव, डुबूरकीवाले, नंदीवाले, माकडवाले, अस्वलवाले हे लोक गावात पहिल्यांदा मांगाच्या दारी येऊन भिक्षा मागतात; मग इतर गाव मागतात... तसं केल्यानं भिक्षेला बरकती भेटते असा त्यांचा समज आहे. तसा जागोजागी मांगाला पह्यला मान मिळतो. दसऱ्याच्या वक्ती मांगणीच्या हातानं कुणबी पोतर भरून घेतात अन् मांगणीच्या पाया पडतात... एवढं मांगाचं महत्त्व, मोठेपण... पण आमचे पांडेबुवा मंतात, मांग आपसांत एकमेकांचं तोंड पाहणं अशुभ मानतात. आता खरं काय अन् खोटं काय देव जाणे?"

"असं तं कुठे दिसलं नाही बॉ, ना आम्ही कव्हा ऐकलं?" चहादू पटकन म्हणाला.

"काहो येसादा, आपल्या गावात असं केलं कोण कव्हा?"

येसाजीनं नकारार्थी मान हलविली.

"नाही; पण आमचे पांडेबुवा कव्हा खोटं बोलत नाहीत. जे स्वतः पाहिलं, ते नाहीतर पुस्तकात वाचवलं तेच सांगतात... त्याह्यनं पंढरपूरकडच्या एका गावात ही गोष्ट पाह्यली मने. आळंदीच्या दिंडीसंगं ते पंढरपूरले चालले होते, तेव्हा त्याह्यचा मुक्काम एका गावात पडला होता. त्या गावातल्या मांगांच्या घरांचे तोंडं एकमेकांच्या विरुद्ध दिशेने व्हते मने... समोरासमोर कोणाचेच दरवाजे नव्हते... काऊन तं? पाह्यटं उठल्या उठल्या मांगाचं तोंड दिसू नाही..."

आता मात्र येसाजीला नामदेव साठ्याच्या गोष्टींचा कंटाळा येऊ लागला. येलाले बेल लावणाऱ्या पांडेबुवाच्या गोष्टीत काही राम नव्हता. कुणब्यासकट बाकीच्या जातीचे लोक पहाटे उठल्या उठल्या मांगाचे तोंड पाहतात, हे त्याला माहीत होतं. भगवान पाटलाच्या आज्यानं, सिदाजी पाटलानं नेहमी असं म्हणावं... मांगाचं तोंड पाहता यावं म्हणून ते दररोज सकाळीच मांगवाड्यातून वावरात जात... पण नामदेव साठ्या म्हणतो, तसं मांगानं मांगाचं तोंड न पाह्यण्याची गोष्ट त्यालाही माहिती नव्हती. पांडेबुवा त्याच्या गावात हुशार, ज्ञानवान असंल, नाही असं नाही; पण त्याची ही गोष्ट मात्र पटण्यासारखी नव्हती.

असं एका जातीने दुसऱ्या जातीबद्दल काहीबाही बोलण्याला काय अर्थ आहे? आपण मांग-हलक्या जातीचे... आपल्याबद्दल वरच्या जातीच्या लोकांनी काही म्हटलं तरी आपल्याला ऐकून घेणं भाग असते. ते जसे आपल्या जातीबद्दल काहीबाही बोलतात, तसं आपल्यालाही बोलता येतं. मग त्याला ब्राह्मण आणि मांग यांच्या संबंधांतल्या एक-एक कथा आठवल्या. जमदग्नीने सांगितल्यावरून परशुरामाने माहूरच्या रेणुकेचं शिर उडविलं. मग परशुरामाच्या आग्रहावरून जमदग्नीने रेणुकेला जिवंत करण्यासाठी रस्त्याने जाणाऱ्या एका मांगणीचं शिर तोडून रेणुकेच्या धडावर लावलं... तिला जिवंत केलं... तेव्हापासून म्हणे ब्राह्मणांच्या बायका डोक्यावरून पदर घेत नाहीत. का तर म्हणे ब्राह्मणांच्या बायकांचं डोकं मांगणीचं असतं... दुसरी एक कथा सत्यनारायणाची. सत्यनारायण म्हणे मुळात मांग होता. तो कोण्या ब्राह्मणाच्या घरी कामाला होता. त्या ब्राह्मणाच्या मुलीचा त्याच्यावर जीव लागला. पुढे दोघांच्या संबंधांतून त्या मुलीला गर्भ राहिला. त्या मुलीने एका बाळाला जन्म दिला. ते तिने गावाबाहेर फेकलं. ब्राह्मणाला हे कळलं; काय करावं याचा त्याने विचार केला. त्याने बाळ गावात आणलं अन् गावात फर्मान काढले... ज्या कोण्या कुमारिकेला सात दिवसांच्या आत परमेश्वराची कृपा होऊन दूध फुटेल, तीच या बाळाचं संगोपन करील... गावातल्या कुमारिकांना दूध फुटणं शक्यच नव्हतं. त्या ब्राह्मण कुमारिकेला फुटलं. सगळ्या गावाने मिरवणूक काढून तिची पूजा केली... तिसरी गोष्ट... ब्राह्मण पुनवेला पवित्र मानतात... घरोघरी जाऊन पुनव मागतात...

मात्र, अमावास्येला अपवित्र मानतात. म्हणून आवस मागत नाहीत. आवस मांगीण असते म्हणून आवस मागण्याचा अधिकार त्यांनी मांगाला दिला...

काय अर्थ आहे या गोष्टींना? किती खऱ्या असतील या गोष्टी? काय पुरावा आहे यांना? कोणीतरी स्वतःच्या मनाने अशी एखादी मांगाचं मोठेपण सांगणारी गोष्ट सांगायची... अन् तीच पुढं पिढ्यान्पिढ्या सांगत राहायची? अशा गोष्टी सांगून मांगांचा काही फायदा होतो? उलट अशा गोष्टींनी ब्राह्मणांची मांगांबद्दल मतं वाईट होतील. ब्राह्मण मंडळींचा रोष ओढवून घ्यावा लागेल. 'बाप दाखव नाहीतर श्राद्ध कर' या न्यायानं एखाद्या ब्राह्मणानं अशा गोष्टींचा पुरावा दाखव म्हटलं, तर काय तोंड दाखवावं? आधीच आपण खालच्या जातीचे त्यात अशा गोष्टींनी आपल्याबद्दल या वरच्या जातींच्या लोकांची मनं खराब होतील... अशा गोष्टी बोलून दाखवायला आपला समाजही तसाच तालेवार असायला पाहिजे होता... आपण असं भलतंसलतं काही न बोलता वरच्या जातींच्या लोकांचं बरं-वाईट बोलणं नुसतं हूं हूं म्हणून ऐकून घ्यावं. बस्स!

''बस्स करा नामदेवराव त्या गोष्टा अन् आम्हाले काहाले बलावले ते सांगा.''

येसाजीला धीर निघाला नाही. त्यानं नामदेव साठ्याही भानावर आला अन् त्यानं मुद्द्याची गोष्ट सांगितली. वडगावच्या आनंदा बेल्याची बायको चिंचखेडची. तिचा भाऊ रामरतन जाधव. आनंदा बेल्याजवळ सगळं सात एकर रान. त्यातलं दोन एकर गावाला लागून, उत्तर दिशेला. त्याचं बाकीचं उरलेलं पाच एकर उमऱ्याच्या वाटेवर. हे माळाचं रान, हलकं; पण गावखरचं दोन एकर पांढरीचं रान, त्याला लागूनच त्याच्या मोठ्या भावाची- सदाशिव बेल्याचीही दोनच एकर पांढरी. तर पश्चिमेकडून हनवता बेल्याची दीड एकर पांढरी. ह्या तिन्ही पांढऱ्या दक्षिणेकडून गावाला भिडलेल्या, तर त्यांच्या उत्तरेला नाला.

आनंदा बेल्याला ना लेकरू ना बाळ, त्यात त्याला टी. बी. झाला. ऐन उमेदीत तो खंगला. बरंच औषध-पाणी केलं. बुलढाण्याच्या टी. बी.च्या दवाखान्यात ठेवलं. त्याची बायको रखमाई. तिने त्याला काही कमी पडू दिलं नाही. शेत होतं; पण घरचं काम करणारं कोणीच नव्हतं. दुसऱ्याच्या भरोशावर सगळा शेतीचा व्यवहार; त्यामुळे शेत पिकेना. इकडे आनंदाच्या औषध-पाण्याचा, बुलढाण्याच्या दवाखान्यात राहण्याचा, जाण्या-येण्याचा खर्च वाढलेला. शेवटी व्हायचं तेच झालं. तिला पैशासाठी उमऱ्याच्या वाटेवरचं सारं रानं विकावं लागलं. सगळे पैसे बसले; पण आनंदाला गुण येईना. चिंचखेडला भावाकडे जाऊन पैसे आणावे म्हटलं तर भावाचीच गरिबी. त्याचं जगणं मजुरीवर. राहिलेलं गावखरीचं शेत विकावं तर... तर मग नंतर जगावं कशाच्या भरूशावर? म्हणून ती एक दिवस भावाकडे, सदाशिव बेल्याकडे गेली. त्याला पाचशे रुपये उसने मागितले. ती म्हणाली,

''पैसे माह्याच्यानं फिटले नाही तं पांढरीतलं अर्ध रान देईन.''

यावर तो म्हणाला, ''मले तुह्या नवऱ्याची गरज नाही तं तुह्या पांढरीचीबी गरज नाही.''

''अहो, पण औषिद-पाणी बराबर नाही भेटलं तं...''

''त्यो उद्या मेला तरी मले गरज नाही.''

तिला त्याच्या बोलण्याचा राग आला. भावा-भावाच्या शेती-घराच्या वाटण्यावरून भानगडी झाल्या होत्या, त्या गोष्टी अजूनही सदाशिव विसरला नव्हता. आनंदा मरायला टेकला, तरी हा त्या गोष्टीलाच चिटकून बसला. असा कसा निकदरी भाऊ म्हणावं हा?

''चुकली मी, तुमच्या दारात आली. याच्यामव्हरं काही झालं तरी तुमच्या दारात पाय टाकणार नाही.'' अन् ती बाहेर पडली.

तशीच हनवता बेल्याच्या घरी गेली. तोही तिच्या पांढरीचा शेजारी होता. त्याच्याजवळून पैसे घेऊन मागे-पुढे पैसे न फिटले तर त्यालाच पांढरी देता येईल, याच विचाराने तिने त्याच्याजवळ गोष्ट काढली तर तो म्हणाला,

''भाबी, मले तुमची पांढरी नको. तुम्ही अन् त्यो सदाशिव दादा, तुमचे तुम्ही पाहा; तुमची पांढरी घेऊन मी काहाले त्याच्यासंगं दुश्मनदावा करून घेऊ? हूं, तुम्हाले पाच-पन्नास रुपये तसेच लागत असतील तं न्या माह्याजवळून. वापस करता आले तं करा; नाही केले तं मी कव्हा मांघणार नाही.''

हनवताचं बोलणं सरळ सरळ होतं. सदाशिवचा स्वभाव तसा भानगोड्या होता. पाच पैसेही न देता त्याला आनंदाची पांढरी हवी होती. तसं गावात तो लोकांजवळ ''अरे, ती आनंद्याची पांढरी कव्हाच्याले पण माह्याच ताब्यात येईल,'' असं म्हणायचा.

त्यातले काहीजण येऊन आनंदा-रखमाईला सांगत.

''पाहू पुढच्या पुढे'' असं ते दोघंही म्हणत.

गावात आणखी चार-चौघांना तिनं पैशासाठी हटकलं; पण तिला कोणीच ''हो'' म्हटलं नाही. काय करावं ते तिला सुचेना. नवऱ्याची औषधी संपत आली. त्याला दवाखान्यात नेणं भाग होतं.

शेवटी ती चिंचखेड्याला भावाकडे गेली. डोळ्यांत पाणी आणून तिने आपली रामकहाणी सांगितली. भावाचाही नाइलाज होता, तिचा भाऊ रामरतन अन् नामदेव अंबादास कुळकर्ण्याच्या खटल्यात काम करायला. रामरतननं कुळकर्ण्याची भेट घेतली, ''पैसे द्या'' म्हणाला. कुळकर्ण्यानं नकार दिला. रामरतनच्या डोळ्यांत पाणी आलं. नामदेवनं ते पाहिलं. त्याला कसंसंच वाटलं. थोडं बाजूला नेऊन नामदेवनं रामरतनला धीर दिला.

"मी दोनशे रुपये देतो, चला माह्या घराकडं." म्हणून रामरतनला आपल्या घरी नेलं. पैसे दिले. ते पैसे त्यानं रखमाईला दिले. रखमाईनं नामदेवला दुआ दिला अन् नामदेवजवळून आणखी दोनशे रुपये घेऊन गेली.

"तुहा एक पैसा मी बुडवणार नाही." असं सांगायला मात्र विसरली नाही.

रखुमाईनं नवऱ्यासाठी एवढा जिवाचा आटापिटा करूनही फायदा झाला नाही. मागच्या महिन्यात बुलढाण्यावरून तपासून आणल्यावर चार दिवसांत तिच्या नवऱ्याचा जीव गेला. रखमाई उघडी पडली; पण त्याचे क्रियाकर्म करणं भाग होतं. तिने लागोलाग भावाकडे निरोप घेऊन माणूस पाठवला. नामदेवजवळून पुन्हा तीनशे रुपये आणले. त्यात त्याची मौत, दहा दिवस, तेरवी सारं केलं.

नामदेवचे सगळे सातशे रुपये झाले. ते देणं भाग होतं. मागच्या आठवड्यात एक दिवस ती चिंचखेडला गेली. रामरतनच्या घरी तिनं नामदेवला बोलावून घेतलं अन् म्हणाली, "तू मले आणखी तीनशे रुपये दे. मी माही दोन एकर पांढरी तुह्या नावानं खरेदी करून देतो."

"तुमच्या गावाची पांढरी माह्या काय कामाची?"

"हो, ते बी खरंच" तिनं सुस्कारा टाकला.

"मंग कसं करावं?"

"गावातच कोण्या कुणब्याले द्या पांढरी."

"माह्या मनातलं सांगू?"

"सांगा."

"पांढरी इकायची झाली तं मी कोण्या महार-मांगाले इकीन; पण कोण्या कुणब्याले देणार नाही."

"काऊन?"

"मले ती पांढरी माहारा-मांगाले इकून माह्या भावकीचं नाक कापायचं."

"कसं काय?"

"त्याह्यच्या उरावर मले महार-मांग बसवायचा! अरे, माहा नवरा मराय टेकला; चारजणाह्यचे दरवाजे म्या पैशासाठी झिजवले; पण माह्या भायासकट एकानंबी माह्या कपाळाले लावायले एक रुपया देला नाही." बोलता बोलता तिचा संताप वाढला.

"पाहा बॉ, तुमचे तुम्ही. आम्ही परक्या गावचे माणसं, आम्हाले काय कळते त्याच्यात?"

"तुही बहीण हाये ना आमच्या गावात? तिच्या नवऱ्याले घे मनावं."

"पाहीन इचारून."

"पाहाय, त्यानं घेतो मनलं तं त्याले देऊ, त्यानं "नाही" मनलं, त्याच्या जागी दुसरा कोणी मागं-महार तयार झाला तं त्याले देऊ."

नामदेव साट्याने हे सगळे सांगितलं, म्हणाला, "माह्या मेव्हण्याचा, बह्यनीचा इचार घेयाले आलो, तं हे मंतात ह्या भानगडी आम्ही करत नाही. मनून मंग तुम्हाले बोलावून घेतलं. आता तुम्हीच सांगा, तुमची कोणाची तयारी हाये का पांढरी घेयाची?"

येसाजी एकदम काहीच बोलला नाही.

मधातच नाथाची बायको बोलली,

"दादा, तुह्याजवळ तरी इतके पैसे कुठून आले मंतो मी? ना वावर, ना शिवर? कुणब्यांच्या उष्ट्या-पाष्ट्यावर जगणारी पै-पैशाले मिडकणारी आपली जात. अन् तुवा त्या बाईले हजार रुपये देले? धनाचा हांडागिंडा सापडला का काय तुले?"

"काहाचा हांडा-गिंडा बाई? ती बी लय खोल भानगड हाये."

"कशी काय?"

"म्या पहिल्यांदा दोनशे रुपये देले व्हते, ते रामरतनच्या शब्दावर आठ दिसांत पैसे वापस घेयाच्या बोलीवर. त्याने माहे पैसे आठा दिसांत वापस केले. पुढे रखमाई पुनःपुन्हा पैसे माघाय आली. रामरतननं त्याचेच पैसे पण माहे मनून तिले दिले..."

"अशी भानगड हाये का ही?" नाथानं नवल व्यक्त केलं.

"आपला पैसा मनलं तं बहीण पैसे बुडवंल, असं वाटलं असंल रखमाईच्या भावाले."

"हं, तसंच हाये बाई. मी आपला उग्गा मंधात पडलो.'

"पण तुम्ही आता आम्हालेबी मंधात वढायले ना?"

"येसाजी, तुम्ही इचार करा याच्यावर. पांढरीचं रान मनजे कुणब्याह्यचं नाक, हे नाक तुमच्या हाती येयालं."

"नाक येयालं हाती; पण त्यो सदाशिव आमची मान उडवंल त्याचं काय?" येसाजीनं भीती व्यक्त केली.

पुढे तो म्हणाला, "दुसरी गोष्ट अशी की, आपण मांगमंडळी झालो आळशी, ऐदी, वावरा-शिवारातलं कष्टाचं काम मनलं की, आपल्या जिवावर येते. शिळे-पाके, उष्टे दोन घास आयते भेटले की, स्वर्ग मिळ्याल्यासारखे आपल्याले वाटते. असं असल्यावर हे रान घेऊन त्यात कामं कोणं करावं? पुन्हा एवढुशा रानासाठी ना बैल ठेवाय परवडत, ना खटे परवडत. कोणाची दाढी धरूनच पेरून-डवरून घ्या लागंल. ते सारं सोडा, मले मनायचं मुळात आपल्याले वावराची गरजच काय?"

"असं नका मनू येसाजी, जमाना किती बदलायला ते दिवसेंदिवस पाह्याले तुम्ही. दहा-वीस वर्सांआधी कुणब्याचा हात देया-घेयाले जसा मोकळा व्हता, तसा आता राह्यला नाही. फुकट काही देयाचं मनलं की, देणाराच्या जिवावर येते. याच्यापुढे तं आणखीनंच बदल व्हईल. या कुणब्यांत भाऊ भावाचा वैरी व्हईल. भाऊ

भावाच्या कापल्या कनगाळीवर फुकट मुतणार नाही. अशी त्याह्यची गत झाल्यावर तिथं तुमचं-आमचं काय? मी तं मनतो, आपल्या जातीच्या गावोगावच्या मांगाह्यनं थोडी थोडी, हालकी-भारी जमीन घेयालेच पाह्यजे. आमच्या गावाचे महार बौद्ध धर्मात गेले. गावकऱ्याह्यनं त्याह्यच्यावर बहिष्कार टाकला. ज्यांच्याजवळ थोडाफार जमीन-जुमला व्हता ते गावावर टिकून राह्यले. पाच वर्स गावचा बहिष्कार सोसला त्याह्यनं. ज्याह्यचं काही खरं नव्हतं ते गाव सोडून सुरत-मुंबईले गेले...''

''आमच्याबी गावात तसंच झालं ना बाप्पा!'' नाथाची बायको सांगू लागली,

''तुमच्या गावात कुणब्याह्यनं पाच वर्सच बहिष्कार टाकला बौद्धायवर. आमच्या गावात तं गेल्या वर्शी बहिष्कार मांघं घेतला गावानं त्याह्यच्यावरचा, आठ-नव वर्स बहिष्कार सोसला बुद्धायानं. तं तू मंतं तसे, ज्याह्यच्या जवळ जमिनी व्हत्या तेच गावावर टिकून राह्यले.''

''पुढे आपल्यावरबी अशी पाळी येणारच नाही, याची कोण ग्वाही देते?''

''तसं नाही. आपण गावावाल्याशी तितके आठ्ठरपणानं वागत नाही.''

''तुमच्या आमच्या अंगात आज आठ्ठरपणा नाही, आपल्या बाप-जाद्याच्या अंगी नव्हता, मनून आपल्या पोरा-नातरुंडा-पतरुंडाच्या अंगी पुढं येणारचं नाही, याचा काय भरूसा? तुम्ही आम्ही अडाणी व्हतो मनून जमलं; पण पुढं आपले नातू-पणतू शिकतील. शिकल्याने त्याह्यच्यात आठरपणा येणारच नाही कशाऊन? शिक्षण तं वाघिणीचं दूध हाये. ते पेल्यावर माणूस गुरगुरणारच.''

पाव्हण्याचं बोलणं बिनतोड होतं; त्यामुळे येसाजीला गप्पच बसावं लागलं. आपल्यापेक्षा पाहुणा शहाणा आहे हे येसाजीला पटलं.

''दुसरी गोष्ट. समजा, आपल्या लोकाह्यच्या अंगी पुढंबी लीनता राहील; पण कुणबीच शिरजोर झाले तं...? नाही त्याह्यनं मांगायले आधार देला तं?''

एवढा लांबचा विचार येसाजीनं कधी केला नव्हता.

''दोन वर्साआधीच म्या आमच्या गावात सहाशे रुपयांत तीन एकर रान घेतलं, हाये आमास्कं खडकाचं; पण काय व्हते? निदान पुढं लेकरा-बाळायले उभं राह्याल तं व्हईलं?''

''तुमी मनता ते पटलं; पण रखमाईचं हे असं पांढरीचं, ऐन मोक्याचं रान... असं रान घेणं म्हणजे नाहाक कुणब्याह्यच्या डोळ्यांवर येणं. बरं, घेतो मनालं तं एवढे पैसे बी पाह्यजेत... हजार रुपये कमी झाले का?'' नाथा म्हणाला.

''पाहा, तुमचा तुम्ही इचार करा. एकट्याले घेणं व्हणार नसंल तं दोघं-तिघं मिळून घ्या; पण आलेली संधी सोडू नका.''

''पण त्यो सदाशिव? त्यो सुदा मानूस नाही.'' येसाजीनं भीती व्यक्त केली.

''त्याचं काय भेव घेऊन बसले येसाजी? घेणार तुम्ही, देणार ती बाई.''

"पाहू, इचार करू." येसाजीनं उठत म्हटलं.

"तुमचं ठरलं काही तं मले निरोप द्या. रामरतनच्या हातानं खरेदी करून घेऊ."

"बरं." म्हणून नाथासह येसाजी घराबाहेर पडला; पण नामदेव साठ्याच्या विचारानं अस्वस्थ झाला. तो म्हणतो त्यात तथ्य आहे. पुढे चालून काय परिस्थिती प्राप्त होईल, ते कोण सांगू शकेल? आज तरी भगवान पाटील म्हणतील तेच होते. पाटलाचा आपल्याला फार मोठा आधार आहे; पण आपल्या एकट्याला आधार असून काय फायदा? बाकी मांगांचं काय? अन् हा आधार आपल्या पोराबाळांच्या वाट्याला येईल का? भगवान पाटलांनंतर त्यांचा पोरगा विनायक गावचा पाटील होईल. त्याच्या स्वभावात अन् भगवान पाटलाच्या स्वभावात किती फरक आहे? आपण परभूसाठी नामदेव साठे म्हणतो तसं काहीतरी करणं भाग आहे. त्यामानाने आपल्यापेक्षा भिका शहाणा ठरला म्हणावा. त्यानं दारू काढून, विकून गणाला बँड घेऊन दिला, आपण परभूला सनई-चौघड्याच्या जोडात अडकविलं. काय होईल त्याच्या या जोडाचं? बँडपुढे टिकून राहील सनई-चौघड्याचा जोड? दोन महिने झाले लग्नसराई सुरू होऊन. गावात कुणब्या-धनगराचे, तेल्याचे आठ लग्न झाले. त्यांपैकी फक्त दोन लग्नांची सुपारी परभूला मिळाली. बाकीचे लग्न गणाच्या बँडवर लागले. लोकांना दिवसेंदिवस नवं नवं पाहिजे, जुनं नको वाटते. पुढे सनई-चौघडा बंदच पडला तर काय खावं परभूनं; त्याच्या लेकरा-बाळांनी? आपण त्याच्यासाठी काहीतरी करायलाच हवं; पण काय करायचं? रखमाईचं वावर घ्यायचं? पण एवढा पैसा कुठे आहे आपल्याजवळ? बरं, पैसा उभा राहिला तरी तो सदाशिव बेल्या गप्प राहील? मग काय करावं? त्याचं मन गोंधळात पडलं.

गोंधळा-गोंधळात आपण कोणीकडे चाललो, हेही त्याच्या ध्यानात आलं नाही. त्याला जायचं होतं पाटलाच्या घरी, तर तो निघाला स्वतःच्या घराकडे.

***

दे दान तं सुटे गिऱ्हाण ऽऽऽ
गाईदान ऽऽऽ
वस्त्रदान ऽऽऽ
कपडादान ऽऽऽ
चांदी-सोनादान ऽऽऽ

मांगवाड्यातले पुरुष-बायका, पोरं-पोरी ग्रहण मागत गावात फिरू लागले. कुणबी, धनगर, माळी, वरठी यांपैकी कोणाचंही घरं सुटत नव्हतं. प्रत्येक घरून

फाटका, जुना-पुराणा कपडा, ज्वारी, गहू, उडीद असं काही ना काही मिळत होतं. ते जमा करण्याचा साऱ्यांचा आटापिटा चालला होता. सूर्याला ग्रहण लागलं होतं. ते एक घंटाचं राहणार होतं. या एका घंट्यात सगळा गाव मागायची सगळ्याच मांगांची धडपड सुरू होती. अपवाद होता फक्त परभूचा. तो घरी बसून ग्रहणाच्याच विचारात गढून गेला.

महादेवाने भाडोळा देवीला अठरा धान्यं तयार करायला सांगितलं. तिनं अठरा धान्ये तयार केले, तेव्हापासून माणसाला अन्नधान्य खायला मिळालं. भाडोळाने केलेल्या ह्या उपकाराची परतफेड म्हणून महादेवानं मतंग ऋषीला ग्रहण मागण्याचा अधिकार दिला. मतंग ऋषीचा हाच अधिकार मांगांना मिळाला.

ही पौराणिक समजूत मांगांच्या मनात अजूनही पक्की असल्याने त्यांना 'ग्रहण मागू नका, ते भीक मागणं आहे' असं कोणी म्हटलं तर त्यांनी असं म्हणणाराला मूर्ख ठरवलं असतं. तो त्यांना देवादिकांपासून मिळालेला अधिकार आहे, असंच त्यांना वाटतं.

खरं आहे का हे? आळशी, कामचुकार ऐतखाऊचं हे तत्त्वज्ञान; त्यामुळे परंपरेचा आधार घेऊन असे भीक मागायचे, लाचारीचे धंदे करायचे. त्याला हक्क म्हणायचं.

पुराणकाळात मांगांमध्ये कोणी मतंग ऋषी होऊन गेले. ऋषी महान असतात, ते श्रेष्ठ असतात. ते समाजावर चांगले संस्कार घडवतात, संस्कृतीत बदल घडवून आणतात, धार्मिक भावना वाढीला लावतात, देवांविषयी श्रद्धा निर्माण करतात. मतंग ऋषींनी हेच केलं असणार. मतंग ऋषींच्या शापाने हनुमानाचा जन्म झाला म्हणतात. म्हणून काही जुनेजाणते मांग जातीतले लोक या मांग जातीचा हनुमान समाज असा उल्लेख करतात; पण कुठे तो रामायणातील पराक्रमी हनुमान अन् कुठे हे हलके सलके कामं करणारे मांग? कशाचा कशाला मेळ नाही.

कसा सुधारेल हा समाज? बौद्धांनी महारपण सोडलं. बौद्धधर्म स्वीकारला, तेव्हापासून कशी कात टाकली? त्यांचे गावकीचे कामं सुटले. पोरं-सोरं शिकायला लागले, त्यासाठी ते गाव सोडून दूर-दूर गेले. त्यातले काही नोकरीवर लागले. त्यांचे नोकरीला लागलेले, शिकायला असलेले पोरं गावात आले की, कसे अप टू डेट वाटतात. डॉ. बाबासाहेब आंबेडकरांनी त्यांचा उद्धार केला. तसा उद्धार आपला झाला असता तर? आपणही आज गाव सोडून शहरात कुठेतरी नोकरीला राहिलो असतो... पण आपण शिक्षण अर्धवट टाकून आपल्या पायावर धोंडा पाडून घेतला. चौथा वर्ग पास झाल्यावर बापूने आपल्याला पातूरच्या बोर्डिंगात नेऊन टाकलं होतं... आपण तिथून पळून आलो. त्या वेळेस माय-बाप, घर सोडावंसं वाटत नव्हतं... आज काय अवस्था आहे आपली?

लग्न झालं, बायकोला दिवस गेले... दिवस गेल्याचं कळलं, त्या दिवशी हाती चंद्र आल्यासारखा आनंद झाला. नंतर मात्र जबाबदारीची जाणीवही झाली. आपण एवढे बाप व्हायलो तरी काही कमाईचा मार्ग आपल्या हाती आला नाही. सनई-चौघडा वाजवणं सुरू केलं होतं; पण त्याच्यावरही बँडनं ग्रहण आणलं. त्यात गणाला दोष देण्यात काय अर्थ? तो गावातला म्हणून त्याने बँड आणल्याचा आपल्याला राग येतो. त्यानं बँड विकत आणला नसता तर लग्न करणाऱ्या लोकांनी आणखी कोण्या गावाचा बँड लग्नात सांगितला असता. मागच्या उन्हाळ्यात एकाच दिवशी एकाच वेळी तीन लग्न होते. त्यातली एका लग्नाची सुपारी आपण घेतली, दुसऱ्याची गणाला दिली, तर तिसऱ्या लग्नासाठी अनसिंगचा बँड आणला त्या घरमालकानं... तसा बँड असो वा सनई-चौघडा हा काही बारामाही धंदा नाही. दोन-चार महिन्यांचा हंगाम! तो संपला की, मग बसा हात-पाय मोडून. आपला सनई-चौघड्याचा जोड फार तर आणखी वर्ष-दोन वर्षं चालेल. आपल्याला कायमचा काही तरी उद्योग-धंदा पाहिजे. जनार्दन, यंका, सखाराम हे आपल्या वयाचे मांगवाड्यातले पोरं बापजाद्यांचे गावकीचे काम करतात. आपल्याला ते करावं वाटत नाही. मेलेलं ढोर पाहिलं की, आपल्याला कसंतरी होतं. त्याचं मांस खाणं आपल्याला बरं वाटेना. म्हणून आपण ते खाणं सोडून दिलं. नुसत्या भाकरीच्या मोबदल्यात गावकऱ्यांची ढोरमेहनतीची कामं करणंही आपल्या जिवावर येते... आजचीच गोष्ट, ग्रहण मागण्यासाठी माय, पारू तर गेलीच; पण मांगवाड्यातलं कुत्रंही शिल्लक राहिलं नाही. जनार्दनचा, तुकाचा आज्या; पाय लटपटायले तरी काठीचा आधार घेत गेलाच. आपल्याला सोबती राहिले असतील तर बाळत्यातले लेकरं...

"अरे, चाल रे माह्या लेकरा; तुवा चार घरं जास्तीचे मागतले तं तेवढेच चार दाणे, एखादा कपडा-लत्ता मागं पडंल." माय काकुळती येऊन म्हणाली; पण आपण काही जायला तयार झालो नाही.

या मांगवाड्यात असा वेगळा विचार करणारे आपण एकटेच कसे? आपणही इतरांसारखे मांगच, मग इतरांपेक्षा आपले विचार वेगळे कसे? का झालं असेल असं? तो विचार करू लागला. त्याचं मन भूतकाळात हरवलं... अन् त्याची गाठ पडली कुळकर्णी मास्तरांशी...

"प्रभू, तुझी जात मांग. माझी जात ब्राह्मण.. तू कनिष्ठ मी श्रेष्ठ असं मी मानीत नाही. आमचे बाकीचे लोक ब्राह्मण, शूद्र, वैश्य असं मानतात... तुझ्या-माझ्यात तसा काय फरक आहे? बघ यासाठी म. ज्योतिबा फुले काय लिहितात -

मांग आर्यामध्ये पाहू जातां खूण
एक आत्मा जाण दोघांमध्ये

दोघेही सारीखे सर्व खाती-पिती
इच्छा ती भोगिती सारखेच
मांग आर्य दोघे शोभा मानवांत
दोघे वर्तनात एकसही
सर्व ज्ञानामध्ये आत्मज्ञान श्रेष्ठ
कोणी नाही भ्रष्ट ज्योती म्हणे

ज्योतिबांचं म्हणणं कळलं तुला? अरे, तू अन् आर्य म्हणजे ब्राह्मण म्हणजे मी सारखेच. जे मी करतो, ते तू करू शकतो. शिक्षण घेणं, नोकरी करणं, शुद्ध बोलणं, शुद्ध आचरण ठेवणं हे सारं तुलाही करता येईल; पण त्यासाठी शिक्षण घेणं आवश्यक आहे. मग तू खूप शिकणार ना पुढे? माझ्यासारखा नोकरी करणार ना...?''

''मास्तर! मास्तर! कुठे आहात तुम्ही? तुम्ही दाखवलेला मार्ग मी कधीच सोडला मास्तर...! आता काय, जातीच्या, रीतीरिवाजांच्या न पटणाऱ्या गोष्टींचं लोढणं गळ्यात अडकवून फिरणं माझ्या नशिबी आलं मास्तर....!''

''काय करायले, तव्हाचे घरातच बसले हा का काय?'' ग्रहण मागून पारू घरी आली होती. म्हणजे दीड-दोन घंटे आपण नुसता विचारच करत होतो?

''आलीस?'' तो जागचा उठला.

''हो.'' खांद्यावरची धान्याची झोळी, जुने कापडं तिनं खाली टेकवले.

''ही एवढी कमाई केली?''

''हं! तुम्ही तं बसले घरात इरमून.''

''मले नाही पटत हे.''

''पटत नाही तं मंग खावावं काय? आपण का असे तालेवार हाओत?'

तिचं म्हणणंही खरं होतं.

''झालं बाप्पा, पडलं एकदाचं गिऱ्हान मांधं' बायजा घरात आली. तिनेसुद्धा बरीच माया जमा केली होती.

ती पाहून परभूच्या मनात पुन्हा विचाराचं सत्र सुरू झालं. सूर्य-चंद्राला ग्रहण लागल्यावर मांगांनी मागितलं तर त्या सूर्य-चंद्राचे ग्रहण सुटते. इतकी ताकद या मातंग समाजात आहे? जर खरंच त्यांच्यात एवढी शक्ती आहे, तर ते गळ्यापर्यंत बुडालेल्या या घाणीच्या गाळातून स्वतःला मुक्त का करून घेत नाहीत?

''परभू, पाहाय मी इसरली बी!'' बायजा म्हणाली.

''काय?''

''अरे, तुले बलावलं हारजीकाकाच्या केशवनं!''

''कुठं? काहाले?''

"राजाराम सरपंचाच्या कोठ्यापुढं, ह्यायची गाय मेली, ती कोठ्यातून बाहीर काढायची; वढत उंबरवाटंवर न्यायची."

बैल, गाय, म्हैस, असं कोणतंही ढोर - वासरू मेलं की, त्याच्या पायाला दोर बांधून बैलांच्या मदतीने त्याला गावाबाहेर ओढून नेतात; पण असं सारेच कुणबी मेलेलं ढोर ओढाय बैलं देतात असं नाही. असे बैलं ना मिळाले की, मग ती ढोरं मांगांनाच ओढून न्यावं लागतात. राजारामही असाच बैलं न देणारांपैकी होता.

"मा मी नाही जात. मले त्या कामाचा कंटाळा येते."

"अरे बाप्पा, या कामाचा कटाळा येते, त्या कामाचा कटाळा येते, असं मनून कसं चालेल? आपण का वाणी-बामण हाओ मनून हात-पाय न मळवता, बसल्या जागी आपल्याले काही कामं लागतील? अंगानं केल्याबिगर कसं खायाले भेटंल?"

"अंगानंच करायचं तं कोणाचं वावरातलं कामं करीन. सालं धरीन, महिने धरीन, मजुरी करीन; पण हे काम नको."

"अरे, त्याले कोणी सोबती नाही मने, समदे माणसं हे गिऱ्हाण मांघायले गुतले अन् त्यो सरपंच 'आगुदर गाय उचला' मने. मनून केशवनं मले तुले पाठवून देयासाठी निरोप देला."

"जाऊ दे तिकडे. आता माणसं आले असतील गिऱ्हाण मांघून जातील गाय वढायले."

"अरे, पण एखांच्या बारीनं आपल्याले चाल मनलं कोण तं जायाले काय हरकत हाये?"

येसाजीही घरी आला. त्याने त्या दोघा माय-लेकांचं बोलणं ऐकलं,

"तू नसशील जात त मंग मी जातो." येसाजी आडवं बोलला.

येसाजीच्या या बोलण्यावर तो गप्पच झाला.

"असे कामं तुवा कव्हाच करू नाही असे मले बी वाटते." येसाजी पुढे म्हणाला, "मनून म्या तुले कव्हा अशा कामासाठी आग्रहबी केला नाही. तसे आपल्या भावकीच्या या लोकाह्यचेबी उपकारच हायेत मनावं आपल्यावर. आपल्या हिश्श्याचे भावकीचे सगळे कामं त्याह्यनं त्याह्यच्या अंगावर घेतले, तव्हापासून मले त्याह्यनं कव्हा ढोरं वढाय चाल मनलं नाही, तं कव्हा सोलाय चाल मनलं नाही. माह्या नावाचा पडीचा हिस्सा मातर न चुकता घरी आणून देतात. या चार-पाच वर्षांत आपण त्यो हिस्सा आणणं सोडून देलं, ते सोड. अरे, तरीपण एखांद्या बारीनं त्यायनं आपल्याले थोडीफार मदत कर मनलं तं कराय काय हरकत हाये? तुले हे सगळं आवडत नाही हे मले कळते. मनून म्या कव्हा तुले गावकीचं कोणतंच काम कर असं मनलं नाही... भाकरीच्या मोबदल्यातलं बी... पण त्या केशवले खरंच कोणी सोबती नाही मांगवाड्यातलं. त्यो राजाराम काही बैलं देत नाही मेलेली गाय वढाय.

गाय एकट्ट्या केशवले वढत नेता येणार नाही. मनून त्यानं तुले निरोप देला असंल. जाय, निसती गाय वढंस्तोर त्याले मदत कर. सोलायसाठी थोडाच त्यो मनते तुले?''

काहीही न बोलता परभू उठला. घराबाहेर पडला.

''कसं पोरगं असंल मनावं हे? गावकी भावकीचे कोणते बी कामं करणं याच्या जिवावर येते. आपल्या जवडे का कुणब्यासारखी शेतीबाडी हाये? तुमच्या कामाचे पाच-पंचीस रुपये हाती येतात, त्याच्यावर अन् आम्ही दोघी सासू-सुना काहीबाही करतो, त्यात कसंतरी धकते? त्याच्यामुळं या पोरानं कव्हा केलं, कव्हा केलं नाही तरी घर चालायलं आपलं; पण पुढं कसं होईल याचं? आपण का याच्या जन्मालेच पुरणार हावो?''

''त्या खटपटीतच हाओ मी.'' येसाजी म्हणाला.

''कशी काय खटपट करायले?''

''कोतवाल मनून त्याची नेमणूक करायसाठी भगवान पाटलाच्या हातानं तहसीलदाराले बोललो.''

''कोतवाल मंजे त्याले ढोरं वढायचे, सोलायचे कामं करायची गरज नाही का?''

''नाही, सरकारी नोकरी हाये ती. सरकारचे कामं करायचे, पांडेबुवासंगं राह्याचं, पाटलासंगं राह्याचं. ते सांगतील तसे काम करायचे.''

''मंजे तुमच्यासारखंच?''

''हो;''

''मंग तुम्ही काऊन सोडायले?''

''माही नेमणूक सरकारनं थोडीच केली या कामी? भगवान पाटलानं मले नेमून देलं. आता सरकार रीतसर कोतवालाची नेमणूक करणार हाये. त्याले मंग दर महिन्याला पगार भेटंल....''

''आपल्या परभूचे जमते मनता?''

''जमंल. कोतवालाच्या नेमणुकीसाठी थोडेफार शिक्षण बी पायजे. ते आपला परभू चौथी वर्ग पास हाये... मले काही शिक्षण नसल्यानं जागंजागी अडचणी येत गेल्या... परभूले तशी अडचण जाणार नाही... माहाबी जमलं असतं... पण म्या इचार केला, माह्यापेक्षा परभूंच जमलं तं फार सोळा आणे... १८ पेक्षा जास्त वयं पायजे त्याले... तं त्याले आता वीस-एकवीस वर्स झाले असतील... नसतील झाले?''

''झाले असतील... इंग्रज सरकार बदललं त्या सालचा त्याचा जन्म हाये ना..?''

''वयाच्या साठ वर्षांलोक नोकरी कराय जमते... तशी कोतवाल मनून माही नेमणूक झाली असती तं आणखी ८-१० वर्षांनं माहा ६० वर्साचं वय झालं की,

पुन्हा परभूसाठी खटपट करा लागंल... त्यापरीस भगवान पाटील मंतात तं आताच करून घेवावं.. तहसीलदारबी त्याह्यच्या मनचं ऐकते... तं परभूले बी बरं व्हईल... एऱ्ही त्याले गावकीच्या कामाचा कटाळा हायेच...''

''बरं, माय जमू दे मनावं शेगावच्या गजानन बाबाले. त्याच्या नावानं दोन रुपयाची शिरणी वाटीन.''

तिने केलेल्या नवसावर येसाजीला हसू आलं. बायकांचं हे आपलं बरं! कोणतंही छोटं-मोठं कामं असलं की, पटकन नवस बोलायचा. आपल्या कामाचा देवावर भार टाकायचा... देवादिकांना जसा दुसरा काही कामधंदाच नाही?

''काय काय आणली कमाई गिऱ्हाणाची?''

येसाजीचं लक्ष त्या दोघींच्या गाठोड्यांकडे गेलं.

''आलं काही-बाही... कपडा-लत्ता... दाळ-दाणा... आता पह्यल्यासारखे देत नाहीत लोक; लय जिकीर करा लागते... पह्यले गिऱ्हाण मनलं की, लोक वाढायले तयारच असत.. आता आपल्यालेच शरम वाटते मांघायची.''

''दिवसेन दिवस असा फरक पडत जाणारच हाये.'' येसाजीनं तिच्या सुरात सूर मिळवला.

''पारू, तू त्याह्यले चहा करून दे.'' बायजा म्हणाली. येसाजीला घरी असला की सकाळ, दुपार, संध्याकाळ असा तीनदा चहा पाहिजे.

''का रे? इतक्या लवकर आला बी गाय वढून?'' घरात आलेल्या परभूला पाहून बायजानं विचारलं.

''मले वढायचं कामच पडलं नाही.''

''काऊन?'' येसाजीनं विचारलं.

''हारजीकाकाचा यंका आला व्हता, माह्या आगुदर तिथे.'' मी गेलो, मनलं, मी वढू लागतो. तं ते दोघं भाऊ मनले, नको, जाय तू घराकडं. नेतो वढून आम्ही दोघं.'

''बरं झालं ना, तू गेला तं त्याह्यले हारीक वाटला असेल तुहा! एकदा तुव्हं नवकर्कीचं जमलं...?''

''नवकर्कीचं?'' परभूनं मध्येच बायजाला विचारलं.

अन् येसाजीनं जे जे सांगितलं ते ते त्याला सांगू लागली. ऐकता ऐकता त्याचं ध्यान पारूकडे गेलं. चुलीवर चहा करता करता ती त्याच्याकडे पाहून हसत होती.

मग तोही तिच्याकडे पाहात गालातल्या गालात हसू लागला. बोलता बोलता बायजानं त्या दोघांकडे पाहिल अन् तीही गालातल्या गालात हसायला लागली. सगळ्या घरालाच हसू फुटलं.

***

"बायजाभाबी?"

"कोण हाये गड्या?" बायजानं घरातून विचारलं.

"मी हाओ नाथा"

"या ना नाथा भावजी?"

नाथा घरात आला. बायजा गव्हा-हरबऱ्याचं मातरं सुपानं घोळू लागली. मातऱ्यात असणारे मातीचे खडे - काड्या सुपाच्या घोळात, सुपाच्या पुढच्या भागात येत होत्या. असा घोळ पुरेपूर पुढे आला की, ती सूप जमिनीवर ठेवायची अन् उजव्या हाताने हा घोळ सुपाखाली जमिनीवर लोटायची. मग सुपात राहिलेलं मातरं पुन्हा घोळायला लागायची. पुनःपुन्हा घोळ जमिनीवर टाकून द्यायची. असं करून करून तिने दोन पायल्याच्या मातऱ्यातून अर्ध्या शेराचे गहू-हरबरे वेगळे काढले. आता हे शेवटचं सूप ती पाखडत होती. तेवढ्यात बाहेरून नाथाची हाक आली.

"कोणाचं खळं लुटलं भाबी, लईच मातरं जमा केलं?"

"दुसऱ्या कोणाचं लुटायचं, पाटलाबिगर?"

पूर्वी कुणब्यांचे उडदाचे, ज्वारीचे, तुरीचे, गव्हा-हरबऱ्यांचे खळे आटोपले की, मांगाच्या बायका खळे अन् कुटार झाडायला भिडत. 'मातऱ्यावर मांगणीचाच हक्क' अशा विचारानेच त्यांच्यावर कुणबीही रागवत नसत. उलट, मांगणी पटकन खळं झाडायला गेल्या नाही तर त्यातले बरेचजण मांगवाड्यात येऊन 'काऊन माजले रे लेकहो' असं म्हणून शिव्या देत. मातऱ्यात काहीच निघालं नाही तर कुणबी शेर-आस्तेर धान्य धरून द्यायचे. अलीकडे कुणब्यांची वागायची पद्धत बदलायला लागली. 'फुकटखाऊ लेकहो' असं म्हणून आता ते मांगणींना मातऱ्यालाही हात लावू देत नाहीत. कुणब्याचंही खरं होतं, मांगांचे बायका-पुरुष मंडळी आता पूर्वीसारखे काम करत नाहीत; त्यामुळे मांगांना काम न करता काही द्यायचं म्हटलं की, कुणब्यांच्या जीवावर येऊ लागलं... पण मांगणी मोठ्याच बहाद्दर! त्या कुणब्यांच्या माघारी त्यांची खळी झाडून आणतात. खळे झाडणारी मांगीण जर कुणब्याच्या हाती लागली तर तो शिव्या देतो, वावरातून हाकलून लावतो... अशा परिस्थितीत बायजानं एवढं मातरं जमा केलं याचं नाथाला मोठं नवलच वाटलं... पण तिनं पाटलाचं नाव सांगितल्यावर तो गप्पच राहिला.

"काऊन काय मनत व्हते?"

"मनलं, तोंड गोड करा आदुगर माहा."

"अं, अशी काय बातमी आणली बाप्पा? पारू-गिरूची तं नाही?"

मागच्या महिन्यात पारू बाळंतपणासाठी माहेराला गेली होती. तिचे दिवस भरत आले होते.

"हं, पारूचीच हाये!"

"काय हाये, सांगा आदुगर." ती आतुरतेने म्हणाली.

"तुम्हाले नातू झाला मनलं."

"कव्हा झाला?" बायजाचा आनंद उतू आला.

"चौदा तारखीले."

"चौदा तारीख मंजे वार कोणता?"

"तारखेचा अन् वाराचा मेळ मले नाही कळत."

"तुम्ही माह्यासारखेच अडाणी राह्यले का?" बायजा हसली. यावर त्यानेही एवढुसं तोंड केलं.

"तुम्हाले कोणी भेटलं व्हतं?"

"हं, संतराम दाजी भेटले व्हते.

"कुठं?"

"चिंचखेडले."

"तुमच्या सासरवाडीत?"

"हं, मनत आमच्या इहिणीले सांगा..."

"चला, तुम्ही काही बी मनता? माहा भाऊ काहाले मनंल मले इहिण-गिहिण?"

"मंग मी का मनचं लावायलो का काय?"

"जाऊ द्या ते. पोराची, सूनबाईची तब्येत कशी हाये मने?"

"चांगली हाये, तुम्हाले बलवलं, इहिणीची लय दिसांत भेट नाही मने."

"तुम्ही करा थट्टा. मीच उठतो इथून." अन् ती खरंच उठली.

"मी बी जातो मंग?"

"तुम्ही काऊन जाता? तुम्ही बसा इथं थट्टा करत, मी घरात जाऊन चहा ठेवतो."

ती घरात गेली. नाथा मधल्या दरवाजाजवळ बसला.

"भाबी, थट्टा नाही करत, तुम्हाले पारूच्या मायनंबी बलवंल मने, नाव ठेवायच्या दिसी."

"कव्हा ठेवणार हायेत नाव?"

"पाहा ना आता तुम्हीच, बारावा दिवस कव्हा येतो ते?"

बायजानं मनातल्या मनात हिशेब केला.

"पारू १४ तारखेले बाळातीण झाली... चौदा मनल्यावर बारादी कव्हा व्हतील ? चौदा अन् बारा... आता आली का पंचाईत? एवढा साधा हिशेब आपल्याले येत नाही मनल्यावर अंऽऽ, जाऊ द्या इचारू त्याह्यले नाही तं परभूले...

बायजाला तर एवढा आनंद झाला की, तिला वाटू लागलं, असंच उठावं अन् आताच आपण एकलीनंच थेट कवठ्याला जावं अन् नाताचं तोंड पाहावं... कसा असंल नातू? पारूसारखा? परभूसारखा? येसाजीसारखा का आपल्यासारखा? हेत्...! आपल्यासारखा काहाले व्हईल...? जाईल त्याच्या माय-बापाच्या नाहीतर आज्याच्या वळणावर...? नाही तं आपल्या भावाच्या वळणावरबी जाईल...? त्याले पाहिल्याबिगर नाही कळणार हे...

बायजाला आनंद होण्याचं आणखी एक कारण असं की, या घरात परभूच्या जन्मानंतर लहान लेकराचा आवाज तिला कधी ऐकायला भेटला नाही. परभूच्या आधी तिला तीन पोरी झाल्या होत्या... त्या झाल्या तशा मातीआड गेल्या... परभू झाला, तेव्हा आधीच्या पोरींसारखाच तोही मरतो की काय असं तिला वाटे... तेव्हा किती किती नवस कबूल केले होते तिनं?... देवांनीसुद्धा तिचं ऐकलं... परभू वाचला...

चहा उकळला... तिनं तो कपबशीत ओतला. ती कपबशी घेऊन नाथासमोर आली. नाथा कपबशी हाती घेत म्हणाला,

"बाप्पा! भाबी, तुमच्या घरी कपबशी? कव्हापासून ही सुधारणा आणली तुम्ही तुमच्या घरात? असं करून आमच्या भावाले बी सुदरवसाल? त्याचं धोतर, पटका काढून घालाय लावसाल त्याले साहेब लोकायवाणी डरेस."

परातीनं, थाटीनं चहा पिणाऱ्या नाथाला ही सुधारणा खटकल्यास नवल नाही. त्यानं केव्हातरी हॉटेलात कपबशीनं चहा पिला असेल तरच... म्हणून त्याला बायजाच्या कपबशीचं नवल वाटलं.

"तुमच्या भावाले सुदरवलं तं मंग काय झालं? लोकं चंद्रावर जाऊन आले मनं... आपलं राह्यलं चंद्रावर जाणं! घरातल्या घरात कपबशी इकत आणणं नको?"

"बाप्पा! भाबी, चंद्रावर माणूस उतरल्याच्या गोष्टीबी तुमच्या ध्यानात हायेत?"

नाथाला नवल वाटलं. तशी चंद्रावर माणूस उतरल्याची गोष्ट सगळ्या जगासाठीच नवलाची होती. नाथासारख्या अडाणी लोकांना अजूनही हे खरं वाटत नव्हतं... त्या गोष्टीची चर्चा मात्र आपापल्या परीनं सगळ्या जगात झाली होती... बायजाच्या घरीही येसाजी, परभू, पारू यांच्या गोष्टी झाल्या होत्या... परभू चौथा वर्ग शिकलेला असल्याने तो भारावून पोपटासारखं बोलायचा. "अरे ब्वा, २१ जुलै १९६९ रोजी अमेरिकेच्या नील आर्मस्ट्राँग नावाच्या माणसाने पहिल्यांदा चंद्रावर पाऊल टाकलं. त्याचे ऐकू ऐकू बायजालाही हे वाक्य पाठ झालं होतं. मांगवाड्यातल्या किंवा गावातल्या इतरांशी बोलतानाही अनेकदा ही गोष्ट बोलण्यात येई...

"काऊन नाही ध्यानात राहणार? मी का तुमच्या मतानं लगेच येडी हाओ का काय? साताठ मह्यनेच झाले असतील न वं त्या गोष्टीले... अन् भावजी, चंद्राचं

ध्यान आमच्याइतकं दुसऱ्या कोणाले कसं राहील?''

"मंजे कसं?''

"अहो, किती झालं तरी त्यो आमचा भाऊ हाये ना? भाऊबीजंच्या वक्ती भावाले ववाळायच्या आदुगर आम्ही त्यालेच नाही का ववाळत?''

"हां, बरोबर.''

"अरे, काय गोष्टी चालल्या तुमच्या देर-भावजयीच्या?'' येसाजी बाहेरून येत म्हणाला.

"अरे, ये येसादा... गोष्टीचं जाऊ दे तिकडे... म्या एक गोड बातमी आणली.''

"काहाची बॉ?''

"अरे, आता तू आज्या झाला.''

"काय? खरंच?'' बातमी ऐकून येसाजीला स्वर्ग दोनच बोटं उरला.

"काय झालं?''

"पोरगं.''

पोरगं झाल्याचे ऐकून तर तो जणू स्वर्गातच पोहोचला. त्यानं बायजाकडे पाहिलं. तीही भलतीच खूश होती आणि तिनं खूश का न व्हावं? बावीस-तेवीस वर्षं झाले परभूच्या जन्मानंतर या घरात लहान लेकराच्या रडण्याचा आवाज तिच्या कानावर पडलाच नव्हता. पारूला दिवस राहिल्याचे लक्षात आलं, तेव्हापासूनच बायजा तिच्या बाळंत होण्याची आतुरतेनं वाट पाहात होती. येसाजी अन् बाकी मांग मंडळींत हाच महत्त्वाचा फरक होता. तो असा की, येसाजीला एकच मुलगा होता; पण बाकीच्या मांगांना मात्र एकापेक्षा जास्त लेकरं होते... कोणाच्या घरी तीन, कोणाच्या घरी चार... पाच... सहा... सात... कुत्रीसारख्या या बायका वर्षा-दोन वर्षाला बाळंतीण व्हायच्या... बरं, त्या लेकरांना खाऊ-पिऊ घालायची परिस्थिती तरी पाहिजे ना...? कमाईच्या नावाने बोंबाबोंब..! बापजाद्यांची इस्टेट म्हटलं तर वारसा हक्काने मिळालेली लाचारी; फार फार स्वतःहून कामं केलीत तर ती फडे, दुरड्या, कणग्या तयार करण्याची... तीही मोसमी... लागोपाठच्या बाळंतपणांना बायकाही वैतागल्या...

"माय बायजाबाई, तुमच्याकडं पाह्यलं देवानंच. बरं झालं माय, परभूच्या पाठीवर तुमचा इटाळ बंद झाला...'' बायका म्हणायच्या.

पण त्यात बायजाला समाधान नव्हतं... परभूच्या पाठीवर काही व्हावं यासाठी तिनं वैद-वाणी पाहिलेच होते... तिच्या मनासारखं झालं नाही ही गोष्ट वेगळी... पण याबाबत येसाजी मात्र पहिल्यापासून समाधानी होता...

"आता काय करतं लय मोठे लेकरं...? निसता गांधारीचा सारपा... बरा आपला एकच...''

पण बायजाची भीती वेगळी होती! परभूचं काही दुखलं-खुपलं की, तिचा जीव मासोळी व्हायचा... कसेही असो दोन पोरं असले पाहिजे, असं तिला वाटे... आपल्याला नाही झाले तरी कोणालाही कमीतकमी दोन पोरं व्हावीत असं ती नेहमी म्हणायची... तेव्हा 'तथास्तु' असं म्हणून येसाजी तिला हसायचा.

"करा भाबी तयारी, बारशासाठी माहेराले जायाची." कपबशी बायजाच्या हाती देत तो म्हणाला.

बायजानं कवठ्याला तिच्या भावानं-भावजायीनं पोराचं नाव ठेवायला बोलावल्याची गोष्ट सांगितली. 'जरूर जाऊ' म्हणून येसाजीने त्याला दुजोरा दिला.

मग बराच वेळ नाथा अन् येसाजी बोलत बसले.

परभू संध्याकाळचा अनसिंगवरून घरी आला. बायजानं त्याला पोरगा झाल्याचं सांगितलं, तेव्हा त्याला लहान लेकरासारख्या आडव्या-तिडव्या उड्या मारून बेहोश व्हावं वाटलं, पण त्यानं तसं केलं नाही. रात्री जेवताना येसाजीनं परभूला पोराच्या जन्माची १४ एप्रिल १९७० ही तारीख लिहून ठेवायला सांगितली.

"पुढे पोराचे नाव शाळेत टाकतानी कामी येते." तो म्हणाला.

नुकत्याच जन्माला आलेल्या नातवाची काळजी करणाऱ्या येसाजीचं परभूला नवल वाटलं. याचा अर्थ मांगाची आपल्यानंतरची पिढी अधिक प्रकाशमान होणार आहे तर! घरातल्या दिव्याचा उजेड अनेक पटींनी वाढल्याचा त्याच्या मनाला भास झाला... तो त्या प्रकाशात न्हाऊन निघाला; पण कामाच्या रगाड्यात बायजाला परभूच्या पोराचं बारसं कोण्या दिवशी येतं ते येसाजीला किंवा परभूला विचारायचं ध्यान राहिलं नाही. बाप-लेक दोघंही जेवून बाहेर गेले होते. जाऊ द्या ते घरी आल्यावर इचारू असं म्हणून तिने मनाला आवर घातला. रात्री उशिरा पहिल्यांदा परभू घरी आला. त्याला बारशाचा दिवस विचारल्यावर तिच्या जिवाला बरं वाटलं...

***

"कधी आले पाहुणे?" पांढरा शुभ्र पैजामा अन् शर्ट घातलेला वीस-बावीस वर्षांचा एक तरुण संतरामच्या अंगणात येऊन उभा राहिला. अंगणात खाटेवर बसून संतराम अन् येसाजी गप्पा मारत होते. त्या तरुणाचा आवाज ऐकून दोघांनीही त्याच्याकडे पाहिलं, येसाजीने त्याला ओळखलं नाही.

"कालच आले... आज पारूच्या पोराचं नाव ठेवायचं ना! त्याच्यासाठी आले. हे पारूचे सासरे." संतरामने येसाजीची ओळख सांगितली.

"अस्सं! नमस्कार काका!" त्यानं येसाजीला नमस्कार केला.

"या बसा ना."? संतराम खाटेवर थोडा सरकत म्हणाला.

"नाही, चलतो मी खोलीवर. नुकताच शाळेतून आलो. आता स्वयंपाक

करायचा. जेवण करायचं. मग वाशीमला जायचं.''

म्हणजे हा तरुण शिक्षक आहे तर! येसाजीच्या ध्यानात आलं. त्याच्या राहण्या-बोलण्यावरून, गोऱ्या रंगावरून तो ब्राह्मण असावा असा येसाजीनं मनाशी अंदाजही केला.

''असं करा, तुम्हीच या काकांना घेऊन चहा प्यायला माझ्या खोलीवर.''

येसाजीने मात्र कपाळावर आठ्या पाडल्या. अं, हे काय? ब्राह्मण माणूस आपल्याला त्याच्या खोलीवर चहा प्यायला बोलावतो? आपली, संतरामची जात त्याला माहीत नसेल का?

''बरं, व्हा तुम्ही पुढे. आलोच आम्ही तुमच्यामांघं.''

तो तरुण पुढे निघून गेला, तेव्हा येसाजीनं संतरामला विचारलं, ''कोण हायेत हे? कोण्या जातीचे?''

''आपल्याच जातीचे हायेत. अकोल्याकडे गाव हाये त्याह्यचं. आमच्या गावात गेल्या वर्षापासून मास्तर हायेत.''

येसाजीला आश्चर्य वाटलं. मास्तरांच्या कपड्यांवरून, बोलण्यावरून, रंगावरून ते मांग जातीचे असतील असं जराही वाटत नव्हतं. एवढी स्वच्छ राहणारी, एवढी शुद्ध बोलणारी माणसं बहुतेक ब्राह्मण असू शकतात, असं त्याचं मत होतं; पण संधी मिळाली तर आपल्या जातीची माणसंही ब्राह्मणांसारखी राहू-बोलू शकतात ही गोष्ट मास्तरला पाहून त्याच्या लक्षात आली... काय वय असंल या मास्तरचं? आपल्या परभूएवढंच! एखाद्या दोन वर्षानं कमी किंवा जास्त. हा शिकला अन् मास्तर झाला; पण आपला परभू? त्यानं चौथा वर्ग पासं झाल्यावर पुढे शिकावं असं आपल्याला वाटत होतं. म्हणूनच आपण त्या वेळी त्याचं नाव पातूरच्या शाळेत टाकलं, कारण तिथं बोर्डिंगची सोय होती; पण परभू तिथे राहिला नाही. अर्धवट शाळा सोडून घरी आला... शिकला असता तर असाच कुठेतरी मास्तर म्हणून लागला असता; पण ते त्याच्या नशिबातच नव्हतं... तरी बरं, निदान चौथा वर्ग पास झाला म्हणून कोतवाल म्हणून त्याची नेमणूक करण्याचं तहसीलदारानं कबूल केलं... कबूल केलं खरं; पण कामावर घेईल तेव्हा ना? दोन वर्षं झाली, घेतो घेतो म्हणतो. अजून तरी घेतलं नाही.

''उंबरकर आडनाव हाये त्याह्यचं.'' संतराम मास्तरची माहिती सांगू लागला. मुळात मास्तरचं आडनाव कांबळे; पण मास्तरांनी कांबळे आडनाव बदलून उंबरकर ठेवले. उंबरा हे त्यांच्या गावाचं नाव. हे गाव अकोल्याकडे आहे. कांबळे म्हटलं की, एक तर मांग किंवा बौद्ध... या आडनावामुळे जात कोणाच्याही पटकन लक्षात येते. बऱ्याच गोष्टींना जात आडवी येते. त्यापेक्षा ज्या आडनावामुळे जात ओळखू येणार नाही असं गावाच्या नावावरून मास्तरांनी मुद्दाम आडनाव ठेवलं हे ऐकून येसाजीला

मास्तरांच्या हुशारीचं नवल वाटलं.

"पण मंग कव्हा ना कव्हा तं जात वळखू येतच असंल ना?"

"येते ना! तसंच काही असलं तं मास्तर जात लपवत नाहीत."

संतरामनं त्यांच्याच गावात घडलेली गंमत सांगितली. मास्तर पाहिल्यांदाच शाळेवर हजर झाले. शाळेचे हेडमास्तर शेजारच्याच बामणी गावचे. कुणबी समाजाचे. कवठ्यात त्यांचे सर्व सोयरेच. शाळेत हजर झाल्यावर या मास्तरानं हेडमास्तरांना भाड्याने एखादी खोली मिळेल का, असं विचारलं. तर हेडमास्तरांनी पटपट चार-पाच कुणब्यांची नावं सांगितली, तेव्हा मास्तरच म्हणाले, "गुरुजी, माझी जात मांग आहे हे विसरला का तुम्ही?"

यावर हेडमास्तर खजील झाले; म्हणाले, "अरे हो, विसरलोच मी."

"पण मास्तरले बरंच या गावावर येऊ देलं तुमच्या गावच्या लोकाह्यनं?" येसाजीने शंका विचारली.

"काऊन?"

"अहो, आमच्या गावात एकदा असाच बौद्ध समाजाचा मास्तर आला; तं दुसऱ्याच दिवशी बदली केली त्याची गाववाल्याह्यनं. त्याह्यचं मननं, बुद्धाचा माणूस आमच्या लेकराह्यले शिकवते? हे कसं जमंल?"

"त्या सगळ्या जुन्या गोष्टी झाल्या दाजी. आता कोण एवढं जातीपातीवर ध्यान देते?"

"तुमच्या गावात देत नसतील; पण आमच्या गावात आताबी मांगाचा, बौद्धाचा बाट धरतात."

"गावातले बाकीचे कुणबी धरत असतील बाट, मंग गावचे पाटील सरंपचबी बाट धरतात का?"

"नाही, पाटील-सरपंच नाहीत धरत तेवढा."

"तेच मनतो, कोणत्याबी गावच्या पाटील, सरपंचाले उघडउघड कशी जात-पात पाळाय जमंल? त्याच्या बैठकीत कव्हा अन् कोणत्या जातीचे सायेब येतील, त्याचा काय नेम? सायबाले चहा-पाणी देताना का त्याची जात पुसाय जमते?"

"मातर कव्हा-बव्हा गावात जाती-पातीच्या भानगडी झाल्या तं आमच्या पाटलाले, सरपंचाले त्याह्यचं मननं ऐकाच लागते."

"कसे लोक असतील हे? हे बटके गाडगेबाबाचे कीर्तनं ऐकतात, तुकडोजी महाराजाचे भजनं मनतात... अन् तरीबी जातीभेद पाळतात? हे लोक कव्हा सुधारतील?"

संतराम सुस्कारा टाकून उठला. "आम्ही मास्तरच्या घरी चाललो वं." असं बायकोला म्हणाला.

दोघं व्याही उठले. मास्तरच्या खोलीवर आले. खोली मांगवाड्यातलीच. चार पत्र्यांची, भिंती खुज्या, दरवाजाही खुजा!

“वाकून या, नाहीतर डोक्याला लागेल.” मास्तर म्हणाले.

“नाही लागत. सवय हाये याची पाहण्याले.”

याचं कारणही तसंच होतं. कोणत्याही गावच्या मांगांची घरं ही अशीच खुज्या बांधणीची. उंच उंच भिंती घेऊन घरं बांधणं मांगांना शक्य नव्हतं. त्याचं महत्त्वाचं कारण म्हणजे त्यांची घरं कुणब्यांच्या घरापेक्षा उंच नकोत, असा गावगाड्याचा अलिखित नियम होता, पूर्वापार चालत आलेला.

ते दोघं आत आले. मास्तरांनी भिंतीला टेकून सतरंजी टाकली. येसाजीने सतरंजीवर बसत खोलीभर नजर फिरविली. भिंतीवर वर्तमानपत्रांचे कागद खिळ्यांनी पक्के करून त्यावर अंगावरचे कपडे अडकवले होते, तर त्याच भिंतीवर बाजूला दोन फोटो लावलेले होते. एक फोटो येसाजीने ओळखला- डॉ. बाबासाहेब आंबेडकरांचा. त्याने त्याच्या गावातल्या बहुतेक बौद्ध मंडळींच्या घरात तो पाहिला होता; पण दुसरा फोटो कोणाचा? तो दुसरा कोणाचाही असो; पण आंबेडकरांचा फोटो अन् या मांग जातीच्या मास्तरांच्या खोलीत? त्याने कपाळावर आठ्यांचं जाळं पसरवलं.

“दाजी, आमच्या गावात हे गुर्जी आले, तव्हापासून सगळ्या मांगवाड्यातले लेकरं शाळेत चालले. एखाद्यानं पोरगं-पोरगी शाळेत पाठवली नाही की गुर्जी त्यांच्या घरी जाऊन भेटतात, त्याले शिक्षणाचं महत्त्व पटवून देतात.”

“काकाजी, खरं आहे ते. शिकल्याशिवाय आपला समाज सुधारणार नाही. आज आपण पाहतो बौद्ध समाज एवढा पुढे गेला; त्याचं कारण हेच आहे. बाबासाहेबांनी त्यांना शिक्षणाचं महत्त्व पटवून दिलं. पुढचा जमाना फार वेगळा असेल. तुमच्या पिढीनं अन् तुमच्या आधीच्या पिढ्यांनी गावकीची कामं करून अर्धपोटी, उपाशी राहून कुत्र्यासारखं जगण्यात सुख मानलं. या गोष्टी किती लाचारीच्या, तुच्छपणाच्या आहेत हे शिकल्याशिवाय कसं लक्षात येईल आपल्या समाजाच्या? जी जी घाणीची कामं होती ती सारी सोडून द्या असं बाबासाहेबांनी बौद्धांना सांगितलं; त्यांनी ती सोडलीही. अन् आपण काय केलं? बौद्धांनी त्यागलेल्या त्या घाणीच्या डबक्यात राजीखुशीने उडी मारली. खरोखरच आपला समाज शिकला-सवरला असता तर त्याने ही कामं स्वीकारली असती का? इतकंच कशाला? माझ्यासारख्या थोडंफार शिकलेल्या तरुण पोरांना तुम्ही ही कामं करायला सांगा, ती काय करतात ते पाहा...?”

मास्तरांच्या या बोलण्यावर येसाजीला परभूची आठवण झाली. त्याला या सगळ्या गोष्टींची किळस येते. चौथा वर्ग शिकल्याचाच हा परिणाम असावा... तो जर आणखी पुढे शिकला असता तर... या मास्तरसारखेच त्याचे विचार-वागणं

राहिलं असतं. आपल्याला तरी कुठे ती कामं करावीशी वाटतात? आपल्यावरची मेलेली ढोरं ओढायची, सोलायची कामं बाकीच्यांनी अंगावर घेतली म्हणून आपण त्यातून बाहेर पडलो; पण खरं म्हणजे ती काम करण्याचं आपल्याही जिवावर येत होतं... आपण कुठे शिकलो? पण आपला संबंध चांगल्या लोकांशी येत गेला; त्यामुळे तर आपल्या विचारात फरक पडत गेला नसेल?

मास्तरांनी स्टोव्ह पेटविला, त्यावर चहाचं आंदण ठेवलं. पुन्हा येसाजीची नजर त्या फोटोंवर गेली. त्याला वाटलं, विचारावं मास्तरला हा दुसरा फोटो कोणाचा ते? पण तसं विचारायचं त्याला कामच पडलं नाही. येसाजी त्या फोटोंकडे टक लावून पाहतो हे मास्तरांच्या लक्षात आलं. त्यानंच पुढे बोलायला सुरुवात केली.

"हे फोटो कोणाचे आहेत ते ओळखलं?"

"हो एक वळखला, आंबेडकराचा, पण दुसरा?"

येसाजीच्या आधी संतराम म्हणाला,

"दुसरा फोटो महात्मा फुल्यांचा आहे."

"कोण फुले?"

"फार मोठे समाजसुधारक होऊन गेले ते. गेल्या शतकात त्यांनी आपल्यासारख्याच मागास जातीच्या लोकांसाठी फार चांगली कामं केली."

मग मास्तरांनी, फुल्यांनी महारांसाठी आपल्या मालकीचा पाण्याचा हौद कसा मोकळा केला, एका दलिताच्या लग्नात ते कसे हजर राहिले, मुलींसाठी त्यांनी देशातली पहिली शाळा कशी काढली... असं बरंच काही सांगितलं. पुढे म्हणाला,

"हे फुले अन् त्यांचेच शिष्य हे डॉ. आंबेडकर. या माणसानं तर दलितांच्या जीवनात नवा प्रकाश निर्माण केला. महारांना बौद्ध धर्म स्वीकारायला सांगितला, स्वाभिमानानं जगायला शिकवलं, शिक्षण घेण्याचा आग्रह केला..."

"ते समदं खरं; मनून गावोगावच्या बौद्ध मंडळींच्या घरांत त्याह्यचे फोटो लावलेले दिसतात; पण तुम्ही काऊन लावला? तुम्ही तं मांग जातीचे?" येसाजीनं मनातली शंका बोलून दाखविली.

"बरोबर आहे तुमचं म्हणणं! आपल्या मांगांसाठी त्यांनी काहीच केलं नाही असं तुमच्यासारखं आपल्या जातीच्या अनेकांना वाटतं; पण त्यांनी जे काही केलं ते फक्त एकट्या महारजातीच्या लोकांसाठीच नाही, तर प्रत्येक मागास जातीच्या लोकांसाठी त्यांनी फार मोठं कार्य करून ठेवलं आहे. महात्मा फुल्यांना ते आपले गुरू मानत, महात्मा फुल्यांचंच अर्धवट राहिलेलं काम त्यांनी पुढे नेलं. त्यांनी राज्यघटना लिहिली. देशातील दलित, पददलित, उपेक्षित जातीच्या लोकांसाठी कल्याणकारी कायदे बनवले. त्यांना सवलती मिळवून दिल्या. डॉ. बाबासाहेबांच्या प्रेरणेने बौद्ध समाज सुधारला; पण मांग समाज अजूनही आहे तिथेच आहे. नव्हे

महारांनी टाकलेली घाणीची कामे स्वीकारून तो समाज पूर्वी होता त्यापेक्षा अधिक गर्तेत गेलाय.''

मास्तरचं हे बोलणं ऐकून येसाजीला वडगावच्या सिदाजी बौद्धाची आठवण झाली. तो बरेच वेळा येसाजीला असंच काही सांगायचा; पण येसाजीला त्याचा राग यायचा. डॉ. आंबेडकर फक्त बौद्धांचेच ही धारणा इतरांप्रमाणे येसाजीच्या मनातही पक्की होऊन बसली होती... आणि आता मास्तरचं हे बोलणं ऐकून त्याचं मन गोंधळात पडलं. सिदाजी सांगतो ते खरंच की काय? अशी त्याला शंका येऊ लागली... लगेच त्याचं दुसरं मन म्हणालं, 'हॅट, हे शिकलेले पोरं काहीबी मनतात. आंबेटकराचा अन् आपल्या जातीचा काय संबंध?'

''डॉ. आंबेडकर जन्मानं महार होते; पण त्यांनी जी कामं केली, ती केवळ महारांसाठी किंवा बौद्धांसाठी नव्हे. सगळ्या मागास जातीच्या लोकांच्या कल्याणासाठी ते झटले, म्हणून ते एकट्या बौद्ध समाजाचे नव्हते; तो महामानव ना कोण्या एका धर्माचा, पंथाचा ना जातीचा होता... म्हणून बाबासाहेब माझ्यासारख्या आपल्या जातीतल्या शिकलेल्यांना आपले वाटतात. त्याच्यासाठी त्यांचा फोटो मी लावला. म. फुले अन् डॉ. बाबासाहेब आंबेडकर झाले नसते तर कदाचित मी मास्तर झालो नसतो.''

खरं म्हणजे येसाजीला या बोलण्याचा कंटाळा येऊ लागला. पटकन चहा घ्यावा अन् येथून उठावं असं त्याला वाटू लागलं. मास्तरांनी चहा गाळला. कपबशी येसाजीच्या हाती दिली. मग एकाएकी आठवल्यासारखा म्हणाला,

''हं, एक गोष्ट सांगायची विसरलो. तुमचा नातू फार भाग्यवान आहे.''

डॉ. आंबेडकरांवरून गोष्ट येसाजीच्या नातवावर आली म्हणून येसाजीला बरं वाटलं.

''कसा काय?''

''त्याचा जन्म चौदा एप्रिलला झाला.''

''मंग त्यात काय भाग्य आलं?''

''तुमच्या नाही ध्यानात येणार हे. चौदा एप्रिल हा महामानव डॉ. बाबासाहेब आंबेडकरांचा जन्मदिवस आहे. बाबासाहेबांच्या जन्मदिनीच तुमचा नातू जन्माला आला म्हणून तो भाग्यवान आहे, असं मला वाटतं. मी तर या काकाजींना तुमच्या सूनबाई बाळंतीण झाल्या झाल्या दुसऱ्या दिवशीच असं बोललो होतो.''

येसाजीनं अन् संतरामनं एकमेकांकडे पाहिलं.

''या गोष्टींची आठवण म्हणून तुम्ही त्याचं नाव भीमराव ठेवावं असं मला वाटतं. भीमराव हे बाबासाहेबांचं नाव होतं.''

हे तर भलतंच झालं! येसाजीला त्याच्या या बोलण्याचा मोठाच दिमाख आला.

त्याला वाटलं, या मास्तराला चांगलं खडसावावं; म्हणावं,

"ये बाबा, तू मास्तर झाला मनजे तुहे हात काही सोर्गाले टेकले नाहीत. अजून तुझ्या व्हटावर्च दूध वाळलं नाही अन् तू आमच्यासारख्या केसं पिकलेल्या माणसाह्यले शहाणपणा शिकवतं? माह्या नाताचं नाव काय ठेवायचे ते आमचे आम्ही पाहू. तुले आमच्या मधात नाक खुपसायची काय गरज?"

पण प्रत्यक्षात येसाजी तसं बोलला नाही. पटकन चहा घेऊन त्यानं कपबशी परत केली. मास्तरांनी संतरामला चहा दिला. संतरामनं चहा घेतला. कपबशी मास्तरला परत केली.

"चला, जाऊ आपण." येसाजी लगेच उठून उभा राहिला. तसं मास्तरनं कपाळावर आठ्या पाडून म्हटलं,

"काकाजी, पाहुण्यांना माझं बोलणं आवडलं नाही असं वाटतं."

"नाही नाही, तसे काही नाही. आम्हाले जेवणं करायचे. सैपाक कव्हाचाच झाला, मनून..."

पण येसाजी काहीच बोलला नाही. खरंच त्याला मास्तरच्या आगाऊ बोलण्याचा राग आला होता.

ते दोघं रस्त्यावर आले, तेव्हा तो संतरामला म्हणाला,

"लयच बोलते तुमचा ह्यो मास्तर?"

"हं, बोलते खरा."

"तुम्हाले पटते त्याचं बोलणं."

"एकाएकी कसं पटंल? पण एका गोष्टीचा इचार करा."

"कोणत्या?"

"आपल्यापरीस मास्तर वयाने लहान हाये हे मान्य; पण आपल्यासारखा त्यो आडाणी नाही. मॅट्रिक पास झालेला हाये, मास्तरकीचं ट्रेनिंग घेतलेला हाये, त्यानं चार पुस्तकं वाचलेले हायेत. त्यो जे बोलते ते त्याच्या मनचं थोडेच बोलत असणार? त्याले कोण्या तरी पुस्तकात मना आसं काहीबाही लिहिलेलं वाचाय भेटलं असंल, तव्हाच त्यो ह्या गोष्टी बोलते...? आता आम्हाले मनसाल तं त्याच्या बोलण्याची सवय झाली. माणूस मोकळ्या मनाचा हाये; मांगवाड्यातल्या सगळ्याह्यच्या घरी त्याचा जाओ-येवो हाये. सुखा-दुःखात पैशा-आधल्याची मदत करते. नुसतं मले पाहा अन् फुल वाहा, असे त्याचे वागणे नाही. शाळेत जाणाऱ्या मांगवाड्यातल्या पोरा-पोरींची काळजी घेते, त्याह्यले सोता खोलीवर बलावून शिकवते... त्याचं मननं, तुम्ही-आम्ही शिकलो नाही, तरी तुमचं-आमचं भागलं; पण मव्हरं जगात काय सुदारणा व्हतील, काय पालट व्हईल ते कोणी सांगावं? जे कोणी इथून मव्हरं शिकतील त्याह्यचीच ठाकुरकी राहील. त्याचं मननं पटवून देयासाठी त्यो बौद्धांच्या

पोरासोरायच्या शिकण्याच्या गोष्टी सांगते. जे बाबासाहेब आंबेडकरानं बौद्धायले सांगतलं... आदुगर शिका... तेच आपल्या जातीच्याबी कामी हाये... असं मास्तरचं मननं हाये. गावकीच्या भरोशावर सगळा मांगवाडा मव्हरं जगू शकणार नाही. पर्तेकाले काही ना काही दुसरे उद्योग-धंदे करा लागतील, त्याच्यासाठी गाव सोडा लागंल अन् गाव सोडायचं मनलं की, शिक्षण लागंल... अडाण्याले लोक जागजागी नाडतील... असे काही बाही सांगत राह्यते... त्याचं बोलणं कव्हा कव्हा माह्यासारख्यालेबी खरं वाटते...''

संतरामनं चालता चालता येसाजीकडे पाहिलं. येसाजी त्याचं बोलणं ध्यान देऊन ऐकत होता.

''आमच्या मांगवाड्यात या मास्तरच्या सांगण्या-बोलण्यानं बराच फरक पडला. आता आपलीच गोष्ट घ्या. पारू बाळातीण झाली. तिले पोरगं झालं. पोरगं झालं की, आपल्या मांगायनं गुढी मांघायले जाणं; हे तं ठरलेलंच झालं, गावातल्या मांगाह्यनं तुमच्या घरी वडगावले गुढी माघायले येयासाटी जोडजमाव केला... सनई-चौघडा, पोंघाडा, डफडे.. काय काय लागेल ते जमा केलं. अन् उद्या निघणार तं मास्तरले हे कळलं. मास्तरनं त्या सगळ्याह्यले बलावून घेतलं. मले बी बलावणं धाडलं अन् मनला, ''काकाजी, हे लोक गुढी मागायला चालले वडगावला.'' म्या मनलं, ''जायेना मंग, ही तं आपली पिढीजात परथा हाये.'' तं मास्तरचं, त्याच्यावर मननं आलं, ''आपली पिढीजात प्रथा आहे हे मान्य; पण एका गोष्टीचा विचार नाही केला तुम्ही? गुढी मागायची ती कुणब्याच्या दारी जाऊन, कारण तो आपल्या जातीपातीचा नसतो; शिवाय तुम्हाला गुढी म्हणून धन-धान्य देण्याची त्याची ऐपत असते... तेच आपण आपल्या माणसाच्या नुसता दारी गेलो तर आपल्या माणसाला किती अडचणींना तोंड द्यावं लागेल? गेलेल्या पाच-सहा माणसांना चहा करतो म्हटलं तरी त्याच्या नाकी नऊ येतात, कारण त्याच्या घरात नेहमीच उंदीर उड्या मारत राहतात. त्याचे खिसे सदैव रिकामे असतात. बरं, दुकानदाराजवळही त्याची काही पत नसते. गावातल्या कोण्या कुणब्याजवळून काही मागून आणायचं म्हटलं तर त्याचे पाय धरल्यावर कुठं तो कुणबी शेरभर, पावशेर देईल. म्हणजे आपण जाणूनबुजून आपल्या माणसाला अडचणीत आणतो. विनाकारण त्याला खर्चात पाडतो; आपल्यामुळे त्याच्यावर चार पैसे कर्ज होते. म्हणून मला ही पद्धत मान्य नाही. मी काय म्हणतो ते तुम्हाला पटत असेल तर येथून पुढे निदान आपल्या जातीच्या माणसाकडे गुढी मागायला जाऊ नका... कसं काकाजी?''

त्याचं बोलणं बिनतोड व्हतं. त्याच्यावर कोण काय बोलणार? झालं, सगळ्यांनी इथून मव्हरं आपल्या जातीच्या माणसाच्या घरी गुढी मांघायला जायचं नाही, असं ठरवलं...''

"हं, हे मातर बरोबर केलं नाही मास्तरनं!" येसाजी पटकन म्हणाला.

त्याला आठवण आली त्याच्या भावकीची. पारू बाळंतीण होऊन तिला मुलगा झाल्याची खबर नाथानंच येसाजीच्या घरी येऊन सांगितली अन् त्यानं त्याच दिवशी येसाजीच्या दारात येऊन चौघडा वाजवला. सनई वाजवणारा परभू असल्यानं परभूला सोबत घेतलं नाही. हारजीच्या यंकाला पोंघाडा वाजवायला लावला. त्यांच्या सोबतीला बाकीचे मांगही आले. हारजी, संपत, चहादू, यादव, तुळशीराम हे येसाजीच्या पिढीचे; त्या सगळ्यांचे पोरंही; इतकंच काय त्यांनी नातरूंड-पोतरूंडही मागे ठेवली नाही. ज्याच्या हाती जे जे लागेल ते ते वाजवू लागले. एका हारीनं त्या दिवशी आठ डफडे वाजायला लागले. डफड्यांच्या दणक्यात चौघडा, पोंघाड्याचा आवाज पार कुठल्या कुठं गायब झाला. सगळा गाव तोंडात बोटे घालून पाहू लागला. अशी गुढी वाजवणं याच्या आधी कोणच पाहिली नव्हती. गुढी मागायला पाच, सात, नऊ, अकरा माणसं असायची; पण इथे तर बाळात्यातल्या लेकरांसकट सगळेच आले होते. फक्त आला नाही भिका अन् त्याचे पोरं. तेवढं एकच घर सुटलं.

भावकीत गुढी मागायचा वडगावच्या मांगांचा रिवाज नव्हता; पण येसाजीच्या नातवासाठी सारे रिवाज या मांगांनी गुंडाळून ठेवले. सगळे मोठ्या हौसेनं गुढी वाजवण्यात सहभागी झाले होते. येसाजीनंही काही कमी केलं नाही... त्याने दुसऱ्या दिवशी सगळा मांगवाडा जेऊ घातला. पाच पायल्या गव्हाचं पीठ भिजवलं. भिकालाही जेवायला सांगितलं; पण तो आला नाही. पोराला त्यानं जेवायला येऊ दिले नाही... या सगळ्या उचापतीत त्याला चारशे-पाचशे रुपयांचा दणका बसला... बायजानं कुरकुर केली, "एवढ्याभार काहाले खर्स करा लागत व्हता? आपली का अशी तालेवारी हाये...? चहा-पाण्यावर भागलं असतं की!"

मात्र, त्याचं म्हणणं, "आवं, हे भावकीचे मांग कव्हा आपल्या दारात आले? आता त्याह्यले एक निमित्त सापडलं; त्याच्यानं सगळ्याह्यले हौसला वाटला. मंग आपण तरी काऊन चिंगूपणा करायचा? हौस फेडायची संधी देली देवानं, मंग पैशाची काळजी करत बसून ती काऊन गमावू?"

तसं उंबरकर मास्तरनं कवठ्याच्या मांगांना येऊ दिलं नाही. हे मांग समाजातल्या माणसाच्या आर्थिक परिस्थितीचा विचार केला तर बरोबरच आहे; पण तसं पाहिलं तर आपल्यात अन् इतर मांगांत फरकच आहे. आपल्याला गावकामदारकीचा काही ना काही मोबदला मिळतो. याशिवाय कोणत्याही कुणब्याच्या घरी ज्वारी द्या म्हटलं तर कोणी नाही म्हणणार नाही हं, पायलीभर देणार नाहीत; पण शेर-आधली दिल्याबिगर राहणार नाहीत. म्हणजे बाकीच्या मांगांपेक्षा आपल्या गावात आपली पत आणि ऐपतही आहे; त्यामुळे कवठ्याचे मांग जरी गुढी मागायला आले असते, तरी आपण त्यांना संतोष मनानं परत पाठवलं असतं; पण मास्तरच्या सांगण्यावरून ते

आले नाहीत, तेही बरं झालं; आपण शे-दीडशानं वाचलो... तेवढेच पैसे बाळंतविड्याचं सामान आणायला उपयोगी पडले.

"तुम्ही ध्यानात ठेवा, मी काय मनतो ते? ह्यो उंबरकर मास्तर पुढं चालून आपल्या समाजात कोणीतरी फार मोठा माणूस व्हईल... जर झाला नाही तं मी माहा हात कलम करून देतो तुम्हाले," संतराम जोशात येऊन बोलला.

यावर मात्र येसाजी गप्पच राहिला.

दोघंही संतरामच्या अंगणात आले. तेवढ्यात पारूचा बाप-दयाराम "जेवणाची तयारी झाली, चला." असं सांगायला आला.

येसाजी, संतराम दयारामसोबत त्याच्या घराकडे निघाले.

***

"काय नाथा, काय मनते तुमचा चौघडा?" भगवान पाटील घरातून बैठकीत आले. आल्या आल्या नाथानं त्यांना "खुरमान घालतो पाटील" म्हणून वाकून मुजरा केला. त्यावर त्यांनी चौघड्याची चौकशी केली.

"काय सांगू मालक, त्या भिकाच्या पोरानं- गणानं गावात बँड आणला अन् दोन वर्षांत आमचा बँडबाजा वाजला! गेल्या वर्षी तरी गावातल्या एक-दोन लग्नाच्या सुपाऱ्या मिळाल्या व्हत्या. औंदा तं कोणीच फिरकले नाही आमच्या चौघड्याकडं. नवल तं हे हाये मालक की, एकाच येळले गावात दोन-दोन लग्न झाले; पण दोन्ही जागी बँडच व्हते. एक गणाचा तं एक अनसिंगवाल्याह्यचा."

"हं, मलेबी कळलं ते. गण्यानंच अनसिंगवाल्याह्यले सुपारी देयाले लावली व्हती मनं. तुमचा चौघडा कोणाले लावूच देयाचा नाही असा त्यानं पण केला मने."

"खरं सांगू मालक, तसा पण करायची गरजबी नाही."

"कशी काय?"

"जे मरायला टेकलं त्याले मुद्दाम मारायची काय गरज?"

"मले नाही कळलं!"

"त्यात न कळल्यासारखं काय हाये? अहो, गणानं बँड आणला असता का नसता बी आणला तरीबी आमचा चौघडा एक दिवस बंद पडलाच असता. जुनं मनलं की, कोणाले बी नकोच वाटते. सगळेच नव्याच्या मांघं धावतात. गणाच्या बँडाने फरक एवढाच पडला की, आणखी वर्षा-दोन वर्षांनं आमचा चौघडा बंद पडायचा तं या वर्षीचं बंद पडला."

"मंजे, चौघडा बँडमुळे बंद पडला मनून तुले त्या गण्याचा राग आला नाही मनायचा?"

"नाही मालक, अज्याबात नाही. अहो, केवढी समाधानाची एक गोष्ट झाली?"

"कशी?"

"भिकाचे सगळे आयुष्य नसत्या उचापत्या करण्यात गेलं. मांधून मांधून तं त्यानं दारू काढायचा धंदा सुरू केला व्हता. येसाजीले, मले तं त्याच्या पोऱ्हायची चिंता वाटे. कव्हा कव्हा वाटे की, या पोऱ्हायले काही उद्योग-धंदा नाही भेटला तं हे पोरंबी भिकासारखेच वाया जातील, दारू काढतील, चोऱ्या करतील, भानगडी करतील; पण तसं काही झालं नाही. गणानं बँड आणला अन् त्याच्यासंगं त्याचे भाऊबी चांगल्या उद्योगाला लागले. मालक, आमचं मांगाचं एक घर सुधारलं. त्याचं पाहून आमचे पोरंबी काही बाही करून पाहतील. कसं? खरं मनतो ना मी?

पाटील हसले. म्हणाले, "येश्यासारखाच समाधानी हायेस गड्या तू बी! एक सांगून ठेवतो, आपल्या घरी मव्हरं जव्हा कव्हा लगन व्हईल, तव्हा तव्हा बँड तं ठेवूच; पण तुमचा चौघडा बी ठेवू... तुमची तरी हौस फिटेल."

"तशी माघल्ल्या मह्यन्यातच आम्ही हौस फेडून घेतली."

"कुठे रे?"

"येसादाच्या घरी. त्याह्यले नातू झाला तव्हा, आम्ही चौघडा वाजवून गुढी माघतली. भावकीत गुढी मांघायची पद्धत नाही आमची. तरी मांघतली. सगळाच मांगवाडा व्हता... ज्याले जे वाजवता येईल ते त्यानं वाजवलं. फक्त भिकाचं घरं तेवढं नव्हतं."

"मंग येश्यानंबी काही कसर सोडली नाही. तुम्हाले जेवण देलं ना वाटते?"

"हो मालक, देलं."

"काऊन माहा उणं-पातं भरणं चाललं नाथा? काय मंतात मालक?"

बैठकीत आलेल्या येसाजीनं विचारलं.

"अरे, ये. तुहं उणं-पातं नव्हतो भरायलो. तुह्या नाताची गोष्ट चालली... मोठ्या चांगल्या पायगुणाचा लाभला तुहा नातू तुले."

"कसा मालक?"

"बस, तेच सांगायसाटी तुले निरोप देला! तू कुठे अडकला व्हता? किती वेळचा निरोप देऊनबी तुहा पत्ता नाही."

"मालक, अडकलो एका भानगडीत."

"भानगड? कोणाची?"

"सदाशिव बेल्याची अन् रामा धनगराची."

"कुठे झाली भानगड? काहासाठी? मारामारी झाली का बोलीचाली?"

"बोलाचालच झाली."

"भानगड मिटली का मले जा लागते तिथं?" पाटील चिंतातुर स्वरात म्हणाले.

गावात कोणाची कोणाशी कसल्याही प्रकारची भानगड होऊ नये असं त्यांना वाटे.

"नाही जायाचं काम. माह्यासमोर त्याह्यचं भांडण मिटलं.

"काहासाठी भांडू लागले?"

"त्या पांढरीसाटी!" असं बोलताना येसाजीनं मुद्दाम नाथाकडे पाहिलं.

तीच पांढरी नाथानं किंवा येसाजीनं विकत घ्यावी असं सांगायला नाथाचा मेहुणा नामदेव साठे मागे आला होता; पण त्या गोष्टीवर येसाजीनं ध्यान दिलं नव्हतं. सदाशिव बेल्या किती वात्रट माणूस आहे, हे त्याला माहीत होतं. गावात जो कोणी आनंदा बेल्याची म्हणजे त्याच्या भावाची त्याच्या पांढरीला लागून असणारी पांढरी घेईल त्याला हाण-मार केल्याशिवाय तो राहणार नाही ही काळ्या दगडावरची रेघ होती. रामा धनगरानं रखमाईजवळून, सदाशिव बेल्याच्या भावजयीजवळून ती पांढरी घेऊन इतके दिवस लोटले तरी सदाशिव बेल्या कसा गप्प राहिला, याचंच येसाजीला नवल वाटत होतं. आज मात्र त्याची ही अपेक्षा पूर्ण झाली.

"ह्यो सदाशिव मोठाच आडमुठा हाये लेकाचा."

"पण मालक, त्या रामा धनगरानं तरी काहाले त्याच्या भावाची पांढरी इकत घेवावी? लोकबी आपल्या पायरीनं वागत नाहीत ना? त्याच्यानं अशा भानगडी व्हतात, खरं मनतो ना मी नाथा?"

"हो, हो!" नाथा गडबडला. त्यावर येसाजी हसला.

"काऊन हसला रे येश्या?"

आणि मग येसाजीनं मागचा सारा किस्सा सविस्तर सांगितला. त्यावर पाटलाचाही अभिप्राय आला,

"बरं झालं, लेकहो, तुम्ही त्या भानगडीत पडले नाही."

"मालक, ते काय तरी सांगतो मनले?" येसाजीनं मूळ विषय काढला.

"हो, ते राह्यलंच, मी काल वाशिमले गेलो व्हतो."

"हो."

"तहसीलदाराले भेटलो."

"मंग? काय मने तहसीलदार?"

"परवाच्या दिवशी बलावलं, परभूले घेऊन."

"कशाले?" आता नाथाने विचारलं.

"आर्डर देतो मनले कोतवालपणाची."

"खरं मालक?" येसाजीला आनंद आवरता आला नाही.

"हो, खरंच!"

"मालक, हे लय सुदं झालं" नाथा म्हणाला, "तुमच्या हाताले यश आलं.

परभूच्या जन्माचं कल्याण झालं. मालक, मंघा मी भिकाबद्दल मनलं, तसं आता आमच्या यसादाचं घरबी मार्गाले लागंल... आता राह्यले माह्यासारख्याचे घरं...'' बोलता बोलता त्याच्या तोंडातून निराशेचा सूर उमटला.

''नाथा, आपापल्या भाग्यानं खा लागते पर्तेकाले. अरे, पुढे कसा जमाना येईल ते काय सांगावं? आज मी गावाचा पाटील हाओ, पुढे चालून उलटंबी होऊ शकते.

''कसं मालक?''

''माह्या जागी तुमच्या मांगवाड्यातला एखांदा पाटील व्हईल.''

''तसं काहीबी कसं व्हईल मालक?'' येसाजी अन् नाथा दोघंही एकसाथ म्हणाले.

''दररोज कायदे बदलून येयाले गडेहो. ते काहीबी तुम्ही सांगू नका. जग कसं बदलायलं हे तुम्हालेबी कळायलं. मले बी अनुभवायले मिळायलं. याच्या आगुदरच्या काळात पाटील मनजे गावचा राजा व्हता. पाटील मनल ते व्हईल असा पाटलाचा धाक, दरारा व्हता. आता काय राह्यलं त्यातलं? सरकारने ह्या ग्रामपंचायती काढल्या. ग्रामपंचायतीचे सरपंच आणले. गावच्या भल्याच्या योजना राबवायचं काम सरपंचाकडे आलं. या कामामुळे आमच्यासारख्या पिढीजात पाटलांचं महत्त्व कमी झालं. सरपंचाचं ऐकलं की, आपला काही ना काही फायदा होतो हे जसं जसं लोकाह्यच्या लक्षात येईल, तसे तसे लोक पाटलाच्या बैठकीतून उठून सरपंचाच्या मांघं जातील. एक दिवस असा येईल की, पाटलाले तुमच्या मांगवाड्यातली मांगीण जोहार करणार नाही!''

पाटील जे बोलत होते ते खरंच होतं. आता लोक एकमेकाला कवडी किंमत देत नव्हते. जुन्या काळात गावातला एखादाच माणूस तालुक्याला जा-ये करायचा. बहुधा तो पाटीलच असायचा. गावातल्या इतरांचं एखादं काम तालुक्याला किंवा इतर कुठेही असलं की, पाटलाला घेऊन जायचे. गावात कोणीही अधिकारी, पुढारी आला की, तो पाटलाच्या बैठकीत जाऊन बसायचा. ग्रामपंचायती आल्या तेव्हापासून हे चित्र बदलायला लागलं. सरपंच, त्यांच्या सोबतचे मेंबर तालुक्याला ये-जा करू लागले. गावात येणारे अधिकारी पुढारीही पाटलांच्या बैठकीऐवजी सरपंचाच्या घरी जाऊ-येऊ लागले... यात गावकरी मंडळी तर याबाबत अधिकच धीट झाली. ग्रामपंचायतीत येणाऱ्या अधिकाऱ्यांसमोर ते आपल्या अडी-अडचणी, आपल्यावर होणारे अन्याय बेधडकपणे मांडू लागले. पोलीस म्हटला की, पूर्वीच्या काळी सगळा गाव लटलट कापायचा. गावात पोलीस आला असं कळलं की, सगळे लोक आपापले दरवाजे बंद करून घरात लपून बसत. आता एकच काय, दहा पोलीस आले तरी लोक भीत नाहीत. लहान लहान पोरं त्यांच्याभोवती घोळका करून मागून त्यांच्या अर्ध्या चड्ड्या

ओढतात. कोणाला कोणाची भीतीच आता वाटेनाशी झाली.

"आतापस्तोर आपल्या गावात ग्रामपंचायतची निवडणूक झाली नाही. सगळे मेंबर, सरपंच आपसात बसूनच ठरवले गेले; पण आता ते दिस राहिले नाहीत. ७२ साली मनजे आणखी दोन वर्षानं आपल्या गावचं इलेक्शन व्हणार हाये. तं आतापासूनच लोकाह्यले चळ सुटला. कोणी मनते, मले मेंबर व्हयाचं, कोणी मनते, मले सरपंच व्हयाचं... पुढच्या काळात इलेक्शनची अशी गत येईल की, बायको नवऱ्याचं ऐकणार नाही. जुन्या काळात कसं व्हतं? कोणतंही इलेक्शन असलं की, गावचा पाटील मनंल तेच व्हायचं. आमदार, खासदार, जिल्हा परिषद, पंचायत समिती यांचे इलेक्शन असले की, उमेदवार गावोगावच्या पाटलाला भेटायचे. पाटीलही सगळ्या गावाच्या वतीने त्या उमेदवाराला शब्द द्यायचे अन् इलेक्शनात आपला शब्द खराही करून दाखवायचे. डोळा वासला की, माणसं लटपटायची; पाटलापुढे मान वर करून बोलायची कोणाची हिंमत होत नव्हती. आता काय खरं राहिलं? या गावगाड्याचे आपण एक घटक हाओ, ही भावनाच आता खालच्या जातीच्या लोकातबी राह्यली नाही. ते जणू गावचे राजेच झाले. गावकऱ्यांचं ऐकण्यात त्यांच्या पिढ्यान्‌पिढ्या गेल्या; पण आता गावाने आमचे ऐकावं असं त्याह्यले वाटते... कसं व्हईलं पुढे चालून देव जाणे."

"पुहुडल्या गोष्टीची एव्हढ्या भार काय काळजी करता मालक?" पाटलाची व्याकूळ स्थिती पाहून येसाजी अन् नाथाही कळवळला.

"तसं नाही गडेहो, अधिकार गाजवायचा माहा सबाव नाही, तुम्हाले माहीत हाये. मले चिंता वाटते ती आपल्या गावाची. हे सगळेच लोक असे वागाय लागले तं गावाचं वातावरण बिघडायले येळ लागणार नाही अन् एकदा का वातावरण बिघडले की, मंग गावचा एकोपा संपंल. सतराजणांचे तोंडं सतरा बाजूले व्हतील. कोणी कोणाचा मान ठेवणार नाही, कोणाचाच धाक न उरल्यानं नसत्या भानगडी उभ्या राहतील..."

पाटील आपल्या बोलण्यातून गावाचं निराशाजनक भावी चित्र रंगवू लागले. ते चित्रं ऐकून येसाजी अन् नाथाही काळजीत पडले. यातून त्यांची सुटका केली रामा धनगराने,

"पाटील, वाचवा, वाचवा!" असे रडत-ओरडत तो बैठकीत शिरला. त्याचं सगळं अंग रक्तबंबाळ झालं होतं. ते पाहून पाटलासह येसाजी अन् नाथा चकित झाले. तेवढ्यात सदाशिवचे तीन पोरं धावतच पाटलाच्या बैठकीत आले अन् त्यांनी पाटलासमोर रामा धनगराला आणखी मारायला सुरुवात केली. पाटील 'अरे, अरे' म्हणू लागले; पण ते पोरं काही ऐकेनात... येसाजीने अन् नाथानं त्या पोरांना आवरायचा प्रयत्न केला; पण त्या दोघांनाही त्या पोरांनी हेलपाटे दिले.

'तुम्ही आमच्या मंधात पडू नका' असं म्हणून त्यांनी दोघांना दरडावलं अन् ते

पुन्हा रामावर तुटून पडले. पाटलासमोर, पाटलाच्या बैठकीत हा प्रकार होत असलेला पाहून येसाजी अन् नाथा गांगरले. ते दोघंही बैठकीतून बाहेर पडले. बाहेर पाटलाचं अंगण बाया-माणसांनी, पोरांनी भरून गेलं होतं. त्या गर्दीतून वाट काढत ते एका बाजूला येऊन उभे राहिले.

"काहो येसादा, तुम्ही मनले व्हते याह्यचं भांडण मिटलं मनून?"

"अरे, माह्यादेकत खरंच मिटलं व्हतं बे... पण या सदाशिवचं काय खरं हाये बे? त्याची कव्हा अन् कशी लहर फिरंल ते कोणं सांगावं?"

"बरं झालं, माह्या मेव्हण्याच्या सांगण्यावरून आपण हे वावर विकत घेण्याच्या फंदात पडलो नाही."

"रामा धनगराले मारायले तरी त्यानं एवढा उशीर लावला... आपल्याले तं सौदा झाला असता त्याच दिवशी मारलं असतं..."

तेवढ्यात रामा धनगराची बायको, पोरं रडत-ओरडत धावत आली. त्यांचा आकांत पाहून त्या दोघांच्या अंगावर काटे उभे राहिले... त्याच दिवशी रामा धनगर पोराबाळांसह गाव सोडून पळाला.

***

१५ मे १९७१ रोजी परभूला तहसीलदाराकडून कोतवालपदाची ऑर्डर मिळाली. कोतवाल म्हणून त्याची नेमणूक होणार असं म्हणता म्हणता हा एवढा काळ लागला... भगवान पाटलानं ही गोष्ट मनावर घेतली नसती तर जमलंच नसतं... गेल्या वर्षी याच महिन्यात मानवतकर नावाच्या तहसीलदारांनी "उद्या या, ऑर्डर हाती देतो" असं म्हटलं होतं... पण दुसऱ्याच दिवशी ऑफिसात गेल्यावर कळलं की, मानवतकर तहसीलदाराची तातडीने बदली करण्यात आली... मुंबईवरून फोनने ही बदली करण्यात आली... कुठल्यातरी प्रकरणात आमदाराने तहसीलदाराशी त्याच्या ऑफिसातच भांडण करून, "आठ दिवसांच्या आत तुझी येथून बदली केली नाही तर आमदारकीचा राजीनामा देईन" अशी शपथ घेतली होती... म्हणे!

आणि भांडण झाल्या दिवसापासून पाचव्याच दिवशी त्या तहसीलदाराची बदली करून आमदाराने आपला शब्द खरा करून दाखवला.

आमदाराची तट शेवटावर गेली; पण परभूचं काम वांध्यात पडलं होतं ना! मानवतकर तहसीलदारासोबत भगवान पाटलांची चांगलीच ओळख झाली होती. म्हणून त्याने काम करण्याचं आश्वासन दिलं होतं... पण काम करण्यापूर्वीच त्याला बदलीवर जावं लागलं.

परभूच्या कामाबाबत भगवान पाटलांनी चिकाटी कायम ठेवली; त्यामुळे मानवतकरांच्या जागी कुळकर्णी नावाचे साहेब आले; तेव्हा त्यांच्याशीही भगवान पाटलांनी हळूहळू

ओळख वाढविली... दर चार-दोन दिवसांनी शेतातला रानमेवा येसाजीच्या हाताने साहेबांच्या घरी जाऊ लागला... आठ-पंधरा दिवसांतून दीड-दोन किलोंची खास घरच्या म्हशीच्या दुधापासून तयार केलेल्या गावरान तुपाची किटलीही येसाजी नेऊ लागला...

"येसाजी, उद्या आपली बैलगाडी जूप अन् बक्षी गव्हाचं एक पोतं... आठ पायल्या तांदूळ, चार पायल्या तुरीची दाळ याचे गठुडे टाकून तहसीलदार साहेबांच्या बंगल्यावर पोहोचतं कर..." पाटील एक दिवस म्हणाले.

तेव्हा येसाजीचं म्हणाला,

"पाटीलबुवा, इतका माल...?"

"अरे येड्या, आपल्या मतलबासाठी हे सारं करणं भाग हाये."

"मतलब मंजे?"

"अरे आपल्या परभूची ऑर्डर?"

"मालक, त्याच्यासाठी एवढा खर्च?"

"येसाजी, आपला हजार-बाराशाचा माल साहेबाने खाल्ला तं आपलं काय हलकं भारी व्हणार हाये...? खाण्या-पिण्याने या लोकायले मिंधं केलं की, काम करून घेणं सोपं व्हईल... इतका इचार करू नको, मी सांगतो तसं कर..."

शेवटी पाटलाच्या प्रयत्नाला यश आलं अन् कुळकर्णी तहसीलदारानं १५ मे १९७१ रोजी परभूची कोतवालपदाची रीतसर ऑर्डर काढली.

येसाजीच्या घरात आनंदाचा पूर आला. खुशीखुशीत येसाजीनं मांगवाड्यात दोन किलो गुळाची शिर्णी वाटली. मांगवाड्यातला भिका अन् त्याचा पोरगा गणा या दोघांचा अपवाद सोडला तर बाकी सगळ्यांना आनंद वाटला.

***

गावातल्या बहुतेक कुणब्यांनी आपापल्या शेतातले उन्हाळ्यातले उदीम आटोपले होते. आपापल्या परीने प्रत्येकाने पैशांची व्यवस्था करून घरात बी-बियाणं आणून ठेवले... गेल्या वर्षी पेरणीच्या वेळी पाऊस आला... पिकं उगवली... वाऱ्यावर डोलू लागली... पावसाची वाट पाहू लागली... हलक्या रानची पिकं माना टाकू लागली... भारी रानची तग धरून होती... पण त्यांची वाढ खुटली होती... लोक धास्तावले... देवाला 'पाऊस पाड' म्हणून हात जोडू लागले... महादेवाला, मारोतीला भिजवू लागले, पोरं-सोरं धोंड्या मागू लागले... योगायोगाने दीड महिन्यानंतर पाऊस आला... त्यानंतर असाच मग पाहुण्यासारखा आणखी दीड महिन्याने आला... चार आणेही पिकं हाती आली नाहीत... लोकांचे सगळे व्यवहार खोळंबले... सावकार, बँका वसुलीसाठी शेतकऱ्यांकडे हेलपाटे मारू लागले... जिथे जगणंच मुश्कील

झालं तिथे सावकाराचा, बँकेचा भरणा कोठून करणार?... पोराबाळांना दोन वेळची पोटभर भाकर मिळावी या हेतूनं घरांतली भांडी-कुंडी मार्गी लागू लागली... वयात आलेल्या पोरींची लग्नं खोळंबली... १९७० सालचा हा दुष्काळ माणसांची रया उडवून गेला... या दुष्काळाने भाऊ भावाला वा बहिणीला ओळखेनासा झाला... माणुसकी मेली... कसंबसं आपलं पोट भरणं महत्त्वाचं वाटू लागलं.

गेल्या वर्षी असं झालं. निदान या वर्षी तरी तसं होऊ नये, अशी देवाला मनोमन करुणा भाकत सगळा गाव पेरणीसाठी सज्ज झाला. दरवर्षी घरात बियाणे लावून ठेवलेले असायचे. या वर्षी बियाणे खाण्यावारी गेले... घरात दाणाही शिल्लक नव्हता... बियाण्यांसोबत बायका-सुनांच्या अंगावरचं किडूक-मिडूकही गेलं... शेतकरी खुडूक झाला. या वर्षीचं बियाणं.... शेतीचा, घरचा खर्च यासाठी सावकाराचे पाय धरावे लागले... सावकरांनीही नव्याने शेतांचे इसारपट लिहून पैसे दिले... सावकारांची चंगळ झाली... एक रुपया देऊन दहा रुपयांची वस्तू ते गहाण ठेवू लागले.

वसंतराव नाईक सरकारने महाराष्ट्रात कापूस एकाधिकार सुरू केला, तेव्हापासून सावकारांना कुणब्यांचा भरोसा उरला नाही. कापूस एकाधिकार सुरू होण्यापूर्वी हेच सावकार आडते होते, खरीददार होते... शेतकऱ्यांचा माल ते विकत घेत अन् त्यातून अगोदर व्याजासह आपलं मुद्दल कापून घेत... पैसे उरले तर शेतकऱ्याला देत... आता कापूस एकाधिकारामुळे अडती, खरीदाऱ्या बंद पडल्या... अन् सावकारांनी शेतीचे इसारपट लिहून घेऊन कर्ज द्यायला सुरुवात केली. ते काही असलं तरी वेळेवर बी-बियाणांची व्यवस्था लावणं भाग होतं.

मृग आला तसाच गेला... आर्द्रा अर्ध्या संपल्या, तेव्हा कुठे काळे काळे पातळ ढग आकाशातून धावताना दिसू लागले. आता पाऊस पडतो, अशा वेड्या आशेने शेतकरी ढगांकडे पाहू लागले... आर्द्रा गेल्या अन् सोबत ढगांचा पातळ थरही घेऊन गेल्या. पुढची दोन नक्षत्रंही पान्हा न फोडताच आली तशी गेली.

"बस, औंदाबी गेल्या वर्षीसारखंच व्हते काजून?" असं म्हणत माणसं हातपाय मोडून बसू लागली... असं झालं तर कसं जगावं, कसे व्यवहार करावे, लग्नं कशी पार पाडावी याची ज्याला-त्याला चिंता वाटू लागली.

लोक गंभीर झाले. घोळक्या-घोळक्यानं चर्चा करू लागले. कोणी म्हणे, 'अमेरिकेने समुद्रात बॉम्ब टाकला म्हणून पाऊस येत नाही.' तर कोणाच्या मते, 'पृथ्वीच्या पाठीवर पाप वाढले; त्यामुळे शेषाला या पृथ्वीचा भार सहन होईना... त्यामुळे एक दिवस जगबुडी होणार... त्याचं हे लक्षण आहे.' एका बहाद्दरानं तर 'आपल्या देशाचा कारभार इंदिरा गांधी मंजे एक बाई पाह्याली, मनून हे असे व्हयालं' असं मत मांडलं... पावसाच्या बाबतीत लोक आपापले तर्क चालवू लागले. शेवटी पावसाळा संपला तरी पावसाचा थेंब आला नाही. कोरडा दुष्काळ पडला.

लोकांना ओल्या दुष्काळाची भीती वाटत नाही. ओल्या दुष्काळात निदान झाडपाला तरी खायला मिळतो... कोरड्या दुष्काळात काय मिळणार? बरं, माणसं कोरड्या दुष्काळात जगण्यासाठी काहीही करतील; पण गुरा-ढोरांनी काय करावं? चारा नाही, प्यायला पाणी नाही, म्हटल्यावर हात-पाय खोरून मरण्याशिवाय त्यांना दुसरा उपाय नाही.

लालबहादूर शास्त्री पंतप्रधान होते, तेव्हा सगळ्या देशभर दुष्काळ पडला होता... तेव्हा सरकारनं लोकांच्यासाठी अमेरिकेहून जव गहू आणि मिलो नावाची लाल ज्वारी आणली होती. त्या वेळी महाराष्ट्रात तेवढा दुष्काळ जाणवला नव्हता... त्या वेळी महाराष्ट्राचे मुख्यमंत्री वसंतराव नाईकांनी शेतकऱ्यांना संकरित जातींचं नवीन बी-बियाणं पेरण्याचं आवाहन केलं होतं... याला त्यांनी हरित-क्रांती हे नाव दिलं होतं... सुरुवातीला कुणबी या प्रकाराला बुजाडले... पण नंतर त्यातली फायद्याची गोष्ट लक्षात आल्यावर बहुतेक कुणब्यांनी ही नवी संकरित बियाणी स्वीकारली होती... पण निसर्गाच्या लहरींवर अवलंबून असणाऱ्या शेतीत ही बियाणी टाकून फायदा काय? गेल्या वर्षीचा म्हणजे १९७० सालचा अन् आताचा म्हणजे १९७१ सालचा हा दुष्काळ ज्याला-त्याला होरपळू लागला.

दुष्काळाची भीषणता शहरी भागाला तेवढी जाणवत नव्हती. शहरी माणसं एक तर व्यापार-उदीम करणारी किंवा नोकरी करणारी, म्हणजे ज्यांच्या हाती सदैव पैसा खेळत राहतो... अशांना या दुष्काळाशी काहीही देणं-घेणं नव्हतं.

गावंच्या गावं हवालदिल झाली... एखाद्याच्या घरी पाहुणा आलेला पाहिला की, घरच्यांच्या कपाळावर आठ्या पडू लागल्या... त्याला चहा करणं... त्याच्यासाठी जेवायला करणं या गोष्टी जिवावर येऊ लागल्या... पाहुणेही समजदारीने वागू लागले... आले; आपलं महत्त्वाचं बोलणं झालं की, घरमालकाची परवानगी घेऊन गावाकडे परत जाऊ लागले.

सावकारांनी हात आखडते घेतले...

"काहीतरी गहाण ठेवा मग पैसे, धान्य न्या" असा आग्रह धरला जाऊ लागला...

घरात आता काय होतं...?

गेल्या वर्षीच होतं ते गेलं? जातं, पाटे, वरवंटा यांसारख्या गोष्टीही घरातून बाहेर काढल्या गेल्या...

पुढे चोऱ्या सुरू झाल्या... ज्याच्या घरात धान्य, त्याच्या घरावर दरोडा... ज्याच्या घरात भाकरी, त्याच्या घरात चोरी... ज्यांच्याजवळ काही होतं त्यांना इतर उपाशी लोक खाऊ देत नव्हते.

मांगवाड्यात भिकानं दारूचा धंदा सुरू केला. प्रश्न होता बाकीच्या मांगांचा.

येसाजी, चहादू, यादव अन् तुळशा यांच्याकडे तीन-तीन महिन्यांसाठी येसकरीची कामं लावली होती. त्यातूनही येसाजी गावात भाकरी मागायचं काम करत नव्हता. उरले तिघंजण. त्यांच्यापैकी सध्या चहादूचा येसकरीचा काळ चालू होता. त्याला गावात सगळ्या घरी सकाळ-संध्याकाळ कोर-कोर भाकरी भेटत होती. आधी सगळ्या गावात सगळ्या घरी एक-एक भाकरी भेटायची; पण दुष्काळ सुरू झाला अन् त्यातली बरीच घरं सुटली. चहादूला सुरुवातीला दुष्काळाचं काही वाटलं नाही, त्याच्या कुटुंबापुरत्या भाकरी सहज मिळत; पण त्याचं हे सुख बाकीच्या दोघांना पाहवलं नाही. त्यांनीही दुरड्या, काठ्या उचलल्या अन् तिघंही गावात भाकरी मागायला लागले. या तिघांची हुशारी गावकऱ्यांच्या लक्षात आली... अन् हळूहळू त्यातलीही काही घरं बंद पडली. पाटील, मानदार, सरपंच आणि तिघा-चौघांचे घरं फक्त भाकरी वाढू लागले. तिघांच्या दुरड्यात दीड-दीड, दोन-दोन भाकरी जमा होऊ लागल्या. प्रत्येकाच्या घरात माणसं सहापेक्षा जास्त, भाकरी मिळायच्या दोन. कसे वाटे, हिस्से करावे? लहान लेकरांना तर दिवसभर खायला पाहिजे. मोठ्या माणसांना तरी कळतं... ते एक सांज उपाशी राहतील, दोन सांजा उपाशी राहतील. सांजाचं काय घेऊन बसले...? दोन-दोन, चार-चार दिवसही उपाशी राहतील; पण लेकरं? त्यामुळे दुरडीत आलेल्या भाकरी लेकरांसाठीच ठेवाव्या लागत होत्या. बायका-माणसं उपाशी राहू लागली. त्यांची पोटं पाठीला भिडली. शरीरं भंगली, मनं भंगली. चार महिन्यांत आपले हे हाल झाले; पुढच्या वर्षी पेरण्या होऊन धान्य हाती लागेपर्यंत आपले काय होईल? याचाच सर्वांना विचार पडला.

ढोर मेलं की, ओढायचं, सोलायचं; पण आता या कामातही फारशी मजा नव्हती. त्याच कारण होतं, बहुतेक कुणब्यांनी आपापली बैलांसकट सगळी ढोरं पातूरच्या किंवा मारवाडीच्या जंगलात बेवारस नेऊन सोडली. सुरुवातीला काही काळ लोकांनी ढोरांना आंब्याचे, लिंबाचे, पिपरणीचे पानं खाऊ घातले... पण हे कामं तरी किती दिवस करायचे? त्यात बैलाचंही काही काम उरलं नव्हतं... गाई, म्हशींचं दूधही आटलं... खायाला काळ अन् भुईला भार झालेली ही जनावरं पाळायचीच कशाला? विकायचा प्रश्नच नव्हता. विकतो म्हटलं तरी विकत घ्यायलाच कोणी तयार नव्हतं. म्हणून बहुतेकांनी आपापली ढोरं जंगलात नेऊन मोकळी सोडली. जर या दुष्काळातून वाचली तर परत आणता येतील आणि ती मेली तर निदान डोळ्यांमाघारी त्यांना मरण आल्यानं तेवढं दुःखही होणार नाही... असाच बहुतेकांनी विचार केला होता.

मृग-आर्द्रा नक्षत्रात थकले-भागलेले चार-दोन ढोरं तेवढे मरण पावले. नंतर मेलेल्या ढोरांचं मांगांना दर्शनही झालं नाही. ते दररोज ढोरांच्या मरणाची वाट पाहाचे; पण छे! ढोरच काय; पण कुत्रंही मेल्याचे दिसत नव्हतं. पुराणातल्या

विश्वामित्र ऋषीसारखं त्यांनी कुत्रंही खायला मागेपुढे केलं नसतं; पण तीही गोष्ट घडत नव्हती.

येसाजी हे सगळं पाहात होता. त्याच्या जागी आता परभू कोतवाल म्हणून लागला होता. त्याचा नियमित पगार होत होता. पाटलाच्या घरूनही थोडं फार काहीबाही मिळत होतं. त्याची म्हणावी तशी तंगी नव्हती... पण आपले भाऊबंद, त्यांच्या बायका-लेकरं उपाशी तडफडताहेत हे पाहून येसाजीचं आतडं पिळायचं अन् बायजानं नको म्हटलं तरी तो कधी पीठ, कधी धान्य, कधी पैसे असं थोडं थोडं देऊन त्यांना मदत करायचा... पण एवढ्या मांगवाड्याला तो एकटा तरी किती पुरवणार?

"या सगळ्याह्यनं काही कामधंदे कराय पाह्यजे. कुणब्या-बौद्धांचे माणसं गाव सोडून कामासाठी मुंबई-सुरतले गेले, तसे हे काऊन जात नसतील" असं तो मनाशी म्हणायचा; पण याचं उत्तरही त्याला माहीत होतं.

मुळातच या गावातली मांगांची मंडळी आळशी. स्वतः कष्ट करून खाण्याची यांना सवय नाही. गावाच्या भरवशावर जगणारी, गावकीचे कामं करण्यातच धन्यता मानणारी. कोणाचे इंधन फोडून दे, कोणाचं झाड-झुड करून दे, त्याच्या मोबदल्यात जे काही शिळ-पाकं मिळेल, त्यावर संतोष मानायचा; पण कोणाच्या शेतात जाऊन मजुरी कर, कोणाच्या सालानं, महिन्यानं राहा, ह्या गोष्टीत मांगांना रस वाटत नाही. आली सुगी फुगले गाल, निदाणीचे तेच हाल अशी यांची गत. आताची सांज धकली ना, पाहू मग पुढचं पुढं... जे आपल्या उद्याच्यासाठी काही शिल्लक लावून ठेवीत नाहीत, ते त्यांच्या पोराबाळांच्या भविष्याची काय चिंता वाहणार? त्यामुळे एकाही मांगाजवळ एक गुंठाही स्वतःचं वावर नव्हतं. तसं असावं असं कोणालाच कधी वाटलं नाही. मात्र, या दुष्काळाच्या झपाट्यात 'आपलं वावर असतं तं पोतंखांडं जेवारी घरात शिल्लक राहिली असती; निदान महिनाभर पोरा-बाळांच्या जिवांची आबादानी झाली असती' असा विचार अनेकांच्या मनात येऊन गेला. या आधी वावर असणं म्हणजे त्या सर्वांना कुटाणा वाटायचा. वावर घेतलं की, बैलं घ्या, औतं घ्या, गाडी घ्या. पेरणी करा, डवरे हाणा, निंदण करा... पाहिजे तसा पाऊस पडला तर पीक जमा करा... केवढा हा जिवाला घोर? बरं, कमी वावर असलं तर बैल-जोडी, औतं-फाटे विकत घेणं परवडत नाही. मग कोणाचे तरी पाय धरावे लागतात; पेरून, डवरून, उन्हाळ्यात नांगरून-वखरून घ्यावं लागतं... म्हणजे हेही काही कमी हालफेलीचं काम नव्हे... अशा नसत्या उचापती करण्यापेक्षा आपलं आहे तेच बरं, मनात आलं तर कोणाही कुणब्याचं थोडंफार काम करा; भाकरीतुकडा मिळवा; खा अन् खुशाल आराम करा. कुठं गावा-बिवाला जायचं असंल तर म्हणजे नवरा-बायकोनं सोबत सोबत गावं फिरायची. ना कशाची चिंता, ना कशाची काळजी!

पण या दुष्काळानं सगळ्यांचा नक्षा उतरवला. आता कोणाचं काम करतो म्हटलं तरी गावात काम मिळत नव्हतं. फुकट कोणी कोरभर भाकरीचा तुकडा वाढत नव्हतं.

"देवा नारायणा, वाचव रे बाबा या संकटातून. कर काही चमत्कार... पाड धनधान्याचा पाऊस... व्हवू दे जिकडे-तिकडे आबादानी... तुह्या नावानं कोंबडे कापू, बकरं कापू, मनशील तं एखांदा हाल्याबी कापू... पण आता लयशिक अंत पाहू नको..."

सगळ्या मांगांचे हात आभाळातल्या देवासाठी जोडले जात, नजर आभाळातल्या देवाला शोधण्यासाठी भिरभिरे... पण आभाळातल्या देवाचा पान्हा आटला... दिवाळी आली तरी एकबी ढग आभाळातून फिरकला नाही... दिवाळीत दिव्याचा उजेड पडण्याऐवजी दिवसा उजेडी अंधार पडायची वेळ आली.

सगळीकडे हाहाकार उडाला. रेडिओत, पेपरात दुष्काळाच्याच गोष्टी येऊ लागल्या... सरकार असं करतो म्हणते, तसं करतो म्हणते, असं जो-तो सांगू लागला... पण कुठे काही व्हायलं असं दिसेना.... माणसं मातर सरकारकडं कामासाठी टुकणी लावून पाहू लागले अन् मरण गिधाडासारखं माणसांवरून घिरट्या घालू लागलं.

हारजीच्या यंकाचं गजानन नावाचं सात वर्षांचं पोरगं. कुदळवाडीच्या वाटेवरच्या देवमन बेल्याच्या खाऱ्या आंब्यावर शेंड्यात बसलेलं. ते वरूनच एकाएकी ओरडलं,

"बापू, गिदाडं."

त्याचा बाप यंका अन् त्याच्या सोबतीला संपत मांगाचा देविदास आंब्याखाली सावलीला लवंडलेले. दोघांचीही पोटं खपाटीला गेलेली, अंगात तीळभर त्राण नसल्याने कसलीच हालचाल वा बोल-भाषण न करता गुपचूप पडलेले; पण आंब्यावरून गजानन ओरडला, "बापू, गिदाडं."

ते ऐकून एकाएकी सळसळत्या चैतन्याचा संचार व्हावा तशी यंकाची अन् देविदासची गत झाली. ते तटदिशी उठून बसले. तसेच ढुंगणानं घुसत घुसत उभे राहिले. आंब्याच्या सावलीबाहेर आले.

"कुठे हायेत रे?"

"बा, ते पाहा कुदळवाडीच्या गावखरी दिसतात."

दोघांनी कुदळवाडीच्या दिशेने पाहिलं; खरोखरच आकाशात सात-आठ काळे ठिपके गोल गोल फिरताना दिसत होते.

"का रे यंकादा, हाये वाटते मेलेलं ढोर तिकडे, तव्हा तं ते गिदाडं दिसायले?"

"हं वाटते तसं, चाल, पाहू आपण जाऊन. खरंच एखांदं ढोर मेलेलं असंल तं आठ-दहा दिसाची खाण्याची खटखट मिटते."

"चाल."

"अरे गज्या, उतर खाली; चाल, गिदाडाकडे जायाचं."

यंकानं म्हटलं अन् गजानन खडुळीसारखा सरसर खाली उतरून आला.

ते देवमन बेल्याच्या वावरातून कुदळवाडीच्या वाटेवर आले. तसा देविदास म्हणाला,

"का रे यंकादा, खरंच एखांदं ढोर मेलेलं असंल ते आपल्या जवडे त्याले सोलायसाटी हत्यारं बी नाहीत."

"हो ते खरंच गड्या, काय करावं मंतं मंग?"

"या गज्याले पाठव, निरोप घेऊन गावाकडं."

"ये बेन्या, जातं कारे गावाकडं?"

"मी नाही जात बापू, मले भेव वाटते." असं म्हणून गजाननं ढुंगण वाकडं केलं.

"हेत तुले काय मनो तं लेका? एवढा मोठा ढोंप्या झाला तरी तुले भेव लागते? तुह्यापरीस माहा सुरशा धीट हाये. तू तरी साताठ वर्सांचा हेस, ते तं पाचचं वर्सांचं हाये, अंधाराकुंधारात कुठंबी जाय मनलं की, निऱ्हा गोळीसारखंच सुटते." यंकाने त्याला म्हणून पाहिले; पण तो नाहीच म्हणाला.

"पाहू पुढे काय करायचं ते" असं म्हणून ते पुढे निघाले.

त्या दोघांपैकी एकानं गावाकडे जाणंही परवडण्यासारखं नव्हतं. ते कोल्हीच्या ओढ्यात आले, तेव्हा त्यांची अन् जोशी मास्तरांची गाठ पडली. जोशी मास्तर अनसिंगवरून सायकलने जाणं-येणं करत होते. अनसिंग ते वडगाव सगळा रस्ता कच्चा तरी मास्तर दररोज जा-ये करत होते. पावसा-पाण्यात पायी येत. कंटाळा करत ना. खरं तर दुष्काळामुळे पोरं शाळेत जात. घरी राहिले तर भाकरी मागतील म्हणून मायबाप त्यांना जबरदस्ती शाळेत पाठवत. जोशी मास्तर जवळ आलेले पाहताच देविदास म्हणाला,

"यंकादा ह्यो दांडाळा ठिकला रे."

जोशी मास्तरनं ते शब्द ऐकले; पण त्याला त्या शब्दांचा अर्थ कळला नाही. यंका अन् देविदास आपसात काहीतरी बोलायले असं त्याला वाटलं; पण देविदासनं काय म्हटलं ते यंकाला कळलं.

'दांडाळा ठिकला' म्हणजे दुसऱ्या समाजाचा माणूस आला. मास्तरशिवाय दुसरा कोणत्याही समाजाचा माणूस असता, तर त्याच्याजवळ गावाकडे त्या दोघांच्या बायका-पोरांना मेलेलं ढोर सोलायचं हत्यारं आणण्यासाठी निरोप देता आला असता; पण जोशी मास्तर म्हणजे ब्राह्मण. ही जात आपल्या जातीच्या लोकांना सावलीलादेखील उभी राहू देत नाही. मंग मांगवाड्यात जाऊन निरोप कधी

सांगेल? तोही ढोरं सोलायचं सामान आणण्याबाबतचा?

पण निरोप सांगणं भाग होतं. जोशी मास्तरांजवळ निरोप दिला नाही तर त्या दोघांपैकी कोणा एकाला गावाकडे हत्यारं आणण्यासाठी जावं लागेल. तसं केलं तर कामाचा घोटाळा होईल.

"ठिकू दे, दांडाळाजवडच निरोप देऊ."

"सांगलं त्यो?"

"त्यो मांगवाड्यात जाऊन सांगणार नाही; पण आपल्या मांग येटाळातल्या शाळेत शिकणाऱ्या एखांद्या पोरा हाती निरोप द्या मनू..."

"हं तसं जमते; पण सरळ सरळ कसं सांगावं?"

"मी सांगतो बरोबर."

गुरुजी लगेच जवळ आले. तसं यंकाने त्यांना हटकलं, "काय गुर्जी, शाळेत चालले का?"

"हो, का बरं?"

"काय नाही, मनलं, एवढा दुष्काळ पडला अन् तरीबी तुमची शाळा सुरूच हाये?"

"हं, दुष्काळ पडला तरी आमचा पगार चालूच राहतो ना."

"ते बी खरं हाये."

सायकल न थांबवता जोशी मास्तर पुढे निघाले. तसा अधीर होऊन देविदास म्हणाला,

"गुर्जी, आमचं एक काम व्हतं."

"काय काम होतं?"

आता जोशी मास्तरनं सायकल थांबवली.

"सांगा, काय काम आहे?"

"काही नाही, एक निरोप सांगायचा व्हता आमच्या दोघायच्या घरी."

"तुमच्या वस्तीत जाऊन? ते मला कसे शक्य होईल?"

"तुम्ही नका जाऊ, आमच्या मांगवाड्यातल्या एखाद्या तिसरी-चौथीच्या पोराजवळ सांगा. ते जाऊन सांगंल?"

"तसं करता येईल, सांगा काय आहे निरोप?"

"तसं तुमच्या ध्यानात बसणार नाही. लेहून घ्या."

"काही गरज नाही लिहून घेण्याची, सांगा तुम्ही, मी बरोबर लक्षात ठेवतो."

"आमच्या घरी सांगा
ठाकणं ठोकणं गंगा
जिथं दिसंल भिंगा

तिथं उतर रंगा...''

''अरे बॉ, असा कसा हा निरोप? यावरून मला तर काहीच अर्थबोध होत नाही. ठाकणं-ठोकणं काय, भिंगा काय... काहीतरी समजावून सांगा ना मला?''

आता कसं समजावून सांगावं या जोशी मास्तरला? ठाकणं-ठोकणं म्हणजे मेलेलं ढोरं सोलण्यासाठी आवश्यक असणारे सुटी, कुऱ्हाड इत्यादी हत्यारं. भिंगा म्हणजे गिधाडे... गंगा म्हणजे बाईचं नाव. म्हणजे हातात ढोरं सोलायची हत्यारं घेऊन जिथं आभाळात गिधाडे उडताना दिसतील, तिथं गंगा, तू ये. यातील गंगा हे नाव कोण्यातरी एका बाईचं; पण हेच नाव ना यंकाच्या बायकोचं होतं ना देविदासच्या. मात्र, हा निरोप त्यांना मिळाला की, त्या बरोबर अर्थ समजतात... अन् हत्यारं घेऊन बरोबर कुदळवाडीच्या गावखरी येतात.

''त्याच्या अर्थाशी तुम्हाले काय देणं-घेणं हाये? ते आमचं धंद्यातलं गुपित हाये. तुम्हाले सांगतलं तरीबी कळणार नाही.''

''ठीक आहे. सांगतो; पण पुन्हा एकदा सांगा- ठाकणं ठोकणं गंगा... पुढे?''

''ठाकणं - ठोकणं गंगा, जिथं दिसंल भिंगा, तिथं उतर रंगा...''

मास्तरनं पुन्हा एकदा त्या ओळी उच्चारल्या. मग पाठ झाल्याचा आनंद दाखवत म्हणाले,

''ठीक आहे. सांगतो मी, काही काळजी करू नका.''

''मांगवाड्यातल्या लिहिता-वाचता येण्याजोग्या पोराजवळ कागदावर लिहून द्यो - निरोप द्या अन् त्याले मनावं आमच्या दोघांच्या घरी जाऊन निरोप फक्त वाचून दाखवं.''

''ठीक आहे.'' असं म्हणून मास्तरांनी पुन्हा सायकलवर टांग टाकली.

मग यंका आणि देविदास कुदळवाडीच्या रस्त्यानं निघाले. लहानगा गजानन त्या दोघांच्या मागून पळत होता.

''का रे यंकादा, आपण एवढ्या आशेनं चाललो कुदळवाडीच्या गावखरी; पण कुदळवाडीलेबी मांगाचं एक घर हाये ना जणू? चंपत मांगाचं. त्यो नसंल गेला त्या मेलेल्या ढोराची पड घेऊन?''

''चंपत गेल्या वर्षीच ते गाव सोडून गेला.''

''अं, मले कसं माहीत नाही गड्या? काऊन गेला मनून?''

''तुले काहीच माहीत नाही?''

''नाही बॉ!''

''त्याची बी एक कहाणीच हाये, त्याचा जावई व्हता ढोरकिन्हीचा, त्यो शिकेल व्हता. वाशिमले कोण्या शाळेत चपराशी व्हता. तं त्यो कुदळवाडीले हरहमेस येयाचा. आला की, त्यो गावच्या पाटील-सरपंचाले, कुणब्याले ते भेटले की,

"जयभीम" घालायचा. दोन-चार खेप त्या लोकाह्यनं ही गोष्ट निऐकल्यावर नेला; पण चंपतच्या जावायाचं "जयभीम" चालूच! झालं. एक दिवस पाटलानं चंपतले वाड्यावर बलावून घेतलं, त्याच्या जावायालेबी बलावलं अन् दटावून इचारलं, "ह्यो तुव्हा जावई मांग हाये का बौद्ध हाये?"

पाटील असं काऊन मनायले ते चंपतले कळेना. मंग पाटलानं सगळं समजावून सांगितलं.

"चुकलं असंल मालक त्याह्यचं. शिकेल हायेत, जयभीम मनत असतील. पदरात घ्या." मग पाटील म्हणाले, "अबे लेका, तुम्ही मांग मनल्यावर तुमचा अन् त्या जयभीमचा काय संबंध? बरं, त्यानं मनलं तं तुमच्यात तुम्हाले मनावं; आम्हाले काहाले मनावं?"

तव्हा चंपतने जावयाले दटावल्यावाणी केलं; तं जावाई मनला, "मामा, कुणब्याह्यच्या "राम राम" मनण्यात अन् म्या "जयभीम" मनण्यात काय फरक हाये? राम अन् भीम दोन्ही सारखेच..."

ही गोष्ट मातर पाटलाले सहन झाली नाही. त्याच्या बैठकीत चार-पाच कुणबी बसलेच व्हते. त्यो त्या कुणब्याह्यले मनला, "दाखवा रे याले, राम अन् भीम एकच कसा असते ते?"

झालं; डोळ्याचं पातं लवते ना लवते तेवढ्यात त्या चार-पाचजणाह्यनं चंपतच्या जावायाले धरलं अन् लाथा-बुक्क्याने तुडवलं. चंपत मधात पडला.

"जावयाले मारू नका; माह्यावर दया करा" मनला! तं मारणाराह्यनं त्याले बी तुडवलं. दोघंही बेशुद्ध पडले, तव्हा त्याह्यले उचलून भर रस्त्यावर आणून फेकले. खरं-खोटं देव जाणे; पण असं मनतात की, चंपतच्या बायकोनं अन् पोरीनं त्या दोघायले खांद्यावर उचलून नेलं... अन् ते गाव सोडलं कायमचं."

"अरे बापरे, असं झालं का ते?" देविदासला नवल वाटलं.

पुढे तो म्हणाला, "पण केवढा आगाऊपणा केला जावयानं? मी मनतो त्याले जयभीम करायची गरजच काय व्हती? जयभीम करतात ते बौद्ध लोक. आपण मांगायनं काहाले जयभीम मनायचं?"

"अबे, हे शिकलेले लोक काही बी करतात, तुले माहीत नसंल, परभूदाच्या सासरवाडीत- कवठ्याले असाच एक आपल्या जातीचा मास्तर हाये, उंबरकर आडनावाचा."

"हं, मंग त्याचं काय?"

"त्यो बी मनं, असाच ऊठसूट आंबेडकर-आंबेडकर मनत राह्यते, बरळत राह्यते... एक दिवस आमच्या घरी येसाजी काका सांगत, आंबेडकर नुसत्या बौद्धाचा नाही आपलाबी हाये मने त्यो मास्तर."

"मंग त्यो बी एखांद्या दिवशी कवठ्याच्या त्या लोकाह्यचा मार खाईल."

"खाईल, काय सांगावं? हे शिकलेले लोकं निऱ्हाच मॅड असतात. बरं झालं बाप्पा! आपण काहीच शिकलो नाही." देविदास स्वतःवरच खूश झाला.

दोघंही कुदळवाडीच्या गावखरी आले. गावाच्या पश्चिमेला गोंधणीचं मोठं झाड आहे. त्या झाडावर शेंड्यात काही गिधाडे बसलेले त्यांनी दुरूनच पाहिले.

"अरे, त्या गोंधणीकडं दिसते गड्या काहीतरी मेलेलं."

ते तिकडे निघाले; पण आणखी अंतर गेल्यावर त्यांना तिथं आठ-दहा माणसं आपसात मोठमोठ्यानं भांडताना दिसली.

"आं, हे काय? इथं काहासाठी भांडण चालू हाये? अन् भांडणारे हायेत तरी कोण मनावं?" देविदासनं कपाळावर आठ्या पाडल्या.

ते त्या माणसांच्या जवळ गेले, तेव्हा यंकाने त्या माणसांना ओळखलं. त्यात तिघेजण उमऱ्याचे अन् बाकीचे पारोळ्याचे मांगांचे माणसं होते. उमरं कुदळवाडीच्या पश्चिमेला दीड कोसावर तर पारोळे पूर्वेला एक कोसावर. त्यांचं भांडण कशासाठी चाललं असावं ते यंकानं ताडलं अन् तो देविदासला म्हणाला, "देविदास, आपण एवढे रान तुडवून आलो; काही फायदा नाही झाला गड्या!"

"काऊन फायदा झाला नाही मनतं?"

"पाहय न इथं आदुगर भांडणं चालू हायेत उमऱ्याच्या अन् पारोळ्याच्या मांगाह्यचे! उमऱ्याचे मांग मनत असतील, आम्ही पाह्यलं हे ढोर; त्याच्यानं याच्यावर आमचा हक हाये. तं पारोळ्याचे मांग मनत असतील, आदुगर आम्ही पोहोचलो त्याच्यानं आमचा हक हाये पडीवर... असंच काहीतरी चालू असंल. त्यात आपण आलो. या भांडणात आपला कुठी दिवा लागणार हाये? काय परिस्थिती आणली मायला या दुष्काळानं?"

दुष्काळ काही एकट्या वडगावपुरता नव्हता; सगळीकडे सारखाच होता अन् गावोगावच्या मांगांची स्थितीही एकच होती. वडगावच्या कुणब्यांनी जसे ढोरं जंगलात नेऊन सोडले तसेच उमऱ्याच्या अन् पारोळ्याच्या कुणब्यांनीसुद्धा सोडले असतील; त्यामुळे गावावर ढोरं शिल्लक नसतील. ढोरं शिल्लक नसल्यावर मरतील कुठून? असं कुठंमुठ एखादं ढोर मेलं की, गावोगावचे मांग गिधाडासारखे त्याच्यावर तुटून पडतात.

"ते पाह्यलं यंकादा?"

"काय?"

"हे मांग आपसात भांडायले अन् ढोराले कुत्रे फाडून खायाले... कुत्र्यानं खाल्लेली पड कशी खावावं; नाही बिमारी व्हयाची माणसाले..."

"तू मनतं ते खरं हाये; पण कुत्र्याह्यनंबी कुठं जावावं मंग? या कोल्ड्या

दुष्काळात त्याह्यले तरी पोटभर खायाले भेटत असंल का? दोघांचं भांडण तिसऱ्याचा लाभ मनतात, तसं त्या कुत्र्याह्यचं बरं आयतंच पातर पडलं.

"मंग आपण कसं करत, येतं तिकडे?"

"कसं करावं?" असं यंकानं म्हटलं अन् तेवढ्यात भांडणाऱ्यांपैकी एकाचं या दोघांकडे लक्ष गेलं अन् तो मोठ्यानं ओरडून म्हणाला,

"अरे, असे काय कुत्र्यावाणी भांडत बसले, ते पाहा वडगावचे मांगबी आले."

"आं, वडगावचे मांग आले?" चार-चौघांनी या दोघांकडे पाहिलं.

या दोघांना बरं वाटलं; आपल्याला त्या लोकांनी पाहिलं म्हटल्यावर ते "या या सोयरे, जा घेऊन तुम्हीबी एक-एक हिस्सा." असं म्हणतील असं दोघांनाही वाटलं.

पण झालं भलतंच! त्यातला एकजण ओरडला, "अरे, मंग पाह्यता काय? घाला दगडं त्याह्यच्यावर.... लावा खेदाडून लेकाह्यले..."

आणि खरंच त्यातल्या चार-पाचजणांनी दगडं उचलले अन् यंका, देविदासच्या दिशेने फेकले. ते बरं झालं, दगड या दोघांपर्यंत येऊन पोहोचले नाहीत. मात्र, यंकानं पोराला उचललं, पाटकुळी घेतलं अन् 'पळ देविदास' म्हणत उलट्यापावली वडगावकडे धूम ठोकली. तसे मागून साताठजण त्या दोघांच्या मागे दगडं घेऊन लागले. पळता पळता दगडं फेकून मारू लागले.

एक नंबरभर पळाल्यावर मग कुठे या दोघांनी मागं कलून पाहिलं. त्यांना मागे एकही मांग दिसला नाही, तेव्हा त्यांनी सुटकेचा श्वास सोडला. यंकानं गजाननला खाली उतरवलं.

"मायला, काय जमाना आला!" दम गेल्यावर देविदास म्हणाला,

"आपल्याच जातीचे माणसं आपले दुश्मन बनले. दुष्काळापायी माणुसकी, मान मरतबा, जात-धर्म सगळं सोडलं लोकाह्यनं."

"बाबा, दुष्काळ मनला मंजे तोंडच्या गोष्टी हायेत का? गेल्या वर्षी दुष्काळ पडला व्हता, त्यो कसाबसा लोकाह्यनं सहन केला; पण औंदाचा दुष्काळ लगेच सहन व्हयेना... कोणच्याच जवळ काहीच शिल्लक नाही ना खायाले... तं सरकारबी डोळे लावून बसलं, काही काम सुरू करंल मनलं तं."

"आता सरकारच्या भरूशावर राहून जमत नाही, आपल्या पोटाची सोय आपल्यालेच करा लागते." देविदास विचार करून मग म्हणाला,

"का रे दा, एक केलं तं नाही जमणार?"

"काय?"

"आपल्या गावच्या कुणब्याह्यनं त्याह्यचे ढोरं कुठं नेऊन सोडले?"

"पातुरच्या अन् मारवाडीच्या जंगलात!"

"मंग आपणबी पातुरच्या नाही तं मारवाडीच्या जंगलात गेलो तं?"

“तिथे जाऊन काय करावं?”

“तिथं असे काही थकले-भागले ढोरं मरत नसतीलच का? त्या ढोरायची पड जमा करायची आपण.”

“अबे, परवडते का ती गोष्ट? काही बोलतंस आपला?”

यंकानं देविदासचं मत हसण्यावारी नेलं; पण देविदास म्हणतो तसं केलं तर हरकतही नाही. ते जंगल असलं तरी तिथं का ढोरं मरतच नसतील का?... पण मंग त्या जंगलाले लागून असलेल्या गावचे मांग तिथं जात नसतील का?... मानेला झटका देऊन यंकानं तो विचारही झटकला.

“मास्तरनं निरोप सांगितला नाही वाटते.”

“हं, तसंच वाटते. निरोप सांगितला असता तं इतक्या वाढोळ कोणी ना कोणी आलं असतं. भुलला असंल नाही तं मास्तर काय निरोप सांगायचा ते.”

“नसंल भुलला, तुले माहीत नाही का देविदास, ही बामनाची जात लयच हुशार असते. एकदा कोणती गोष्ट ऐकली की, त्याह्यच्या पक्की लक्षात बसते.”

ते आता पाय रखडत रखडत गावाकडे निघाले. कुदळवाडीच्या गावखरापासून पळत आल्यानं त्यांच्या अंगात होतं नव्हतं ते बळही संपून गेलं होतं... पोटात कावळे ओरडत होते... घरी जाण्यातही त्यांच्या पायांना ओढ नव्हती, कारण घरीही काहीच शिल्लक नव्हतं; त्यामुळे जोपर्यंत रानातून काही कंदमुळं, शिकार नेत नाहीत तोपर्यंत घरी जाण्यातही काही अर्थ नव्हता; पण आता कंदमुळं, शिकार पाहण्याचीही ताकद त्यांच्यात राहिली नव्हती.

ते जगन्नाथ बेल्याच्या मळ्याजवळ आले. जगन्नाथ बेल्याचा मळा आता नावाचाच मळा उरला होता. मळ्यात लावलेला भाजीपाला, ऊस वाळून कोळ झाला होता.

“बाटली असली तं पाणी तरी पिऊ.” यंका म्हणाला.

“हो चाल.” देविदासनं होकार भरला.

ते विहिरीकडे वळले; पण तेवढ्यात यंकाच्या कानावर हाक आली, “यंकाकाकाऽऽऽ” त्यानं गावाकडच्या रस्त्याकडे पाहिलं. चहादूच्या सोपानाचं पोरगं- विजू दमदाटेपर्यंत धावत येत होता.

“इज्या काऊन पळत येयाला रे?” यंकानं कपाळभर आठी पाडली,

“काहीतरी निरोप असंल.” देविदासही अंदाज करू शकला नाही.

पोरगं जवळ आलं. तसं यंकाने विचारलं,

“काऊन आला रे पळत?”

“कानी काका ऽऽऽ” पळल्यानं दम आल्यामुळे त्याला एकदम बोलता येईना.

"थांब थोडासा दम जाऊ दे."

थोडासा दम गेल्यावर विजू म्हणाला, "काका, तुम्हाले काकूनं लवकर घरी बलावलं."

"काऊन, काय काम हाये?"

मनातल्या मनात तर यंकाला वाटलं, बायकोनं काहीतरी भाकरी-पाण्याची सोय लावली असावी. म्हणून तर तिनं पोरगं दामटलं आपल्याला बोलवायला.

"तुम्हाले अन् काकूले गावाले जायाचं मने."

"कोण्या?"

"अनसिंगले."

"अनसिंगले? काहाले रे?"

"काकूचा चुलता मेला मनं, निरोप घेऊन माणूस आला."

"अं, चुलता मेला, त्यो तर चांगला धट्टा-कट्टा व्हता. एकाएकी काय झालं त्याले?"

"त्यो माणूस मनू लागला, आठ दिवस झाले त्याले अन्न भेटलं नाही खायाले, त्याच्यानं मेला."

"अरेरे! भाकरीवाचून मेला."

"घेतला मनायचा या दुष्काळाने त्याचा बळी."

"चाल देविदास, राहू दे आता पाणी पिणं. घरी गेल्यावर पिऊ."

ते दोघंही झपाट्यानं निघाले; पण चालताना दोघांच्याही मनात खळबळ उडाली होती. अनसिंगच्या पाहुण्याचा भाकरीविना बळी गेला. तसा उद्या आपलाही जाणार नाही कशावरून? आपणच काय अमरपट्टा लेवून आलो? जे जे नशिबात व्हयाचं आसंल ते ते झाल्याशिवाय राहत नाही... देवा तूच पाहाय रे!

जसजसं गाव जवळ येऊ लागलं, तसतशी दोघांच्या मनातली अस्वस्थता वाढू लागली.

१७ डिसेंबर १९७१, वडगावच्या ग्रामपंचायत निवडणुकीची तारीख जाहीर झाली. राज्यात लागोपाठ दोन वर्षं एवढा कोरडा दुष्काळ पडला. भल्या भल्या जमीन-जुमल्यावाल्यांच्या तोंडचं पाणी पळालं. गोर-गरिबांच्या तर पार दशा दशा झाल्या. झाडापाला खाऊन, कंदमुळं खाऊन दिवस ढकलले जाऊ लागले. लोक मरायला टेकले... अंहं मरू लागले. शहरात हे प्रमाण कमी होतं; पण खेड्यात सरसकट ही गती होती. कोणीतरी दाता येईल अन् आकाशात जादूची कांडी फिरवून चमत्कारानं पाऊस पाडील; ही धरती हिरवीगार होईल. लोक गहू, हरबरा, मसूर, वाटाणा ही पिकं पेरतील... ही पीक हाती आली तर पोराबाळांना काहीबाही खायला मिळेल. आता तर

अंगावर दूध पिणारी लेकरं मायचं रक्तच ओढतात. माय मावलीच्या पोटातच काही नसल्यावर अंगावर दूध कुठून येणार? गोरगरीब लाचार, हीन-दीन झाले; त्यातले जे काही गाव सोडून मुंबई-सुरतला पळाले ते तिकडे मजेत राहिले. त्यांना निदान पोटाला खायला तरी मिळत असेल? इकडे तर ना धड काम, ना पोटाला खायला काही!

सरकारला या गोष्टी कळत नसतील का? त्याने काहीतरी करायला नको का? गावात लोक चर्चा करतात की, सरकार धरणाची कामं काढणार, रोडची कामं काढणार किंवा मोठमोठ्या सरकारी विहिरी खोदणार... पण मग कधी सुरू करतोस मनावं बाप्पा? कामं सुरू करायचे सोडून ही ग्रामपंचायतची निवडणूक लावली. कशाला खर्च करत असंल सरकार या निवडणुकीवर? राज्यभर वडगावसारख्या कितीतरी ग्रामपंचायतींच्या निवडणुका असतील ना? निवडणुकीसाठी काही पैसा खर्च व्हतच नसंल का? हाच पैसा उपाशी मरणाऱ्या लोकांना थोडंफार खाण्याच्या काही वस्तू विकत घेण्यासाठी खर्च केला तर? पण ही अक्कल केव्हा येणार सरकारला? सरकारला डोळे नसतात का? त्याला ही दुष्काळाची अवकळा दिसत नसेल का?

घराघरांतून हेच प्रश्न चर्चिले जात होते. तसं ग्रामपंचायत निवडणूक म्हणजे काय हे बऱ्याचजणांना माहीत नव्हतं, कारण आतापर्यंत निवडणुका झाल्या तरी त्या कधी अन् कशा झाल्या याचा फारसा गाजावाजा झाला नव्हता. याआधी गावात जेव्हा-जेव्हा ग्रामपंचायतीच्या निवडणुकांची वेळ आली, तेव्हा तेव्हा गावातले दहा-पाच कारभारी एकत्र यायचे अन् कोणाकोणाला ग्रामपंचायत सदस्य अन् त्यातून सरपंच करायचं हे तेच ठरवत होते... तसं म्हटलं तर आतापर्यंत भगवान पाटलाच्या म्हणण्यानुसारच या गोष्टी होत आल्या. पंचायत राज आलं, तेव्हापासून भगवान पाटलानं राजाराम बेल्याला सरपंचपद बहाल केलं; तेव्हापासून तोच सरपंच आहे. सरपंच म्हणजे निरुपद्रवी प्राणी... निरुपयोगी प्राणी. त्याच्या सरपंचकीचा ना त्याला फायदा ना गावाला फायदा, उलट झाला तर त्याच्या स्वतःचा तोटाच... कधीमधी कोणी साहेब गावात आले तर सरपंचाचं घर शोधत जायचे. असे कोणी घरी आले की, त्यांना माणुसकी म्हणून चहा-पाणी करणं आलंच. त्यानं महिन्याकाठी पाच-पंचवीस रुपये खर्च व्हायचे. रामा बेल्या चार-चौघांसमोर राजाराम सरपंचाला म्हणायचा, "अं, गधीले ना कवळा अन् सरपंचाले ना पगार... गावात, ऑफिसात ना मान ना पान; कव्हा आला अन् कव्हा गेला, अशी त्याची गत. माणसानं गावचा येस्कर व्हवावं; पण सरपंच नाही. येस्कर गावात चार घरं फिरला तं निदान त्याले तेवढेच चार कुटके मिळतील तरी."

मात्र, असे म्हणणारा रामा 'मलेच सरपंच व्हायचं' असं म्हणून गेल्या दोन इलेक्शनमध्ये राजाराम सरपंचाला विरोध करत होता. कोणत्याही गावात पाटलाला

जसा मान असतो, तसा सरपंचाला नसतो हे खरं. कारण असं की, सरपंचावाचून कुठे काही अडत नव्हतं. हं! एक होतं; दरवर्षी शाळा उघडल्या की, फी-माफीच्या अर्जावर सरपंचाचा सही, शिक्का घेण्यासाठी शाळेतले पोरं त्याच्या घरी चकरा मारतात, तेव्हा कळते अमुकजण सरपंच आहे म्हणून...

त्याचं दुसरं कारणही तसंच आहे ना! सरपंच असला तरी कोणत्याच योजनेचा पैसा त्याच्या हाती येत नसतो... सगळा पैसा ग्रामसेवकाच्या हाती... म्हणेल तेवढा पैसे खर्चू शकतो. म्हणून लोक ग्रामसेवकाची जास्त हाजी हाजी करतात, त्याला मान देतात.

असं असल्यावर ग्रामपंचायतीचा सरपंच होण्यासाठी कोण एवढी धडपड करील? अमक्याच्या गळ्यात हे लोढणं अडकवलं की, तो मरेपर्यंत त्याच्याच गळ्यात राहू द्या, अशी लोकांची भावना होती. तरी रामा बेल्यानं विरोध केलाच होता. का? बरं, ग्रामपंचायतीचीच नव्हे तर इतर कोणतीही निवडणूक असली, तरी लोकांच्या मनात हीच उदासी. आमदार, खासदारपदाच्या, पं.स., जि. प.च्या निवडणुकीत उमेदवारांनी पाटलाची भेट घ्यावी. पाटलानं सगळ्या गावामार्फत 'तुम्हालेच मतदान करतो' असं उमेदवाराला सांगावं अन् मतदानाच्या दिवशी पाटील म्हणतील त्या चिन्हांवर इतरांनी शिक्के मारायचे... झालं मतदान! निवडणुकीची चुरस, उत्साह कसा तो वडगावच्या मतदारांत तरी दिसत नव्हता.

पण या वेळी मात्र परिस्थिती बदलली होती. दिवसेंदिवस सरपंचाचा मानमरातब वाढत होता... ग्रामसेवकासोबतच सरपंचालाही पैशाच्या व्यवहाराचे अधिकार मिळाले. पाटलाचं प्रस्थ कमी होऊ लागलं, तर सरपंचाचं वाढू लागलं. हे रामा बेल्यानं हेरलं... अन् मागच्या दोन वर्षांपासूनच 'माह्या लिंबालेच सरपंच करीन' असा प्रचार सुरू केला. तर आधीचा राजाराम सरपंचच कायम ठेवायचा; मतदान होऊ द्यायचं नाही असं भगवान पाटील म्हणू लागले. या गोष्टीवरून रामा बेल्याच्या अंगाची अंगार झाली अन् पाटलाशिवाय ज्याचं पान हलत नव्हतं, तोच रामा बेल्या पुढे पाटलाचा कट्टर विरोधक बनला. वाशीमच्या रतनलाल सावकाराच्या अन् पाटलाच्या व्यवहारांत त्यानं नाक खुपसलं. पाटलानं खटकाळीचं आठ एकर रान सावकाराला पैशाच्या मोबदल्यात लिहून दिलं. पुढे पाटील सावकाराकडे व्याजासह पैसे परत करायला गेले; पण रामाचं ऐकून सावकारानं वावर सोडलं नाही... पाटलाच्या काळजाचा तुकडा गेला... तेच वावर मग रामा बेल्या पाटलाच्या नाकावर टिच्चून वाहू लागला.

रामा बेल्याला एवढ्यानंच सुडाचं समाधान वाटलं नाही. तर त्याने पुढे येणाऱ्या ग्रामपंचायत निवडणुकीवर डोळा ठेवून लोकांना चिथावणी द्यायला सुरुवात केली.

"अमकाच सरपंच, सदस्य काऊन, तुम्हाले व्हता येत नाही?" असं म्हणून

तो लोकांची मनं भडकावू लागला. त्याच्या या चिथावणीला काही लोक बळी पडू लागले. काहींवर त्याने वेगवेगळ्या प्रकारांनी दबाव आणला. कोणाशी प्रत्यक्ष आर्थिक व्यवहार करून, कोणाला रतनलाल सावकाराकडून कर्ज काढून देऊन तो लोकांत मिंधेपण निर्माण करू लागला. बौद्धवाडा तर पूर्णपणे त्याच्याकडूनच झाला. भगवान पाटलाच्या चुलत्यामुळे, सिदाजी पाटलामुळे बौद्धांना साताठ वर्षं गावचा बहिष्कार सोसावा लागला. त्याचा वचपा घेण्याची आयतीच संधी बौद्धांना मिळाली होती. मांगवाड्यातून भिकाला त्याने आपल्या जाळ्यात ओढलं. भिकाचं येसाजीशी पटत नव्हतं. पाटलाच्या परवानगीशिवाय येसाजी पाणी पित नव्हता. भिकानं पडीबाबत एकदा वाद घातला होता, त्या वेळी पाटलानं भिकाला पाहिजे तसा न्याय दिला नव्हता; त्या वेळी रागारागानं त्यानं पडीचा आपला हक्क सोडला होता... या जुन्या जखमेवर रामानं बरोबर मीठ चोळलं; त्यामुळे भिका आपोआप त्याच्या पंखाखाली गेला.

"आजोरोक गावात ग्रामपंचायतीचं मतदान झालं नव्हतं; पण या वक्ती मतदान घेतल्याबिगर राहणार नाही... इतकंच नाही तर माह्या पोराले, लिंबालेच मी सरपंचबी करीन!" अशी भीष्मप्रतिज्ञाच रामानं केली.

ग्रामपंचायतीच्या मतदानामुळे गावोगावी कसे पार्टिशन पडले; भानगडी झाल्या, मारामाच्या झाल्या; पोलीस स्टेशन, कोर्ट-कचेऱ्या यांचे कसे हेलपाटे पडले हे भगवान पाटलाला चांगलंच माहीत होतं; आपलं गाव मात्र या गोष्टींपासून अलिप्त आहे, याचा त्यांना मोठाच आनंद व्हायचा... पण या वेळी मात्र रामा बेल्या पाटलाला हा आनंद मिळू देणार नाही, असं स्पष्टच दिसत होतं.

लोक आधीच दुष्काळानं गांजून गेलेत; त्यात विहिरींचं पाणीही आटलं.. भल्या भल्या पक्क्या पाण्याच्या विहिरी कोरड्या पडायची पाळी आली... आधी पोटासाठी लागणाऱ्या भाकरीची चिंता होती; आता पाण्याची चिंताही लोकांच्या बोकांडी बसली... रामा बेल्यानं हुशारी केली. त्यानं 'अमक्या अमक्याले मतदान करा' असं सांगून त्याला होकार देणारांना आधली-आधली ज्वारी वाटली. ज्यांचे हलाखीचे दिवस होते; त्यांना ही ज्वारी मोत्यांसारखी वाटली... तर त्याने त्यांच्या गावखरच्या पांढरीतल्या विहिरीवर पाणी हापसायचं इंजिन बसवलं... त्याच्या विहिरीला भरपूर पाणी होतं. ज्याला पाहिजे त्याला पाणी नेण्यास सांगितलं. लोकांची पाण्याची वणवणही लगेच कमी झाली. लोकांना आपल्याकडे वळवायचा त्याचा झपाटा पाहून औंदा नक्की त्याचा पोरगा लिंबाच गावचा सरपंच होईल, हे भविष्य सगळ्या गावाला कळून चुकलं होतं.

या गोष्टी पाटलाच्याही कानावर गेल्या. येसाजीलाही कळल्या. यापुढचा सरपंच जर लिंबा झाला; तर गावाची वाट लागल्याशिवाय राहणार नाही. पाटलाच्या बैठकीत या गोष्टीवर चर्चा होत असे. रामानं लोकांना कशा चिथावण्या दिल्या,

कोणा-कोणाला किती किती ज्वारी वाटली, कोणा-कोणावर दबाव आणला हे सगळं या बैठकीत खुल्लमखुल्ला सांगितलं जायचं.

"पाटील, तुम्ही करा काहीतरी, गाव या राकेसाच्या तावडीत न पडावं मनून. याची मगरमिट्टी या गावावर पडली तर गावात कोणाचंच काही खरं राहणार नाही."

पाटलाच्या बैठकीत आग्रह धरला जायचा. त्यावर पाटील म्हणायचे, "होऊ द्या एकदा त्याच्या अन् त्याच्यामांघं जाणाऱ्या गावकऱ्याह्यच्या मनासारखं! आपण सांगितल्यापरीस या लोकाह्यले परत्यक्ष अनुभव आला पाह्यजे...."

झालं. पाटलाची बाजू जेवढी कमी पडू लागली, तेवढीच रामा बेल्याची बाजू वाढत होती. रामानं कोणाकोणाला कोण्या कोण्या वॉर्डात उभं करायचं हेही ठरवून टाकलं. तसा प्रचारही त्याने सुरू केला... आतापासून रात्री-बेरात्री, दिवसा-उजेडीही रामाच्या माणसांच्या बैठकी होऊ लागल्या. दुष्काळ पडला म्हणून कामासाठी बाहेर गेलेल्या मतदारांना मतदानाच्या आधीच्या दिवशी कसं आणायचं, कोणं आणायचं याच्या योजना आखल्या गेल्या. कोणत्या वॉर्डात आपल्याला कोणाचे अन् किती मतं पडतील याची आकडेमोड मांडली जाऊ लागली. रात्रीच्या रात्री जागून काढल्या जाऊ लागल्या. रामाची पार्टीच निवडून येणार अन् लिंबाच सरपंच होणार अशी हवा निर्माण झाली.

दुष्काळानं होरपळलेल्यांना हा वेगळा विषय मिळाला. दुष्काळाची तीव्रता त्यामुळे कमी झाली, उपाशीपोटीही लोक मतदानाचीच चर्चा करू लागले.

आणि एक दिवस सरकारनं रामा बेल्याला डोळे पांढरे करायची पाळी आणली. एखाद्यानं मोकळ्या हाताने गालात सणाण थापड हाणावी तसं रामाला झालं. सरकारने दुष्काळी परिस्थितीमुळे या वर्षी होणाऱ्या महाराष्ट्रातील सर्वच ग्रामपंचायतींच्या निवडणुका एका वर्षासाठी पुढे ढकलण्याचा निर्णय जाहीर केला अन् हा निर्णय ऐकून रामा बेल्या आणि त्याचे साथीदार यांच्या फुग्यातली हवाच गेली...

पाटलांना आणि इतरांना मात्र समाधान वाटलं. निवडणुकीपेक्षा दुष्काळाला तोंड देणं आवश्यक होतं... सरकारनं निवडणुकीचा खर्च दुष्काळग्रस्तांवर केला तर तेवढाच त्यांना धीर येईल.

मात्र, रामा बेल्या भेटेल त्याला म्हणत होता, "निवडणूक लांबली तरी हरकत नाही. पुढच्या वर्षी जव्हा निवडणूक व्हईल, तव्हा मी मनीन तेच व्हईल." त्याचं आव्हान पुढच्या काळासाठीही कायम होतं. तोपर्यंत तो गावातल्या लोकांची डोकी आणखी भडकवू शकत होता. हेही काही कमी नव्हतं... निदान या निमित्तानं गावातल्या पाच-पन्नास गरीब-गुरिबांना मताच्या लोभाने रामा बेल्या काही-बाही देत राहील; त्यामुळे त्यांना दुष्काळ हलका जाईल.

दुष्काळानं पिडलेल्या जनतेच्या मदतीला सरकार खरंच धावून आलं. सरकारने

रोजगार हमी योजनेअंतर्गत लहान-मोठी कामं सुरू केली. कोणालाही उपासमारीनं मरू देणार नाही अशी घोषणा सरकारनं केली. लोकांना केवळ कामच नाही तर त्याबरोबर धान्य मिळण्याचीही सोय लावली. जे जे रोजगार हमी योजनेचं काम करतील त्यांना पैशासोबतच धान्याची कुपणं मिळू लागली. त्या कुपणांवर स्वस्त धान्य दुकानांतून गहू, तांदूळ, ज्वारी, मिळू लागली. देशात अशा प्रकारची योजना महाराष्ट्रात पहिल्यांदा सुरू करण्यात आली होती. या योजनेमुळे मुख्यमंत्री वसंतराव नाईक यांचे नाव गावागावांत लोकांच्या तोंडी गेलं. या योजनेसाठी लोक मुख्यमंत्र्यांना धन्यवाद देऊ लागले.

रोजगार हमीच्या योजनेत रोडची कामं, नाला-बंडिंगची कामं, धरणाची कामं, मोठमोठ्या विहिरींची कामं, जुने गाव-तलाव उपसण्याची कामं... अशी अनेक कामं सुरू करण्यात आली. पाच मैलांपेक्षा जास्त दूर कोणाला काम शोधायला जायची गरज पडणार नाही अशा रितीनं कामं सुरू झाली. ज्याला ज्याला काम हवं, त्याला त्याला कामं दिलं जाऊ लागलं... अमक्या कामावर अमूक एवढेच मजूर पाहिजेत असं बंधन नव्हतं... जिथं शंभर मजूर लागतात, तिथे दोनशे मजूर आले तरी त्यांना परत केलं जात नव्हतं... एवढंच की, तिथलं काम संपलं की, त्या लोकांना दुसरीकडे काम मिळत होतं... या कामावर गरीब-श्रीमंत असा भेदभावच राहिला नव्हता. सुरुवातीला सुखी, श्रीमंत लोक अशा कामावर यायला लाजले; पण मग त्यांनीही लाजा गुंडाळून ठेवल्या... घरात उपाशी पाय खोरून मरण्यापेक्षा हे काम करणं काय वाईट असा विचार जो तो करू लागला. गावोगावचे पाटील, मानकरी, सरपंच, सेवा सहकारी सोसायटीचे अध्यक्ष, ग्रामपंचायत सदस्य, शेतकरी, मजूर, गावचे कारभारी सगळे एकाच रांगेत आले. धरणाच्या, रोडच्या कामावर गावंच्या गावं येऊन भिडली होती. एखाद्या अधिकाऱ्याला पाटलाला, सरपंचाला भेटायचं असलं, तर तो सरळ अशा मोठ्या कामावर यायचा. फरक एवढाच की, जे शिकले-सवरले पोरं असतील वा म्हातारे-कोतारे असतील, त्यांना कामावर देखरेख करणारे सरकारी अधिकारी, कर्मचारी लोक योग्यतेप्रमाणे कामे लावत. शिकलेल्या पोरांना लिखापडीची कामं, रजिस्टरवर मजुरांच्या सह्या घेण्याची कामं सांगितली जात. तर म्हाताऱ्या-कोताऱ्यांना मजुरांना पाणी पुरवायचं काम सांगितलं जायचं किंवा देखरेखीचं काम सांगितलं जायचं. दुष्काळाच्या एका फटकाऱ्यानं सगळे एका रांगेत उभे केले होते. इथं कोणी कोणापेक्षा श्रेष्ठ वा कनिष्ठ नव्हता... सगळे सारखेच होते, फक्त मजूर! हा काळाचाच महिमा होता. ज्यांनी गावातल्या गरिबां-गुरिबांवर सदैव अन्याय, अत्याचार केला; अस्पृश्यांना अत्यंत छळलं, सदैव त्यांचा विटाळ मानला, त्यांना कधी मांडीला मांडी लावून बसू दिलं नाही, ते दुष्काळापुढे नमले होते, वाकले होते. पाणी आणणारा, पाजणारा कोण्या जातीपातीचा आहे याचा कोणी फारसा विचार

करेना; कामं करताना कोणाला काही मार लागला तर सगळे त्याच्याजवळ धावून जाऊ लागले... संकटात माणसं माणुसकी दाखवतात म्हणे, त्याचा प्रत्यक्ष दाखला मिळू लागला.

वडगावच्या परिसरात मात्र असं एकही काम अजून सुरू झालं नव्हतं. गावातले कारभारी, पाटील - सरपंचाला पुढे घालून तहसीलदाराला भेटून आले. 'लवकरच काम सुरू करतो' असं तहसीलदार म्हणाला होता; पण काम सुरू होण्याचा पत्ता नव्हता. इकडे एक-एक दिवस काळासारखा कठीण जात होता. गरीब-गुरीब, कुणबी सगळे कामाची वाट पाहू लागले. ज्यांना एवढा दम निघत नव्हता, ते घरांना कुलुपं ठोकून दूरदूरच्या कामावर गेले किंवा सोयऱ्याच्या आधाराने गेले; तर कोणी बिगारी बांधूनच गेले... अर्धा अधिक गाव रिकामा झाला. गावातून फिरलं तर सगळं गाव वसान पडल्यासारखं वाटे... गावावर उदासी पसरल्यासारखी झाली.

मांगवाड्याची कळाही हीच होती. मांगवाड्याच्या अंगी जसा आळस होता, कामाचा कंटाळा होता; तसा एक सदगुणही होता... भिकाचा अपवाद सोडला तर कोणतीही बारीकसारीक वा मोठी गोष्ट आपसात विचार केल्याबिगर कधी झाली नाही. येसाजीसारख्या त्यांच्यातल्या कारभारी माणसानं अमूक-तमूक करू नको म्हटलं की, बाकीचे त्या गोष्टीकडे ढुंकूनही पाहात नसत. परभूच्या वयाची, त्याच्यापेक्षाही वयाने लहान असणारी पोरं तर आताही मोठ्यांच्या आज्ञेतच राहत होती; पण दुष्काळानं बऱ्याचजणांची अवसानं गळायला लागली होती. गावातले भले-भले कुणबी जेव्हा कुठे-कुठे कामाला निघून जाऊ लागलेले, जेव्हा मांगवाड्याची माणसं, तरणी पोरं पाहात होती, तेव्हा आपण काहाले गावावर थांबायचं? गावावर आपुन थांबलो बी तं गाव काय आपल्याले खाऊ-पिऊ घालणार हाये? बिनाभाकरीचं मरा लागंल घरातल्या घरात! त्याच्यापेक्षा जिथं कुठं काम सुरू असंल तिथं जावं अन् पोटाची भूक मिटवावी. काय उरलं आता गावावर? गावकी माणसाला मरू देत नाही असं पूर्वी मांग म्हणायचे; ते आता किती खरं राहिलं? मांगानं कुणब्याचे लहान-सहान काम केले तरी त्याला मोबदला म्हणून भाकर मिळायची; पण आता या दुष्काळात तर कोणीच कोणाचं राहिलं नाही. ना गावकी ना भावकी! सगळ्यांचेच इमानं जणू चळू लागले. जमानाच बदलायला लागला. परंपरेने जो हक्क वाटत होता, ते आता भीक मागण्यासारखं वाटू लागलं.

'येस्काराले रोटी वाढा मायजीऽऽऽ' म्हणून कुणब्याच्या दारात हाक दिली की, कुणबिणी 'आलं माय जगे, आयत्या बोड्याचं' असं म्हणून कुरकुर करू लागल्या. तुळशा मांगाचा म्हातारा बाप- राघो- जो मांगवाड्यात सध्या जिवंत असलेला एकमेव म्हातारा होता, हे सगळं पाहून पोरा-सोरांना गाणं म्हणून दाखवू लागला—

बाबहो, पागुटे गेले, पटके आले
पटक्याचे बसले झटके
अन् आता आले बोडखे
पद्यल्या नारी, लुगड्यात नववारी
डोक्शावर पदर, भोईवर नदर
सुटली लुगडी, आली गोल साडी
रिबीन पावडरीचा थाट
झंपरातून उघडी दिसे पाठ
आता काय यास-फ्यास करता
लाजा- सरमा ना धरता
माणसं मांघ, बायका कारभारी
इंद्रा गांधी भरली कशी भारी
मनून मनतो बाबहो ऐका,
पोरं नेसतील पोरीचे कापड
पोरी व्हतील पोरावाणी तापड
रघू मने जिवाची होईल दैना
पिंजयातली उडून जाईल मैना
जरा याद राखा.
सावध व्हा, खाऊ नका धोका

राघोचं हे गाणं पोरं-माणसं हसल्यावारी नेतात; पण बदलल्या जगाचं हे किती हुबेहुब चित्रं उभं केलं राघोनं? या गोष्टी मांगवाड्यातल्या बाकीच्यांना इतके दिवस ध्यानात आल्या नाहीत; पण दुष्काळानं सगळ्यांचेच डोळे उघडले. कोणीही कोणाचं नसते. आपलं पोट भरलेलं असेल तरच आपण दुसऱ्याचा विचार करतो, ना गाव, ना गावकी, ना भावकी; सगळे मतलबाचे आहेत.

या विवंचनेतून मांगवाड्यातील परभूच्या वयाची पोरं- हारजीचा यंका, संपतचा देविदास, चहादूचा सोपान बाकी पाच-सहाजण एकत्र बसले. सगळ्यांनी पुढे काय करायचं, गावावर राह्यचं की गाव सोडायचं, गाव सोडायचं तर मग कुठल्या कामावर जायचं...? या सगळ्या गोष्टींचा विचार केला अन् हा विचार वडीलधाऱ्या मंडळींसमोर मांडण्यासाठी रात्रीची मीटिंग भरवली. सगळे येसाजीच्या अंगणात जमा झाले. लहान-लहान पोरांनीही गर्दी केली.

"काका, आम्ही यासाटी समद्याह्यले बलवलं की,..." अशी बोलण्याची सुरुवात करून यंकानं दुष्काळामुळे मांगवाड्यातल्या प्रत्येकाची जी गत झाली ती

सांगितली. पुढे म्हणाला, ''आपण 'गावकी गावकी' मनून गावालेच चिकटून राह्यलो तं माह्या अनसिंगच्या चुलत सासऱ्यासारखे घरातल्या घरात पाय खोरून मरू... तशी पाळी आपल्यावर न येवावी मनून आम्ही पोरापोरायनं ठरवलं की, गाव सोडायचं... जिथं मिळेल तिथं कामावर जायचं. यावर तुमचं काय मत हाये ते आम्हाले सांगा; अन् आम्ही जावावं का नाही ते बी सांगा.''

या प्रश्नावर एकदम तर कोणीच प्रतिक्रिया व्यक्त केली नाही. सगळेजण येसाजीकडेच पाहू लागले. सगळ्यांची अपेक्षा होती की, येसाजीनंच काय तो निर्णय द्यावा.. त्याच्या निर्णयापुढे कोणी काही अपील करणार नाही.

पण येसाजीही गप्पच होता.

बाकीचेही गप्पच! तिथं भलतीच शांतता पसरली. तसा यंकाच म्हणाला, ''काका, आमचं सगळ्याह्यचं मत हाये की, तुम्हीच याच्यावर काय ते तोडग्याचं बोलावं.''

''मी काय बोलू गड्या?'' येसाजीनं सुस्कारा सोडला.

''तुमच्या मंधात बोलायचा तसा पाह्यलं तं मले काही हक्कच राह्यला नाही.''

''असं काऊन मनता?'' दोघा-तिघांनी एकदम म्हटलं.

''तेच सांगयलो. आता बाहीर एवढा मोठा दुष्काळ पडला... तुमचे, तुमच्या लेकरा-बाळायचे काय काय हाल होत असतील ते मले कळते... तुमचे सगळ्याह्यचे हाल सुरू अन् मी मात्र एकटा गमजा करायलो.''

''कशाच्या गमज्या मनता?''

''गमज्या नाही तं काय यंका? अरे, तुमची दोन-दोन दिवस हाता-तोंडाशी गाठ पडत नाही. कपाळाले लावायले रुपया पायजे मनलं तं तुम्हाले त्यो दिसत नाही... अन् माह्या घरात मातर महिन्याच्या महिन्याला पगार येते परभूचा.''

''त्यो नोकरी करते ना, आला मंग काय झालं?''

''तसं नाही, एऱ्ही इतके दिस येत व्हता तं मलेबी काही वाटत नव्हतं; पण दुष्काळानं हे थैमान घातलं, तव्हापासून माहा मलेच अपराध्यासारखं वाटायलं. आपण काहीतरी तुम्हाले देवावं असं वाटायलं.''

''तुम्ही का देत नाही का काय काका मंग?'' देविदासनं बोलण्यात भाग घेतला.

''तुम्ही जातीनं पर्तेकाच्या घरी जाता; लेकरा-बाळायच्या, बायका-माणसाह्यच्या खाण्या-पिण्याची चौकशी करता. ज्याची काहीच सोय नसंल त्याले कव्हा पाच, कव्हा दहा रुपये देता, बरं ते वापसबी मांघत नाही, वापस देतो मनलं एखाद्यानं तं त्याले दाटता. आजूक काय कराय पाह्यजे तुम्ही?''

''तरी माह्या मनाचं समाधान नाही व्हतं. कव्हा कव्हा वाटते, परभूले ही कोतवालकी सोडून देयाले लावावं; अन् तुमच्यापैकी कोणाले कराय लावावं!''

"ते कसं जमलं येसादा?" आता नाथानं तोंड उघडलं.

"परभूइतकं कोणी शिकेल हाये का आपल्यात? तसे बाकीचे सगळे त्याच्या वयाचे पोरं अंगठाबहाद्दरच हायेत ना? त्याह्यच्यापैकी एखांद्याले देतो मनलं तरी सरकारनं या गोष्टीले मान्यता देली पाह्यजे ना?" नाथाचं बोलणं बिनतोड होतं.

"त्यो इचारच तुम्ही मनात आणू नका." यंकानं मुद्दा पुढे रेटला.

"जो तो ज्याच्या त्याच्या भाग्यानं खातो. त्यात तुम्ही मनाले लावून घेऊ नका. आता आपला ह्यो पेच कसा सोडवायचा तेवढं मातर सांगा."

"गडेहो, तुम्ही मनता ते बरोबर हाये. गावकीच्या भरोशावर आता एकबी माणूस आपलं पोट भरू शकत नाही. इतके दिवस आपण म्हणजे तुम्ही आळीपाळीनं गावकीचे काम करत होतो. यात मातर आपण याच्यापुढे नेहमीसाठी बदल करावं असं मला वाटते."

"कसा काय?"

"गावकीचे कामं यापुढे फक्त एकालेच कोणालेबी कराय लावावं. त्योच सगळं कामं करंल. येस्करकी मांघंल, खळे-पाळे मांघंल... सगळे सगळे कामं त्योच एकटा करंल! याच्यावर तुमचं काय मत हाये ते मले सांगा आदुगर. माहा मन्नं तुम्हाले नाही पटलं तर तुम्ही नाही मना, मले राग येणार नाही."

येसाजीच्या म्हणण्यात तथ्य होतं; पण आपला पिढ्यान्‌पिढ्यांचा अधिकार कसा सोडायचा? हा बहुतेकांना प्रश्न पडला; पण हे बोलावं कोणं? त्यामुळे बराच वेळ कोणी काहीच बोललं नाही.

"काय हारजी, मुकेच राह्यले सगळे?"

"माहा काही मन्नं नाही बॉ, तुमच्या मनाले पटंल तसं करा."

"तसं नाही, प्रश्न पिढ्यान्‌पिढ्याचा हक्क सोडायचा आहे... आज बहुतेक आपल्या सगळ्याजणांच्या वाट्याला पड येते. हे, मी माहा हिस्सा राजीखुशीने सोडला. तं पडीचे हिस्से आपण कायम ठेवू... मातर येस्करकी करणारानं एकट्यानंच मेलेलं ढोरं वढायचं, फाडायचं, गावात भाकरी मागायच्या, दवंडी द्यायची, मर्तिकाचे निरोप न्यायचे... मंजे जे जे काही गावकीचें कामं असतील ते ते त्या एकट्यानंच करायचे... हे मी याच्यासाठी मनतो की, असं आपण केलं तं निदान जो हे कामं करंल; त्याचं एकट्याचं तरी कसंबसं पोट भरंल. आताचा जमाना एवढा बदलला तर पुढे काय काय बदल व्हतील, ते कोण सांगू शकते?"

येसाजीचा मुद्दा पटण्यासारखा होता. अडचण पडीच्या हिश्श्याची होती तर तीही निवारली गेली. त्याच्यामुळे याबाबत कोणच फारशी घासघीस केली नाही.

"सांगा. मंग ह्यो हक्क कोणाले देयाचा?" येसाजीनं दुसरा प्रश्न मांडला. या कामी सर्वानुमते हारजीच्या यंकाचंच नाव पक्कं केलं. शेती, उद्योग असणं फार

महत्त्वाचं. ही मांगांची माणसं गावावर पुन्हा परत येतील, तेव्हा थोडीफार स्वतःची शेती घेतील, कामधंदा करतील... मांगांच्या अंगचा आळस जाईल... या अर्थाने मांगांचा पुनर्जन्म होईल.

मग फारसा खल करण्यासारखं काही उरलंच नाही. ज्याला ज्याला गाव सोडायचं, त्याने त्याने आपापल्या सोईनं, विचारानं गाव सोडायला कोणाचीच हरकत नव्हती. लगेच दुसऱ्याच दिवशी गाव सोडायचं सगळ्यांनी ठरवलं... फक्त मांगवाड्यात दोनचं घरं उरतील... एक येसाजीचं अन् दुसरं हारजीच्या यंकाचं. तसं तिसरं भिकाचं; पण ते असून नसल्यासारखंच!

झालं, दुसरा दिवस उगवला... जे गाव सोडून जाणार होते; त्यांनी येसाजीचा, हारजीचा, यंकाचा या दोघांसह त्यांच्या घरच्या बाकी माणसा-पोरांचा निरोप घेतला. सगळ्याह्यचे गळे भरून आले... आपापल्या सोईनं जे ते जाणार होते... आता जाताना ते सोबत चालले... पण गावावर परत येताना सगळेच सोबत येतील का? इतके दिवस माणसा-लेकरांनी भरलेला मांगवाडा आता वसान पडेल... त्या वसान पडलेल्या मांगवाड्यात फक्त दोन-तीन घरं नांदतील... या गोष्टीचे कढ येसाजीच्या अन् हारजीच्या यंकाच्या मनात जास्त दाटून येत होते. अन् ते या बाबतीत सरकारलाही दोष देत होते. सरकारनं रोजगार हमी योजनेचं एखादं कामं जवळपास सुरू केलं असतं तर या लोकांना गाव सोडायचं काम पडलं नसतं... कोसा-दोन कोसांवर जरी काम असतं तरी त्यांनी दिवसभर काम केलं असतं; संध्याकाळी परत घरी आले असते... पण आता ते शक्य नाही.

जाणारांनी जड अंतःकरणानं पाय उचलले. मांगवाडा वसान पडला. त्या दिवशी तारीख होती ५ डिसेंबर १९७१. त्या दिवसानंतर सुनसान मांगवाड्यातून जाताना-येताना येसाजीला बहुतेकांचे बंद दरवाजे पाहून भडभडून यायचं... कुठे कुठे गेले असतील हे लोक? कोणी सोयऱ्याच्या आधारानं... कोणी सुरतला जातो म्हणत, कोणी मुंबईला जातो म्हणत... कोण कुठे जातो, याची साधी चौकशीही आपण केली नाही... असे कसे कठोर बनलो आपण? काय वाटलं असेल त्या लोकांच्या मनाला? किती मान ठेवत होते ते आपला? एकटा भिका सोडला तर बाकीचे आपल्या शब्दाखातर जीव द्यायलाही तयार होते. एका घरात दोन भाऊ राहात असले तर त्यांचं आपसात पटत नाही... ते एकमेकांच्या उरावर बसायला जोर करतात... पण या लोकांपैकी कोणीही, कधीही आपल्याविरुद्ध एक शब्द उच्चारला नाही... आज ते सगळे आपल्याला सोडून गेले... गेले त्यातले गावावर किती परत येतील? कधी परत येतील? ते येतील, तेव्हा आपण जिवंत असू का? काय सांगता येते? कोणाच्या हातच्या या गोष्टी आहेत?... बाकी एक झालं... दुष्काळानं भल्याभल्यांना उघडं केलं... गावातले अमूक ढमूक फार तालेवार असा गाववाल्यांचा ज्यांच्या

ज्यांच्याबद्दल समज होता... ते लाजा-शरमा सोडून मजुरांच्या अगोदर सरकारी काम करायला गेले... मांगांनाही दुष्काळानं शहाणपण शिकवलं...

पाच डिसेंबर १९७१ रोजी मांगवाडा वसान झाला अन् त्यानंतर चारच दिवसांनी म्हणजे नऊ तारखेला यंकानंच गावात दवंडी दिली... सरकारनं अनसिंग ते वाशिम असा अनसिंग... पिंपळगाव... कुदळवाडी... वडगाव... खेड... कवठा... देवाळा... खंडाळा... वाशिम नवीन रोड सुरू केला. त्याचं काम लगेच दुसऱ्या दिवशी सुरू होणार होतं. ही दवंडी ऐकून येसाजीला फार दुःख झालं... आपली जवळची माणसं दूर गेली अन् आता सरकारने हे काम सुरू केलं...! काय म्हणावं या सरकारला? तो मनातल्या मनात सरकारच्या नावे शिव्या देऊ लागला.

भाग २

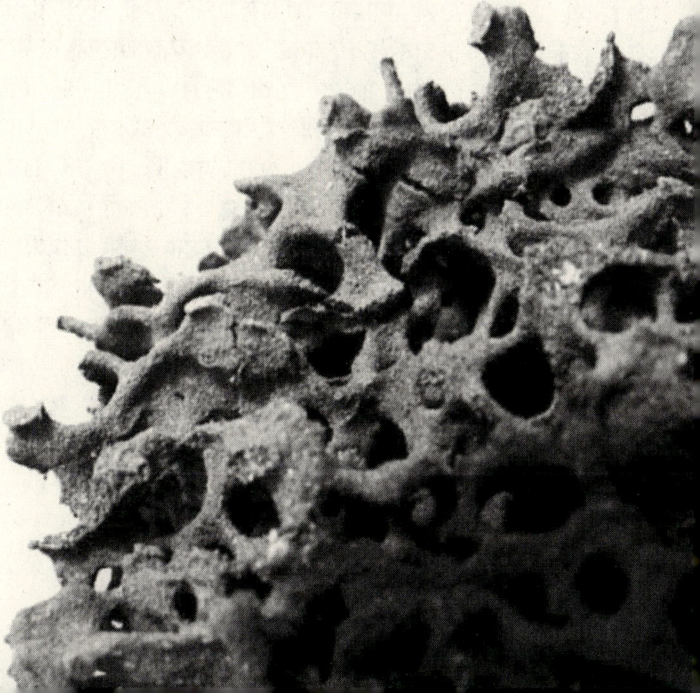

वडगाव फाट्यावर वाशिमला जाणारी एस.टी. बस दुपारी उभी राहिली. बसमधून परभू एकटाच उतरला. वाशिमला जाणारे दोघं-तिघं बसमध्ये चढले... अन् बस निघून गेली. परभू गावाकडे निघाला.

आज ११ नोव्हेंबर १९८३. दिवाळीची सुटी संपून आजच संतोषची शाळा सुरू झाली. या वर्षी संतोष आठव्या वर्गात शिकतो. वयाच्या पाचव्या वर्षात त्याचं नाव पहिल्या वर्गात टाकलं होतं. मास्तरांनी त्याची हुशारी पाहून तसं केलं होतं; त्यामुळे वयाच्या तेराव्या वर्षी तो आठव्या वर्गात जाऊ लागला. वास्तविक गावातल्या जि. प. शाळेत सातव्या वर्गापर्यंत शिकायची सोय होती. तरीसुद्धा संतोषने गेल्या वर्षी गावातल्या शाळेतून नाव काढून अनसिंगच्या खासगी हायस्कूलात टाकायला लावले. त्याचे म्हणणे गावातल्यापेक्षा अनसिंगच्या हायस्कूलात चांगलं शिकवतात आणि ते खरेही होते. आताची जि. प.ची शाळा अन् परभूच्या काळातली हीच शाळा. किती जमीन-अस्मानचा फरक पडला? त्याच्या काळी मास्तर चांगले शिकवायचे, अभ्यास करून घ्यायचे. शाळा बुडवली किंवा अभ्यास न केला तर छड्या मारायचे अन् आताचे मास्तर? पोरांना बाहेर ग्राउंडवर खेळायला मोकळे सोडतात अन् आपण हेडमास्तरांच्या ऑफिसात गप्पा मारत बसतात. चौथ्या वर्गातल्या पोराला नीट वाचता येत नाही की स्वतःचं नाव काढता येत नाही. कसं होईल अशाने? आपण संतोषला अनसिंगच्या शाळेत टाकलं ते बरं झालं. सातव्या वर्गात सगळ्या शाळेतून त्याचा पहिला नंबर आला होता. खुद्द हेडमास्तरांनी त्याची पाठ थोपटून त्याला अकरा रुपये बक्षीस दिले होते. आठव्या वर्गात आल्यावर हेडमास्तर त्याची काळजी घेऊ लागले.

'दिवाळीची सुटी संपल्यावर पहिल्या दिवशी तुझ्या बाबांना सोबत घेऊन ये.' असं संतोषला हेडमास्तरांनी म्हटलं.

म्हणून परभू संतोषसोबत आज अनसिंगला जाऊन हेडमास्तरांना भेटून आला. हेडमास्तर संतोषचे कौतुक करीत म्हणाले, ''मुद्दाम तुम्हाला बोलावून घेतलं. तुमचा मुलगा हुशार आहे. आम्ही त्याची काळजी घेतोच; पण तुम्हीही घ्या. मॅट्रिकला तो नाव काढील.''

परभूला बरं वाटलं. आपण चौथीनंतर पुढे शिकू शकलो नाही. मात्र, संतोषला शिकवायचेच. त्याचा एस.टी.चा पास आहेच. सडक झाली म्हणून त्याची येण्या-जाण्याची सोय झाली. तशी ही सडक झाल्याने सर्वांचीच सोय झाली. केवढा बदल झाला गावात या दहा-बारा वर्षांत?

गाव सडकेनं वाशिम-अनसिंगला जोडलं गेलं, तसं घराघरांत, गावात इलेक्ट्रिसिटी आल्यानं घरं, गाव उजळून निघालं. गावात स्वतंत्र पोस्ट आलं. फाट्यापासून गावापर्यंत जोडरस्ता आला. गावखरच्या नाल्यावर पूल झाला. गावातली इंजिनची चक्की बंद पडली. तिच्या जागी इलेक्ट्रिक मोटरवर चालणारी चक्की आली. वावरातल्या विहिरींवरची इंजिनं जाऊन मोटर-पंप आले. जुनं बी-बियाणं गेलं, त्याची जागा संकरित बियाण्यानं घेतली. रासायनिक खतं, फवारणीची औषधं, फवारणीचे पंप या सगळ्यांनी कुणबी आबादीआबाद झाला. म्हटला तेवढा माल काढायची धमक कुणब्यात आली. कुणबी सुखी झाला. त्याच्याजवळ चार पैसे राहू लागले; त्यामुळे मजूरही पोटभर खाऊ लागला.

हा झाला बाह्यबदल. गावाचा चेहरा-मोहरा बदलला, तशी माणसंही बदलली. एकमेकांशी छाकटेपणानं वागू लागली. आवळा देऊन कोहळा काढण्यासाठी धडपडू लागली. अंहं! काहीही न देता कोहळा मिळवायचा प्रयत्न करू लागली. सत्तर-एकाहत्तरच्या दुष्काळानं गावातल्या तालेवारातलं अन् मजूरदारातलं अंतर कमी केलं. एकाच खंतीच्या कामावर हे दोघं राबले. सावकारांनी गरिबा-गुरिबांचे भांडे गहाण ठेवून घेतले. दुष्काळानं खेड्याचा माणूस नागवला. पुढे १९७५ साली आणीबाणी आली. आणीबाणीनं खेड्यातल्या माणसांना काय दिलं? खूप काही दिलं. सावकार नरमले. गरिबा-गुरिबांची गहाण पडलेली भांडीकुंडी परत मिळाली. गरीब शेतकऱ्यांची कर्जं माफ झाली. बेघर शेतमजुरांना घरं मिळाली. हुंडाबंदी आली. अनेक कल्याणकारी योजना राबवल्या गेल्या. आणीबाणीला माणसं भ्यालीही. नसबंदी करणाऱ्या सरकारच्या धोरणानं माणसं राना-वनात पळाली; गवताच्या, कडब्यांच्या, कुटाराच्या गंज्यात लपली. मात्र, आणीबाणी उठल्यावर याच माणसांनी आणीबाणी लावणाऱ्या इंदिरा गांधीला पाडलं, तिच्या पक्षाला नाकारलं. गावचा पाटील, सरपंच म्हणेल त्याला मत देणारे गावकरी आपल्या मतात असणारी ताकद

ओळखू लागले. मत देण्यासाठी काहीतरी मागू लागले. कुटुंब नियोजनाच्या शस्त्रक्रियांचं टार्गेट कर्मचाऱ्यांच्या मानेवरचं भूत बनलं. तिथंच हे टार्गेट सामान्य माणसाच्या मदतीला धावलं, तो कर्मचाऱ्याकडून केस देण्याची किंमत वसूल करायला शिकला. शिक्षणाच्या बाबतीत अडाणी असलेला माणूस इतर व्यवहारांत मात्र हुशार, छाकटा बनला. आता ग्रामपंचायतीची निवडणूकही मोठ्या चुरशीने लढली जाते. जातींच्या, गटा-तटांच्या जोरावर माणसं निवडून येतात. ज्याला सरपंच व्हायचं असेल त्याच्याकडून आपल्या मताची किंमत वसूल करतात.

या कामी मदत करणारी महत्त्वाची ही सडक. काम असो वा नसो माणसं फाट्यावर येतात, बसमध्ये बसतात; वाशिमला-अनसिंगला जातात. दिवसभर कोर्ट-कचेरीवर राहतात, पेपर वाचतात, इतरांशी गप्पा-गोष्टी करतात, जगात काय घडायलं ते जाणतात, गावात येऊन इतरांना सांगतात, स्वतः बदलतात, इतरांना बदलायला भाग पाडतात.

पूर्वी पाटील-पांड्याच्या कुत्र्यांना भिणारी खालच्या जातींची माणसं आता पाटील-पांड्याच्या नजरेला नजर देऊ लागली. हे बदल पाहून खुद्द परभू कधीकधी हैराण होतो. गावात कोणालाही कोणाचा धाक - दरारा वाटत नसल्याने कधी काय होईल याची त्याला भीती वाटते. तसा पाटलापेक्षा सरपंच आता गावाचा कारभारी झाला. सरकारच्या वेगवेगळ्या योजना राबवणारा सरपंच पैशांसह सगळे अधिकार हाती आल्याने सगळ्या गावाला भारी पडू लागला; त्यामुळे सरपंच होण्यासाठी अनेकांची धडपड असायची. म्हणून ग्रामपंचायत निवडणुका पूर्वीपेक्षा जास्त अटी-तटीने होऊ लागल्या.

मांगवाडाही याला अपवाद नव्हता. सत्तर एकाहत्तरच्या दुष्काळात पोटासाठी गाव सोडून गेलेले बहुतेक मांग पुन्हा गावावर परत आले. अपवाद फक्त तुळशीरामचा. तो त्या काळी बायकोला घेऊन मांगवाड्यातल्या लोकांच्या सोबत रोजगार हमीच्या कामावर न जाता त्याच्या मेहुण्यासोबत सुरतला गेला अन् एक दिवस मोटारची ठोस लागून जिवाला मुकला. गावात ही बातमी कळली, तेव्हा सगळा गाव हळहळला. परभूच्या घरी तर सुतकच पडलं. दोन दिवस त्याच्या घरी चूल पेटली नाही. येसाजी, बायजा, परभू अन् पारू सगळेच दुःखात बुडून गेले. त्यानंतर तुळशीरामची बायकोही पागल झाली. एक दिवस सुरतेत कुठे गायब झाली ती पुन्हा कोणालाच भेटली नाही. तिच्या भावाने आणि त्याच्या सोबतच्या माणसांनी खूप खूप शोधलं. ही बातमी कळल्यावर परभूचं घर दुसऱ्यांदा दुःखात बुडालं.

बाकी सगळे गावावर परत आले. दुष्काळानं सगळ्यांना कष्ट करण्याची सवय लागली. नुसतं बसून उष्टं-पाष्टं खाण्यात मजा नाही, कष्टाची भाजी-भाकरच हवी,

याची जाणीव झाली अन् जो तो उद्योगाला लागला. भगवान पाटलांच्या सल्ल्यानुसार परभू सोडून बाकीच्यांनी उंबर वाटेवरच्या गायरानात चार-चार, पाच-पाच एकरांचे पट्टे वाहितीला काढले. लिंबा बेल्या- रामा बेल्याचा मोठा मुलगा सरपंच होता. त्याचा अन् पाटलाचा छत्तीसचा आकडा!

"हे मांगटे आपल्याले न इचारता पाटलाले इचारून जमिनीचे पट्टे वाहितीले काढतात. का?"

या गोष्टीचा त्याला राग आला होता. मांगवाड्यात येऊन त्याने मांगांना "तहसीलदारांकडे तक्रार करीन, जेलात टाकीन" अशी धमकी दिली होती.

मांगांच्या तोंडचं पाणी पळालं. ते पुन्हा भगवान पाटलाकडे पळाले. भगवान पाटलांनी सल्ला दिला, "भानगडी वाढवू नका. त्याच्या घरी जाऊन त्याचे पाय धरा. तुम्हाले इचारल्याबिगर यापुढे काही करणार नाही" असं सांगा. माही चिंता करू नका. तुमच्यासाठी जमिनी काढणं महत्त्वाचं, एकदा जमिनी तुमच्या ताब्यात आल्या की, मंग पुढचं पाहू."

पाटलाचा हा गुरूमंत्र कामी आला.

"पाटलाचे पाय चाटसाल तर याद राखा" असं धमकावून "हं, काढा आता गायरानातल्या जमिनी. कोण तुम्हाले आडवा येते ते मी पाह्यतो?" असं अभय सरपंचानं दिलं.

सर्वांनी मोठ्या मेहनतीनं जमिनी वाहितीवर आणल्या, तेव्हापासून आजतागायत बहुतेक मांग स्वतःच्या जमिनीत पिकणारं धान्य खातात. पूर्वीसारखे लाचार होऊन उष्ट्या-पाष्ट्यासाठी मरमर करत नाहीत. सरकार कधी ना कधी या जमिनी आपल्याजवळून घेईल या भीतीनं पाच-सहाजणांनी दोन-दोन, तीन-तीन एकर शेत विकत घेतलं. पूर्वीचा- गावावर, गाववाल्यांच्या दयेवर जगणारा मांग आज खंबीरपणे पाय रोवून उभा आहे.

बँडवाला भिकाचा गणा मांगवाड्यात सर्वांत तालेवार झाला. भिकाचा दारूचा धंदा चोरून-मारून चालू असायचा. पोलिसांनी अनेकदा त्याची दारू पकडून त्याला अंदर केलं. मात्र, एकदा त्याच्या घरात दारूच्या बाटल्या सापडल्या, तेव्हा पोलिसांनी त्याला घराबाहेर काढून अंगावरचं धोतर फिटेपर्यंत लाथा-बुक्क्यांनी मारलं. तेव्हापासून त्यानं दारूचा धंदा सोडला; पण आपल्या धंद्यावर गदा आणण्यास परभूच कारणीभूत आहे, अशी त्यानं मनाची ठाम समजूत करून घेतली.

"गण्या काही कर; पण याचा बदला घे" असं म्हणून तो गणाला नेहमी भडकावत असतो.

गणाही परभूला पाण्यात पाहतो. पद्धतशीरपणे त्याने कारस्थान खेळलं. मांगवाड्यातल्या परभूपेक्षा चार-दोन वर्षांनी लहान असणाऱ्या पाच-सहाजणांना -

ज्यांचे बाप परभूला आजही मानतात, त्याच्या शब्दाबाहेर जात नाहीत, त्यांना गणाने आपल्याकडे वळवून घेतलं आणि त्यांना आपल्या बँडच्या जोडात सामील करून घेतलं. आपल्या भावांच्यासाठी त्यानं दुसरा बँड विकत घेतला. गणाच्या बँडात सामील झालेल्या पोरांच्या बापांनी त्यांना समजावून सांगितलं, तर ते शिरजोरपणे म्हणाले, "तुम्हीच चाटा त्या परभूचे अन् त्याच्या बापाचे पाय. आम्ही काही त्याचे धरलेबांधले नाहीत."

हारजीचा केशव, चहादूच्या सोपानचा पोरगा वसंता हे याबाबत आघाडीवर होते. ते बाकी पोरा-सोरांना नेहमी परभूच्या विरोधात चिथावणी देत. हारजीचा यंका मात्र येसाजीमुळे आपल्या एकट्याला गावकीचे सगळे कामं मिळाले ही उपकाराची भावना जाणून होता.

मांगवाड्यात दहा-पंधरा वर्षापूर्वीच्या एका-एका घराचे तीन-तीन, चार-चार घरं झाले. जेवढे भाऊ तेवढे घरं. मांगवाड्यात वेगळे घर करायला जागा नव्हती. ती अडचण सरकारने दूर केली. गावाला अन् फाट्याला लागून असलेल्या सरकारी जागेत झोपडपट्ट्या उभारल्या गेल्या. आणीबाणीत इंदिरा सरकारने जाहीर केलेल्या एकवीस कलमी योजनेतील ही एक योजना होती. फाट्यावरून गावाकडे जाताना उजव्या बाजूने झोपडपट्टी तर डाव्या बाजूने शाळा उभारली गेली. सरकारी खर्चाने घरं बांधून भेटली, काहींना मोकळे प्लॉट मिळाले. त्यात बहुतेकजणांना घरं मिळाली. मांगवाडा अर्धा जुन्या जागी, तर अर्धा नवीन झोपडपट्टीत आला. मांगवाड्यातली माणसं एकमेकांपासून राहण्यासाठी जशी दूर गेली, तशी मनानंही एकमेकांपासून दूर गेली. आता कोणाला बापाला बाप म्हणण्याची गरज वाटत नाही. जो तो स्वतःपुरता विचार करू लागला.

हीच गत गावातल्या बाकीच्या जाती-पातींच्या लोकांचीही होती.

हे सगळं चित्रं पाहून परभूला गाव सुधारलं की बिघडलं हेच समजेनासं होई.

"अहो परभूभाऊ ऽऽऽ" परभूच्या कानावर हाक आली. विचारांच्या तंद्रीत बुडालेला परभू भानावर आला. तो पूल ओलांडून शाळेजवळ आला होता. फाट्यावरून आपण इथंपर्यंत कसे येऊन पोहोचलो ते त्याला कळलं नाही.

झोपडपट्टीतून कोणी आवाज दिला की काय असं वाटून त्याने झोपडपट्टीकडे पाहिलं. रस्त्यावर कोणीही नव्हतं. त्याला झोपडपट्टीचं नेहमी कौतुक वाटायचं, ते यासाठी की, या ठिकाणी मांगाच्या घराशेजारी कुणब्याचं घर, तर कुणब्याच्या घराशेजारी बौद्धाचं घर होतं. म्हणजे जाती-पातीचा विचार न करता सरकारनं झोपडपट्ट्या वाटल्या होत्या. सुरुवातीला कुणब्यांच्या झोपडपट्टीवाल्यांना वागायला मोठं अवघड गेलं. आपापली जात सांभाळायचा ज्याने त्याने प्रयत्न केला; पण मग हळूहळू जाती गळून पडल्या. धुणं-पाणी, जाणं-येणं यावर कोणाचंच बंधन राहिलं नाही. या घरातील भाजी त्या घरात

जाऊ लागली. गावाचीही रचना झोपडपट्टीसारखी व्हावी; बौद्ध वेटाळ, मांगवाडा, गोपाळवाडा... असं वेगवेगळं काही असू नये, असं त्याला वाटायचं.

"अहो, इकडे, आम्ही हाक मारली." आता आवाज शाळेकडून आला. हे परभूच्या ध्यानात आलं. त्याने शाळेकडे पाहिलं. हेडमास्तर गावंडे बोलावत होते.

"आलो, आलो" म्हणत तो शाळेच्या गेटकडे निघाला. पूर्वी शाळा गावात चावडीवर भरायची. चावडी जुनी-पुराणी होती. तिचे माळवद, भिंती कधी पडतील याचा नेम नव्हता. तरी शाळा तिथंच भरायची; पण आता शाळा गावाबाहेर मोकळ्या पटांगणात आली. सुरुवातीला जिल्हा परिषदेने दोन खोल्या बांधून दिल्या. मग उरलेल्या दोन खोल्या बांधल्या. चार खोल्या, पुढे मोकळं आवार, भोवतालून तारांचं कुंपण, लोखंडी गेट; सगळं कसं व्यवस्थित झालं. मास्तरांचीही संख्या वाढली. परभू लहानपणी शाळेत जाई, तेव्हा चार वर्गांना दोनच मास्तर असायचे; आता मात्र सात वर्गांसाठी आठ मास्तर आले. आणखी एक-दोन मास्तरांची मागणी केली म्हणे हेडमास्तरनं अन् सरपंचाने. एका वर्गाला एक मास्तर पुरे, मग बाकीचे मास्तर कशासाठी हे मात्र परभूला कळायचं नाही. शाळा बांधली गेली, मास्तरही वाढले; पण शिकण्यातली आणि शिकवण्याची तळमळ सरत आली.

परभू आवारात आला. दोन वर्गांतून मास्तर शिकवत होते. बाकी वर्गातले पोरं मात्र आरडा-ओरडा, धिंगाणा करत होते.

"आत या" हेडमास्तर म्हणाले.

चौथा वर्ग ज्या खोलीत बसत होता, त्या खोलीत परभू शिरला. एका कोपऱ्यात लाकडी आलमारी, मोठी लाकडी पेटी, टेबल-खुर्च्या लावलेल्या होत्या. हेच हेडमास्तरचं ऑफिस.

"बसा." हेडमास्तरनं खुर्चीकडे हात केला.

"नाही मी उभाच राह्यतो. कशाले बलावलं तेवढं सांगा?"

"अहो, बसा तर आधी, काम काय आहे ते मग सांगतो."

"नाही. मी उभाच बरा!"

तो "खुर्चीवर बसा" म्हणूनही का बसत नाही, हे हेडमास्तरच्या लक्षात आलं, म्हणून ते गंभीरपणे म्हणाले,

"हे बघा परभूभाऊ, तुम्ही शाळेत आले ते कोतवाल म्हणून नव्हे. एक नागरिक म्हणून, एक पालक म्हणून."

हेडमास्तरचं 'पालक' म्हणणं बरोबर होतं, कारण त्याची मंगला नावाची मुलगी तिसऱ्या वर्गात होती.

"हम दो, हमारे दो!" या घोषणेनुसार त्याचं कुटुंब मर्यादित होतं. मर्यादित राहिलं नसतं कदाचित; आणखी एखादं-दोन लेकरू त्याला झालंही असतं; पण

आणीबाणीच्या धामधुमीत जबरदस्ती शस्त्रक्रिया केल्या गेल्या; त्यात परभूचाही नंबर लागला. तो 'नाही' म्हणून विनवू लागला; पण कोणालाही त्याची दया आली नाही. त्या वेळी नसबंदी शस्त्रक्रियेचं फार भय वाटायचं. लोक जागा भेटेल तिथं दडून बसायचे. परभूला मात्र दडता आलं नाही, कारण तो पडला सरकारी नोकरीचा माणूस. अधिकाऱ्यांनी तीच संधी साधली. सरळ त्याला उचलला अन् जीपमध्ये टाकलं, अनसिंगच्या दवाखान्यात ऑपरेशन करून सोडलं. म्हणून 'हम दो, हमारे दो!' वर तो थांबला.

"काही भानगड केली माह्या पोरीनं?" त्याला शंका आली. त्याने ती बोलून दाखविली.

"काही भानगड नाही तुमच्या पोरीची, बसा तुम्ही."

"मंग काय?" त्यानं कपाळावर आठ्या चढविल्या.

"बसा हो, सांगतो."

नाइलाजाने तो खुर्चीवर बसला; पण आपली पायरी सोडून बसल्यासारखं त्याला वाटलं.

"ए बंड्या!" एका पोराला त्यांनी बोलावलं. पोरगं जवळ आल्यावर म्हणाले. "जा, त्या तिसऱ्या वर्गात आपले नवीन आलेले गुरुजी आहेत, त्यांना बोलावून आण."

पोरगं पळालं.

पोरगं वापस आलं. 'आले गुर्जी' म्हणून जाग्यावर बसलं.

थोड्याच वेळात नवीन गुरुजी आले. पांढरा शुभ्र शर्ट, पैजामा घातलेला, काळ्या सावळ्या रंगाचा, हसमुख चेहरा असणारा वीस-बावीस वर्षं वयाचा पोरगा. आल्या आल्या त्यानं परभूला हात जोडून नमस्कार केला. परभूनंही केला,

"या गुरुजी, बसा. परभूभाऊ, हे आमचे आजच आलेले नवीन गुरुजी, गजानन उकंडा तायडे हे त्यांचं पूर्ण नाव."

तायडे? तायडे म्हणजे बौद्ध की मांग? मांगांतही तायडे आडनाव आहे, तसं बौद्धातही आहे. मग हे गुरुजी जातीने कोण? परभू नुसता गुरुजीकडे पाहात राहिला.

"तुमची ओळख करून देण्याचं कारण म्हणजे हे तुमच्या समाजाचे आहेत."

"अस्सं ऽऽ!" परभूला मनातून आनंद झाला. आपल्या समाजाची माणसं शिकली पाहिजेत, नोकरीला लागली पाहिजेत, असं त्यालाही मनातून वाटायचं. आपण त्या काळी शिकलो असतो तर असेच मास्तर झालो असतो, या विचाराने त्याला वाईटही वाटलं.

"यांची एक अडचण आहे."

"सांगा ना काय हाये अडचण? आत्ता दूर करतो." परभूला भलताच कंठ फुटला.

"यांना राहायला खोली मिळेल का तुमच्या वस्तीत?"

"खोली?" परभूला प्रश्न पडला.

मांगवाड्यातील बहुतेक घरं लहान-लहान. ज्याची त्यांनाच कमी पडतात; मग गुरुजींना राहण्यासाठी मोकळी खोली कुठली?

"गुर्जी एकटेच हायेत का लगन झालं?"

"त्यांचं लग्न झालं. चांगली खोली मिळाली तर बायकोलाही आणतील."

एकदम "नाही" म्हणायचं परभूच्या जिवावर आलं; पण "हो" म्हणावं तर तशी खोलीही भेटणार नाही, मग काय करावं?

"हे पाहा, मला सिमेंट-कॉंक्रीटचीच खोली पाहिजे असं नाही, कुडाच्या भिंती अन् वर टिनांचे छप्पर असणारी बऱ्यापैकी खोली असली तरी चालते. आपल्या मंडळींची घरे कशी अडचणीची असतात हे मला माहीत आहे. मीही त्याच अडचणीत जन्माला आलो, वाढलो; त्यामुळे मी महालाची अपेक्षा करत नाही; फक्त शेजारची माणसं माणुसकीची पाहिजेत, चांगली पाहिजेत."

यावर परभूनं नुसतीच मान हलवली.

"आम्ही यांना म्हटलं, अनसिंगला खोली घ्या; तिथून ये-जा करा... आपल्या शाळेतले बरेच गुरुजी तसं करतात."

"नाही, ते मला पसंत नाही. मला आपल्या जातीच्या लोकांच्या संगतीत राहायला आवडते, म्हणून याच गावात तेही आपल्या वस्तीत खोली मिळावी हा माझा आग्रह आहे."

परभूला गुरुजीचं मोठं कौतुक वाटलं. हा नोकरीवाला माणूस आपला समाज सोडायला तयार नाही अन् आमची मांगवाड्यातली अर्धवट शिकलेली, अशिक्षित असलेली पोरं वेळ पडल्यास जातीवाल्यांच्या जिवावर उठतील.

"गुर्जीचा एवढा हट्टच हाये तं पाह्यतो मी तशी एखांदी खोली मिळते का?"

"एक-दोन दिवसांत सांगा."

"हो सांगतो?"

"जाऊ मंग?"

"हो जा" हेडमास्तरांनी परवानगी दिली.

त्याने दोघांना पुन्हा नमस्कार घातला अन् तो बाहेर पडला.

तो रस्त्यावर आला. त्याला बरं वाटलं. मांगवाड्यातल्या नासलेल्या वातावरणात एक शहाणा-सुरता माणूस आपल्या हाती लागला, त्याच्या मदतीने आपण मांगवाड्यातल्या बिथरलेल्या पोरांची टाळकी ताळ्यावर आणू, सगळा मांगवाडा पुन्हा एकजुटीनं राहील असा प्रयत्न करू, याबद्दलचा आत्मविश्वास वाढला.

अन् उल्हसित मनानं तो गावाकडे निघाला.

***

एकाएकी गावात तणाव निर्माण झाला. गेल्या वर्षी झालेल्या ग्रामपंचायतीच्या निवडणुकीत भगवान पाटलाच्या पार्टीच्या तरण्या पोरांनी- त्यात भगवान पाटलाचा लहान मुलगा विनायक प्रमुख- जय बजरंग युवक आघाडी या नावाखाली संघटना तयार करून प्रत्येक वॉर्डात सगळे तरुण उमेदवार उभे केले. बौद्धवाड्यातूनसुद्धा गौतम कांबळे अन् नागसेन कांबळे या दोन तरुणांना त्यांनी आपल्याकडे वळविलं. तसं बौद्धवाड्यातल्या मंडळींनी गौतम आणि नागसेन या दोघांना अनापोज निवडून दिलं. त्या वॉर्डात त्या दोघांच्या विरुद्ध कोणीच अर्ज भरला नाही. जुना सरपंच लिंबा बेल्यानं बौद्धवाड्यातल्या काही वयस्कर मंडळींची भेट घेतली.

"सरपंचपदाच्या निवडणुकीत तुमचे दोन मतं मले भेटते तं मी तुम्ही मनसाल ते देतो."

पण कोणीच या गोष्टीला तयार झालं नाही, कारण या मंडळींनी आधीच पाटलाच्या विनायकला शब्द दिला होता. त्यानंही "माझ्या पार्टीचा सरपंच झाला तं तुमच्या एका माणसाले उपसरपंच करीन अन् डॉ. बाबासाहेब आंबेडकरांचा पुतळा भेट देईन." असं वचन दिलं.

उपसरपंचपद आणि डॉ. आंबेडकरांचा पुतळा या दोन्ही गोष्टींनी या मंडळींच्या मनाला भुरळ घातली अन् त्यांनी होकार भरला.

लिंबानं जंग जंग पछाडलं. शेवटी "भुलले का बे तुम्ही, तुम्ही बौद्ध धर्मात गेले तव्हा इनायकच्या बापानं, आज्यानं तुमच्यावर सात-आठ वर्स बहिष्कार घातला व्हता..." अशा जुन्या खपल्या काढल्या. त्यावर "त्या समद्या जुन्या गोष्टी झाल्या. जुनं धरून चालतो मनलं तं आमचं जगणं मुश्कील व्हईल." असा उलटा जबाब त्यांनी दिला. लिंबाची जबान बंदच झाली.

विनायकच्या पार्टीला- जय बजरंग युवक आघाडीला बहुमत मिळालं. अन् दिलेल्या शब्दानुसार विनायकनं नागसेन कांबळेला उपसरपंच केलं. विनायक स्वतः सरपंच झाला. विनायक सरपंच झाला याचं कोणाला काही वाटलं नाही; पण नागसेन कांबळे उपसरपंच झाला या गोष्टीचं सगळ्या गावाला आश्चर्य वाटलं. एकजूट असली तर अशक्य ते शक्य करून दाखवता येतं, हेच यावरून सिद्ध झालं. आतापर्यंत 'जी हुजूर' म्हणत म्हणत ज्यांच्या पिढ्यान्‌पिढ्या बरबाद झाल्या, ते या लोकशाही राज्यात स्वतःला वरचढ म्हणवणाऱ्यांच्या मांडीला मांडी लावून बसू लागले. आज उपसरपंच झाले, उद्या सरपंच होतील; गावचे पाटील होतील अशी लोक चर्चा करू लागले.

एक दिवस विनायक आणि नागसेन कांबळे यांनी औरंगाबादला जाऊन बाबासाहेबांचा पूर्णाकृती पुतळा आणला. सरकारी खर्चाने बौद्धवाड्यात बांधलेल्या समाजमंदिरात तो तात्पुरता ठेवण्यात आला.

पुतळा कुठे मांडायचा याचा बौद्धवाड्यात खल सुरू झाला. बौद्धवाड्यात पुतळा मांडण्याइतपत मोकळी जागा कुठेच नव्हती. झिंगा कांबळ्याच्या घरापुढे मोठं पटांगण होतं. त्या पटांगणाच्या उत्तरेला झिंगाच्या घराच्या विरुद्ध दिशेला मारोतीचे मंदिर, पश्चिमेला सरकारी गोदाम अन् पूर्वेला धनगर-कुणब्यांची वस्ती म्हणजे बाकीचं गाव होतं. याच पटांगणात पोळ्याच्या वेळी तोरणं बांधली जायची. तरीही बौद्धमंडळींनी आपसात याच पटांगणात झिंगाच्या घरापुढे मोकळ्या जागेत बाबासाहेबांचा पुतळा उभारण्याचा ठराव केला.

'ही गोष्ट सरपंचाच्या, पाटलाच्या कानावर घाला.' म्हाताऱ्या सिदाजी बौद्धानं सल्ला दिला. त्यावर 'काही सांगा लागत नाही त्याह्यले? आपल्या बाबासाहेबांचा पुतळा आपण आपल्या मनापरमाणं मांडू.' असे म्हणून तरण्या मंडळींनी विरोध केला.

६ डिसेंबर १९८३ हा डॉ. बाबासाहेब आंबेडकर पुण्यतिथीचा मुहूर्त ठरला. हा दिवस जसजसा जवळ येऊ लागला तसतशी बौद्ध मंडळींची तयारी सुरू झाली. पुतळ्यासाठी चबुतरा उभारायचा म्हणून विटा, दगड, वाळू, सिमेंट येऊन पडलं.

"अरे, कोणाच्या घराचं मटेरियल हाये रे हे?" गाववाले विचारायले.

मंडळी उडवा-उडवीची उत्तरं देत.

पण पुतळ्याच्या उभारणीसाठी झिंगाच्या घरापुढे खोदायला सुरुवात केली, तेव्हा पंधरा-वीस मिनिटांत ही बातमी गावात पोहोचली. गावातली जुनी-नवी कार्यकर्ती मंडळी - त्यात दोन्ही पार्टीची हे विशेष! तिथे हजर झाली.

"अरे, हे काय चालवलं?" भगवान पाटलानं आल्या आल्या विचारलं.

"आम्हाले इथं पुतळा उभारायचा, बाबासायबाचा." खोदकाम करणारे म्हणाले.

"अरे, पण ही जागा आमची पोळ्याची हाये ना?"

"ही काहाची हाये तुमची जागा? ही तं झिंगाकाकांच्या अंगणातली जागा हाये."

"झिंग्याचं अंगण इथोरोक आलं का?"

झिंगाचं घर त्या जागेपासून वीस-पंचवीस हात दूर होतं.

"मंग?"

"अबे, येड्यावाणी काऊन करायले?"

आता गावकऱ्यांपैकी जो तो बोलू लागला.

"ये केशा, बंद कर हे खोदणं, चला, उचला तुमचं सामाईन."

"लेकहो, पुतळा उभारायचा तं तिकडे तुमच्या हद्दीत उभारा ना?"

"आमच्या पोळ्याच्या जागेवर काऊन अतिक्रमण करता?"

खोदणारे अन् बौद्धवाड्यातले बाकीचे जमा झालेले. बोलाला बोल. तिथे कोणी

कोणाचं ऐकेना. वाद वाढू लागला.

'खोदू नका' असं एक पक्ष म्हणत होता, तर 'खोदतो' असं दुसरा पक्ष जोर देऊन सांगत होता. वाद वाढत जाऊ लागला. केव्हा काय होईल याचा भरवसा वाटेना. भगवान पाटलाच्या ही गोष्ट लक्षात आली अन् त्यांनी मध्यस्थी केली. दोन्ही बाजूच्या लोकांना ते म्हणाले, "गडेहो, असे हमरीतुमरीवर येऊ नका. आपण दोन्ही बाजूच्या लोकाह्यची मीटिंग घेऊ. त्यात आपापले मतं मांडू. सर्वानुमते निर्णय घेऊ. असं भांडाभांडी करून गावाचं वातावरण नासवण्यात काय मतलब? काय रे नागसेन, गौतमा, भिमा मी मनते ते बरोबर हाये का चूक?"

नागसेन, गौतम, भिमा आणि बौद्धवाड्यातल्या इतरांनी "हो पाटील, तुम्ही मनता ते बरोबर हाये." असं म्हणून माना हलविल्या.

"मंग बंद करा हे खोदकाम अन् असेच चला ग्रामपंचायतीच्या ऑफिसात. आताच काय ते ठरवून टाकू. कसे?"

"चला." म्हणून बौद्धमंडळी तयार झाली.

सगळा जमाव ग्रामपंचायतीच्या ऑफिसात आला. मीटिंग सुरू झाली, जो तो आपापले मत मांडू लागला. गावकऱ्यांचं म्हणणं- खोदकाम सुरू असलेली जागा गाववाल्यांची पोळा भरवण्याची जागा आहे. तर बौद्ध मंडळीच्या मते, ती जागा झिंगाचं अंगण आहे. यावरही काही निर्णय होईल असे दिसेना. शेवटी अटीतटीतच मीटिंग मोडली.

"त्या जागेवर आम्ही पुतळा उभारू देणार नाही." असं गावकऱ्यांनी बजावलं.

तर "पुतळा उभारू तं त्याच जागी" असा निर्धार बौद्ध मंडळींनी जाहीर केला.

झालं, गावात तणावाचं वातावरण निर्माण झालं. भगवान पाटलांनी पोलीस स्टेशनला रिपोर्ट केला. गावात बीट-जमादार आला. त्याने दोन्ही बाजूंच्या लोकांच्या भेटीगाठी घेतल्या.

"गावातलं वातावरण बिघडवू नका, सामोपचारानं काय करायचं ते ठरवा" असा सल्ला दोन्ही पक्षांना दिला, अन् तो निघून गेला.

लिंबा बेल्यानं या वेळी वेगळीच चाल खेळायला सुरुवात केली.

"बौद्धायले उपसरपंचपद अन् पुतळा देऊन विनायकनं या सगळ्या पंचायती केल्या. अशानं उद्या हे बौद्ध तुमच्या-आमच्या घरांत घुसून आपल्या बायकायच्या इज्जती घ्यायले मांघंपुढं पाहणार नाहीत." असं गाववाल्यांना एकीकडे लिंबाजी सांगत सुटला; तर दुसरीकडे बौद्धमंडळींना गुपचूप भेटून त्यांना "पुतळा त्याच जागी उभारा; तुम्ही भिऊ नका. काही कमी-जास्त झालं तं मी हाओ तुमच्या पाठीमांघं." असं चिथावणीखोर बोलत होता... यातून त्याला एका दगडात दोन पक्षी मारायचे होते... एक-गावकऱ्याच्या नजरेतून विनायक उतरला असता... दुसरी अन् महत्त्वाची

गोष्ट म्हणजे गाववाल्यांचं अन् बौद्धांचं फाटलं तर बौद्धांच्या मदतीनं विनायकवर अविश्वासाचा ठराव आणून त्याला स्वतःला सरपंच होता आलं असतं. बौद्धांच्या पुतळ्यासाठीचा त्याचा हा कळवळा दिखाऊ होता. या भानगडीतून त्याला स्वतःचा स्वार्थ साधायचा होता; त्यामुळे तो बौद्धांना सतत डिवचत होता.

त्याच्याच सांगण्यावरून एक दिवस रात्री बौद्धांनी गावकऱ्यांना कळू न देता पाया खोदून चबुतऱ्याचं काम सुरू केलं. दिवस निघायच्या आत चबुतरा तयार झाला. आता फक्त ६ डिसेंबर रोजी तेवढा पुतळा बसवायचा.

पण ही बातमी आगीसारखी गावात पसरली अन् पाहतापाहता सगळा गाव पारासमोर जमा झाला. विशेष म्हणजे त्यात भगवान पाटील, विनायक सरपंच अन् लिंबा बेल्या हे तिघंही नव्हते. भगवान पाटील अन् विनायक दोघंही कालपासून गावाला गेले होते. ते घरी परत आलेच नव्हते, तर लिंबा बेल्या घरी असूनही मुद्दाम आला नव्हता.

"टाका! रे पाडून हे बांधकाम!" कोणीतरी ओरडलं अन् डोळ्याचं पात लवतं न लवतं तोच दहा-बाराजण चबुतऱ्यावर चाल करून गेले. बांधकाम ओलंच असल्याने ते पाडायला वेळ लागला नाही. बौद्धांनी प्रतिकार करायचा प्रयत्न केला, तेव्हा "हाणा रे धरून याह्मले" असं म्हणत पाच-पंचवीसजण त्यांच्या अंगावर धावले... लाठ्या-काठ्या, लाथा-बुक्क्या यांचा वर्षाव सुरू झाला... बौद्धांपैकी गौतम, नागसेन धावतच लिंबा बेल्याच्या घरी गेले अन् त्याला दंगलीच्या ठिकाणी 'चला' म्हणू लागले... लिंबा मोठा हुशार होता. सकाळपासून गावकऱ्यांच्या प्रत्येक हालचालीवर त्याचा डोळा होता. गावकऱ्यांनी सुरू केलेल्या ह्या दंगलीत आपण जाऊन फायदा नाही. उलट आपण बौद्धांना पाठिंबा दिला म्हणून गाववाले आपल्यावरही रागावतील... ह्या गोष्टीची जाणीव ठेवून लिंबाने त्या दोघांच्या सोबत जाणं टाळलं.

"तुम्ही व्हा पुढे. मी येतोच मागून."

"तसं नाही आमच्यासंगं आदुगर चला." त्या दोघांनी आग्रह धरला.

"अबे, तिथे येऊन मी काय करू? गाववाले माह्या मनचं ऐकतील का? पाहा, तुम्हाले काय करायचं ते?" बोलणं आखडतं घेऊन लिंबा घरात गेला.

गौतमला अन् नागसेनला त्याचा भलताच दिमाख आला; पण ही वेळ त्याच्यावर रागवायची नव्हती. नाइलाजाने ते तसेच बौद्धवाड्यात आले; पण बौद्धवाडा वसान पडला होता. बायका-माणसंच काय पण एकही लेकरू-बाळ बौद्धवाड्यात दिसत नव्हतं... सगळे जीव घेऊन पळून गेले.

गौतम, नागसेन हे दोघं तसेच धावत-पळत फाट्यावर आले... एका जीपमध्ये बसून अनसिंगला आले... त्यांनी पोलीस स्टेशनला जाऊन रिपोर्ट दिला. पोलिसांनी व्हॅन काढली... गौतम, नागसेनला घेऊन वडगावला पोहोचले. सगळी परिस्थिती

पाहून गौतम, नागसेन यांच्या सूचनेनुसार तीसजणांना अटक केली. त्यात लिंबा बेल्याही होता.

"म... मी, मी काय केलं?" असं म्हणत लिंबा बेल्यानं आपण जणू त्या गावचेच नाही असं दाखवलं; पण पोलिसांनी त्याचं काहीही ऐकलं नाही. त्याच्यासह गावातल्या इतरांना पोलिसांनी गाडीत कोंबलं अन् पोलीस स्टेशनात आणलं. विनायकसाठी रचलेल्या सापळ्यात स्वतः लिंबाच अडकला. विनायकलाही अटक झाली पाहिजे असं त्याला मनोमन वाटत होतं. चार-पाचशे रुपये जमादाराला देऊन विनायकलाही अटक करायला सांगावं, असा विचारही त्याच्या मनात आला... पण तसं करण्याची त्याला गरज पडली नाही. पोलिसांनीच विनायकला त्याच्या मामाच्या गावी जाऊन अटक केली... त्याने लिंबा खूश झाला.

मात्र, त्यामुळे भगवान पाटलांची धावपळ झाली. त्यांनी पालकमंत्री, खासदार, स्थानिक आमदार यांच्याशी संपर्क साधला. पं. स. सभापती अन् इतर ओळखीच्या नेत्यांना प्रत्यक्ष मध्यस्थी करायला लावली. पोलीस एकट्या विनायकला सोडायला तयार झाले... कारण घटना घडली, तेव्हा तो त्या ठिकाणी नव्हता... पण भगवान पाटलांनी ती गोष्ट मान्य केली नाही.

"सोडत असाल तर सर्वांनाच सोडा; नाहीतर सर्वांनाच आत राहू द्या."

भगवान पाटलांच्या या भूमिकेमुळे पोलिसांनी कोणालाच सोडलं नाही... भगवान पाटलांनीच त्या सर्वांना जामीन मिळवण्यासाठी आटापिटा केला. पंधरा दिवसांनी सगळ्यांना मोकळं सोडण्यात आलं.

बाहेर आल्यावर लिंबाला त्याच्या भावांकडून अन् बाकीच्या लोकांकडून या गोष्टी कळल्या... तेव्हा त्याला भगवान पाटलाचं मोठेपण लक्षात आलं आणि स्वतःचीच लाज वाटू लागली... विनायकला अटक व्हावी म्हणून आपण जमादाराला पैसे देण्याचा विचार करत होतो... तेच भगवान पाटील आपल्यासकट सर्वांना सोडण्याचा हट्ट धरून बसले... त्याच्या मनावर या गोष्टीचा परिणाम झाला अन् त्याने पोलीस स्टेशनसमोरच भगवान पाटलांचे पाय धरले. या भानगडीत सगळ्या कुणब्यांची व गावाची एकी झाली हे पाहून भगवान पाटलांना आनंद झाला. वाइटातून चांगलं निपजलं याचाच तो आनंद होता.

या सगळ्या गोष्टींत पंधरवडा गेला. परभूच्या जिवाला दम नव्हता. तहान, भूक विसरून तो भगवान पाटील सांगतील तिकडे दौडत राहिला. सर्वांच्या जमानती झाल्या; पण गावातलं वातावरण अजूनही गरमच होतं. वडगावात रात्रंदिवस तीन पोलिसांच्या ड्युट्या लावल्या गेल्या. गावातला ताण थोडा सैल झाला अन् आता त्याला आठवण आली तायडे गुरुजींची. हेडमास्तर गावंडे गुरुजींनी तायडे गुरुजींसाठी खोली पाहायचं काम त्याच्यावर सोपवलं होतं... आपण 'हो' म्हणूनही खोली पाहू

शकलो नाही. काय वाटलं असेल गावंडे गुरुजींना, तायडे गुरुजींना? गावंडे गुरुजींचं सोडा... ते आपल्या समाजाचे नाहीत; पण तायडे गुरुजी...? जातीसाठी माती खावी म्हणतात... माती खाणं तर सोडाच; पण आपण तायडे गुरुजींसाठी एक खोली पाहू शकलो नाही. ते काही नाही! आता आपल्या मागचा गावातला ताण संपला... आता आपल्याला भरपूर वेळ आहे... तायडे गुरुजींनाच सोबत घेऊ अन् मांगवाड्यात एखादी खोली पाहू. मग चलायचं आताच तायडे गुरुजींकडे...? त्यानं स्वतःलाच प्रश्न केला अन् तो लगेच शाळेकडे निघाला.

रस्त्याने जाताना त्याला कितीतरीजण भेटले... पण त्याच्याशी फारसं कोणीच बोललं नाही. हा त्याचा एकट्याचाच अनुभव नव्हता... तसा प्रत्येकालाच अनुभव येत होता... त्याचं कारण गावातलं तणावाचं वातावरण. गावात हजर असणारे पोलीस... आपण कोणाशी बोलावं, अन् नेमका पुतळ्याच्या भानगडीचा विषय निघावा... तो पोलिसांनी ऐकावा... अन् मग आपल्याला अटक करावी... अशी भीती प्रत्येकाला वाटत होती... तसं पोलिसांनीही रस्त्यावरून सोबत-सोबत जाणाऱ्या दोघा-चौघांना दरडावलं होतं... त्यामुळे कोणीही कोणासोबत जात-येत नव्हतं किंवा बोलतही नव्हतं.

पोलीस संरक्षणामुळे गावावरून पळून गेलेली बौद्ध मंडळी गावात आली... तरी तेही धास्तावलेलेच होते... मात्र, गावोगावचे त्यांच्या पक्षाचे पुढारी त्यांना दररोज भेटायला येऊ लागले... 'भिऊ नका' म्हणून सांगू लागले.

"काय प्रभू, कुठे निघाला?" विचार करत चाललेल्या परभूला त्या आवाजाने भानावर आणलं. समोरून ठाकरे पांडेबुवा येत होते. पांडेबुवा म्हणजे तलाठी. गेल्या आठ-दहा दिवसांत त्याची अन् पांडेबुवाची गाठभेटच नव्हती. 'चल' म्हणत पांडेबुवा रस्त्याने चालतच राहिले. नाइलाजाने शाळेत जायचा नाद सोडून त्याला परत फिरावं लागलं; पण त्याच्या मनातून तायडे गुरुजींसाठी खोली पाहायचा विचार गेला नाही. दिवस कामातच गेला. रात्र झाली. तो अन् येसाजी जेवायला बसले. बायजा चुलीजवळ अंग शेकत बसलेली... पारू त्या दोघांना वाढू लागली.

"परभू" एकाएकी बायजा बोलली.

"काय मा?"

"पाह्यटं दोन मास्तर आले व्हते बाप्पा!"

"मास्तर?" त्याचा घास हातातच राहिला.

"मनत, कुठं गेले परभू भौ? तू नेमकाच धरून गेलता."

"आणखी काय मनत?"

"काही मनले नाही. म्या इचार्लंबी, काय काम व्हतं, मनून? तं मनले, एऱ्ही सहज इचार्लं."

त्याचं जेवणातलं लक्षच उडालं. त्यानं हात आखडता घेतल्याचं येसाजीच्या लक्षात आलं, तेव्हा बायजानं चौकशी केली,

"का रे, काय व्हतं, काही भानगड-गिनगड व्हती का?"

"नाही, भानगड नव्हती."

"मंग?"

"आपल्या जातीचा नवा मास्तर आला आपल्या गावच्या शाळेत."

"काय आडनाव हाये त्याचं? कोण्या गावचा हाये?"

"आडनाव तायडे हाये. गाव कोणतं हाये ते मलेबी माहीत नाही."

"त्याचं काय मंग?"

"त्याले खोली पाह्यजे व्हती राह्याले."

"मांगवाड्यात?"

"हं."

"मांगवाड्यात कोणाजवडे हाये त्याले राहायसाटी खोली शिल्लक मनावं? इथं तं ज्याचे त्यालेच घरं पुरेनात. तरी बरं, सरकारनं झोपडपट्ट्या बांधून देल्या. त्याच्यानं अर्धेनिर्धे मांग तिकडे राह्याले गेले."

"काऊन नाही?" पारूनं सुचविलं. "त्या बँडवाल्याची तं एक खोली रिकामीच हाये."

खरं होतं तिचं म्हणणं, गणानं तीन खोल्यांचं घर बांधलं होतं. त्यांचा वावर दोन खोल्यांतच होता. तिसऱ्या खोलीवर फुटके टिन होते, तिची मागची भिंतही खचली होती; त्यामुळे तिच्यात अडगळीचं सामान पडलं होतं.

"ती पडकी खोली?" येसाजीनं नाक मोडलं. "पाऊस आला की, बदाबद गळते बी."

"त्या मास्तरनं सुदे पत्रे आणून टाकले तं नाही व्हतं, तसीच भितबी बांधून घेवावं; नाही, तं सध्याचा एखांदा ताटवाच बांधावं?"

"तुव्हं समदं खरं; पण त्या मास्तरचं मननं आलं की, मले खोली अडचणीची असली तरी चालेल; पण माणसं माणुसकीची पाह्यजेत. त्याले संगं बायको आणायची मने."

"मंग हाये अडचणच. बायको-गियको घेऊन त्या खोलीत राह्याले नाही जमणार मनावं; गण्या अन् गण्याचे भाऊ कोणते सुदे हायेत, बटके?" येसाजीनं आपला विचार मांडला.

"त्याले मनलं अनसिंगाऊन जाणं-येणं कर तं नाही करणारं मनला, झोपडपट्टीत राहाय मनलं; तं ते बी नाही मने राहीन तं मांगवाड्यातच."

"इतका काय आग्रेव हाये मनावं बाप्पा तुहा?"

"मा, त्यो मने, मांगवाड्यातच राह्याचं."

"मंग कशी सोय लावतं त्याची?"

परभू विचारात पडला. काही वेळानं पारूकडे पाहात बोलला,

"असं केलं तं जमंल?"

"कसं?"

"आपली पुहुडची वसरीची खोली देली तं."

"अरे, कसा येडा हायेस तू? आपली खोली देल्यावर आपला कसा निभाव लागंल घरात?"

"बापू, आपण राहू तसेच कसेबी. कावं, कसं?"

"ते काय नका; आपली खोली नाही देयाची" पारूनंही नकार दिला.

यावर तिची नंतर समजूत घालता येईल असा परभूनं मनात विचार केला, तेव्हाच पुस्तक वाचत बसलेल्या संतोषनं विचारलं,

"बा, कोणाच्या खोलीची गोष्ट चालली?"

"आपल्या गावच्या शाळेत नवीन आलेल्या तायडे मास्तरची."

"त्या मास्तरनं खोली घेतली."

"कोणाची?"

"बँडवाल्याची."

"बँडवाल्याची?"

"परभूला जणू इंगळी डसली."

"तुले कसं माहीत?"

"बँडवाल्याचा इज्या सांगू लागला माह्यादेखता पोरायले."

बँडवाल्याचा विजू म्हणजे गणाचा मोठा मुलगा.

"काय मने?"

"ती पडकी खोली देली मने मास्तरले राह्याले. आईतवारी सामाईन आणणार हायेत मने ते मास्तर."

"अरे! अरे!" परभूचा जीव कळवळला अन् त्यानं पुढचं ताट लोटलं.

"आत्ता काऊन अर्ध्या ताटाऊन उठले? जेवा ना पोटभर!" पारूनं चिंतातूर सुरात म्हटलं.

"भरलं माहा पोट."

संतोषनं सांगितलेल्या बातमीने तो प्रचंड अस्वस्थ झाला. गावातल्या, मांगवाड्यातल्या बिघडलेल्या वातावरणात आपल्या मदतीला एक शिकला-सवरलेला शहाणा माणूस यायला याचा त्याला जो काही आनंद झाला होता, त्यावर विरजन पडलं.

त्याला भीती वाटत होती. ती अशी की, आपण तायडे मास्तरांना खोली पाहून

देण्यास मदत केली नाही; त्यामुळे आपल्याबद्दल त्याच्या मनात वाईट ग्रह निर्माण होणं साहजिक आहे; शिवाय गणा आपल्याबद्दल मास्तरला काही-बाही सांगून त्यात भर टाकील... मास्तरांचा अन् आपला कधी संबंध येऊ देणार नाही... मास्तरही त्याच्या म्हणण्यानुसार वागेल... एक चांगला माणूस वाया जाईल... जर तसं काही झालं तर त्याला जबाबदार आपणच राहू.

त्याला वाटलं, असंच उठावं, मास्तरांची भेट घ्यावी... अन् त्यांना सारं काही सांगावं... वाटल्यास त्यांची माफीही मागावी... अशी शिकलेली शहाणी माणसं जोडली तरच आपलं काही कल्याण होईल...

❋❋❋

परभू पाटलाच्या घरून आला. मांगवाड्यातून येताना त्याला तायडे मास्तरांची खोली उघडीच दिसली. आज रविवार, सुटीचा दिवस असूनही मास्तर मुक्कामी राहिले, याचं त्याला नवल वाटलं. खोलीत स्टोव्ह चालू होता. बहुतेक मास्तरांचा स्वयंपाक चालू असावा.

जावं का आत? भेटावं मास्तरांना? परभूच्या मनात विचार आला. गेल्या सोमवारपासून मास्तर या खोलीत राह्यला आले; पण त्यांची आणि परभूची एकदाही गाठभेट झाली नाही. खरं तर आपणहून त्यांची भेट घ्यावी अन् आपण त्यांच्यासाठी खोली पाहू शकलो नाही याबद्दल त्यांची क्षमा मागावी असं त्याला अनेक वेळा वाटलं. त्यासाठीच त्यांची भेट घेण्याची तीव्र इच्छा होती; पण आपण त्यांच्या खोलीत कसं जावं? आपण गेलो अन् गणाला हे कळलं तर? तो आपल्याशी भांडण उभं करील किंवा मास्तरांना खोलीतून बाहेर काढेल. म्हणजे मास्तरांचीच अडचण होईल; त्यामुळे त्याने आपल्या इच्छेला आवर घातला.

पण आज त्यांची खोली उघडी पाहून आणखी एकदा त्यांना भेटण्याची इच्छा अनावर झाली.

"आपल्या घरीच बलावून घेऊ त्यांना चहा प्यायला." असा विचार करून तो तसाच घराकडे निघाला.

घरी जेवण करण्यासाठी पारू त्याची वाटच पाहात होती.

"चाल वाढ!" हातपाय धुवून तो जेवायला बसला.

तिने त्याला वाढलं.

"बापू जेवले?"

"हो."

"कुठं बाहीर गेले?"

"हं, गावातल्या नाना डॉक्टरकडं गेले."

तुकाराम बेल्याचा नाना वर्ध्याला राहून १५ दिवसांचं डॉक्टरकीचं शिक्षण घेऊन आला अन् गावातल्या गावात डॉक्टरकीचा धंदा करू लागला.

"काऊन, काय दुखते?"

"पोट दुखते मनतं."

येसाजीचं पोट दुखणं बरंच जुनं होतं. जुनं म्हणजे तरी आठ-दहा वर्षांपासूनचं. त्यासाठी दोन-तीन वेळा वाशिमला खासगी दवाखान्यातही नेऊन दाखवलं होतं. डॉक्टरांनी फोटो काढले होते. "अल्सर आहे" असं डॉक्टरांनी निदान केलं होतं, औषधं लिहून दिली होती. काही पथ्ये सांगितली होती. येसाजी पथ्यं-पाणी सांभाळीत होता; तरी पोट कधी-मधी दुखेच.

"कव्हापासून दुखायलं?"

"चार-पाच दिवसांपासून."

"वाशिमलेच न्या लागंल. सरकारी दवाखान्यात. पोटाच्या दुखण्याचा एक चांगला डॉक्टर आला मनं. भगवान पाटलाच्या मधव्या सुनंले नेलं व्हतं त्यांच्याकडे माघल्या महिन्यात. त्यानं मशिनमधे तपासलं, मंग औषधी देली. आता तिले आराम हाये. आगुदर तं ती निऱ्हा पोटानं तडफडतच जाये.

"माहीत हाये मले" पारूनं तांब्या भरून दिला.

"तुमचे जेवणं राह्यले असतील?"

"मंग, तुमच्याआंधी जेवून बसलो का काय आम्ही?"

"आम्ही" असं म्हणण्यात पारूनं स्वतःबरोबर आपल्या सासूचा-बायजाचाही उल्लेख केला होता. बायजा अंगणातल्या लिंबाच्या झाडाखाली बसली होती.

परभूचं जेवण आटोपलं.

"घ्या जेवून तुम्ही." तो म्हणाला.

"द्या धाडून आत्याबाईले घरात."

"मा, जाय जेवाय घरात." तो बाहेर येऊन बायजाला म्हणाला.

बायजा उठली, घरात गेली.

परभू दात कोरत लिंबाखाली उभा राहिला.

"राम राम भौ." त्याच्या कानावर आवाज आला.

तायडे मास्तर होते ते. ते परभूच्याच घरी आले होते.

"या गुर्जी." परभूनं चेहरा पाडून म्हटलं,

"घंटाक्शानं मी बलावणारच व्हतो तुम्हाले. पंधरा-वीस मिनटाआंधी तुमच्या दारावरून आलतो, ते तुमचा स्टो चालू व्हता."

"हो, खिचडी टाकली होती."

"जेवण झालं मंग? बसा."

"हो, जेवलो अन् इकडेच आलो. म्हटलं, साताठ दिवसांपासून या मांगवाड्यात आपण राहायला आलो, तरी भाऊची अन् आपली भेट झाली नाही."

"गावातल्या भानगडीमुळं फुरसतच व्हत नाही. रात-दिवस त्यातच बुडाल्यासारखा झालो, आज आईतवार हाये मनून जरासा आराम हाये. तरी पहाटंपासून आतारोक पाटलाच्याच घरी व्हतो."

पुढच्या वसरीत परभूनं मास्तरांना बसायला टाकलं.

"कां, संपली नाही ती भानगड?"

"इतक्या लवकर कशी संपंल? नेमकीच सुरुवात झाली मना. भानगडी करणं सोप्या असतात. त्या निपटणं सोप्या असतात का? भल्या भल्याच्या नाकी नवं येतात. पोलीस स्टेशन आदुगर चुरू चुरू खाते. मंग उरलं-सुरलं कोर्ट खाते. इतकं व्हवून कोर्ट काय निकाल देते ते काय सांगावं?"

"झाल्या का जमानती सगळ्याजणांच्या?"

"हो झाल्या; पण पंधरा दिवस सगळ्याह्यले पोलीस कोठडीत राहावं लागलं. त्यातले दोघं-तिघं सोडले तं बाकीचे आता मंतात, नाहाकच भानगडीत पडलो.

"म्हणजे या भांडणात गाववाल्यांची एकजूट नाही का?"

"हाये ना. सगळा गाव अटक झालेल्या लोकाह्यच्या मागं हाये. तुम्ही हा मनून सांगतो... हे लोक सुटून आले त्याच दिवशी गावातल्या कारभारी मंडळींची पाटलाच्या घरात मीटिंग झाली. त्या मीटिंगीत सगळ्याह्यनं ठराव पास केला... पहिली गोष्ट बौद्ध मंडळींवर बहिष्कार टाकायचा... अन् ही केस लढवण्यासाठी लागणारा खर्च सगळ्यांनी वर्गणी जमा करून करायचा... इतकंच काय भगवान पाटलाचा अन् विनायक सरपंचाचा रात-दिवस विरोध करणारा लिंबा बेल्याबी सुतासारखा सरळ झाला."

"पण एक लक्षात घ्या... बौद्ध समाजाच्या लोकांची एकजूट कमालीची असते. हे कुणबी चार दिवस एकत्र येतील... पुढे या प्रकरणाचा विसर पडत चालला की, यांच्यातलेच काहीजण एकमेकांच्या विरोधात काड्या करायला सुरुवात करतील... खरं सांगायचं म्हणजे बौद्ध समाजाएवढा एकजुटीनं वागणारा समाज मी पाहिला नाही. गावात तर त्यांची कमालीची एकजूट असतेच; पण त्यांच्या गावपातळीवरच्या एकजुटीला बळ देणारे त्यांच्या जातीच्या पक्षातले, काही संघटनांचे तालुका, जिल्हा, राज्यस्तरावरचे पुढारीही जातीने लक्ष पुरवतात... भलेही ते तिकडे आपसात भांडतील, झगडतील; पण अन्याय झालेल्या आपल्या समाजबांधवांना ते वाऱ्यावर सोडत नाहीत. याच भानगडीत पाहा, या लोकांच्या पुढाऱ्यांनी कसं रानं उठवलं? वर्तमानपत्रांतून गावकऱ्यांच्या विरोधात किती भडक बातम्या आल्या... त्यांनी मोर्चे काढून, उपोषणं करून, मेळावे भरवून अटक केलेल्यांना सोडू नका म्हणून पोलिसांवर

दडपण आणले... एक गोष्ट तुमच्या लक्षात आली असेलच?''

''कोणती?''

''गावातून पळून गेलेल्या बौद्धांना त्यांच्या पुढाऱ्यांनी परत गावात आणलं.''

''हो.''

''म्हणूनच मी म्हणतो यांच्यात एकीनं, संघटितपणे झुंजण्याची जिद्द फार जबर असते. डॉ. बाबासाहेब आंबेडकरांची 'संघटित व्हा, संघर्ष करा' ही शिकवण ते तंतोतंत अमलात आणतात. त्याच जोरावर गाववाल्यांनी बहिष्कार टाकला तरी ते त्याला भीक घालत नाहीत. खरं तर जगण्यासाठी ते गाववाल्यांवर अवलंबून राहातच नाहीत. गावात पोट भरत नसेल तर सरळ गाव सोडतात, कुठेही काम करायला जातात. उलट गाववाल्यांचं त्यांच्यावाचून अडतं. त्यांच्यावर बहिष्कार टाकला की, तेवढीच मजुरांची संख्या कमी होते; त्यामुळे अशा प्रकरणात गाववाल्यांनाच कधी ना कधी माघार घ्यावी लागते. तुमच्या याही प्रकरणाचा शेवट मी म्हणतो तसाच होईल. भलेही वर्ष-दोन वर्षं कोर्टात केस चालेल; पण शेवटी गाववाल्यांनाच बौद्ध मंडळींशी समझोता करावा लागेल. इतकंच नाही तर ते म्हणतील, त्याच जागी बाबासाहेबांचा पुतळा उभारू द्यावा लागेल!''

''नाही पण गावकऱ्यांची मीटिंग...''

''होऊ द्या मीटिंग... गावकऱ्यांनी अशा दहा वेळा मीटिंगी घेतल्या तरी काही फरक पडणार नाही.... बौद्ध समाजासारखी बाकी समाजांची एकी नाही. बाकी समाजांची खेकड्यांसारखी गत असते... ते एकमेकांचे पाय ओढतात... एकमेकांचा द्वेष करतात, हेवेदावे करतात. बौद्ध समाजात असं होत नाही. पाटील-कुणब्यांसारखे जर बौद्ध तालेवार, पैसेवाले असते ना, तर त्यांनी पूर्वेकडून उगवणाऱ्या सूर्याला पश्चिमेकडून उगवायला भाग पाडलं असतं. ही जिद्द, ही चिकाटी त्यांच्यात डॉ. बाबासाहेब आंबेडकरांनी निर्माण केली. असा एकी निर्माण करणारा क्रांतिसूर्य आपल्या समाजाला अजूनतरी लाभलेला नाही. लवकरच लाभेल अशी आशा करायला हरकत नाही.''

''पण एवढा जोर देऊन तुम्ही कसे काय बोलता?''

''बऱ्याच गावच्या भानगडींचा मी अभ्यास केला. अगोदर एकजूट दाखवणाऱ्या गावकऱ्यांत मग फूट पडते. प्रत्येकजण आपापला स्वार्थ पाहतो अन् एकजुटीतून अंग काढून घेतो. जे उरतात, त्यांत गावात राजकारण करणारे पाटील, सरपंच, सदस्य, कारभारी असेच असतात. त्यांना पुढे ग्रामपंचायतीचा मेंबर किंवा सरपंच म्हणून निवडून यायचं असतं. म्हणून ते मवाळ बनतात. मतांसाठी बौद्धमंडळींना चुचकारतात, त्यांच्याशी सलोखा करतात अन् ते म्हणतील तसं वागतात. तसं न वागतील तर निवडणुका तोंडावर आलेल्या असतात.''

"काय सांगावं, तुम्ही मनता तसं व्हईल बी!" असं म्हणून तो घरात गेला. पारूला जेवण आटोपल्यावर कपभर चहा करायला सांगून परत आला.

"समजा, कल्पना करा; काही कारणाने पुढे भविष्यात आपल्या समाजावर या कुणब्यांनी असाच बहिष्कार टाकला तर काय होईल असं तुम्हाला वाटतं?" मास्तरांनी विषय बदलला.

"मले नाही वाटत आपला समाज बहिष्कारात टिकाव धरून राहील."

"तुमचं म्हणणं बरोबर आहे. त्याची कारणं सांगता येतील?"

"तशी पाळीच काहाले येईल आपल्या समाजावर?"

"ते काही सांगू नका. फार लवकर आपल्यालाही गाववाल्यांच्या विरोधात संघर्षासाठी उभं राहावं लागणार आहे. आपल्यासाठी क्रांतीची मशाल घेऊन एक माणूस येत आहे."

"खरं मनता?"

"तुम्हाला काहीच माहिती नाही?"

"नाही बॉ!" परभूनं कपाळाभर आठ्या पाडल्या.

"त्या माणसाने आपल्या समाजाचीही एक संघटना स्थापन केली. तिचं नाव अखिल महाराष्ट्र मातंग संघ. डॉ. अण्णासाहेब भोपळे हे त्या माणसाचं नाव. मुंबईला वेगवेगळ्या झोपडपट्ट्यांत राहणाऱ्या मातंग समाजाची त्यांनी एकजूट घडवून आणली. मुंबईच्या विविध भागांत त्यांनी संघाच्या शाखा स्थापन केल्या. १७ जानेवारी १९८२ रोजी मोहना गावी त्यांनी जाहीर शपथ घेतली, 'जगेन तर समाजासाठी, मरेन तर समाजासाठी.' त्यांच्या रूपाने आपल्या समाजाला नवा नेता मिळाला."

"अं, हे माहीतच नव्हतं बॉ! काय काय कामं केले त्याह्यनं?"

"मुंबईत वेगवेगळ्या झोपडपट्ट्यांत राहणाऱ्या मातंगांच्या वेगवेगळ्या समस्या सरकार दरबारी जाऊन सोडवल्या. त्यापेक्षा एका महत्त्वाच्या गोष्टीसाठी त्यांचा लढा सुरू आहे, तो म्हणजे लोकशाहीर अण्णाभाऊ साठे विकास महामंडळ स्थापन व्हावे म्हणून!"

"हे अण्णाभाऊ कोण?"

"ते आपल्या समाजातले एक फार मोठे लेखक, शाहीर होऊन गेले. त्यांनी अनेक कथा-कादंबऱ्या लिहिल्या, त्यांच्या कादंबऱ्यांवर सिनेमे निघाले, त्यापेक्षा त्यांनी कामगारांसाठी लढा दिला. 'ही पृथ्वी शेषाच्या मस्तकावर तरली नसून, कष्टकऱ्याच्या तळहातावर तरली आहे' असं ते म्हणाले. त्या अण्णाभाऊंच्या नावावर हे मंडळ फक्त मातंगांसाठीच असेल."

"हे मातंग कोण?"

"मातंग म्हणजे आपण मांग, पुराणकाळात म्हणजे रामाच्या काळात दक्षिण भारतात मतंग नावाचे मोठे ऋषी होऊन गेले, ते महान तपस्वी होते. त्यांच्यापासूनच आपल्या समाजाची निर्मिती झाली असं म्हणतात. म्हणून मतंगापासून झाले ते मातंग जसं रघूपासून राघव म्हणजे रामाच्या कुळातले. यदूपासून यादव म्हणजे कृष्णाच्या कुळातले."

"अस्सं आहे का ते?"

"हे महामंडळ सरकारनं स्थापन केलं तर वेगवेगळे उद्योग-धंदे करण्यासाठी आपल्याला सरकारी पैसा उपलब्ध होऊ शकेल. कोणीही बेरोजगारीने उपाशी मरणार नाही."

"उद्योग-धंद्यासाठी मनल्यावर फडे, कणग्या तयार करायच्या कामासाठी पैसा भेटंल का?"

"नाही. फडे, कणग्यांसाठी मोठ्या भांडवलाची गरजच काय? उद्योग-धंदे म्हणजे शहरात जसे वेगवेगळे कारखाने असतात तसे कारखाने, वेगवेगळे व्यवसाय, दुकान काढणे. तुम्ही म्हणाल, आपले लोक कुठे असे उद्योग करणार? पण ते शिकले, सवरले तर नक्की करतील. दुसरी गोष्ट- या अ. म. मातंग संघाची दुसरी मागणी अशी आहे की, प्रत्येक खेडेगावातील पडीत जमिनीवर आपल्या लोकांनी जे अतिक्रमण केले ती जमीन त्यांनाच भाडेपट्टीने मिळावी."

"हं, अशी जमीन आपल्या मांगवाड्यातल्या बऱ्याचजणांनी वाहितीला काढलेली हाये."

"पण ती त्यांच्या मालकीची थोडीच आहे?"

"नाही."

"मग ती सरकारने कसणाराला भाडेपट्टीने द्यावी अशी मागणी आहे."

"मंग तं चांगलंच काम दिसते या संघाचं?"

"हं, हळूहळू या संघाच्या शाखा आता महाराष्ट्रभर सुरू करण्यात येणार आहेत."

"मंग ते बरं, आपला समाज एक व्हईल."

"एक व्हायलाच पाहिजे."

"पण गुर्जी, या सगळ्या भानगडी तुम्हाले कशा माहीत?"

"माझा मोठा भाऊच त्या डॉ. भोपळे यांच्या संघटनेत त्यांच्या बरोबर मुंबईत काम करतो. सत्तर-एकाहत्तरच्या दुष्काळात तो काम मिळवण्यासाठी मुंबईला गेला होता. काम करताकरता त्याचा डॉ. अण्णा भोपाळेंशी संबंध आला. अण्णांचं काम त्याला आवडलं. त्यानं त्यांच्या सोबतच राह्यचं ठरवलं."

"व्वा! हे तर लईच मस्त झालं. तुमचे भाऊ येतात का कव्हा गावाकडे?"

“हं, येतात.”

“आले म्हणजे आपल्या इथं बलावून घ्या.”

“ते तर होईलच. त्यांच्याच सांगण्यावरून गावोगावच्या मातंग समाजाची आर्थिक, समाजिक, शैक्षणिक स्थिती कशी आहे, सरकारकडून कोणत्या योजनांचा त्यांना लाभ होतो. आपल्या तालुक्यात किती मातंग मतदार आहेत, कोण्या कोण्या कार्यालयात कोणकोणत्या पदांवर मातंग माणसं कार्यरत आहेत...? अशा अनेक गोष्टींचा मला अभ्यास करायचा आहे. याशिवाय मातंग समाजामध्ये त्यांच्यावर होणाऱ्या अन्यायाबद्दल, त्यांच्या विविध सामाजिक, राजकीय, हक्कांबद्दल जाणीव-जागृती करण्याचं मी ठरवलं आहे. सुरुवात आपल्या गावापासून करू या. त्यासाठी मला तुमच्या सहकार्याची गरज आहे.”

“मी काय सहकार्य करू? साधी खोली पाहा असं तुम्ही मनलं तरी माह्याच्यानं खोली पाह्यनं झालं नाही.”

“ते जाऊ द्या. तुमच्यामागं कामाचा कसा व्याप आहे हे मला माहीत झालं आहे. तुम्ही त्याचं काहीच वाटून घेऊ नका. आणखी एक गोष्ट मला आपल्या मातंगवाड्यातल्या मुलांबद्दल म्हणायची, ती अशी की, एवढ्या मोठ्या मातंगवाड्यात अजून एकहीजण मॅट्रिकपर्यंत शिकलेलं नाही.”

“ते कसं हाये गुर्जी? गावातली शाळा हाये तव्हरक शाळेत जायचं. गावातल्या शाळेत सातवा वर्ग पास झालं की, मंग अनसिंगले कोण जाते शिकाय? एखांद्या पोरानं जातो मनलं तरी माय-बाप जाऊ देत नाहीत. त्याच्या शिक्षणावर पैसा खर्च करणं इनाकारण वाटते त्याह्यले.”

“बरं, गावातल्या शाळेत तरी कुठे जास्त मुलं येतात? सतत गैरहजर राहणं, नापास होणं, मध्येच शाळा सोडून देणं हे प्रमाण मला जास्तच वाटतं. दुसरी गोष्ट अशी की, शाळेतलं मातंग मुलींचं प्रमाण फारच कमी आहे. पहिल्या ते सातव्या वर्गात फक्त सहा मुली आहेत. त्यात तुमची एक. याबाबत आपल्याला काहीतरी करावं लागेल. शिक्षण ही पुढच्या काळासाठी अत्यंत आवश्यक गोष्ट आहे. निदान आपल्या समाजासाठी तर आहेच आहे. डॉ. बाबासाहेब आंबेडकरांनी सर्व दलित समाजाला ‘शिका, एकजूट व्हा, संघर्ष करा’ हा मंत्रच दिला आहे. हा मंत्र आपणही ध्यानात घेतला पाहिजे. शिकल्याशिवाय आपल्यावर होणाऱ्या अन्यायाचं ज्ञान आपल्याला होणार नाही. शिकल्यानं माणसाच्या अंगी स्वाभिमान निर्माण होतो... हा स्वाभिमान आपल्या समाजाच्या अंगी ज्या दिवशी निर्माण होईल, त्या दिवशी आपण या गावकीच्या जोखडातून मुक्त होऊ...”

पारूने मध्येच मास्तरांसाठी चहा आणला; त्यामुळे मास्तरांच्या बोलण्यात खंड पडला. मास्तरांचं बोलणं परभूला ऐकतच राहावंसं वाटू लागलं; त्यामुळे मध्येच

चहा घेऊन आलेल्या पारूचा त्याला राग आला; पण तो प्रगट न करता तो चहा मास्तरांना घ्यायला लावून त्यांचा चहा संपण्याची वाट पाहू लागला.

***

हारजीच्या यंकाची बायको गवना मांगवाडा ओलांडून ओढ्याकाठी आली. ओढ्याच्या पलीकडच्या काठावर मांगांसाठी पिण्याच्या पाण्याची विहीर. सगळा मांगवाडा तिचंच पाणी पितो. मात्र, ओढ्याचं पाणी आटलं की, कुणब्यांच्या बायका मांगांच्या या विहिरीवर धुणं धुतात. धुताततही विहिरीच्या इतक्या जवळ की, धुणं धुतल्यावर ते धुण्याचं सगळं पाणी विहिरीत जाते, कारण विहिरीचं तोंड खचलेलं आहे. ते एका बाजूने भुईसपाट झाले. मांगांनी ग्रामपंचायतीकडे विहिरीचं तोंड बांधून देण्याची कित्येक वेळा मागणी केली; पण प्रत्येक सरपंचाने त्याकडे दुर्लक्ष केलं.

ओढा ओलांडून गवना विहिरीवर आली. तिला पटकन पिण्याच्या पाण्याची खेप नेऊन स्वयंपाक करायचा होता. कापूस वेचण्यासाठी तिला सीताराम बेल्याच्या वावरात जायचं होतं.

विहिरीवर तीन-चार कुणबिणी धुणं धूत होत्या. त्यात माजी सरपंच लिंबा बेल्याची सर्वात लहानी भावजय होती. स्वभावानं मोठीच आगजाळ होती ती. बाकीच्या तिच्यासारख्या पोरसवदाच होत्या; पण गरीब होत्या. त्याही बहुतेक सुनवायऱ्या होत्या.

"आता माय साधनाबाई, थांबा ना वं जराक्सं. मले एकदा खेप भरू द्या माय. सयपाकाले नेयाची." गवनानं लिंबा बेल्याच्या भावजयीला म्हटलं.

साधनानं धुणं धुयाचं थांबवलं तर नाहीच; पण आधी गावाकडे तोंड करून धुणं आपटत होती, तर आता तिनं नेमकं गवनाकडेच तोंड केलं. ते पाहून गवना कपाळावर आठ्या पाडून म्हणालीही, "आत्ता माय, काऊन वं हाटकोरवाणी करायल्या?"

बाकी पोरी मात्र धुणं धुवायच्या थांबल्या. त्या थांबल्या हे पाहून साधना त्यांना म्हणाली,

"धुवा न गं, काऊन थांबल्या?"

"अवं, ती बाई, पियाचं पाणी नेयाली, नाहाक बिचारीच्या खेपीत आपल्या धुण्याचं पाणी जाईल." त्यातली एक म्हणाली.

"जाऊ दे गेलं तं. अशी कोणत्या बामनाच्या चोद्याची हाये? मांगटीच मांगटी, ती बी निर्मळपणा कराय पाह्यते. निर्मळ चांगुणा अन् कुत्रं हुंगेना."

हे ऐकून गवनाला दिमाख आला. आमच्याच विहिरीवर धुणं धुवून आमच्याचसंगं शिरजोरी? हे तं भलतंच झालं? पण आपण झालो खालच्या जातीचे; ती झाली गावच्या माजी सरपंचाची भावजय. तिच्यासंगं आपण खेटा घेण्यात काय मतलब?

तिनं मांगटी म्हणलं तर काय बिघडलं? आपण आहोच मांगटे. हं, निर्मळपणाचं ना मनावं तिनं? आपण खालच्या जातीचे झालो म्हणून का गदळ राहतो का काय?... अशा विचारांनी तिनं मन काबूत ठेवलं. आलेला राग गिळला.

बाकीच्या पोरींना साधनाच्या बोलण्याचं आश्चर्य वाटलं. त्यातली शिवराम बेल्याची सून शोभा म्हणालीही, "आता माय, काऊन असे बोलून त्या बाईसंगं उपट झगडा करता?"

तशी साधना शोभावर डाफरली, "ए शोभे, तू मले शहाणपणा शिकवू नको, मले काय करायचं ते मी माहा पाहीन."

त्या पोरी एकमेकींकडे पाहात गप्पच राहिल्या.

गवनानं खेप टेकवली. विहिरीत दोर सोडला. बाटली पाण्यात बुडवून ओढत अर्ध्यात आणली, तेव्हा साधनानं मुद्दाम टोपल्यात लुगडं भिजवून ते गवनाच्या दिशेनेच आपटलं. त्याचं सगळं पाणी गवनाच्या अंगावर तर आलंच; पण बाटलीतही गेलं. आता मात्र गवनाला दम निघाला नाही. ती हातची बाटली तशीच ओढायची ठेवून साधनाला म्हणाली,

"आत्ता काऊन असा धेवपाट घेतल्यावाणी करायल्या वं? म्या काय तुमचे केळीचे बाग कापले? आमच्या पाणी पेयाच्या इहिरीवर तुम्ही धुणं धुता. आम्ही मातर घरी पाणी नेऊन धुणं धुतो. काऊन तं इहिरीचं पाणी खराब व्हते. तुम्ही मातर याचा इचार करत नाही. बरं ते जाऊ द्या. धुवू धुतलं तं; आता हे असं जाणून माह्या खेपंवर धुणं बुडवू बुडवू आपटायल्या. असं हाये तरी काय तुमच्या मनात? असा काय गुन्हा केला म्या तुमचा, मनून एवढ्याभार माह्यासंगं खेटा घेयाल्या?"

"ते तुह्या नवऱ्याले इचार! खाता त्याच ताटात हागता तुम्ही लोक."

"आँ, असं काय केलं माह्या नवऱ्यानं?"

गवनाचा नवरा- यंका गावकीचं काम करतो. लिंबा बेल्याच्या घरच्यांनी काही काम सांगितलं असंल ते काम बहुतेक यंकानं ऐकलं नसेल, म्हणून त्या गोष्टीचा राग ही साधना आपल्यावर काढते. खरं तर कुणब्यांच्या बायकांनी पाणी भरू नये म्हणून सगळ्या मांगवाड्याने विरोध करायला पाहिजे; पण मांगवाड्यात कोणाचंच खेटर कोणाच्या पायात नाही. प्रत्येकजण 'आपल्याले काय करायचं?' असं म्हणून या गोष्टीकडे दुर्लक्ष करायला. बरं, गावातल्या आणखी कोणं या बाबतीत पुढाकार घ्यावा तर त्यांना काय या गोष्टीचं ऊन-हिवसं? पहिला गुन्हा कुणब्याच्या बायकांनी या विहिरीवर धुणं धुणं. दुसरा गुन्हा साधनानं सरळ सरळ गवनाच्या अंगावरच धुण्याचं पाणी जाऊ देणं.

"इचार घरी जाऊन तुह्या नवऱ्याले!"

"मी तं इचारतोच; पण तुम्ही सांगा काय झालं ते?"

“माह्या नवऱ्याजवळून त्यानं दोनशे रुपये घेतले, दोन मह्यने झाले.”

“काहासाटी घेतले?” यंकानं यातलं काहीचं गवनाला सांगितलं नव्हतं.

“आपरेशनची केस देतो मनला, मांगवाड्यातली कोणाची ते. ती केसबी तिकडे अन् ते पैसेबी तिकडेच.”

अस्सं आहे का हे? आता गवनाच्या लक्षात आलं. साधनाचा नवरा राजाराम कवठ्याला मास्तर आहे. मास्तर लोकांना सरकारनं महिन्याला कुटुंब नियोजनाच्या तीन-तीन केसेस द्यायला सांगितलं. जो केसेस देणार नाही, त्याला पगार मिळणार नाही, अशी तंबी दिली. बरं, ही गोष्ट नुसत्या मास्तरांसाठीच नाही तर बाकीच्या कर्मचाऱ्यांसाठीही लागू झालेली आहे; त्यामुळे केस मिळवण्यासाठी मास्तर, पटवारी, ग्रामसेवक, नर्स, कारकून असे सगळेच मरमर करतात. अशीच एक गोष्ट साधनाच्या नवऱ्याचीही झाली असेल. आपल्याला तर फक्त दोनच लेकरं आहेत. सध्या तं आपल्याला ऑपरेशन करायचं नाही. आपल्यासाठी थोडेच पैसे घेतले असतील? मांगवाड्यातल्या दुसऱ्या कोणासाठी घेतले असतील... तरी पण माणसं माणसं ती भानगड पाहून घेतील? या बाईने आपल्यासंगं का झगडावं? एरव्ही लिंबा बेल्याच्या घरचं एक माणूस धड नाही. त्याचा बाप रामा बेल्या तसाच होता. मेला, गेला उलथून; आता त्याच्यामागे त्याची ही भुतावळ उतू यायली... त्यात बायका चांगल्या निघावं तं त्याबी तशाच! खाणी तशी बाणी, व्हशील कोणावाणी?... माणसं काहीबाही, ही बाई त्याह्यच्यावर ताण करायली?.... का तिच्या घरच्या माणसाह्यनं असं आपल्याशी भांडण उकरून काढायले सांगितलं असंल तिले? कांही सांगता येत नाही त्या हलकटायचं? आपल्या नवऱ्यानं तरी काहाले या भानगडीत पडावं व्हतं?

“तू माह्या नवऱ्याचे पैसे दे नाही तं तुही घागर नेतो माह्या घरी!”

“आता माय खरंच घागर घेता का काय माही? माय, मले एव्हीच उशीर झाला, मले पटकन पाणी नेऊ द्या. माह्या नवऱ्याची भानगड माह्यामांगं काहाले लावता? ते माणस माणसं पाहून घेतील.”

गवनानं बोलताबोलता विहिरीतली बाटली बाहेर काढली. ती खाली टेकवून ती साधनानं उचललेली घागर घेण्यासाठी पुढे झाली. किती झालं तरी तांब्याची घागर साधनाला गवना कशी घेऊ देईल? गवना विहिरीवरून खाली उतरली. दोघींची झटापट सुरू झाली. गवना घागर घेऊ देत नाही हे पाहून साधनानं तिच्या पोटात लाथ घातली. तोल जाऊन गवना विहिरीच्या काठावर पडली. बाकीच्या धुणं धुणाऱ्या पोरी डोळे वासून पाहू लागल्या.

गवना तशीच उठली.

“आत्ता माय, डोक्सं फुटलं वं तुमचं.” शोभा कळवळली.

गवनानं कपाळावरून हात फिरवला. सगळा हात रक्तबंबाळ झाला. खरंच डोकं फुटलं होतं. रक्त चाललं होतं.

"ए शोभे, तू काय मनून नाक खुपसायली आमच्या मंधात?"

"आत्ता माय, मले काय देणं-घेणं हाये? मले दिसलं डोक्स फुटलेलं, मनून मनलं. तुम्ही त्या बाईचा जीव बी घेतला इथं तं मले काय उन-हिवसं वाटणार हाये?" शोभा कचकचली.

"तुले काय वाटते, मंग भितो का काय मी, इचा जीव घेयाले?" असं म्हणता म्हणता तिनं हातातली तांब्याची घागर गवनाच्या टाळक्यात घातली. आधीच रक्तबंबाळ झालेली गवना या दणक्यानं झांजाळली. अन् 'मेली व माय' असं ओरडत मटकन खाली बसली, तेव्हा खापराच्या भरण्याचा आणखी एक रट्टा साधनानं तिच्या टाळक्यात घातला. मातीचं भरणं पटकन फुटलं; पण त्याच्या दणक्यानं गवना आणखीनच कळवळली.

"वाचवा, वाचवा; धावा, धावाऽऽऽ" शेवटी शोभालाच दम निघाला नाही, शोभा मोठमोठ्यानं ओरडू लागली.

तिचं ओरडणं ऐकून मांगवाड्यातले पाच-सहाजण धावून आले. त्यात बायकाही होत्या. पाहतात तर साधना गवनावर तुटून पडली होती. तिला लाथा-बुक्क्यांनी बडवत होती. मांगवाड्यातल्या बायकांनी तिला आवरलं, बाजूला केलं. माणसांनी गवनाला उभं केलं अन् तिच्या दंडांना धरून दोघांनी घराकडे चालवलं.

तिला मांगवाड्यातले माणसं-बायका नेत असलेले पाहून साधना चवताळून बोलली, "याद राख मनावं रांडं, आजच्या आज पैसे नाई देले तं उद्या तुहा मुडदाच पाडतो."

मांगवाड्यातल्या बायका-माणसांना ही पैशाची काय भानगड आहे, हे माहीत नसल्याने ते एकमेकांकडे कपाळांवर आठ्या पाडून नुसतेच पाहत राहिले.

तर गवनाच्या डोळ्यांपुढे एकाएकी अंधारी आली. तिला पाय उचलणंही सुचेना. ती जागीच थांबली आणि तशीच जागच्या जागी खाली बसली.

आता मांगवाड्यातून आणखी काही बायका-माणसं, पोरं पळत येत होती.

गवनाला अनसिंगच्या सरकारी दवाखान्यात हलवलं. तीन दिवस उलटून गेले. गावातली कितीतरी माणसं भेटून गेली. भगवान पाटील, सरपंच विनायक, बाकी कुणब्यांची, धनगरांची अन् इतर जातीपातींची कितीतरी माणसं, मांगांपैकी गणासकट सगळी माणसं दररोज येत-जात होती. गणाचं हे वागणं पाहून तर परभू भलताच अचंब्यात पडला. गणाच्या वागण्यात एवढा बदल कसा घडला, याचंच त्याला कोडं पडलं. परभूनं हा विषय येसाजीजवळ काढला, तेव्हा येसाजी म्हणाला,

"हे समदं राजकारण हाये."

"याच्यात काय आलं राजकारण?"

"हं, राजकारणच हाये हे. या साताठ वर्सात त्यानं मांगवाड्यातले एक-एक करून समदे तरणे पोरं बँडात कामाले लावून त्याच्याकडे वळून घेतले. राह्यले फक्त तुम्ही दोघं. एक यंका अन् दुसरा तू. यंकाच्या बायकोची ही भानगड झाली अन् त्याले संधीच भेटली. कोणं न मनता त्यो गवनाले भेटायले आला; मंजे आपोआपच यंकाच्या मनात त्याच्याबद्दल चांगलं मत व्हईल अन् आज ना उद्या असंच काही अटी-तटीचं कामं आलं तं यंका त्याच्याच मांघं जाईल."

"मंजे, मले एकटं पाडायचा डाव हाये का काय त्याचा?"

"हं, तसंच हाये."

"पण मले एकटं पाडून माहा काय हालकं-भारी करणारं हाये त्यो? मले का त्याच्या दारात भाकर-तुकडा मांघायले जा लागते?"

"परभू" येसाजी गंभीरपणे म्हणाला, "तुले नोकरी लागली, तुह्या अंगी अहंकार आला. मनून हालकं-भारीची भाषा करायला. ह्यो अहंकार सोडून दे. लीनता अंगी असू दे. अन् हे पाहाय, इथं सवाल भाकरी-पाण्याचा नाही. सवाल हाये एकटं पाडण्याचा."

येसाजीच्या या कानउघाडणीनं परभू सावध झाला. आपल्याला नोकरीचा अहंकार आला हे खरं, तो यापुढे येऊ द्यायचा नाही हे त्यानं मनोमन ठरवलं.

"यातलं राजकारण ध्यानात घे."

"असं कसं राजकारण?"

"तू गवनाले भेटायले काऊन आला? असं म्हणून गणासोबत यंकाले भांडता आलं नसतं. ना यंकाले 'याले येऊ देऊ नको' असंही म्हणता आलं नसतं."

आणखी एक गोष्ट झाली. गवनाला मारणाऱ्या साधनाचा भाया माजी सरपंच लिंबा बेल्या किंवा त्याचा एकही भाऊ गवनाला भेटायला आले नाहीत. उलट दोन-चारजणांजवळ त्यांचेच निरोप आले, 'पैसे आणून देले नाही तं दोघा नवरा-बायकोचे मुडदे पाडू.' या निरोपांनी यंका अन् गवना हादरले. गवना जास्तीचीच धाकी पडली. झोपेत बडबडू लागली. तिला झटके आल्यासारखे होऊ लागले. यंकानं परभूला हात जोडले, 'कसंही करून लिंबा सरपंचाले दोनशे रुपये देऊन टाक' अशी गळ घातली. परभूनंही स्वतःच्या खिशातून त्याचे पैसे देऊन टाकले.

या सगळ्या भानगडी तायडे मास्तरही निरखून पाहात होते. या प्रकरणाच्या मुळाशी जाऊन त्यांनी चौकशीही केली. माजी सरपंच लिंबा बेल्याचा भाऊ राजाराम मास्तरनं यंकालाच ऑपरेशन कर म्हणून दोनशे रुपये आगाऊ दिले होते. ऑपरेशन केल्यावर दोनशे रुपये देतो म्हणाला; पण यंकाची ऑपरेशन करायची तयारी नव्हती.

तरीही जबरदस्तीने त्याने पैसे दिलेच. नंतरही दोन-तीन वेळा यंकानं ते पैसे परत करण्याचा प्रयत्न केला; पण राजाराम मास्तरने ते घेतले नाहीत.

"तू ऑपरेशन करणार नसशील तर त्या पैशात मला मांगवाड्यातली कोणाचीही केस मिळवून दे." असं तो म्हणाला.

यंकानेही पैसे जवळ ठेवले. मांगवाड्यात चार-दोघांना केससाठी विचारलं; पण कोणी तयार झालं नाही. जवळचा मास्तरचा पैसा हळूहळू घर खर्चात गेला... मास्तरच्या बायकोनं, साधनानं गवनाला मारण्याच्या दोन दिवस आधी राजाराम मास्तरनं यंकाला स्वतःच्या घरी बोलावून "दोन दिवसांत पैसे परत कर, नाहीतर..." अशी धमकी दिली होती. राजाराम मास्तरनं यंकाला काही करण्याआधी साधनानेच गवनाला मारलं.

या प्रकरणाने मांगवाड्यात खळबळ माजली हे तायडे मास्तरांच्या नजरेतून सुटलं नाही; पण ही खळबळ प्रत्येकाच्या मनातल्या मनातच होती. तिनं उघड रूप धारण केलं नाही. गाववाल्यांनी तर इकडे सरळसरळ कानाडोळाच केला. आधीच बौद्धांच्या पुतळा प्रकरणात गाववाल्यांची चांगलीच शेकली होती. त्यात आणखी या नव्या भानगडीत पडून नसतं लचांड मागं लावून घ्यायला कोणी तयार नव्हतं... भगवान पाटलांनीही केवळ गवनाला भेटण्यापलीकडे काहीही केलं नाही हे तायडे मास्तरांच्या लक्षात आलं.

या सर्व गोष्टींनी तायडे मास्तर मात्र आतल्या आत अस्वस्थ झाले. एवढा अन्याय होऊनही ही माणसं मुकाट्यानं कशी सहन करतात? कोणीच कसं त्या लिंबा बेल्याला या गोष्टीचा जाब विचारत नाही? राहिलं त्याला बोलणं, विचारणं; कमीतकमी पोलीस स्टेशनला तक्रार तर नोंदवायची? पण यातलं कोणी काहीच करत नव्हतं.

याचं कारणही मास्तरांच्या लक्षात आलं. मांगवाड्यातल्या मंडळींची एकजूट नव्हती. गणा अन् त्याच्या मागे असणारी मंडळी लिंबा बेल्याच्या खास मर्जीतली; ती कशी लिंबा बेल्याच्या विरोधात जातील? राहिले खुद्द यंका अन् परभू. या दोघांची ताकद कमी पडत होती. काय करावं? आपण त्या दोघांना मदत करावी का? पोलीस स्टेशनमध्ये तक्रार नोंदवायला लावावी का? की मुंबईला डॉ. अण्णा भोपळेंसोबत अखिल महाराष्ट्र मातंग संघाचं काम करणाऱ्या आपल्या भावाला बोलावून घ्यावं?

मास्तरांना मांग मंडळींचं दुबळेपण जास्त बोचू लागलं. मांगांची संघटना, एकजूट नसल्यामुळे मार खाऊनही यंकाला, गवनाला पायात शेपूट घालून गप्प बसायची पाळी आली. हीच गोष्ट बौद्धांच्या बाबतीत घडली असती, तर त्यांनी सगळं आकाशपाताळ एक केलं असतं. मुंबईपासून त्यांचे नेते येऊन गेले असते.

मोर्चे, मेळावे, उपोषणं आयोजित केली असती. वर्तमानपत्रात बातम्या आल्या असत्या. जिकडे तिकडे गदारोळ उडवून दिला असता. पुतळा प्रकरणातच गाववाल्यांच्या केवढे नाकी नऊ आणले त्यांनी? आपल्या समाजाचीही संघटना स्थापन व्हायला पाहिजे. गाव, तालुका, जिल्हा, राज्यपातळीवर संघटनेचं जाळं विणलं गेलं पाहिजे. डॉ. अण्णा भोपळेंनी संघटना स्थापन केली; पण सध्या तिचं काम मुंबईपुरतंच मर्यादित आहे. महाराष्ट्रभर गावोगावी शाखा स्थापन करून त्यांनी संघटनेचं जाळं विणायला पाहिजे. शाळेतही या विषयावर एक दिवस चर्चा झाली. हेडमास्तर गावंडेंनी मुद्दाम विषय काढला. "काय तायडे गुरुजी, तुमच्या जातभाईवर एवढा अन्याय झाला तरी तुम्ही गप्पच?"

"मग काय कराय लावता गावंडे गुरुजी तुम्ही त्यांना?" ठाकरे मास्तर म्हणाले, "अहो, किती झालं तरी ते परक्या गावचे. भलेही ते मांग जातीचे असतील; पण इथं या गावातल्या मांगावर अन्याय झाला तर त्याचं तायडे गुरुजींना काय देणं-घेणं? त्यांना या भानगडीत पडून का नोकरी गमवायला लावता?"

"गावंडे गुरुजी म्हणतात ते खरं आहे ठाकरे गुरुजी." मध्येच राठोड गुरुजी म्हणाले.

"मुळात यांचा समाज अज्ञानी, अडाणी अन् अशिक्षित आहे. कुणब्यांचे पाय चाटण्यात या समाजाचा जन्म गेला; पण तायडे गुरुजींसारख्या शिकलेल्या पोरांनी पुढाकार घेतला पाहिजे. आपल्या समाजाला जागृत केलं पाहिजे. जोपर्यंत हे लोक एकजुटीनं अन्यायाच्या विरोधात उभे राहत नाहीत, तोपर्यंत अन्याय कमी होणार नाही अन् त्यात महत्त्वाचं म्हणजे तायडे मुद्दाम या गावातल्या मांगवाड्यात राहतात. मांगवाड्यातल्या लोकांच्या सुख-दुःखात सामील व्हायचं नसेल, तर तायडे गुरुजींचा मांगवाड्यात राहाण्याला काय अर्थ? कशासाठी त्यांनी मांगवाड्यातच राहायचा आग्रह धरला होता? जर मांगवाड्यातल्या लोकांशी त्यांना काही देणं-घेणं नसेल तर..."

राठोड गुरुजींचं बोलणं तायडे गुरुजींना झोंबलं. त्या बोलण्याने त्यांच्या मनात घर केलं. राठोड गुरुजी म्हणतात, ते खरं होतं. या समाजाचं अज्ञान दूर करून त्यांना एकत्र आणणारा कोणी मोठा नेता अजून तरी या समाजात जन्माला आला नव्हता. सगळ्या समाजाचं सोडा; पण या प्रकरणात तरी आपण पुढे होऊन काहीतरी केलं पाहिजे. ही गोष्ट तायडे मास्तरांच्या मनात घर करून बसली. मुळात या समाजाविषयी आपल्याला कळकळ आहे, त्या कळकळीतूनच गावंडे गुरुजींनी 'अनसिंगला खोली करा, तिथून शाळेवर जाणं-येणं करा' असं म्हणूनही आपण मुद्दाम या गावातच राहिलो. आपण जर या बाबतीत काहीच केलं नाही, तर खरंच आपला इथं राहून फायदा काय? ठरलं; आपल्याला जेवढं करता येईल तेवढं करून पाहायचं. अर्थात

नोकरी सांभाळून. लाठी न तोडता साप मारायचा.

शाळा सुटल्यावर लगेच तायडे मास्तरांनी परभूचं घर गाठलं, परभू घरी नव्हता. गावात गेला होता. येसाजी होता.

"या गुर्जी!" त्यानं मास्तरांना घरात बोलावलं.

मास्तर घरात आले. येसाजीने त्यांना बसायला पोतं टाकलं.

"काय मनत व्हते?"

"काही नाही काका, सहज आलो होतो!" येसाजीजवळ आपल्या मनातलं कसं बोलावं असा संकोच मास्तरांना वाटला. म्हणून त्यांनी 'सहज आलो' असं म्हटलं; पण दुसऱ्याच क्षणी त्यांच्या मनानं उचल खाल्ली. ताकाला जायचं अन् भांडं लपवायचं, कशासाठी? येसाजीजवळ आपण हा विषय काढला तर असा काय पहाड कोसळेल? आता आपण येसाजीजवळ या विषयावर बोललो नाही आणि नंतर कधी परभूशी बोललो, तर परभू तो विषय येसाजीजवळ काढणारच नाही कशावरून? मग आपणच सरळसरळ बोललो तर काय बिघडेल? तायडे मास्तरांनी मग विषयाला तोंड फोडलं, "काका, एक विचारू?"

"इचारा ना बा?"

"यंकाजीच्या बायकोच्या प्रकरणात सगळा मांगवाडा मूग गिळून गप्प कसा बसला? कोणी काहीच बोललं नाही, केलं नाही."

एकदम उत्तर देण्याऐवजी येसाजीनं सुस्कारा टाकला अन् मग म्हणाला, "मास्तर, तुम्ही नव्या थळीचे. शिकले, सवरले. चार बुकं वाचून तुमची बुद्धी तेज झालेली. तुम्हाले असा अत्याचार सहन न व्हणं सहाजिक हाये; पण आमच्यासारख्या अडाण्याह्मले याचं काहीच वाटत नाही. गावकऱ्यांच्या लाथा-बुक्क्या खाण्यासाठीच आपण जन्माला आलो, अशी आमची भावना."

"ही झाली तुमच्या जुन्या लोकांची भावना. त्या भावनेच्या आहारी जाऊन तुम्ही तुमच्या काळात अन्याय सहन केला असेल; पण आता जमाना बदलला आहे. परभूजी-यंकाजीची पिढी थोडे फार शिकलेली आहे. जगात काय चालू आहे हे त्यांना उमगते, समजते. याशिवाय कायदा आपल्या हाताशी आहे. पोलीस स्टेशनमध्ये जाऊन नुसती लेखी तक्रार केली तर चौकशी होते; कोर्टात केस जाते... कायदे कानून असा अन्याय करणाराला सजा - सुनावतात."

"ते सगळं खरं... पण त्यासाठी माणसाच्या मागं बळ पायजे; माणसाचं अन् पैशाचंबी. एकटा यंका हे भांडणं उभे करू शकणार नाही मास्तर. काय वाटते तुम्हाले?"

"माणसाचं बळ आपल्याला उभं करता आलं नसतं?"

"कसं करता?"

"मांगवाड्यात उघडउघड दोन तट पडलेले हायेत."
"कोणाकोणाचे?"
"एक गणाचा, तुम्ही राहता त्या खोलीमालकाचा."
"अन् दुसरा?"
"तसा दुसरा तट आपोआपच पडला मना."
"पण कोणाचा?"
"आमच्या परभूचा."
"पण मला तर हे दोन्ही तट आहेत असे वाटत नाही."
"कशावरून?"
"तट पडले असते तर आमचे घरमालक- गणा त्या गवनाबाईला भेटायला गेले नसते."
"ती त्याची समदी चाल हाये."
"कशी काय?"
मग येसाजीने जी गोष्ट परभूला सांगितली, तीच गोष्ट मास्तरांना सांगितली. ती गोष्ट परभूला पटली होती; पण मास्तरांना पटली नाही. त्यांनी उलट विचारलं,
"तुमचं म्हणणं मला तरी खरं वाटत नाही. तुमची अन् गणाजीच्या वडिलांची काही दुश्मनी होती?"
"हां, त्याचा बाप मले दुश्मन समजते."
"का? मग येसाजीनं मागच्या भानगडी सांगितल्या.
"काका, काळ बदलला की, माणसाची विचार करण्याची दिशा बदलते. मला वाटते, तुमच्या व परभूजीच्या बाबतीत गणाजीचा विचारही असाच बदलला असेल."
"तसं झालं असंल ते तुमच्या तोंडात साखर पडो."
"काऊन गुर्जीचे तोंड गोड करणं चाललं?" घरात येत परभूनं विचारलं.
येसाजीनं थोडक्यात त्या दोघांच्या बोलण्याचं सार सांगितलं.
"तुम्हाले काय वाटते गुर्जी, काय कराया पायजे व्हतं आम्ही?"
परभूनं विचारलं.
"बरंच काही करता आलं असतं. एक तर तुमची विहीर असूनही कुणब्यांच्या बायका तिच्यावर धुणं धुवायला येतात, तुम्ही त्या विहिरीचं पाणी पिता. तिचं पाणी खराब होऊ नये म्हणून तुम्ही तुमच्या बायकांना तिथं धुणं धू देत नाही, त्या बिचाऱ्या पाणी घरी आणून घरीच धुणं धुतात अन् कुणब्यांच्या बायका खुशाल या विहिरीवर धुणं धुतात, तरी त्यांना तुम्ही कोणीच काही म्हणत नाही. या भांडणाच्या निमित्ताने तुम्हाला तिथलं धुणं बंद करता आलं असतं."
"हं, या गोष्टीचा इचार केला नाही आम्ही. तुम्ही मनता हे खरं हाये! आताबी

आपल्याले गावातल्या कारभाऱ्याच्या कानावर ही गोष्ट घालता येईल.''

"दुसरी गोष्ट, त्या बाईनं गवनाबाईला एवढं मारूनही तुमच्यापैकी एकानेही त्या बाईला किंवा तिच्या घरच्या कोणाला एका शब्दानंही जाब विचारला नाही?''

यावर परभू काही बोलला नाही.

"हे असं का झालं, याचंही कारण सांगतो मी.''

परभूनं अन् येसाजीनं मास्तरवर नजर रोखली.

"ज्याला त्याला हेच वाटलं असेल की, आपल्याला या भानगडीचं काय देणं-घेणं आहे?''

"हे तं खरंच हाये.''

"पण त्याचा वाईट परिणाम असा होतो की, ही पाळी आज त्या यंकाजीवर आली, उद्या तुमच्यावरही येईल किंवा आणखी तिसऱ्या कोणावर येईल. याचं कारण तुमच्यात एकमत नाही. तुमचा वचक नाही.''

मास्तरांचं बोलणं बिनतोड होतं.

"आणखी एक मला सांगा, सगळा गाव त्या बाईला पाहायला दवाखान्यात आला. मात्र, त्या मारणाऱ्या बाईच्या घरचं कोणी आलं नाही. उलट त्यानं धमक्या दिल्या अन् त्या धमक्यांना भिऊन तुम्ही तुमच्या जवळचे दोनशे रुपये मुकाट्यानं त्या माणसाच्या घरी नेऊन दिले.''

हे ऐकून परभू थक्कच झाला. एवढ्या भानगडी मास्तरांना कशा कळल्या? याचंच त्याला नवल वाटलं.

"हे मला कसं कळलं याचं नवल वाटलं असेल तुम्हाला? मी या गावात फक्त शाळाच शिकवायचं काम करतो असं नका समजू. मी शाळेच्या वेळात शाळा करतो. इतर वेळात मला चौकशी करण्याशिवाय दुसरे काम नसते.'' तायडे मास्तरांनी स्पष्टीकरण देत म्हटलं.

"एवढं त्या माणसाला भ्यायचं काय कारण? कायदा नावाची काही गोष्ट आहे की नाही? फक्त कायद्याच्या बडग्यामुळे बौद्धांच्या पुतळा प्रकरणात गाववाले कसे हैराण झाले हे पाह्यलं ना तुम्ही? गाववाल्यांनी बौद्धांवर बहिष्कार टाकायचं ठरवलं, ही गोष्ट खरी. शेवटाकडे नेता आली का गाववाल्यांना? कित्येक कुणब्यांच्या घरचे बौद्धांचे गडी-माणसं अजूनही पूर्वीसारखेच कामावर आहेत. हे कशामुळे घडलं? केवळ कायद्यामुळे नव्हे तर संघटनेमुळे शक्य झालं... तशी आपल्या समाजाची संघटना असती तर...''

"मंग कशाले अशा नसत्या भानगडी उपस्थित झाल्या असत्या? बरं ते जाऊ द्या. आता काय करता येईल मनता?''

"मला हे सांगा, आपल्या भावजयीनं एका बाईला मारलं ही तिची चूक झाली, असं ज्या माणसाला वाटलं नाही, त्याला तुम्ही दया-माया का दाखवता?''

"कशी दया-माया?"

"म्हणजे त्याच्या विरोधात, त्याच्या भावजयीच्या विरोधात पोलीस रिपोर्ट का दिला नाही?"

"एकदम असं कसं करावं? गाववाले काय मनतील?"

"मग गाववाल्यांनी गवनाबाईच्या बाबतीत तरी काय केले? त्यांच्यापैकी कोणीतरी लिंबाला त्याची चूक झाल्याचं म्हटलं? तुमच्या भगवान पाटलांनी तरी काही केलं? मग काय गाववाल्यांचा एवढा मुलाहिजा का बाळगायचा?"

"तुम्ही म्हणता ते खरं; पाहतो मी याबाबत विचार करून."

"पाहा; पण एक लक्षात घ्या. तुमचा अन् काकाजींचा माझ्याबद्दल गैरसमज होऊ देऊ नका."

"कसा काय?" येसाजीनं विचारलं.

"वास्तविक मी आलो या गावात नोकरी करण्यासासाठी; पण ह्या तुमच्या भानगडीत विनाकारण नाक खुपसायलो, असं तुम्हा दोघांना वाटू शकते."

"तसं नाही गुर्जी, पह्यल्यापासून तुमच्याबाबत माही भावना वेगळी हाये?" परभूनं म्हटलं.

"कशी काय?"

"तुमच्या रूपानं शहाणपणाचे चार शब्द सांगणारा माणूस आमच्या मांगवाड्यात आला, याचा मले आनंद झाला... त्याच्यानं तुम्ही असं काही सांगावं हे मले अपेक्षित हायेच. राह्यला प्रश्न बापूचा." येसाजीकडे पाहत परभू बोलायचं थांबला.

"मलेच काय अलग वाटणार हाये रे परभू? अरे, आपल्या जातीची गत आंधळ्या माणसासारखी हाये. आंधळ्या माणसाले रस्ता दाखणारा मास्तरसारखा एखांदा भेटला तं त्याच्याइतकं सुख दुसरं कोणतं असंल? मास्तर, तुम्ही जे बोलले, ते आम्हालेबी मनातल्या मनात वाटते; पण तसे काही करायची हिंमत व्हतं नाही."

"तुमच्या पिढीच्या लोकांनी हिंमत केली नसेल; पण आता प्रभूरावच्या पिढीनं गप्प बसून चालणार नाही. कसं?"

"खरं हाये तुम्ही मनता ते" येसाजीनं होकार दिला.

"चालतो मग मी; याबाबत काय करता येईल ते पाहा."

"हो, करतो" मास्तरांना रस्त्यावर पोहोचवायला परभूही उठला.

संध्याकाळी परभू मुद्दाम भगवान पाटलांजवळ हा विषय काढण्यासाठी त्यांच्या घरी गेला. गवनाला दवाखान्यात येऊन भेटण्याशिवाय भगवान पाटलानं खरंच काही केलं नाही.

या बाबतीत त्यांचं मनोगत जाणण्याची परभूला उत्सुकता होती. पाटील

बैठकीत बसलेले होते, खूप थकलेले होते. वयाची साठ वर्षं सरल्याने त्यांच्याकडची पाटीलकीही आता जाणार होती.

“ये परभू, बस.” परभूला पाहून पाटील म्हणाले.

परभू दरवाजाजवळ बसला.

“कारे, लय चिंतागती दिसतं, काय झालं?”

परभूनं मास्तरचं नाव न दाखवता मास्तरचं म्हणणं सांगितलं.

पाटील एकदम काहीच बोलले नाहीत. वर आढ्याकडे पाहात राहिले. मग म्हणाले, “तू मनतं ते खरं हाये, तुमच्या इहिरीवर कुणब्याच्या बायकांनी धुणं धुवू नये, हे तेवढेच खरं अन् गवनीले मारणाऱ्या लिंबाच्या भावजयीविरुद्ध, पुन्हा मारायची धमकी देणाऱ्या लिंबाविरुद्ध अन् त्याच्या भावाविरुद्ध पोलीस स्टेशनात रिपोर्ट द्यायला पाहिजे हेही खरं; पण एक ध्यानात घे. पोलीस स्टेशनात ही भानगड न्यायले ही काही माणसामाणसांची भानगड नाही, किती झालं तरी ही बायकाह्यची भानगड. समज, तुवा यंकाच्या वतीनं रिपोर्ट दिला तरी भानगड बाया-बायाह्यची झाली असंच लिहा लागंल. मंजे चौकशी व्हईल ती बायकाह्यचीच; पोलीस स्टेशनात पोलीस बलावतील बायालेच. तुमच्या असो का आमच्या कुणब्याह्यच्या बायका असो; त्या अशा पोलीस स्टेशनात जाणं बरं वाटते तुह्या जिवाले?”

परभूनं नकारार्थी मान हलविली.

“आता राहिला प्रश्न तुमच्या इहिरीवर धुणं धुवायचा. तं ते आपल्याले गावकऱ्याह्यची मीटिंग घेऊन सांगता येईल. त्यात काय अवघड मोठं?”

परभूचा सगळा बार फुसका निघाला. पाटील म्हणतात ती गोष्ट काही खोटी नव्हतीच.

“रिपोर्ट देऊन गावातल्या भानगडी वाढवू नको. एऱ्हीच गाव आतल्या आत धुमसायलं! त्यात तुम्ही रिपोर्ट देणं म्हणजे आगीत तेलं वतणं; ते बौद्ध खाऊन-पिऊन टामटूम हायेत, मनून टिकायले; त्याह्यच्या जागी तुमचे लोक असते तर? घरातल्या घरात पाय खोरू खोरू मेले असते.”

खरं आहे म्हणा हे पाटलांचं म्हणणं. बौद्धांची जेवढी एकजूट आहे; तेवढी एकजूट मांगांची नाही; भूतकाळात झाली नाही आणि भविष्यकाळात होईल असंही वाटत नाही.

“आता एक कर.”

“काय?”

“तू सगळ्या मांगवाड्याची काळजी घेण्यापरीस तुही एकट्याचीच काळजी घे.”

“कशी?”

"अरे, त्या गण्यानं मांगवाड्यात तुले एकट्यालेच पाडलं ना पाहता पाहता."

त्याला येसाजीचं बोलणं आठवलं. येसाजीनेही त्याला असंच म्हटलं होतं.

"एक काळ असा व्हता की, त्या गण्याचा बाप एकटा व्हता मांगवाड्यात; समंदे मांग तुह्या बापाच्या मांघं व्हते; आता उलटं झालं. आता तूच एकटा पडला. यंकानं बी तुही साथ सोडली."

"साथ सोडली; कशी काय?"

"अरे, ज्या दिशी त्यो गण्या त्या गवनीले भेटाय गेला हे मले कळलं, तव्हाच म्या ही गोष्ट ताडली. पाहाय, पुढच्या वर्षी ग्रामपंचायतीच्या निवडणुकीत ह्यो गण्या तुमच्या वॉर्डात निवडून येते का नाही ते?"

परभूला हे गावातलं ग्रामपंचायतीचं राजकारण आवडत नव्हतं आणि तेच हरघडी त्यांच्यापुढे येऊन उभे राहत होतं.

तेवढ्यात पाटलाचा मुलगा विनायक सरपंच घरातून बैठकीत आला अन् पाटलाला म्हणाला, "बाबा, जा घरात बलावलं."

"हो" म्हणत पाटीलही हातात काठी घेऊन उठले अन् जाता जाता परभूला म्हणाले,

"काय मनतो, लक्षात घे. दुसऱ्यासाठी आपल्या घरावर तुळशीपत्र ठेवायचे दिवस गेले. जो आपल्यापुरतं पाहिलं तो शहाणा! बस, चहा पाठवतो तुह्यासाठी."

परभू बसून राहिला. विनायकनं "काय, मनतात रे बाबा?" असं विचारलं.

तसं परभूनंही बोलण्याचं मूळ कारण सांगितलं.

"कोण रिपोर्ट देणार हाये मनतं पोलीस स्टेशनात?"

"कोणीच देणार नाही."

"मंग?"

"देवावं का, असं इचारायले आलो व्हतो पाटील बुवाले?"

"बाबा मनून मंतात का, नसत्या भानगडीत पडू नका मनून?" बाबाच्या बोलण्यावर ध्यान देऊ नको. त्याह्यचा काळ अलग व्हता, आताचा काळ अलग हाये. मले सांग, कोणी रिपोर्ट देयाले तयार हाये का तुमच्या मांगवाड्यात लिंबाविरुद्ध?"

"कोणी तं नाही."

"यंका?"

"त्यो बी नाही."

"नाही; जर कोणी असंल तं त्याले लागेल ती आर्थिक मदत करायले मी तयार हाओ. सांग देऊ पैसे?"

परभूला नवल वाटलं. एक तर भगवान पाटील रिपोर्ट देऊ नको म्हणतात अन् विनायक सरपंच भानगडीसाठी पैसा पुरवतो म्हणतात. हे कसं? बाप-लेकाच्या

विचारात एवढा फरक कसा पडला? का विनायकच्या बोलण्यालाच म्हणतात राजकारण?

"तू मनशील तं मी पोलीस स्टेशनात येतो; त्यातल्या त्यात यंकाच्या बायकोले मंजे बाईले मारलं मनलं की, केस मोठी जबर व्हते."

"पण मारणारीबी बाईच व्हती ना, लिंबाची भावजयी?"

"तिचं काहाले नाव टाकता रिपोर्टात? गवनीले त्या सरपंचानं अन् त्याच्या भावाह्यनं मारलं असं दडपून लिहा; मंग पाहा कशी मजा आणतो ते?"

त्याला चहा आला. कपबशीतच आला. त्याच्या लहानपणी तो त्याच्या बापासोबत- येसाजीसोबत पाटलाच्या बैठकीत यायचा, तेव्हा बऱ्याच वेळा देवळीत ठेवलेल्या जर्मलच्या ग्लासानं चहा पिला होता, तेव्हा पाटलाच्या घरच्यांना आपला बाट होत होता आणि आता घरातल्या कपबशीनं चहा द्यायला आपला का बाट निघून गेला? ही सारी काळाची किमया होती.

चहा पिऊन झाल्यावर कपबशी विसळून उपडी ठेवत तो म्हणाला, "जातो मी."

"जाय; पण मी मनतो त्या गोष्टीवर लक्ष ठेव. खर्च कितीबी येऊ दे, मी लावतो; पण त्या यंकाले रिपोर्ट देच मनावं."

भावकीचं, गावकीचं हे विचित्र राजकारण पाहून, ऐकून परभूचं मस्तक भिन्न झालं, तरी त्यानं चिकाटी सोडली नाही. दुसऱ्या दिवशी सकाळीच अनसिंगला जाऊन यंकाची भेट घ्यायची अन् रिपोर्ट देण्याबाबत त्याचं काय मत आहे, हे जाणून घ्यायचं असं त्यानं ठरवलं.

दुसऱ्या दिवशी सकाळीच उठून तो अनसिंगला गेला. दवाखान्यात यंकाला जाऊन भेटला.

"चाल, चहा पेऊ" म्हणत यंकाने त्याला दवाखान्यासमोरच्या हॉटेलमध्ये आणलं. 'पैसा पैसा' करणाऱ्या चिकट यंकाने आपल्याला चहा पाजावा याचं मोठं नवल वाटलं त्याला; पण याहीपेक्षा मोठा धक्का यंकानं दिला. त्यानं खिशातून दोनशे रुपये काढले अन् परभूच्या हातावर ठेवले. म्हणाला, "हे दोनशे रुपये तुवा त्या दिवशी त्या लिंबा बेल्याले देलेले."

"राहू दे नं. तुले पैसे लागतील ना दवाखान्यासाठी."

"नको, माह्याजवळ हायतं आजुक." असं म्हणून त्यानं चार-पाचशे रुपयांचं बंडलच काढून दाखवलं.

"कोणाजवळचे पैसे याजानं काढले का काय?"

नाही."

"मंग इतके पैसे कुठून आले?"

"काल संध्याकाळी बँडवाला गणा आला व्हता, त्यानं देले पाचशे रुपये."

"काहाचे?"

"तसं काही मनला नाही, जवळ ठेव मनला. औषिदपाण्यासाठी कामी येतील मनला. हे सरले की, आजूक देईन मनला."

हे ऐकून परभू हादरलाच. गणानं एवढे पैसे दिले? का दिले? कोणाच्या इशाऱ्यावरून दिले? लिंबा बेल्यानं तर द्यायला सांगितले नसतील ना?

"आणखी काही मने?"

"हं!"

"काय?"

"कोणं रिपोट दे मनलं, तं त्या भानगडीत पडू नको मनला."

"अस्सं!"

"हं! कोणं रिपोट दे मनलं?"

"अं हं."

आता पुढे बोलण्यासारखं काही उरलंच नव्हतं. परभूनं चहा पिला अन् गवनाला न भेटताच परस्पर गावाकडे निघून आला.

दुसऱ्या दिवशी तायडे मास्तराची अन् त्याची मारोतीच्या पारापुढे भेट झाली. त्यानं मास्तरांना सारं काही सांगितलं.

"लिंबा बेल्यानं गणाच्या माध्यमातून खेळलेली चाल यशस्वी ठरली." एवढंच मास्तर म्हणाले.

अन् दोघं आपापल्या वाटेला लागले. गावच्या राजकारणाच्या वाटा दिवसेंदिवस गुंतागुंतीच्या होत आहेत हे परभूच्या ध्यानात आलं.

***

तायडे मास्तरांनी मांगवाड्यात राहणाऱ्या आणि शाळेजवळच्या झोपडपट्टीत राहणाऱ्या सर्व मांग मंडळींना रात्री ७ वाजता चहाचं निमंत्रण दिलं. मास्तर कशासाठी चहा पाजतात, हे कोणाच्या ध्यानात येईना. प्रत्येकजण दुसऱ्याला विचारत होता,

'काऊन चहा पेयाले बलावलं रे मास्तरनं?' आणि ज्याला विचारलं तो एकच उत्तर देत होता, 'काय माहीत गड्या? आपण गेल्यावर कळंल आपोआपच!'

बहुतेक सगळेजण मास्तरांच्या अंगणात जमा झाले. त्यात लहान पोरांपासून म्हाताऱ्यापर्यंत सगळेच होते.

मास्तरांनी अंगणात मुद्दाम शंभर पावरचा बल्ब लावला होता. ओट्यावर एक खुर्ची मांडली होती. तिच्यावर चादर टाकलं होतं. त्यावर एक फोटो ठेवला होता. तो फोटो कोणाचा होता ते कोणालाच माहीत नव्हतं. तिथे जमलेल्यांपैकी कोणंच

याआधी हा फोटो पाहिला नव्हता.

मास्तर आत-बाहेर करत होते. चार-पाच मोठ्या पोरांना हाताशी धरून त्यांनी घरात स्टोव्हवर एका मोठ्या गंजात चहा ठेवला होता. शेजारच्या पाच-सहा घरच्या कपबशाही आणून ठेवल्या होत्या.

"गुर्जी! लोक आले समदे. चला करा सुरू." पोरांनी म्हटलं.

तसे मास्तर बाहेर आले. आपसात बोलणाऱ्या मंडळींना उद्देशून म्हणाले, "मंडळी बसा, खाली बसा, मी काय सांगतो ते ध्यान देऊन ऐका. कोणी मध्ये मध्ये बोलू नका."

सगळेच खाली बसले. गप्पही बसले. मास्तर या मांगवाड्यात बरेच रुळले होते. शाळा बुडविणाऱ्या कित्येक पोरांना त्यांनी वठणीवर आणलं होतं. येता-जाता प्रत्येकाची चौकशी करत होते. मांगवाड्यातील प्रत्येक बाई-माणसांशी 'दादा-बाबा, आई-ताई' म्हणून बोलत होते. मास्तरांबद्दल सगळ्यांच्या मनात आदर होता.

मास्तरांनी समोर बसलेल्या मंडळींकडे पाहिलं. आजूबाजूच्या घरांतल्या बायका-पोरीही येऊन कौतुकानं पाहात होत्या.

"गणाभाऊ, तुम्ही इथं वर या ओट्यावर."

गणा बाजूला बसला होता. तो उठून मास्तरांजवळ आला. आपल्याला मास्तरांनी ओट्यावर बोलावले याचा मोठा अभिमान वाटला त्याला.

"परभूभाऊ आले का?"

"हो, हे इथं बसले." पलीकडच्या ओट्यावरून आवाज आला.

परभूला मास्तरांनी सकाळी भेटून कार्यक्रमाला यायला विनवलं होतं. परभूनंही होकार भरला होता.

"या, परभूभाऊ, तुम्हीपण असे इथे ओट्यावर या."

परभूला मास्तर बोलावतात हे पाहून गणाच्या मस्तकात तिडीक उठली.

"मास्तर!" तो जवळजवळ ओरडलाच. "काय हाये हे? माह्या मांडीले मांडी लावून बसायले त्याले बलावता?"

"गणाभाऊ, शांतता धरा थोडी. तुमचं नाव गणाभाऊ, म्हणजे देवाचं नाव, देवाच्या अंगी शांतता असते. देवाला सगळेच सारखे असतात."

"मले शहाणपणा शिकवू नका!", तो ताड्कन उठून उभा राहिला.

"अहो मास्तर, मी थांबतो इथंच." अर्ध्या वाटेत आलेला परभू जागीच उभा राहून म्हणाला, "तुम्ही कार्यक्रम चालू करा. आमच्या भांडणापायी कार्यक्रम थांबला न पायजे. भांडणापरीस कार्यक्रम महत्त्वाचा! चालू करा. मी थांबतो इथंच."

बसलेल्या सर्वांना परभूच्या शहाणपणाचं कौतुक वाटलं. एरव्ही परभू शहाणाच

आहे. गणा उतावळा आहे, आडमुठा आहे; तापट आहे. मास्तरांनाही याची जाणीव होती. तरीही त्या दोघांना या कार्यक्रमाच्या निमित्ताने एकाच व्यासपीठावर एकत्र आणण्याचा त्यांनी प्रयत्न केला; पण तो फसला.

"अरे गणा, येऊ दे ने त्या परभूले? त्यो का तुले खाते का? कार्यक्रम मास्तरचा हाये. तुव्हा नाही ना त्या परभूचा नाही. तुम्ही दोघंबी लेकहो गुर्जीचे पाव्हणे. तरीबी तू हेकोडेपणा करायला?" गणाच्या मामानं-चिखलीच्या गणपत कांबळ्यानं खडसावलं. मामाच्या सुरात बाकीच्या अनेकांनी सूर मिळवला आणि नाइलाजानं परभूला त्याच्याजवळ येऊन बसण्यासाठी गणाला होकार द्यावा लागला.

"या परभूभाऊ, याबद्दल मी गणाभाऊचे हजारदा मनातून आभार मानतो, बसा परभूभाऊ."

परभूनं गणापासून थोडी दूर बैठक मारली. मग मास्तर बोलू लागले.

"मंडळी, मी आज जो कार्यक्रम घेतो आहे, असा कार्यक्रम या गावात कधीच झाला नाही असं मला कळलं. ओळखता हा फोटो कोणाचा आहे? याआधी पाहिला आहे तुम्ही कधी हा फोटो?"

नाही, नाही." सगळ्यांनी आवाज केला.

"मी सांगतो. हा फोटो आहे अण्णाभाऊ साठेंचा. आता हे अण्णाभाऊ साठे कोण ते तुम्हाला माहीत नसेल? आहे का माहीत?"

"नाही, नाही." पुन्हा एका सुरात आवाज.

"सांगतो; त्याआधी या फोटोची पूजा करून, हार घालण्याची विनंती मी पहिल्यांदा गणाभाऊंना आणि नंतर परभूभाऊंना करतो."

त्या दोघांनी फोटोची पूजा करून, हार घातले.

"मंडळी, आज अण्णाभाऊ साठेंची जयंती. आजची तारीख १ ऑगस्ट १९८४. १ ऑगस्ट १९२० रोजी, म्हणजे बरोबर चौसष्ट वर्षांपूर्वी त्यांचा सांगली जिल्ह्यात वाटेगाव इथे जन्म झाला. ते आपल्या मांग जातीचे होते. त्यांनी अनेक पुस्तकं लिहिली. त्यांच्या पुस्तकांवर सिनेमे निघाले. त्यांच्या पुस्तकांवर सिनेमे निघाले हे महत्त्वाचे नाही. मंडळी, त्यांनी आपल्या मांग समाजाच्या प्रामाणिकपणाचं अन् न्यायीपणाचं चित्र जगापुढे मांडलं. आपल्या समाजाला वरच्या जातीचे लोक तुच्छ समजतात, चोर समजतात. वास्तविक आपला समाज तसा नाही, हे त्यांनी जगाला दाखवून दिलं. वाटेगावात पोट भरत नव्हतं म्हणून ते १९३२ साली मुंबईत आले. तिथे त्यांना गिरणीकामगार म्हणून नोकरी मिळाली. कामगारांचं दुःख त्यांनी स्वतः अनुभवलं. मालक लोक कामगारांचं कसं शोषण करतात ते त्यांनी पाहिलं आणि त्यांनी पोवाडे रचून कामगारांना संघटित केलं.

'पृथ्वी ही शेषाच्या मस्तकावर तरलेली नसून ती कष्टकऱ्याच्या तळहातावर

तरली आहे.' ही गोष्ट त्यांनी सर्व जगाला सांगितली अन् पटवून दिली. त्यांनी अनेक कादंबऱ्या, नाटकं, कथा, लोकनाट्यं, पटकथा, तमाशे लिहिले. त्यांच्या लिखाणाचा अनुवाद हिंदी, गुजराथी, बंगाली, तामिळ, राजस्थानी, तेलगू, जर्मन, पोलीश अशा आपल्या देशातल्या आणि जगातल्या अनेक भाषांतून झाला. म्हणून त्यांचं लेखन जागतिक कीर्तीचं लेखन ठरलं.

"एका तळागाळात जन्मलेल्या माणसाने साहित्यक्षेत्रात एवढी प्रभावी आणि आश्चर्यकारक कर्तबगारी बजावली ही तुमच्या-आमच्यासाठी चमत्कार करणारी आणि जगाला आश्चर्यचकित करणारी गोष्ट आहे. या एवढ्या मोठ्या माणसाचं नाव घेऊन आपल्या समाजातील काही शिकली-सवरलेली माणसं संघटना बांधत आहेत. मुंबईला अखिल महाराष्ट्र मातंग संघ स्थापन झाला आहे. त्या संघाने महाराष्ट्र सरकारकडे लोकशाहीर अण्णाभाऊ साठे विकास महामंडळ स्थापन करण्यासाठी आग्रह धरला आहे. त्यासाठी लढा उभारला आहे. उपोषण, मोर्चे, मेळावे इ. मार्गाने ते सरकारवर दडपण आणत आहेत. आपल्या संघटनेचा वाढता रेटा पाहून सरकारला ते मंडळ स्थापन करावंच लागणार आहे. हे महामंडळ स्थापन झालं, तर आपल्या जातीच्या लोकांना मंडळाकडून कर्जरूपाने धंद्यासाठी पैसा मिळेल. एरवी तुम्हा-आम्हाला कोणी पाच-दहा रुपयांसाठी दारात उभं करत नाही. या महामंडळाने मात्र आपली सर्वांची सोय होईल.

"मंडळी, आपली माणसं मुंबईत संघटित झाली ती अण्णाभाऊंमुळे. 'जय अण्णाभाऊ, जय मतंग' असा ते नारा देतात. रामायणात मतंग नावाचे कोणी ऋषी होऊन गेले; त्यांच्यापासून आपला मातंग समाज निर्माण झाला असं मानतात. त्या मतंग ऋषीवरून आपल्या समाजाने आता मातंग हे नवं नाव धारण केलं आहे. ही चळवळ सुरू केली डॉ. अण्णासाहेब भोपळे नावाच्या माणसाने. हा माणूसही तुमच्या-आमच्यासारखा खेड्यात राहणारा; पण मुंबईत गेला. झोपडपट्टीत डॉक्टरकी व्यवसाय करू लागला. त्या झोपडपट्टीत आपल्या समाजाची बहुसंख्य माणसं. ही माणसं १९७०-७१ च्या दुष्काळात महाराष्ट्रभरातून पोट भरण्यासाठी मुंबईत आलेली. वेगवेगळ्या व्यवसायांच्या निमित्ताने तिथेच स्थायिक झाली. मंडळी, माणूस म्हटला की, त्याला तो कोठेही राहात असला तरी अडी-अडचणींना तोंड द्यावं लागतं. ज्या गोष्टी त्याला स्वतःच्या सामर्थ्यावर सोडवता येतात, त्या तो सोडवतच असतो... पण ज्या गोष्टी आपल्याच्याने सोडवल्या जात नाहीत असं वाटतं, त्या गोष्टींबाबत माणूस इतरांचा सल्ला घेतो... हीच गोष्ट डॉ. अण्णासाहेब भोपळेंच्या बाबत घडली. औषधपाण्यासाठी येणारी माणसं हळूहळू आपल्या अडी-अडचणीही डॉक्टरांजवळ बोलून दाखवत... काही अडचणी शासन दरबारच्या किंवा एखाद्या ऑफिसातल्या कामासंबंधी असत... डॉक्टरसाहेब वेळात वेळ काढून लोकांच्या या

अडचणी सोडवायचा प्रयत्न करत... त्यात त्यांना यश येऊ लागलं... त्यामुळे डॉक्टरांचाही आत्मविश्वास वाढला. लोकही मग औषधोपचारापेक्षा अडचणी मांडण्यासाठी डॉक्टरांच्या दवाखान्यात येत... आपल्या समाजाच्या समस्या, समाजातील अज्ञान, अंधश्रद्धा, गरिबी या गोष्टींची डॉक्टरांना जवळून ओळख झाली. ते अस्वस्थ झाले. त्यांनी विचार केला... या सगळ्यांना आपण एकत्र आणलं तर? त्यांनी लगेच त्या दृष्टीने हालचाल सुरू केली. मुंबईतल्या रामनगर नावाच्या भागात त्यांनी शिवलिंगाच्या रूपात मतंग ऋषींची स्थापना करून १९८२ मध्ये महाशिवरात्रीला मोठी यात्रा भरवली. लोकही मोठ्या संख्येने आले... १७ जानेवारी १९८२ रोजी मोहना या गावी अखिल महाराष्ट्र मातंग संघाची स्थापना करून त्यांनी शपथ घेतली,

'जगेन तर समाजासाठी, मरेन तर समाजासाठी'

आणि त्या वेळी त्यांनी मुंबईत अ. म. मातंग संघाच्या शाखा काढल्या. मंडळी, हे सगळं मी विस्ताराने यासाठी सांगितलं की, आपल्या समाजाच्या सुदैवाने डॉ. भोपळे साहेबांनी सुरू केलेली ही चळवळ मुंबईपर्यंत मर्यादित न राहता आपल्यापर्यंत येऊन पोहोचायला आता वेळ लागणार नाही. या चळवळीतून आपल्याला स्वावलंबन, स्वाभिमान, स्वातंत्र्य, संघटन या गोष्टी शिकायच्या आहेत. स्वावलंबन म्हणजे दुसऱ्या कोणा व्यक्तीवर वा समाजावर अवलंबून न राहता आपण आपला धंदा, व्यवसाय सुरू करून त्यावर उदरभरण करणं; स्वाभिमानी माणूस हा लाचार नसतो, तो कोणाचेच पाय चाटत नाही. कोणापुढे कशासाठीही हात पसरत नाही. आपल्या समाजाचं आतापर्यंतचं चित्र पाहिलं तर काय दिसतं? नुसता लाळघोटेपणा! पण आता ते सोडावं लागेल. स्वाभिमानी व्हावं लागेल. मनात स्वातंत्र्याची भावना निर्माण होणं म्हणजे कोणाचीही, कशासाठीही गुलामगिरी न पत्करणं, मला वाटेल ते करण्यासाठी मी स्वतंत्र आहे, दुसऱ्या कोणाच्याही दबावाला मी बळी पडणार नाही, असंच यातून सूचित करायचं आहे आणि शेवटचं महत्त्वाचं तत्त्व आहे ते संघटन; संघटन म्हणजे सर्वांनी एकत्र येऊन काम करणं, संघटन असेल तर केवढंही अवघड काम आपल्याला करता येऊ शकतं. श्रीकृष्णाने आणि गोकुळामध्ये राहणाऱ्या लोकांनी गोवर्धन पर्वत उचलला तो संघटनेच्या जोरावर. हाताच्या पाचही बोटांना एकत्र आणलं की, हाताची जबरदस्त मूठ तयार होते. हे संघटन तयार करण्यासाठी सर्वांनी एकत्र येणं आवश्यक असतं. त्यासाठी आपण आपसांतले मतभेद, हेवेदावे विसरले पाहिजेत.''

या वेळी आपलं बोलणं थांबवून मास्तरांनी मुद्दाम गणाकडे पाहिलं. मात्र, मास्तरांच्या बोलण्याचा गणावर काही परिणाम झाला असेल असं वाटत नव्हतं, ते पाहून मास्तर पुढे म्हणाले,

''आता जमाना झपाट्याने बदलतो आहे. वेगवेगळ्या जातींच्या संघटना स्थापन

होत आहेत. सरकारवर दडपण आणून त्या आपल्या मागण्या मान्य करून घेत आहेत. मात्र, आपली अशी संघटना अद्याप तयार झाली नव्हती हे आपलं दुर्दैव; पण आता आपल्या सुदैवाने आपली ती अडचणही दूर झाली. डॉ. अण्णासाहेब भोपळे यांनी स्थापन केलेली अ. म. मातंग संघ ही महाराष्ट्रातील मातंग समाजाची एक जबर संघटना बनणार आहे. आज ना उद्या तिच्या शाखेचं जाळं सगळ्या महाराष्ट्रभरात विणलं जाणार आहे. आपल्याला आपसातली फूट सोडून एकजुटीने या संघटनेला बळ प्राप्त करून द्यायचं आहे... मतंग ऋषींच्या आशीर्वादाने, स्व. लोकशाहीर अण्णाभाऊ साठेंच्या प्रेरणेने आज आपल्या समाजाला डॉ. अण्णासाहेब भोपळेंसारखा नेता लाभला हे आपलं अहोभाग्य आहे. मला माहीत आहे, तुमच्यापैकी अनेकांना मतंग ऋषी, अण्णाभाऊ साठे, डॉ. भोपळेसाहेब यांच्याबद्दल काही माहीत नसेल... मतंग ऋषींबद्दल जुन्या मंडळींना ज्यांनी पोथी-पुराणे ऐकली असतील त्यांना काही ना काही माहिती असेल... नव्या पिढीच्या लोकांना तेही सारं काही माहिती नसेल... पण मंडळी, आता ते जाणून घेण्याची वेळ आली आहे. मतंग ऋषींचा प्रभाव एवढा होता की, त्यांनी स्थापन केलेल्या आश्रमात जेव्हा सुग्रीवानं वालीच्या भीतीनं आश्रय घेतला; तेव्हा वाली त्या आश्रमात सुग्रीवाला मारण्यासाठी पाय टाकू शकला नव्हता. जर त्याने तसा प्रयत्न केला असता, तर तो जळून खाक झाला असता. एवढं मतंग ऋषींच्या तपसाधनेचं बल होतं. एवढी आपल्या मतंग समाजाला देदीप्यमान पूर्वपरंपरा लाभलेली आहे. पुढे ही परंपरा स्व. अण्णाभाऊंनी आपल्या साहित्य-रचनांनी कायम ठेवली... आपल्यालाही आता डॉ. अण्णासाहेब भोपळेंच्या नेतृत्वाखाली आपला स्वाभिमान जागृत करावयाचा आहे. त्यासाठी आपण सिद्ध झालं पाहिजे... मी जे बोललो, ते सर्व आपण ध्यानात घ्या आणि बदलत्या काळासाठी तयार व्हा. हा लढा आहे एकतेचा, स्वाभिमानाचा, अन्याय-अत्याचाराला पिटाळून लावण्याचा!

मंडळी, शेवटी आपण नव्या युगाच्या काही घोषणा देऊ या -

बोला, मतंग ऋषी की ऽऽऽ जय ऽऽऽ

स्व. लोकशाहीर अण्णाभाऊ साठेकी ऽऽऽ जय ऽऽऽ

अखिल महाराष्ट्र मातंग संघाचा ऽऽऽ विजय असो ऽऽऽ''

घोषणांनी सारं वातावरणच बदलून गेलं. सगळेजण मास्तराची तारीफ करू लागले आणि राहून राहून खुर्चीत ठेवलेल्या अण्णाभाऊंच्या फोटोकडे भक्तिभावानं पाहू लागले.

मास्तरांच्या लक्षात ही गोष्ट आली. फक्त गणाचीच कळी खुलली नाही, याचं मात्र त्यांना वाईट वाटत होतं.

***

तायडे मास्तरनं घेतलेल्या अण्णाभाऊ साठे जयंतीच्या कार्यक्रमाचा परिणाम मांगवाड्यातल्या, झोपडपट्टीतल्या बहुतेक मांगांवर झाला.

गणा आणि त्याचे खास दोस्त भिमा, वसंता यांना त्या कार्यक्रमासाठी परभूला ओट्यावर बोलावणं अजिबात आवडलं नव्हतं. या गोष्टीच्या रागामुळे तायडे मास्तर काय बोलला यावर त्यांचं अजिबात लक्ष नव्हतं. त्यांना गणाच्या शेजारी बसलेला परभू काट्यासारखा सलत होता. गणाचा मामा मधात पडला म्हणून गणानं परभूला ओट्यावर यायला परवानगी दिली. मामा नसता तर त्याने, त्याच्या दोस्तांनी काय केलं असतं ते सांगता आलं नसतं. तरी कार्यक्रम संपल्यावर गणानं मास्तरांशी हुज्जत केलीच.

"मास्तर, तुम्ही फक्त शाळेत पोरं शिकवायचं काम करा; मांगवाड्यात आग लावायचे हे धंदे बंद करा."

मास्तर त्यावर एवढंच म्हणाले, "दादा, आज तुम्हाला या गोष्टीचा राग यायला; पण पुढे एक दिवस असा येईल की, मी जे केलं तेच बरोबर आहे हे असं तुम्हाला वाटेल."

"बस्सं करा, जास्तीचा शहाणपणा शिकवू नका." असं म्हणून गणानं मास्तरांचं तोंड बंद केलं.

मात्र, त्याच्या मामानं त्याची बरीच समजूत घातली. किती केलं तरी मास्तर चार बुकं शिकलेला आहे. जगात काय चालू आहे हे त्याला कळतं. काळाच्या गरजेनुसार आपल्या जातीनंही बदलावं, असं त्याला वाटणं गैर नाही. त्याने या गावात असा कार्यक्रम घ्यायचं धाडस करणं याचं तर इथल्या सर्वच लहान-थोर मांगांनी कौतुक करायला पाहिजे... बराच वेळ गणाचा मामा बोलत राहिला. गणाचा मात्र एकच सवाल, "त्या मास्तरड्याने त्या परभ्याले माह्या मांडीले मांडी लावून काऊन बसवलं?"

"तुम्ही दोघं मांडीले मांडी लावून बसले तं कुठं बिघडलं? तुमच्या गावाच्या मांगवाड्यावर फक्त तुम्ही दोघंच तेवढे शहाणे हा. दोन शहाणी माणसं एका जागी आली तं काही भल्याची गोष्ट व्हईल, असं मास्तरले वाटलं असंल. मनूनच त्याने तुम्हाले वट्यावर बसवले. तिसऱ्या कोणाले काऊन नाही बलावलं?"

मामाचा युक्तिवाद काही गणाला पटला नाही.

"तुम्ही आणखी माहा टकुरं खराब करू नका." असं म्हणून तो तिथून उठून गेला.

मात्र, दुसऱ्याच दिवशी त्यानं मास्तरांची तक्रार लिंबा बेल्याजवळ केली. लिंबा बेल्या सरपंच नव्हता तरी पंचायत समितीत त्याची चांगलीच ओळख होती. गणाला घेऊन त्यानं तडक पंचायत समिती गाठली. सभापती त्याच्या ओळखीचा माणूस होता. त्याच्याकडे त्यानं तायडे मास्तराची तक्रार केली,

"ह्यो मास्तर आमचं गाव बिघडवायला, मांगाह्यची संघटना स्थापन करतो म्हणायला. याची लवकरात लवकर सोय लावा. त्यासाठी याची कुठं दुसरीकडे बदली करा."

सभापतीनंही होकार भरला.

या गोष्टीचा सुगावा परभूलाही लागला होता. त्यानं विनायक सरपंचाला हाताशी धरून त्याच दिवशी सभापतीची भेट घेतली. विनायक सभापतीच्या खास मर्जीतला होता.

"साहेब, तायडे मास्तरबद्दल तक्रार आली का काही?" विनायकनं सरळच विचारलं.

"हो, तुमचे माजी सरपंच लिंबाजी आले होते."

"काय मनले?"

"मास्तरची बदली करा म्हणाले. गाव नासवायला म्हणाले मास्तर."

"साहेब, त्या माणसाच्या बोलण्यावर भरूसा ठेवून मास्तरची बदली करू नका. त्यानं काहीच गाव नासवला नाही. उलट आमच्या गावच्या मांगात जी फूट हाये, ती मिटवायचा प्रयत्न केला."

मग विनायकनं सारी घटना विस्ताराने सांगितली. ती ऐकून सभापती म्हणाले, "अण्णाभाऊ साठेंच्या जयंतीचा कार्यक्रम घेणं म्हणजे काही गाव नासवणं नाही. मूर्खच माणूस दिसतो तुमचा माजी सरपंच!"

"तो तसा हाये; मनूनच मी तातडीनं भेटीले आलो तुमच्या."

"काही हरकत नाही. बेफिकीर जा, तुमच्या मास्तरला आम्ही हात लावणार नाही." सभापतीनं स्पष्ट आश्वासन दिलं.

दोघंही समाधानानं बाहेर आले.

या गोष्टी मास्तरांच्या कानावर गेल्या. आपल्या कार्यक्रमाचं असं राजकीय स्वरूपाचं भांडवलं केलं गेलं हे काही तायडे मास्तरांना आवडलं नाही. आपण अण्णाभाऊ साठे यांच्या जयंतीनिमित्ताने गणा आणि परभू यांच्यातील भेद कमी करण्याचा प्रयत्न केला. इथल्या मातंगांमध्ये स्वाभिमान जागृत करण्याचा प्रयत्न केला. उद्या डॉ. भोपळेंची संघटना ग्रामीण महाराष्ट्रात फोफावू लागली तर प्रत्येक गावचा मातंगवाडा एकजुटीनं संघटनेच्या झेंड्याखाली उभा राहिला पाहिजे; त्यासाठी असे कार्यक्रम घेणं आवश्यक होतं. शिवाय अण्णाभाऊ साठेंसारखा माणूस मातंग जातीत जन्माला आला, त्याची ओळखही गाववाल्या मातंग मंडळींना करून देणं ही फार गरजेची गोष्ट होती. कार्यक्रम झाल्यापासून कितीतरी मातंग मंडळींनी आपल्याशी अण्णाभाऊंविषयी जास्तीची चौकशी केली. आपल्या शाळेत आणि अनसिंगच्या शाळेत शिकणाऱ्या सात-आठ पोरांनी तर "गुर्जी, आम्हाले अण्णाभाऊंचं

एखादं पुस्तक वाचायला द्या'' असा आग्रह धरला.

आपण सुटीत अकोल्याला गेलो की, मुद्दाम अण्णाभाऊंची पुस्तकं विकत आणू... आपल्या खिशाला चार पैसे झळ बसेल. बसू दे बसली तर... पगारातले चार पैसे समाजासाठी खर्च झाले तर काही बिघडत नाही, असंही मास्तरांनी मनात ठरवलं होतं. 'एक गणा आणि त्याचे सोबती सोडले तर कार्यक्रम घेऊन मास्तरांनी आपल्यावर उपकारच केले' हीच भावना बहुतेकांच्या मनात होती. बौद्ध मंडळींसारखी आपली एकजूट असती, तर यंकाच्या बायकोला मारायची लिंबा बेल्याच्या भावजयीची हिंमतच झाली नसती, असंही दोघा-तिघांनी बोलून दाखवलं. खुद्द यंकाच्या डोळ्यांत तर आसूच जमा झाले. मुद्दाम भेटायला येऊन तो मास्तरांना म्हणाला, ''मास्तर, तुमचं बोलणं ऐकून माहा काळीज हललं. माह्या बायकोले एवढं मारूनबी या मांगवाड्यातल्या एकाबी माणसानं माहा कैवार घेतला नाही! माहा नशीब मोठं मनून माही बायको त्या मारातून वाचली.''

तसं यंकाचं हे बोलणं मास्तरांना बेगडी वाटलं. त्याच्या बायकोच्या बाबतीत जे काही घडलं, त्यातल्या साऱ्या लहान-मोठ्या भानगडी मास्तरांना माहीत होत्या. त्या प्रकरणात मास्तरांच्या सांगण्यावरून परभूनं थोडी फार धडपड केली होती. त्याउलट गणानं यंकाला पैशांची लालूच दाखवून ते प्रकरण जागच्या जागीच दाबलं... या मांगवाड्यात गणाच सडका आंबा आहे. त्यानं बाकीच्या त्याच्या वयाच्या पोरांनाही बिघडवलं. या सर्वांना दुरुस्त करणं सोपी गोष्ट नाही; पण आपण ते आव्हान स्वीकारलं होतं; खरं तर त्या बाबतीत आपल्याला खरी साथ परभूचीच होती. या गावातल्या सगळ्या मातंग मंडळींत शहाणपणानं, संयमानं वावरणारा फक्त तेवढा एकच माणूस आहे. त्याच माणसाला या गणानं एकटं पाडलं...

'गुर्जी, तुम्ही मनता मनून मी गणाच्या वट्यावर येतो; पण ते गणाले सहन व्हणार नाही. त्यो नसत्या उचापती करंल. तुमचा कार्यक्रम उधळून लावंल' असं कार्यक्रमाच्या आदल्या दिवशी आपण परभूची भेट घेतली असता त्यानं म्हटलं; पण आपणच त्याला 'अपमान झाला तरी तो गिळा; पण माझ्यासाठी कार्यक्रमाला या. तुम्ही कार्यक्रमाला आले तर कार्यक्रमाची शोभा वाढेल' असं बोलून येण्याचा आग्रह केला... अन् तो आपल्यासाठी म्हणून आला... त्या सगळ्या प्रकाराबद्दल त्यांची माफी मागायची, तर अजूनही त्यांची आपली भेट झाली नाही. काय वाटत असेल त्यांना आपल्याबद्दल?

मास्तरांना आणखी एक गोष्ट लक्षात आली. मास्तरांच्या गावाकडे-अकोल्याच्या परिसरातील कोणत्याही गावात अशा बाबतीत मातंग मंडळी फार जागृत आहेत. तिकडचे लोक अण्णाभाऊ साठे आणि लहुजी साळवे यांची जयंती, पुण्यतिथी मोठ्या उत्साहानं साजरी करतात. एखाद्या गावात एखाद्या मातंगावर थोडासाही

अन्याय झाला, तर सर्वजण त्यासाठी लढायला तयार होतात. इथे तर त्याउलट चित्र आहे. इथं अण्णाभाऊ कोण, लहुजी साळवे कोण हेच लोकांना माहीत नाही. त्यांची जयंती, पुण्यतिथी साजरी करणं म्हणजे गावात विनाकारण तणाव वाढवणं, अशी इकडच्या लोकांची समजूत आहे. गावकऱ्यांनी कसाही अन् कितीही अन्याय केला तरी डोळे अन् तोंड मिटून तो मुकाट्यानं सहन करायचा, हा या लोकांचा स्वभाव आहे... असं असताना हे संघटित कसे होतील?... संघटित झाले नाहीत तर अन्यायाविरुद्ध आवाज कसा उठवतील?... या प्रश्नांनी मास्तर अस्वस्थ झाले... शाळेत गेल्यावर तिथंही रात्रीच्या त्या प्रकारावर चर्चा निघाली.

"गुरुजी, कशाला ह्या बांड्या पंचायती करता? इथल्या समाजाला तुमच्या त्या अण्णाभाऊ साठेंची काही गरज नाही. तुम्ही मात्र उगाच त्यांच्यासाठी रक्त आटवता? आमचं तर म्हणणं आहे, आपण आपल्या पायापुरतं पाहावं. तुका म्हणे आता उरलो पगारापुरता... असं...!" असा सार्वत्रिक सल्ला बहुतेक गुरुजींनी दिला.

पण त्यात राठोड गुरुजींचं म्हणणं त्यांना पटलं. ते म्हणाले, "गुरुजी, एकट्यानं लहानशा गावात असे कार्यक्रम अशा राबवण्यापेक्षा तालुका पातळीवरच्या तुमच्या कार्यकर्त्या-नेत्या मंडळींची मदत घ्या. त्यांना गावात बोलवा. तुम्ही या गोष्टी करण्यापेक्षा सोनाराच्या हातानं कान टोचलेले बरे असतात."

ही सूचना मात्र तायडे मास्तरांना अतिशय योग्य वाटली, त्या दृष्टीने काय करता येईल, ते आपण तपासून पाहू, असं त्यांनी मनातल्या मनात ठरवलं.

संध्याकाळी मास्तरांनी परभूचं घर गाठलं, परभू घरीच होता. नुकताच वाशिमवरून आला होता. येसाजीही घरी होता.

"या मास्तर." परभूने त्यांना बसायला टाकलं.

"आपली भेट झाली नाही, म्हणून मुद्दाम आलो."

"बरं झालं, बसा."

"काय म्हणत होते?"

"रात्रीच्या कार्यक्रमाने तुम्हाला बराच मनस्ताप झाला, त्याबद्दल तुमची माफी मागायला आलो."

"त्यात काय माफी मागायची? तसा काही प्रकार होईल हे तर मी तुम्हाले आदुगरच सांगितलं व्हतं."

"तरीही मी तुम्हाला यायची गळ घातली.

"तसं काही वाटून घेऊ नका, तुम्ही जे केलं त्यात तुमचा तिळाचा स्वार्थ नव्हता. गाढ झोपी गेलेल्या या गावातल्या आपल्या समाजाले जरासं जागं करायचा तुम्ही प्रयत्न केला; त्यात तुमचं काय चुकलं? हे आमच्या लोकाह्यचं दुर्दैव, देव आला देयाले, पदर नाही घेयाले मनतात तसं! तुम्ही जे करता त्याचे उपकार तं

सोडाच; पण तुमची बदली करावं असा सभापतीवर दबाव आणला या लोकाह्यनं."

"खरं म्हणता?"

"हं."

आणि मग परभूनं दिवसभराच्या भानगडी मास्तरांना सांगितल्या. सारं ऐकल्यावर मास्तरांनी आश्चर्य व्यक्त केलं, "हे तर भलतंच झालं म्हणायचं, करायला गेलो काय अन् वरती झाले पाय."

"आता जरासा मी बोलू मास्तर?" येसाजीनं विचारलं.

"हो बोला काकाजी."

"पुढे व्हवून रस्ता झाडणाऱ्याच्या नाका-तोंडात धुल्डा जाणारच. त्या गोष्टीले भेवून ते काम सोडून देतो मनलं तं कसं जमंल? तुमचं रातचं बोलणं मले पटलं. तुम्ही मनता तसा आपला समाज सुधारला, जागा झाला त आपल्या समाजाचा कायापालट व्हयाले येळ लागणार नाही. असं काम करता करता लोकाह्यनं फेकून मारलेले गोटे, शेणगोळे हसत हसत झेला. मास्तर, माहा मथाऱ्याचं बोलणं कव्हाच खोटं व्हणार नाही; आमच्या गावच्या आपल्या समाजाचं काय व्हयाचं ते व्हईल; पण तुम्ही त्या अण्णाभाऊ साठ्यांसारखे मोठे व्हाल."

येसाजीच्या थकलेल्या मनानं जणू कात टाकली. आपल्या समाजानंही बौद्ध समाजासारखं सुधारावं, एकजूट व्हावं असं त्याला वाटू लागलं. खरं म्हणजे आयुष्यात पहिल्यांदा बौद्धांबद्दलचा चांगला विचार त्याच्या मनात आला.

"पण काकाजी, कितीही झालं तरी मी झालो परक्या गावचा माणूस. गाव करी ते राव न करी म्हणतात. मी जे करतो ते गाववाल्यांच्या भल्याचं काम आहे हे जोपर्यंत त्यांना पटणार नाही, तोपर्यंत मला विरोधच होईल. या काळात मी एकटा पडलो तर मी सुरू केलेलं काम अर्धवटच राहील."

यावर पटकन परभू म्हणाला, "मास्तर, तुम्ही एकटे नाहीत. माही तुम्हाले साथ राहील. पारंबी तुटो वा शेंडी तुटो; मी तुम्हाले सोडून जाणार नाही. वाटल्यास मले कोणाची बी शपथ घ्यायले लावा."

"परभूभाऊ, शपथ घ्यायची जरूर नाही, हे सारं तुमच्याच सल्ल्यानं, मदतीनं मी सुरू केलं. मी तुमची गोष्ट करत नाही. बाकीच्या मंडळींची गोष्ट करतो."

"तुम्ही मनसाल तं इथून पुढे मी पुढाकार घेतो. फक्त तुम्ही मले काय करायचं, कसं करायचं सांगत जा."

"तसं नाही जमणार भाऊ."

"काऊन?"

"त्याला दोन कारणं आहेत."

"कोणते?"

“एक तर तुम्ही माझ्यासारखेच नोकरीवाले. आपल्याला आपल्या नोकऱ्या टिकवून जे करता येईल ते करावं लागेल. दुसरी गोष्ट, आज तुमच्या मातंगवाड्यात त्या गणाभाऊनं एकच धोरण ठरविलेलं दिसतं; ते म्हणजे तुम्हाला विरोध करणं, कालच्या कार्यक्रमाला तुम्ही नसते तर कदाचित तो कार्यक्रम आणि नंतरचे होणारे सगळे कार्यक्रम त्या माणसानं आपल्या डोक्यावर घेतले असते. मी जे जे म्हटलं असतं, त्याला त्यांनी नकार दिला नसता. अशा अवस्थेत इथून पुढे प्रत्येक कार्यक्रमात तुम्ही पुढाकार घेतला तर तो माणूस तुमचा प्रत्येक कार्यक्रम हाणूनच पाडील.”

“मंग काय करावं मनता? सुचते काही तोड याच्यावर तुम्हाले?”

“हो, एक तोड आहे.”

“कशी?”

“तुम्ही आणि मी असे आपण दोघेही काही काळ पडद्यामागे राहून काम करू.”

“मंजे, कसं मनता?” मास्तरचं बोलणं येसाजीच्याही लक्षात आलं नाही.

“काकाजी, काय करायचं ते माझ्यावर सोडा.”

“पण थोडं फार सांगसाल त खरं?”

“सांगतो. तुमच्या दोघांपासून मला काहीच लपवायची आवश्यकता वाटत नाही. असं पाहा- आपल्या समाजाचे तालुका स्तरावर कार्य करणारे काही कार्यकर्ते वाशिमला आहेत, आहेत ना परभूभाऊ?”

“हो, आहेत. माह्या वळखीचे हायेत ते. सोनाळ्याचा सूर्यकांत साठे, धाडपिंपरीचा वसंता कांबळे अन् वाशिमचाच पप्पू गायकवाड.”

“हो तेच. त्या तिघांनाही मी चांगलं ओळखतो. माझे भाऊ मुंबईहून गावाकडे आले की, ते बरेच वेळा त्यांना भेटावयास येतात. उद्या-परवा मी त्यांची भेट घेतो अन् त्यांना तुमच्या गावचं सारं वातावरण समजावून सांगतो. पुढे मग जे काय करायचं ते त्यांच्यामार्फत आपण करू.”

“त्या तिघांतून सूर्यकांत साठे चांगलं काम करतो. जव्हा पाहावं, तव्हा कोर्टावरच असतो. आपल्या जातीच्या कोण्याही माणसाचं कोणतंही काम असो, कोणत्याबी ऑफिसात असो; त्याले जाऊन सांगायची दरकार की, त्यानं ते काम केलंच समजा.”

“परभूभाऊ, तुम्हाला एक सांगायची आठवण राहिली नाही मला. मागच्या आठवड्यात माझी त्यांची भेट झाली वाशिमला. त्यांनी मी कोणत्या गावाला नोकरी करतो, याची चौकशी केली. मी आपल्या गावाचं नाव सांगितलं अन् माहीत आहे मला त्यांनी काय विचारले?”

“काय इचारलं?”

“त्यांनी विचारले, आपल्या इथल्या व्यंका गायकवाडच्या बायकोचं प्रकरण.”

"काय? त्याच्यारोक ही भानगड गेली?"

"हां, मग यावरून विचार करा, त्या माणसाचं आपल्या समाजावर केवढं लक्ष असतं? मला म्हणाले, "तुम्ही मला वेळीच का कळवलं नाही, आपण सारं रान उठवून दिलं असतं?"

"मंग तुम्ही काय मनले?"

"मी काय म्हणणार? मी गप्पच राहिलो."

नंतर त्यांनी मला खडसावून म्हटलं, 'अण्णा भोपळ्यांच्या सोबत काम करणाऱ्या रमेश तायडेचे भाऊ आहात तुम्ही! तुमच्या भावानं समाजासाठी सगळं आयुष्य झोकून दिलं. तुम्ही निदान थोडी दखल तर घ्या समाजाची! तुमच्या नोकरीमुळे तुम्हाला नाही करता आलं काही; तर आमच्या सारख्यांना कळवा. आम्ही करतो सगळा बंदोबस्त. आम्ही कशासाठी आहोत इथं?'

"खरं हाये त्याचं." येसाजीनं आपलं मत मांडलं.

"म्हणून म्हणतो, आपल्या मातंगवाड्यात आपल्याला जे काही करायचं ते त्या सूर्यकांत साठेमार्फत करू... चालेल?"

"बिलकूल! सोळा आणे."

मास्तरांच्या योजनेवर परभू खरंच खूश झाला. येसाजीलाही मास्तरांचं कौतुक वाटू लागलं. मास्तरच एवढा हुशार आहे, तर त्याचा मुंबईवाला भाऊ किती हुशार असेल? येसाजीच्या मनात विचार आला आणि त्याच्या भावाला कधी पाहीन अन् कधी नाही अशी त्याची अवस्था झाली. त्याला आपल्या भावना आवरता आल्या नाही. तो पटकन म्हणाला,

"मास्तर, तुम्ही कसंबी करा; पण एकदा तुमच्या भावाले इथं बलावून घ्याच."

ही गोष्ट येसाजीनं एकाएकी मध्येच कशी काढली, याचं आश्चर्य त्या दोघांनाही वाटलं अन् ते कपाळावर आठ्या पाडून एकमेकांकडे पाहातच राहिले. काही वेळ तसाच गेला, तेव्हा येसाजी त्या दोघांना म्हणाला, "अरे, असे काय एकमेकांकडे टुकूटुकू पाह्याले? मी काही भलतंसलतं बोललो का काय?"

त्यावर दोघंही सावध होऊन एकसाथ म्हणाले, "नाही, तसं नाही." आणि ते हसायला लागले.

आपण काही चुकीचं बोललो की काय असं वाटून येसाजी मात्र नाहकच खजील झाला.

***

श्रावण महिना सुरू झाला. आश्लेषा नक्षत्राचे श्रावणातले उरलेले चार दिवसही उघडे गेले. तसं संपूर्ण नक्षत्रच उघडीचं गेलं. पिकांना पावसाची गरज भासू लागली.

पाऊस पडावा असं प्रत्येकाला वाटू लागलं; पण नुसतं वाटून काय फायदा? पाहिजे तेव्हा पाहिजे तिथे पाहिजे तेवढा पाऊस पाडणं कोणाच्या हातात आहे?

'पाऊस पाड रे देवबाप्पा' असं म्हणून वरच्याला विनवण्याखेरीज माणूस काय करू शकतो? त्याहीपेक्षा पुढची गोष्ट म्हणजे मुसळाला लिंबाचा पाला बांधून, त्यावर बेडकी टांगून 'धोंडी, धोंडी पाणी दे' म्हणत दारोदार धोंडी मागणं, हा कार्यक्रम मोठ्या माणसांऐवजी लहान-मोठी पोरं जास्त करतात. पाऊस पडावा यापेक्षा त्यातून वाटणारी गंमत ही लहान पोरांना फार महत्त्वाची वाटते; तर मोठ्या पोरांना गोळा होणाऱ्या धान्यातून, पैशांतून चैन करायला मिळते. मनातून कळकळ असणारे मात्र देवापुढे साकडं घालतात, भजन - पूजन करतात; कावडी घेऊन गावोगावच्या महादेवांना, मारोतींना पाणी घालतात.

अशातच मघा नक्षत्रही पूर्णपणे कोरडं गेलं. अर्धा श्रावण उलटला तरी पावसाचा थेंब पडला नाही. मघा नक्षत्राकडून सर्वांना फार मोठी आशा होती; पण त्यानं निराशा केली. पिकांनी माना टाकायला सुरुवात केली.

'उडदाच्या-मुगाच्या पिकांनी मार खाल्ला; पऱ्हाटीचं पीक हातचं चाललं; हायब्रीड ज्वारीनं ऊन धरलं.' अशा गोष्टी जागोजाग बोलल्या जाऊ लागल्या.

कोरडा दुष्काळ पडतो की काय अशीच ज्याला त्याला भीती वाटू लागली. अनेकांना सत्तर-एकाहत्तर सालच्या दुष्काळाची आठवण येऊन त्यांच्या अंगावर काटे उभे राहिले. त्या दुष्काळात कित्येकांना गाव सोडावा लागला. पुन्हा तसंच झालं तर? मजुरी करणाऱ्यांना फारसा प्रश्न भेडसावत नव्हता, कारण एकूण मजुरांपैकी कित्येकजण पोळा झाला की, तसेही मुंबईला पळणार होते.

'पोळा झाल्यावर जायाचंच तर चार-आठ दिवस आधी जाता येईल; आहे काय त्यात तेवढं?' असं ते म्हणत. प्रश्न होता शेतकऱ्यांचा. त्यांना धरताही येणार नव्हतं अन् सोडताही येणार नव्हतं. त्यातही मांगवाड्यातल्या अल्पभूधारकांची अवस्था अधिक अवघड झाली. काहींनी सरकारी जमिनीचे पट्टे वाहितीला काढले होते; तर काहींनी स्वतः जमिनी खरेदी केल्या होत्या. अर्थात त्यांची सारी रानं हलकी बरडांची होती. उन्हाच्या पहिल्या आठ-बारा दिवसांच्या फटक्यातच त्यांची पिकं सुकून गेली. पुढे तर ती वाळून कोळ झाली. मुगा-उडदाचा हातातोंडाशी आलेला घास मातीमोल झाला... सरकारी रानं वाहितीला काढली, तेव्हापासून असा फटका बसला नव्हता. जास्त तर नाही; पण वर्षभर खायला पुरेल एवढा दाळ-दाणा त्यांना व्हायचा. या वर्षी मात्र मातीच हाती आली.

माणसं हवालदिल झाली, सुकलेले चेहरे घेऊन जागोजाग, घरात, कामठ्यावर... बसू लागली. शेतात जाऊन करण्यासारखं काहीच उरलं नाही. हलक्या जमिनीवाल्यांनी तर नाहीच; भारी जमिनीवाल्यांना अजूनही आशा होती. लवकरात लवकर पाऊस

पडला तर रुपयातून तीन-चार आणे पीक हाती येईल.

धोंड्या, भजनं, दिंड्या, कावडी याशिवाय लोकांना दुसरा धंदाच उरला नाही.

आणि एक दिवस गावभर बातमी पसरली. मारोतीच्या पाराजवळ कोणी महाराज आले. दाढी वाढलेली; कपडे फाटलेले; आले अन् पाराखाली उभे राहिले. काहीजणांनी चौकशी केली; बोलले काहीच नाही. फारच खोदूनं विचारल्यावर म्हणाले, "मी पाऊस घेऊन आलो आहे."

लोकांनी त्यांची टिंगल केली, "ह्यो आला आता देव व्हवून पाऊस पाडाय?"

पहिला दिवस असाच गेला. त्याच्यावर फारसं कोणी लक्ष दिलं नाही. रात्र झाली, दुसरा दिवस उगवला. लोकांनी पाहिलं महाराज उभेच. लोकांना जरासं वेगळंच वाटलं हे, सर्वांनाच महाराजांबद्दल कुतूहल वाटू लागलं. लोक त्यांच्याभोवती जमले. महाराजांना त्यांनी पारावर उभं केलं. चारजण एकत्र आल्यावर चांगल्या गोष्टी निघाल्या.

"महाराज जव्हरक उभे राह्यतील, तव्हरक आपण भजन - पूजन सुरूच ठेवू."

झालं; पारावर टाळ, मृदंग, वीणा वाजू लागला. बायका झुंडीनं येऊ लागल्या; सोबत महाराजांच्या पुजेसाठी ताटं करून आणू लागल्या. महाराजांना पिण्यासाठी कोणी दूध, खाण्यासाठी फळं आणू लागले. महाराज पूजा स्वीकारू लागले; पण दूध, फळे नाकारू लागले. लोकांना हे नवलच वाटलं. महाराज पाऊस पडल्याशिवाय खाली बसणार नाहीत; काही खाणार नाहीत. फक्त स्वतःच्या जवळचं कुपीतलं चमचाभर औषध तोंडात टाकून सकाळ, दुपार, संध्याकाळ एक-एक ग्लास पाणी पिऊ लागले... सगळ्या गावाचा महाराजांबद्दल आदर दुणावला. बायका, माणसं, पोरं-पोरी, म्हातारे-कोतारे येऊ लागले; महाराजांच्या पायांवर डोकं ठेवू लागले.

महाराजांनी गावाला वेड लावलं; त्यात सगळ्या जातीचे, सगळ्या थराचे लोक होते. हे वेड वडगावपुरतं मर्यादित राहिलं नाही, ते शेजारपाजारच्या गावांत पसरलं... तिथली पावसाची परिस्थिती काही वेगळी नव्हती... गावोगावचे लोक येऊ लागले; दर्शन घेऊ लागले...

"बाबा, आमच्या गावाले चला, आमच्या गावावर पाऊस पडू द्या..."

जणू महाराजांच्या हाती पावसाचं बटनच आहे. ते दाबलं की, पडला पाऊस... महाराज त्यांच्याकडे पाहून गालातल्या गालात हसले.

गोकुळाष्टमीचा दिवस उगवला. महाराजांचा उभं राहण्याचा, उपास करण्याचा हा मोजून तेरावा दिवस होता. तेरा दिवसांत थोडेसंही सुकण्याऐवजी महाराजांची कांती अधिकच तेजस्वी दिसत होती. लोक म्हणत,

"खासच देवावतारी माणूस हाये."

महाराजांवरची श्रद्धा लोकांत अधिकाधिक वाढत गेली.

गोकुळाष्टमीचा दिवस. म्हणून चार-दोघांनी विचारलं, "बाबा, आज गोकुळाष्टमी... कशी साजरी करावी आम्ही?"

महाराजांनी काही बोलण्याऐवजी दोन्ही हात वर केले. एका हातानं छत्री धरल्याचा, तर दुसऱ्या हातानं ती उघडल्याचा अभिनय केला.

"काय छत्री आणायची बाबा?" एकानं म्हटलं.

त्यावर महाराजांनी होकारार्थी मान हलवली.

"अरे सखाराम, माह्या घरनं छत्री आण; जा पळ." एकानं सखारामला पळविलं.

बाबांनी छत्री का मागवली? हे मात्र कोणालाच कळलं नाही. आभाळ कोरडंठक्कं होतं; आभाळात कुठेही रुपयाएवढा ढगाचा डाग दिसत नव्हता... पावसासाठी तर छत्री बोलावलीच नव्हती. मग बाबांना ऊन लागत असावं का? तसं ऊन लागण्याचा संबंध नव्हता. बाबा पाराच्या ज्या कोपऱ्यावर उभे होते, तिथे बाजूलाच मोठं पिंपळाचं झाड होतं. त्याची सावली दिवसभर बाबांवर राहात होती. मग कशाला बोलावली छत्री?

छत्री आली. एकच नाही, अनेक आल्या. ज्यांनी आणल्या ते छत्री उघडून महाराजांच्या अंगावर धरू लागले; पण त्यांनी त्या बाजूला सारल्या.

लोकांनी कपाळावर आठ्या पाडल्या. छत्र्या ठेवून दिल्या. काहींनी परत घरी पोचत्या केल्या.

दुपार टळली अन् चमत्कार झाला. एकाएकी आकाशात काळे काळे ढग जमा होऊ लागले. ते पाहून महाराजांचे भक्त आनंदाने बेधुंद झाले, नाचू लागले.

आणि थोड्याच वेळात पावसाला सुरुवात झाली. महाराज, महाराजांच्या भोवतालचे बायका-माणसे चिंब भिजली. ज्यांच्या जवळ छत्र्या होत्या, त्यांना छत्र्या उघडायचंही भान राहिलं नाही.

बायका-माणसांनी महाराजांचा जयजयकार केला. सगळ्यांनी लहान लेकरांसारख्या पावसातच उड्या मारायला सुरुवात केली.

सतत अर्धा तास पाऊस झाला. जिकडेतिकडे पाणीच पाणी झालं. सगळ्या गावाला महाराजाचं कौतुक वाटू लागलं. बायका-माणसं, पोरं-सोरं महाराजांच्या पायावर लोळण घेऊ लागले.

महाराजांपायी सगळा गाव वेडा झाला. खरंच त्यांच्यामुळे पाऊस पडला की तो केवळ योगायोग होता याबाबत कोणीच विचार करताना दिसत नव्हतं.

❋ ❋ ❋

"पाहाय वसंता, दोन-अडीच महिने झाले, या तायडे मास्तरची कशी नानी मेली! म्या दटावलं तव्हापासून यानं दुम्हार आपल्या मांगवाड्यात कोणत्याच भानगडी उपस्थित केल्या नाहीत."

"ते खरं रे गणा, तुहा धाक तसा हाये. एऱ्हीच आपला सगळा मांगवाडा तुले भेते का? पण मले एक समजत नाही..."

"काय?"

"तू त्या लिंबासंगं सभापतीकडं गेला व्हता, या मास्तराची बदली कराय; पण आजूक तं त्याची बदली झाली नाही?"

"ना व्हयेना. त्याने या गावात राहून मुकाट्यानं त्याचं शिकवायचं काम केलं तं याची बदली नाही झाली तरी बिघडते कुठं? आम्ही सभापतीले भेटाय गेलो. त्याच्या दुसऱ्या दिवशीच मास्तरनं माही माफी मागतली व्हती हात जोडून. याच्यामव्हरं भलत्या भानगडीत पडणार नाही, जर पडलो तं माही बदली करा मनलं. मनून म्याबी बदलीसाठी आणखी काही धडपड केली नाही."

"पण तू काही मन; त्याचं त्या परभूच्या घरी जाणं, त्याच्यासंगं उठणं-बसणं, बोलणं मले नाही पसंत. लेका, त्याचं अन् आपलं पटत नाही अन् ह्यो मास्तर ऊठसूट त्याच्या घरी? ते बी तुझ्या खोलीत राहून? हे कसं झालं माहितं हाये?"

"कसं?"

"बायका मनतात, माय पत करी अन् लेकरू बाळतिणीच्या घरी, तसंच झालं हे! त्यो परभ्या आपल्या खोट्या-नाट्या चहाड्या लावून याचे कान भरत नसंल कशावरून?"

"भरू देणं रे? त्या मास्तराच्यानं काय व्हते रे माहा हलकं-भारी?"

"मी मनतो, ही जळती सनकाडी ठेवावंच काहाले आपल्या घरात? आपलं घर जाळायले? दे हाकलून तुह्या घरातून!"

"ज्या दिसी तू मनतं तसं काही व्हईल; त्या दिसी त्या मास्तराले घरातूनच काय पण गावातून हद्दपार करीन; पाहाय जो मी काय मनतो ते?"

वसंताच्या अन् गणाच्या गप्पा रंगात आल्या. ते दोघं गणाच्या घरापुढच्या ओट्यावर बसून गप्पा मारत होते. मास्तरची खोली बंद होती. ते शाळेत गेले होते. तशी पाच वाजून गेल्याने शाळाही सुटली होती. पोरं घरी आले होते; पण मास्तरांचा अजून पत्ता नव्हता.

खरोखरच मास्तरांच्यात वसंता आणि गणा म्हणतात तसा वरकरणी बदल झाला होता; ते गावात, मांगवाड्यात परभूशिवाय दुसऱ्या कोणाशीही बोलत नव्हते. दुसऱ्या कोणाच्या घरी जात नव्हते. हं, एक मात्र झालं होतं. मास्तर मांगवाड्यातल्या चौथ्या वर्गात शिकणाऱ्या पोरा-पोरींना रात्री जेवण झाल्यावर एक घंटा आणि सकाळी चहा पिल्यावर एक घंटा शिकवत होते. साताठ पोरं-पोरी जमायचे. त्यात गणाची संगीता नावाची पोरगीही होती.

बाकीची वरच्या वर्गात शिकणारी पोरंही मास्तरांच्या घरी येत. अनसिंगला

नवव्या वर्गात शिकणारा परभूचा मुलगा संतोषही यायचा. मास्तर या पोरांना अण्णाभाऊ साठ्यांची 'फकिरा' कादंबरी वाचून दाखवायचे. मास्तरांना अकोल्याला एका पुस्तकांच्या दुकानात अण्णाभाऊंची एवढी एकच कादंबरी मिळाली होती. पोरं ध्यान देऊन ऐकायचे. वाचन संपलं की, मास्तर त्यातल्या प्रसंगावर पोरांशी चर्चा करीत. सुरुवातीला पोरांना काय बोलावं ते कळेना; पण पुढे ते यात तरबेज झाले. 'फकिरा'वरून चर्चा मातंग समाजाच्या आजच्या स्थितीवर येई. आपला समाज जागृत झाला पाहिजे. त्यासाठी शिकलं पाहिजे. शिक्षण म्हणजे तिसरा डोळा आहे. माणूस शिकला-सवरला तर त्याला आपल्यावर होणाऱ्या अन्यायाची जाणीव झाली पाहिजे; त्याबद्दल चीड वाटली पाहिजे. अन्याय करणाऱ्याच्या विरोधात उभे ठाकले पाहिजे, असं मास्तर सांगत. पोरांना ते पटे.

मास्तरांनी अशा प्रकारे वेगळी आघाडी लढवणं सुरू केलं होतं, हे ना गणाला माहीत होतं, ना वसंताला! मास्तर वरून फार शांत वाटत होते आणि हेच त्यांचं खरं रूप असावं, असंच गणाला अन् वसंताला वाटत होतं.

गणानं आणि वसंतानं तायडे मास्तरांना घराकडे येताना पाहिलं. त्यांच्यासोबत त्यांच्याच वयाचे दोघेजण होते. दुसऱ्या गावचे असावेत, गणाच्या वा वसंताच्या ओळखीचे नव्हते.

ते चालत असताना एकमेकांशी बोलतही होते. त्यातल्या तायडे मास्तरांचं गणा अन् वसंतावर ध्यान गेलं अन् जवळ आल्यावर त्यांनी सोबतच्या दोघांची ओळख करून दिली.

"हे संजय कांबळे. मालेगावचे राहणारे. वाशिमला कॉलेजात बी. ए. करीत आहेत अन् हे त्यांचे मित्र मारोती साळवे. हे अकोल्यावरून आले आहेत."

त्या दोघांना गणाची ओळख करून देताना तायडे म्हणाले, "हेच ते गणाजी गायकवाड अन् हे वसंता गायकवाड."

"आम्हाला साठे साहेबांनी तुमच्याकडे पाठवलं आहे." संजय कांबळे म्हणाला.

"कोण साठे साहेब?" गणानं मुद्दाम विचारलं.

सोनाळ्याच्या सूर्यकांत साठेची अन् त्याची तशी थोडीफार ओळख होती. मांग समाजासाठी तो काहीतरी धडपड करतो हेही त्याला माहीत होतं.

"सूर्यकांत साठे. अखिल महाराष्ट्र मातंग संघाच्या वाशिम तालुका शाखेचे अध्यक्ष" संजय कांबळे म्हणाला.

"कशासाठी पाठवलं?"

"आपला समाज ज्या ज्या गावात वास्तव्याला आहे, त्या त्या गावात अखिल महाराष्ट्र मातंग संघाच्या शाखा स्थापन करावयाच्या आहेत. त्यासाठी वाशिमला येत्या २७ तारखेला वाशिम तालुक्यातील मातंग समाजाच्या मेळाव्याचं आयोजन

करण्यात आलं आहे. त्या मेळाव्यात तुमच्यासह तुमच्या गावातील मातंग मंडळींना घेऊन उपस्थित राहण्याची विनंती त्यांनी केली आहे. तसं पत्रकच आम्ही काढलं आहे. साळवे, पाहू द्या एक पत्रक.

साळवेने गळ्यात अडकवलेल्या शबनममधून एक पत्रक काढलं. पत्रक कॅलेंडरच्या आकाराचं होतं. ते हाती घेऊन गणा वाचू लागला.

लहुजी बोलो, वाशिम चलो !!

अखिल भारतीय मातंग संघ, शाखा वाशिम यांच्या वतीने अण्णाभाऊ साठेनगर, माहूरवेस, वाशिम येथे वाशिम तालुक्यातील मातंग समाजाच्या मेळाव्याचं भव्य आयोजन करण्यात आलं आहे. बंधूनो, आपल्या देशाला स्वातंत्र्य मिळून सदतीस वर्षं उलटली तरी मातंग समाज सरकारी सोयी-सवलतींपासून वंचित आहे. सामाजिक, शासकीय, आर्थिक स्तरांवर त्याची पिळवणूक होते आहे. डॉ. अण्णासाहेब भोपळे यांनी संपूर्ण मातंग समाज जागृत करून अखिल महाराष्ट्र मातंग संघ स्थापन करून त्यास स्वाभिमानाने जीवन जगण्याचा महामंत्र दिला आहे. त्यांच्या संघाच्या झेंड्याखाली सर्व मातंग समाजाने एकत्रितपणे संघटित होणं काळाची गरज आहे. यासाठी या मेळाव्याचं आयोजन करण्यात येत आहे. या मेळाव्यात मातंग समाजाच्या विविध प्रश्नांचा ऊहापोह करण्यात येईल. तसंच गावोगावी अ. म. मातंग संघाच्या शाखाही स्थापन करण्यात येतील. त्यासाठी सर्व मातंग समाज बंधू-भगिनींनी हजारोंच्या संख्येने या मेळाव्यास उपस्थित राहावं.

मेळाव्याचे उद्‌घाटक	:	मा. आबासाहेब कांबळे (अध्यक्ष, अ. म. मातंग संघ, अकोला)
अध्यक्ष	:	मा. बाबासाहेब जाधव (अध्यक्ष, अकोला जिल्हा मागासवर्गीय महासंघ)
प्रमुख उपस्थिती	:	मा. श्री. संभाजी खंदारे (रिसोड) मा. श्री. राजाभाऊ खडसे (मालेगाव) मा. श्री. सूर्यकांत साठे (वाशिम)
दिनांक	:	२७-१०-१९८४
स्थळ	:	स्व. अण्णाभाऊ साठेनगर, माहूरवेस, वाशिम,

विनीत- सर्वश्री काशिनाथ भालेराव (मोहजा), तुकाराम खरात (टाकळी बु.), विश्वनाथ कांबळे (कवठा), गणाजी गायकवाड (वडगाव),

"गणाजी गायकवाड (वडगाव) अरे, हे तं तुहं नाव?" वसंता मध्येच उद्‌गारला.

"अं, माहा नाव? कसं काय?" गणानंही कपाळावर आठी पाडली.

"या मेळाव्याच्या आयोजकांपैकी आपण एक आहात."

"अहो, पण मी तुमच्या त्या साठे साहेबाले भेटलो नाही, तरीबी..."

"साठे साहेबांना तुम्ही भेटला नसाल तरी कोणत्या गावात कोण महत्त्वाचा माणूस आहे, याचा अभ्यास साठे साहेबांनी केला आहे. म्हणून त्यांनी गावोगावच्या महत्त्वाच्या माणसांचं विनीत म्हणून नाव टाकलं."

"लेका गणा, गावातल्या लोकाह्यले तुही किंमत नसंल कळली? मनून का त्या साठे सायबालेबी कळली नाही का काय?" वसंतानं तायडे मास्तरकडे पाहत गणाच्या पाठीवर थाप मारली. गणाचीही छाती फुगल्यासारखी झाली. त्याला कवडी किंमत न देता परभूच्या मागं मागे फिरणारा मास्तर त्याला फारच खुजा वाटू लागला. मात्र, खरी गोम काय आहे, ते फक्त तायडे मास्तर, परभू, अन् साठे साहेब यांनाच माहीत होतं.

सूर्यकांत साठेंनी मागच्या रविवारी वाशिमला समाज कार्यकर्त्यांची बैठक बोलावली होती. त्या बैठकीसाठी तायडे मास्तर आणि परभू यांनाही बोलावण्यात आलं होतं. मेळाव्याच्या कार्यक्रमाचं एकूण स्वरूप, त्यासाठी लागणारा खर्च याबाबत विचार करण्यात आला. कोण कोण मान्यवर बोलवायचे हेही त्याच मीटिंगमध्ये ठरले. बैठकीला उपस्थित असणाऱ्या सर्वांचं हँडबिलमध्ये विनीत म्हणून नावं टाकायचं ठरलं; तेव्हा परभू तायडे मास्तरांना बसल्या जागी म्हणाला,

"गुर्जी, आपल्या गावातून गणाचं नाव टाकायले सांगा हँडबिलावर."

"हो, मी सांगतो साठे साहेबांना, मीटिंग संपल्यावर."

मीटिंग संपल्यावर तायडे मास्तरांनी साठेंना वडगावच्या एकूण वातावरणाची कल्पना दिली. गणाला सरळ करण्याचा एकमेव मार्ग म्हणजे त्याला मोठेपणा देणं. त्यानुसार गणाचं नाव हँडबिलावर पडलं.

"मास्तर, चला घ्या पाव्हण्याह्यले आपल्या घरी चहा पियाले."

गणा जागचा उठला. तायडे मास्तरांनी कपाळावर आठी पाडली. तायडे मास्तर या गावात राहायला आले; गणाच्या खोलीत राहू लागले; तरीपण एकदाही गणानं त्यांना चहा पाजला नाही. उलट लहर येईल, तेव्हा मास्तरांकडून कित्येक वेळा त्यानं चहा पिला अन् आज चहा पाजतो म्हणतोय, म्हणजे आपण वापरलेली मात्रा बरोबर लागू पडली.

गणाबरोबर वसंता, तायडे मास्तर, संजय कांबळे, मारोती साळवे असे सगळे गणाच्या घरात शिरले.

***

गणा झपाटल्यासारखा झाला. वसंता आणि त्याच्यासोबतचे दोस्त घेऊन तो मांगवाड्यात घरोघर फिरू लागला. वाशिमला आयोजित केलेल्या मातंग मेळाव्याचं

पत्रक दाखवून तो सांगू लागला, "सत्तावीस तारखेले वाशिमले मेळावा हाये आपल्या समाजाचा. मोठमोठे लोक येणार हायेत... त्या मेळाव्यासाठी आपल्या मांगवाड्यातल्या सगळ्याह्यनं जायाचं... कोणच घरी राह्याचं नाही. काही काम असलं तरी ते हातचं टाकून द्यायचं... काय मनतो मी? आलं ध्यानात?"

ऐकणारानं 'हो' म्हटल्याशिवाय त्या घरातून तो उठत नव्हता. उठताउठता सांगायचा,

"मेळाव्यालेच निसतं यायचं नाही, तं वीस रुपये वर्गणीबी द्यायची. आपल्या मांगवाड्यातून पाचशे रुपये गोळा करायचे, असं ठरलं. उंद्या वीस रुपये मले आणून द्या."

'नाही' म्हणायची कोणाची हिंमत नव्हती. सगळे मुकाट्याने ऐकून घेत होते. काहीजण ताबडतोब वीस रुपये काढून देत होते. काही 'आणून देतो' म्हणत होते.

'हँडबिलात मापलं नाव हाये.' ही गोष्ट तो घर सोडण्यापूर्वी सांगायला विसरत नव्हता. त्याने वसंता कांबळेजवळ चार-पाच हँडबिल घेऊन ठेवले होते, ज्याला त्याला हँडबिल दाखवत होता. इतकंच नाही तर कुणब्यांच्या माणसांनाही तो हँडबिल पाहायला लावत होता. आपण जणू फार मोठे लीडर झालो, असं त्याला वाटू लागलं.

तायडे मास्तरला आणि परभूला मोठी मजा वाटत होती. असा मोठेपणा न देता त्याला दहा-वीस रुपये वर्गणी दे म्हटलं असतं, तरी त्याने भांडण केलं असतं. हँडबिलात त्याच्याऐवजी परभूचं नाव आलं असतं तर मग सोडूनच द्या. परभूला अन् मास्तरांना त्याला कामाला लावायचं होतं... अन् त्यात त्यांना यश मिळालं होतं.

वर्गणी जमा करत वसंता आणि मंडळींसह गणा परभूच्या दारात आला.

"का रे वसंता, आता कसं?"

"त्यात काय कसं? वर्गणी मांघायचीच."

"पण आपण वर्गणी मांघतली अन् त्यानं नाही मनलं तं?"

"त्यो काय नाही मनते? साल्याले गावावर जगणं मुश्कील करू." भिमानं धमकीची भाषा वापरली.

"ते मंग पाहाता येईल; पण आगुदर त्याले वर्गणी तं मांघा लागंल. जाय तू मांघून पाहाय." गणानं सुचवलं.

वसंता बेधडक परभूच्या घरात गेला. बराच वेळ झाला तरी बाहेर आला नाही. रस्त्यावर गणा आणि त्याच्या सोबतचे सर्वजण ताटकळत उभे राहिले.

"काऊन टाइम लावला रे यानं? याले धरून बांधून ठेवलं का काय घरात?"

"दादा, मी जाऊन पाहू." हारजीचा केशव म्हणाला.

"भीमा, तू जाऊन पाहाय."

भीमा लगेच पुढे झाला. तो दोन पावलं चालत गेला, तेवढ्यात वसंता परभूच्या

घरातून बाहेर पडला.

"का रे, काय केलं रे इतक्या वाढोळ? देले का नाही पैसे?"

"गणा, पैसे तं भेटलेच; पण चहा बी भेटला?"

"काय पोटलावगण्या हायेस रे लेका? तुह्या बापानं कव्हा चहा पाह्यलाच नव्हता का? मले मनला असता तं गुंडीभर चहा वतला असता तुह्या तोंडात. शेपूटहालवे कुत्रं हेस लेका तू! यूऽ यूऽ मनून कोण कुटका टाकला की, बसला लुंघळत."

वसंताचा चेहरा पडला. आपण परभूच्या घरी चहा घेतला हे गणाला आवडलं नाही, हे त्याच्या लक्षात आलं. घरात परभूचा बाप येसाजीकाका होता, काकी होती; परभूची बायको पारू होती. परभूची बाजू सोडून तो गणाच्या मागं गेला तेव्हापासून म्हणजे गेल्या आठ-दहा वर्षांपासून तो परभूच्या घरी कधी आलाच नव्हता; त्यामुळे तो घरात आल्याचं पाहताच येसाजीनं पारूला चहा ठेवायला सांगितला. त्यानं 'नाही नाही' म्हटलं तरी त्यांनी ऐकलं नाही.

'आपण एकटे नाही, बाहेर गणा, भीमा अन् बाकीचे सोबती उभे आहेत.' असं मात्र त्यानं म्हटलं नाही. एक तर तसं म्हटलं असतं तर येसाजीकाकाने त्यांनाही चहा प्यायला बोलावं असं म्हटलं असतं आणि आपण गणाला अन् बाकीच्यांना चहा प्यायला चला म्हटलं असतं, तरी तेही आले नसते. त्याला येसाजीचं मन मोडता आलं नाही. वसंताच्या बापाचं, नाथाचं येसाजीबिगर कधी पान हाललं नाही. तसं येसाजीशी एकट्या भिकाचं - गणांच्या बापाचंच पटत नव्हतं. बाकी सगळा मांगवाडा येसाजीसोबतच होता; पण काळ बदलला. नवी पिढी आली. मांगवाड्यातल्या नव्या पिढीनं बँडच्या निमित्तानं गणाचा आधार घेतला अन् जुन्या पिढीच्या सगळ्या मांगांचा आधार असणाऱ्या येसाजीचा मुलगा परभू मात्र एकटा पडला.

चहा पिताना या सर्व गोष्टी वसंताला आठवल्या. आपण नाहकच परभूची साथ सोडली... गणानं तरी काय दिलं? त्याच्या बँडात काम मिळालं. बँडाचं काम तरी का बारमाही असते? लग्नाच्या हंगामापुरतं काम. आपल्याला त्या कामाचीच भुरळ पडली. परभूशी बोलणं गणाला आवडणार नाही म्हणून पुढे परभूशी दुरावा वाढत गेला. गणामुळे परभू असा एकटा पडला.

चहा पिल्यावर येसाजीनं वीस रुपये वसंताच्या हातावर ठेवले.

"कशासाठी?" असं एका शब्दानं विचारलं नाही. केवढा हारिक झाला वसंताला. मात्र, बाहेर आल्यावर गणाचं आडवं-तिडवं बोलणं ऐकून त्याचा नूर बदलला. मनात नसतानाही त्याने माफी मागितली, "चुकलं गड्या माह्यावालं. याच्याउप्पर मी अशी चूक करणार नाही."

गणानंही आवरतं घेतलं अन् ते सगळे पुढे निघाले.

ते चहादूच्या सोपानच्या दारात आले अन् 'गणा काका, गणा काका' म्हणत झोपडपट्टीत राहायला गेलेल्या शिवाचा पोरगा राजू धावत आला.

"काऊन पिसाळलं कुत्रं मांघं लागल्यावाणी हे पोरगं पळत येयालं रे?" भीमानं म्हटलं.

"काय हाये रे? काऊन दम दाटला?" गणानं राजूला जवळ आल्यावर विचारलं.

"काका, मले माह्या बापानं पाठवलं तुमच्याकडं?" दम कमी झाल्यावर राजू म्हणाला.

"काऊन पाठवलं?"

"काका, गाववाले त्या पाणीपाड्या महाराजाले मारायले?"

पाऊस पडावा म्हणून मारोतीच्या पारावर तेरा दिवस हा महाराज अन्नाचा एक कण न घेता, दूध न घेता उभा राहिला. तेराव्या दिवशी, म्हणजे गोकुळअष्टमीच्या दिवशी पाऊस पडला, तेव्हा महाराजानं अन्न-पाणी घेतलं; त्यामुळे गाववाल्यांनी महाराजाला 'पाणीपाड्या महाराज' हेच नाव दिलं.

गोकुळ अष्टमीपासून गावात ऊठसूट जो तो महाराजांचा सत्कार करू लागला. गावातल्या लोकांनी वर्गणी जमा केली. गावावर मोठा भंडारा झाला. जवळच्या पारूच्या गावातल्या लोकांनी महाराजांना आग्रहानं नेलं; पण वडगावच्या लोकांना विरह सहन होईना. पाचव्याच दिवशी त्यांनी महाराजांना उमऱ्यावरून वडगावात आणलं. काय करू अन् काय नको अशी सगळ्या कुणब्यांची गत झाली. महाराज बहुतेकांच्या चुलीपर्यंत जाऊन पोहोचले. बायका-पोरी-सोरी-म्हातारे-पोरं सारेच महाराजांच्या ध्यानी लागले, तेव्हापासून महाराजांचा मुक्काम वडगावलाच होता.

हे सगळं गणालाच काय सगळ्या मांगवाड्याला माहीत होतं. म्हणून राजूनं सांगितलेल्या बातमीवर गणाचा वा इतर कोणाचाच भरोसा बसला नाही.

"ऐ, काय बडबडायला, गाववाले कोणाले मारायले मनतं?" भिमानं पुन्हा विचारलं.

"पाणीपाड्या महाराजालेच मारायले, तुम्हाले माह्या बापानं पटकन बलावलं."

"मले काहाले बलावलं मनावं?" गणाने इतरांना विचारलं.

बाकीच्यांनाही हाच प्रश्न पडला.

"कुठे हाये तुव्हा बाप?"

"पाराजवळ, पारापुढंच समदे गाववाले त्या महाराजाले मारायले."

"चाला बरं, काय भानगड हाये ते पाहू!"

वर्गणी मागायचं काम अर्धवट सोडून सगळेच तिकडे धावले.

पारासमोर खरंच सगळा गदारोळ चालू होता. आरडाओरड, धावपळ, गर्दी;

कोणाचा कोणाला मेळ नव्हता.

रामा धनगराच्या ओट्यावरच्या गर्दीत शिवा उभा होता. त्यानं गणाला आणि इतरांना धावताना पाहिलं अन् तो धावतच गणाकडे आला. गणाला अन् बाकीच्यांना बाजूला घेऊन त्याने काय भानगड झाली ती थोडक्यात सांगितली.

बळीराम बेल्याच्या घरी आज सकाळी त्याचा भोयनीचा इव्हाई आला. भोयनी हे गाव मराठवाड्यात औंढा नागनाथजवळ, वडगावपासून सत्तर-ऐंशी किलोमीटर दूर. बळीराम बेल्याची सून भोयनीची. लेकीच्या भेटीला हा भोयनीचा पाहुणा आला. पाहुणा आला, त्या वेळी पाणीपाड्या महाराज बळीराम बेल्याच्या घरी जेवण करीत होता.

बळीरामनं पाहुण्याला हात-पाय धुवायला पाणी दिलं अन् पाहुणा घरात आला. महाराजांसाठी आधीच अंथरलेल्या सतरंजीवर बसला. महाराज जेवणात गुंग होते. बळीरामनं इव्हायला महाराजांबद्दल माहिती दिली.

"फार चमत्कारिक महाराज, तेरा दिवस अन्न न घेता उभं राहून पाऊस पाडला."

इव्हायला मोठं कौतुक वाटलं.

महाराजांचं जेवण झालं. महाराज ढेकर देत सतरंजीवर येऊन बसले. इव्हायानं महाराजांकडे ध्यान देऊन पाहिलं.

"अवो, ह्यो तं आमच्या गावचा इस्न्या मांग हाये की हो, ह्यो काहाचा महाराज? ह्यो जग्या हाये, कामचोर हाये, कामाचा कटाळा आला की, असे काहीबी सोंग करतो बघा ह्यो पाव्हणं?"

पाहुण्याचं बोलणं ऐकून महाराजांची घाबरगुंडी उडाली. महाराजानं- विष्णू मांगानं पाहुण्याला ओळखलं. पाहुणा भोयनीचा लिंबाजी पाटील होता. एकाएकी विष्णू मांगानं पाटलाचे पाय धरले अन् म्हणाला,

"मायबाप, मला वाचवा. माहा चुकलं. मला पदरात घ्या."

"आरं, मी काय वाचवू? तुला वाचिवणार आमचे इव्हाई. माहे नको, त्याह्यचे पाय धर बिट्या."

पाटलानं असं म्हणताच विष्णूने खरंच बळीराम पाटलाचे पाय धरले; पण बळीराम बेल्याने त्याला झिडकारलं अन् रागावून म्हणाला,

"लेका, समद्या गावाचा केसानं गळा कापलास तू? जातीचा मांग असून जात लपवली. आमचा देव बाटवला, समद्या कुणब्याह्यच्या सयपाकघरालोक घुसलास. अरे, जनाची नाही तरी मनाची थोडी लाज वाटाय पाह्यजे व्हती तुले? बरं झालं, आज आमच्या इव्हायनं तुव्हा फुटका फोडला, नाही तं तू आणखी किती दिवस आमचे घरं बाटवत व्हतास देव जाणे? तुह्या या गुन्ह्याचा निवाडा समदा गाव करंल. मी एकटा कसा तुले माफ करू?"

असं म्हणून बळीराम बेल्या घराबाहेर पडला.

पंधरा-वीस मिनिटांत ही गोष्ट सगळ्या गावभर पसरली. मांगानं देव बाटवला, गाव बाटवला ही भावना गावाच्या मनात बसली. गाव चिडला अन् पाच-पंचवीस तरण्या पोरांनी बळीरामच्या घरातून महाराजाला बाहेर काढलं.

"चाल लेका पारापुढं, गाववाले तुव्हा न्याय करतील" असं म्हणत पारापुढे आणलं. तिथं सगळा गाव गोळा झाला. त्या गदारोळात कसला आला न्याय अन् कसला आला निवाडा? "हाणा भोसडीच्याले" कोणीतरी ओरडलं आणि पाऊसपाड्या महाराजावर लाथा-बुक्क्यांचा पाऊस पडू लागला. गणा आणि कंपनी तिथे पोहोचले तेव्हाही महाराजाला लाथा-बुक्क्यांनी मारणं चालूच होतं.

"आता नका मारू, थांबा जरा. मार खाण्यानंच ते मरंल." असं कोणीच म्हणत नव्हतं.

"मंग आता आपण काय करावं मनतं?" गणानं सारं ऐकून घेतल्यावर शिवाला विचारलं.

"काय करावं ते मले नाही सांगता येणार; पण मले येवढं कळते, त्यो कुठला का असेना जर मांग जातीचा असंल तं त्याचा थोडाफार कैवार आपण घेतला पाह्यजे."

"कसा काय घेतला पाह्यजे?" वसंता पुढे झाला.

"मांग असूनही त्यानं गाव बाटवायची, देव बाटवायची एवढी हिंमत केली; तं त्या गोष्टीची सजा त्याले मिळायलेच पाह्यजे. गाववाल्याह्यनं मारलं यात त्याह्यचं काही चुकलं असं मले नाही वाटत."

"पण मला मात्र वाटते वसंता भाऊ" मध्येच आवाज आला.

सर्वांनी मागे वळून पाहिलं. तायडे मास्तर होते ते. "कायदा नावाची गोष्ट असते हे तर तुम्हाला माहीत आहे ना?"

"हो."

"त्या माणसानं चूक केली; पोटासाठी त्यांनी तसं केलं, हे आपण एक वेळ मान्य करू; म्हणून गाववाल्यांनीसुद्धा मोगलाई दाखवून कायदा हातात घ्यायला चालतो का? अहो, तुमच्याच्यानं एखादी गोष्ट चुकली; मग त्या चुकीबद्दल तुमच्यावर हल्ला केला तर चालेल का?"

"तसा कसा चालंल?"

"मग काय कराय पाहिजे?"

"पोलीस स्टेशनात रिपोर्ट कराय पायजे."

"हेच मलाही म्हणायचं. गाववाल्यांचा गुन्हा केला हे कबूल, म्हणून कायदा हातात घेऊन त्याला मारणं बरोबर नाही."

"मास्तर, आपण सध्या काय करावं मंग?"

"गणूभाऊ, आपण सध्या पुढे होऊन हे रोकलं पाहिजे."
"एवढ्या गाववाल्याह्मच्या पुढे व्हवून? आपलं ऐकतील ते?"
"आपल्या सगळ्याह्मची एकजूट असली तर आपण काहीही करू शकतो."
"कसं काय?"
"पाहायचं?"
"हो."
"मी पुढे होतो. तुम्ही सगळे माझ्या मागं या. मात्र, गाववाल्यांना भिऊन मागच्या मागे पळू नका."
"नाही पळत."
"मग होऊ पुढे?"
"हो व्हा; बेलाशक व्हा." गणासह सगळे ओरडले.
मास्तर मोठ्यानं 'थांबा थांबा' असं ओरडत गर्दीत घुसले. त्यांच्यामागून बाकीचेही घुसले.
एकाएकी 'थांबा थांबा'चा गलका ऐकून मारणारे पोरं गोंधळले. मारायचं सोडून 'थांबा थांबा' असं कोण म्हणतंय ते पाहायला लागले. तायडे मास्तर, गणा आणि बाकी आठ-दहाजणांना पाहून ते मागं सरले. भोवतालचे गावकरीही डोळे वासून पाहू लागले.
विष्णू मांग मातीत मुंडकं खूपसून पडला होता. त्याचं महाराजपण उलंगलं होतं.
"कायदा हातात घेऊन तुम्ही कायद्याचे गुन्हेगार होऊ नका." तायडे मास्तर ओरडून बोलले, "या माणसाने तुमचा गुन्हा केला हे मान्य! त्याला मारण्याऐवजी पोलिसांच्या ताब्यात द्या. काय गणाभाऊ, काय म्हणतो मी?"
"हो, बरोबर हाये."
"अरे, पण यानं समदा गाव बाटवला." दोघं-चौघं ओरडले.
"गाव बाटवला तं त्याच्यावर खटला भरा. त्याले मारून, त्याचा जीव घेसाल तं नाहाक समद्या गावालेच खडी फोडायले जेलात जा लागंल!" असं गणा सहज बोलला; पण त्याचं बोलणं गावकऱ्यांना धमकीवजा वाटलं...
"ह्या गणानं आपल्या नावाची पोलिसात तक्रार केली तं नाहाक भानगड मांघं लागंल; आगुदरच आंबेडकर पुतळ्याच्या भानगडीने आपण 'हैराण हाओ.' असा विचार अनेकांच्या मनात आला आणि त्यांनी तिथून काढता पाय घेतला.
दहा मिनिटांत सगळा सीन बदलला. पारापुढे गावातलं कुणब्याचं एकही माणूस राहिलं नाही. विनायक अन् त्याचे वडील भगवान पाटील सकाळीच वाशिमला गेले होते; त्यामुळे ते इथे नव्हतेच. ना माजी सरपंच लिंबा बेल्या होता. गावातल्या

कुणब्यांच्या माणसांना, पोरांना तिथे थांबायला आधार वाटेल असं तिथे कोणीही नव्हतं; त्यामुळे जो तो तिथून सोईस्करपणे सटकला.

तायडे मास्तर, गणा आणि इतरांनी विष्णू मांगाला उठवून बसवलं. कोणीतरी शेजारच्या घरचं ग्लासभर पाणी आणलं; त्याला पाजलं.

त्याला बरं वाटलं. त्याने डोळे उघडून सर्वांकडे पाहिलं अन् मग पुन्हा डोळे मिटून घेतले.

मास्तरांनी त्याला मांगवाड्यात उचलून घ्यायला सांगितलं.

दोघांच्या खांद्यावर बसून विष्णू महाराजांची पालखी मांगवाड्याकडे निघाली.

***

बौद्धाचा सिदाजी बुढा काठी टेकवत टेकवत मांगवाड्यात आला. त्याला पाहून मांगवाड्यातले माणसं नवलानं विचारू लागले, "काय सिदाआबा, यंधवा कुठं दौरा काढला?"

"अरे बाबा, त्या येसाजीच्या परभूले भेटायचं व्हतं, मनूनशानी समदा गाव तुटवत इथारोक आलो." सिदाजी ज्याला त्याला सांगायचा.

"हाये कारे घरी परभू?" परभूच्या दारात येऊन त्याने हाक मारली.

"कोण हाये?" परभूनं घरातूनच आवाज दिला.

"मी हाओ सिदा बुध."

"अहो, सिदाकाका हेत का? या, या."

"सिदाजी घरात आला. दरवाजाला काठी टेकवून तिथेच बसू लागला. तसा परभू म्हणाला,

"असे इकडे मोकळे बसा काका."

"नाही, मी बसतो इथंच! बाहेरून आलो त्याच्यानं माह्या डोळ्याले अंधारी आली. घरातलं काही दिसेना."

"बरं बसा, कसे काय आले इतक्या दूर? मले निरोप देला असता तं मी नसतो आलो घराकडं?"

"मीच आलो. घरात बसून बसून कंटाळा आलता. मनलं, चला पाय मोकळे व्हतात."

"पण पाय मोकळे कराय इतक्या दूर?"

"नाही कामबी व्हतं तसंच!"

"काय काम व्हतं?"

"पांडेबुवा कव्हा येणार हायेत गावात?"

"पांडेबुवा? सध्या नाही येणार. पंधरा दिवसांपासून त्याह्यचा संप सुरू हाये."

“संप? काहासाठी? पगार वाढवायसाठी? माय मी तं काय मनावं, या नवकरीवाल्या लोकाह्यले? कामाचे ना काजाचे; फक्त हरामाचा पगार खातात! मांधं मास्तर लोकायचा बी संप व्हता, तव्हा तं कोर्ट बी बंद व्हतं.”

“काका, मीबी नवकरीवालाच हाओ. हरामाचा पगार खातो.” परभूनं हसून म्हटलं.

“अरे, तुले नाही मनायलो मी. मास्तर, पटवारी, कारकून याह्यची गोष्ट करायलो. तुह्या कामाचं काय मोल करा लागते?”

सिदाजीचं बोलणं खरं होतं. पांडेबुवा असो का शाळामास्तर असो, सगळ्यांचीच कामाच्या नावानं बोंबाबोंब असते... पगारवाढीसाठी संपामागून संप करतात... सरकारने संपावर बंदीच आणली पाहिजे, असं परभूलाही कधीकधी वाटतं.

“जाऊ दे ते. काय चाललं तुव्हं?” सिदाजीनं संपाचा विषय आखडता घेतला.

“आमची मेळाव्याची तयारी.”

“अरे हो, आता तुमचेबी आमच्यावाणी मेळावे भरायले जणू. संघटनाबी स्थापन झाली वाटते?”

“हो.”

“ते बरं झालं... आमचा समाज जसा या कुणब्या-पाटलाच्या कचाट्यातून सुटला, तसा तुमचा समाजबी सुटला पायजे. त्यासाठी समाजाची संघटना पायजे. तुमची संघटना झाली मनून त्या दिवशी तुमच्या लोकाह्यनं त्या पाणीपाड्या महाराजाले गाववाल्याह्यच्या तावडीतून सोडवायची हिंमत दाखवली. माहे काळ्याचे ढवळे केस झाले. तुमच्या समाजानं गाववाल्याह्यले विरोध केल्याचं म्या कव्हा पाह्यलं नाही. त्या दिवशी जे झालं ते पाहून मले खरंच वाटेना, कसं काय केलं तं?”

खरं तर त्या दिवशी परभूही गावावर नव्हता. तो वाशिमला गेला होता. आपण त्या ठिकाणी हजर नव्हतो, याचं त्याला राहून राहून दुःख होत होतं; पण जे झालं ते फार चांगलं झालं; त्यामुळे सर्व मातंग समाजाचा कुणब्यांना विरोध करण्याबाबतचा आत्मविश्वास वाढीला लागेल. शिवाय गणाच्याही वृत्तीत बदल पडेल.

“तुम्ही सगळ्याह्यनं मिळून गाववाल्याह्यले विरोध केला, तुमची एकजूट दाखवली, त्याच्यानं गाववाल्याह्यवर तुमचा वचक पैदा झाला.”

“हो काका. आमचा वचक पैदा व्हयाले तुमचा समाजबी कारणीभूत हाये.”

“त्यो कसा काय?”

“तुमच्या पुतळ्याच्या भानगडीतून गाववाले अजून सहीसलामत मोकळे झाले नाहीत. आणखी तशीच आपल्यासंगं दुसरी भानगड उपस्थित करायची, गावातल्या काही माणसाह्यची तयारी नव्हती. ज्या पोरायनं त्या महाराजाले मारहाण केली, त्यातल्या काहीचे बाप - भाऊ दुसऱ्या दिवशी आम्हाले- म्हणजे आमच्या भिकाकाकाच्या

गणाले भेटाय आले. मनले, गडे हो, जे झालं ते झालं; पण पोलिसांच्या भानगडीत पडू नका.''

''अरे, आपल्यासारख्याले हेबी का कमी झालं का? एऱ्ही आपली चूक असली नसली तरी हे लोकं आपल्याच घरावर मारायले येत; ते मांघल्लं त्या यंकाच्या बायकोचं प्रकरण! काय चुकलं व्हतं तिचं? तुमच्याच इहिरीवर धुणं धुवायचं; अन् तुमच्याच बायकाह्यले लाथा-बुक्क्यानं तुडवायचं? खरं तं तव्हाच तुम्ही एकजूट दाखवली असती ना, तं लिंबाले नाक घासत तुमच्यापुढं या लागलं असतं?''

''तेव्हा नाही आलं ध्यानात; पण उशिरा का व्हयेना आता एकजूट झाली. एकजूट झाल्याचा कसा फायदा व्हते ते आमच्या सगळ्याह्यच्या ध्यानात आलं.''

''एकजूट पुढे कायम टिकवा. आमच्या बाबासायबानं आम्हाले जे दिवस दाखवले, ते तुम्हाले दिसायची येळ आली.''

''बाबासायबाचीच कृपा हाये आमच्यावरबी. त्याह्यच्या प्रेरणेने आमच्या समाजातले नेते समाज एकत्र करायचं काम करायले.''

परभूनं सिदाजीला डॉ. अण्णा भोपळेंच्या चळवळीविषयी माहिती दिली. ती ऐकून सिदाजी म्हणाला,

''अरे वा, तुमचे ते डॉ. आमच्या डॉ. बाबासायबासारखेच मनं नं?''

''हो.''

''खरं हाये तुमचं?''

''तेच डॉक्टर येयाले का वाशिमच्या मेळाव्याले?''

''नाही, ते नाही येयाले. अकोल्याचे लीडर यायले आमचे.''

''तसा माणूस येयाले पायजे रे. त्यो माणूस एक शब्द बोलला तं सगळ्या समाजात उथळपुथळ व्हते. त्याच्या जागी बाकी असे शंभरजणं बी येऊन गेले तरी त्याचा काही लयशिक फायदा व्हत नाही.''

''ते बी येतीलच.''

''हो येयालेच पाह्यजे... पण मले एक गोष्ट नाही पटली तुमची?'

कोणती?''

''तुम्ही त्या गणाले तुमचा लीडर केला. त्याचा स्वभाव सगळ्यायले संगं घेऊन चालायचा नाही. निऱ्हा इच्चक पोरगा हाये त्यो.''

''तुमचं मननं खरं हाये; पण त्याचा जो धाक वाटंल आमच्या मांगवाड्यातल्या लोकाह्यले, तितका दुसऱ्या कोणाचा वाटला नसता.''

''तशा या भानगडी धाकाने करता येत नसतात; समजुतदारीनं कराय पाह्यजे. त्याच्या जागी तू असता तं बरं झालं असतं, असे मले वाटते.''

''मी झालो सरकारी नोकर. मले अशा भानगडीत लयशिक पडाय जमत नाही.''

“हो ते बी खरंच.” चुलीजवळ बसलेल्या पारूनं परभूकडे पाहिलं अन् एकदम विचारलं, “चहा-गिहा ठेवायचा का? माहा सयपाक झाला मनून इचारतो. चहा करायचा नसंल तं इझवतो चूल.”

“काय माहीत काका पेतत का नाही आपल्या घरचा चहा?”

परभूने सिदाजीकडे पाहात कपाळावर आठ्या पाडून विचारलं. बौद्ध मंडळी जुन्या काळी महारकीत असताना मांगाघरचं खात-पित नव्हते. आता तो जमाना राहिला नाही; तरी पण सिदाजीसारख्या म्हाताऱ्याचं काही सांगता येत नाही. एरव्ही आता कुणब्यांची माणसंही मांगाघरी कधी-मधी चहापाणी घेतात. ग्रामपंचायतीच्या इलेक्शनचा परिणाम आहे तो.

“अरे, मले काहाले चहा पायजे?” सिदाजी भसकन म्हणाला; पण लगेच सावरून बोलला, “नाही, कर बाई चहा कर. म्या सहज नाही मनलं तं तुम्हाले वाटंल...”

पारूनं चहाचं भगूलं मांडलं.

“येसाजी अन् बायजाभाबी दिसत नाहीत, कुठं गेल्या?”

“ते दोघं गेले कवठ्याले, माहा मोठा सासरा बिमार हाये, त्याले भेटायले गेले.”

“तुह्या मामाचं गावबी कवठच हाये ना वाटते?”

“हो, ही माही माम-बहिणच हाये, लहान्या मामाची पोरगी !”

“हो, तेच त मंतो! तुह्या बापाले माहा मन्नं कव्हाच नाही पटलं! त्याले आमच्या आंबेडकराचा लयच राग येतो.”

“तुम्ही आंबेडकरवाले आमचा आंबेडकर मनता आजूकबी; मनून मंग राग येत असंल.”

“हो रे बाबा, पाहाय असं व्हते बोलता-बोलता, मंघाच मी बोलता बोलता मनलो, आंबेडकर तुमचे-आमचे सगळ्याह्यचे, अन आताच...! तरी त्या माणसाचं मोठेपण ध्यानात येत नाही सगळ्याह्यच्या. तुह्यासारख्या शिकलेल्या पोराह्यले ते कळते.”

“मी तं मणतो, तुमच्या-आमच्या जातीसारख्या सगळ्या मागासजातीवाले सगळे एक झाले तं गाववाल्याचं नाक दाबता येईल.”

“पण तसं व्हत नाही ना. बाबासायबानं तं तव्हाचं मनलं व्हतं तुमच्या जातवाल्याह्यले बौद्धधर्मात या मनून; पण आईकले नाहीत तुमचे लोक... नाही तं आज तुम्ही आम्ही मांडीले मांडी लावून बसलो असतो. आज गावकीच्या माणसाले, भला मंग त्यो पाटील असो का मानकरी- आमच्या बाई माणसाले कमी-जास्त बोलायचं मनलं की, सतरा खेप इचार करा लागते... काऊन तं आमची गावावर एकजूट हाये. आणखी तालुक्याले, जिल्ह्याले, राज्यभर आमची संघटना हाये...

जरासं कुठं कमी-जास्त झाले की, सगळीकडे जसं आग्यामोहोळ उठते. आमच्याच पुतळ्याच्या भानगडी झाल्या तव्हा किती लीडर लोक येऊन गेले आमचे? तसं तुमचं व्हायले पायजे. गावावाल्याह्यवर धाक राह्यते मंग. त्यात आता कायदेबी आपल्या हिताचे झाले. त्यो सेव्हन पी.सी.आर. का काय मतांत त्यो एक नवा कायदा झाला. कोण्या कुणब्यानं नुसती शिवी देली तरी त्या कायद्यानं शिवी देनाराले अटक व्हते!'' परभूला हे सारं नवीनच होतं. ह्यो कायदा आपल्यासाटीबी असंल ना? चौकशी करा लागते कोणाजवळ, मनातल्या मनात तो म्हणाला.

"घ्या चहा." पारूनं कपबशी त्याच्यापुढे धरली.

सिदाजीनं चहा घेतला. कपबशी खाली ठेवली. धोतराच्या पदराने तोंड पुसत त्यानं विचारलं,

"त्या महाराजाचं काय केलं मंग?"

"त्याचं काय करायचं? दोन दिवस दवाखान्यात भरती केलं व्हतं वाशिमले. सुटी झाल्यावर त्याच्या गावाले नेऊन घातलं."

"कमाल हाये पण त्याच्या हिमतीची, जात लपवून अशा भानगडी करायच्या मंजे? पण सगळ्या गावाले अन् भवतालच्या गावाह्यलेबी त्याने पागल केलं व्हतं."

परभूनं होकार भरला. त्यालाही त्या महाराजाच्या हिमतीची कमालच वाटत होती. दुनिया झुकती है; झुकानेवाला चाहिए। म्हणतात ते काही खोटं नाही.

"झाली का मेळाव्याची समदी तयारी? सगळा मांगवाडा जाणार असंल?"

"हो समदेच चाललो."

"जा. जातीचं काम मनल्यावर जायालेच पायजे. आमचंबी तसंच असते. मेळावा असो, मोर्चा असो का नागपूरचा दसरा असो, हातचं कामं सोडून आमचे लोक जातात. अरे, ते लीडर लोक कोणाच्या माथं कामं करतील? आपल्याच माथं ना! आपणच मांघ मांघ दडलो तं मंग कसं व्हईल?"

सिदाजी अशा कामी मोठा हुशार आहे, आंबेडकरांनी बौद्ध धर्माची दीक्षा दिली, त्या वेळेस गावातल्या महारांचा तोच पुढारी होता. गाववाल्यांनी त्यांच्यावर बहिष्कार टाकला. सात-आठ वर्षं बहिष्कार चालला; पण त्याने माघार घेतली नाही. गाववाल्यांनीच बहिष्कार मागे घेतला.

"बरं जातो मी." सिदाजी उठला.

"पांडेबुवासंगं काही काम व्हतं?"

"हो, माह्या नाताले रहिवाशाचा दाखला पायजे व्हता. तं तू मनतं त्याह्यचा संप चालू हाये. कव्हा मिटंल ते बी सांगता येत नाही."

"काय करते तुमचा नातू?"

औरंगाबादले कॉलेजात शिकायला."

"अस्सं!"

"हं, डॉ. बाबासायबानं तिथं आमच्या पोरांसाठी कॉलेज उघडलं. आमच्या जातीच्या पोरायसाठी तिथं सोई-सवलती असतात. हे समदे त्या बाबासायबाचे उपकार हायेत."

हे ऐकून परभूला वाटलं, आपल्या समाजासाठी काढंल का कोणी असं एखादं पेशल कॉलेज? आपल्या समाजासाठी एवढ्या सोई कधी होतील? आपल्या संतोषच्या वाट्याला येईल असं?"

"बरं जातो बाबा. पांडेबुवा गावावर आला मंजे मले सांग. बरं?"

परभू "बरं" म्हणाला. सिदाजी काठी टेकवत निघाला. तो रस्त्याला लागला, तेव्हा त्याच्यामागं अंगणात आलेला परभू परत घरात गेला.

***

सगळा मांगवाडा खाली झाला. ज्यांना अजिबात चालताच येत नाही, चार-दोन म्हाताऱ्या अशा; असेच मांगवाड्यात एक-दोघं शिल्लक राहिले. संपतच्या देविदासची बायको फक्त आठ दिवसांची बाळंतीण तीसुद्धा लेकरू पोटाशी घेऊन निघाली.

"जय मातंग बोलो, वाशिम चलो ऽऽऽ"

"जय अण्णाभाऊ बोलो, वाशिम चलो ऽऽऽ"

अशा घोषणा देत सगळेजण मिरवणुकीने निघाल्यासारखे वाशिमला जाण्यासाठी गावातून फाट्यावर आले.

"हे मांगटेबी माजले लेकाचे." जागोजाग उभ्या असलेल्या कुणब्यांच्या पोरा-सोरांच्या, वयस्कर माणसांच्या तोंडून उद्‌गार बाहेर पडत होते.

"अरे, याह्यले शेंबूड पुसता येत नव्हता रे! पण तायडे मास्तर गावावर आला अन् त्यानं सगळे मांग शहाणे करून सोडले."

"मास्तरले सोबती त्यो परभ्या कोतवालबी हाये, त्यो मुका वाटते तितका पक्का हाये."

"खातील मार एखांद्या वक्ती गाववाल्याह्यचा; तव्हा उतरंल त्याह्यची धुंदी."

"अरे बाप्पा, आता नाही तसं जमत. कायदे लेकाचे त्याह्यच्या बाजूनं हायेत. इतके दिवस हे मार खात अन् गप्प बसत; पण आता याह्यलेबी पोलीस स्टेशन, कोर्ट-कचेरी माहीत व्हयाली."

"काय परभू, लयच जोरात चालले?" राममंदिरापुढे उभे राहून चर्चा करणाऱ्या चार-पाचजणांपैकी दिनकर बेल्याचा विक्रम म्हणाला. विक्रम हा दुकानदारी करत होता. वाशिमला पाटणी चौकात त्याचं किराणा मालाचं दुकान आहे.

"हो, चला ना बापू, तुम्हाले यायचं नाही दुकान उघडाय?"

"नाही यायचं."

"काऊन?"

"तुमच्या मेळाव्याच्या धाकंभेणं वाशिमच्या सगळ्या दुकानदाराह्यनं आज दुकानं बंद ठेवायचं ठरवलं."

यावर सगळे हसले.

"काय थट्टा करता माही गरिबाची?"

"अरे, थट्टा नाही परभू, तुमच्या संघटनेले बेपारी मंडळीचा पाठिंबा मनून दुकानं बंद हायेत."

"असतील बॉ."

परभू तिथून निघाला; पण त्याच्या मनात विक्रमचं बोलणं भरून राहिलं. विक्रमनं आपली थट्टा केली की खरंच आपल्या मेळाव्यासाठी दुकानं बंद ठेवले मनते?

तो रस्त्यानं चालला असता तुकाराम बेल्याच्या बायकोनं, देवकाबुढीनं त्याला आवाज दिला.

"वासमाले चालला कारे?"

"हो आजी!"

"अरे बाप्पा, माह्या दम्याच्या गोळ्या आण बरं, रातीच सरल्या."

त्यानं अनेक वेळा देवकाबुढीच्या गोळ्या आणून दिल्या होत्या. आजही आण म्हणते; पण आपलं पाटणी चौकात कसं जाणं होईल? आपण पुसद नाक्यावर उतरून अलीकडच्या अलीकडेच माहूरवेशीला लागून असणाऱ्या अण्णाभाऊ साठेनगरात जाऊ, या विचारानं तो "आजी दुसऱ्या कोणाच्या हातानं बलवा आजच्या दिवस" असं म्हणणार एवढ्यात देवकाबुढीचा पुतण्या देवराव मास्तर म्हणाला, "मोठी माय, आज दुकानं बंद असतात वाशिमले."

"काऊन बाप्पा?"

"शुक्रवार हा वाशिमचा दुकान बंद ठेवण्याचा दिवस आहे."

आणि देवराव मास्तरचं बोलणं ऐकल्यावर मग परभूच्या ध्यानात विक्रमच्या बोलण्याची खोच आली.

"मायला काय लोक असतात. जाऊ द्या तिकडे, चला!" असं मनाशी म्हणत तो पुढे निघाला.

***

अनसिंगवरून अकरा वाजता एस.टी. आली. सगळेच त्या एस.टी.त दाटीवाटीनं बसले. एस.टी.वाल्याने पुढे उमऱ्यावरची, सोनाळ्यावरची माणसं घेतली. बहुतेक सगळे मेळाव्यासाठीच जाणारे होते. आता एस.टी. त मुंगीला उभं राहायलादेखील

जागा नव्हती, इतकी दाटी झाली होती. नाइलाजानं ड्रायव्हर-कंडक्टरनं नंतरच्या स्टॉपवरचे लोक घेतले नाहीत.

काही वेळानं एस.टी. पुसद नाक्यावर आली. उभी राहिली. बचंबचं माणसं, बायका, लेकरं खाली उतरू लागले. माणसं रस्त्याला लागले. गोंधळ वाढला. त्या रस्त्यानं दुसऱ्या गावचे लोकही येऊ लागले.

वडगावच्या मंडळींत सगळ्यात पुढे गणा-वसंता-भिमा होते. ते थांबले की, सर्वजण थांबायचे; ते निघाले की, निघायचे. गणाचा रुबाब वाढला, थाट वाढला. परभू सगळ्यात शेवटी होता. तायडे मास्तर दोन दिवसांपासून वाशिमलाच मुक्कामी होते.

पराभूला याच गोष्टीची खुशी वाटत होती की, मास्तरांची आयडिया मोठीच कामी आली. त्यांच्या आयडियामुळेच गणा कामाला लागला.

गावोगावची मांग मंडळी भेटू लागली. राम-राम, श्याम-श्याम होत होता, काही बोलणं होतं होतं. सगळ्या गावच्या मांग मंडळींच्या अंगी भलताच उत्साह होता.

अण्णाभाऊ साठेनगरात अण्णाभाऊ साठेंच्या पुतळ्यापुढच्या मोकळ्या जागेत सगळी माणसंच माणसं दाटली होती. पुतळ्याच्या बाजूला मोठा स्टेज उभा केला होता. स्टेजवर लावलेला लाउड स्पीकर मोठमोठ्यानं गाणी म्हणत होता. माणसं दाटीवाटीनं बसली होती. उभं राहायलाही जागा नव्हती.

एक वाजता सुरू होणारा मेळावा दोन वाजता सुरू झाला. वाशिमचा पप्पू गायकवाड पहिल्यांदा बोलू लागला, तो थोडा वेळ बोलला अन् बाजूला झाला. आता त्याची जागा सोनाळ्याच्या सूर्यकांत साठेनं घेतली. तो आता बोलू लागला...

"...मंडळी, गावोगावांहून आपण या मेळाव्यासाठी हजर झाला, त्यासाठी मी आपले सर्वांचे अखिल महाराष्ट्र मातंग संघाच्या वाशिम शाखेतर्फे आभार मानतो. मंडळी, आपला समाज मागासलेला, दबलेला, अन्याय सहन करणारा, नव्हे अन्याय सहन करण्यातच धन्यता मानणारा; पण आपल्यासाठी डॉ. अण्णासाहेब भोपळेंनी फार मोठं काम केलं. आपल्या समाजात जागृती निर्माण केली. संघटन किती आवश्यक आहे याची जाणीव करून दिली. आपल्या संघटनेच्या बळाच्या जोरावर आपण मनात आणू ते करू शकतो. डॉ. अण्णासाहेब भोपळेंनी सरकारला आपल्या जातीसाठी अण्णाभाऊ साठे विकास महामंडळ मागितलं. त्यासाठी लढा सुरू केला आणि मंडळी, मला तुम्हाला सांगायला मोठा आनंद होतो की, ते महामंडळ स्थापन करायचं सरकारनं मंजूर केलं. डॉ. अण्णासाहेब भोपळेंच्या आंदोलनाला यश आलं. तुम्ही म्हणाल, आम्हाला या महामंडळाची काय गरज; पण हे महामंडळ आपल्यासाठी वरदान ठरणार आहे."

मग बराच वेळ त्यानं महामंडळाकडून कशाकशा प्रकारची कर्जं, साहाय्यता

मिळू शकते; त्यामुळे मातंग समाजातील शिकून बेरोजगार असणारी मुले, माणसं कोणकोणते उद्योग-धंदे करू शकतात त्याचीही भलीमोठी यादी दिली. लोकांना हे सारं नवीनच होतं. डॉ. अण्णा भोपळेंचं नावही कित्येकांना माहीत नव्हतं. आपण गावात मेंढीसारखे मुंडी खाली घालून नुसतेच दुसऱ्याच्या हाताखाली राब-राब राबतो. आपल्यासाठी सरकारशी कोणीतरी लढतं आहे, याचीही आपल्याला जाणीव नाही, याची अनेकांना खंत वाटू लागली आणि मग कुणीतरी घोषणा दिली,

'बोला, डॉ. अण्णासाहेब भोपळे की ऽऽऽ'

इतरांनी 'जयऽऽ' म्हणून साथ दिली.

पाच मिनिटं घोषणांतच गेली. दरम्यान, एक-दोन वेळा साठेंनी बोलायचा प्रयत्न केला; पण त्यात त्याला यश आलं नाही.

"आता घोषणा थांबवा. आधीच आपल्याला कार्यक्रम सुरू करायला उशीर झाला आहे. मुख्य पाहुण्यांची भाषणं महत्त्वाची आहेत. ती आपल्याला ऐकायची आहेत. गावोगावच्या अखिल महाराष्ट्र मातंग संघांच्या शाखा स्थापन करायच्या आहेत. मेळाव्यात काही महत्त्वाच्या मंडळींचे सत्कार करायचे आहेत, तेव्हा मी काय म्हणतो ते ध्यानात घ्या."

सगळे गप्प झाले.

"आपल्या समाजात अठरा विश्वं दारिद्र्य पसरलेलं आहे. अठरा विश्वे याचा अर्थ अठरा गुणिले वीस बरोबर ३६० असा मी करतो. म्हणजे आपला समाज वर्षातले ३६० दिवस दारिद्र्यात खितपत असतो. आपण दरिद्री आहोत, अस्पृश्य आहोत म्हणून आपण शांत आहोत, असं समजण्याचे दिवस आता राहिले नाहीत. आतापर्यंत आपण सगळं काही शांतपणे सहन केलं; पण आता आम्ही पेटून उठलो आहोत; आमच्यावर कोणी अन्याय केल्यास आता आम्ही काय उत्पात करू ते कोणालाही सांगता येणार नाही. हे जगाला कळावं म्हणूनच हा मेळावा आपण आयोजित केला आहे. मंडळी, येथे उपस्थित राहिल्याने तुम्ही जसे जागे झालात; तसे आपल्यावर अन्याय करणारांनाही आता अन्याय करण्याआधी हजार वेळा विचार करावा लागेल. मंडळी, मी मुद्दाम उल्लेख करतो, आमच्या वडगावच्या कार्यकर्त्या मंडळींचा; त्यातल्या त्यात आमचे गणाजी गायकवाड. त्यांनी त्यांच्या गावात गावकऱ्यांकडून मारहाण होत असलेल्या आपल्या जातीबांधवास- पाऊसपाड्या महाराजास गाववाल्यांच्या कचाट्यातून सोडवलं. ही गोष्ट सोपी नाही. गावाच्या विरोधात जाऊन ही गोष्ट त्यांनी केली. त्यांच्यासारखीच हिंमत इतर सर्वांनी दाखवायलाच हवी..."

गणाचं कौतुक ऐकून खुद्द गणाला स्वर्ग दोन बोटंच बाकी उरला; आपण केलेल्या गोष्टीचं एवढं हजारो लोकांसमोर साठे कौतुक करायला, साधी गोष्ट नाही ही! त्याचा आनंद गगनात मावेना. त्यानं मनोमन मास्तरचे उपकार मानले.

'त्या वक्ती गाववाल्याह्मले विरोध करायले मास्तर पुढे झाले नसते तं आपण बी गेलो नसतो. तसं मनलं तं ह्यो सत्कार मास्तरचाच हाये.' क्षणभर त्याचं मन मास्तरच्या आठवानं भारावलं.

"मंडळी, आपल्याला आजच्या कार्यक्रमाच्या अध्यक्षांच्या हस्ते त्यांचा सत्कार करायचा आहे."

झालं, गणा बावळा झाला. त्याचं अन् त्याच्या सोबत्यांचं पुढच्या कार्यक्रमात अजिबात लक्ष नव्हतं.

सत्कार स्वीकारण्यासाठी गणाचं नाव घेतलं गेलं. गणा स्टेजवर गेला अन् वसंता, भिवा बाकीच्यांनी गणाच्या नावाने घोषणा दिल्या.

पुढे याच्याहीपेक्षा गजब झाली. गावोगावच्या अखिल महाराष्ट्र मातंग संघाच्या शाखांच्या अध्यक्षांची नावं वाचून दाखविण्यात आली. त्यात वडगाव शाखेचा अध्यक्ष म्हणून खुद्द गणाचं नाव घेतलं गेलं, तेव्हा तर वसंता, भिमा आणि कंपनीने गणाला अक्षरशः डोक्यावर उचलून घेतलं... आणि त्यांनी गणाच्या नावाच्या घोषणा द्यायला सुरुवात केली.

या गोंधळाने आसपास बसलेल्या गावोगावच्या लोकांना स्टेजवरून चाललेलं बोलणं ऐकू येईना, तेव्हा चार शहाण्या माणसांनी पुढे होऊन गणा आणि कंपनीला धिंगाणा न करण्याबाबत सुचवलं, तेव्हा ते गप्प राहिले.

पण पुढच्या कार्यक्रमात गणाचं मन लागलं नाही. आपल्याला गाव शाखेचा अध्यक्ष केलं म्हणजे आपल्या हाती जणू स्वर्गच आला, असं त्याला वाटू लागलं. आता खरी लीडरकी त्याच्या अंगात शिरली. एवढ्या लोकांच्या समोर त्याचा सत्कार, नंतर त्याचं गाव शाखेचा अध्यक्ष होणं... या गोष्टींनी त्याची छाती न फुगती तरच नवल!

व्यासपीठावरून अनेकांची भाषणं झाली. शेवटी अध्यक्षांचंही भाषण झालं; पण गणाच्या कानांत त्यातला एकही शब्द उतरला नाही. मतंग ऋषी, अण्णाभाऊ साठे, डॉ. अण्णासाहेब भोपळे... अण्णाभाऊ साठे विकास महामंडळ... याच गोष्टी ज्याच्या त्याच्या भाषणात होत्या. शेवटी एकदाचा कार्यक्रम संपला अन् गणाची सुटका झाली.

गणा हवेवर तरंगत तरंगतच गावाकडे परतला.

सगळा मातंग वाडा भारल्यागत झाला. २७ तारखेच्या मेळाव्यात अ. म. मातंग संघाच्या नेत्यांनी स्वतःला मांग म्हणवून न घेता यापुढे 'मातंग' म्हणून म्हणवून घ्या असा आदेश दिला. तेव्हापासून मांग, मांगवाडा हे शब्द मागे पडले. त्याऐवजी मातंग, मातंगवाडा हे नवे शब्द पुढे आले. जो तो 'राम राम'ऐवजी 'जय मतंग' म्हणून एकमेकाला अभिवादन करू लागला. जिथं-तिथं मेळाव्याच्याच गोष्टी. मतंग

ऋषीचा महिमा जुन्या जाणत्या मतंगांना माहीत होता. मतंग ऋषीच्या कथांतून महादेव-पार्वतींनी मतंग ऋषीचा कसा सांभाळ केला, त्याला लहानाचं मोठं केलं. पूजेच्या तयारीचं काम मतंग ऋषीवर कसं सोपवलं; पण महाराच्या पोरानं कपिला गायीला कापून मतंग ऋषीवर कसा आळ घेतला, त्याचा परिणाम म्हणून महादेव-पार्वतीने त्यांना कसं अंतर दिलं... हा कथा भाग; कपिला गाईचा गोऱ्ह्या बसव्या, त्याला पकडून आणल्याबद्दलची मतंग ऋषीची कथा येते... वाली, सुग्रीवाच्या भांडणात वालीपासून स्वतःचा जीव वाचवण्यासाठी सुग्रीव मतंग ऋषीच्या आश्रमात जाऊन लपतो, वालीला मतंग ऋषीच्या आश्रमात जायची परवानगी नसते... याशिवाय मारोतीच्या जन्माची कथा... या सगळ्या कथांतून मतंग ऋषीबद्दल बरीच माहिती आलेली होती. त्याच मतंग ऋषीचे आपण वंशज आहोत ही गोष्ट तरणी-म्हातारी माणसं आता आपल्या घरातल्या बायका-पोरांना मोठ्या अभिमानाने सांगू लागली. कथा सांगताना तरण्या पोरांच्या छात्या अभिमानाने भरून येत होत्या.

पोरा-सोरांच्या संघटनेच्या गोष्टी चालत. रात्री उशिरापर्यंत ती गल्लीवर बसत अन् बघताबघता घोषणा देत-

जय अण्णाभाऊ,

जय मतंग ऽऽऽ अण्णाभाऊ साठे कीऽऽऽ जयऽऽऽ

मतंग ऋषी कीऽऽऽ जयऽऽऽ

डॉ. अण्णासाहेब भोपळे कीऽऽऽ जयऽऽऽ

तायडे मास्तर आणि परभू हे सारं हवालदिल होऊन पाहात. दिवाळीची सुटी लागूनही तायडे मास्तर मुद्दाम इथेच राहिले. गावाकडे गेले नाहीत. परभूने त्यांना म्हटलंही, तेव्हा ते म्हणाले,

"माझ्या एकट्याच्या दिवाळीचा हा प्रश्न नाही परभूभाऊ. आज तुमच्या-आमच्या सगळ्या मातंग समाजाच्या आयुष्यातला अंधार नाहीसा करून मनामनांत दिवे लावायची गरज आहे. योगायोगाने दिवाळीच्या पर्वातच आपला हा मेळावा आला; त्यामुळे मला मेळावा हीच दिवाळी वाटते."

खरंही होतं हे! मेळाव्याचा आनंद हा दिवाळीच्या आनंदापेक्षा कितीतरी पटींनी अधिक होता.

मात्र, गावकऱ्यांच्या भिवया उंचावल्या गेल्या होत्या. सगळे मांग संघटित होणार, एकजूट होणार म्हणजे आज ना उद्या आपल्या विरोधात जाणार. मांगांची नवी पिढी जुन्या पिढीसारखी वागत नाही. जुनी माणसं पाय चाटायला जोर करत, ही पिढी मात्र डोळ्याला डोळा भिडवू पाहते. गावकीचं काम करणारा यंका तेवढा गावाला धरून वागतो. तो तसा वागतो म्हणून पोटभर खातो. बाकीचे पाटीलकी करतात अन् घरातल्या घरात पाय खोरून मरतात.

पण आता हे भलतंच सुरू झालं. गावकीच्या, गाववाल्यांच्या विरोधात हे बंडच आहे. मागच्याच पाणीपाड्या महाराजांच्या प्रकरणात मांगांनी जो विरोध केला, तोच गावाला असह्य झाला होता. बौद्धांच्या पुतळा प्रकरणात लोक अडकले नसते, तर गाववाल्यांनी त्या महाराजासकट सगळ्या मांगांचे मुडदे पाडले असते... त्यातही काही मातंग तरुण गाववाल्यांना म्हणत, 'त्या महाराजानं गाव बुडवलं मनता, देव बाटवला मनता, त्यो का तुम्हाले मनाय आला व्हता की, मले घेऊन ज़ा, तुमच्या पारावर, तुमच्या घरात? त्यो तं आला तव्हा पाराजवळच्या पिंपळाखाली उभा व्हता. तुम्हालेच दम पडला नाही, तुम्ही त्याले पारावर नेऊन उभं केलं. तुमच्या हाताने तुमच्या सयपाकघरात नेलं अन् आता लागले बोंबालाय, त्या महाराजानं असं केलं अन् तसं केलं मनाय?'

यावर गाववाले निरुत्तर होत. तोंडावर कांहीच बोलत नसत; पण मातंगांच्या माघारी त्यांच्या गप्पा चालत.

"अरे, या मांगाह्यले इतली कुठल्ली अक्कल? त्यो तायड्यामास्तर कारणीभूत हाये याले. त्याले आदुगर गावावरून हाकलाय पाह्यजे. मंग बाकीचे मांगटे काय करतात? आपण पाय आपटला की, नाही त्याह्यची दाळ पातळ झाली तं माहा नाव बदलून ठेवा?"

हा विचार अनेकांना पटे. त्याचा परिणाम म्हणून काहीजणांनी पुढाकार घेऊन भगवान पाटलांच्या घरी मीटिंग घेतली. या मीटिंगला लिंबा बेल्यासुद्धा आला. चर्चा झाली. 'मास्तरची बदली करायची' असा ठराव सर्वानुमते पास झाला. या कामी भगवान पाटलाचा मुलगा आणि गावचा सरपंच- विनायक, लिंबा बेल्या यांनी पुढाकार घ्यायचंही ठरलं. 'लवकरात लवकर मास्तरची बदली' ही खूणगाठ बांधून मीटिंग बरखास्त झाली.

***

आज वाशिमला अ. म. मातंग संघाच्या गावोगावच्या शाखा अध्यक्षांची बैठक. गणा सकाळपासून चार वेळा तायडे मास्तरकडे येऊन गेला. प्रत्येक वेळी "गुर्जी, आटपा बिगीनं. उशीर व्हईल. सयपाक करायचा कंटाळा आला असंल तं आमच्या घरी जेवा." असं म्हणत होता.

तायडे मास्तर मात्र- "हो आटोपलंच, खिचडी टाकली मी." असं म्हणत होते.

गणा गुडघ्याला बाशिंग बांधून तयार झाला होता. मातंगवाड्यातून त्याच्या सोबत चालण्याबद्दल त्याने त्याच्या साताठ सोबत्यांना म्हटलं. परभूला मात्र बोलला नाही. मास्तरांना वाटलं होतं, त्यानं परभूला 'चाल' म्हणावं. किती मोठं मन आहे परभूभाऊचं? त्यांनी स्वतःकडे कोणताही मोठेपणा न घेता मोठेपणाची आयती तयार

माळ गणाच्या गळ्यात घालायला सांगितली. आपण मात्र नामानिराळा राहिले.

तरी मास्तरांनी परभूला भेटून वाशिमला चलण्याबद्दल आग्रह केला.

“आता तिथं माहा काय काम? मला गाव संघटनेच्या कार्यकारिणीत थोडंच सहभागी व्हायचं? तुम्ही अन् गणा योग्य वाटतील ते सदस्य ठरवा.” असं म्हणाले.

“तुमच्याशिवाय ते होणार नाही, तुम्ही चलाच!” असं मास्तरांनी आग्रहानं विनवलं; तेव्हा त्याला ‘नाही.’ म्हणता आलं नाही.

गणा अन् त्याचे सोबती मास्तरांच्या खोलीपुढे जमले.

“मास्तर, चला बिगीनं आटपा; गाडी जाईल!” भिमानं आवाज दिला.

“झालंच, कपडे बदलतो. भिमाभाऊ! तोवर परभूभाऊंना आवाज द्या. चला म्हणावं, आम्ही निघालो.”

मास्तरांचं बोलणं ऐकून भिमासकट सगळ्यांनी कपाळावर आठ्या चढवल्या.

“त्याचं काय काम?” तिघा-चौघांनी एकदम म्हटलं.

“मास्तर फालतूची लांबण लावते.” भिमाही उसळला.

“हे पाहाय गणा, त्याले का तुवा गाव संघटनेच्या कार्यकारिणीत घेतलं तं आमच्याएवढं वाईट नाही.” वसंतानं सरळसरळ धमकीच दिली.

“अबे, येडे हा का तुम्ही? माह्या तं एऱ्हीच नाकात बसेल हाये त्यो? त्याले पाह्यलं की, माह्या तळपायाची आग मस्तकात जाते; पण ह्यो मास्तर त्याच्याबिगर पाणीच पित नाही.”

“चाल, आपणच. येऊ दे त्या परभ्याले अन् मास्तरले संगं संगं.”

“हा असं चालते.” भिमानं वसंताला अनुमती दिली.

“गुर्जी, आम्ही व्हतो वजे वजे पुढं. तुम्हीच परभूच्या घराकून त्याले घेऊन पटकन या.”

मास्तरांच्या लक्षात आलं. ते हसले. त्यांच्या उत्तराची वाट न पाहता सगळेच निघाले.

“अण्णाभाऊ, पाह्यलं तुम्ही? केवढा हा द्वेष? हा द्वेष आहे तोपर्यंत या लोकांचं काही खरं नाही. ह्या गणाच्या मनातून हा द्वेष कसा काढायचा याची बुद्धी द्या आता.” असं अण्णाभाऊंच्या फोटोकडे पाहून मनाशी म्हणत मास्तर चिंतन करू लागले. चिंतना-चिंतनात दाराला कडी-कुलूप लावून परभूच्या घरी आले. परभू त्यांची वाटच पाहात होता.

“बाकीची मंडळी?”

“गेले ते पुढे.”

परभू सूचकपणे हसला. मास्तरांच्या ते लक्षात आलं.

“झालं तुमचं?”

"हो."

"चला, तर मग!"

दोघे निघाले. तसा येसाजीने आवाज दिला.

"काय बा?"

"अरे, भगवान पाटलानं बलवलं व्हतं ना तुले?"

"हो गेलो व्हतो."

"काय मनत?"

"त्याह्यच्या रिटायरमेंटची नोटीस निघाली पंधरा-वीस दिवस झाले. नव्या पाटलाच्या नियुक्तीसाठी हुकूम काढला का एस.डी.ओ नं ते विचार मनले राऊत बाबूले."

"काय, पाटील रिटायर्ड झाले?"

"हो गुर्जी. तसे ते दोन वर्षांआधीच रिटायर व्हयाले पाह्यजे व्हते; पण लांबलं कसं लांबलं ते?"

"म्हणजे पुन्हा गावात पाटीलकीवरून ताण वाढणार सवर्णांत?"

"त्याह्यचा ताण वाढेलच. लिंबा बेल्या टपूनच हाये पाटीलकीवर, एक लाख रुपये देयाचं काम पडलं सायबाले तरी देतो मनायला. अन् आजकाल पैसा देला की, खोट्याचं खरं व्हते."

"ते आपल्यासाठी बरं होईल. गाववाल्यांची एकजूट म्हणजे आपल्या चळवळीला प्रचंड विरोध. इंग्रजांनी असंच राज्य केलं. तोडा, फोडा नीतीचा वापर करून."

सगळेजण एकाच एस. टी.मध्ये वाशिमला आले.

स्टँडवर उतरले, तेव्हा अकरा वाजून गेले होते. ते पाहून गणा म्हणाला,

"मास्तर, साडेअकरा व्हयाले. चला लवकर, रिक्षा-गिक्षा करायचा का?"

"नाही. रिक्षाची गरज नाही. पायीच जाऊ."

"पण मास्तर, तुम्ही मले जराशी सवलत द्या. मी येतो एस.डी.ओ.च्या ऑफिसातून."

परभूचं बोलणं ऐकून गणासह बाकीचे 'बरं झालं व्याद कटते.' अशा भावानं त्याच्याकडे पाहू लागले.

"लवकर या, वेळ लावू नका."

"येतो, लौकर येतो."

परभू एकटाच एका दिशेला अन् बाकीचे टाउन हॉलकडे निघाले.

आतापर्यंत सभा सुरू झाली होती. सूर्यकांत साठे, वसंत कांबळे, पप्पू गायकवाड हे कार्यकर्ते खुर्च्यांवर बसले होते. गावोगावच्या कार्यकारिणीची निवड चालू होती.

एक वाजत आला तरी वडगावचं नाव घेतलं जाईना. मास्तर एक-दोनदा सूर्यकांत साठेंशी बोलून आले. तरीही वडगावचा पुकारा होईना.

"आता शेवटी कार्यकारिणी वडगावकरांची." साठे म्हणाला.

"मायला, सगळ्यात शेवटी नंबर लावला लेकानं!" गणा कुरकुरला.

"आली का मंडळी वडगावची, तायडे गुरुजी?"

"हो आली!" तायडे मास्तरांनी सूचना केली.

गणासह सगळे उभे राहिले. साठेंनी सर्वांवरून नजर फिरवली अन् म्हणाले,

"पण परभू गायकवाड दिसत नाहीत? ते आले नाही का?"

"आलेत; पण वेगळ्या कामासाठी दुसरीकडे गेले. येतो म्हणाले."

"मग त्यांना येऊ द्या. ते आले की, त्यांच्या सल्ल्यानेच आपण तुमची कार्यकारिणी जाहीर करू."

"पण आम्ही हाओ ना! त्यो नसला तं नसला?"

"गणाजी, तसं नसते. कार्यकारिणीला सगळ्या गाववाल्यांना सोबत घेऊन काम करायचं आहे. तुम्ही ते करू शकता, याचा मलाही विश्वास आहे. एकी, जूट, संघटन कसं असतं, काय असतं हे तुमच्याकडून शिकावं, असं मी गावोगावच्या कार्यकर्त्यांना सांगत असतो. उगाच नाही आम्ही त्या दिवशी मेळाव्यात तुमचा जाहीर सत्कार केला! हे सगळं खरं असलं तरीही कार्यकारिणी ठरविताना परभू गायकवाड उपस्थित असणं मला आवश्यक वाटतं. म्हणून आपण त्यांची वाट पाहू. तोपर्यंत पुढच्या मेळाव्याच्या आयोजनाबाबत चर्चा करू!" साठेंनी विषय बदलला.

गणाचा जळफळाट झाला. त्याचाच नाही, त्याच्या सोबत्यांचाही झाला.

"हे बेणं भोसडीचं, जागोजाग आपल्याले असंच आडवं येणार हाये गणा!" बसता बसता बोलला.

"आडवं यायलं मनल्यावर एखांद्या बारीनं कापून काढा लागंल!" भिमा बोलला, गणाची अस्वस्थता वाढली. त्याला बसावंसं वाटेना, म्हणून तो उठून बाहेर आला. त्याच्या मागोमाग बाकीचेही आले..

"कुठे मेलं रे जाऊन हे?" गणा कचकचला.

"काय माहीत, कोण्या मसनात गेलं ते?" वसंतानं री ओढली.

"वसंता, जाय त्या मास्तराले बलावं, त्याले पाठवू त्या गध्याले पाहायले."

वसंता आत पळाला. थोड्या वेळानं मास्तरला घेऊन आला.

"काय हे मास्तर, एका माणसासाठी केवढा खोळंबा चालला?"

"येतील ना ते! तसे पटकन येतो म्हणाले होते. काही कामात गुंतले असतील?"

"ते काही नाही, तुम्ही जा कोणाचीतरी सायकल घेऊन अन् त्याले पुढे घालून आणा."

पण मास्तरांना तसं काही करायची गरजच पडली नाही. परभूच येताना दिसला त्या सर्वांना. त्याला पाहताच गणा गडबडीने म्हणाला, "चला आता, तुमच्या त्या साठेले सांगा. पटकन जाहीर कर मनावं कार्यकारिणी अन् आम्ही मनू तेच लोक घे मनावं."

त्याच्या बोलण्याची कीव करत मास्तर दोन पावलं पुढे जाऊन परभूला भेटले.

"झाली जाहीर कार्यकारिणी?"

"नाही. तुमच्यासाठी रोखली त्यांनी. तुम्ही आल्याशिवाय जाहीर करत नाही म्हणाले. चला हॉलमध्ये."

"माही काहाले वाट पाह्यली? सगळी मंडळी तं हजर व्हतीच."

परभूनं सगळ्यांकडे निरखून पाहिलं. सगळ्यांचे चेहरे त्रस्त वाटले.

ते सर्वजण आत आले, तेव्हा त्यांना बसायला सांगून साठे म्हणाले,

"परभूजी, अखिल महाराष्ट्र मातंग संघाचे संस्थापक डॉ. अण्णासाहेब भोपळे यांच्या उपस्थितीत वाशिमला आपल्या संघटनेतर्फे भव्य मेळाव्याचं आयोजन करण्याबाबत आपल्या मंडळींकडून आग्रह धरला जात आहे. डॉ. भोपळेसाहेबांची तारीख मिळविण्यासाठी मी पुढच्या आठवड्यात मुंबईला जाऊन त्यांची भेट घ्यावी असं मत मांडण्यात आलं आहे. याबाबत आपली काही हरकत नाही ना?"

परभू म्हणाला, "काही हरकत नाही. ही तं मोठी आनंदाची गोष्ट हाये!" डॉ. अण्णासाहेब भोपळ्यांना पाहावं, त्यांचं बोलणं ऐकावं ही इतरांप्रमाणे परभूचीही फार दिवसांची इच्छा होती.

"मग ठीक आहे! आता तुमच्या गावाच्या कार्यकारिणीचं काय करायचं ते तुम्ही मंडळी ठरवा अन् पाच-दहा मिनिटांत मला यादी द्या."

"हो साहेब."

परभूनं तायडे मास्तरांसह गणाची भेट घेतली. सगळेजण हॉलच्या बाहेर आले.

"मी मनतो तीच कार्यकारिणी व्हईल." गणा तावातावानं म्हणाला.

"गणाभाऊ, तुम्ही म्हणता तसंच करू. आपल्याला आपल्या समाजासाठी कार्य करायचं आहे. कार्यकारिणीत असलेल्यांनीच कार्य करायचं अन् बाहेर असणारांनी काहीच करायचं नाही, असं थोडंच आहे. खरं तर तळमळीनं कामं करणाऱ्या माणसाला पदाची गरज नसते!" तायडे मास्तराचं टोचून बोलणं गणाच्या ध्यानात आलं; त्यामुळे ताण न मारता तो थोडा शांत झाला.

पेन, कागद काढून तायडे मास्तरांनी परभूला विचारलं, "सांगा परभूभाऊ, कोणाकोणाची नावं द्यायची कार्यकारिणीसाठी?"

परभूनं गणासह सगळ्यांकडे पाहिलं. सगळेच अस्वस्थ झाले होते.

"मास्तर, गणाच्या मनाने घ्या." वसंता म्हणाला.

"वसंताभाऊ, आपण असं करू. परभूभाऊला विचारू, गणाभाऊला विचारू. इतकंच काय तुमच्यापैकी एखाद्याला एखादं नाव नको असेल किंवा एखादं नाव टाकावंसं वाटलं तर तेही मनमोकळेपणाने सांगा. हे आपण सगळे मिळून ठरवू. कोणा एकाच्या मनानं करण्याऐवजी सर्वांच्या मनानं झालेलं बरं. कसं?"

हे सगळ्यांना पटलं, मास्तरांनी परभूला नावं विचारली. गणाचं नाव अध्यक्ष म्हणून आधीच पक्कं झालं होतं. त्याच्या सोबतीला आणखी सहाजणांची नावं हवी होती. परभू सांगू लागला. मास्तर लिहू लागले.

"भिमा, वसंता, पलाटातला शिवा, हारजीचा केशव हे सगळे मिळून पाचजणं. आता उरलेल्या दोनपैकी एकजण मथाऱ्या मंडळींतला घ्या."

"नका, मथाऱ्याचा घोळ नका घालू यात. हे मथारे आपल्याले कोणतंच काम मनासारखं करू देणार नाहीत." गणानं म्हाताऱ्या मंडळींपैकी सदस्य घेण्यास विरोध दर्शवला. त्याला त्याच्या दोस्त मंडळींनी सहमती दिली.

"मग उरलेले दोनजण..."

"एक संपतकाकाचा देविदास घ्या, अन् दुसरा चहादूकाकाचा सोपान घ्या." गणानं नावंही सांगितली.

परभूचं नाव यादीतून कटवलं याचंच समाधान त्याच्या चेहऱ्यावर जास्त होतं. त्याचे दोस्तही या गोष्टीवर खूश होते.

"काहो परभूभाऊ, तुमचं काही म्हणणं यावर?"

"काहीच नाही गुर्जी, ही यादी देऊन टाका, चला."

"चला, चला." म्हणत गणा अन् त्याचे सोबती खुशीत निघाले.

यादी साठेजवळ दिली. सगळे त्याच्या भोवताली गोळा झाले. यादीवरून नजर फिरवून साठे म्हणाले, "काय हो तायडे गुरुजी, या यादीत परभूभाऊचं नाव नाही?"

तायडे मास्तर बोलण्याआधी गणाकडे पाहात राहिले. गणाचा चेहरा पांढरा झाला होता. आपण केलेला बनाव हा साठ्या उधळून टाकू शकतो, असं त्याला वाटलं. आता यावर तायडे मास्तर काय बोलतो याचीच तो वाट पाहू लागला; पण मास्तरआधी परभूचं म्हणाला,

"साठे साहेब, माही काही गरज नाही या यादीत. तसं मले राहता बी येणार नाही, सरकारी नोकर असल्याने मी असलो - नसलो तरी मी काम तं करणारच हाओ."

गणाला वाटलं, परभूचं नाव यादीत न यावं यासाठी आपण उगाचंच ताण मारला. आपल्याला काय माहीत परभूच्या मनात असं काही होतं ते?

"तरी पण मला वाटते, तुम्हाला राहायला हरकत नव्हती. आम्ही नाही का नोकरीवर?"

“साहेब, तुमच्या अन् माह्या नोकरीत फरक हाये. मले कव्हा अन् कुठे जायचं काम पडेल ते सांगता येत नाही. पुढं माह्यामुळे कार्यकारिणीच्या कामात अडथळा नको.”

“काहो, तायडे गुरुजी, तुम्हाला काय वाटते?”

“परभूभाऊ म्हणतात, तेच बरोबर आहे. त्यांना मोकळंच राहू द्या.”

साठेंनी क्षणभर विचार केला. मग म्हणाले, “आपण असं करू, परभूभाऊंना कार्यकारिणीचा सल्लागार सदस्य म्हणून ठेवू. काय हरकत आहे तुमची?”

“माझी काही हरकत नाही; पण गणाभाऊ?”

“गणाभाऊंची हरकत आहे का, गणाभाऊ?”

“नाही बा, चालंल तसं बी, काय वसंता, भिमा?”

“हो, हो!” सर्वांनी होकार दिला.

कार्यकारिणी पक्की झाली. उपाध्यक्ष म्हणून भीमा, तर सचिव म्हणून वसंता नेमले गेले.

“ठीक आहे; पण गणाभाऊ, एक ध्यानात घ्या. आपल्याला आपल्या समाजाच्या कल्याणासाठी लढा द्यायचा आहे. हा लढा जो कोणी आपल्यावर अन्याय करील त्याच्याविरुद्ध असेल. या लढ्यात तुम्ही सगळे खांद्याला खांदा लावून लढले तरच यश मिळेल. तुम्ही जर आपसांत गटबाजी केली किंवा फूट पाडली, तर चळवळीचं नुकसान होईलच; पण त्याहीपेक्षा गावपातळीवर तुम्हा सर्वांना त्या गोष्टीचा त्रास होईल म्हणून म्हणतो, तुमची कार्यकारिणीतल्याच नव्हे तर गावातल्या आपल्या समाजाच्या कोणाशीही अनबन असली तर ती सोडून द्या. सारे एकोप्याने काम करा. तुम्हाला वेळोवेळी मार्गदर्शन करायला तालुका कार्यकारिणी आहेच; पण त्या वेळी हेही लक्षात असू द्या, तुमच्या वागण्यामुळे एकूणच चळवळीचं नुकसान व्हायलं, असं जर आमच्या लक्षात आलं तर तुमच्यासकट तुमची कार्यकारिणी रद्द करण्याची शिफारस आम्हाला नाइलाजाने जिल्हा कार्यकारिणीकडे करावी लागेल. आमच्यावर अशी कटू वेळ आणू नका...”

साठे बोलत असताना एकजण त्यांच्याजवळ आला अन् त्यांना बाहेर घेऊन गेला.

साठेंचं बोलणं ऐकून गणा आणि कंपनीच्या उत्साहावर थोडं विरजण पडल्यासारखं झालं. ते कावरेबावरे झालेले पाहून तायडे मास्तर म्हणाले,

“गणाभाऊ, आपल्याला गावात काही भानगडी उपस्थित थोड्याच करायच्या? म्हणून साठेसाहेबांचं बोलणं एवढं मनाला लावून घेऊ नका...”

“मंडळी.” साठे जागेवर येऊन उभे राहिले. सर्वांना उद्देशून बोलू लागले,

“मंडळी, एक दुःखद आणि धक्कादायक बातमी आहे; त्यामुळे सगळे ध्यान

देऊन ऐका.'' धक्कादायक आणि दुःखद अशी काय बातमी आहे ते ऐकण्यासाठी सर्वांचे कान आतूर झाले.

''मंडळी, नुकतीच बातमी आली. खरं तर त्या बातमीवर माझा अजूनही विश्वास बसत नाही. तुम्ही ऐकल्यावर तुमचाही बसणार नाही; पण दुर्दैवाने ती बातमी खरी आहे.''

''काय बातमी आहे ती सांगा.'' पुढचे लोक ओरडले.

''बातमी अशी आहे की, आपल्या भारताच्या लाडक्या पंतप्रधान श्रीमती इंदिरा गांधी यांचा आज दुपारी दिल्लीत खून झाला आहे.''

''काय, काय बोलता?''

सर्वांना ती बातमी खरीच वाटली नाही. सगळे बातमी ऐकून उत्तेजित झाले. गोंधळ वाढला.

''मी तेच सांगतो, दुर्दैवाने ती बातमी खरी आहे; त्यामुळे वाशिममध्ये वातावरण तंग झालं आहे. कधी काय होईल याचा नेम नाही; त्यामुळे आपण आपली सभा येथेच रद्द करू. तुम्ही सर्वांनी कुठेही वेळ न दवडता आपली गावं, घरं जवळ करा; पुन्हा कधी मीटिंग घ्यायची ते मी कळवीन. उठा आता.''

दोन मिनिटांत सगळा हॉल रिकामा झाला.

***

इंदिरा गांधींचा खून झाला अन् देशातलं वातावरणच बिघडलं. इंदिरा गांधी म्हणजे वाघीण होती. भारतातल्याच नाही तर जगातल्या भल्या-भल्यांच्या तोंडचं तिनं पाणी पळवलं होतं. इंदिरा गांधी पंतप्रधान झाल्या अन् घराघरांत बायकांचे ऊर भरून आले.

''आता आमचं बायकाह्यचं सरकार हाये!'' असं म्हणून बायका माणसांवर वरताण करू लागल्या. एक बाई एवढ्या मोठ्या देशाचा कारभार पाहते ही गोष्टच बायकांसाठी अभिमानाचीच होती.

इंदिरा गांधीनं देशावर आणीबाणी लादली; पण गरिबांसाठी वीसकलमी कार्यक्रम सुरू केला. सावकाऱ्या बंद पाडल्या. कर्जबाजारीपणातून गोर-गरिबांना मुक्त केलं. सावकारांच्या तोंडचं पाणी पळवलं. हुंडाबंदीवर भर दिला. गरिबांसाठी झोपडपट्टी योजना राबवली. काय काय केलं नाही? नसबंदीची योजना सुरू केली. आणीबाणीच्या काळात अनेकांवर या बाबतीत अन्याय झाला; पण आज रोजी लोक आपणहून नसबंदी करू लागले. आपलं कुटुंब मर्यादित ठेवू लागले. ही फार मोठी गोष्ट इंदिरा गांधींमुळेच घडून आली.

पंजाबात अतिरेक्यांनी धुमाकूळ घातला, अमृतसरच्या पवित्र सुवर्णमंदिराचा

शस्त्रांसाठी आणि लपण्यासाठी वापर सुरू केला, म्हणून इंदिरा गांधींनी सुवर्ण मंदिरात सैनिक घुसवले... अतिरेक्यांना पकडलं. सुवर्ण मंदिरात सैनिक घुसवल्याचा अतिरेक्यांना म्हणे राग आला अन् इंदिरा गांधीच्या रक्षकांपैकीच काही लोकांनी त्यांच्यावर गोळ्या झाडल्या, त्यांचा खून केला.

ही बातमी वणव्यासारखी देशभर पसरली. लोक रागानं पागल झाले. कित्येक ठिकाणी दंगली, जाळपोळी, दगडफेक असे प्रकार झाले. विशिष्ट समाजाच्या लोकांच्या सर्रास कत्तली झाल्या. देशभर जागोजाग त्यांचे ट्रक पेटवले गेले... काही ठिकाणी त्यांचे मुडदेही पाडले. काही लोकांनी तर इंदिरा गांधींच्या मृत्यूचं दुःख असह्य होऊन स्वतःला जाळून घेऊन आत्महत्या केल्या.

लोक असं म्हणतात की, महात्मा गांधींचा खून झाला त्यापेक्षा जास्त खळबळ इंदिरा गांधींच्या खुनाने देशात घडून आली.

आणि हे खरंही होतं... लहान-सहान गावांतही या गोष्टीची प्रतिक्रिया उमटली. यातून वडगावसुद्धा सुटलं नाही.

खुनाच्या दुसऱ्या दिवशी गावातले जवळपास पन्नास-साठ पोरं-माणसं वडगाव फाट्यावर जमा झाले. येणाऱ्या-जाणाऱ्या वाहनांना अडवू लागले. सायकल आली की, सायकल हिसकावून घेऊन तिची हवा सोडू लागले. एका सायकलवाल्याने विरोध केला तर त्याला अंगावरचे कपडे फाटेपर्यंत मारहाण केली. तेवढ्यात एक कार आली. कार अडवली गेली. कारमधली माणसं बाहेर काढली. त्यांना 'मुकाट्यानं पायी पायी निघा' असं दरडावून सांगितलं गेलं. ते बिचारे मुकाट्यानं चालायला लागले.

चेकाळलेल्या पोरांनी कारची मोडतोड करायला सुरुवात केली. काहीजणांनी वडगाव फाट्याला लागूनच असलेल्या पुलाकडे मोर्चा वळवला अन् ते पुलाला खचवण्याच्या कामी लागले.

कोणाचं कोणावर नियंत्रण नव्हतं. आपण काय करायलो, जे काही करायलो ते बरोबर की चूक याचा विचार करण्याचीही कोणाला गरज वाटत नव्हती.

फाट्यावर असलेल्यांपैकी एकाने कारची टाकी फोडली. पेट्रोल सांडू लागलं. काहीजणांनी ते हातात धरून कारवर फेकलं अन् कुणीतरी डबीची काडी पेटवून कारला आग लावली. कार धडधड पेटून उठली.

सगळे जोशात होते.

"पोलीस, पोलीस" कोणीतरी ओरडलं.

अन् पाहतापाहता सगळे रानोमाळ पळायला लागले. खरंच पोलिसांची गाडी आली. जळत्या कारजवळ येऊन थांबली. त्यांनी कार विझवायचा प्रयत्न केला; पण कार विझवणं आवाक्याबाहेरचं होतं.

"पकडा साल्यांना" साहेब ओरडला, तेव्हा साताठ पोलीस रानोमाळ पळणाऱ्यांच्या

मागे लागले.

पोलिसांनी हाती लागेल त्याला पकडलं. कोणी शेतात काम करत होतं; कोणी बैल-म्हशी राखत होतं; कोणी गावात जागोजाग गप्पा मारत बसले होते. एकजण तर टमरेल घेऊन संडासला निघाला, गावाबाहेर जाऊन पाटात बसला, तर पोलिसांनी त्याच्या ढुंगणावर दंडुके मारून, 'साले, टट्टी करनेका नाटक करता है।' असं म्हणून पकडून साहेबासमोर हजर केलं. काहीजण आपापल्या घरात बसले होते, त्यांनाही पोलिसांनी घरातून खेचून काढलं... म्हातारे, कोतारे, तरुण, लहान पोरं... कोणीही पोलिसांच्या कचाट्यातून सुटलं नाही. पस्तीसजणांना पुढे घालून पोलीस वाशिमला परत गेले.

सगळा गाव हवालदिल झाला. ही काय भलतीच आफत आली? जो तो असं म्हणू लागला. ज्यांच्या ज्यांच्या घरची माणसं-पोरं पोलिसांनी पकडून नेली ते ते भगवान पाटलांकडे आले. पाटलांची गयावया करू लागले. पाटलांच्या बैठकीसमोर सगळा गदारोळ सुरू झाला. मातंगवाड्यातले, धनगर येटाळातले, काही कुणब्यांचे असे सगळेच त्यात होते.

"पाटील, कसंही करा; पण पोलीस ठेसनात चला." जो तो विनवू लागला.

"अरे बाबहो, मी काय करू पोलीस ठेसनात येऊन? मी का आता पोलीस पाटील हाओ? आपल्या गावच्या पाटीलकीचा तात्पुरता चार्ज उमऱ्याच्या रामभाऊ पाटलाकडे हाये. तुम्ही त्याले जाऊन भेटा."

पाटील असं बोलले; पण लोकांना पाटलाचं हे बोलणं आवडलं नाही.

"पाटील, तुम्ही पाटीलकीच्या पदावर नसले तरी पोलीस तुमच्या मननं ऐकतात. तुम्ही चलाच, नाही मनू नका."

"काही फायदा होणार नाही गडेहो. त्यात खरे अन् खोटे गुन्हेगार कोण कोण हायेत, ते पोलिसाह्मले कसं पटावं?"

"ते काहीबी असो; पण तुम्ही आमच्यासंगं चलाच?"

"ठीक हाये, तुम्ही मनता तं चला."

पाटलासोबत गावातले पाच-पन्नास लोक निघाले. जायला एस. टी नव्हतीच. एस. टी बंद करण्यात आली होती. कोणत्यातरी फाट्यावर दोन एसट्या जाळल्या म्हणे. म्हणून खेड्यापाड्यांवर जाणाऱ्या एस.टी.बस बंद ठेवण्यात आल्या होत्या. नाइलाजाने गाडी-बैल जुंपून सगळे निघाले.

वाशिमला पोहोचायला संध्याकाळचे सहा वाजले. गाड्या वाशिमजवळ पोहोचल्या. गाड्यांनी रेल्वे गेट ओलांडलं. गाड्या बायांच्या दवाखान्याजवळ आल्या अन् एक पोलीस गाड्यांच्या आडवा आला. गाड्यावाल्यांवर खेकसला,

"ए, कहाँ जा रहे मरनेकू? चलो भागो, शहरमें कर्फू लग गया।"

"साहेब, आमचे माणसं धरून आणले पोलीस ठेसनात."

"माणसं धरून आणले तं आणू द्या. तुम्हाला त्यांच्या सोबत अंदर जायचे का? बोला?"

गाड्यावाले विचारात पडले.

"क्या सोच रहे हो? रस्त्यावर काळं कुत्रं तरी दिसते का तुम्हाला? पुसद नाक्यावर मिल्ट्री तैनात आहे! त्यांच्या पुढून जाल तर ते गोळ्या घालतीन. मरायचं असंल तर जा पुढे."

नाइलाजानं गाड्या माघारी फिरल्या.

त्यानंतर पंधरा दिवसांनी पोलिसांनी अटक केलेल्यांची सुटका केली.

गावकीची कामं पाहणारा हारजीचा यंका त्यात होता. त्याला संभा बेल्याच्या कवटाच्या वावरात सुरू असलेल्या हायब्रीड ज्वारीच्या खळ्यावरून पकडून नेलं. तो खळे मागण्यासाठी तिथे जाऊन बसला होता.

पंधरा दिवस रडू रडू डोळे सुजलेल्या गवनाच्या जिवाला नवरा सुटून आल्याचं पाहून बरं वाटलं.

***

रात भरावर आली. पांढरफटक चांदणं पडलेलं; त्यामुळे ग्रामपंचायतीच्या चपराशानं रस्त्यावरचे दिवे बंद ठेवले.

"चांदण्यात रस्त्यावरचे दिवे लावू नका, तेवढंच आपलं बिल कमी होतं." हा ग्रामसेवकाचा सल्ला ग्रामपंचायतीनं अमलात आणलेला. चांदण्यासोबत हवेत गारवाही होता. दिवसंच हिवाळ्याचे होते. रानात कापसासाठी, हायब्रीडच्या खळ्यासाठी जागली पडलेल्या, या - त्या वावरात जागलीवर आगट्या पेटलेल्या. त्याभोवती गडीमाणसं, मालक शेकत बसलेले. हे चित्र सर्वसाधारणपणे प्रत्येक जागलीवरचं होतं.

लिंबा बेल्याच्या खटकाळीतल्या मारवाड्याच्या वावरातली जागल मात्र औरच होती. त्याच्या गड्यांनी आंब्याचे मोठमोठे तीन-चार खोडं ढणाढणा पेटविले होते. त्याचा जाळ पुरुषभर उंच जात होता. त्याचा शेकही आठ-दहा हात दूरपर्यंत पोहोचत होता. पिवळा प्रकाश तर फर्लांग-फर्लांग दूरवर गेला होता.

आजची जागल लिंबा बेल्याच्या हायब्रीडच्या कणसाच्या गंजावरची जागल नव्हती. एरव्ही दररोज त्याचे दोन गडी इथं जागलीवर असतात. आज मात्र गड्याशिवाय भलभलते जमा झाले होते. खुद्द लिंबा बेल्या, विनायक सरपंच, रामा धनगर, केशव वड्डी, देवराव गोपाळ आणि बाकी जे जे पुतळा प्रकरणात अडकलेले होते, ते सर्व. गावात कोणाच्याही घरी मीटिंग न घेता मुद्दाम सर्वांना इथं येण्याबद्दलचा निरोप दिला गेला होता. कोणीही एकमेकांसोबत न येता वेगवेगळे आले. आपण कशासाठी,

कोठे चाललो हे इतर कोणालाही कळू नये हा यामागचा उद्देश होता. तशी सर्वांना सूचना दिली गेली होती. येणारांत ह्या प्रकरणातले आरोपी तेवढेच होते. बाकी गावातल्या शिल्लक अशा कोणालाही बोलावलं नव्हतं.

"गडेहो, मुद्दाम तुम्हाले सगळ्याह्यले इथं जागलीवर बलावलं याचं कारण... लिंबा बेल्यानं बोलायला सुरुवात केली. सगळे सावध होऊन त्याच्या बोलण्याकडे ध्यान देऊन ऐकू लागले. आगटीच्या जाळात सगळ्यांचे चेहरे लालबुंद वाटत होते; त्यामुळे त्यांच्या चेहऱ्यावर पसरलेली चिंता मात्र झाकोळून गेली होती.

लिंबा बेल्या बोलू लागला. "याचं कारण मंजे आपल्या सगळ्यांवरची पुतळ्याची केस, मी अन् विनायक सरपंच आजच आपल्या वकिलाले भेटलो. त्यानंच आम्हाले 'भेटाय या' असा निरोप दिला व्हता. आम्ही भेटल्यानंतर त्यो मनला, "कसंही करून तुमची केस आपसात मिटवा."

"पण काऊन?" रामा धनगरानं विचारलं.

"तुह्यासारखंच आम्हीबी त्याले इचार्ल. तं त्यो मनला, तुमची केस लढून काही फायदा नाही."

"पण काऊन? वकीलपत्र घेतांनी तं मोठा सांगू लागला, यंव करीन अन् त्यंव करीन!" साहेबराव बेल्याचा तरणाबांड पोरगा अशोक संतापून बोलला.

वकिलानं जे काही सांगितलं ते सारं विनायकनं तिथं बसलेल्यांना समजावून सांगितलं. वकिलाच्या मते पोलिसांनी ही केस सेव्हन पी.सी.आर. या कलमाखाली नोंदवून आधीच अवघड केली. सेव्हन पी.सी.आर. हा मुद्दाम मागासवर्गीयांसाठी सरकारने तयार केलेला कायदा आहे; त्यामुळे कोणताही वकील ही केस घ्यायला तयार नव्हता; पण सावजी वकील तयार झाला. "जज्ज साहेब आणि पोलीस प्रॉसिक्युटर यांना काही देऊन-घेऊन जमवून पाहतो" असं तो तेव्हा बोलला होता... पण झालं काय की, आधीचे जज्ज जे असं पैसे घेऊन काही काम करत होते, ते बदलले. त्यांच्या जागी वाघमारे नावाचे मागासवर्गीय असणारे जज्ज आले. त्यांनी रुजू झाल्यावर ज्या काही सेव्हन पी.सी.आर.च्या केसेस होत्या, त्या अगोदर बोर्डावर लावल्या... आणि विशेष म्हणजे कोर्टात दाखल झालेल्या एकूण पाच केसेसपैकी तीन केसेसमध्ये आरोपींच्या विरुद्ध निकाल दिले... त्यामुळे सावजी वकीलही हादरले... कारण उरलेल्या दोन केसेसपैकी एक केस त्यांच्याकडे असणारी ही वडगावची केस होती... त्यांनी मुद्दाम लिंबाला अन् विनायकला बोलावून सांगितले,

"तुमच्या विरोधातल्या बौद्ध मंडळींशी काही देऊन-घेऊन ही केस आपसात मिटवा. ते म्हणतील त्या अटी मान्य करा... नाहीतर सजा भोगायला तयार व्हा."

"अरे, इच्या मायले! अश्शी भानगड झाली. नाही का?" सुधाकर म्हणाला.

"सुधाकर, झगडा करणं सोपं असते; पण त्यातून सही सलामत बाहेर पडणं कठीण असते." लिंबा बोलू लागला. "गावात कोणाच्याही घरी आपण या गोष्टीवर इचार करत बसलो असतो तं गावातले आणखी चारजण जमा झाले असते. भलतंसलतं बोलले असते. त्याह्यचं काय? 'जनते ती कन्हते अन् शेजारीन मनते दे कळा'. केस सुरू झाली, तव्हापासून आपल्यापैकी एकादयाच्या तरी जीवाले आब हाये का? आठा दिसाले तारीख. कामधंदा सोडून जा वाशिमले. या वाघमारे सायबानं कामठवाड्याच्या पाटलाच्या पोराच्या केसमध्ये त्या पोराचा काहीच गुन्हा नसताना पाच वर्षांची सजा सुनावली. त्या गावातल्या बौद्धाच्या दोन पोरी पाटलाच्या वावरातला कापूस चोरून नेताना पाटलाच्या पोरानं धरल्या... गठुड्यासकट गावात आणल्या... तव्हा त्या पोरीयच्या बापाह्यनं पाटलाचे पाय धरून माफी मागतली. पाटलानं बी 'पुन्हा असं नका करू' असं म्हणून माफ केलं... मंग दुसऱ्या दिशी त्या बौद्धायनं पोलीस स्टेशनात जाऊन रिपोर्ट दिला की, "पाटलाच्या सुरेशनं आमच्या पोरीयची इज्जत घेण्याचा प्रयत्न केला... बोला आता!"

"इच्या मायला! ही तं भलतीच भानगड दिसते."

"देवराव, त्याह्यची काहीच भानगड नसून त्याले सजा फर्मावली. आपण तं काही ना काही भानगड करून बसलो का नाही? हं, यातले काहीजण त्या भानगडीत नव्हतंबी. जे 'हाणा, हाणा' म्हणणारे व्हते, ते या केसमध्ये अडकले नाहीत; पण तेच आता तुम्हाला उलटे सल्ले देत असतील. "काहाची केस अन् काहाचा वकील बे! तुमच्याजवळून त्यो लिंबा अन् त्यो इनायक वर्गणी जमा करायले. अन् त्यांचे खिसे भरायले. ते दोघं तुम्हा सगळ्याह्यले बुद्धू बनवायले. मी मनतो, ते ध्यानात घ्या." असं बी काही लोकाह्यनं तुम्हाले मनल्याचं आमच्या कानावर आलं."

"लिंबादा, तुम्ही मनता ते खरं हाये." हरी बेल्याचा जगन म्हणाला. जगनलाच गावातल्या एका कारभारी माणसानं तसं म्हटलं होतं.

"आणखी एक गोष्ट ध्यानात घ्या... ही केस अन् गावातलं राजकारण याची सांगड घालत बसू नका. मी काय मनतो, ते समजून घ्या. या केसमध्ये आपण जेवढेजण अटकलो, तेवढे या केसपुरते एक हावो. इथं मी येगळा, इनायक येगळा असं समजून चालणार नाही. हं, उद्या जर पाटीलकीसाठी अर्ज भरायचा जाहीरनामा निघाला, तं इनायक जसा अर्ज भरंल तसा मीबी भरीन...याचा अर्थ आम्ही एकमेकाचे शत्रू झालो असा नाही. या केसपुरतं बोलायचं तं जे काय ठरवायचं ते आपल्या सगळ्याह्यले एकमतानं ठरवावं लागणार हाये. मंग ते आपसात करणं व्हवो का सजा भोगणं व्हवो. उद्या आपल्याले सजा झाली तं गावातले काहीजण मनतील, "बरं झालं, लय माजले व्हते लेकाचे. काय गोईंदराव, बरोबर मनतो ना मी?"

गोविंदा हा मूळचा धुमक्याचा. ही त्याची सासरवाडी. सासऱ्याच्या आधाराने तो

येथे राहायला आला. नुसता रान बाऊ माणूस; पण पोलिसांनी त्यालाही पकडून अंदर केलं. तो सोयरा असल्यामुळे गावातले सोयरे त्याच्याजवळ मोकळ्या मनानं बोलत असत. म्हणून लिंबाने मुद्दाम त्याचा उल्लेख केला.

"मनून मनतो, याबाबत आपण सगळ्याह्यनं काय करायचे ते ठरवा. आपण केस हरलो काय, नाही तर जेलात गेलो काय, गावातल्या बाकीच्यांना काही घेणं-देणं नाही."

आता विनायकनं बोलायला सुरुवात केली.

"वकिलाले आम्ही, काय करायचं ते उद्या सांगतो असं मनलं, मनून तातडीनं तुम्हाले सगळ्याह्यले इथं बलावलं. तं तुमचं काय मन्नं हाये ते सांगा?"

सगळे आपसात बोलायला लागले.

शेवटी सर्वानुमते ठरवण्यात आले ते असे की, बौद्ध मंडळींसोबत समज घेऊन ही भानगड आपसात मिटवायची. तरीही एकनाथ बेल्याचा उत्तम बोललाच,

"काहो, ही भानगड मिटवायची मनता हे खरं; पण कशी मिटवायची? आपण मिटवायचं मनल्यानं बौद्ध तयार व्हतील का? अन् तयार झाले तं सुद्यामतीनं ते तयार व्हतील का? भलत्यासलत्या अटी सांगतील? मंग?"

"हे पाहाय उत्तम, ही येळ आपला गळा मोकळा करायची हाये, ते काय मांघतील, काय मनतील ते महत्त्वाचं नाही अन् काहीबी मांघायले, त्याह्यले गावावर राह्यायचं नाही का काय? या गोष्टीत आपण माघार घेयालो मंजे ते आपल्या डोक्शावर मुतायचे हकदार झाले का काय?" लिंबाचा आवाज वाढला.

"खरं हाये तुमचं मननं!" केशव म्हणाला.

"येळ पडली बाका तो गध्याले मनायचं काका, तसं हे झालं. त्याह्यानं मनलं पैसा द्या, देऊ. त्याह्यनं मनलं जागा द्या, देऊ; पण ते मनतील आमच्या मव्हरं नाकच घासा तं कसं जमंल? आपण त्याह्यच्या कचाटात गेलो तरी आपल्याला काही इज्जत, खामी हाये का नाही?"

"आपण जे काही करू ते आपली इज्जत राखूनच करू. तुम्ही त्याची चिंता करू नका!" विनायकनं दिलासा दिला.

"नाही! मी याच्यासाठी मनतो की, आज बौद्धायच्या भानगडीत आपलं नाक खाली झालं तं उंद्या मांगबी शिरजोर व्हतील. एऱ्हीच त्या पाणीपाड्या महाराजाच्या भानगडीपासून त्याह्यचं वागणं बदललं. त्यात त्याह्यची संघटनाबी रंगण्या यायली."

"उत्तम, तुही ही गोष्ट मान्य... पण एक ध्यानात घे. मांगायनं कितीही संघटना उभ्या केल्या तरी ते त्याह्यची आब राखून वागतील... अन् इतकं करून त्याह्यनं बौद्धायसारखं हातचं सोडलं तं मंग आपण काय मेलेल्या मायचं दूध पेलो काय?" लिंबा बेल्यानं स्पष्ट मत मांडलं.

"तरी पण एक गोष्ट आपल्याले हमेशा ध्यानात ठेवा लागंल." विनायकनं परंतु काढला.

"कोणती?" लिंबानंच विचारलं.

"ह्यो सेव्हन पी.सी.आर. नावाचा कायदा. या कायद्यानं बौद्धायले जसं संरक्षण देलं, तसं मांगायलेबी देलेलं हाये, नाही तं मंग काय व्हईल, बौद्धायच्या भानगडीतून आपण कसेबसे निसटू अन् मांगायच्या भानगडीत अटकू."

"मायले, सरकारबी कसं येडं हाये? असे अवघड कायदे या लोकायसाठी काहाले काहाडावं व्हते त्यानं?" संपत बेल्यानं सरकारला दोष दिला.

"पण मी मनतो, ज्याह्यले ज्याह्यले गावावर राह्यायचं असंल, त्याह्यले गावाचेबी कायदेकानून पाळा लागतील का नाही? जर त्या सेव्हन पी.सी.आर. कायद्याचं भेव धरून आपण मुळमुळु वागाय लागलो तं एक दिवस आपल्यालेच गाव सोडून पळून जावं लागंल."

"राघोदादा, तुम्ही मनता ते खरं हाये; पण मले वाटते, या भानगडीतून आपण बाहेर पडणं महत्त्वाचं हाये. मंग मांगाह्यचं काय करायचे ते पाहता येईल. तसा मांगवाड्यात गणाच जरासा शिरजोर हाये, तं त्यो तुम्ही मनलं तसं वागते. मंग हाये कोण? परभू तं पहालाचं गरीब हाये. हूं, एक त्या तायडे मास्तरचा बंदोबस्त करा लागते. तं ते मंग पाहू!" लिंबानं बोलण्याचा समारोप केला.

मीटिंगमधल्या मुद्द्याच्या गोष्टी संपल्या. काही वेळ किरकोळ गोष्टी चालल्या अन् रात उतरायला लागली, तेव्हा मीटिंग मोडली.

माणसं उठली अन् आली तशी एक-एक करत गावाकडे निघाली.

***

मातंगाच्या चार-पाच बायका सालईच्या ओढ्यात उतरल्या. सालईचा ओढा गावाच्या दक्षिणेकडे गावापासून तीन-चार फर्लांगावर. तसा तो जामटीच्या शिवारातून वाहात आलेला. जामटीतलं पिंपळदरीच्या शिवारातलं सगळं पावसाचं पाणी पोटात घेऊन हा वडगावाच्या शिवारात धसला. या शिवारात ओढ्याच्या दोन्ही काठावरची जमीन काळीची; त्यामुळे त्याचं पात्र या भागात नदीसारखं रुंद झालेलं. या ओढ्याच्या दोन्ही काठाला शिंदीचं बन सरकारी रानात दाटलेलं. पुराचं पाणी या बनात जागोजागी अडायचं; त्यामुळे पाण्यासोबत आलेला गाळ इथं आडायचा. त्याचं कारणाने हे रान अधिक काळं, कसदार झालेलं. म्हणून शिंदीच्या बनाला जास्त जोर यायचा. एका-एका शिंदीच्या बुडातून दोन-दोन, अडीच-अडीच हात लांबीच्या पन्हाळ्या निघायच्या. चार-पाच पन्हाळ्यांत एक फडा व्हायचा. पंचवीस तीस पन्हाळ्यांचं पेंड बांधलं की, बायकांना जागचं उचलायचं नाही. दुसरीच्या

मदतीने त्यांनी कुथत-पाथत उचललं, तरी घरी आणेपर्यंत त्यांची आवण्या यायची. तरीही या बायका दिवसातून दोन खेपा करायच्याच. दोन पेंड्यांत नाही म्हटलं तरी दहा-पंधरा फडे तयार व्हायचे. एक फडा दोन अडीच रुपयाला धरला तरी पंधरा फड्यांचे डोळे लावून पस्तीस-चाळीस रुपये मिळत; कापूस वेचला तरी दिवसभरात एक बाई तीन धडे फार तर मणभर कापूस वेचायची. त्यातून वेचणावळीचे तीन रुपये धडा या भावानं बारा रुपये यायचे. त्यापेक्षा हे पन्हाळ्यांचं, फड्यांचं काम जास्त परवडणारं होतं. म्हणून या दिवसांत मातंगवाड्यातली एकही बाई कोणाच कुणब्याच्या धुऱ्यावर पाय टाकत नसे. चार-पाचजणींच्या गटानं सगळ्या बायका या शिंदीच्या बनावर तुटून पडायच्या. हे काम कित्येक महिने त्यांना सहज पुरायचं. शिवाय वर्षभर अधूनमधून या बनाचा मातंगवाड्याला हातभार लागायचा.

या बनावर पिंपळदरीच्या मातंगवाड्यातल्या बायकांचाही डोळा असायचा. हा ओढा पिंपळदरीच्या शिवारातून वाहात येत असला, तरी शिंदीचं बन मात्र वडगावच्याच शिवारात होतं; त्यामुळे या बनावर वडगावच्या मातंग बायका आपला हक्क सांगायच्या. बऱ्याचदा वादावादी व्हायची. एकदा तर दोन्ही गावच्या बायांची झटापट झाली. एकमेकीला त्यांनी कोयत्यांनी जायबंदी केलं. प्रकरण पोलिसांपर्यंत जायची पाळी आली, तेव्हा दोन्ही गावच्या पाटील मंडळींनी एकत्र बसून हे प्रकरण मिटवलं. वडगावच्या शिवारात हे बन असल्यामुळे पिंपळदरीच्या मातंग बायकांनी त्या शिवारात जाऊ नये असा निर्णय घेतला गेला. तरीही पिंपळदरीच्या बायका चोरूनमारून बनावर डल्ला मारतच. ते पाहून 'एकदा तरी या रांडायची उतरवलीच पाह्यजे' असा विचार वडगावच्या मांगणी करत.

पण त्यांच्या घरची माणसं, 'नाहाक भानगडी करू नका बरं कोणसंगं?' असं उठल्या बसल्या म्हणायची. वरवर त्या 'नाही' म्हणायच्या; पण त्यांच्या मनात एकदा तरी पिंपळदरीच्या मांगणींना हात दाखवायची खुमखुमी कायम असे.

"चला माय, आज लय उशीर झाला वं?" हारजीच्या केशवची बायको रंगू म्हणाली.

"हो चला माय!" भिमाच्या बायकोनं सुमननं दुजोरा दिला.

"पाणी प्यावं एकदा, मंग मंधात पाणी पियाले फुरसत व्हणार नाही" चहादूच्या सोपानची बायको रंजना ओढ्याच्या खळखळत्या पाण्यात पाय ठेवत म्हणाली.

सगळ्याजणी पाणी पिल्या. मग ओढ्याच्या दुसऱ्या काठावर गेल्या.

'चला भिडा' म्हणत सगळ्याजणींनी साड्या कमरेला खोचल्या. हातचे चहाटं एका जागी ठेवलं अन् पन्हाळ्यावर भिडल्या. काटेदार पानाचं निबर पन्हाळ पाहणं अन् मग ते तोडणं, कोवळे पन्हाळ किंवा पानझड झालेलं बुडचं पन्हाळ तोडून फायद्याचं नव्हतं. एक-एक पन्हाळ तोडायचं. तसं सोपं काम नव्हतं. शिंदीच्या

बुडुखात भलतंच कचपट वाढलेलं. गवत, काटेकुपाटे, बोरी-चिल्होटी-गोचिडीचे झुडूप गच्च वाढलेले. ते झुडूप बुडातून तोडून अलग करायचे. शिंदीच्या बुडखातलं गवत, काटाकुपाटा वेगळा करायचा, तेव्हा कुठे ते बुडूख माणसाला जवळ येऊ द्यायचं. बुडूख कापायला असा वीस ते तीस मिनिटांचा काळ लागायचा. कधी त्यापेक्षा जास्तही लागायचा.

या सगळ्या प्रकारात अंगावरचे कपडे बोरी-चिल्हाटीच्या काट्यात अडकून फाटायचे. कधी अंगावर बोचकारे उठायचे. काटे खोल रुतले की, त्यातून रक्त ठिबकायचं. पायात काटे मोडायचे. सगळी कामं पायाकडे पाहून करावी लागायची, त्याचं कारण सापांची भीती. आठ वर्षांआधी याच शिंदीच्या बनात भिका मांगाची राधा नावाची सून पान लागून मरण पावली. काळा अस्सल डोम्या नाग होता. चावला तर डोळ्यांचं पापण लवत नाही तो तिचा जीव गेला, तेव्हापासून बायका पन्हाळे तोडताना फार सावधगिरी बाळगायच्या. त्यातच एखाद्या बुडखातून महुळ उठायचं. त्याच्या माशा चावायच्या. तोंड सुजायचं, अंग सुजायचं.

तसं यातही दुहेरी काम व्हायचं. काहीजणी निर्गुडी, गोचिडीचे फोक असले की, ते साळायच्या. त्यांना एका जागी जमा करून त्याचे गठ्ठे बांधायच्या. ह्या फोकांमधून टोपले, डोरले, छोट्या कणग्या बनवल्या जायच्या.

सालईच्या ओढ्याच्या काठचं हे शिंदीचं बन म्हणजे मातंग लोकांसाठी जणू दुभती गायच! या बनाच्या माथं दरवर्षी मातंगवाडा हजारो रुपयांची कमाई करतो. बनाच्या रानावर तशी मालकी सरकारची; पण त्याची ना चलावन फाडायचं काम ना परवाना काढायचं काम, हेच रान कोणाच्या खासगी मालकीचं असतं तर गाववाल्या लोकांनी एवढं मोकळं सोडलं नसतं. कुठे ना कुठे तरी अडवलं असतं. या कामात गुंतलेल्या बायका कापूस वेचायला येत नाहीत म्हणून गावातले कितीतरीजण कुथतात, 'लेकहो, तुमचं ते वनच उपटून फेकून द्या लागते.' असं म्हणतात. एका वर्षी उन्हाळ्यात रामजी बेल्याच्या नामदेवनं बनाला आगच लावून दिली. सगळं बन तडतड पेटलं. वाळलेला पालापाचोळा होता, गवतकाडी होती, भराभर पेटलं. सगळा जाळच जाळ झाला... गावात कळलं, तेव्हा सगळा मातंगवाडा पाहायला आला; मांगणी तर ते पेटलेलं बन पाहून रडायलाच लागल्या. पुढच्या वर्षी आपल्याला इथे पन्हाळ्या भेटणार नाहीत ही त्यांची दुखरी नस होती; पण तसं काही झालं नाही, उलट दुप्पट जोमानं बनाची वाढ झाली.

गाववाल्यांनी नामदेवलाच गधा-गाढव म्हटलं. शेतकऱ्याचं जसं शेत, तसं मातंगांचे हे बन म्हणजे शेतच! ते जाळणं म्हणजे उभ्या शेतातलं पीक जाळणं. चार पैसे जास्त हाती पडावे म्हणून मांगणी कापसाच्या हंगामात कापूस वेचायला न येता पन्हाळ्या तोडायला येतात, मग त्यांचं काय चुकलं? चार पैसे जास्त

मिळावे असं कोणाला वाटत नाही? त्यांना तसं वाटलं तर त्यांचा त्यात काय गुन्हा? त्यांच्या नशिबाने आपल्या गावाच्या शिवारात हे बन आहे; नसतं तर त्यांनी काय केलं असतं? अन् आपण काय केलं असतं?... कारभाऱ्यांनी नामदेवची समजूत घातली. त्यानंतर नामदेवनंच काय इतर कोणीही असा प्रकार केला नाही... तेव्हापासून हे शिंदीचं बन म्हणजे वडगावच्या मातंगवाड्याची जहागिरदारीच झाली.

ही जहागिरी तरी कशी? याला ना कुंपन करावं लागतं ना नांगरणं, वखरणं, पेरणं, डवरणं, खतपाणी, निंदण-खुरपणं करा लागतं. ना जागल टाकून राखण करावी लागते... हं, पिंपळदरीच्या मांगणी कधीमधी डल्ला मारतात, तेवढंच! या जहागिरीला पाच पैशाचा खर्च नाही; उत्पन्न मात्र हजारो रुपयांचं! असं बन जवळपासच्या पाच-पन्नास गावांत कुठं ऐकिवात नाही. तुरळक इथं-तिथं असे शिंदीचे बुडखे दिसतील... पण असं बन नाही दिसत.

कोणत्याही पिकाची कापणी-वेचणी सुरू करायची की, शेतकरी आसराच्या नावाचे पाच दगड मांडून त्यांना शेंदूर लावतो, पूजा-अर्चा करतो. तेलातल्या वाती जाळतो, बोणं उधळतो, नारळ फोडतो, तेव्हा कुठं कापणी-वेचणीला सुरुवात करतो. वडगावच्या मांगणीही तसंच करतात. दरवर्षी बनाची तोड करायच्या पहिल्या दिवशी सगळ्याजणी मिळून शेंदूर, तेल, वाती, नारळ, उदबत्ती, भाताचं बोणं आणतात. सालईच्या ओढ्यावर असलेल्या मोठ्या जांभळीच्या झाडाखाली मांडलेल्या आसराची पूजा करतात, नारळ फोडतात; तेव्हा कुठे कामाला आरंभ करतात...

दिवस कलला. दुपार टळून गेली. बहुतेकजणींचे पन्हाळे तोडायचं काम संपलं. आता सगळे पन्हाळे एका जागी जमा करायचे, त्यांचे गठ्ठे बांधायचे... मग गाव गाठायचं.

रंजना एक-एक पन्हाळ जमा करू लागली. जमा करताकरता तिच्या कानावर माणसांच्या बोलण्याचे आवाज पडले. चौकस नजरेनं तिनं अवतालभोवताल बघितलं. आठ-दहा माणसं ओढ्याच्या काठाकाठानं चालले होते; त्यात बहुतेक साहेब लोक होते. रंजनानं घाबरून बाकीच्या सोबतिणींना जवळ बोलावलं. त्यांना ती माणसं दाखवली.

"ही शिकली-सवरलेली माणसं इकडं कुठं आली?'' सुमननं विचारलं.

"आपल्यासासारखी पन्हाळ तोडाय तं नाही आली ना?'' रंगूला विनोद करण्याची लहर आली.

"ए, थट्टा करायची येळ नाही ही! दहा-बारा वर्सं झाले. दरसाल आपण हे बन साळून नेतो, कव्हातरी आपण असे माणसं हिंडतानी पाह्यले?''

बाकीच्याजणींनी 'नाही' म्हटलं.

"मंग आताच काऊन आले हे माणसं?"

सगळ्याजणी चिंतेत पडल्या.

"चला, इचारू आपण त्या सायेब लोकायले?" रंगू हिमतीनं म्हणाली.

"कावं, येता?" रंजनानं विचारलं.

"चला ना, ते का आपल्याले खाणार हायेत? आपणबी पाचजणी हाओ, एकट्या-दुकट्या असतो तं जिवाचं भेव वाटलं असतं. चला!"

बोलताबोलता रंजना पुढे झाली. बाकीच्या तिच्यामागून येऊ लागल्या.

ओढ्याच्या काठावरच्या अंजनाच्या झाडाखाली सावलीत ते साहेब लोक बसले होते. त्यांचं आपसात काहीतरी बोलणं चालू होतं; पण या पाचजणींना पाहिल्यावर ते गप्पच झाले.

त्या पाचजणी होत्या तरी भीतभीतच त्या लोकांजवळ आल्या.

"कोण तुम्ही? तुम्हाला काय पाहिजे?" टक्कल पडलेला एक साहेब विचारू लागला, "तेच तुम्हाले इचारासाठी आम्ही आलो." रंजनानं हिमतीने उलट विचारलं.

"अच्छा! आमची चौकशी करायला आल्या?" तो साहेब हसून म्हणाला, "आम्ही पाटबंधारे खात्याचे लोक आहोत."

"शहर सोडून इकडे आडरानात काहाले आले बाप्पा?"

"त्याचं असं आहे मावशी, या ओढ्यावर धरण बांधायची सरकारची योजना आहे. त्यासाठी धरण अडवायची जागा शोधण्यासाठी आम्ही आलो."

"धरण मंजे जिकडेतिकडे पाणी पाणी!"

"हो ना वं रंजनाबाई, माह्या माहेरच्या नदीवर हाये तसं धरण." रंगून माहिती पुरवली.

"कोणत्या गावात बाई?"

"सोनाळ्याले."

"हां अडाण नदीवरचं धरण. ते मोठं धरण आहे."

"हे बी तेवढंच धरण व्हईल का?"

"नाही त्याच्यापेक्षा बरंच लहान."

"पाह्यली का अडवायची जागा?"

"हो, खालच्या भागात दोन्ही तटांवर दोन छोट्या-छोट्या टेकड्या आहेत. तिथे भिंत बांधता येईल.

"मंजे हे शिंदीचं बन सरते तिथं?"

"हो."

"तिथं भित व्हणार मनल्यावर हे समदं वन पाण्याखाली जाईल नाही का?"

"हो नक्कीच! त्या मानाने हे धरणही बरंच मोठं होणार आहे."

पण साहेबांच्या बाकीच्या बोलण्याकडे त्या पाचजणींपैकी एकीचंही लक्ष नव्हतं. ओढ्यावर धरण होणार आणि त्या धरणात हे शिंदीचं बन पाण्याखाली बुडणार म्हटल्यावर पाचहीजणींचे जीवच दडपले. हे बन पाण्याखाली जाणार म्हणजे आपली रोजी रोटी बुडणार. पिंपळदरीच्या बायकांनी चोरून पन्हाळ्या नेल्या, तर आपल्या गावच्या मांगणीनींनी त्यांच्यावर हल्ला केला. तसा या साहेबांवर हल्ला करता येईल का? हल्ला करून या साहेब लोकांना पळवून लावलं तर चालेल का? म्हणजे मग हे धरण होणारच नाही आणि धरण झालं नाही तर बनही शाबूत राहील.

"बाप्पा, मंग तं आमच्या पोटावर पाय देयाले तुम्ही?"

"आम्ही नाही द्यायलो. धरण आमचं थोडंच आहे? धरण आहे सरकारचं. आम्ही सरकारचे नोकर... आमचं काम कसं? सांगा पाटीलबुवा काय लिहू? उपट पऱ्हाटी पेर गहू... सरकार जसं म्हणेल तसं आम्ही करतो."

"तुमच्या सरकारले सांगा ना मंग हे धरण करू नका मनून?"

"तसं नसते बाई. धरण होणं ही काही एका दिवसात घडणारी घटना नसते... धरणाच्या जागेचा सर्व्हे करावा लागतो, त्याचं इस्टिमेट बनतं, ठेके दिले जातात, तेव्हा कुठे काम सुरू होतं. तेही एकाच वर्षात होईलच याचाही भरोसा नसतो. होते होते म्हणता म्हणताही या धरणाला दोन-तीन वर्षं लागतील. कोणी सांगावं, कदाचित तीनपेक्षा जास्तही लागतील?"

"चार वर्षं जरी लागले तरी धरण व्हणारच?"

"हो."

"बाप्पा, कसंय करा; पण हे धरण इथं नका व्हवू देऊ?"

"का बरं?"

रंजनानं त्या साहेबाला बनाबद्दल सारं काही सांगितलं. "बन पाण्यात बुडालं तर आमची पोटं भरणार कशी? आम्हाला तर मग फाशीच घ्यायची पाळी येईल..."

"मावशी, एक करा तुमच्या वस्तीतील माणसं आमच्या साहेबांच्या भेटीला पाठवून पाहा. साहेबांना तुमची दया आली तर हे धरण थोडं खालच्या भागात बांधायला लावतील."

"तसं जमते मंग."

"चला रंजनाबाई, ते सायेब मनतात तसं आपल्या मांगवाड्यातले दहा-पाचजणं पाठवू याह्यच्या सायबाले भेटाय."

"कुठे भेटा लागते? काय नाव सायबाचं तुमच्या?" रंजनानं लांबण चालूच ठेवली.

धरणाचे साहेब म्हणाले, "कोणीही सांगेल. वाशीमला कोर्टाजवळ ऑफिस

आहे आमचं.''

रंजनानं सुस्कारा सोडला 'चला' म्हणत ती माघारी फिरली... पण तिचं अन् सोबतिणींचं कशातच मन रमेना... या साहेब लोकांनी त्यांच्या जिवाला नसता घोर लावला. त्यांचा कामाचा उत्साहच संपला.

पन्हाळ्याचे गठ्ठे घेऊन त्या कशा गावाकडे आल्या, त्यांचं त्यांनाच कळलं नाही. पाचजणींनी शिंदीच्या बनात भेटलेल्या साहेबानं धरणाबद्दल जे सांगितलं ते सारं आपापल्या नवऱ्यांना सांगितलं. त्यांनी ऐकून न ऐकल्यासारखं केलं. एक रंजना सोडली तर बाकीच्या चौघी गप्प बसल्या; पण रंजनाला दम निघाला नाही. तिनं नवऱ्याला, सोपानला पुढे घातलं अन् तडक गणाचं घर गाठलं. त्या दोघा नवरा-बायकोला आलेलं पाहून गणा चकित झाला. त्याला वाटलं, रंजनानं कोणाशी तरी भानगड केली. रंजना मातंगवाड्यातल्या इतर बायका-पोरांसारखी कोणाला भिऊन वागणारी नव्हती. वेळ प्रसंगी पायातली चप्पल काढून एखाद्याचं नाक ठेचायलाही तिने मागे-पुढे पाहिलं नसतं. नुकतंच लग्न होऊन ती या गावात नांदायला आली अन् एक दिवस कुणब्याच्या एकानं तिच्यासोबत खेटा घेतला. पाच रुपयांची नोट दाखवून तो तिला वैरणीत चाल म्हणाला, तेव्हा तिनं मोठमोठ्याने त्याला शिव्या देऊन त्याची माय-बहीण काढली. पायातली चप्पल हाती घेऊन त्याच्या मागे लागली. आतापर्यंत खालच्या जातींच्या अनेक बाया-पोरांना लोळवणारा तो कुणब्याचा माणूस या गोष्टीनं हबकला अन् गावातून कायमचाच पळून गेला, तेव्हापासून रंजनाला सगळा गाव भितो... तरीही एखाद्याने तिच्यासोबत काही भानगड उपस्थित केली असेल असं गणाला वाटलं.

"अरे, काय सोपानदा, काय भानगड हाये? काऊन आणलं रंजनाभाबीनं तुले पुढे घालून?'' गणानं विचारलं.

"तूच इचार बाबा. सांग वं काय ते?''

"काय हाये भाबी?''

त्यावर रंजनानं शिंदीच्या बनात भेटलेल्या साहेबाची हकिकत सांगितली. ती ऐकून गणा म्हणाला,

"भाबी, त्या सायबानं तुम्हाले मनलं ते खरं हाये; पण एक गोष्ट चुकीची सांगितली त्यानं!''

"कोणती?....''

"त्याचं मननं धरणाचं काम सुरू व्हयाले दोन-तीन वर्सं लागतील; पण ते तसं नाही.''

"मंग कसं हाये?''

"या वर्षीच काम सुरू व्हणार हाये.''

"आं. इतक्या लवकर?"

"हं. दोन वर्सं झाले त्या धरणाच्या माघं देऊळगावचे लोक हायेत."

"देऊळगावच्या लोकाह्यचा काय संबंध?" सोपाननं मध्येच विचारलं. देऊळगाव वडगावच्या खाली, म्हणजे पश्चिमेला. ओढा तिकडे वाहत जातो.

"काय संबंध, अहो, सगळा त्या देऊळगावच्या लोकाह्यचाच डाव हाये ह्यो."

"कसा काय? काहासाठी?"

मग गणानं त्या दोघा नवरा-बायकोला सारं काही समजावून सांगितलं. जामटी, पिंपळदरीच्या शिवारातून वडगावच्या शिवारात वाहात आलेला हा ओढा पुढे देऊळगावच्या शिवारात जातो. या ओढ्याच्या दोन्ही काठांवर देऊळगावच्या भाऊसाहेब देशमुखाची एकट्याची शंभर एकर जमीन आहे. या ओढ्यावर वडगावच्या शिवारात धरण झालं तर नुसत्या भोयदांडानं देशमुखाचं सारं रान ओलं होतं. त्याच्या रानाला लागूनच तिथल्याच मंचकराव पाटलाचंही चाळीस एकर रान आहे. त्याच्या रानालाही या धरणाचं पाणी मिळू शकतं. यासाठी त्या दोघांनी या धरणासाठी जोर लावला. आमदार, खासदार यांच्यामार्फत ते पाटबंधारेमंत्री, मुख्यमंत्री यांच्यापर्यंत पोहोचले. अनेकदा मुंबईच्या वाऱ्या केल्या अन् धरण मंजूर करून आणलं. आधी धरणाची भिंत देशमुखाच्या रानात ठरविण्यात आली होती. तिथे भिंत झाली असती तर देशमुखाची तीस एकर जमीन पाण्याखाली बुडाली असती, म्हणून त्याने धरणाच्या साहेबांची तोंडं दाबली अन् धरणाची भिंत वडगावच्या शिवारात असणाऱ्या शिंदीच्या बनाला लागून घेतली.

"अस्सं! मंजे जमीन पाण्याखाली बुडायली ती आपल्या गावची अन् पाणी वापराय भेटंल ते देऊळगावच्या देशमुख पाटलाले?" रंजनाला हे ऐकून दिमाख आला.

"मंग आपल्या गावच्या लोकाह्यनं धरणाची भित बदलायसाठी उठाव काऊन नाही केला?"

"ते काहाले करतील? त्याह्यच्या बेंबीले काय दुःख हाये? जाईल रान पाण्याखाली तं शिंदीच्या बनाचं सरकारी रान जाईल."

"आवं, पण आपले पोटं बसायची पाळी आली ना?"

"मंग काय करणार?"

"काय करणार मंजे, कोणाले भेटावं, बोलावं व्हतं ना?"

"तुम्हाले का वाटते, आमी मुकेच बसलो?"

आणि मग धरण रद्द व्हावं किंवा धरणाच्या भिंतीची जागा बदलली जावी यासाठी काय काय प्रयत्न केले ते त्याने सांगितलं. त्यानं लिंबा बेल्याला हाताशी धरून आमदाराची, पालकमंत्र्याची भेट घेतली; पण आमदाराशी देऊळगावच्या

देशमुख पाटलाचं आधीच बोलणं झाल्यानं तो 'मला काहीच करता येऊ शकणार नाही.' असं म्हणाला. तर पालकमंत्र्यानं 'तुमच्या आमदाराशी बोलतो' असं म्हटलं. अर्थातच पालकमंत्र्याने आमदाराजवळ हा विषय काढूनही काही फायदा नव्हता; त्यामुळे गणानं पुन्हा पालकमंत्र्याची भेट घेतली नाही. तो जाऊन भेटला तहसीलदाराला. मात्र, तहसीलदारानं गणाचीच उलटतपासणी केली. 'तुम्ही कोण? कुठले राहणारे? तुमचा व्यवसाय काय? त्या धरणाशी तुमचा काय संबंध?' असं विचारलं.

धरण झालं तर ओढ्याच्या काठावर असलेलं मोठच्या मोठं शिंदीचं बन नष्ट होईल. ते नष्ट झालं तर त्या बनावर आपली पोटं जाळणाऱ्या वडगावच्या मातंगांची पोटं बसायची पाळी येईल, असं त्याने सांगितल्यावर एस.डी.ओ. म्हणाला,

"ते बन सरकारी जागेत आहे का?"

"हो साहेब."

"तुम्ही तिथल्या बनाचा ठेका घेतला आहे का तोडायचा?"

"नाही साहेब."

"मग कसं काय तोडता तुम्ही ते बन? सरकारी मालमत्तेची चोरी केल्याबद्दल मीच तुम्हाला पोलिसांच्या हवाली देतो!" असं म्हणत लगेच साहेबांनी फोन उचलला, तेव्हा गणाची भलतीच विचित्र अवस्था झाली. त्यानं तहसीलदाराच्या पुढे हात जोडले, गयावया केली. "याच्यामव्हरं ह्यो विषय काढणार नाही." असं आश्वासन दिलं, तेव्हा तहसीलदारानं "यापुढे बन तोडायचं असंल तर ठेका घेत जा... परवानगी घेत जा." असा दम भरून गणाला जायला मोकळीक दिली.

तेव्हापासून त्याने पुन्हा कोणाजवळ हा विषय काढला नाही.

"बोला आता भाबी, तुमच्यात हाये हिंमत आमदाराले, पालकमंत्र्याले, तहसीलदाराले बोला - भेटायची? असंल तं चाला उद्या माह्यासंगं वाशीमले."

"काहाले नसत्या भानगडी? आपली एक खायाची तं अर्धी खाऊ." सोपाननं मतं व्यक्त केलं.

"मेल्याह्यचा मुडदा बसो!" रंजनानं दोन्ही हातांची बोटं कडाकडा मोडली.

"भाबी, आता कोणाले सेवा-सराप देता?"

"तुम्हाले नाही देत. त्या देऊळगावच्या देशमुखाले अन् पाटलाले. त्या मेल्याह्यच्या भल्यासाठी आपल्या पोटावर पाय पडायला. त्याह्यच्या भल्याचा इचार सरकारनंबी केला; आपल्या भल्याचा इचार कोण करते? उलट त्यो साहेब ठेका घ्या मनते, फुकटात पन्हाळ्या कापल्या तं जेलात टाकतो मनते. हाये, गरिबाचं काही खरं?"

"मीबी तेच मनतो भाबी. आपलं कोण वाली नाही, मनून आपण संघटना उभी करायलो. सगळा मातंग समाज एक झाला तं उद्या संघटनेमार्फत ह्या

गोष्टीसाटी लढू, तव्हा सरकारलेबी आपलं मननं ऐका लागेल.''

"करा बापा लवकर काय करायचे ते. असं आतल्याआत दम कोंडून मरणं काय कामाचं?''

"तेच करायचं ठरवलं आज आम्ही. आपल्या मातंगवाड्यातल्या अखिल महाराष्ट्र मातंग संघाच्या शाखेची मीटिंग आज झाली. पुढच्या मह्यन्यात मुंबईच्या डॉ. अण्णा भोपळेंचा वाशिमले कार्यक्रम घ्यायचा ठरला. त्यासाठी परत वर्गणी जमा करावं लागेल.''

"किती वर्गणी?'' सोपाननं विचारलं.

"आकडा नक्की झाला नाही अजून.''

"माहे वीस रुपये आताच घ्या.'' तिनं कमरेची पिशवी उपसून पिशवीत हात घातला. गणासमोर दहा-दहाच्या दोन नोटा धरल्या.

"आताच नका भाबी, सगळ्या मातंग मंडळीची जमा करू तव्हा द्या.''

"काय करायचं ते लवकर करा. हे असं मुळूमुळू लडत बसणं मले नाही आवडत. एक घाव दोन तुकडे असं तडकाफडकी वागलेलं मले आवडते.''

"मुळूमुळू रडत बसायचे दिवस सरत आले भाबी. इतके दिवस आपण जिथंतिथं, जव्हा-तव्हा लडत होतो. आता ज्याह्यनं आपल्याले रडवलं, त्याह्यलेच आपण रडायले भाग पाडू.''

"करा काय करायचं ते झटपट. जास्त दिवस लावू नका!''

"नाही लागत.''

"तेच मनतो. उठा, चला वं घराकडं.''

अन् तिनं सोपानला समोर घालून घराचा रस्ता धरला.

***

वाशिमच्या अ. म. मातंग तालुका शाखेनं शुक्रवार पेठेतल्या राजू खंदारे यांच्या घराच्या एका खोलीत स्व. अण्णाभाऊ साठे वाचनालय सुरू केलं. राजू खंदारेचं घर माहूर वेशीला लागून असणाऱ्या मातंगवाड्याला जवळ होतं. राजू स्वतःच या वाचनालयाचं काम पाहत होता. तो कॉलेजात बी. ए. प्रथम वर्षाला शिकत होता. त्याला वाचनाची आवड होती; त्यामुळेच त्याने या वाचनालयाचा भार आपल्या स्वतःवर घेतला. वाचनालयात प्रामुख्याने अण्णाभाऊंची पुस्तकं होती. इतर लेखकांत म. फुले, डॉ. बाबासाहेब आंबेडकर अशांच्या ग्रंथांचा समावेश होता. या वाचनालयाला एका पैशाचीसुद्धा शासकीय मदत मिळत नव्हती. अ. म. मातंग तालुका शाखेने सुरुवातीला सहभागी होणाऱ्या प्रत्येक सभासदाकडून प्रत्येकी दहा रुपये मासिक वर्गणी जमा केली. सर्व पंचाहत्तर सभासदांकडून सलग एक वर्षभर

मासिक वर्गणी जमा केल्यावर एकूण नऊ हजार रुपये जमा झाले. या पैशातून सगळी पुस्तकं आणण्याऐवजी पाच हजारांची पुस्तकं आणावी आणि उरलेल्या चार हजारांत मातंगांच्या वस्तीत एखादी बालवाडी सुरू करावी असा विचार काही सदस्यांनी बोलून दाखवला. मातंग समाजात शिकणाऱ्यांची, शिकलेल्यांची संख्या कमी आहे. बालवाडीच्या माध्यमातून लहान मुलांना शिक्षणाविषयीची आवड निर्माण करता येईल. जेणेकरून ही मुलं पुढे शिकतील, शहाणी बनतील, उद्योगधंद्याला वा नोकरीला लागतील, असं या सदस्यांचं म्हणणं; पण इतरांनी या प्रस्तावाला विरोध केला. त्यांचं म्हणणं असं की, शहरात नगरपरिषदेच्या किंवा खासगी, प्रायमरी शाळा आहेत. त्या शाळांत नावं टाकण्यासाठी, मातंगांच्या वस्तीत जाऊन मुलांना, पालकांना प्रोत्साहन द्यायचं आणि या नऊ हजार रुपयांपैकी आठ हजारांची पुस्तकंच आणावी आणि उरलेल्या हजार रुपयांत पुस्तकं ठेवण्याचे रॅक्स, टेबल व खुर्ची, एक लोखंडी कपाट असं साहित्य विकत घेऊन कुठेतरी भाड्याने एखादी खोली मिळवून तिथे वाचनालय सुरू करावं. मात्र, राजूने वाचनालयासाठी स्वतःची खोली रिकामी करून देण्याची आणि कुठल्याही मानधनाची वा पगाराची अपेक्षा न ठेवता वाचनालयाचं काम करण्याची तयारी दाखवली. राजूची ही मागणी तत्काळ मान्य करण्यात आली.

वाचनालय सुरू झाले. वाचनालयाचा सदस्य होणाऱ्या व्यक्तीकडून महिना तीन रुपये फी घेतली जाऊ लागली. एका वेळी एक पुस्तक देण्यात येऊ लागलं आणि पुस्तक आठ दिवसांत परत न केलं तर दर दिवशी दहा पैसे दंड आकारण्यात येऊ लागला; पण गंमत अशी की, वाचनालयाला मिळणारा प्रतिसाद फारच प्रचंड होता. विशेषतः अण्णाभाऊंची पुस्तकं मिळवण्यासाठी झुंबड उठत होती. एकदा का पुस्तक हाती आलं की, महिना-महिना पुस्तक परत केलं जात नव्हतं. दंडाची रक्कम भरण्याचीही या लोकांची तयारी होती. सगळे कसे भारावल्यासारखे झाले होते.

एवढ्यानं थांबलं नाही, तर वाचनालयातच पुस्तकांवर चर्चा होऊ लागल्या. वाद-विवाद होऊ लागले. अण्णाभाऊंचं मोठेपण हा बहुतेकांच्या बोलण्याचा विषय होता. अण्णाभाऊंच्या पुस्तकांसोबतच डॉ. बाबासाहेब आंबेडकर आणि म. फुले यांच्या पुस्तकांची मागणीही चांगली होती. वाचनालय दर महिन्याच्या पहिल्या शनिवारी दुपारी दोन वाजता एखाद्या मान्यवरास बोलावून अण्णाभाऊंच्या जीवनचरित्रावर, किंवा त्यांच्या एखाद्या पुस्तकावर व्याख्यान ठेवू लागले. या कार्यक्रमांना चांगलीच गर्दी होऊ लागली. स्त्रिया, मुलीही सहभागी होऊ लागल्या. वाचनालयाच्या नावाचा बराच बोलबाला होऊ लागला.

ही कीर्ती वडगावच्या तायडे मास्तरांच्या कानावर आली नसती तरच नवल! एका सुटीच्या दिवशी तायडे मास्तरांनी मुद्दाम वाशिमला या वाचनालयात जाऊन

राजू खंदारेची भेट घेतली. स्वतःची ओळख करून दिली. वडगावच्या शाळेतील मुलांसाठी पुस्तकं हवी म्हणून त्यांनी स्वतःची सदस्यता फी भरली आणि अण्णाभाऊंची 'माकडीचा माळ' आणि 'वारणेचा वाघ' ही पुस्तकं मागितली.

"आम्ही एका वेळी एकच पुस्तक देतो." असं खंदारे म्हणाला.

त्यावर तायडेचं म्हणणं, "मला नेहमी-नेहमी यायला परवडत नाही. अपवाद म्हणून माझ्यासाठी ही व्यवस्था करा."

पण खंदारेने नकार दिला.

"यावर काही उपाय?" तायडे मास्तरांनी विचारल्यावर खंदारे म्हणाला,

"मला तर काही करता येत नाही; पण तुम्ही आमच्या संस्थेच्या सचिवांना भेटा."

"कोण आहेत सचिव?"

"नरेंद्र कांबळे. ते शिवाजी शिक्षण संस्थेत लिपिक आहेत. तिथे जाऊन त्यांना भेटा किंवा ते देवपेठेत डॉ. देशपांडेच्या घराशेजारी जावळे कंडक्टरच्या वाड्यात राहतात; तिथे जा."

तायडे मास्तरांनी देवपेठेत मोर्चा वळवला, कारण आज शनिवार, आज सकाळची शाळा. कांबळे शाळेत भेटले नसते. मास्तरांजवळ भाड्याची सायकल होती म्हणून मास्तरांना काही वाटलं नाही. एरव्ही पायी पायी एवढं अंतर चालायचं म्हणजे संध्याकाळी पायच मोडून पडायचे.

सुदैवाने कांबळे घरीच होते.

ते एकमेकांसमोर आले अन् एकमेकांना पाहून अवाक झाले.

"अबे, लेका नऱ्या तू?"

"अबे, तू त गज्या ना?"

दोघांनी एकमेकांना कडकडून मिठ्या मारल्या. ते दोघे अकोल्याला बी. आर. हायस्कूलमध्ये मॅट्रिकपर्यंत सोबतच शिकले. दोघेही एकाच बेंचावर बसायचे. पुढे दोघांची ताटातूट झाली. पुन्हा भेट झाली नाही, ना एकमेकांबद्दल काही कळलं.

"ये घरात ये. कसा आलास?"

दोघं घरात आले. तायडेंनी येण्याचं कारण सांगितलं. वडगावच्या मातंगवाड्यातील मुलांना अण्णाभाऊ साठेंच्या पुस्तकांचं वाचन करायला लावून समाज जागृती करण्याचे कसे प्रयत्न चालू आहेत ते त्यांनी सविस्तर सांगितलं.

"बरं, मग माझ्याकडे काय काम काढलं?"

"मला तुमच्या वाचनालयातून अण्णाभाऊंची एका वेळी दोन-तीन पुस्तकं मिळाली पाहिजेत. आठ दिवसांनी म्हणजे रविवारी परत करीन."

"एकाच आठवड्यापुरती पाहिजेत का नेहमीसाठीच?"

"नेहमीसाठीच! आजच मी वाचनालयाचा सदस्य झालो."

"मग तुला पाहिजे ती, पाहिजे तेवढी पुस्तकं नेत जा. मी आमचे ग्रंथपाल राजू खंदारेंना तसे सांगून ठेवतो आणि एक लक्षात घे. तू नुसती अण्णाभाऊंचीच पुस्तकं नेऊ नकोस. डॉ. बाबासाहेब आंबेडकर, महात्मा ज्योतिबा फुले यांचीही पुस्तके ने, मुलांना वाचून दाखव. तशी अण्णाभाऊंची आपल्या समाजाला अजून ओळख नाही. आपल्या समाजातील शिकले - सवरलेले, नोकरी करणारे लोकही 'हा अण्णाभाऊ कोण?' असं विचारतात. तिथं खेड्यातल्या माणसांबद्दल काय बोलावं? तू मात्र फार छान सुरू केलंस. एवढ्या तळमळीने तू समाजासाठी काम करतो आहेस म्हटल्यावर तुझं काम आम्ही करायलाच पाहिजे."

मग इकडच्या-तिकडच्या शाळेतल्या जुन्या आठवणी काढत चहा झाला. नरेंद्र कांबळेने आपल्या पत्नीची तायडे मास्तरांशी ओळख करून दिली.

"चल, आताच जाऊ राजू खंदारेकडे" असं म्हणून ते दोघं तिथून तडक वाचनालयात आले.

नरेंद्र कांबळेने तायडे मास्तरांची राजू खंदारेशी ओळख करून दिली अन् तायडे मास्तरांना वाचनालयातील वाटतील ती पुस्तके देण्याबद्दल सुचवलं. मग राजूनेही होकार भरला.

तेव्हापासून एका रविवारी आणलेली पुस्तकं दुसऱ्या रविवारी परत करायची पुन्हा दुसरी आणायची असा क्रम चालू राहिला. वडगावच्या मातंग पोरांची चंगळ होऊ लागली. शक्यतोवर आणलेली पुस्तकं वेळेवर परत करता यावीत या दृष्टीने तायडे मास्तरांची धडपड सुरू होती. त्या पद्धतीने ते पोरांकडून पटापट वाचून घेत अन् रविवारी पुस्तकं परत करून दुसरी आणत.

या रविवारी मात्र यात खंड पडला. मास्तरांनी पुस्तकं जमा करून दुसरी आणण्यासाठी रविवारी सकाळीच वाशिम गाठलं; पण स्टँडवरच त्यांची चुलत भावाशी गाठ पडली. तो मास्तरांकडेच वडगावला चालला होता. मास्तरांच्या वडिलांची तब्येत ठीक नसल्याचा निरोप घेऊन तो आला होता.

त्याला सोबत घेऊन मास्तर तसेच गावाकडे गेले. वडिलांना दवाखान्यात नेणं, औषधं देणं यात दोन दिवस गेले. बुधवार उजाडला. वडिलांना बरं वाटत होतं. तेच मास्तरांना "शाळेवर जा." म्हणाले. दोन-तीनदा म्हणाले, म्हणून मास्तर वडगावला निघाले.

वाशिमला आल्यावर वाचनालयातून पुस्तकं बदलून आणण्यासाठी जायचं म्हणून त्यांनी भाड्याची सायकल घेतली अन् सायकलवर टांग टाकणार तेवढ्यात आवाज आला, 'अहो तायडे गुर्जी?'

तायडे मास्तरांनी सायकल थांबविली. नावलीचे बोरकर गुरुजी होते; ते पतसंस्थेचे संचालक होते. शिक्षक-संघटनेचेही काम करीत.

"काय गुरुजी?" तायडेंनी विचारलं.

"निघाले? काय गडबड आहे?"

तायडेंनी काम सांगितलं.

"हे काम नंतर करा. अगोदर पंचायत समितीत जा!"

"कशाला?"

"तुमची बदलीची ऑर्डर निघाली."

"कुठं?"

"टोला"

"टो? कुठे आहे हे टो?"

"जुमड्याजवळ, म्हणजे सध्या जिथे तुम्ही आहात त्या वडगावपासून पन्नास किलोमीटरवर लगेच विरुद्ध दिशेला."

"आता मध्येच कशी बदली?"

"मलाही तोच प्रश्न पडला होता. मी पांडेबाबूकडे चौकशी केली, तर मला वेगळंच कळालं."

"कसं कायं?"

"तुमच्याविरुद्ध वडगाव येथील गावकऱ्यांची तक्रार आहे म्हणे?"

"कशी काय?"

"ते काही माहीत नाही बॉ! त्याच्यासाठी म्हणतो, पंचायत समितीत जाऊन पाहा. पांडेबाबूची भेट घ्या. काय प्रकार आहे तो लक्षात येईल."

तायडे मास्तरांचं मन विचलित झालं. काय करावं? आधी पं. स.मध्ये जावं की वाचनालयात जावं? एरव्ही तायडे मास्तरांनी वडील आजारी असल्याने रविवारी अकोल्याला जाण्यापूर्वी वडगावच्या ओळखीच्या माणसाजवळ मुख्याध्यापकांना देण्यासाठी अर्ज पाठवून सोमवार, मंगळवार आणि बुधवारची रजा टाकली होती; त्यामुळे पं. स. आणि वाचनालयातल्या कामांत आजचा दिवस गेला तरी हरकत नव्हती.

"आधी पं. स. मध्येच जातो" असं बोरकर गुरुजींना सांगून तायडे मास्तर पंचायत समितीमध्ये आले. त्यांनी पांडेची भेट घेतली. पांडेकडे सगळी चौकशी केली; पांडेने गावकऱ्यांच्या तक्रारअर्जासह बदलीची ऑर्डर त्यांच्यासमोर टाकली. मास्तरांनी तक्रारअर्ज वाचला.

'गावात जातीय तणाव वाढवणाऱ्या कारवाया तायडे गुरुजी करतात' हा मुख्य आरोप होता आणि सह्या करणाऱ्यांत सरपंच विनायक, माजी सरपंच लिंबा बेले आणि आणखी पाच-पंचवीसजण होते. विशेष म्हणजे त्या सह्या करणाऱ्यांमध्ये मातंगवाड्यातील गणाचाही सहभाग होता... गणाचं नाव वाचून मास्तरांना मोठं दुःख

झालं. या माणसानं आपल्याविरुद्ध तक्रार करणारांसोबत सामील व्हावं? आपण गावात काही भानगडी करीतही असू, तर त्या मातंग मंडळींच्या हिताच्याच ना! त्या भानगडी गणालाही भानगडी वाटाव्या? एरव्ही या माणसाचं अन् आपलं कधी सूत जमलं नाही. आपण परभूशी संगनमत करून संघटनेच्या कामात यालाच पुढे घातलं... वाशिमच्या मेळाव्यात सत्कार घडवून आणला. गावातही म्हटलं, तेव्हा म्हटलं ते सहकार्य केलं. तरी आपण गावात जातीय तणाव निर्माण करतो असं यानंही म्हणावं? खरा उपद्व्यापी तर हाच स्वतः आहे. कोणतंही काम कधी सरळ होऊ देत नाही. जागोजागी आडफाटे आणतो. जाऊ द्या; त्याच्या हे मनात होतंच. त्यानंच गावकऱ्यांना चेतवून दिलं असावं, आपण वडगाव शाखेच्या मातंग संघटनेच्या कामात तसा हस्तक्षेप करतो; त्यामुळे आपली दूर कुठे तरी बदली केली की, सगळं राज्य त्याचंच! असं त्याला वाटलं असावं. आपण बदलून दुसऱ्या गावी गेल्यावर काय होईल या चळवळीचं? परभूला जवळ धरून हा गणा चळवळीचं कार्य नेटाने पुढे नेईल का? की गाव शाखेत फूट पाडून आपलंच वर्चस्व निर्माण करेल? त्यात एकूणच चळवळीचं केवढं नुकसान होईल?

"काय तायडे, घेता का आता ऑर्डर?"

"नाही पांडेसाहेब, उद्या-परवा येईन."

"ठेवू मग? झालं पाहणं तुमचं?"

"हा ठेवा."

पांडेनी फाइल बंद केली.

तायडे मास्तर बाहेर पडले. काय करावं? कोणाला भेटावं का? ही असली ऑर्डर रद्द करायला लावावी का? हा आपल्यावर सरळसरळ अन्यायच नाही का? हा अन्याय आपण मुकाट्यानं सहन करायचा का? अन्यायाच्या विरोधात लढायला सिद्ध व्हा, असं आपण वडगावच्या मातंग पोरांना, माणसांना सांगतो अन् आपणच हा अन्याय मुकाटपणे सहन करायचा? का? काय म्हणून?

पण दुसऱ्याच क्षणी त्यांच्या विचारांची दिशा एकदम बदलली. काय म्हणून कोणाला भेटायचं? कशासाठी ऑर्डर रद्द करायला लावायची? आपण जे केलं, तेच जर वडगावकर मातंग मंडळींना मान्य नसेल, तर मग कशाला मरमर करायची? गणानं त्या तक्रारअर्जावर सही करणं याचा अर्थ काय? वडगावच्या सर्व मातंग मंडळींचा आपल्याला विरोध नसेलही; तरी पण गणाचा तरी का असावा? आता तो गावातल्या अ. म. मातंग संघ शाखेचा अध्यक्ष आहे. म्हणजे त्याची जबाबदारी वाढली. त्याने ती जाणून घ्यायला नको? आपल्या समाजाचं हित आणि अहित कशात आहे हे त्याला कळू नये? त्यानं अर्जावर सही केलीच कशी?

डोक्यात असं वादळ येऊन मास्तर संध्याकाळचे वडगावला आले ते तडक

परभूच्या घरी गेले. परभू घरीच होता. नुकताच अनसिंगवरून आला होता. आज अनसिंगचा बाजार होता.

मास्तरांना पाहून परभूने त्यांना बसायला टाकलं. मास्तर बसले.

"दोन-तीन दिवस झाले दिसले नाही?"

मास्तरांनी गावाकडे राहण्याचं कारण सांगितलं.

"आता कशी तब्येत हाये तुमच्या बाबाची?"

"चांगली आहे."

"त्या चिंतेमुळे एवढा चेहरा उतरला?"

"नाही ते कारण नाही."

"सांगा ना मंग? दुसरं काही कारण हाये का?"

आणि मास्तरांनी बदलीची भानगड सांगितली. गावकऱ्यांच्या अर्जात गणाचं नाव, सही असल्याचं सांगितलं.

"हे तं भलतंच झालं? नेमकाच कुठे आपल्या चळवळीला जोर यायला अन् तुमचं असं झालं."

परभूनं ऑर्डर रद्द करण्यासाठी विनायक सरपंचाला बोलण्याची तयारी दाखवली; पण त्यावर मास्तर म्हणाले, "त्या बाहेरच्या माणसाला म्हणून काय फायदा? शिवाय सरपंच म्हणून त्यांचीही सही आहेच ना! शिवाय आपला माणूस त्यांच्यासोबत आहे ना?"

"मंग त्याले मनू चला माह्यासंगं, मी मनतो."

"नका म्हणू, काही फायदा होणार नाही आणि खरं म्हणजे आता आपल्या चळवळीला माझी गरजही नाही. मी असलो काय आणि नसलो काय, काही फरक पडणार नाही. मला जे काही करायचं होतं ते इथे घडून आलं. फक्त जे घडलं त्यात वाईट एवढंच घडलं की, या मातंगवाड्यातल्या चळवळीची सूत्रं तुमच्यासारख्याच्या हाती देता आली नाहीत. गणासारख्या विचित्र अन् विक्षिप्त स्वभावाच्या माणसाच्या हातात ती गेली. त्याच्या स्वभावामुळेच तो माझ्या या बदली प्रकरणात कुऱ्हाडीचा दांडा गोतास काळ ठरला. आपण काय करायलो हे त्याला कळलं नाही.

"मास्तर, एरव्ही तुमच्याबद्दल त्याच्या मनात पह्यल्यापासूनच आठी हाये, ती आखरीलोक कायम ठेवली."

"पण मी मनतो परभू, तू जाऊन त्या गणाचे कान काऊन उघडत नाहीस? गुरुजी गावातून गेले तं चळवळीचं नुकसान तं व्हायचं ते व्हईलच; पण त्याच्या परीस मातंगवाड्यातल्या शाळेत शिकणाऱ्या लहान-मोठ्या लेकराह्यले गुरुजीनं जे वळण लावलं, त्याचं पुढे काय व्हईल? याचा तं त्या गणानं इचार करायला पाह्यजे व्हता?" एवढा वेळ नुसतं ऐकत बसलेल्या येसाजीने आपलं मत व्यक्त केलं.

ही गोष्ट परभूच्या लक्षात आली नव्हती. तायडे मास्तर आले तेव्हापासून मातंगवाड्यातली शाळेत न जाणारी मुली-मुलं दररोज शाळेत जाऊ लागली... पोरा-पोरींना मास्तर सकाळ-संध्याकाळ घरी बोलावून शिकवू लागले. पोरांना अण्णाभाऊ साठेंची पुस्तकं वाचायला देऊ लागले. ज्यांना वाचता येत नाही, त्या पोरांनाही अण्णाभाऊंच्या, महात्मा फुल्यांच्या, डॉ. आंबेडकरांच्या गोष्टी सांगू लागले. आता हे सगळे बंद होणार.... नुसत्या विचारानं परभू अस्वस्थ झाला. तो पटकन जागेवरून उठला. तसं मास्तरांनी हटकलं,

"काय करता परभूभाऊ?"

"मी जातो त्या गणाले भेटायले."

"नका जाऊ. माझं म्हणणं ऐका."

"नाही, तुम्हीच इथं थांबा, मी असाच जातो अन् असाच येतो." अन् तो ताड्ताड् पाय टाकीत घराबाहेर पडला.

कधी नव्हे तो आज तायडे मास्तरांसाठी परभू गणाच्या दारी जात होता. आपल्याला असा एकाएकी दारात उभा पाहून अगोदर तर गणा गोंधळातच पडेल... मग "कसा काय आला?" असं विचारेल... आपण त्याला चांगला धुवून कुपाटीवर वाळू घालू. तो काय समजतो स्वतःला? अ. म. मातंग संघाच्या गावचा शाखेचा अध्यक्ष झाला म्हणजे भारताचा पंतप्रधान झाला का काय? आणि याला कोणी बनवलं अध्यक्ष? याला वाशिमला कोणीतरी ओळखत होतं का?... नालायक लेकाचा... परभूचं डोकं अतिशय गरम झालं.

तो गणाच्या घरी कधी आला ते त्याला कळलंच नाही.

"हाये का गणा घरात?" त्याने बाहेरून आवाज दिला.

"नाहीत" गणाची बायको लिला बाहेर येत म्हणाली. त्याला पाहताच खरं तर तिलाही नवल वाटलं. "घरात या ना," असं त्याला म्हणावं असं तिलाही क्षणभर वाटलं; पण तिनं तो विचार टाळला. गणाचा स्वभाव तिला माहीत होता. आपण परभूला घरात बोलावलं, असं कळलं तर तो आपल्याला मारहाण केल्याशिवाय राहणार नाही. याबद्दल तिला तिळमात्रही संशय नव्हता.

"काय काम व्हतं?"

"हो, कामच व्हतं. भेटायचं व्हतं त्याले? कुठं गेला?" परभूचा आवाज थोडा कठोरच वाटला.

"ते तं आज पाह्यटंच अकोल्याले गेले."

"अकोल्याले?"

"हं."

कशासाठी गेला म्हणावं अकोल्याला? संघटनेचं तर काही काम नसेल?

जिल्हा संघाने एखादी बैठक तर बोलावली नाही? गाव शाखेचा अध्यक्ष झाला, तेव्हापासून त्याचा पाय जाग्यावर नसतो.

"कव्हा वापस येणार हाये?"

"परवाच्या दिवशी वापस येतो. मनत."

"परवाच्या दिशी?" परभूनं सुस्कारा टाकला. मग काय फायदा? मास्तरांना विचारावं लागेल, ते कधी ऑर्डर घेतात म्हणून? तो लगोलाग घरी परत आला.

"काय झालं?" येसाजीनं विचारलं.

"त्यो घरी नाही बापू."

"कुठे गेला?"

"अकोल्याले."

"कव्हा येणार हाये."

"परवाच्या दिसी."

परभूनं मास्तरांना विचारलं, "तुम्ही कव्हा ऑर्डर घ्यायले?"

"उद्याच घ्यावी लागेल." मास्तरांनी निर्धारपूर्वक सांगितलं.

ऑर्डर स्वीकारायची हे त्यांनी मनोमन ठरवलं होतं.

"चार दिसाने घेतली तर नाही जमत?"

"नाही आबा, सरकारी कामात इतका उशीर बनत नाही, हे तर तुम्हाला माहीत आहेच."

"हं!" दोघा बाप-लेकांनी एकमेकांकडे पाहिलं. त्यांच्या पाहण्याचा भाव मास्तरांच्या लक्षात आला.

"असू द्या परभूभाऊ, जे व्हायचं ते झालं. आता फक्त तुम्ही एक करा. मी ही पुस्तकं आणली वाशिमच्या लायब्ररीतून, ही मुलांना वाचायला देतो मी आज रात्री, तुम्ही पुढच्या शनिवारी ही पुस्तकं मुलांजवळून जमा करून घ्या आणि रविवारी वाशिमला घेऊन या. मी तुम्हाला पाटणी चौकातल्या वसंत मेडिकल स्टोअर्ससमोर भेटेन, दुपारी बारा-साडेबाराच्या दरम्यान; तुम्ही असेच दर रविवारी मला वाशिमला भेटले तर मी तुमच्याजवळ पुस्तकं देईन; ती तुम्ही मुलांना वाटत जा. तेवढाच मुलांचा फायदा होईल."

"खळ्यातली रास वाया जाऊ द्यायची अन् मात्र्यासाठी जीव तोडायचा, असं झालं हे मास्तर! पोराह्यच्या पुस्तकं वाचण्याला तुम्ही इथं असते तरच अर्थ राह्यला असता."

"ते खरं आहे; पण जेवढे दिवस चालवता येईल, तेवढे दिवस चालवू आपण अन् ही गोष्ट एवढी काही मनाला लावून घेऊ नका... एक ना एक दिवस ही गोष्ट घडणारच होती. ती एवढ्या लवकर घडेल असं मलाही वाटलं नव्हतं. एकदा डॉ.

भोपळेंचा वाशिमचा कार्यक्रम पार पडला असता म्हणजे मातंगवाड्यातील सगळ्यांना पुढे काय करायचं याची दिशा मिळाली असती. तोपर्यंत यांना योग्य मार्गावरून नेणं एवढंच तुमचं अन् माझं काम होतं. आता माझ्या माघारी हे काम तुम्ही एकटे करा.''

''मले एकट्याले कसं जमंल, देव जाणे?''

''जमंल. फक्त एकच करा. गणा चुकीच्या रस्त्यानं चालला तर त्याला त्या मार्गातील धोके सांगा. चांगला मार्ग धरायला सांगा. त्याच्या चुकीच्या मार्गाने जाण्यामुळे त्याचं एकट्याचंच नाही तर सगळ्या मातंगवाड्याचं नुकसान होईल. तुम्हीही त्याच्यासाठी नाही, तर सगळ्या मातंगवाड्याच्या हितासाठी त्याच्याशी संपर्क ठेवा. तो काय करतो, काय नाही यावर ध्यान ठेवा. तसं आठ दिवसाला - रविवारी आपण भेटूच. त्या वेळी याबाबत आपण चर्चा करू. त्याशिवाय आपल्याला साठेभाऊंची मदत घेता येईल. आपल्या मातंग मंडळींच्या हितासाठी आपल्याला हे करावंच लागेल.''

परभू तरीही गप्पच होता. बराच वेळ मास्तर मातंगवाड्यातील पोरांच्या, माणसांच्या हितांबद्दलच बोलत राहिले. शेवटी मास्तरांनी विचारलं, ''भाऊ, तुम्ही काहीच बोलत नाही?''

''मास्तर, तुमचं म्हणणं ऐकून घेयाले माहं मन आता तरी जाग्यावर नाही. माही हात जोडून तुम्हाले एक विनंती हाये; फक्त उद्याच्या दिवस तुम्ही ती ऑर्डर घेवू नका. मले काय करायचं ते मी उद्या करून पाह्यतो. मले यश आलं तं तुमची ऑर्डर कॅन्सल व्हईल अन् नाही आलं यश तं मंग खुशाल गाव सोडून जा. तुम्हाले माही शपथ हाये, नाही म्हणू नका.''

नाइलाजानं मास्तरांना होकार द्यावा लागला.

काही वेळानं मास्तर उठून गेले. परभूही जागचा उठला; पण त्याचं मन सैरभर झालं होतं.

डॉ. भोपळेंच्या वाशिमच्या कार्यक्रमाची तारीख जाहीर झाली. ६ डिसेंबर १९८४. डॉ. बाबासाहेब आंबेडकरांचा महापरिनिर्वाण दिन. डॉ. बाबासाहेब हे विद्रोहाचं धगधगतं अग्निकुंड होतं. दारिद्र्य, दैन्य, अज्ञान, लाचारी इ. गोष्टींमुळे दिशाहीन झालेल्यांना त्यांनी नवी दिशा दिली. त्यांच्यात चेतना निर्माण केली, ते त्यांचे प्रेरणास्रोत ठरले. सदैव दबलेल्यांची, पिचलेल्यांची, अन्याय सहन करण्यात धन्यता मानणाऱ्यांची अस्मिता त्यांनीच जागृत केली. पिढ्यान्‌पिढ्या अस्पृश्यतेच्या जोखडात अडकून पडलेल्या दलित समाजाला त्यांनीच मुक्ती दिली; माणूस म्हणून जगण्याचा हक्क दिला. हजारो वर्षांची छळवादी गुलामगिरीची जाचक चौकट तोडण्याचं आत्मबळ देऊन जनसामान्याला, दलित माणसाला आत्मसन्मान मिळवून

दिला. त्याच बाबासाहेबांच्या पावन पुण्यतिथीच्या दिवशी अ. म. मातंग संघाच्या वाशिम शाखेच्या पदाधिकाऱ्यांनी डॉ. भोपळेंच्या कार्यक्रमाचं आयोजन केलं. हा केवळ योगायोग नव्हता. डॉ. भोपळेही बाबासाहेबांनी दाखवलेल्या मार्गानेच निघाले. झोपेत - गाढ झोपेत असणाऱ्या मातंग समाजाला खडबडून जागं करण्यासाठी त्यांनी जिवाचं रान केलं. सुरुवातीला मुंबईच्या झोपडपट्टीत राहणाऱ्या मातंग समाजाच्या हितासाठी त्यांनी संघर्ष सुरू केला. पुढे पुढे त्याला व्यापक स्वरूप आलं. अ. म. मातंग संघाची त्यांनीच स्थापना केली. मुंबईत जागोजागी संघाच्या शाखा स्थापन केल्या. मातंगांचे मेळावे भरवले. जिथे कुठे मातंग माणसांवर अन्याय झाला असेल तिथे मोर्चे काढले, उपोषणे केली, सभा घेतल्या, शिष्टमंडळ घेऊन मंत्र्यांच्या, अधिकाऱ्यांच्या भेटी घेतल्या... समाजात जागृती निर्माण केली. अन्यायाच्या विरोधात लढायला मातंग माणूस तयार झाला. मातंग समाजासाठी अण्णाभाऊ साठे महामंडळाची मागणी केली, त्यासाठी लढा दिला. मंत्र्यांना घेराव घातले. मंत्रालयात घुसून मुख्यमंत्र्यांच्या केबिनमध्ये हैदोस घातला. जेलमध्ये जाण्याची तयारी दाखविली आणि शेवटी महामंडळ मिळवलंच. महामंडळ म्हणजे डॉ. भोपळेंच्या चळवळीचं फार मोठं यश होतं; त्यामुळे कित्येक बेरोजगारांना रोजगार मिळण्याची हमी प्राप्त झाली.

आपली ही चळवळ केवळ मुंबईपुरती मर्यादित न ठेवता ती महाराष्ट्रभर पसरवायची या हेतूने डॉ. भोपळ्यांनी महाराष्ट्रभर दौऱ्यांचं आयोजन केलं. जिथे गेले त्या त्या ठिकाणी समाजामध्ये जागृतीची ज्योत पेटवली. त्या ज्योतीचं रूपांतर पुढे वणव्यात होत गेलं. या वणव्यात वाईट ते सारं जळालं; चांगल्याचं तेज झळाळून निघालं. पश्चिम महाराष्ट्र, मराठवाडा हे या बाबतीत आघाडीवर होते. अजून विदर्भात हे अग्निकुंड पेटवायचं बाकी होतं आणि सहा डिसेंबरच्या वाशिमच्या सभेपासून या कामाला शुभारंभ होत होता. डॉ. भोपळ्यांनीच मुद्दाम वाशिमसाठी हा दिवस निवडला होता.

डॉ. अण्णासाहेब भोपळेंच्या प्रेरणेनेच सूर्यकांत साठेंनी आणि इतरांनी पुढाकार घेऊन वाशिम तालुक्यात बहुतेक गावी अ. म. मातंग संघाच्या शाखा स्थापन केल्या होत्या. अर्थात अकोला जिल्हा अ. म. मातंग संघाचं मोलाचं मार्गदर्शन आणि सहकार्य त्यांना लाभलं होतं. याचाच अर्थ डॉ. भोपळे जरी अजून वाशिमला किंवा विदर्भात प्रत्यक्ष आले नसले, तरी त्यांच्या कार्याचा सुगंध इथपर्यंत पोहोचला होता. आता त्यांच्या प्रत्यक्ष येण्यानं चळवळीच्या कामाला गती येणार होती. ती येणं आवश्यकही होतं.

त्यासाठी स्वतः सूर्यकांत साठे यांनी अकोला जिल्हा अ. म. मातंग संघाच्या अध्यक्षांना सोबत घेऊन मुंबई गाठली. डॉ. भोपळेंची भेट घेतली. त्यांना वाशिमला

येण्याचं निमंत्रण दिलं. कार्यक्रमाची तारीख मागितली. डॉ. भोपळे आणि त्यांचे इतर कार्यकर्ते यांच्यासोबत प्रदीर्घ चर्चा केल्यानंतर डॉ. भोपळेंनी ६ डिसेंबर ही तारीख दिली, जाणीवपूर्वक दिली. त्यांच्या सोबत मातंग समाजाचे काँग्रेसचे विदर्भातील धडाडीचे आमदार हरिभाऊ मोरेही येणार होते. त्या दोघांशिवाय अन्य आठ-दहा कार्यकर्तेही असणार होते. डॉ. भोपळेंनी साठेंच्या समोरच फोनवरून आमदार मोरेंना तशी कल्पनाही दिली होती. आमदार मोऱ्यांनी या गोष्टीला होकार दिला होता. तिथेच त्यांनी अकोल्याला ७ डिसेंबर ही तारीख अकोला जिल्हा अ. म. मातंग संघाच्या अध्यक्षांना सांगून टाकली. मेळावा घेण्यासंबंधी अकोला जिल्हा अध्यक्षांची कुठलीही मानसिक तयारी नसतानाही डॉ. भोपळेंनी तारीख दिल्याने अध्यक्षांनाही मोठा आनंद झाला. दोघेही पुढील तयारीच्या दृष्टीने लगेच परत निघाले.

साठेंनी वाशिमला पोहोचल्यावर तातडीने स्थानिक कार्यकर्त्यांची बैठक घेतली. ६ डिसेंबर ही तारीख मिळाल्याचे ऐकून सर्वांना आनंद झाला. आनंद झाला हे ठीकच; पण कार्यक्रमही यशस्वी झाला पाहिजे, मेळाव्यासाठी जास्तीतजास्त संख्येने जातिबांधवांची उपस्थिती असली पाहिजे. एवढेच नव्हे तर मेळाव्याचा संपूर्ण खर्च करण्यासाठी रक्कम उभी करणेही आवश्यक होते. त्यासाठी वाशिम तालुक्यातील खेड्यापाड्यांच्या शाखा अध्यक्षांची बैठक घेणं आवश्यक होतं. त्यासाठी वाशिम तालुक्यातील खेड्यापाड्यांशी संपर्क साधला गेला. वीस नोव्हेंबरला सर्वांना स्व. अण्णाभाऊ साठे वाचनालय, माहूर वेस, वाशिम येथे येण्यास सांगितलं.

सगळे अध्यक्ष तर येऊ शकले नाहीत; पण जे आले त्यांची संख्याही काही कमी नव्हती. जे आले नाहीत, त्यांच्यापर्यंत कदाचित निरोप पोहोचला नसेल, सूर्यकांत साठेंनी उपस्थितांना गैरहजर असणाऱ्या आणि गावाशेजारी असणाऱ्या शाखा अध्यक्षांना बैठकीत घेतले जाणारे निर्णय कळवायला सांगितलं?

६ डिसेंबरला दुपारी एक वाजता मेळावा सुरू होईल आणि या सभेला आपापल्या कुटुंबीयांसह, आप्त मित्रांसह उपस्थित राहण्याचं सूचित करण्यात आलं. केवळ वाशिम तालुक्यातील नव्हे तर मंगरूळपीर, मूर्तिजापूर, अकोला, बाळापूर या तालुक्यांतील जातिबांधवांचीही उपस्थिती असली पाहिजे, ही सभा आपल्या जीवन-मरणाचा प्रश्न आहे, या सभेत सर्व मातंग बंधू-भगिनींना आवर्जून उपस्थित राहण्याचा आग्रह करा; सभेला दहा ते पंधरा हजार समाजबांधव उपस्थित राहिले पाहिजेत. ही अपेक्षा व्यक्त केली गेली. डॉ. भोपळे हे आपलं दैवत आणि सभा म्हणजे त्यांच्यासाठी भरवलेली यात्रा हे सूत्र लक्षात घ्यायला सांगितलं गेलं. पायी, मोटारीने, बैलगाडीने, आगगाडीने; ट्रकने, जीपने, जे जे साधन मिळेल त्या त्या साधनाने या डॉ. भोपळेंचा दिव्य संदेश ग्रहण करून स्वतःचं आणि समाजातील इतरांचं जीवन उज्ज्वल करा असं जोशपूर्ण आवाहन करण्यात आलं.

याच बैठकीत सभेचं स्थळ ठरवण्यात आलं, जि. प. विद्यालयाचं एस. टी. स्टँडसमोर असणारं खेळाचं ग्राउंड. येणाऱ्या पाहुण्यांची खाण्या-पिण्याची, राहण्याची व्यवस्था, लाउड स्पीकर, स्टेज, हार-तुरे, चहा-पाणी यासाठी पैसा आवश्यक होता. प्रत्येक खेड्यापाड्याच्या शाखेकडून दीडशे रुपये वर्गणी घ्यावी असं ठरवण्यात आलं. ही वर्गणी चार दिवसांत जमा करून जबाबदारीने सूर्यकांत साठेंकडे आणून जमा करावी अशी कळकळीची विनंती करण्यात आली.

"साहेब, मी एक बोलू?" परभूनं उठून विचारलं.

"हो बोला."

"तुम्ही गावापरत दीडशे रुपये जमा करायला सांगितले अन् ते बी चार दिवसांत; मले वाटते, ही रक्कम तशी काही जास्त नाही. गावागावांत राहणाऱ्या प्रत्येक मातंगाला पाच-दहा रुपये मांघण्यापरीस त्या त्या गावच्या शाखेत असणाऱ्या सदस्यांकडून वीस-पंचवीस रुपये घेतले त जमंल. त्यानं वर्गणी लवकर जमा व्हईल, येळ जाणार नाही.

"तुम्ही म्हणता ते खरं आहे." साठे म्हणाले.

"पण यात एक गोष्ट आपण ध्यानात घेतली पाहिजे. हा कार्यक्रम केवळ कुठल्याही एका शाखेचा कार्यक्रम नाही. हा सगळ्या समाजाचा कार्यक्रम आहे; त्यामुळे या कार्यक्रमासाठी सर्वांचा हातभार लागला पाहिजे. दुसरं असं की, चार रुपये, दोन रुपये वर्गणी देणारालाही हा कार्यक्रम आपला आहे, अशी आपुलकी वाटते. शाखेच्या सदस्यांनीच वर्गणी देण्यामुळे गावातील इतरांचा सहभाग राहणार नाही, मी म्हणतो ते पटतंय आपल्याला?"

साठेंचं म्हणणं बिनतोड होतं. परभूला ते पटलं. तो खाली बसला.

"एवढंच करा, हे आपलं घरचंच काम आहे, असं समजून याच्यामागे लागा, जे देतील त्यांच्याजवळून घ्या, जे देऊ शकणार नाहीत त्यांना फार अडचणीत आणू नका. यातून जो पैसा उभा राहील, त्यात कमी पडले तर शाखेच्या मंडळींकडून घ्या."

सगळ्यांना ही गोष्ट मान्य झाली. चहा-पाण्यानंतर सभा संपली.

सगळे निघाले; पण परभू घोटाळला. तो का घोटाळतो, आपल्या विरुद्ध काही तक्रार तर करत नाही, अशी शंका येऊन गणा, भिमाही तिथेच घोटाळले; पण मग गणाच म्हणाला, 'चला भिमा, आपण जव्हरक इथे हाओ तव्हरक ह्यो काही बोलणार नाही अन् आपल्या माघारी बोलला बी तं बोलूनबोलून काय बोलणार? आपली शाखा सुरू झाली तव्हापासून शाखेचं असं चुकण्याजोगं काही कामबी झालं नाही. मंग काय सांगंल त्यो? त्याचं काही वेगळं काम असंल.' चाल, म्हणून ते दोघंही निघून गेले.

परभूनं साठेंना एका बाजूला घेतलं अन् त्यानं तायडे मास्तरांचा विषय काढला.

तायडे मास्तरांची बदली परभूनं मनाला फारच लावून घेतली. ती रद्द व्हावी यासाठी त्यानं विनायक सरपंच, भगवान पाटील यांची भेट घेतली. इतकंच नाही तर लिंबा बेल्यालाही गाठलं; पण तिघांपैकी कोणीही या गोष्टीची फारशी दखल घेतली नाही. विनायक सरपंच अन् लिंबा बेल्याचं ठीक होतं; पण भगवान पाटलांनीही त्याबाबत उदासीनता दाखवणं याचं कारण त्याला कळत नव्हतं. भगवान पाटलाचं वय झालं, पाटीलकी गेली हे जरी खरं असलं तरी त्यांच्या वागण्यात इतका कसा फरक पडला? कोणतीही गोष्ट उतावीळपणाने न करता त्या गोष्टीचा चहुअंगांनी विचार करून निर्णय घेणारा हा माणूस, या बाबतीत गप्प का बसला? की विनायकनं या भानगडीत तुम्ही काहीही बोलू नका असं सुचवलं असेल भगवान पाटलाला? बाकी हेही तेवढंच खरं की, भगवान पाटलाचा जुना काळ आणि विनायकचा आताचा काळ यात खूप फरक पडला होता.

या गोष्टीची गावानं दखल न घेतल्यानं दुसऱ्या दिवशी तायडे मास्तरांनी गाव सोडला. तरीही "मास्तर, मी तुम्हाले वापस वडगावले आणायसाठी प्रयत्न करीन; मुका बसणार नाही." असा शब्द परभूनं दिला होता.

तालुका पातळीवरच्या कोणत्या लीडरमार्फत हा प्रश्न मिटवावा याचाही विचार त्याने केला; पण तसा कोणी माणूस त्याच्या लक्षात आला नाही; पण येसाजीनंच त्याला मार्ग दाखवला.

"अरे, येडा का काय तू? आपल्या समाजाची एवढी मोठी संघटना तयार झाली मनतं, मंग संघटनेचे काही लोक असतील ना वाशिमले? त्याह्यले जाऊन भेट. तायडे मास्तरबी कोण्या माणसाचं नाव घेतात ना बोलता बोलता?"

"हं! सूर्यकांत साठे."

"मंग. तू भेट घे त्या साठेंची?"

परभूला आपल्या बापाचं कौतुक वाटलं अन् त्यानं तसंच करायचं ठरविलं. त्यासाठी तो दोनदा वाशिमला आला; पण साठेंची भेट झाली नाही. सोमवारी तालुक्यातील शाखा अध्यक्षांची मीटिंग असल्याचं त्याला कळलं. निदान बैठकीच्या वेळी तरी भेट होईल म्हणून तो मुद्दाम आज मीटिंगला आला.

"तायडेंची बदली केली? कुठे? केव्हा?" साठेंनी आश्चर्य व्यक्त केलं.

"हो साहेब, आठ दिवस झाले. वडगाववरून त्याह्यले टोले पाठवलं बदलीवर! मुद्दाम एकट्या तायडे मास्तराचीच बदली केली."

"टो म्हणजे जुमड्याजवळचं? कारण काय सांगितलं?"

"गावकऱ्यांनी अर्ज केला मास्तरच्या विरोधात."

"कसा काय?"

परभूनं सारी भानगड सांगितली. तायडे मास्तर मातंगात जागृती निर्माण करतो,

म्हणजे तो गावात जातीय तणाव निर्माण करतो, अशी गावकऱ्यांची भावना झाली आणि गावकऱ्यांच्या अर्जावर वडगाव शाखेचे अध्यक्ष गणा गायकवाड यांची सही आहे हेही सांगितलं.

"काय म्हणता? गणा गायकवाडची सही?"

"हो."

"अहो, हे कसं शक्य आहे? गणा गायकवाडलाच वडगाव शाखेचा अध्यक्ष करा, असा आग्रह तायडे मास्तरांनीच माझ्याजवळ धरला होता. शिवाय तुमच्या गावात घडलेल्या त्या महाराजाच्या भानगडीत गणाचा सहभाग असल्याने आपण त्याचा सत्कारही केला होता."

"ते समदं खरं आहे साहेब; पण गणाच्या मनात मास्तरबद्दल आठी व्हती. मनून मास्तरची बदली व्हावं असं त्याले वाटत होतं."

"मग तर ही फारच गंभीर गोष्ट झाली. तुम्ही मीटिंगच्या आधीच ही कल्पना दिली असती तर मी गणा गायकवाडला बोललो असतो."

"त्याले बोलून काही फायदा नाही साहेब, तुम्हालेच मास्तरले वडगावले वापस आणता आलं तं पाहा."

सूर्यकांत साठे विचारात पडले. काही वेळाने म्हणाले,

"आपण त्यांची बदली रद्द करण्याचा प्रयत्न करू; पण आपला भोपळेसाहेबांचा कार्यक्रम आधी पार पडू द्या. कार्यक्रम जवळ आल्यामुळे त्याच्या तयारीलाच आपल्याला वेळ पुरत नाही; त्यामुळे या भानगडीकडे लक्ष द्यायला आपल्याला आज तरी वेळ नाही. हं, कार्यक्रम संपला की, आपण याच कामामागे लागू. फक्त एक करा, तुम्ही मला नंतर या गोष्टीची आठवण करून द्या, कसं?"

परभू काहीच बोलला नाही. मुकाट्यानं तो रस्त्याला लागला. तायडे मास्तरांची बदली आताच रद्द व्हावी असं त्याला वाटत होतं; त्यामुळे वेळात वेळ काढून साठेंनी आधी हे काम करावं अशी त्याची अपेक्षा होती; पण साठेंनी हे काम लांबणीवर टाकलं. तसं त्यांचं म्हणणंही ठीकच आहे म्हणा. तायडेंची बदली रद्द करण्याच्या कामापेक्षा डॉ. भोपळेसाहेबांचा कार्यक्रम महत्त्वाचा होता, म्हणून परभू गप्प राहिला.

आपण या भानगडीत नाहक बुडत चाललो, असंही त्याला वाटलं. तायडे मास्तरांनी तरी वडगावला कायम राहायची कुठे तयारी दाखवली? तसं असतं तर त्यांनीच बदली रद्द करवून घेतली असती! याचा अर्थ त्यांचंही मन इथं उदासलं असावं आणि समजा, बदली रद्द करून मास्तर परत वडगावला आले तर काय त्यांना हार-तुरे देऊन गणा आणि कंपनी त्यांचं स्वागत करील? उलट आपण अर्ज देऊन मास्तरला गावातून हाकललं, तरीबी मास्तर फिरून गावावर आला या गोष्टीवर गाववाले चिडतील. गाववाल्यांचं सोडा, आपण त्याह्मले भीक घालत नाही.

आता कुठवर गावाला भिऊन राहायचं? गावाला भ्यायचं नाही म्हणून संघटना स्थापन झाली; पण प्रश्न आहे गणाचा. आपण मास्तरांना गावावर परत आणलं, तर गणाच्या तळपायाची आग मस्तकाला जाईल. मास्तर गावावर परत आले तर तो त्यांच्याशी नीट वागणार नाही. नसते वाद होतील. चळवळीचं नुकसान होईल. तसं न व्हावं हीच तर आपली अन् तायडे मास्तरांची तळमळ आहे. म्हणजे हे जे काही आहे, तेच ठीक आहे. याने मास्तर मास्तरच्या जागी राहतील अन् गावातली शाखाही सुरळीत चालेल. काही कमीजास्त झालं तर आपण गणाला सांगून पाहू, बोलून पाहू; काय हरकत आहे असं करायला?

परभूच्या मनातलं विचाराचं रिगण संपलं अन् हलक्या मनानं परभू गावाकडे परत आला.

***

६ डिसेंबर, महामानव डॉ. बाबासाहेब आंबेडकर यांचा महापरिनिर्वाण दिन. मानवतेचा महामंत्र जगाला देणारा हा महामानव याच दिवशी दीन-दलितांना पोरकं करून जगावेगळा झाला. दुःखाला वाचा फोडण्याचं, अन्याय - अत्याचाराचा प्रतिकार करण्याचं बळ त्यानं आपल्या अनुयायांना दिलं. या उपकाराची जाणीव ठेवून त्यांचं पुण्यस्मरण करण्यासाठी त्यांचे अनुयायी मुंबईतील दादरच्या चैतन्यभूमीवर लाखोंच्या संख्येने जमा होतात. पलीकडे अथांग पाण्याने भरलेला अरबी सागर आणि चैतन्यभूमीवर माणसांनी तुडुंब भरलेला जनसागर! या दोन महानतम गोष्टींची भेट महामानव डॉ. बाबासाहेबांच्या साक्षीने या ठिकाणी होते.

या कार्यक्रमासाठी वडगावातून दरवर्षी पाच-पंचवीस बौद्ध मंडळी जातात; पण या वर्षी मात्र एकाहीजणानं गाव सोडलं नाही. त्याचं कारणही तसंच होतं.

गेल्या वर्षी डॉ. बाबासाहेबांच्या महापरिनिर्वाणदिनी बौद्ध मंडळींनी बाबासाहेबांचा पुतळा उभारायचं ठरविलं आणि गावकऱ्यांनी त्यास विरोध केला. त्या ठिकाणी मारामाऱ्या होऊन प्रकरण कोर्टात गेलं. तारखा सुरू झाल्या. गावकऱ्यांनी बौद्धांवर बहिष्कार टाकला. बहिष्काराबाबत गावकऱ्यांत एकमत राहिलं नाही; त्यामुळे बहिष्कार बारगळला. मात्र, कोर्टाच्या तारखा चालूच राहिल्या. दोन्ही बाजू माघार घेत नव्हत्या; पण वाशिमच्या कोर्टात आलेला न्यायाधीश हा मागासवर्गीय आहे आणि मागासवर्गीयांच्या भानगडीत तो त्यांच्याकडून निवाडा देतो अन् सवर्णांना सजा फर्मावतो, अशी माहिती विनायक सरपंच, लिंबा बेल्या यांना त्यांच्या वकिलांनी सांगितली. प्रकरण न्यायाधीशांसमोर जाण्याआधी आपसात मिटवा हा वकिलाचा सल्ला गावकऱ्यांनी मानला आणि बौद्धांना त्यांना पाहिजे त्या ठिकाणी पुतळा उभारायची परवानगी देऊन गावकऱ्यांनी हे प्रकरण मिटवलं.

या गोष्टीने बौद्ध मंडळींना जोश आला. ६ डिसेंबरला म्हणजे बाबासाहेब आंबेडकरांच्या महापरिनिर्वाण दिनी पुतळा उभारायचं त्यांनी ठरवलं. त्यासाठी तालुक्याचे रिपब्लिकन पक्षाचे कार्यकर्ते बोलावण्यात आले. त्यातल्या एकाच्या हस्ते अनावरण करण्याचं ठरलं. गावोगावच्या बौद्ध मंडळींनाही निमंत्रणं गेली. ६ डिसेंबर उजाडला. अन् बौद्धवाडा फुलून उठला.

गावाच्या नैर्ऋत्य टोकाला हा जल्लोष तर आग्नेय टोकाला भलतीच धामधूम! डॉ. बाबासाहेब आंबेडकरांच्या महापरिनिर्वाण दिनाचा योग साधून वाशिमला अ. म. मातंग संघातर्फे डॉ. अण्णा भोपळे यांची सभा आयोजित करण्यात आली. त्या सभेला उपस्थित राहण्यासाठी मातंगवाडा अर्ध्या रात्रीपासून जागा झाला होता. म्हातारे-कोतारे, पोरं-सोरं, तरणे-ताठे सगळे सगळे तयारीला लागले होते. सकाळच्या पहिल्याच एस. टी.ने सर्वांना वाशिमला जायचे होते.

घराघरांत सुसंवाद सुरू होते; पण परभूच्या घरात मात्र विसंवादी वातावरण होतं. या कार्यक्रमाला येण्यासाठी येसाजी तयार नव्हता. चार दिवसांपासून त्याने 'आपण नाही येणार' असं तुणतुणं सुरू केलं होतं. पारूनं ही गोष्ट परभूच्या कानावर घातली होती; पण परभूनं त्याकडे फारसं ध्यान दिलं नव्हतं.

आज मात्र जेव्हा म्हातारा येसाजी खाटेवरूनच उठायला तयार होईना, तेव्हा परभूला त्याच्या बोलण्यातलं गांभीर्य कळलं.

"बा, असं काय करता? उठा, आमची समद्यायची तयारी झाली. तुम्ही एकटेच तयार व्हायचे राह्यले." त्याने आग्रह केला.

"मी नाही येत. जा तुम्ही." त्याचं आपलं तेच पालुपद.

"काऊन नाही येत?"

"एऱ्हीच नाही येत."

"एवढा मोठा देवमाणूस यायला आपल्या समाजाचा. गावोगावचे लोक येतील. आपल्या गावातल्या मातंगवाड्यात कुत्रं घरी राहणार नाही; अन् तुम्ही मनता येत नाही? असं काय कारण हाये ते तरी सांगा? मंजे मंग आम्हीबी घरीच राहू?"

"कारण काहीच नाही. मले येयाचं नाही. बस!"

"नाही बापू, बिनाकारणाचे तुम्ही असं काही मनणार नाही. तुम्ही काही अडाणी नाही. गावकीच्या, भावकीच्या कामांत तुमचं आतडं रंगतं. तुम्ही जे बोलता, करता त्याच्या मागे कोणतातरी जबर इचार असते. एऱ्ही तुम्ही कोणती गोष्ट बोलत नसता, करत नसता; सांगा, कारण काय हाये ते?"

परभूनं आग्रह धरला. येसाजी उठून बसला, कारण सांगितल्याशिवाय परभू गप्प राहणार नाही हे त्याच्या लक्षात आलं. शेवटी त्याने जे काही होतं ते सांगितलं, "हे पाहाय गड्या, तुमच्या आजच्या कार्यक्रमाले मी येत नाही, काऊन तं त्यो कार्यक्रम

आज हाये मनून?''

''आज हाये मंजे?''

''आज मंजे आंबेडकरबाबाच्या मरणाच्या दिवशी.''

''ऑ! हे काय भलतंच?'' येसाजीचं बोलणं ऐकून परभूने तोंड वासलं. आंबेडकरबाबाचं अन् येसाजीचं असं काय वैर आहे की, या कार्यक्रमावरच येसाजीनं बहिष्कार टाकावा?

''तुम्हाले काय मनायचं?''

''माहा मन्नं एकच. आपला अन् डॉ. आंबेडकराचा संबंध काय? आंबेडकर माणूस बौद्ध लोकाह्यचा. आपलं अन् बौद्धायचं पटत नाही. मंग त्याह्यच्या आंबेडकरांच्या मरणाच्या दिवशीच आपला कार्यक्रम काऊन ठेवला? त्या लोकाह्यले दुसरा दिवस नव्हता?''

येसाजीचं हे बोलणं ऐकून हसावं की रडावं तेच परभूला कळेना. डॉ. बाबासाहेबांच्या बद्दल एवढी कमीपणाची भावना येसाजीच्या मनात कशी तयार झाली? कोणामुळे तयार झाली? या गोष्टींचा त्याला उलगडा झाला नाही. बाबासाहेबांसारखी मोठी माणसं ही एका जाती, धर्माची, समाजाची, देशाची कशी राहतील? त्यांच्या कर्तृत्वाने त्यांची जात कधीच गळून पडते. ते सगळ्या विश्वाचे बनतात. इथल्या दलितांवर जसे अन्याय होतात, तसे अन्याय जगात जिथे कुठे ज्यांच्यावर होत असतील, त्या त्या सगळ्यांचे बाबासाहेब प्रेरणास्थान आहेत. बाबासाहेबांना एखाद्या विशिष्ट जातीच्या चौकटीत अडकवणं म्हणजे त्या महापुरुषाचा अपमान आहे; पण ही बाब कितीजणांच्या लक्षात येते? त्यामुळे बाबासाहेबांबद्दलही येसाजीसारख्यांच्या मनात आठी पडणं स्वभाविकच आहे.

परभूने येसाजीला आपल्या परीने बराच वेळ समजावून सांगितलं.

तेव्हा 'तू मनतंस तसं असंल तं मंग येतो' असं म्हणून येसाजी तयार झाला. परभूच्या बोलण्याने त्याला जणू बाबासाहेबांकडे पाहण्याची नवीच दृष्टी लाभली. त्याचा कायापालट झाला.

अशा रीतीने सगळा मांगवाडा सज्ज होऊन, सूर्यनारायणाच्या उगवण्याची वाट पाहू लागला.

मात्र, त्याच वेळी गावकऱ्यांना जणू सुतक लागलं. सगळ्यांचे चेहरे ओढलेले होते. तणावग्रस्त होते. बौद्ध समाजापुढे त्यांना सपशेल शरणागती पत्करावी लागली आणि त्याच वेळी नव्या संघर्षाला तोंड फोडण्यासाठी मातंग मंडळी सज्ज होती.

गाव वरून शांत होते; पण आतल्या आत आग घुमसत होती. याचं कारण मातंगाचा मेळावा हे नव्हतं, तर डॉ. आंबेडकरांच्या पुतळ्याची स्थापना हे होतं. पुतळा भानगडीच्या जागी उभारायला मान्यता देणाऱ्या विनायक सरपंच, लिंबा

बेल्या यांच्याबद्दल लोकांच्या मनात अधिक राग होता. काहीजण माघारी तर काहीजण उघडपणे त्या दोघांना शिव्या देत होते. हे स्वाभाविकही होतं. विनायक, लिंबा बेल्या आणि इतरांची काय अवस्थाच होती? या प्रकरणात आपल्याला नामुष्की स्वीकारावी लागली याचा सल त्यांना अस्वस्थ करीत होता; पण आता त्यांना काही करता येणं शक्य नव्हतं. वरून शांत वाटणारं गाव आतून असं अशांत होतं, अस्वस्थ होतं.

***

संध्याकाळ होत आली. हवेत गारठा जाणवू लागला. दिवसभर शेतात कापूस वेचणाऱ्या बायाबापड्या डोक्यावर कापसाचं गाठोडं घेऊन परतू लागल्या. त्यात बहुतेक कुणब्यांच्याच बायका-पोरी-सुना होत्या. मातंगवाड्यातली किंवा बौद्धवाड्यातली एकही बाई-पोरगी-सून त्यात नव्हती. या गावाच्या अस्तित्वापासून आज हा पहिला दिवस उजाडला की, ज्या दिवशी या दोन समाजाचे पुरुष, स्त्रिया कोण्याच कुणब्याच्या कामावर गेल्या नव्हत्या. बौद्ध मंडळींनी मारोतीच्या पारासमोरच्या पटांगणात बौद्धवाड्याला लागून असलेल्या मोकळ्या जागेत डॉ. बाबासाहेब आंबेडकरांच्या पुतळ्याचा अनावरण समारंभ आयोजित केला. गावोगावचे त्यांचे सोयरे, पाहुणे मंडळी आमंत्रित केली गेली. तालुका स्तरावरचे रिपब्लिकन पार्टीचे कार्यकर्ते बोलावले. दिवसभर घोषणा, भाषणं यांचा जल्लोष उडाला. त्यांनी डॉ. बाबासाहेबांचा जयजयकार करणं हे समजण्यासारखं होतं; पण 'हमसे जो टकराएगा, मिट्टीमें मिल जाएगा।' ही घोषणा मात्र गावकऱ्यांच्या जखमेवर मीठ चोळणारी होती आणि हीच घोषणा जास्तीतजास्त वेळा देण्यात येऊ लागली. रिपब्लिकन पार्टी ऑफ इंडिया, वाशिम तालुक्याचे सचिव प्रा. धम्मानंद शृंगारे तर जहाल बोलले, "तुमच्याकडे डोळा उचलून कोणी पाहिलं तर त्याचा डोळा फोडा, कुणी हात उगारला तर त्याचा खांद्यापासून हात उखडून फेका आणि जर कोणी तुमच्याविरुद्ध ब्र उच्चारला तर खुशाल त्याची जीभ हासडून काढा. आणखी काय सांगू? अरे, आज रोजी तालुक्याचा हरेक बडा अधिकारी आपला आहे. ठाणेदार, तहसीलदार आपला, एस. डी.ओ. आपला. बी.डी.ओ. आपला, इतकंच काय दिवाणी कोर्टाचा न्यायाधीशही आपलाच आहे; त्यामुळे तुमच्या गावच्या सवर्णांनी पुतळा प्रकरणात माघार घेतली... अन्यथा गेंड्याची कातडी पांघरलेला हा सवर्ण समाज एकाएकी अशी माघार घेत होता काय? म्हणून आता यापुढे धीट बना, अजिबात भिऊ नका, तुम्ही एकटे नाही; रिपब्लिकन पार्टी ऑफ इंडियाची सगळी ताकद तुमच्या पाठीशी आहे. वेळ पडली तर मुंबईपर्यंत आपण धडक मारू; तेव्हा बेधडक धीटपणे वागा, बोला. 'डॉ. बाबासाहेब आंबेडकरकी ऽऽऽ; हमसे जो टकराएगाऽऽऽ' बाकीच्यांनी बेंबीच्या देठापासून

ओरडून शृंगारेंच्या घोषणांची पूर्तता केली आणि मग कार्यक्रम संपला तरी मारोतीच्या पटांगणात या दोन घोषणांचा हैदोस सुरू झाला.

बाहेरगावचे कार्यकर्ते, पाहुणे गेले, तरी घोषणांचा जोर कमी झाला नाही. पारासमोरून गावातला सवर्ण जाता-येताना दिसला की, घोषणांना अधिक ऊत यायचा. लाउड स्पीकरचे दोन्ही भोंगे आधीच गावाच्या दिशेने केलेले; त्यातून ह्या घोषणा गावकऱ्यांच्या कानात तप्त शिसं ओतत होत्या. गाववाल्यांचा जागच्या जागी तडफडाट चालू होता. जो तो दात-ओठ खात होता. शिव्या देत होता; पण सध्यातरी उघडपणे कुणाला काहीही करता येण्याजोगं नव्हतं.

"थांबा लेकहो, दुम्हारबारीनं हाती पडा मंजे दावतो तुम्हाले 'हमसे जो टकराएगा, मिट्टीमें मिल जाएगा।' कसं असते ते?" जो तो असंच म्हणत होता. त्यातले काहीजण पुतळा प्रकरणात माघार घेणाऱ्या सरपंच विनायकला अन् लिंबा बेल्याला शिव्या घालत होते.

"या दोघायनं गावाचं नाक कापलं," अशी भावना होती त्यांची.

मात्र, आनंदा बेल्याच्या बैठकीत वेगळंच वातावरण होतं. आनंदाचा विकास जोशानं बोलत होता, "यापुढे विनायकच्या आणि लिंबाच्या भरूशावर गावचं राजकारण चालू देयाचं नाही. पह्यलांदा यायच्याच ढुंगणावर लाता घाला; याह्यले गावच्या राजकारणातून हद्दपार करा. येत्या ग्रामपंचायत निवडणुकीत आपला नवा पॅनल तयार करा. हिंदुहृदयसम्राट बाळासाहेब ठाकरे यांचं नाव घ्या अन् आजपासूनच कामाला लागा. उद्याच वाशिमचे शिवसेनेचे जिल्हा उपाध्यक्ष डॉ. विश्वास काळे यांना गावात बोलावून घ्या. त्यांह्यच्या हातानं रीतसर शिवसेनेची शाखा स्थापन करा. गावातलं काँग्रेसी राजकारण आता पार बुळं झालं. शिवसेनेबिगर आपल्याला दुसरा पर्याय नाही. मी काय म्हणतो ते पटते का?"

इतरांनी पटकन होकार दिला.

मंग तुमची सगळ्याह्यची तयारी हाये शिवसेनेची शाखा स्थापन करायची अन् मी म्हणतो तसं काम करायची?...

"हो हो." उपस्थितांनी टाळ्यांचा कडकडाट केला... अन् त्या जागी घोषणांचं वादळ उठलं...

"जय भवानी, जय शिवाजीऽऽऽ"

"शिवसेना हृदयसम्राट बाळासाहेब ठाकरे कीऽऽऽ जयऽऽऽ"

"हमसे जो टकराएगा, मिट्टीमें मिल जाएगा।"

विकास बेल्याच्या बैठकीत त्याच्यासोबतच्या पंधरा-वीस पोरांनी असा जल्लोष केला. विकास या वर्षी वाशिमला बी.ए. फायनलच्या वर्षाला शिकत होता. तो कॉलेजातल्या राजकारणात भाग घेतो. अखिल भारतीय विद्यार्थी सेना, वाशिम

शाखेचा तो सरचिटणीस म्हणून काम पाहतो. सेना मेळाव्याच्या निमित्ताने तो दोनदा मुंबईला जाऊन आला. खुद्द शिवसेनाप्रमुख बाळासाहेब ठाकरे यांची भाषणे त्याने दोन्ही वेळी ऐकली.

'महाराष्ट्रातील ग्रामीण भागात सेनेचे जाळे पसरवा' असा आदेश बाळासाहेबांनी दिला होता. त्यावर उपस्थितांनी होकारही दिला होता. मुंबईहून परत आल्यावर त्या दृष्टीने विकासनं गावात येऊन कामाला सुरुवात केली होती. त्याच्या वयाची पोरं जमा करून त्यांना शिवसेनेचं कार्य, महत्त्व पटवून दिलं होतं. पोरंही प्रभावित झाली होती. पुतळा प्रकरणाने विकासला आयतीच संधी चालून आली होती.

विकास हा आनंदा बेल्याचा सर्वांत धाकटा पोरगा. आनंदा बेल्या गरीब माणूस. कोणाच्या अध्यात ना मध्यात पडणारा. राजकारण कशाशी खावं त्याला माहीत नाही. त्याची दोन्ही मोठी मुलंही त्याच्यासारखीच! सकाळी उठावं, न्याहारी बांधून ढोरं, औतं घेऊन रानात जावं, दिवसभर मरमर कामं करावी हेच त्यांना माहीत. मात्र, विकास तसा नव्हता. तो शिकत होता. डोळे उघडे ठेवून भोवतालचं जग पाहत होता. महाविद्यालयातील राजकारणानं त्याला बरंच काही शिकवलं होतं. महाविद्यालयाबरोबर गावातही आपण काही करावं असं त्याला वाटत होतं आणि तशी संधी त्याला चालून आली होती. आनंदा बेल्याच्या बैठकीत उठलेल्या या नवीन घोषणा ऐकून गाव आणखी बिचकला.

आणि विकासचं, बौद्धांचं कमी की काय म्हणून यात भर पडली मातंगांची.

वाशिमची डॉ. भोपळेंची सभा ऐकून शेवटच्या एस. टी. बसने सारा मातंग वाडा गावाकडे परतला. सगळी बस मातंग मंडळींनीच गच्च भरली होती. एकट्या वडगावचीच नव्हे तर कवठा-बामणी, खेड, सोनाळं, उमरं, कुदळवाडी, पिंपळगाव, अनसिंग अन् रोडभोवतालच्या बाकी गावची मातंग मंडळी त्यात होती. सगळी माणसं एस.टी.मध्ये बसू शकली नाही म्हणून त्यातली काही टपावर चढली. बसचा कंडक्टर टपावर बसू नका म्हणे तरी कोणी ऐकलं नाही. सारा रस्ता त्यांनी घोषणा करून दुमदुमून सोडला.

'जय अण्णाभाऊ.'

'जय मतंग.'

'अण्णाभाऊ साठेंचा ऽऽऽ विजय असो.'

'मतंग ऋषींचा ऽऽऽ जयजयकार असो.'

'अखिल भारतीय मातंग संघटनेचा ऽऽऽ विजय असो ऽऽऽ'

'डॉ. अण्णासाहेब भोपळेंचा विजय ऽऽऽ असो.'

प्रत्येकाच्या कानात सभेत बोललेले शब्द अजूनही घुमत होते...

"मातंग समाजाची अस्मिता आता जागृत झाली आहे. उच्चवर्णीयांची घाण

साफ करून आम्ही आम्हालाच नरकात ढकललं होतं. तो नरकवास आता संपला आहे. बौद्धांनी टाकून दिलेली गावकीची कामं आम्ही मधल्या काळात स्वीकारली. आता आम्हीही ती टाकून देणार आहोत. आम्ही माणसं आहोत. उच्चवर्णीयांप्रमाणे समाजात सन्मानाने जगण्याचा आम्हालाही अधिकार आहे. या अधिकाराची जाणीव आम्हाला आमचे नेते डॉ. अण्णासाहेब भोपळे यांनी करून दिली आहे. त्यासाठी अण्णासाहेबांसारखा युगपुरुष आपल्या समाजात जन्माला आला, हे आपलं अहोभाग्य आहे. त्यांनी आपल्या समाजाला सत्याची, सन्मानाची वाट दाखवली आहे. त्या वाटेवरून आपण एकजुटीने चाललं पाहिजे.'' यासाठी बोला, 'डॉ. अण्णासाहेब भोपळे कीऽऽऽजय, अण्णासाहेब आगे बढोऽऽऽ हम तुम्हारे साथ है।' घोषणांच्या गदारोळात वक्ता खाली बसला.

दुसरा उठला. तो म्हणे आमदार होता. विदर्भाचा होता. म्हणून या विदर्भ दौऱ्यावर अण्णा भोपळेंबरोबर मुद्दाम आला होता. तो म्हणाला, ''युगायुगांचा तुमच्या-आमच्या डोळ्यांसमोरचा अंधार नाहीसा करणारे क्रांतिनायक डॉ. भोपळेसाहेब हे आपल्या समाजाला पडलेलं एक गुलाबी स्वप्न आहे. मातेच्या उदरात असतानाच ज्यांनी अन्याय, अत्याचाराच्या विरोधात धडे गिरवले, मी असे म्हणतो; याचं कारण असं की, 'अण्णासाहेबांच्या आईने सवर्णांकडून कधी अन्याय सहन केला नाही.' ते अण्णासाहेब जन्माला आल्यावर तुमच्या-आमच्यासाठी काहीच करणार नाहीत, गप्प बसतील हे कसं शक्य आहे? महात्मा फुले, डॉ. बाबासाहेब आंबेडकर, राजर्षी शाहू महाराज यांच्या प्रभावळीत ज्यांना सन्मानाने स्थानापन्न करता येईल असं हे नेतृत्व आहे. डॉ. बाबासाहेबांनी अंगीकारलेलं दलितोद्धाराचं कार्य त्यांनी स्वीकारलं आणि म्हणून या संयोजकांचे मी खास अभिनंदन करतो ते यासाठी की, त्यांनी हा कार्यक्रम डॉ. बाबासाहेबांच्या महापरिनिर्वाण दिनी घडवून आणला. डॉ. बाबासाहेबांनी ज्या बौद्ध धर्माचा स्वीकार करून, त्या बुद्धाने या जगाला त्रिपीठक दिलं. ख्रिश्चन धर्माची संस्थापना करणाऱ्या मसिहाने बायबल दिलं. पुढे महंमद पैगंबरांनी मुस्लिमांना कुराण-ए-शरीफ दिलं. या महामानवांप्रमाणेच डॉ. अण्णासाहेबांनी आपल्याला मोठ्या जिद्दीने महाराष्ट्र सरकारशी लढा देऊन अण्णाभाऊ साठे विकास महामंडळ दिले. अशा या थोर नेत्याचं टाळ्यांच्या गजरात आपण स्वागत करू या.''

टाळ्यांचा प्रचंड कडकडाट झाला.

आणखी दोघा-तिघांची भाषणं झाली आणि मग डॉ. भोपळे बोलले. त्यांनी आपल्या बोलण्यातून मातंगाचं सारं जीवनच उभं केलं. दारिद्र्य, दुबळेपण, दयनीयता, अन्याय, अत्याचार, लाचारी यांनी भरलेलं मातंगांचं जीवन घाणीतल्या किड्याप्रमाणे कसं आहे याचं अंगावर काटे उभं करणारं चित्र त्यांनी रंगवलं; पण या किळसवाण्या जीवनरूपी गटारगंगेला झळझळीत असे काठ आहेत. ते काठ म्हणजे क्रांतिवीर

लहुजी साळवे अन् लोकशाहीर अण्णाभाऊ साठे. मतंग ऋषींपासून उदयास आलेल्या मातंग समाजात ही दोन नररत्ने जन्माला आली आणि त्यांनीच संघर्षाची प्रेरणा दिली, असं सांगून त्यांनी लहुजी साळवे आणि अण्णाभाऊ साठे यांच्याविषयी सविस्तर माहिती दिली. प्रत्येक गावच्या मातंगांनी या दोन महापुरुषांच्या जयंत्या व पुण्यतिथ्या आवर्जून साजऱ्या कराव्यात असं आवाहन केलं. मातंग समाज आळशी आहे हे मान्य! पण कलेचा उपासक आहे. डफड्याच्या विविध ३६५ घाई म्हणजे चाली त्याला वाजवता येतात. तबला वा मृदंगवादनाचं शास्त्रीय शिक्षण घेतलेल्यांनाही एवढ्या चाली वाजवता येणार नाहीत; पण ते श्रेष्ठ वादक ठरतात. त्यांना हार-तुरे व मानसन्मान मिळतात, श्रेष्ठ कलावंत म्हणून मान्यता मिळते अन् डफडं वाजवणारा मातंग मात्र अस्पृश्य ठरतो. आपण आपली किंमत ओळखत नाही. शिळ्या-उष्ट्या चतकोर तुकड्यापायी आपण आपली कला सवर्णांच्या पायी अर्पण करतो. आतापर्यंत हे केलं; आता यापुढे करू नका. वाजवा; पण त्याचा पुरेपूर मोबदला घेऊन! कलावंत म्हणून वाजवा; दवंडी देण्यासाठी, मर्तिकांसाठी वाजवू नका. कोणतंही वाद्य वाजवणं ही एक कला आहे. कलेच्या दृष्टीने आपल्या वाजवण्याच्या व्यवसायाकडे पाहा. योग्य मोबदला मिळत असेल तरच वाजवा, जग झपाट्याने बदलत आहे. आपणही जुनं सारं सोडून नव्याचा स्वीकार करू या आणि यासाठी स्वतःला बदलून घ्या. यासाठी मुलांना शाळेत घाला, पोरीबाळींना शिकवा. तुमचे जसे हाल झाले, तसे त्यांचे हाल होऊ देऊ नका. लाचारी पत्करू नका. स्वाभिमानाने जगा. त्यासाठी वेगवेगळे प्रतिष्ठेचे व्यवसाय करा. स्वतःचा पैसा असेल तर उत्तम! नसल्यास नुकत्याच स्थापन झालेल्या अण्णाभाऊ साठे विकास महामंडळाकडे कर्ज मागा. कर्जाच्या पैशातून नवनवे उद्योग उभारा. तुम्ही जागे व्हा, समाजाला जागं करा. आता जो झोपेल तो संपेल हे ध्यानात घ्या. उठा, अखिल महाराष्ट्र मातंग संघाच्या झेंड्याखाली एकत्र या अन् आपले न्याय्य हक्क प्राप्त करण्यासाठी तसंच अन्यायाचं परिमार्जन करण्यासाठी लढा उभारण्यास सिद्ध व्हा. जय मतंग, जय लहुजी, जय अण्णाभाऊ.''

भाषण संपलं अन् घोषणांचा प्रचंड गदारोळ झाला.

अजूनही सगळ्यांच्या कानात डॉ. भोपळेंचे शब्द घुमत होते. त्या शब्दांची नशा प्रत्येकाच्या रक्तात भिनली; त्यामुळे वडगावची मातंग मंडळी वाशिमवरून परत आल्यावर गावात शिरली, तरीही घोषणा देतच होती. परभूला हे कसंतरी वाटलं. गावकऱ्यांच्या दारावरून जाताना अशा घोषणा देणं म्हणजे त्यांना डिवचणं होय, हे परभूला कळत होतं; म्हणून त्याने एक-दोनदा घोषणा देणाऱ्यांना टोकलं; पण जोशात असणाऱ्या पोरांनी त्याचं म्हणणं ऐकलं नाही. मग त्यानेही फारसा विरोध केला नाही. मातंगवाड्यात येईपर्यंत पोरांनी सगळा गाव दणाणून सोडला. त्याने

गावाची अस्वस्थता शिगेला पोहोचली.

एक-एक दिवस येत होता, जात होता. असे दोन महिने उलटले. गावातला ताण कमी होण्याऐवजी अधिकाधिक वाढत होता. घडत काहीच नव्हतं; पण कधी काय घडेल याचा नेम नव्हता. दोन बलदंड पैलवान मैदानात उतरल्यानंतर एकमेकांच्या ताकदीचा दुरूनच अंदाज घेत नुसतेच गोल फिरत राहतात, तशी गावाची गत झाली होती. कुणबी माणसं मातंगांपासून अन् बौद्धांपासूनही अंतर राखून होती. कोणीही त्यांच्याशी कोणताही व्यवहार करत नव्हतं. बोलणं, उठणं, बसणं, काम सांगणं, इत्यादी गोष्टींवर गावाने जणू मूक बहिष्कार घातला. तसं कोणी काही बोलून दाखवत नव्हतं.

बौद्ध आणि मातंगही आपापल्या जागी सावध होते. तसा बौद्धांना गावाच्या अशा वागण्याचा सराव झाला होता; त्यामुळे ते याबाबत फारशी चिंता करीत नव्हते. मात्र, मातंगांना कुणब्यांपासून फटकून राहायची सवय नव्हती; त्यामुळे कुणब्यांशी संबंध तुटल्यासारखा झाल्याने मातंग आतल्या आत अस्वस्थ होत होते. अपवाद गणाचा आणि त्याच्या चार-दोन दोस्त-मित्रांचा होता. त्यांचं गावावाचून काहीच अडत नव्हतं. गावावाचून आमचं काही अडत नाही, असं ते बेधडक बोलत होते; पण बाकीचे मातंग? ज्यांनी ज्यांनी सरकारी जमिनीचे पट्टे वाहितीला काढले होते, त्यांच्या घरांत थोडंफार धान्य होतं. ज्यांची पोटं खरोखरच कुणब्यांच्या कामावर अवलंबून होती, त्यांनाही गणा कामावर जाऊ देत नव्हता. ते घरातल्या घरात चुरमुळ्या देत होते, दातांचे पाणी गिळत होते.

सर्वांत वाईट अवस्था झाली परभूची. वडगावच्या मातंग समाजात जाणीव-जागृती झाली याचा त्याला एकीकडे आनंदही वाटत होता; तर दुसरीकडे गाववाले विनाकारणच प्रकरण ताणायले याचं त्याला वाईट वाटत होतं. ही कोंडी कशी फुटेल याचाच तो रात्रंदिवस विचार करत होता.

तो अंघोळ करून, चहा घेऊन गावात निघायचा. एरव्ही मातंगवाडा ओलांडून गावात शिरला की, त्याला कोण-कोण, काय-काय कामं सांगत. लाकडं फोडण्यापासून ते दुसऱ्याच्या घरी जाऊन बसलेल्या सुना-मुलींना बोलावण्यापर्यंत. त्यानंही कधी अशा कामांचा कंटाळा केला नाही. तशी गावकीची कामं त्याला आवडायची नाहीत. तशी गावकीची कामे त्याच्याकडे नव्हतीच. ही सारी गावकीची कामं हारजीचा यंका करत होता; पण काही कुणबी परभूला कामं सांगत - इंधन फोडून दे, सागाची पानं आणून दे... काय अन् काय? वाशिम अनसिंगवरून औषधी वा इतर किराणा वाणही कोणी कोणी त्याला सांगत; पण गेल्या दोन दिवसांत कोणीही त्याच्याशी एका अक्षराने बोललं नाही. रस्त्याने येता-जाता भेटणारे तर सोडाच; पण खुद्द भगवान पाटलाच्या घरी तो तास-तास जाऊन बसला, तिथे आपसांत बोलणारांची वाण

नव्हती; पण त्यांच्यापैकी कोणीही त्याची साधी दखलही घेतली नाही. तो मुद्दामच कामठ्यावर जाऊन उभा राहायचा किंवा जिथे कुणब्याची चार माणसे गप्पा मारत उभी वा बसलेली असतील तिथे जाऊन उभा राहायचा. तिथेही त्याच्याशी कोणी अवाक्षरही बोलत नव्हतं. ते आपल्यातच गुंग असायचे. कुणब्यांच्या बायका मांगांच्या विहिरीवर धुणी धुतात, त्या विहिरीवरही कुणब्यांच्या बायका मातंगांच्या बायकांना बोलत नसत. गावातील कुणब्यांच्या चार-पाच किराणा दुकानांची स्थितीही काही वेगळी नव्हती. दुकानदाराला वस्तू मागितली की, ते नाही म्हणायचे नाहीत. गावातल्या कोणत्याच दुकानदाराने कोणत्याच मातंग स्त्री-पुरुषांना दुकानावरून परत पाठवलं नाही. ना चक्कीवाल्याने 'तुमचे दळून देत नाही?' असा शब्द खर्च केला पण वस्तू देताना-घेताना त्यांचे भाव दिढी-दुपटीने वाढून असत. चक्कीवरही तसंच!

हे सगळं खरं होतं आणि मातंगांच्या बाबतीत कुणब्यांच्या मनात कुठेतरी आठी पडली ह्याचा साक्षात्कार गाव देत होतं. या वातावरणात परभूचा जीव गुदमरत होता. परभूसारखे मातंगवाड्यात अनेक होते; ते मात्र गणाला भीत होते. आपण गाववाल्यांशी संबंध ठेवला तर गणा रागावेल अशीच सगळ्या मातंगांना भीती वाटत होती आणि ते खोटंही नव्हतं. बरं, तो स्वतःही गाववाल्यांपासून फटकून वागत होता.

'गावकऱ्यांनी जर आपल्यावर बहिष्कार घातला, घरात पाय खोरू खोरू मरायची पाळी आली तरी त्याची चिंता करू नका. जातीसाठी माती खा. गाववाल्यांना शरण जाऊ नका.' गणा दारोदार जाऊन सांगत होता. फक्त सांगायला गेला नाही तो परभूच्या दारावर; पण परभूचं गावात जाणं, पाटलाच्या दारी बसणं त्याला पसंत नव्हतं.

"ह्यो परभ्या साला गाववाल्यांच्या ताटाखालचं मांजर हाये. यालेच एकदा सरकं करा लागते."

त्याचं हे धमकावणं परभूपर्यंत पोहोचलं होतं; पण परभूवर त्या बोलण्याचा काहीच परिणाम झाला नव्हता. खरं तर परभूची कोणाशीही नेहमीच समन्वयाची, समजूतदारपणाची भूमिका असे. उगाच गावात नसता ताण वाढावा, याला त्याचं मन तयार होत नसे. हे जेव्हा असह्यच होईल, तेव्हा काय करायचं ते पाहू, असं त्याला वाटे. म्हणूनच गावकरी जरी नाही बोलले, तरी त्याने त्यांच्याकडे जाणं सोडलं नाही. त्याला वाटे, कसंही करून ही कोंडी फुटावी. मातंगवाड्यात उपाशीपोटी मरणाऱ्या माणसांना काम मिळालं पाहिजे.

याला आणखीही एक कारण होतं. भोवतालच्या गावी जिथे जिथे मातंग आहेत, तिथे तिथे मातंगविरुद्ध कुणबी असे खटके सुरू झाले. डॉ. भोपळेंचा कार्यक्रम झाल्याच्या दुसऱ्याच दिवशी कुणब्यांनी तिथल्या मांगांवर जाहीरपणे संपूर्ण बहिष्कार टाकला. सोनाळ्याच्या गावकामदारकी करणाऱ्या मातंगाच्या माणसाला बेदम मारहाण

केली. बामणीच्या सर्जेराव नायकानं मातंगांचं विहिरीचं पाणी बंद केलं. मातंगांना त्या गावात स्वतंत्र अशी विहीर नव्हती. ते सर्जेराव नायकाच्या गावाजवळच्या विहिरीचं पाणी भरत.

'कोण दिवस येई कसा, कोण जाणतो?' या राष्ट्रसंत तुकडोजी महाराजांच्या गीतातल्या सारखीच मातंगांची गत झाली. अशा खबरी कानावर आल्या की, परभू आक्रसून जाई. अजून तरी या गावात तसा काही प्रकार झाला नव्हता; पण यापुढे होणारच नाही याची खात्रीही नव्हती.

रात्रभर परभूचा डोळा लागत नव्हता. म्हाताऱ्या येसाजीला त्याची ही तळमळ जाणवत होती. त्याची माय बायजाही हे सारं पाहात होती, तर बायको पारूचाही जीव तुटत होता. अशी कशी ही संघटना? गणासारख्या गुंड माणसाला गाव शाखेचं अध्यक्षपद दिलं? गणानं गाववाल्यांशी जुळवून घ्यायचं तर तो वेडंवाकडं बोलून ताण वाढवायला. कामावर जाऊ पाहणाऱ्या मातंगांना तो धमकावायचा. खरं तर परभूसारखा शहाणा माणूस त्या जागेवर पाहिजे होता. परभूनं असा ताण निर्माण होऊ दिला नसता.

"लेकरा, तू काऊन मासळीसारखा तळमळायला?" बायजा उठून परभूजवळ आली. त्याच्या डोक्यावर हात ठेवून म्हणाली, "वाशिमचा मेळावा झाला तव्हापासून पाहायली, तुवा भाकर सोडली, झोपबी सोडली. तू काहाले इतकी काळजी करतं? मातंगवाड्यातल्या ज्याले त्याले ज्याचं त्याचे कळते. ते पाहतील त्याह्यले काय करायचे ते? उपाशी पोटानं किती दिवस त्या गणाच्या मांघ राहतील ते? तू पाहाय, दोन-तीन दिसानं हे सगळे लोक त्या गणाचं काही न ऐकता गाववाल्याह्यच्या कामाले जातील."

"मा, असं काही झालं तं तुह्या तोंडात साखर पडो." परभू उठून बसला.

"बाबू, तुही माय मनते ते खरं हाये. अरे, उपाशी पोटानं लढाया लढता येत नाहीत. भरलेलं पोटच असं काही करायला बळ देते माणसाले." येसाजी आपल्या खाटेवरून उठून बसत बोलला.

आता पारूही सारं काही ऐकू लागली. आपला सासरा-सासू परभूशी बोलायले या गोष्टीनं तिला बरं वाटलं. इतके दिवस परभू एकटाच विचार करीत होता; तो कोणाशी बोलत नव्हता. त्याचे कोंडलेले विचार आतल्या आत त्याला अस्वस्थ करीत होते. सासू-सासऱ्यासोबत बोलण्याने त्याचं मन मोकळं होईल, त्याच्या तुंबलेल्या मनाची कोंडी फुटंल.

"मांघ त्या गणाच्या बापासंगं- भिकासंगं गावकीनं जो न्यायनिवाडा केला त्यानं त्यो दुखावला, तव्हापासून त्यो डूख धरलेल्या नागासारखा पिसाळला. त्याच्याच पोटचा ह्यो गणा, सापाचंच पिल्लू ते. बापानं मले छळलं, आता पोरगं तुले छळते.

मी असं करतो, उद्या पाह्यटं त्या भिकाच्या घरी जातो अन् त्याचे पाय धरतो...''

''नाही बापू.'' परभू तटकन म्हणाला, ''त्याची काही गरज नाही. माहा दुख ते नाही. त्या गणानं मले एकट्याले कितीबी छळलं तं मी ते सारं सहन करतो. माहा दुख हाये ते हे की, त्यानं बाकीच्या गोरगरीब मातंगाह्यले तंगवलं. इनाकारण गाववाल्यांशी ताण वाढवून घेतला. गाववाल्याह्यचा बिचाऱ्याचा काही दोष नाही. ह्यो गणाच आपल्या लोकाह्यले गाववाल्याच्या विरोधात भडकवून देयाला. अशानं गाववाल्याह्यचं काय हलकं-भारी व्हणार हाये? तरास व्हईल त्यो आपल्या लोकाह्यले. त्याह्यले उपाशी मरा लागंल, त्याह्यच्या लेकरा-बाळाह्यले उपाशी मरा लागंल... मुळात आपल्या समाजाची एकजूट नाही. आता हेच पाहा. जे गणाले वाटते ते मले वाटत नाही. मी जे मनतो ते त्याले पटणार नाही; अन् त्यो जे करायला ते मले पटत नाही. मनजे आपसांत बेबनाव झाला. या दहा-पाच वर्सांत आपली मातंग मंडळी गावकऱ्यांच्या शेती कामाले मजुरीनं मना, महिन्यानं मना, सालानं मना जाऊ लागले. एरव्ही गावकीचे कामं इमानदारीनं करणारा मातंग माणूस वावरातलं कष्टाचं काम इमानदारीनं करू लागला. मंजे गावावर कसे बी घास-कुटका खाऊन जगायचे तं ह्यो गणा असा करायला? माहा मन्नं काय की, गावकीशी तुम्ही जरूर खाजवून घ्या! पण कव्हा? जव्हा जगण्यासाठी तुमच्या हाताशी दुसरं एखादं साधन असंल, गणा ते काहीच करत नाही. उलट मातंगाह्यले मनते, कुणब्याह्यच्या कामावर जाऊ नका. मंजे याचा अर्थ काय? मातंगानं घरातल्या घरातच पाय खोरून मरायचं? असंच नाही तं काय?''

''नाहीत मरत. तू दम धर; एका-दोन दिवसात हेच लोक गणाचं न ऐकता कामावर जातील. हरेक गोष्टीले मर्यादा असते. ती सरली की, माणूस आपोआप सरका व्हतो.''

परभूला येसाजीचं बोलणं ऐकून दिलासा मिळाला. येसाजीशी या विषयावर मनमोकळं बोलणं झाल्याने त्याचं मनही हलकं झालं.

''झोप आता नसता ताण नको आणू डोक्शावर. दोन दिसात मी मनतो, तसं नाही झालं तं पुढे काय करायचं, ते मंग पाहू.''

सगळे आपापल्या खाटेवर पडले. परभूही पडला. त्याचं मन कापसासारखं हलकं झालं. त्याला कधी डोळा लागला ते कळलं नाही.

यावर आठ दिवस उलटले; पण परिस्थितीत काहीच बदला घडला नाही. पुन्हा परभूचा ताण वाढू लागला. त्या स्थितीत एक दिवस सकाळी उठून संडासला जाण्यासाठी तो रस्त्याला लागला. गावकीचे काम करणाऱ्या हारजीच्या यंकाच्या अंगणात आला, तेव्हा संपतचा देविदास लगबगीनं गावात जाताना दिसला.

''काय देविदास, इतक्या लगबगीनं कुठं?''

“कामावर चाललो.”

“कामावर? कुठं?”

“कुठं मंजे विक्रम दुकानदाराच्या, त्याचं साल धरलेलं हाये ना म्या?”

“अरे पण...” गणानं मातंगांना कुणब्यांच्या कामावर जाण्याची बंदी केली तरी देविदास चालला कसा? हे त्याला विचारायचं होतं. हे सारं जणू देविदासच्या लक्षात आलं; तसा तो म्हणाला, “ते गण्याचं मनतं ना? ते काय नाही राह्यलं. आज दिवस निघाल्यापासून सगळे मातंगाचे गडी-माणसं आपापल्या कामावर गेले.”

“मंग गणानं काही मनलं नाही?”

“मनलं, त्यो तुलेच सेवा देऊ लागला.”

“मले? मले काऊन? म्या काय केलं?”

“तुवाच सगळ्या मांगाह्यले कामावर जाया लावलं मने!”

परभूनं हे ऐकून कपाळावर हात हाणून घेतला.

पण तरी त्याला बरं वाटलं. आपल्या डोळ्यांसमोर आपली माणसं भाकरीसाठी तडफडताना त्याला पाहवली जात नव्हती. गणानं त्यासाठी आपल्याला दोष दिला तरी हरकत नाही. एरव्हीही आपण कोणती गोष्ट केली, ना केली तरी तो आपल्यालाच दोष देणार. मात्र, खरी कमाल वाटली त्याला त्याच्या बापाची. किती बरोबर बोलले ते त्या दिवशी? कसं कळत असेल त्या माणसाला? आपण त्याच्या पोटी जन्माला येऊनही आपल्याला ह्या गोष्टी कशा कळत नाहीत? सूर्याच्या चमचम तळपत्या उन्हात तो गावाबाहेर पडला. आता त्याच्या पावलांत जोर आला, अंगात जोश आला. त्याच्या मनावरचा ताण नाहीसा झाला होता.

***

चार दिवस तापानं फणफणलेला येसाजी रात्रभर बरळत होता, तळमळत होता. गावातल्या खासगी डॉक्टरला बोलावून परभूनं इंजेक्शनं देववली; तरी त्याच्या दुखण्याला उतार पडला नाही. दिवस उजाडला की, पहिल्या गाडीनं वाशिमला न्यायचं असं त्यानं अन् पारूनं ठरवलं; पण रात्र फार कठीण गेली. त्याची तळमळ पाहून बायजा, पारू अन् परभू यांच्या डोळ्याला डोळा लागला नाही. परभूची मुलगी मंगला अन् मुलगा संतोष दोघंही रात्रभर झोपले नाहीत.

‘अरे, झोपा ना लेकरं हो तुम्ही!’ असं चार-पाच वेळा म्हणूनही त्यांनी भोईवर अंग टाकलं नाही!

आता ते लहान नव्हते. मंगला या वर्षी चौथ्या वर्गात, तर संतोष नवव्या वर्गात शिकत होता.

सकाळ झाली. परभूनं न्हाणीत जाऊन रांजणातल्या थंडगार पाण्यानं गुळणा

केला अन् तो तसाच विनायक सरपंचाच्या घराकडे निघाला. भगवान पाटलाची पाटीलकी गेली. ते थकले. त्यांनीही गावकी-भावकीच्या कामातून आपलं अंग काढून घेतलं. आता घरचे, दारचे सगळेच व्यवहार विनायक पाहू लागला. परभूही अडल्या-नडल्या वेळेला भगवान पाटलांऐवजी विनायकला बोलू-भेटू लागला. भगवान पाटील अन् विनायक या दोघा बाप-लेकांच्या स्वभावात मात्र जमीन-अस्मानाचं अंतर पडलं होतं. भगवान पाटील जुन्या पिढीचा माणूस. माणुसकीचा पुतळा. आपला-परका असा फारसा भेद न करणारा. त्यात परभूच्या बापावर, येसाजीवर त्याची खास मर्जी. त्या मर्जीमुळेच भगवान पाटलानं येसाजीच्या जागी परभूला कोतवाल म्हणून लावून दिलं होतं. विनायक त्या मानाने व्यवहारी. आपला फायदा कशात आहे हे पाहून वागणारा. तरी परभूशी त्याचं बऱ्यापैकी सूत जमत होतं. मधल्या काळात मातंगांची चळवळ सुरू झाली; पण विनायकनं त्याबाबत फारशी नाराजी दाखवली नाही. बोलताबोलता तो एवढंच म्हणाला होता, "परभूदा, आता एकमेकाह्यवर रुसण्या-फुगण्याचे दिवस गेले. आता देशात लोकशाही आली. तिचा फायदा तुह्यासारख्या मागासलेल्या जातीतल्या माणसानं न घेतला तरच नवल! तुम्हाले तुमचे हक्क कोणते ते माहीत झाले. ते तुम्ही सरकारकडे मागितले तर त्यासाठी आमच्यासारख्यानं वाईट वाटून घेण्यात काय मतलब?"

तेव्हापासून परभूच्या मनातली विनायकबद्दलची आठी कमी झाली. आपल्याला वाटतं तितका हा माणूस आतल्या गाठीचा नाही हे त्याच्या लक्षात आलं; त्यामुळे आपण चळवळीत पडलो म्हणून विनायक आपल्यावर नाराज असेल, ही भीती आता त्याच्या मनात राहिली नाही.

"काय परभूदा? पाह्यटं पाह्यटंच आलास?"

परभू भानावर आला. तो कधी पाटलाच्या दारात येऊन पोहोचला ते त्याला कळलं नाही. खुद्द विनायकच दारात उभा राहून त्याला येण्याचं कारण विचारत होता.

"जी, जरासं काम हाये?"

"कशाबद्दल? काय अडचण आली?"

मग त्याने येसाजीच्या आजारपणाबद्दल सांगितलं. ते ऐकून विनायक म्हणाला,

"मंग दवाखान्यात न्यायचं व्हतं ना?"

"त्याच्याचसाठी आलो. बापूले फाट्यालोक नेयासाठी गाडीबैलं पायजे व्हते."

"मंग त्यात काय इचारायचं? परस्परच न्यायचे व्हते?"

विनायकच्या बोलण्याने त्याला बरं वाटलं.

"जाय उशीर करू नको. आणखी काही अडचण हाये का? पैसे-बियसे पायजे?"

"नाही, पैसे हायेत."

हा माणूस आज इतका हळवा कसा बनला याचंच त्याला नवल वाटलं.

विनायकच्या गोठ्यातले बैलं सोडून त्याने गाडी जुंपली. गाडी घरासमोर आणून तीत येसाजीला बसवलं. सोबत पारूला घेतलं. बायजाही येतो म्हणाली; पण तिला घरीच राहायला सांगितलं. गाडी निघेपर्यंत मातंगवाड्यातल्या दहा-पाच बायका-माणसं जमा झाले. पैकी देविदास अन् गावकीचं काम करणारा हारजीचा यंका गाडीमागून निघाले.

फाट्यावर पोहोचल्यावर त्यानं यंकाच्या हातानं गाडीबैल परत पाठवले.

एस.टी. आली. देविदासच्या मदतीनं येसाजीला एस.टी.मध्ये बसवून ते वाशिमला निघाले.

वाशिमच्या स्टँडवर एस. टी.तून उतरल्यावर त्यानं रिक्षा ठरविला. रिक्षा सरकारी दवाखान्याकडे निघाला. वाशिमचा सरकारी दवाखाना गावात; उंच टेकडीवर, रिक्षा रिकामा चढवणंही कठीण. त्यात माणसं बसली म्हटल्यावर तो जागचा हलणं अशक्य. टेकडीच्या पायथ्याशी परभू अन् देविदास रिक्षातून उतरले. पारू येसाजीला धरून रिक्षात बसून राहिली. रिक्षावाल्याला रिक्षा ओढणं सोपं जावं म्हणून त्या दोघांनी रिक्षाला मागून हातांचा रेटा लावला. रिक्षा सहज चढण चढून दवाखान्यासमोर आला.

त्या दोघांनी येसाजीला रिक्षातून उतरून घेतलं. पारू आणि देविदासनं दोन्ही हातांना धरून त्याला बेंचवर नेऊन बसवलं. तोपर्यंत परभूनं रिक्षावाल्याला पैसे देऊन मोकळं केलं.

तो त्या तिघांजवळ आला अन् म्हणाला, "मी पावती फाडतो बापूच्या नावाची. तुम्ही बापूले दवाखान्यात न्या."

अन् तो दवाखान्याच्या पावती फाडण्याच्या खिडकीवर आला. खिडकीच्या आत समोर टेबल ओढून खुर्चीवर एक नर्स बसली होती. काळीसावळी, काहीशी थकल्यासारखी वाटणारी. तिशीच्या आसपास वय असणारी. पांढरं ब्लाउज अन् पांढरीच साडी नेसलेली.

"बोला." ती म्हणाली.

पेशंट आणला.

तिनं पावतीपुस्तक पुढे घेतलं. बाजूचं रजिस्टरही जवळ ओढलं.

"सांगा नाव पेशंटचं."

"येसाजी गायकवाड."

"गाव?"

"वडगाव?' लिहायचं थांबून तिनं वर पाहिलं. कपाळावर आठ्या पाडून ती परभूकडे पाहू लागली आणि मग चेहरा फुलवत म्हणाली,

"तुमचं नाव प्रभू?"

"हो, तुम्हाले कसं कळलं?" त्याला नवल वाटलं.

ती हसली. म्हणाली, "मला ओळखलं नाही?"

"नाही." त्यानं मान हलवली.

"मी ज्योती. ज्योती देशपांडे. कुळकर्णी मास्तरांची भाची!"

'ज्योतीताई' त्याच्या सारं लक्षात आलं. त्याला क्षणभर ते शाळेतले दिवस आठवले, तेव्हा त्याच्या वर्गात दोनच मुली. एक पाटलाची राधा तर दुसरी कुळकर्णी मास्तरची भाची- ज्योती. ज्योती त्याला त्या काळी खूप आवडायची. काळी-माळी; पण पाणीदार वाटायची. आता कशी सुकल्यासारखी झाली. आपण तरी पहिल्यासारखे राहिलो का?

"इतके वर्षं कोठे होत्या?"

"मी पाच वर्षं अकोल्याला होती. गेल्या आठ-नऊ वर्षांपासून इथंच आहे."

"पण कव्हा भेट झाली नाही?"

"अं हं, कव्हा नाही कधी. विसरलास तू शुद्ध बोलायचं?" ती पटकन बोलून गेली. मग आपण परभूशी 'अरे, कारे.' बोललो हे कळल्यानं लाजली. मग दोघेही मनमोकळेपणाने हसले.

शाळेत असताना त्याने एखादा शब्द अशुद्ध उच्चारला की, ती तो शब्द त्याच्याकडून शुद्ध रूपात उच्चारून घ्यायची. ही तिच्या मामाची- कुळकर्णी मास्तरांची सवय होती. शाळा चालू होती, तोपर्यंत तो शुद्ध बोलत राहिलाही; पण पुढे शाळा सुटली अन् गावकीच्या व्यवहारात शुद्ध बोलण्याची गरज उरली नाही.

"ते नंतर बोलू; चल, पेशंट कुठे आहे? ताबडतोब ॲडमिट करू." हातचं काम बाजूला सारून ती उठली. लगाबगा बाहेर आली. परभूमागोमाग येसाजीजवळ आली.

परभूच्या मदतीने तिने येसाजीला डॉक्टरांच्या केबिनमध्ये नेले. तिथे आधीच चार-पाच पेशंट होते. त्याआधी तिने डॉक्टरांना येसाजीला तपासायला लावले. डॉक्टरांच्या सल्ल्याने भरती केलं. इंजेक्शन दिलं. सलाइन लावलं. तिची लगबग, धावपळ पाहून पारूला अन् देविदासला नवल वाटू लागलं. त्याहीपेक्षा ती परभूला 'अरे, कारे' म्हणत होता; याने ते चकित झाले. ही कोण, ही परभूला 'अरे, कारे' का म्हणते हे त्यांना कळत नव्हतं.

सारे काही स्थिरस्थावर झाल्यावर परभूनेच तिची पारूशी अन् पारूची तिच्याशी ओळख करून दिली. देविदासचीही ओळख करून दिली. देविदासही परभूबरोबरच शाळेत जात होता. पहिल्या वर्गात दोघांचीही नावं सोबतच टाकली होती; पण दुसऱ्या वर्गात गेल्यावर देविदासने मात्र शाळा कायमची सोडली होती.

तरीही कुळकर्णी मास्तरची भाची त्याला आताही आठवत होती.

"बरं झालं, या बाईच्या वळखीनं मामंजीले तडकाफडकी औषदपाणी तरी मिळालं. नाही तं या दवाखान्यात माणूस मराय टेकलं तरी त्याच्याकडे हे लोक ध्यान देत नाहीत. गेल्या वर्षी माह्या मामाले याच दवाखान्यात आणलं व्हतं..." पारूने आपलं मामापुराण सुरू केलं. आपल्या मामाची या दवाखान्यात कशी गैरसोय झाली आणि शेवटी तो कसा मरण पावला, हेच ती सांगू लागली; पण परभूला त्यातलं काहीही ऐकू येत नव्हतं. त्याचं मन भूतकाळात गेलं होतं. ते वर्गातल्या 'त्या' ज्योतीशी रममाण झालं होतं.

दिवसांमागून दिवस गेले. ज्योतीच येसाजीची सगळी काळजी घेऊ लागली. हे पाहून बाकीचे पेशंट कुरकुर करायचे. एकाने तर मुख्य डॉक्टरांकडे तक्रारही केली; पण त्या डॉक्टरांनीही तिकडे दुर्लक्ष केलं. तिच्या अशा वागण्यानं परभू भारावून गेला होता, पारू चकित झाली होती.

आठव्या दिवशी येसाजीला आराम पडला. त्याने डोळा उघडला. समोर परभू बसलेला त्याला दिसला. त्याच्याकडे पाहून तो कसनुसा हसला. काहीतरी बोलण्यासाठी धडपडू लागला; पण आवाज निघेना. परभूनेही त्याच्या तोंडाजवळ कान धरला. येसाजीच्या गळ्यातून शब्द वाहेर पडले.

"आता भिऊ नको. मी मरत नाही. मले डॉ. भोपळेसायबानं सुरू केलेली चळवळ पाहायची..." एवढ्या बोलण्याने त्याला दम लागला.

त्याचं हे बोलणं ऐकून परभूला धीर आला. आपल्या बापाचा जीव या चळवळीत एवढा गुंतावा? याचं त्याला नवल वाटलं. पारू पुढे झाली. तिनं वाटीतलं पाणी चमच्यानं येसाजीच्या तोंडात टाकलं. येसाजीने आणखी मागितलं.

"काय मंता?" पारूनं विचारलं.

"आपल्या मातंग समाजाची सुरू असलेली चळवळ पाहतो मंतात. सध्याच मरत नाही मंतात."

"आता माय, मरणाच्या वाटेले लागले तरी चळवळ अन् राजकारणात जीव हायेच का?" पारूनं आश्चर्य व्यक्त केलं.

येसाजीच्या तब्येतीला आराम पडल्याचे पाहून ज्योतीला विशेष आनंद झाला.

"तुमच्यामुळे माहा बाप- अंहं, माझा बाप वाचला." परभूनं तिच्याजवळ कृतज्ञता व्यक्त केली.

"तुमच्या वडिलांची सेवा करण्याची संधी मला मिळाली यातच मी स्वतःला धन्य समजते. शाळेत असताना मामाच्या खोलीवर काही-बाही घेऊन येणारा लाजरा-बुजरा प्रभू मी अजूनही विसरले नाही. त्या प्रभूचं माझ्यावरही ऋण होतं; त्यातून मला थोडंफार उतराई होता आलं, यातच मी समाधान मानते." दोघांच्या

मनांनी जणू तृप्तीचे ढेकर दिले.

"चला, उठा आता; तुमच्या बाकीच्या कामाला लागा. आता इथे बसून राहावयाची गरज नाही!" ज्योतीने परभूला आदेश दिला.

गेल्या आठ दिवसांपासून त्याने दिवस-रात्र येसाजीचा कॉट सोडला नाही. पारू गावाकडे जात-येत राहिली. त्याची आई बायजाही तीन-चार वेळा येऊन गेली. ती तर इथेच थांबतो म्हणे. एक रात्रभर थांबलीही; पण तिचं अंग जागरणाने कडक झालं; तिला गोळ्या-औषधं देऊन ज्योतीने गावाकडे जायला भाग पाडलं. म्हातारी येणारा-जाणारांजवळ येसाजीच्या तब्येतीची विचारणा करू लागली.

येसाजीला भेटायला येणारांची जणू रांग लागली होती. त्यात गावातली, मातंगवाड्यातली जशी माणसं होती; तशी कुणब्यांची माणसंही होती. एक दिवस तर विनायक सरपंच अन् भगवान पाटील मोटरसायकलवर आले. त्यांना पाहून परभूचं मन भरून आलं.

"धीर सोडू नका. पैसा-आधला लागला तर सांगा. येसाजीच्या औषधाची गैरसोय होऊ देऊ नका. इथं जमत नसेल तर अकोल्याला घेऊन चाल. तू मनशील तं भाड्यानं जीप करू." भगवान पाटील परभूच्या खांद्यावर थोपटून म्हणाले होते. त्यांच्या बोलण्यानेच परभूच्या अंगी बारा रेड्यांचं बळ आलं.

भेटायला न येणारांत मातंगवाड्यातून गणा अन् त्याचे दोस्त अन् कुणब्यांपैकी म्हटलं तर लिंबा बेल्या. ते आले नाहीत याचं परभूला काही विशेष वाटलं नाही. बाकी सोयरे-धायरे झाडून सगळे दोन-दोन, चार-चार वेळा येऊन गेले.

या आठ दिवसांत पैशा-आधल्याची, जेवणा-खावणाची कधी अडचण जाणवली नाही. कोणी ना कोणी भाकरी बांधून आणायचं; त्यात पारूचं अन् परभूचं भागायचं. फक्त एक दिवस कोणीच भाकरी आणल्या नाहीत. संध्याकाळी परभू-पारूच्या हे लक्षात आलं. 'हाटेलातून आणता येईल' असं तो पारूला म्हणाला. काही वेळाने एक दहा-बारा वर्षांचा मुलगा डबा घेऊन त्याच्यासमोर उभा राहिला.

"तुम्ही परभू गायकवाड का?"

"हो, कशासाठी?"

"आईने हा डबा तुमच्यासाठी दिला."

त्याने डबा पुढे केला. हा कोणाचा मुलगा? याची आई कोण? तिनं आपल्यासाठी डबा का पाठवावा? अन् विषेश म्हणजे आज आपली जेवणाची सोय नाही, हे त्याच्या आईला कसं कळलं? सारंच मोठं नवलाचं वाटू लागलं, परभूला अन् पारूलासुद्धा!

"तू कोणाचा मुलगा?"

"मी काणेकरांचा मुलगा."

"काणेकर? काणेकर कोण? माह्या तं वळखीचे नाहीत? अन् तुही आई कोण? काय करते?"

"माझी आई या दवाखान्यात नर्स आहे."

सारं कसं एकदम प्रकाशमान झालं. हा ज्योतीचा मुलगा, म्हणजे ज्योतीच्या सासरचे नाव काणेकर. आपण किती स्वार्थी? इथे येऊन एवढे दिवस झाले, तरी आपण तिची, तिच्या मुला-बाळांची, नवऱ्याची अन् कुळकर्णी मास्तरांचीही साधी चौकशी केली नाही. काय वाटलं असेल तिला?

परभूच्या आधी पारूनेच पटकन त्याच्या हातचा डबा घेतला. जणू तिला वाटलं असावं, परभू हा डबा परत करेल. भूक माणसाला कशी लाचार बनवते? अवतीभोवतीची परिस्थिती विसरायला भाग पाडते. येसाजीच्या आजारापेक्षा पारू भुकेच्या गोष्टीत जास्त गुंग झाली. भूक भागवण्यासाठी डबा देणारा कोण, काय याच्याशी जणू तिला काही घेणं-देणं नव्हतं. तिला फक्त जेवण हवं होतं.

ज्योती आठ वाजता ड्युटीवर आली. येसाजीला दवाखान्यात ॲडमिट केले, तेव्हापासून ती मुद्दाम रात्रपाळीचेही काम घेऊ लागली. दिवसाही येसाजीच्या तैनातीत असायची.

"झाली जेवणं?" तिनं आल्या आल्या विचारलं.

"हो! पण एक इचारू - विचारू?"

"विचारायची काही गरज नाही. तुम्ही काय विचारणार हे मला आधीच माहीत आहे. एक लक्षात घ्या, आमच्या हाताखालून हजारो पेशंट जातात; पण तुमच्या वडिलांसारखा एखादाच पेशंट जिव्हाळ्याचा असतो आणि मग अशा पेशंटसाठी आम्ही जीव ओतून काम करतो. पेशंटसाठी राबताना पेशंटसोबतच्या माणसांची काळजी घेणं महत्त्वाचं, हे आम्हाला कुणी सांगण्याची गरज नसते. तुम्ही दवाखान्यात आलात, तेव्हापासून माझी तुमच्यावर बारीक नजर आहे. तुम्हाला काय हवं - काय नको याचा मी सतत विचार करते. आज संध्याकाळी तुमची जेवणाची व्यवस्था नाही, हे त्यामुळेच माझ्या लक्षात आलं; मग पटकन घरी जाऊन डबा तयार केला अन् पाठवला."

"पण तुम्ही किती तरास - त्रास घेता?"

"होऊ द्या. अशी संधी पुनःपुन्हा मिळत नसते. ज्या गोष्टीत माणसाला आनंद वाटतो; ती गोष्ट संपूर्ण मन ओतून केलीच पाहिजे. म्हणूनच म्हणते, हे मी करते ते तुमच्यावर उपकार म्हणून नाही तर, त्यात मलाही आनंद होत आहे."

आता काय बोलणार? परभू गप्पच झाला. तीही आपल्या कामाला लागली.

आता येसाजीच्या तब्येतीत झपाट्याने सुधारणा होऊ लागली. तो चार-दोन बिस्किटं खाऊ लागला. उठून बसू लागला. थोडंफार बोलू लागला.

“या पंधरा-इस दिवसात गावात काय-काय उलाढाली झाल्या?” परभूला त्यानं एकदा विचारलं.

परभूही गावापासून तसा दूरच होता. तरी येणारा-जाणारांकडून तो माहिती काढत होता. आता येसाजीला बरं वाटत असल्याने ज्योतीने परभूला जणू सुट्टीच दिली होती. तो दिवसभर वाशिमला इकडेतिकडे भटकत होता. याला-त्याला भेटत होता. माहिती मिळवत होता.

“पाटीलकीसाठी अर्ज भरलेत मनं!” येसाजीजवळ त्यानं गोष्ट काढली.

“कोणं-कोणं भरले?”

परभूनं अर्ज भरणारांची नावं सांगितली. भगवान पाटलाचा विनायक सरपंच, लिंबा बेल्या, आनंदा बेल्याचा मुकींदा, बुद्धाचा केशव अन् बँडवाला गणा. पाचजणांपैकी विनायकनंच पाटील व्हावं; वंशपरंपरेनं पाटीलकी त्याच्या घरात चालत आलेली आहे; त्यामुळे सरकारने त्यालाच पाटीलकी बहाल करावी असं मत येसाजीने मांडलं. लिंबा बेल्याबद्दल परभूसारखाच त्याच्याही मनात दूषित ग्रह होताच; गावकीच्या आणि भावकीच्या प्रत्येक कामात टांग आडवी टाकून चांगलं होत असणारं कोणतंही काम नासवायचं, हेच लिंबा बेल्याचं धोरण! पाटीलकीच्या बाबतीत एस.डी.ओ.ला पंचवीस हजार रुपये देऊन स्वतःकडे पाटीलकी घेण्याची त्याची उमेद होती. तसा विनायकही पैशाला किंवा लग्ग्याला कमी पडणारा नव्हता. मात्र, आनंदा बेल्याच्या मुकींदानं अर्ज कसा काय भरला याचंच येसाजीला नवल वाटलं. तीन लेकरांचा बाप झाला तरी नीट शेंबूड पुसता येत नाही, त्यालाही पाटील व्हावंसं वाटतं? मात्र, परभूनं त्याची सर्व पार्श्वभूमी सांगितल्यावर त्याच्या मनाचं समाधान झालं.

आणीबाणी संपली अन् केंद्रातली काँग्रेसची सरकार स्थापन करण्याची परंपरा खंडित झाली. आणीबाणीच्या काळात वेगवेगळ्या जेलमध्ये टाकलेल्या विरोधी पक्षनेत्यांनी इंदिरा गांधींच्या विरोधात जनता दलाची स्थापना केली. त्यात जयप्रकाश नारायण यांचा मोठा सहभाग होता. त्याचा परिणाम म्हणून आणीबाणी उठल्यावर ज्या निवडणुका झाल्या, त्यात जागोजागी काँग्रेसचा पराभव झाला. इंदिरा गांधींची सत्ता गेली. मोरारजीभाईंचं सरकार आलं. विचारवंतांनी याला ‘दुसरं स्वातंत्र्य’ म्हटलं... याचा परिणाम राज्यांच्या राजकारणावर पडला. हळूहळू प्रादेशिक पक्षांनीही जोर मारला. जिथे जिथे काँग्रेसची सरकारं होती; तिथे तिथे त्यांना हादरे बसू लागले. बहुमतांत येणारी काँग्रेस अल्पमतांत येऊ लागली. बाकीच्या पक्षांच्या मदतीने राज्यात आघाडी सरकारं स्थापन होऊ लागली. याच काळात मुंबई शहरापुरती मर्यादित असणारी शिवसेना आता मुंबईबाहेर आपले हात-पाय पसरू लागली. विविध महानगरपालिका, नगरपालिका, लोकसभा, विधानसभा, जिल्हा परिषद, पंचायत समिती या स्तरांवर आता शिवसेना उतरू

लागली. आक्रमकपणा ही शिवसेनेची खासियत! त्यामुळे खेड्यापाड्यांतला बेरोजगार तरुण शिवसेनेकडे आकृष्ट होऊ लागला... हीच शिवसेना विकासच्या मार्फत वडगावात येऊन पोहोचली. कधीकाळी परराज्यातून येऊन मुंबईत वेगवेगळ्या कार्यालयांत नोकरी करणाऱ्या लोकांना विरोध करणारी शिवसेना ही संघटना आता एक वजनदार राजकीय पक्ष बनला. काँग्रेसची पाळंमुळं महात्मा गांधी, नेहरू यांच्या काळापासून गावागावांत रुजलेली होती. ती उखडून फेकण्याचं काम आता शिवसेना करणार हे स्पष्टच दिसू लागलं. देशाचं राजकारण बदललं, महाराष्ट्र राज्याचं बदललं; त्याचा परिणाम वडगावच्या राजकारणावर होणं साहजिकच होतं... विकासच्या रूपाने हा बदल वडगावात येऊन उभा ठाकला होता. संधी मिळेल तिथे प्रवेश या तत्त्वानुसार विकासनं पाटीलकीसाठी आपल्या भावाचा अर्ज भरला... हे काम फत्ते व्हावं यासाठी त्याने तालुका आणि जिल्हा शिवसेना अध्यक्षांमार्फत मुंबईपर्यंत जॅक लावला... जाणकारांकडून शिवसेनेबाबत, शिवसेनेच्या कार्यपद्धतीबाबत जी माहिती परभूला मिळाली, ती त्यानं येसाजीला सांगितली. हे सारं ऐकून येसाजीला मोठं नवल वाटलं. मुंबई म्हटली की, जीव दडपायचा; आताच्या विकाससारख्या पोरांना मुंबई म्हणजे बाजारातला भाजीपालाच वाटतो. कमाल आहे!

"बरं बौद्धाचा केशव अन् आपला गणा काहाले या भानगडीत पडले असतील? पाटीलकी भेटंल मंत का त्याह्यले?"

"भेटंलच यांचा भरूसा नाही; पण भेटणारच नाही याचाही नेम नाही, कारण आता कायदे कानून बदलले. मागास जातीवाल्यांचाही आता आग्रह सुरू झाला; कुणब्यांऐवजी मागासवर्गीयाले द्या पाटीलकी म्हणून तसं जर झालं तं केशवचा नंबर आगुदर लागंल."

"गणाचा नाही लागणार?"

"हं."

"काऊन?"

"काऊन ते त्याचं एक मोठं कारण हाये; ते असं की, सध्या वाशिमले एस. डी. ओ., तहसीलदार मागासवर्गीयचेच हायेत. त्यातल्या त्यात हे दोघंबी बौद्ध समाजाचे हायेत. त्याच्याच जोरावर केशव बौद्धानं अर्ज भरला. मागच्या पुतळ्याच्या भानगडीत याच एका कारणानं गाववाल्याह्यले माघार घ्यायची काम पडलं... जज्जबी मागासवर्गीयाचाच हाये मनं... इतकंच काय ठाणेदारबी त्योच हाये. एका सोयीनं तालुक्याचे सगळे आफिसर त्याह्यचेच हायेत. त्याच्यानं केशवले जास्त आशा वाटते."

"अन् गणा? गणाचं तं नाहाकच हाये का नाही?"

"तसं पाह्यलं तं गणाचं नाहाकच हाये; पण आपल्या चळवळीत आल्यापासून त्यो गाववाल्यांवर राब कसायचा प्रयत्न करायला. आपली भावकी तं त्याने दाबून टाकलीच तसंच गावबी दबलं पायजे असं त्याले वाटते. त्यानं अर्ज काढावा मनून उद्या इनायक, लिंबा बेल्या, आनंदा बेल्याचा इकास त्याची मनधरणी करतील; दहा-पाच हजार रुपये घेऊन अर्ज काहाड मनतील, अशी त्याले आशा हाये, असा माहा अंदाज हाये... बाकी त्याले पाटीलकी मिळंल असं वाटत नाही."

"अरे, पण उगंच गाववाल्याह्यसंगं खाजवून घेयाला का नाही त्यो?"

"त्याले आपला काय इलाज हाये?"

"काऊन इलाज नाही? त्याले हे कळाय पायजे; आपल्याले गावच्या राजकारणापेक्षा आपल्या चळवळीकडे जास्त ध्यान देयाले पायजे. गावाचे राजकारण गाववाले पाहात बसतील. आपल्याले गाववाल्याह्यले न दुखवता आपली चळवळ चालू ठेवा लागेल अन् तसं करायचं मनल्यावर उगाच गाववाल्याह्यच्या शेपटावर पाय देण्यात काय मतलब हाये? अरे, आपण चळवळ उभी केली तरी आपलं पोटं गाववाल्याह्यच्या भरूशावर हायेत. चळवळीनं आपल्या समाजाच्या मनाची भूक भागंल; पण पोटाची भूक थोडीच भागणार हाये. ह्यो गणा अशा नसत्या उचापती करंल अन् उद्या गाववाल्याह्यनं मातंगाह्यवर बहिष्कार टाकला तं खावावं काय?"

"या गोष्टीचा त्याच्याजवळ इचार असता तं त्यानं मांघ आपल्या मातंग मंडळीले कुणब्याह्यच्या कामावर जाण्यापासून रोकलंच नसतं. मी त्या गोष्टीची काळजी करो तं मले तुम्हीच मनले व्हते; दोन दिवस दम धर, आपोआप तुह्या मनासारखं होईल."

"मंग झालं बी ना?"

"हो झालं."

गणानं जे केलं ते चुकीचं केलं. गाववाले माघंपुढं याचा डाव काढल्याशिवाय राहणार नाहीत. या चिंतेत दोघंही बाप-लेक बुडून गेले.

***

"तारीख जाहीर, १७ फेब्रुवारी. महात्मा फुल्यांचे गुरू वस्ताद लहुजी साळवे यांची पुण्यतिथी. लहुजी साळवे आद्य क्रांतिगुरू. त्यांच्या नावाशिवाय या देशाच्या स्वातंत्र्याचा इतिहास अपूर्ण आहे; पण इतिहासानेही कधी त्यांची दखल घेतली नाही. ही दुःखाची गोष्ट आहे. जर महात्मा फुले उदयास आले नसते, तर लहुजींच्या महान कर्तृत्वाचा कुठेही उल्लेख झाला नसता. इ.स. १८४१ ते १८४७ या काळात म. फुल्यांनी लहुजींकडे बलोपासनेचं तसंच समाजक्रांतीचं शिक्षण घेतलं. त्यानंतर वीस वर्षांनी लहुजींच्या हाताखाली आद्य क्रांतिकारक वासुदेव बळवंत फडके यांनी सैनिकी

शिक्षण घेतलं आणि इ.स. १८७९ साली फडक्यांनी आपल्या गुरूंच्या मार्गदर्शनाखाली ब्रिटिश राजवटीविरुद्ध बंडाचा झेंडा उभारला. 'बलवान बना आणि स्वातंत्र्य मिळवा' हे क्रांतिबीज क्रांतिकारकांच्या मनात रुजवणारे लहुजी हे पहिले क्रांतिकारक. मंडळी, लहुजी हे जातीने मांग, त्यांचे घराणं शिवाजी महाराजांच्या मर्जीतलं. पुरंदरच्या रक्षणासाठी या घराण्यातल्या अनेकांनी बलिदान केलं. अशा क्रांतिकारी वीरपुरुषाचा जन्म १४ नोव्हेंबर १७१४ साली विठाबाई आणि राघोजी या भाग्यवान दांपत्याच्या पोटी झाला.''

अ. म. मातंग संघ, वाशिम तालुका शाखेचे सरचिटणीस प्राध्यापक मच्छिंद्र अंभोरे यांचं भाषण मातंगवाड्यातले स्त्री-पुरुष, शाळकरी पोरं-पोरी ध्यान देऊन ऐकत होते. अपवाद होता गणाचा आणि त्यांच्या मित्रांचा. ते पलीकडे वसंताच्या दारी आपसांत बोलत होते. सभा मात्र गणाच्याच दारात भरली होती. एवढं मोकळं पटांगण मातंगवाड्यात दुसरीकडे कोठेच नव्हतं. अ. म. मातंग संघ, वाशिम तालुका कार्यकारिणीने गावोगावच्या शाखांना आद्य क्रांतिगुरू वस्ताद लहुजी साळवे यांची पुण्यतिथी साजरी करण्याचे आदेश दिले होते. पुण्यतिथी साजरी करण्याचा हा कार्यक्रम साधारणतः एक पंधरवडा चालणार होता. १७ फेब्रुवारी ही लहुजींच्या पुण्यतिथीची तारीख, म्हणून पुण्यतिथीचा गावोगावचा कार्यक्रम फेब्रुवारी महिना संपेपर्यंत चालणार होता. तालुका कार्यकारिणीने १७ फेब्रुवारीला वाशिमलाच पुण्यतिथीच्या कार्यक्रमाचं भव्य आयोजन केलं होतं. त्यासाठी अकोल्याचे डॉ. राजाराम भालेराव यांना बोलावलं होतं. त्या कार्यक्रमासाठी गावोगावच्या शाखा पदाधिकाऱ्यांना मुद्दाम आमंत्रित केलं होतं. वाशिम कार्यकारिणी काही वक्त्यांना लहुजींची पुण्यतिथी साजरी करण्यासाठी आणि समाजबांधवांना योग्य मार्गदर्शन करण्यासाठी गावोगावी पाठवणार होती. कोणाला कोण्या गावाला कोण्या तारखेला पाठवायचं याचा कार्यक्रमही या सभेनंतर ठरवला जाणार होता. त्यानुसार साधारणतः सहा-सात वक्ते यासाठी मुक्रर करण्यात आले. ते कोणत्या गावाला आणि कोणत्या तारखेला भेट देणार आहेत तेही तिथेच सांगण्यात आलं. वडगावच्या वाटेला आज दि. २४ फेब्रुवारी १९८५ ही तारीख आली होती. सभेचं आयोजन करण्याची जबाबदारी त्या त्या गावच्या कार्यकारिणीवर टाकण्यात आली होती. त्या सभेला स्वतः परभूही हजर होता. खुद्द सूर्यकांत साठेंनी परभूला आणि इतरांना याबाबत सुचवलं होतं; त्यामुळे परभूने केवळ आयोजनातच सहभाग घेतला नाही, तर तो भाषण ऐकण्यासाठी सर्वांत पुढे बसला होता. मात्र, वडगाव शाखेच्या अध्यक्षासह, म्हणजे गणासह इतर पदाधिकारी पलीकडे आपसांत गप्पा करत होते, हे परभूला आवडलं नाही.

गणाचं एकंदरीत वागणं परभूला आवडत नव्हतं. त्यात तो गाव शाखेचा

अध्यक्ष झाला, तेव्हापासून तर तो जणू वाराच प्यायला होता. तो इतरांना- त्यातल्या त्यात परभूला तर काहीच जुमानत नव्हता. त्यांच्या बरोबरीने परभू एखादी गोष्ट करायला लागला की, याच्यावरून त्याच्यावरून त्याला बोलू लागला. समाजाच्या भल्याची ही चळवळ आहे, मनापासून काम करणाराने मान आणि अपमान याचा विचार करू नये, असं परभूला मनोमन वाटत होतं; त्यामुळे तो गणाच्या गोष्टीकडे दुर्लक्ष करीत आला होता. त्याने पुन्हा भाषणाकडे ध्यान दिलं.

“वयाच्या अवघ्या विसाव्या वर्षी लहुजींनी आपल्या वडिलांसोबत खडकीच्या लढाईत भाग घेतला. दुसऱ्या बाजीरावाचं मराठी सैन्य इंग्रजांच्या तोफांपुढे टिकाव धरू शकलं नाही; पण लहुजी आणि त्याचे पिता राघोजी प्राणपणाने लढले. मात्र, दुर्दैवाने राघोजींना एक गोळी लागली. ते घोड्यावरून कोसळले. इंग्रजांनी घोड्याच्या टाचाखाली चिरडून राघोजीला ठार केलं. या दृश्याने क्रोधित होऊन लहुजी इंग्रज सैन्यावर तुटून पडले. १७ नोव्हेंबर १९१७ रोजी मराठ्यांचा संपूर्ण पराभव झाला. दुसरा बाजीराव पळून गेला आणि शिवाजी महाराजांनी मांग, रामोशी, कोळी, भिल्ल, महार, जागले, मेटकरी इ. च्या घामा-रक्ताने निर्मिलेलं स्वराज्य लयाला गेलं. मराठी मुलखात इंग्रजांची राजवट लागू झाली.

“मराठी राज्य बुडालं, दुसरा बाजीराव पळाला, तरी लहुजींच्या मनातला इंग्रजांबद्दलचा असंतोष तिळभरही कमी झाला नाही. पुणे, भोर, पुरंदर, सुपे, नगर, सातारा या भागांतून त्यांनी निधड्या छातीचे मांग, रामोशी तरुण जमा केले आणि त्या तरुणांच्या मनात क्रांतीची मशाल पेटवली. इंग्रजांविरुद्ध बंडावा करणारा उमाजी नाईक हा लहुजींचा जवळचा मित्र होता. इंग्रजांसोबत लढण्यासाठी त्याला लहुजींनी माणसं पुरवली होती. मंडळी, जो काही इतिहास लहुजींच्या वाट्याला आला तो इतिहास काय सांगतो पाहा. जेव्हा सारे मराठे, ब्राह्मण, राजे-सरदार इंग्रजांना घाबरून आपल्या शेपट्या दोन्ही पायांत घालून बसले होते; तेव्हा हा आमचा लहुजी मांग रामोशी व भिल्लांना घेऊन इंग्रजांशी लढा देत होता.

“क्रांतिवीर वासुदेव बळवंत फडके हे लहुजींचे शिष्य. ते लहुजींच्या हाताखाली तयार झाले. फडक्यांनी १८७९ मध्ये इंग्रजांविरुद्ध बंड पुकारलं, ते लहुजींच्या मार्गदर्शनाखालीच; पण दुर्दैवाने पकडले गेले. या गोष्टीने लहुजींचा धीर खचला. अन् १७ फेब्रुवारी...” बोलताबोलता प्रा. अंभोरे अडखळले. त्यांना लहुजींच्या मृत्यूचं साल नक्की कोणतं ते पटकन आठवेना; पण त्यावर अडकून न पडता ते पुढे म्हणाले, “रोजी ह्या आद्य क्रांतिकारकाचा अंत झाला, म्हणून आज आपण त्यांची पुण्यतिथी साजरी करण्यासाठी जमलो आहोत.”

“लहुजी साळवे मातंग समाजाचे असूनही एवढे महान होते, कर्तृत्ववान होते याचंच आपणा सगळ्या लहान-थोरांना मोठं नवल वाटतं. तसा मातंग समाजाचा

इतिहासही पराक्रमाने रंगलेलाच आहे. खुद्द शिवाजी महाराजांच्या किल्ले-गडकोटांचं रक्षण करण्याचं काम मातंग समाजातल्या अनेक पराक्रमी पुरुषांनी केलं; खुद्द लहुजींचे पूर्वज या कामी आले. स्वराज्य निर्मितीत आपल्या समाजाचा फार मोठा सहभाग होता. पुढे पेशवे काळातही आपल्या समाजानं तीच भूमिका वाढवली. इंग्रजांच्या काळात मात्र परिस्थिती थोडीफार बदलली. राजा-राजांमध्ये होणाऱ्या लढाया बंद पडल्या; पण गावा-गावांवर दरोडेखोर हल्ले करत. हे हल्ले परतवण्याचं काम गावोगावच्या मांगांकडेच होतं. हे हल्ले साधारणतः गावाच्या आग्नेय किंवा ईशान्य दिशेकडून होत; त्यामुळे गावोगावी मातंगांची वस्ती गावाच्या आग्नेय किंवा ईशान्य दिशेलाच असलेली आपल्याला पाहावयास मिळेल. या हल्ल्यांमध्ये गावोगावचे कित्येक मातंग ठार झाले. काही गावांत तर मातंगांचं नावही उरलं नाही. मंडळी, मराठवाडा आणि पश्चिम महाराष्ट्राच्या मानाने आपल्या विदर्भातील खेड्यांतून मातंग समाजाची वस्ती फार विरळ झालेली दिसते, याचं प्रमुख कारण हेच आहे. पुढे स्वातंत्र्य आलं. इंग्रजी राजवट गेली. दरोडेखोरीही कमी झाली. मातंगांना काही कामच उरलं नाही. हातात तलवार घेऊन शर्थीने लढणारा मातंग शेतीतली कामं करू शकत नव्हता. त्याला पोसणारे गाव-पाटील होते; तो त्यांच्या पायीचा दास झाला. पाटीलबुवा जे काही देतील, त्यात धन्यता मानून गुजराण करू लागला आणि तो पूर्णपणे आळशी बनला. ज्या तलवारीने त्याने शत्रूची, हल्लेखोरांची मुंडकी उडवली, त्या तलवारी घरातल्या बायका भाजी, वांगी, कांदे चिरण्यासाठी वापरू लागल्या. मातंग समाजाच्या अंगचा पराक्रम असा लोप पावला. तो पराधीन झाला.

"त्यातूनच आपल्या समाजाच्या अंगी लाचारी निर्माण झाली. शेतीवाडीचे उद्योग करण्यात त्याला रस वाटत नव्हता. उलट पाटलाच्या बैठकीत त्याच्या खेटराजवळ बसून, त्याचाच मोठेपणा सांगत बसण्यात त्याला धन्यता वाटू लागली. पाटलाचा, गावाचा त्याला वचक वाटू लागला. त्याच्या अंगी भित्रेपणा आला. कुणब्याच्या शेंबड्या पोराने पाय आपटले की, याचं धोतर पिवळं होऊ लागलं. हे असं का याचा आपण कधी विचार केला? याचं कारण तुम्ही तुमचं स्वत्व गमावून बसला. पाटीलबुवांची थुंकी झेलण्यात धन्यता मानू लागलात. अजूनही दोन्ही हात बांधून, खाली मुंडी घालून 'जी बाबासाब ऽऽऽ' म्हणण्यात तुमची जिंदगी बरबाद होते; पण आता हे चित्र फार काळ राहणार नाही. आपल्यालाही सुदैवाने डॉ. अण्णासाहेब भोपळेंसारखं नेतृत्व लाभलं, भित्रेपणाआड दडलेला शूरपणा, लाचारीआड दडलेला कणखरपणा त्यांनी आपल्या निदर्शनास आणून दिला आहे. म्हणून आता कोणा सोम्या-गोम्याला भ्यायची आपल्याला गरज नाही. कोणाचे मिंधे बनून जगू नका. कोणाच्या समोर भिकेसाठी हात पसरू नका. जे तुमच्या हक्काचं आहे, ते

सरकारला भांडून मागा. हे खरं आहे की, आपल्याजवळ शेती नाही वा जगण्याचे इतर कोणतेही साधन नाही. तुम्ही त्याची काळजी करू नका. कामासाठी, अन्नासाठी, पाण्यासाठी सरकारशी भांडा. सरकार तुम्हाला काम देईल, भाकर देईल, पाणी देईल. हे तुमचे हक्क कोणालाही हिरावून घेता येणार नाहीत. तुमच्या सुदैवाने गणाजीसारखा एक धडाडीचा, खंबीर स्वभावाचा अध्यक्ष तुम्हाला लाभला. मला तर या गावात आल्यावर असंही कळलं की, त्यांनी गाव-पाटीलकीसाठी अर्ज भरला. याबद्दल मला त्यांचा मनातून अभिमान वाटतो. गाव-पाटीलकीच काय पण सरपंचपद ही काही कोणाच्या बापाची मिरासदारी नव्हे. कायद्याने आम्हाला त्यासाठी अर्ज भरता येतो. उभे राहता येते. तुम्ही गावाचे पाटील व्हा, सरपंच व्हा, निदान ग्रामपंचायतचे सभासद व्हा. गावच्या राजकारणात हिरिरीने भाग घ्या. सगळे संघटित होऊन, एकत्र येऊन गावावर हुकमत गाजवा, धाक निर्माण करा. ग्रामपंचायत, पंचायत समिती, जिल्हा परिषद, आमदार, खासदार इत्यादींच्या निवडणुकीत 'पाटीलबुवा म्हणाले, म्हणून तमक्याला मत दिले' असं करू नका; जो कोणी तुमच्यासाठी, तुमच्या समाजासाठी काही देईल त्यालाच मत द्या. आधी काय पाहिजे ते घ्या, मगच मत द्या. मग ते ग्रामपंचायतीचं इलेक्शन असो अथवा लोकसभेचं. फक्त भिऊ नका. अन्याय सहन करून घेऊ नका. मात्र, विनाकारण गावात ताण निर्माण होईल असंही वागू नका. नाहीतर उद्या मी इथून जाईन अन् तुम्ही म्हणाल की, रात्री प्रा. अंभोरेच म्हणाले की, भिऊ नका; मग करा गावात नसत्या भानगडी! नाही, आपल्याला तसं काहीच करायचं नाही. आधी आपण कोणतीच भानगड उपस्थित करणार नाही; पण जर कोणी अंगावरच येत असेल, तर मग नुसतेच हात बांधून राहू नका. कुणी तुमच्यावर हात उगारला, तर त्याचा हात मुळापासून उखडून काढा; कोणी डोळा वासला तर तो डोळा फोडा अन् कुणी शिव्या दिल्या तर त्याची जीभ हासडून टाका. या प्रसंगी तुम्हाला एवढंच आश्वासन देतो की, तुमचा काहीही गुन्हा नसताना तुमच्यावर अन्याय होत असेल आणि त्याचा प्रतिकार करताना जर तुमच्याकडून छोटा-मोठा गुन्हा घडला, तर खुशाल माझ्याकडे या. पुढे काय करायचं ते मी पाहतो. मला वाटतं की, मी जे बोललो तसं तुमचं वर्तन झालं तर आपण खऱ्या अर्थानं वस्ताद लहुजी साळवे यांची पुण्यतिथी साजरी केली, असं मानावयास हरकत नाही. आता एकदा सर्वजण मोठ्याने जयघोष करा." बोला,

'आद्य-क्रांतिगुरू वस्ताद लहुजी साळवे की ऽऽऽ'

'जय ऽऽऽ' सगळा मातंगवाडा दणाणला.

सभा संपली; पण घोषणा संपल्या नाहीत. अण्णाभाऊ साठे, मतंग ऋषी, लहुजी साळवे, डॉ. भोपळे यांच्या नावाच्या घोषणा बऱ्याच वेळ दुमदुमल्या.

"हमसे जो टकराएगा, मिट्टीमें मिल जाएगा।" ही घोषणा सर्वांत जास्त जोर

देऊन म्हणण्यात आली.

लहुजीचं चरित्र परभूलाही माहीत नव्हतं. ते ऐकून त्याचा जीव मोठा उल्हसित झाला होता; पण मागाहून प्रा. अंभोरे जे बोलले, त्याने मात्र त्याचा जीव दडपला.

अन्याय होऊ न देणं, अन्यायाचा प्रतिकार करणं ही गोष्ट मान्य; पण त्याच्यासाठी हात उपटून टाका, जीभ हासडून टाका, डोळा फोडा अशी भाषा वापरायची काही गरज आहे का? ही चिथावणीची भाषा झाली. अशाने गावाचं वातावरण बिघडेल. गणालाही जास्तीचं पाणी मिळेल. त्याच्यासोबतीची पोरं वारं पितील.

याबाबत प्रा. अंभोरेंशी सकाळी बोलू असं ठरवून, परभूने तो विषय डोक्यातून तात्पुरता काढून टाकला.

मात्र, सकाळी त्याने प्रा. अंभोरेंना चहासाठी घरी बोलावून नेलं. बसायला टाकलं. चहा होईपर्यंत इकडच्या-तिकडच्या गोष्टी झाल्या. चहा झाल्यावर परभूने मूळ मुद्दा उचलला.

"कालचं तुमचं भाषण लयच सुद झाले. लहुजीबद्दल आमच्या गावात कोणालेच काही माहीत नव्हतं. त्याह्यचा पराक्रम ऐकून माहा ऊर भरून आला; पण एक गोष्ट नाही बरी वाटली."

"कोणती?"

परभूने हात उपटायची, जीभ हासडायची, डोळा फोडायची गोष्ट काढली.

"तुमचं लक्ष असेल तर मी दोन-दोनदा म्हटलं की, आधी नसती भानगड उपस्थित करू नका. विनाकारण वाद निर्माण करू नका; पण कोणी उपटसुंभ तुमच्याशी खाजवून घ्यायलाच तर मग मात्र हयगय करू नका."

"ते खरं, त्याच्याबद्दल मले काहीच मनायचं नाही. हीच गोष्ट तुम्ही येगळ्या शब्दांत सांगू शकले असते."

"हे पाहा परभूजी, जगात इतकं भिऊनही चालत नाही, हे लक्षात घ्या आणि महत्त्वाचं म्हणजे चळवळ राबवणाऱ्यांना मिळमिळ राहूनही चालत नाही. मिळमिळीने चळवळीचे नुकसान होते. एक तर अशा मिळमिळीत बोलण्याचा आपल्या समाजबांधवांवर वाईट परिणाम होतो. दुसरं ज्या सवर्णांच्या विरुद्ध आपला लढा आहे, त्यांना वाटते हे दबून आहेत, भितात. तेच आक्रमक बोला, लोकांच्या मनात ती गोष्ट फार पटकन घर करते. विरोधकही जरा टरकून वागतात, एकाएकी अंगावर येण्याची ताकद होत नाही." परभू नुसता ऐकत होता.

"तुमच्यासारखाच मीही या चळवळीत उतरण्यापूर्वी संवेदनशील मनाचा होतो. अमूक केलं तर तमूक होईल, अशा विचारांनी माझी मती कुंठीत व्हायची; पण काही काळ डॉ. भोपळेंच्या सोबत राहून मीही संवेदनशीलता गुंडाळून आक्रमक झालो,

कारण भित्री माणसं चळवळीच्या लायकीची नसतात, ती चळवळीला मारक ठरतात, हे डॉ. भोपळेंचं तत्त्व मला पटलं, तेव्हापासून मी या चळवळीच्या माध्यमातून जे काही बोलतो ते असं आक्रमकच बोलतो. चळवळ म्हणजे क्रांतीची मशाल! मशाल म्हटलं की, तिच्यात धग, अंगार असतोच. ज्याने हाती धरली त्यालाही चटके देणार, तर जो कोणी तिच्या सान्निध्यात येईल, त्यालाही तिची झळ बसणार. मग माझ्यासारख्याच्या बोलण्यानं एखाद्या गावात थोडीफार खळबळ निर्माण झाली, तर त्यात चळवळीचाच फायदा होतो. एकाला चटका बसला तर त्याची चर्चा सगळीकडे होते; म्हणजे चळवळीचा वचक निर्माण होतो. अशा चार-दोन घटना घडल्या नाहीत तर तिला चळवळ म्हणताच येणार नाही. घरात चुलीच्या जवळ बसून चळवळ चालवता येणार नाही. त्यासाठी रस्त्यावर यावं लागेल. दगड-धोंडे खावे लागतील, रक्त सांडावं लागेल; कदाचित काहीजणांना प्राणही गमावून बसावे लागेल. मी बोलतो ते तुम्हाला कितपत पटतं, बघा. आणखी काही शंका असल्यास विचारा. आज विचारा, नंतर कधी वाशिमला आल्यावर विचारा.

बोलताबोलता त्यांनी खिशातलं एक छोटं कार्ड काढलं.

"हे घ्या माझं कार्ड. कधी गरज पडली तर भेटा; यावर पत्ता दिलेला आहे. चलतो मी."

प्रा. अंभोरे उठले. परभूही उठला. त्याने प्रा. अंभोरेंना गणाच्या घरापर्यंत नेऊन पोहोचवलं अन् तो परत फिरला.

"काय मनले आमचे सल्लागार?" परभू दूर गेल्यावर वसंताने विचारलं. गणाही बसलेलाच होता; त्याचे कानही परभू काय बोलला हे ऐकण्याकडे लागले.

प्रा. अंभोरेंनी परभूने मांडलेला विचार त्यांना सांगितला. ते ऐकून गणा शिवी देऊन म्हणाला, "आमचा ह्यो माणूस पुढं जाणाराचे पाय वढणाराच हाये. ही तं सुरुवात झाली. जागोजाग ह्यो आम्हाले असंच आडू-आडू मारणार हाये, त्याच्याचसाठी माहा मनन व्हतं याले आमच्या शाखेच्या संघटनेत घेऊ नका; पण साठे सायबानं आमचं ऐकलंच नाही, आता गेल्यावर तुम्ही तरी त्यांना याच्याबद्दल बोला. ह्यो सडका संबार काढून टाकला नाही तर सगळ्याच गाव संघटनेले सडवल."

मग बराच वेळ गणा आणि कंपनी परभूविषयीच गरळ ओकत राहिले.

जेवणं-खावणं झाल्यावर गणाने प्रा. अंभोरेंना फाट्यावर आणून वाशिम गाडीत बसवून दिलं.

मग मोठ्या खुशीत तो अन् त्याचे साथीदार गावाकडे परत फिरले.

संभा बेल्याचा बैल शेवटी मरण पावला.

संभा बेल्याचं वावर अनसिंग-वाशिम रोडला लागून. दोन दिवसांआधी

त्याच्या वावरात हरबऱ्याचं खळं झालं. तीन पोते हरबरे झाले; पण त्याचा, त्याच्या बायकोचा अन् पोराचा सगळा दिवस त्यातच गेला. झाक पडायच्या आधी गाडी बैलांच्या खांद्यावर देऊन गावाकडे निघायचं, असं दोघा नवरा-बायकोनं ठरवलं. पोते, सगळं सामान त्यांनी गाडीत टाकलं. पोराला धुरेवर बसवलं. पोरगा - एकनाथ तेरा-चौदा वर्षांचा. गेल्या वर्षी गावातल्या शाळेत सातवा वर्ग पास झाला. पुढे अनसिंगच्या शाळेत शिकायला पाठवायचं तर संभानं त्याला शेतीच्या कामात काढलं.

"मव्हरं शिकून का नवकरी करायची? एकुलता एक पोरगा. दहा एकर रान. काम करून कसंबी खातो मनलं तं त्याले सरतासरत नाही." अशी संभाची अन् त्याच्या बायकोची भूमिका! बरं, एकनाथचाही शिकण्याचा आग्रह नव्हता. त्यालाही शेतीची आवड होतीच, शेतीतील बहुतेक सगळीच कामं तो करत आला होता; त्यामुळेच संभाने त्याला धुरीवर बसवलं अन् गाडी धकवायला सांगितलं.

गाडी निघाली; पण थोडी फेऱ्यानं. बाजूच्या रंगराव बेल्याच्या वावरातून गाडी वाशिम-अनसिंग रोडवर काढता येते. संबाच्या वावराला लागून सगळ्या खोल खदानीच आहेत. रंगरावच्या वावरातून गाडी रोडवर आणून जवळजवळ दीड-दोन फलांग वाशिमच्या दिशेने हाणत आणावी लागते. मग कुठे गाडी फाट्यावर येते. ही गोष्ट नेहमीचीच असल्याने त्यात एकनाथला, संबाला वा त्याच्या बायकोला फारसं काही वेगळं वाटलं नाही.

"मांघल्या गाडीतल्या पसाऱ्यावर ध्यान दे. आम्ही दोघं सडकेवर व्हतो." संबानं एकनाथला ओरडून बजावलं.

अन् दोघं नवरा-बायको सडकेकडे निघाले. सडकेवर येऊन वडगाव फाट्याकडे निघाले. फाट्याच्या जवळ आले, तेव्हा अनसिंगकडून एक ट्रक वाशिमकडे भरधाव वेगाने त्या दोघांच्या समोरून गेला. संभा बायकोला म्हणालाही, "पाहाय कसा दारू पेल्यासारखा ट्रक हाणायला डायवर. वासमालोक नक्की कोणाले ना कोणाले तरी उडवते."

असं म्हणून ते दोघं चार-पाच पावले जातात न जातात तोच मोठ्याने ओरडण्याचा आवाज आला. दोघांनी आवाजाच्या दिशेने पाहिलं अन् दोघेही मोठ्याने ओरडले. ट्रकने गाडीला धडक दिली होती. वाशिमपर्यंत ड्रायव्हर कोणालातरी धडक देईल, असं संभा बायकोला म्हणाला होता; पण त्याचे शब्द देवाने जणू त्याच्याच ओटीत टाकले.

ते दोघं धावतच गाडीजवळ पोहोचले. पहिल्यांदा एकनाथची चौकशी केली; त्याला काहीच धक्का लागला नव्हता. जू मोडलं होतं. एक धुराही मोडला होता. एका बैलाला धक्का लागला होता. बैल आडवा पडला होता.

ट्रक मात्र तसाच भरधाव पुढे निघून गेला.

सारं दुःख आवरून संभाने गावातून लिंबा बेल्याच्या दोन बैलगाड्या आणल्या. सोबत गावातली साताठ माणसं आणली. गाडीला ट्रकची ठोस लागली हे कळल्यावर गावातली आणखी काही माणसं - पोरं कशी ठोस लागली ते पाहायला आली.

"पोलीस ठेसनात रिपोट द्या." कोणीतरी सुचवलं.

"काय फायदा रिपोट देऊन? अन् कोणाच्या नावाचा रिपोट देता? ट्रकचा नंबर तरी माहीत हाये का संबाजीले?"

संभानं या चर्चेवर ध्यान दिलं नाही. रिपोट-बिपोट देऊन काही फायदा नाही हे त्यालाही कळत होतं.

एका गाडीत हरबऱ्याचे पोतं, सामान टाकलं. माणसांच्या हातांनी दुखावलेला बैल दुसऱ्या गाडीत टाकला. जू अन् धुरा मोडलेली गाडी हरबऱ्याचे पोतं टाकलेल्या गाडीला मागून जोडली.

घरी पोहोचल्यावर संभानं बैलाला तात्पुरतं औषध-पाणी केलं. अनसिंगला जाऊन डॉक्टरला आणलं. डॉक्टरनं औषधं, गोळ्या, इंजेक्शनं दिली... दोनशे रुपये फी घेतली... आराम पडेल असं जाताना म्हणाला; पण बैलाच्या स्थितीत काहीच फरक पडला नाही. शेवटी वाशिमचा डॉक्टर आणला. त्यानेही औषध-पाणी केलं. तीनशे रुपये बिल घेऊन तो गावाबाहेर पडला अन् शेवटी इकडे बैलानं मान टाकली. बैल गेला. संबाची बायको, मुलगा - एकनाथ रडायला लागले. तीन हजाराचा बैल गेला; दुसरा तीन हजाराचा घ्यावा लागणार याचं दुःख संभालाही होतं. गावात ही बातमी कळली, तसे कित्येकजण बैल पाहण्यासाठी संभाच्या दारात जमा झाले.

लिंबा बेल्या अन् त्याचे भाऊही आले.

संबा त्याचा सख्खा चुलतभाऊ होता.

"संबा, झालं - गेलं पार पडलं; आता ह्यो बैल उचलून नेयासाठी त्या यंक्या मांगाले बलावून घ्या." लिंबानं म्हटलं.

संबानं एका पोराला मातंगवाड्यात पिटाळलं.

"थांबून येतो." असा यंकाचा निरोप घेऊन पोरगं परत आलं.

त्यानंतर अर्धा-पाऊण घंटा झाला तरी यंकाचा पत्ता नव्हता. लिंबा बेल्यासकट सगळे गावातले माणसं आपापल्या घराकडे गेले होते. बैलाजवळ संभा, त्याची बायको, एकनाथ अन् घराभोवतालचे दोन-चार बायका पोरं होते.

"एकनाथ, तू जाऊन त्या यंकाले मव्हरं घालून आण." संबाच्या सांगण्यावरून एकनाथ निघाला.

मातंगवाड्यात येऊन यंकाला भेटला. 'चाल' म्हणाला; पण याही वेळी यंका पटकन हो म्हणाला नाही. त्याची मनःस्थिती द्विधा होती. जावं की न जावं, असं द्वंद्व

त्याच्या मनात सुरू होतं- डॉ. भोपळेसायबानं तं वाशिमले सांगितलं व्हतं- मेलेले ढोरं वढू नका, सोलू नका; मनून मंग आपण संबा बेल्याचा बैल कसा वढावं? आपण वढला तं गणा आपल्याला सोलून खाईल! का 'काय करू ते सांग' मनून त्याले भेटून इचारावं? 'पुसे त्याचं ना नासे' मंतात; मंग काय हरकत हाये पुसाय?

"तुम्ही व्हा घराकडे. मी आलोच तुमच्या मांघ." त्यानं एकनाथला त्याच्या घराच्या वाटेला लावलं; अन् तो गणाच्या घराकडे निघाला. गणाच्या घरी आला; पण गणा वाशिमला गेल्याचं कळलं. 'मंग कसं करावं?' त्याला प्रश्न पडला. तो तडक परभूच्या घराकडे निघाला. परभूची विचारपूस केली तर परभूही सासरवाडीला गेला म्हणून कळलं. आता काय करावं? कोणाला विचारावं?

वाशिमला डॉ. भोपळेंची सभा झाली तेव्हापासून म्हणजे ६ डिसेंबर १९८४ पासून आजपावेतो गेले जवळपास साडेतीन महिने उलटून गेले; गावात एकही ढोर मरण पावलं नव्हतं; त्यामुळे मेलेलं ढोर ओढण्याची वा त्याचं कातडं सोलण्याची वेळच यंकावर आली नव्हती. डॉ. भोपळेंनी त्या सभेत मातंगांना आदेश दिला होता की, कोणीही मेलेलं ढोर ओढू नका, कातडं सोलू नका, फुकटात डफडं वाजवू नका. गावकीची कोणतीही हलकीसलकी कामं करू नका. इतके दिवसांत तसं कोणतंच काम यंकाला करायचं काम पडलं नाही. इतकंच काय त्याला साधी दवंडी द्यायलाही कोणी सांगितलं नाही; कुणब्यांची दोन-तीन माणसं या काळात दगावली; पण कोणीही यंकाला स्मशानात लाकडं, गोवऱ्या नेऊन टाकण्यासाठी; मड्यासमोर डफडं वाजवण्यासाठी वा मरणाचे निरोप गावोगावी पोहोचवण्यासाठी बोलावलं नाही. खरं म्हणजे कुणबीही आता शहाणे झाले म्हणायचे. मातंगाची चळवळ, तिच्यातून त्यांनी स्वीकारलेल्या गोष्टी हे सगळं जणू गावाने समजावून घेतलं. अजून तरी गावात कोणीही कोणाही मातंग माणसाला कशासाठीही बोललं नाही, हिणवलं नाही. ६ डिसेंबरची सभा झाल्यानंतर गावात काहीतरी खळबळ माजेल असं प्रत्येक मातंगाला वाटलं होतं; पण गाव जणू सामसूम होतं, झोपी गेलेलं होतं; त्याने मातंगांच्या या चळवळीची दखल घेतली नाही.

अवताल - भोवतालच्या गावांत मात्र लहान-मोठ्या भानगडी घडल्या. बामणीत शंकर पाटलाच्या पोरांनी तिथल्या मातंगांनी लग्नाची लाकडं फोडायला नकार दिला म्हणून त्यांना मारहाण केली, तर पिंपळगावात कोण्या कुणब्याच्या लग्नात बँडवाल्याशी तक्रार झाली. तिथेही भानगडी झाल्या. तालुका शाखेने या गोष्टी फारशा गांभीर्याने घेतल्या नाहीत. असं कमी-जास्त घडणारच; त्याला घाबरू नका, असा तालुका शाखेच्या अध्यक्षांनी गावोगावच्या मातंग पुढाऱ्यांची सभा बोलावून सल्ला दिला... या गावात खुद्द गणा पाटीलकीच्या भानगडीत पडला, तरी त्याचा बँड जोरात सुरू आहे. गावच्या लोकांचा काही अंतच लागत नाही. यंकाच नव्हे, तर प्रत्येक

मातंगाच्या मनात हीच गोष्ट घोळवली जाऊ लागली.

संबा बेल्याचा मेलेला बैल आपण नाही ओढून नेला तर आजही फारसं काही बिघडणार नाही... आणि तसं पाहिलं तर गणाला किंवा परभूला या बाबतीत काही विचारण्याची गरजही नाही. जी गोष्ट ६ डिसेंबरच्या सभेत डॉ. भोपळेंनी स्पष्ट सांगितली; तीच गोष्ट गणाला, परभूला पुन्हा विचारून फायदा काय? ते तरी वेगळं काय सांगणार? खरं तर आता आपण आपले निर्णय घ्यायला पाहिजेत... म्हणजे गावकीची कोणती कामं आपण करायची अन् कोणती करायची नाहीत किंवा पूर्णपणे कामं सोडून द्यायची. कामे सोडून दिली तर आपली बरीच अडचण होईल, गावात भाकरी मागल्याने- ६ डिसेंबरच्या सभेनंतर गावकीची फारशी कामे केली नाहीत, तरी त्याच्या गावात भाकरी मागणं सुरूच आहे. त्याच्या दोन्ही सांजा धकतात; बायकोला कुठे कामाला जायचं काम पडत नाही. फारच चंगळ नाही, तरी पोटा-पाण्याला कधी तढण पडत नाही... पण जर चळवळीसाठी आपण हे सारं सोडलं तर फार काही बिघडणार नाही. अंग झाडून कुठे घाम गाळावा लागेल, उपाशी थोडेच मरणार आहोत? आणि उपाशी मरायला, या मातंगवाड्यात आपण एकटे का आहोत? जी बाकीच्या मातंगांची परिस्थिती तीच आपलीही राहील.

तर मग गणाची, परभूची वाट न पाहता संबा बेल्याला सरळ जाऊन सांगायचं, बैल ओढत नाही म्हणून. ठरला निर्धार. चला तर... यंका लगेच तडक संबा बेल्याच्या घराकडे निघाला. तर संबा बेल्या त्याचीच वाट पाहायला.

''किती उशीर केला रे?'' तो यंकावर तडकला.

''बापू, जरा माही अडचण हाये.''

''काय अडचण हाये? कोणी सोबती नाही का तुले? तुही बायको तं असंल ना? अन् बैल वढाय सोबत्याची गरज काय? दोन बैलाह्मची आगुल कर अन् ने वढत. मी लिंबादाचा एक बैल घेऊन येतो. एक हाये आपला...'' तो बैल आणण्यासाठी तटकन उठला.

''तसं नाही. आमची संघटना...''

''काय झालं तुमच्या संघटनेले?''

''मेलेले ढोरं वढू नका मंते!''

''काय?'' मातंगवाड्यात काय-काय उलाढाली चालू आहेत ते जणू संभाला माहीतच नव्हतं, तो आपला रानबाऊ. वावर अन् घर याच्याशिवाय तिसरं काही माहीतच नाही त्याला.

त्या दोघांचा हा संवाद चालू असतानाच लिंबा बेल्याचा भाऊ राजाराम मास्तर तिथे आला. याच राजाराम मास्तरनं मागं यंकाला नसबंदीची केस मिळवून देण्यासाठी पैसे दिले होते. त्या पैशावरून राजारामच्या बायकोने- साधनाने यंकाच्या बायकोला

गवनाला बेदम मारले होते. कित्येक दिवस ती अनसिंगच्या दवाखान्यात भरती होती, तेव्हापासून लिंबा बेल्या, राजाराम किंवा त्याच्या घरचे कोणीही बाईमाणूस पाहिलं की, यंकाचे हातपाय लटपटतात.

"काय मंते रे ह्यो?" राजारामनं विचारलं.

"बैल वढत नाही मंते?"

"काऊन?"

"त्यांच्या संघटनेवाले वढू नको मंते!"

"मंग ह्यो इथं आला काहाले?" बोलताबोलता राजाराम पुढे आला. राजारामनं डोळे फिरवले. ते पाहून यंकाची आणखी सटपटली.

"कारे, काहाले आला तुहं थुत्तर दाखवाय?" राजाराम लगेच यंकाला भिडला. त्याने यंकाची गच्ची पकडली. त्याला मागे लोटू लागला. यंकाचं अंग भीतीनं थरथरलं. तो "दादा, बाप्पा" करू लागला. "चुकलं माहा" म्हणू लागला.

"तुले बैल वढायचा नव्हता तं तू आलाच काऊन सांग?" राजारामचा आवाज ऐकून, त्याच्या घरातले लिंबाचे पोरंही आले.

"काय झालं काका, काय मंते ह्यो मांग्या? सरका, व्हा बाजूले." असं म्हणून त्या दोन आडदांड पोरांनी यंकाला धरलं आणि मागचा-पुढचा काहीही विचार न करता लाथा-बुक्क्यांनी मारायला सुरुवात केली.

हा गदारोळ ऐकून भोवतालच्या घरांतली, रस्त्यावरून जा-ये करणारी माणसे, बायका-पोरं जमा झाली; पण यंकाला सोडवायला कुणी मध्ये पडलं नाही.

लिंबाची पोरं त्याच्याचसारखी आडमुठी आहेत, हे सगळा गाव जाणत होता. यंकाबद्दल आधीच या पोरांच्या मनात राग होता. आता त्यांना कारणच सापडलं होतं. खाली पडून यंका लाथा-बुक्क्या खात होता. "मेलो, मेलो; वाचवा, वाचवा" म्हणून तो ओरडत होता. लिंबाची पोरं पिसाळल्या कुत्र्यांसारखी त्याच्यावर तुटून पडली होती.

* * *

यंकाला सोबत घेऊन परभू वाशिमला आला. अ. म. मातंग संघाच्या वाशिम तालुका पातळीवरच्या कार्यकर्त्यांकडे यंकाच्या मारहाणीबाबतचं गाऱ्हाणं मांडण्यासाठी त्याने यंकाला सोबत आणलं.

गावपातळीवर यंकाला न्याय मिळाला नाही. यंकाला मारहाण झाल्याने वास्तविक सगळा मांगवाडा हादरला. सहा डिसेंबरच्या वाशिमला झालेल्या डॉ. अण्णा भोपळेंच्या सभेनंतर चळवळीला खरा वेग आला. गावोगावच्या मातंगांनी गावकीच्या कामांवर बहिष्कार टाकला. काही गावांत मातंग-सवर्ण असे लहान-मोठे संघर्ष झाले.

वडगावात अद्याप काही घडलं नव्हतं. ते संभा बेल्याच्या बैलाच्या निमित्ताने घडलं; पण हे खरं मानायला गणा आणि साथीदार तयार नव्हते. त्यांचं म्हणणं राजाराम मास्तरने मागच्या पैशाच्या भानगडीपायी यंकाला मारहाण केली; त्यामुळे या मारहाणीचा चळवळीशी काहीही संबंध नाही आणि म्हणून अ. म. मातंग संघाची गाव शाखा या भानगडीत भाग घेणार नाही.

गणाचा हा निर्णय ऐकून तर यंकाचं अन् परभूचं अवसानच गळालं. वास्तविक ही भानगड संभा बेल्याचा मेलेला बैल न ओढण्याच्या प्रकरणातून उद्‌भवली. राजाराम मास्तरने या वादात पडायची गरज नव्हती. त्याच्या मनात यंकाबद्दल आधीपासून राग होता हे मान्य; तरी त्याने अन् त्याच्या पुतण्यांनी यंकाच्या अंगावर हात टाकायला नको होता. गाव शाखेने या बाबतीत पुढाकार घ्यायला पाहिजे. तालुका-शाखा, जिल्हा-शाखा, जमल्यास थेट मुंबईला डॉ. अण्णा भोपळेंशी संपर्क साधून या प्रकरणाची तड लावायला पाहिजे. तालुका-जिल्हा शाखेच्या पदाधिकाऱ्यांनीही आपापल्या परीने ही गोष्ट शासन दरबारी लावून धरली पाहिजे... परभूनं गणा आणि इतरांपुढे असा युक्तिवाद मांडला; पण तो कोणीच मान्य केला नाही. गावशाखेत यंकाचा मधला भाऊ केशव सदस्य आहे; तसा तो गणाचा खास दोस्त आहे. यंकावर म्हणजे आपल्या भावावर अन्याय झाला म्हणून तरी त्याने गणावर दाब आणायला पाहिजे; असं परभूला वाटत होतं; गणासमोर त्याला तसे सांगता आले नसते म्हणून मग त्याला बाजूला घेऊन परभूने सारं काही समजावून सांगितले; तर केशव म्हणाला,

"त्याचं त्यानं पाहून घेवावं. मी त्याच्या भानगडीत पडत नाही."

भाऊ भावाची पाठीराखण करायला तयार नाही. मागं राजाराम मास्तरच्या बायकोनं यंकाच्या बायकोला मारलं होतं, तेव्हाही केशवनं असेच कानावर हात ठेवले. केशवला यंकाचा एवढा राग का, तर घरच्या वाटण्या करतेवेळी यंकाने केशवपेक्षा एक टीन जास्त घेतला... एवढ्या मामुली कारणावरून त्याने भावाशी संबंधच तोडला.

गाव शाखेच्या लोकांनी यंकाच्या मारहाणीकडे असा कानाडोळा केल्यावर तालुका शाखेच्या लोकांकडे जाण्याशिवाय दुसरा पर्याय नव्हता. गावात लिंबा बेल्याशिवाय इतर कोणाकडे जाऊन काही फायदाही झाला नसता. तो काही ऐकून घेईल याची शक्यता नाही. बरं, एकदम पोलीस स्टेशन गाठलं तर तेही बरोबर वाटणार नाही अन् महत्त्वाचं असं की, यंका पोलिसात जाण्याच्या गोष्टीला राजी नव्हता, म्हणून मग त्याला घेऊन परभू वाशिमला आला.

कोर्टावरच सूर्यकांत साठेंची भेट व्हावी असं परभूला वाटत होतं. साठे हे तालुका पातळीवरच्या इतर पदाधिकाऱ्यांपेक्षा समजून घेणारे होते. एस. टी. स्टँडवरून कोर्टाकडे जाण्यापूर्वी परभूनं स्टँडसमोरच्या पानटपऱ्या, हॉटेल्स अन् हजामांची दुकान छानून काढली; पण तिथे कोठेही साठे नव्हते. साठेंऐवजी एका पानटपरीवर

प्रा. मच्छिंद्र अंभोरेची भेट झाली. दोघांचा 'जय मातंग' झाला. नमस्कार, राम राम याऐवजी आता मातंग मंडळी आता एकमेकांची भेट झाल्यावर 'जय मातंग' म्हणून नमस्कार घालायला लागली.

"काय गायकवाड साहेब, काय गडबड?"

"काही गडबड नाही. सहज!"

परभूने प्रा. अंभोरेंना यंकाची भानगड सांगायचं टाळलं. तसं म्हटलं तर प्रा. अंभोरेंनी वडगावात येऊन लहुजींच्या पुण्यतिथीच्या वेळी केलेलं भाषण परभूला आवडलं नव्हतं. चळवळीच्या नावाखाली उगीच आगपाखड करून खेड्यापाड्यांतलं वातावरण नासवणाऱ्या माणसांपैकी हा माणूस आहे, असं परभूचं प्रामाणिक मत बनलं होतं; त्यामुळे यंकाची भानगड याला सांगून नाहाक त्याच्याशी वाद घालत बसायचं त्याने टाळलं. 'बरं येतो' म्हणून त्याने तिथून काढता पाय घेतला. 'चला कोर्टावर जाऊ' म्हणत दोघेही कोर्टाकडे निघाले.

कोर्टावर बरेच फिरल्यावर एका ठिकाणी धाडपिंप्रीच्या वसंता कांबळेशी परभूची भेट झाली. वसंता कांबळे हा सूर्यकांत साठेंचा सहकारी कार्यकर्ता. शिवाय तालुका शाखेचा सचिव. त्याच्याकडे परभूने साठेंबाबत चौकशी केली.

"ते तर दोन दिवसांपासून मुंबईला गेले. का काही काम होतं?" वसंताने उलट विचारलं. साठे मुंबईला गेले म्हटल्यावर ही भानगड वसंताला सांगण्याशिवाय पर्याय नाही, हे परभूच्या ध्यानात आलं.

"कव्हा येतील?"

"चार-पाच दिवस तरी येणार नाहीत. सध्या विधानसभेच्या निवडणुकांच्या हालचाली जोरात आहेत. आपला वाशिम विधानसभा मतदारसंघ अनुसूचित जातीसाठी राखीव आहे; पण आतापर्यंत काँग्रेसच्या राजवटीत आपल्या जातीच्या माणसाला कधी आमदारकीचं तिकीट मिळालं नाही. काँग्रेसने वाशिम मतदारसंघाबाहेरचे उमेदवार इथं आणून लादले. तो काळ वेगळा होता. आता जनता एवढी अडाणी राहिलेली नाही. आपलाही समाज झपाट्यानं जागृत होत आहे. आपल्या समाजाच्या माणसाला या वेळी तिकीट मिळावं यासाठी साठेसाहेब अन् तिकिटासाठी इच्छुक असणारे मालेगावचे दौलतराव भालेराव दहा-पंधरा कार्यकर्त्यांसह मुंबईला गेले आहेत. आता महाराष्ट्राच्या ग्रामीण राजकारणाची दिशाही बदलते आहे. लोक काँग्रेसला कंटाळले आहेत. लोकांना बदल हवा आहे. तशी शिवसेनेची हवा चांगली निर्माण होत आहे. आपले लोकनेते डॉ. अण्णासाहेब भोपळ्यांचा कलही शिवसेनेकडेच आहे. आपण आजपर्यंत लोकसभा, विधानसभा निवडणुकांमध्ये निष्ठेने काँग्रेसला मत दिलं. त्याचा फायदा काय झाला? एक अण्णाभाऊ साठे विकास महामंडळ सोडलं तर काँग्रेसने काय दिलं? तेही दिलं म्हणजे सुखासुखी दिलं का? त्यासाठी

लढा उभा करावा लागला. बरं, देऊन उपयोग तरी काय? त्यासाठी पाहिजे तेवढा पैसा उपलब्ध नाही. अजून जिल्हा स्तरावर कार्यालयं नाहीत... असून नसून त्या मंडळाचा काय उपयोग? त्यामुळे या वेळी आपल्याला काँग्रेसला डच्चू द्यायचा आहे...'' वसंताने लांबण लावली.

''कव्हा हायेत निवडणुका?''

''पुढच्या मार्च महिन्यात...''

परभूलाही विधानसभेच्या निवडणुकांच्या वेळी त्याच्याकडे मते मागायला येणाऱ्या वडगावच्या मातंग समाजासाठी समाज-मंदिराची मागणी उमेदवारांना करावयाची होती. निवडणुकांच्या वेळी सगळेच उमेदवार मोठमोठी आश्वासनं देतात; त्यांपैकी पुढे जो निवडून येतो, तो मग त्या मतदारांकडे ढुंकूनही पाहत नाही, ही वस्तुस्थिती आहे.

''त्यासाठी साताठ दिवसांत आपल्या गावोगावच्या कार्यकर्त्यांची एक सभा आयोजित करायची ठरवली आहे. तुम्हालाही त्याचं निमंत्रण येईलच. या वेळी आपल्या मतदारसंघात आपल्या समाजाचा असा एक दबाव गट तयार करावयाचा की, ज्यामुळे आपल्या समाजाच्या उमेदवारास शिवसेनेचं तिकीट मिळालं पाहिजे; पण जर मिळालं नाही तर स्वतंत्रपणे आपला उमेदवार उभा करावयाचा; आपली सगळी शक्ती त्याच्या पाठीमागे उभी करावयाची...''

त्यात आपला माणूस निवडून आला तर फारच चांगलं, नाही आला तरी आपल्या ताकदीची सरकारला आणि इतर पक्षांनाही जाणीव होईल... बरं ते जाऊ द्या. काही विशेष काम घेऊन आले का? साठेसाहेबांऐवजी मला सांगा. करता येण्याजोगं असेल तर मी करतो; नाही तर साठेसाहेब आल्यावर त्यांना सांगतो.''

''चला हॉटेलात, चहा घेऊ'' असं म्हणून परभूने वसंता कांबळेला बरोबर घेतले अन् ते तिघे एका हॉटेलात आले. परभूने चहा सांगितला आणि यंकाची भानगड सांगायला सुरुवात केली. तो काही वेळ बोलला. मध्येच हॉटेलमध्ये प्रा. मच्छिंद्र अंभोरे आले. वसंताला पाहून म्हणाले,

''अहो, कांबळेसाहेब मी तुम्हालाच शोधतोय किती वेळचा?'' मात्र, त्याला पाहून परभूच्या कपाळावर आठ्या पडल्या.

''या बसा अंभोरेसर, हे वडगावचे आपले कार्यकर्ते आहेत.''

''मी ओळखतो यांना.''

''अस्सं, अरे हो, तुम्ही उस्ताद लहुजींच्या पुण्यतिथीनिमित्त यांच्या गावी गेला होता, नाही का?''

''यांच्या गावात काल-परवा काही भानगड झाली म्हणे'' वसंता म्हणाला.

या अंभोरेला काही कळू द्यायचं नाही म्हणून त्याला एस.टी. स्टँडवरच्या

पानपट्टीवर टाळले तर हा इथं इजर झाला... परभूला हे खटकलेच.

"हो, मलाही कळलं थोडंफार."

"अं, याला कोणी सांगितलं? आपली अन् याची स्टँडवर भेट झाली, तेव्हा आपण तर याच्याजवळ काहीच बोललो नाही."

"तुम्हाला कोणी सांगितले?" परभूच्या मनातला प्रश्न वसंताने विचारला.

"कळले असेच! आपल्याच एका कार्यकर्त्याकडून."

कोणी सांगितले याला? परभूला प्रश्न पडला की, आपण येण्याआधी खुद्द गणा वाशिमला येऊन प्रा. अंभोरेंना भेटला?

"सांगा पुढे काय झालं?"

परभूने सारं काही सविस्तर सांगितलं. नंतर गाव शाखेशी झालेली चर्चा, गणाने दिलेला निर्णयसुद्धा सांगितला.

"आता तुम्ही सांगा कांबळेसाहेब, गाव शाखेने असं म्हटल्यावर या माणसाने कोठे जावं? काय करावं?

वसंता गप्पच राहिला.

"मी बोलू?" अंभोरेंनी कांबळेंना विचारलं.

"बोला."

"गायकवाडसाहेब, यांना ज्याने मारले; त्यांच्याशी यांची आधीची काही भानगड होती. काहो, झाली होती की नाही?"

परभूने कपाळावर आठी पाडली. एकमेकांकडे पाहिलं. मग म्हणाला,

"हो झाली होती."

"कशासाठी?"

परभूनं मागच्या भानगडीचा संदर्भ सांगितला.

"त्या भानगडीचा राग यांना मारणारांच्या मनात होता?"

"असंल" वसंता.

"असेल नाही होताच. म्हणून एका मामुली कारणावरून त्या लोकांनी यांना माराहाण केली."

"अहो, पण हा माणूस आपण मेलेला बैल ओढणार नाही असं सांगायला गेला" परभू चवताळून बोलला.

"आणि ज्या माणसाचा बैल मेला त्याला यांनी बैल ओढणार नाही, असं सांगितल्यावर त्या माणसाने यांना काहीच केलं नाही. साधी शिवीसुद्धा दिली नाही."

"पण राजारामने अन् त्याच्या पुतण्याह्यनं मारहाण केली ना?"

"मारहाण केली हे मान्य; पण तिचा संबंध मेलेला बैल ओढण्याशी होता का? तू बैल का ओढत नाहीस, असं म्हणून त्यांनी मारहाण केली का?"

प्रा. अंभोरेंच्या प्रश्नांची उत्तरे देणं कठीण होतं. परभू वसंता कांबळेकडे वळून म्हणाला,

"साहेब, ज्याचा बैल होता त्याने मारहाण केली नसेल, तरी यंकाला मारहाण झाली, हे तं आपण मान्य करता का नाही?"

"तुम्ही माझ्याशी बोला हो." प्रा. अंभोरेंनी परभूचा हात धरून म्हटलं.

"तुम्ही नसता किस पाडायले! तुमचं बोलणं अन् आमच्या गावच्या शाखाध्यक्षाचं बोलणं सारखंच यायलं. मंजे आमचे शाखाध्यक्षच तुम्हाले भेटून गेले मनायचे.

"खरं आहे तुमचं म्हणणं, ते सकाळीच माझ्या घरी आले होते. त्यांना माहीत होतंच की, तुम्ही इथे याल. तुम्हाला जसं सांगायचं तसंच सांगाल, म्हणून त्यांनी मला सावध केलं.

"सावध केलं मंजे? आम्ही का तालुका शाखेला खोटेनाटं सांगून फसवायलो का?"

"फसवायले नाही; पण दिशाभूल करायले. मिस्टर गायकवाड, एक लक्षात घ्या. व्यक्तिगत भानगडीसाठी जर तुम्ही अशा पद्धतीनं संघटनेचा, चळवळीचा वापर कराल तर चळवळ, संघटना लवकरात लवकर बदनाम झाल्याशिवाय राहणार नाही. तुमचे काही व्यक्तिगत हेवेदावे असतील ते तुम्ही संघटनेच्या माथी मारू नयेत, असं मला तरी प्रामाणिकपणे वाटतं."

हे ऐकून परभूला मोठा दिमाख आला; पण त्याने मनाला आवर घातला.

"कांबळे साहेब, तुम्ही काहीतरी बोला. याह्यच्यासारखंच तुम्हालेबी वाटते का?

"तसा मी झटपट काहीच सांगू शकणार नाही. मला तर वाटते, तालुका शाखेचा एखादा हुशार कार्यकर्ता वडगावला पाठवून, सत्यस्थिती काय आहे याची चौकशी करून मग काय बोलायचं, ते ठरवावं.

या वेळी परभूला सूर्यकांत साठेंची फार आठवण आली. ते असते तर त्यांनी हे प्रकरण पद्धतशीरपणे हाताळलं असतं. या प्रा. अंभोरेला असं मध्येमध्ये नाक खुपसू दिलं नसतं.

"मला तर वाटतं कांबळे साहेब, आपण चौकशीसाठी माणूस पाठवणं म्हणजे तिथल्या शाखाध्यक्षावर अविश्वास दाखवणं होय."

आता मात्र परभूला दम निघाला नाही; तो ताडकन म्हणाला,

"अंभोरे साहेब, तुमचा माझ्यावर एवढा राग काऊन हाये, ते मले समजते. आमच्या गावात तुम्ही त्या दिवशी केलेल्या भडक भाषणाबद्दल म्या तुमच्या समोर नापसंती दाखवली, मनून तुमच्या मनात माह्याबद्दल आठी पडली; पण एक लक्षात घ्या; मी बी त्या गावच्या शाखेचा जबाबदार सल्लागार हाओ. सल्लागार ह्या पदाले तुमच्याठायी काही किंमत नसंल अन् सल्ला देणाराच खोटं बोलते असं वाटत

असंल तं नाइलाजानं मले ते पद सोडावं लागेल... ठीक आहे कांबळे साहेब, चलतो आम्ही. आम्हाले वाटलं व्हतं, तालुका शाखा आपल्यावर गावकऱ्याह्यनं अन्याय केल्यावर आपली पाठीराखण करंल; पण तुम्ही चोराले साव अन् सावाले चोर समजायले. माह्यावर तुमचा इश्वास नाही मनल्यावर म्या तुमच्या चळवळीत राहणं गधेपणा हाये; मनून मी आमच्या गाव शाखेच्या सल्लागारपदाचा राजीनामा देतो. यंका, चाल, ऊठ...

"अहो, गायकवाड रागाऊ नका... बसा." वसंता कांबळे मागाहून म्हणाला; पण ना परभू थांबला, ना यंका.

दोघेही तरातरा चालत हॉटेलबाहेर पडले.

***

दिनकर बेल्याच्या दुकानातून पांडेबुवांसाठी ब्रिस्टॉल सिगारेटचं पाकीट विकत घेऊन परभू दुकानाबाहेर पडला. पांडेबुवा ग्रामपंचायतीच्या ऑफिसात बसलेले होते. मार्च महिन्याची सुरुवात म्हणजे सरकारचा अल्पबचतीसाठी तगादा. तहसीलदारापासून गावकामदारांपर्यंत सारे या कामात जुंपलेले असतात. त्यात भरीला विधानसभेच्या निवडणुका लागलेल्या. दोन्ही कामं युद्धपातळीवरची; त्यामुळे महसूल खात्याचे सगळे अधिकारी, कर्मचारी त्रस्त झालेले, वडगावचे पांडेबुवा याला अपवाद नव्हते. पटवाऱ्याचे कार्यक्षेत्र म्हणजे खेडी. खेड्यात अल्पबचत टाकणारे लोक भेटतात कुठे? तरीही पटवारी शेतकऱ्यांना तंगवितात. वडगावच्या लोकांची हीच गत. पांडेबुवांचा गावकऱ्यांमागे 'बचत द्या, बचत द्या' असा सारखा टेंभू. वडगावची शेती कोरडवाहू... ना विहिरींना पाणी, ना एखादं मोठं धरण. तसे गावच्या दक्षिणेला असणाच्या जामटीच्या शिवारातून वाहत येणाऱ्या ओढ्यावर धरण होणार म्हणे... पण अजून तरी त्याच्या कामाचा नारळ फुटला नाही. हे धरण व्हावे असे परभूसह अनेक मातंगांना वाटत होते. हे धरण झाले तर गावातल्या मजुरांना काही काळ सरकारी काम मिळेल. मातंगांना गावकऱ्यांवर अवलंबून राहावयाची पाळी येणार नाही. काही काळ तरी मातंगांना स्वाभिमानाने जगता येऊ शकेल. मात्र, काहीजणांना ते होऊ नये असं वाटतं, कारण धरण झाल्यास मातंगांसाठी दुभती गाय असणारं जामटीच्या ओढ्याकाठचं सिंदीचं बनं पाण्याखाली बुडणार; त्यामुळे मातंगांचा वर्षानुवर्षांचा रोजगार बुडणार... गावकरी मात्र या धरणाबाबत उदासीनच होते, कारण त्यांना त्या धरणाचा फारसा फायदा होणार नव्हता. वडगाव सोडून खालच्या गावच्या म्हणजे देऊळगावच्या लोकांना त्या धरणाचं पाणी मिळणार. त्यातल्या त्यात देऊळगावच्या भाऊसाहेब देशमुखांची आणि मंचकराव पाटलांचीच जास्त जमीन भिजणार म्हणून ते दोघे हे धरण व्हावं यासाठी धडपडत होते. वडगावच्या शेतकऱ्यांना

फायदा होईल असं धरण जवळपास कुठेच होणं शक्य नव्हतं.

पांडेबुवांनी गावातल्या त्यातल्या त्यात सधन म्हणून गणल्या गेलेल्या पंधरा-वीसजणांना बोलावून आणण्याची आणि येताना दुकानातून सिगारेट पाकीट विकत आणण्याची सूचना परभूला केली होती. दिनकर बेल्याच्या दुकानातून सिगारेट पाकीट विकत घेऊन, ते खिशात टाकून तो नामदेव बेल्याच्या घराकडे वळला. नामदेव बेल्या घरी नव्हता. बाहेरगावी गेला होता. त्याच्या घराला लागूनच सखाराम ठाकऱ्याचं घर, तो सासऱ्याच्या इस्टेटीवर इथे आलेला, सासऱ्याची वीस एकर काळीची जमीन, चांगले उत्पन्न देणारी.

तो ठाकऱ्याच्या घरी आला, तर त्याच्या घरात लिंबा बेल्या बसलेला होता. परभूला वाटलं, चला बरं झालं, लिंबाच्या घरी जाऊन त्याला बोलवायचा त्रास वाचला; म्हणून त्याने सखाराम ठाकऱ्यासोबत लिंबालाही पांडेबुवाचा निरोप सांगितला अन् तो पुढे निघाला. तसा लिंबा बेल्याने त्याला आवाज दिला. तो परत फिरला. घरात गेला. लिंबानं 'बस' म्हटलं, तर बसला. लिंबा कोणती गोष्ट काढणार याचा परभूला अंदाज होताच. राजाराम मास्तरने यंकाला मारहाण केल्याप्रकरणी तो काही विचारील. खरं तर याआधीच त्याने विचारायला पाहिजं होतं; पण त्याची अन् परभूची आजच समोरासमोर भेट होत होती.

"कारे, कुठोरलोक आलं तुमचं?"

"काहाचं?'

"राजारामले अन् माह्या पोहायले हातकड्या घालून नेयाचं?"

"तुम्हाले कोणं सांगितलं?"

"तुले काय वाटते; मले सांगणारे नसतीलच तुमच्या चळवळीत?"

"असतील ना! माणसं चळवळीत असले म्हणजे सबावं थोडेच बदलतात. लाव्यादिव्या केल्याबिगर राहणार नाहीत! सांगा ना नाव, कोणं तुम्हाले असं सांगितलं ते?"

"मंग तुव्हं का मले भेव हाये का? अरे, तुमच्या गण्यानंच सांगितलं. तुवा शपथ घेतली व्हती ना राजारामले अन् माह्या दोन पोरायले हातकड्या घालून नेयाले लावीन, तव्हाच दम खाईन. मंग आता कुठं गेला तुहा दम?"

लिंबापेक्षा परभूला गणाचाच दिमाख आला. साला, हा असं काय करून राहिला? आपल्याला विरोध करणं, आपला द्वेष करणं हे आपण समजू शकतो; पण प्रत्यक्षात यंकाला मारहाण झाली तरी यंकाची पाठीराखण न करता उलट आपल्या विरोधात या लिंबाला खोटं-नाटं सांगून भडकावून देतो. चळवळ हे हत्यार आहे. त्याचा वापर आपल्या समाजाच्या भल्यासाठी करायचा सोडून हे हत्यार आपल्याविरुद्ध वापरतो. वाशिमला तालुका शाखेच्या प्रा. अंभोरेला एकाचे दोन

सांगून तिथेही त्याने आपली बदनामी केली अन् गावातही या लिंबाला फूस दिली. अशाने चळवळीचं काय होईल? समाजाची सुधारणा होण्याऐवजी ती खड्ड्यात जाईल? तसा आपण रागारागानेच तालुका शाखेकडे आपल्या गाव शाखेच्या सल्लागारपदाचा रीतसर लेखी राजीनामा पाठवला; त्यामुळे आपला चळवळीशी संबंध तुटला असे म्हणता येणार नाही. चळवळ ही काही एक-दोघांसाठी नाही. सगळ्या समाजासाठी ती राबविली जाते. जोपर्यंत आपण मातंग आहोत, तोपर्यंत आपण शाखा संघटनेत असलो काय आणि नसलो काय; चळवळ मात्र आपलीच राहील... तसं नसतं तर वाशिमवरून सूर्यकांत साठेंचे 'मला भेटायला या' असे दोन-तीनदा निरोप आलेच नसते. हं, आपण रागाच्या भरात त्यांना भेटायला गेलो नाही, ही गोष्ट वेगळी!

खरं म्हणजे यंकाला आपण साथ दिली म्हणून मार खाऊनही त्याला थोडा दिलासा वाटला. आपणही त्याच्याकडे पाठ फिरवली असती तर? त्याने कोणाच्या तोंडाकडे पाहिलं असतं? संघटना पाठीशी येत नाही, म्हणून मग माणसं बेवारस सोडायची की काय? तीही त्यांचा दोष नाही तरी सवर्णांचा मार का खातात? अशाने तर आपल्यावरही उद्या कोणी गावातला सोम्या-गोम्या हल्ला करील; गावात जगणं कठीण होईल... विनाकारण उचापती करणं मूर्खपणाचं आहे; पण कोणी अंगावर धावून आला, तर मग गप्पच बसायचं? 'बावाजी' म्हणून मुकाट्याने मार खायाचा? गेला तो काळ. आता नाही जमणार ते... आता काळ बदलला, कायदा आपल्यापाठी उभा राहिला... अरे, अरे हे काय? आपले अन् त्या प्रा. अंभोरेचे विचार सारखेच की नाही? आणि त्या दिवशी आपल्याला त्याच्या विचारांचा मात्र राग आला?... हे कसं?

"तुम्हाले जे कळलं, ते सारं खोटं हाये. तशी तं काही म्या शपथ घेतली नव्हती."

"मंग काय पोलीस ठेसनात आमच्या नावाने रिपोट केला?"

"त्यो तं कराच लागंल. मुकं राह्यलो तं आम्हाले गावात तोंड काढणं मुश्कील व्हईल" परभूनं खोटंच पण रेटून सांगितलं.

"तुम्ही तुमची पायरी सोडून वागल्यावर तोंड काढायले जागा कशी राहील?"

"अजून तरी पायरी सोडली नाही."

"मंजे इथून मव्हरं सोडणार?"

"ते आजच कसं सांगावं, मव्हरं काय व्हईल ते?"

"मंजे राजाराम अन् माह्या पोरायले हातकड्या नक्की घातल्या जातील?"

"ते पोलीस करत बसतील; त्याच्याशी आम्हाले काय देणं-घेणं?"

"तू खोटं बोलायलास हे मले बी कळते; मी काही निव्वळ मनगटानं शेंबूड

पुसत नाही. पोलीस स्टेशनात जाऊन म्या सारी चौकशी केली!''

"मंग काय सांगितलं पोलिसाह्यनं?''

"रिपोट-गिपोट काही केला नाही मन्त.''

"अन् तरी त्या गणाचं मन्नं तुम्हाले खरं वाटलं.''

"नाही वाटलं; पण ह्यो विषय मुद्दाम तुह्याजवळ याच्यासाठी काढला की, तुम्ही संघटना, चळवळ उभी कराय निघाले; पण तुमचा अध्यक्षच तुमच्या विरोधात किती काड्या करतो?''

लिंबा बेल्याचा बदललेला नूर पाहून परभूही अवाक झाला. किती फिरवून त्यानं गोष्ट या पदावर आणली?

"आता मले सांगा, खुल्लमखुल्लाच इचारतो, इचारू?''

"इचार.''

"त्या दिसी यंकाले तुमच्या मास्तरनं अन् तुमच्या पोराह्यनं मारलं यात यंकाचा काय गुन्हा व्हता? हं, संबाजीदादाचा मेलेला बैल त्यानं वढत नाही मनलं; तं संबाजीदादानं त्याले शिवी-गलती का मारहाण केली असती, तं ते बरोबर वाटलं असतं; पण तुमच्या मास्तरनं काहाले मंधात पडावं व्हतं?''

"आमच्या मास्तरचं चुकलं. म्या त्याले, माह्या पोरायले कल्ला केला; याच्यापुढे अशा काही नसत्या उचापती करू नका मनून धमकावून सांगितलं...''

"असो, जे झालं ते भल्यासाठीच झालं मनावं. गाव शाखेनं, तालुका शाखेनं दखल घेतली नाही, आम्ही पोलिसात गेलो नाही; मनून निदान तुमच्या मनात आमच्याबद्दल काय इचार हायेत, ते तरी कळलं.

"तुमच्या मर्यादेत राहून तुमचं चळवळीचं काम चालू ठेवा; राह्यली गावकीची कामं? जेवढी करता येतील, तेवढी करा. जमाना बदलायला, कोल्हे-कुत्रे आपला हक्क मांघायले, तुम्ही तं माणसं हा, हे मलेबी कळते.''

लिंबा बेल्याच्या तोंडची ही भाषा ऐकून परभू चकितच झाला. हे लिंबा बेल्याच बोलायला का? याचा त्याला भरवसाच वाटेना. ही आग एवढी शांत कशी झाली? काळासोबत माणसंही बदलतात, माणसांचे विचार बदलतात म्हणायचे.

"गावगाडा हाये, कमी-जास्त व्हत राहते; भांड्याले भांडं लागत राहते... मनून गाव जाळून टाकल्यानं जमत नाही. गाव शाबूत राह्यला पायजे... कसं मनतो?''

परभूनं 'पटलं' याअर्थी मान हलविली.

"त्या यंकाले सांग. गावकीची कामं चालू ठेव मनावं.''

खरं तर मारहाणीच्या या प्रकरणानंतर गावकीचं काम करायचं किंवा नाही, याचा खल एक दिवस परभू, परभूचे वडील येसाजी अन् यंका अशा तिघाजणांत झाला. यंकाचं म्हणणं, गणा जर आपल्याला साथ देत नसेल; तर बेधडक गावकीचे

सगळेच कामं- मेलेलं ढोरं ओढणं, सोलणं हेसुद्धा करायचं; पण परभूला अन् येसाजीला ते पटलं नाही. त्यांचं म्हणणं- डॉ. अण्णा भोपळेंनी चळवळ उभी केली, ती समाज सुधारण्यासाठी. त्यासाठी लाचारीतून जन्माला आलेली गावकीची कामं आधी सोडावी लागतील; हं, ज्या कामांचा गावकऱ्यांकडून मोबदला मिळेल ती कामं करायला हरकत नाही; पण याचा अर्थ असा नाही की, मोबदला घेऊन मेलेली ढोरं ओढा, सोला; नाही. जी कामं हीन दर्जाची आहेत, ती अजिबात सोडूनच द्या... यंकाला सवर्णांनी मारहाण केल्यावर गाव शाखा, तालुका शाखा आपली साथ देत नाहीत, म्हणून मग आपण चळवळीच्या विरोधात जाऊन गावकीची कामं करणं बरोबर नाही. आपलं पोट कसं भरायचं हा आपला प्रश्न आहे. जोपर्यंत गावावर शेतीवाडीचं काम मिळते, तोपर्यंत ते करायचं, पोट भरायचं... ज्या दिवशी गाववाले कामावरून घालवून देतील, त्या दिवशी काय करायचं ते पाहून घेऊ... गणानं मूर्खपणा केला, म्हणून आपणही तसंच करायचं, याला काही अर्थ नाही... हे यंकालाही पटलं... अन् आता हा लिंबा बेल्या म्हणतो गावकीचे कामं चालू ठेवा... कसे चालू ठेवायचे? पण त्यावर परभू फारसं काही बोलला नाही.

"पांडेबुवा तुमच्या दोघायची वाट पाहायले, त्याह्यले भेटा." असं सांगून तो उठला.

लिंबाबाबत ही जी गोष्ट घडली, ती सारी खरीच हे अजूनही परभूला पटेना... यात त्याची काहीतरी चाल असावी; बाहेर आल्यावर त्याला अशी शंका आली. याच्या बोलण्यानं हुरळून न जाता आपण आपलं सावधगिरीनं वागलं पाहिजं, असं मनाशी ठरवून परभू रस्त्याला लागला.

विधानसभेच्या निवडणुकांची रणधुमाळी संपली. काँग्रेसला शह द्यायचाच असा शिवसेनेने प्रयत्न केला. त्यासाठी महाराष्ट्रात तिने भाजपासोबत युती केली तरी त्यात तिला फारसं यश आलं नाही. काँग्रेस बहुमताने निवडून आली. आधीचेच मुख्यमंत्री श्री. शिवाजीराव पाटील-निलंगेकर पुन्हा मुख्यमंत्री झाले. महाराष्ट्रात पुन्हा काँग्रेसची सत्ता टिकून राहिली. काँग्रेसअंतर्गत मराठा लॉबीचा दबदबा पुन्हा वाढला. १९८२ मध्ये बॅ. अंतुलेंनी मुख्यमंत्रिपदाचा राजीनामा दिल्यानंतर केवळ जन्माने मराठा म्हणून मा. बाबासाहेब भोसलेंचा मुख्यमंत्री म्हणून शपथविधी झाला. त्या वेळी सगळा महाराष्ट्र चकित झाला होता. तशी महाराष्ट्रात काँग्रेसच्या राजकारणातही गटबाजी आहेच; मराठा-देशमुख, मराठा-मराठा गट सतत एकमेकांवर कुरघोडी करण्याचा प्रयत्न करतात. १९७८ साली शरद पवारांनी वसंतदादा पाटलांच्या मंत्रिमंडळातून फुटून शे. का. पक्षासारख्या पक्षासोबत पुरोगामी लोकशाही दल नावाची आघाडी स्थापन केली होती आणि स्वतःचं मंत्रिमंडळ स्थापन केलं, तेव्हा भारतीय राष्ट्रीय काँग्रेसच्या अध्यक्षा इंदिरा गांधींनी पवारांना काँग्रेसमधून काढलं. या

वेळी मोरारजी देसाईंचं केंद्र सरकार होतं. मागच्या विधानसभा निवडणुकीनंतर इंदिरा गांधींचे पुत्र संजय गांधी यांच्या प्रभावामुळे बॅ. अंतुले मुख्यमंत्री झाले. मराठ्यांच्या राजकारणाला फार मोठा धक्का बसला. बॅ. अंतुलेनंतर आलेल्या बाबासाहेब भोसल्यांना मुख्यमंत्रिपदावरून जावं लागलं. त्यांच्या जागी पुन्हा वसंतदादा पाटील आले. पूर्वी इंदिरा गांधींशी पटले नाही म्हणून १९७७-७८ मध्ये त्यांनी स्वाभिमानाने मुख्यमंत्रिपद सोडलं होतं. दुसऱ्या वेळीही त्यांच्यावर तीच पाळी आली. दरम्यानच्या काळात इंदिरापुत्र संजय गांधी यांचा अपघाती मृत्यू झाला. इंदिरा गांधींचा आणीबाणीनंतरचा काळ अत्यंत पडतीचा, दगदगीचा. या काळात संजय गांधींनी त्यांना फार मोठा धीर दिला. संजय गांधींच्या मृत्यूनंतर इंदिरा गांधी पुन्हा एकट्या पडल्या. त्यांना आधार देण्यासाठी विमानसेवेत पायलट म्हणून नोकरी करणाऱ्या त्यांच्या द्वितीय पुत्राने, राजीव गांधी यांनी राजकारणात प्रवेश केला. दुर्दैवाने इंदिरा गांधींचा पंतप्रधान असताना एकतीस ऑक्टोबर एकोणीसशे चौऱ्याऐंशीला खून झाला. त्यानंतर राजीव गांधी पंतप्रधान झाले. भारतवर्षाला युवा नेतृत्व लाभल्याने युवकांमध्ये उत्साहाची एक लाट निर्माण झाली; पण त्यांच्या काही निर्णयांमुळे वादळेही निर्माण झाली. महाराष्ट्रात तसंच झालं. वसंतदादा पाटील मुख्यमंत्री असूनही त्यांना न विचारता राजीव गांधींनी प्रभा राव यांची महाराष्ट्र राज्य काँग्रेसच्या अध्यक्षपदी नेमणूक केली. ही गोष्ट न मानवल्याने वसंतदादांनी मुख्यमंत्रिपदाचा राजीनामा दिला. वरिष्ठांशी न पटल्याने दोनदा मुख्यमंत्रिपद सोडणारे ते देशातील एकमेव मुख्यमंत्री. मुख्यमंत्रिपद सोडलं तरी महाराष्ट्रातील राजकारणावरची पकड त्यांनी ढिली होऊ दिली नाही. श्री. शिवाजीराव पाटील-निलंगेकर यांनाच त्यांनी मुख्यमंत्रिपदी बसवलं. तिथे इतरांची वर्णी लागू दिली नाही.

तेच शिवाजीराव पाटील-निलंगेकर पुन्हा मुख्यमंत्रिपदी विराजमान झाले.

हे जाती-पातीवर आधारित चित्र लोकसभा, विधानसभा, जि. प., पं. स. इतकंच काय ग्रामपंचायत निवडणुकांत अधिक स्पष्टपणे दिसून येतं. लोकसभा, विधानसभेच्या सर्वसाधारण मतदारसंघात मराठा-मराठा, मराठा-देशमुख असे गट-तट पडतात. जि.प., पं.स.च्या निवडणुकांच्या वेळीही तेच! प्रत्येक गावात जातीअंतर्गत, जाती-जातींत संघर्ष होतो. प्रत्येक वेळी मतदारही एवढ्या प्रमाणात टोकाची भूमिका घेतात. जाती-जातींच्या मतदार लॉबी तयार होतात... जातीवरून मतदारांना आवाहन केले जाते. मतदारसंघात ज्या जातीचे मतदार अधिक त्या जातीचा उमेदवार देण्याचा प्रयत्न केला जातो. अपवाद म्हणून महाराष्ट्रात गुलाम नबी आझादांसारखा काश्मिरी माणूसही लादला जातो. मतदारसंघ घुसळून काढले जातात... पण हे चित्र विधानसभेच्या राखीव मतदारसंघात दिसत नाही. वाशिम हा अनुसूचित जातीसाठी राखीव मतदारसंघ; अनुसूचित जातीमध्ये येणाऱ्या जातीतील उमेदवारांतच हा संघर्ष

असतो; अनुसूचित जातीचे मतदारही इतर जातींपेक्षा जास्त जागृत असतात. मात्र, या मतदारसंघातल्या इतर वरिष्ठ जातींच्या कार्यकर्त्यांत, मतदारांत उदासीनता दिसून येते. कार्यकर्ते मन लावून प्रचाराचे काम करत नाहीत. बरेच वेळा दलितेतर कार्यकर्ते प्रचारासाठी शेजार-पाजारच्या मतदारसंघांत जातात. म्हणजे राखीव मतदारसंघात प्रचार करायला अन् मतदान करायला आघाडीवर फक्त अनुसूचित जातीचेच लोक असतात.

या विधानसभा निवडणुकांच्या वेळी हे चित्र परभूला स्पष्टपणे लक्षात आले. जाती-जातींच्या राजकारणाच्या दलदलीचा हा इतिहास, वर्तमान पाहून ऐकून त्याला राजकारणाचीच किळस आली. राजकारण हे श्रीमंतांचं आणि बदमाशांच आहे. आपल्यासारख्या गरीब, खालच्या जातीतल्या माणसानं राजकारणाच्या वाऱ्यालाही उभं राहू नये... खरं तर त्यानं यंकाच्या प्रकरणात अ. म. मातंग संघाच्या वडगाव शाखेच्या सल्लागारपदाचा राजीनामा लिहून तालुका शाखेकडे पाठविला; पण सूर्यकांत साठेंनी तो मंजूर केला नाही. दोन-तीन निरोप पाठवूनही परभू आपल्याला भेटायला आला नाही, हे पाहून तेच एक दिवस मोटरसायकल घेऊन परभूला भेटायला वडगावला आले. विधानसभेच्या निवडणुकीसाठी वाशिम मतदारसंघातून स्वतंत्र उमेदवार म्हणून मालेगावचे दौलतराव भालेराव ह्यांना संघटनेने पाठिंबा दिल्याने त्यांच्यासाठी काम करणे किती आवश्यक आहे हेच ते सांगत राहिले. ते म्हणाले,

''परभूभाऊ, ही निवडणूक म्हणजे अ. म. मातंग संघाच्या अस्तित्वाचा लढा आहे. अ. म. मातंग संघाने राजकारणात पडावं की नाही हा वादाचा मुद्दा आहे; पण काही गोष्टी राजकारणाशिवाय होत नाहीत. राजकारणाच्या माध्यमातून अ. म. मातंग संघाला आपली ताकद दाखवता येऊ शकते. ती संधी आपल्याला चालून आली आहे, तेव्हा आपण सगळे रुसवेफुगवे, हेवेदावे सोडून या कामी लागलं पाहिजे. उद्यापासून तुम्ही आमच्यासोबत राहायचं, काय म्हणतो?''

परभूला नाही म्हणता आलंच नाही.

मार्च महिना या रणधुमाळीतच गेला. परभूला पंधरा-वीस दिवस घर दिसलं नाही. पांडेबुवाला सांभाळून त्याला हे सारं करावं लागलं. मतदान झाले. मतमोजणीही झाली आणि दौलतराव पडले. परभूसह सर्वांना वाईट वाटलं. त्यातल्या त्यात समाधान म्हणजे तिसऱ्या नंबरावर राहून त्यांनी डिपॉझिट वाचवलं.

''गडेहो, आपण हरलो याचं दुःख आहेच; पण लढलो हेही मी महत्त्वाचं आहे. पुढच्या वेळी यापेक्षा जास्त नेट लावू.''

दौलतरावांनी सर्वांचं सांत्वन केलं... परभूचा हा पहिला अनुभव त्याला फार काही सांगून गेला.

***

आज पंधरा मे, १९८५ या वर्षातलं हे शेवटचं लग्न! नवरदेव आगळावेगळा; त्यामुळे वेगळं वजन प्राप्त झालेलं आजचं लग्न. अखिल भारतीय विद्यार्थी सेना, शाखा वाशिमचे सरचिटणीस आणि शिवसेनेचे केवळ वडगावातीलच नव्हे, तर वाशिम तालुक्यातील तडफदार, तरुण कार्यकर्ते, आनंदा बेल्याचे धाकटे चिरंजीव विकासराव यांचं लग्न, लग्न लागायला जाणार मालेगावला. तिकडची पार्टीही वजनदार! त्या परिसरातले काँग्रेसचे मुरब्बी, राजकारणी, मालेगाव पं. स.चे उपसभापती मा. अजाबराव धोटे यांची कन्या चि. सौ. कां. विजयाताई हिच्याशी विकासरावचे लग्न आज संध्याकाळी ६.०५ मिनिटांनी मालेगाव मुक्कामी लागणार आहे. दोन्ही पक्षांकडून आपापल्या राजकीय पक्षातले अकोला जिल्ह्यातील मान्यवर या लग्नाला उपस्थित राहणार. आपल्या कन्येचं लग्न थाटात पार पडलं पाहिजे, मंडप भव्य असला पाहिजे; यासाठी अजाबरावांनी पं. स.च्या मोकळ्या आवारात भव्य मंडप उभारला. शुभ्र लोड-तक्क्याची बिछायत लावली. सोळा फुटांचे भव्य मखमली स्टेज, त्यावर नवरी-नवरदेवासाठी शाही खुर्च्या, त्या परिसरात प्रसिद्ध असलेला गोरेगावचा बँड, त्या बँडात चाळीस माणसं, सारखा ड्रेस घातलेली. वाजवताना अंगाचं पाणीपाणी करणारी. जसा नवरीकडचा बँड तसा नवरदेवाकडचाही बँड लावण्याची या समाजाची प्रथा. असे दोन बँड एकत्र आले की, त्यांच्यात चढाओढ होणार, हे साहजिकच आलं. एकानं वाजविलेलं गाणं दुसऱ्याने तोडायचं. बघ्या वऱ्हाड्यांनी वाहवा करायची; त्यांच्या गाण्यावर नोटा उधळायच्या. ही मिळकत दोन्ही पार्ट्यांना चांगल्या प्रमाणात व्हायची... यात दोन्ही बँड पार्ट्यांची जशी शान वाढायची, तशी दोन्ही पक्षांचीही वाढायची.

या गोष्टींची जाणीव ठेवून विकासने स्वतः लग्नापूर्वीच्या महिन्यात गावातल्या गणाला अन् त्याच्या साथीदारांना घरी बोलावून घेतलं. गणाच्या बँडात सगळे वीस माणसं; या वीस माणसांच्या त्याने दोन बँडपार्ट्या केलेल्या. मोठ्या पार्टीत तेरा माणसं, लहान पार्टीत सात माणसं; पण विकासने दोन्ही पार्ट्यांची मिळून एक पार्टी तयार करायला सांगितली. दोन-दोन कारनेट, चार-चार ढोल-ताशे असा सगळा धूमधडाका झाला पाहिजे, ड्रेस नसतील तर नवे शिवून घेण्याची अन् त्यासाठी लागेल तर पैसे नेण्याची सूचना विकासने केली. गणाच्या दोन्ही पार्टीवाल्यांचे कपडे चांगले होते; त्यामुळे कपडे शिवायची गरज नव्हती.

"गोरेगावचा बँड लावलेला हाये माह्या सासऱ्यानं, त्याच्यापुढे तुम्ही फिके पडले ना पाह्यजे. काही माणसं बदलायची असतील तर ती बदल." त्या वेळी विकासनं गणाला सक्त वॉर्निंग दिली होती.

तसे मातंगांच्या चळवळीमुळे गावोगाव तणाव निर्माण होऊ लागले; त्यामुळे काही गावांनी बँडवर बहिष्कारच घातला होता. गावातलाच काय परगावचाही बँड ते

लावत नसत; एवढंच नाही तर लग्न लावायला येणाऱ्या वरपक्षाला 'बँड आणायला जमणार नाही, ही अट मान्य असेल तरच सोयरीक पक्की!' अशी सक्ती करीत. धामणी, बोरजा, सोनाळा, सोनवळ ही त्यातली काही गावं. बोरज्याचं एक लग्न वडगावात आलं; त्यांनीही वडगावकडच्यांना बँड लावू दिला नाही. बिनाबँडाचं वडगावात लागलेलं ते पहिलं लग्न!

ही झाली बँडाची गोष्ट. विकासने स्वतःसाठी, मित्रांसाठी चार जीप अन् वऱ्हाडासाठी दोन ट्रक भाड्याने सांगितले. गावातही त्याच्याएवढी वाहनं अद्याप कोणीच बाहेरगावी नेली नव्हती. नवरी-नवरदेव, सगळं वऱ्हाड एकाच ट्रकमध्ये कोंबून नेण्याची-आणण्याची गावाची पद्धत. एकूणच त्याच्या लग्नाची चर्चा गावात बऱ्याच दिवसांपासून सुरू होती. गावात जो तो 'या लग्नाले आपल्याले जायचंच' असं म्हणू लागला.

काहीजणांना मालेगावच्या धोटेंनी विकासला मुलगी दिलीच कशी याचंच नवल वाटू लागलं. नवल तसं काही नाही. अजाबराव हा आनंदा बेल्याचा मेहुणा म्हणजे विकासचा मामाच लागतो; तरीपण अजाबराव कोणीकडे अन् आनंदा बेल्या कोणीकडे? विकास कॉलेज शिकायला; आज ना उद्या त्याला नोकरी लागेल किंवा शिक्षण झालं की, अजाबरावच त्याला कोठे नोकरीला लावेल... आपल्या समाजात विकाससारखी शिकलेली मुलंच कमी. त्यातही नोकरीला म्हणाल तर बोटांच्या कांड्यावर मोजण्याएवढी! एवढ्या मोठ्या दीड-दोन हजार लोकवस्तीच्या गावात एक राजाराम अन् दुसरा देवराव मास्तर असे दोघेच नोकरीला लागलेले. बाकी गावात सारे रानगवेच; त्यामानाने बौद्धांची पोरं शिक्षणाबाबत, नोकऱ्यांबाबत कुणब्यांपेक्षा बरीच पुढे गेलेली... अजाबराव विकासला नोकरी लावेल, नक्कीच लावेल... म्हणूनच त्याने आनंदा बेल्याची साधारण परिस्थिती आहे तरी वीस हजार रुपये हुंडा दिला; अन् मुलगीही दिली.

विकासलाही मामाने आपल्याला मुलगी दिली याचा मोठेपणा वाटू लागला... त्यात तो शिवसेनेचा कार्यकर्ता... त्यामुळे आपल्या लग्नाला तालुक्याची, जिल्ह्याची शिवसेनेची मंडळी येणार, आपल्याकडून अन् मामाकडूनही काही कमी-जास्त गैरसोय वा उणीव भासू नये म्हणून विकासच्या लग्नात विकासच अधिक ध्यान देऊ लागला. एरव्ही आनंदा बेल्याला किंवा त्याच्या दोन्ही मोठ्या मुलांना व्यवहारातलं अन् कशातलंच काही कळत नव्हतं. ते तिघंही बाप-लेक म्हणजे रानबाऊ; त्यामुळेच विकासनं पाटीलकीसाठी मुकींदाचा नाहकच अर्ज भरला, असं सगळा गाव बोलू लागला.

झालं, लग्नाचा दिवस उजाडला. विकास दोन दिवस अगोदरच हळदीसाठी मालेगावला गेला होता; पण तरीही त्याने वाशिमच्या मित्रांना जीप्स आणि ट्रक घेऊन

गावाकडे जायला अन् सगळं वऱ्हाड घेऊन यायला सांगितलं होतं. त्याने सांगितल्याप्रमाणे त्याच्या दोन-तीन दोस्तांनी जीप्स, ट्रक आणले. मारोतीपुढे उभे केले. आनंदा बेल्यानं, मुकींदानं वऱ्हाड-वऱ्हाडणींना निघण्यासाठी आवाज दिले. ट्रकजवळ बँडवाल्या गणाची पार्टीही आपापली बासनं घेऊन आली.

बायका, माणसं, लहान-सहान पोरं, मोठा गलकाच मारोतीच्या पारापुढे जमा झाला. कोणाचं कोणावर नियंत्रण नव्हतं. कोणी कोणत्याही वाहनात बसू लागले. निळ्या दिलेल्या, इस्त्र्या केलेल्या गावरान लीडरांनी तिन्ही जीप्स भरल्या. एका ट्रकात बायाबापड्या लेकरांबाळासह बसल्या. कुणीतरी एकजण बँडवाल्यांना म्हणाला, "अरे, तुम्हीबी घुसा ना उरलेल्या ट्रकात. तुमचे ताशे न ढोल घेऊन बसा... ट्रक भरल्यावर मंग कुठं बससाल?"

बँडवाल्यांना हे पटलं. गणासह सारेच ट्रकमध्ये चढले. ज्यानं-त्यानं आपापली बासनं सांभाळली.

"काय जमाना बदलला? वऱ्हाडी चढायचे राह्यले अन् आगुदर हे मांगेच जाऊन बसले? वऱ्हाडापरीस हेच मानाचे वऱ्हाडी झाले." दुसऱ्या एकानं चर्चा सुरू केली.

"हो ना हो; जुन्या काळात जव्हा गाडीबैलानं वऱ्हाड जायाचं, तव्हा हे बटके आपापले बासनं संबाळून गाडी-बैलामव्हरं धावत-पळत जात. याह्यले कोणीच गाडी-बैल देयेना. अवचित एखांदा घरधनी कदर करणारा असला, तरच त्यो याह्यले एखांदी गाडीबैल देये... अन् आता पाहा ना कसे राजासारखे आगुदरच जाऊन बसले!"

चर्चा अशीच वाढत गेली. तिथे येईल तो या चर्चेत सहभागी होऊ लागला.

"चढू द्याना चढले तं. आपणबी चक्कं सांगू त्या आनंदाले की, मांगायले आदुगर ट्रकातून खाली उतरव; मंग आम्ही ट्रकात बसू... नाही तं मंग आम्ही चाललो आमच्या घराकडे." वडाखालच्या देवबा बेल्याचा मोठा पोरगा- किसनानं पीन खोचली अन् त्याची पीन बरोबर लागू झाली.

चर्चेत सहभाग घेणारे बहुतेक या गोष्टीवर तयार झाले. गावातून ट्रकजवळ येणाऱ्या आणखी लोकांना त्यांनी आपल्या विचारात सामील करून घेतलं.

"वऱ्हाडाआदुगर आपुन कसं ट्रकात चढावं हे या मांग्यांना कसं कळालं नाही? एऱ्ही याह्यची चळवळ सुरू झाली, तव्हापासून हे जरा चेकाळले." असं जो तो म्हणू लागला.

झालं, पाहता पाहता तिथं बँडवाल्यांच्या विरोधात वातावरण तयार झालं.

ज्यांना-ज्यांना लग्नाला यायचं ते सारे लहान-थोर ट्रकजवळ जमा झाले.

"चला, बसा ना." तेवढ्यात आनंदा तिथे आला.

"कसं बसता?" वडाखालच्या देवबा बेल्याच्या किसनानं विचारलं.

"काऊन काय झालं?"

"ते मानकरी पाहा ना, आदुगरच जाऊन बसले."

आनंदाने पाहिलं अन् कपाळावर आठी पाडून म्हणाला,

"अरे, इच्या मायले, या बेण्याह्यनं काय घोर केला?"

आनंदा ट्रकजवळ गेला अन् म्हणाला, "अबे, आदुगर वऱ्हाड बसू द्या लागत व्हतं. मंग बसावं व्हतं तुम्ही?"

"आता बसू द्या; बसलो आम्ही. बसू द्या तुमचं वऱ्हाडबी, ह्यो एवढा ट्रक रिकामा हाये." वसंतानं म्हटलं.

"अबे, ट्रक रिकामा हाये का भरलेला हाये, त्याचा सवाल नाही; पण तुम्ही आदुगर आत बसल्यावर हे वऱ्हाड कसं बसंल?"

"कसं बसंल मंजे? चढून बसा ना मनावं, आम्ही बसलो तसे?" गणाचा खास दोस्त भिमा म्हणाला; पण आनंदाला या बोलण्याचा राग आला.

तो म्हणाला, "ये शहाण्या, जरा इचार करून बोल; अरे, ट्रकात आदुगर बसायचे मानकरी तुम्ही का हे माहे बाप? चला, उतरा. घ्या तुमचं सामाईन खाली. वऱ्हाड बसल्यासवर मंग बसा."

सर्वांनी एकमेकांच्या तोंडाकडे पाहिलं.

"थुतराकडे पाहता काय एकूनमेकाह्यचा? खाली उतरा आदुगर." आनंदाला राग आवरता आला नाही...

झालं, झाडावरून वानरांनी पटापट उड्या माराव्या तशा सगळ्या बँडवाल्यांनी आपल्या सामानासह उड्या मारून ट्रक खाली केला. आनंदा गावातल्या माणसांकडे गेला; अन् म्हणाला,

"चला, बसा बरं."

"बा, आदुगर ट्रकात काही आथरा लागत व्हतं?" मुकींदानं सुचवलं...

"मंग, नुसता बोंबलायलास काय? आथर न काऊन?" त्यानं मुकींदालाही झाडलं.

मुकींदानं एक-दोघा पोरांच्या मदतीने ट्रकात खताच्या पोत्यांचे तयार केलेले गोणे अंथरले. ते खाली उतरले अन् कुत्रे छुवाडल्यावर ते जसे सुसाट धावतात, तसे पोरं-सारे माणसं ट्रकमध्ये घुसू लागले... केबिन आधीच फुल्लं झालं होतं; त्यात तीळ ठेवायला जागा नव्हती. ट्रक मागूनही ठास भरला. दहा-पाच माणसं खाली शिल्लक राहिली.

आनंदाने ती बायकांच्या ट्रकमध्ये घुसवली. बायका-पोरं त्यामुळे दाटली. चेंगराचेंगरी झाली. तशी बायकांची कलकल वाढली. तीन जीप्स अन् दोन्ही ट्रकही पॅक झाले. पाय ठेवायला कोठेच जागा नव्हती अन् बँडवाले अजून बसायचेच होते.

"मांग राह्यले, मांग राह्यले." सगळ्या वाहनांत एकच गिल्ला.

"ये मुकींदा, बँडवाल्याह्यले चढा मनावं दोन्ही ट्रकाह्यच्या केबिनवर." कोणीतरी ट्रकातून ओरडून सल्ला दिला...

"खरंच, चढा रे ट्रकाह्यवर!' मुकींदानं म्हटलं.

"चला," म्हणत त्यातले एक-दोनजण उठलेही; पण गणाने त्यांना रोकलं. म्हणाला,

"मरायचं का काय केबिनवर चढून? बसू देसाल तं ट्रकात बसू द्या."

आता आली का पंचाईत? आता काय करावं? ट्रकमधल्या लोकांना सरकासरका म्हटले तरी ते सरकत नव्हते.

"काय झालं काका?" विकासचा वाशिमचा दोस्त जीपमधून उतरून आनंदाजवळ आला.

"हे बँडवाले राह्यले ना बसायचे? थोडे-थिडके नाहीत, अठरा-इसजणं हायेत." काय करता येईल यावर त्या मुलाने विचार केला अन् म्हणाला, "काका, असं करता? आम्ही चढतो ट्रकच्या केबिनवर अन् बँडवाल्यांना जीप देतो रिकामी करून."

"मांगाह्यले अन् जीप?" हे गोष्ट आनंदाला पचली नाही.

मग त्या मुलाने दुसरी शक्कल काढली.

"असं करा ना... या जीपमध्ये ट्रकमधले काही लोक बसवा अन् त्यांच्या जागी बँडवाले बसवा."

"अन् तुम्ही" मुकींदानं विचारलं.

"आम्ही चढतो केबिनवर."

तसं चालते, म्हणून आनंदासह सर्वजण कारवाईला लागले. जीपमधले विकासचे दोस्त ट्रकांच्या केबिनवर चढले, तर ट्रकमधून दहा-बाराजण उतरून जीपमध्ये बसले. आता बँडवाल्यांना बसायला सांगितलं तर ढोल-ताशांनीच जास्त जागा आडवली; त्यांची दहा-बारा माणसं तरी बाकी उरलीच.

"आता आणखी एखांदा ट्रक करावं का काय रे तुमच्यासाठी?" आनंदा कचकचला..

"ट्रक काहाले करता काका? बसवता येत असेल तं बसवा; नाही तं राहू द्या. आम्ही जातो आमच्या घराकडे!" गणानं म्हटलं; पण आनंदाच्या रागात घासलेट टाकल्यासारखं झालं ते! तो भडकला अन् म्हणाला,

"तुम्हाले काय वाटते रे, तुम्ही आले नाही तं माह्या पोराचं लगन लागायचं राहील?"

"मंग काहाले कुटाणा करता इतके?" वसंतानं ताणलं,

"ये उतरा रे; चला घराकडं." वसंताने पटकन उडी मारली. त्याच्यामागून बाकीचेही ट्रकमधून उतरले अन् सगळेच बँडवाले घराकडे निघाले...

"अरे, अरे काऊन जाता? अबे, गावाचा संबंध हाये तसं करू नका!" असं चार-चौघांनी त्यांच्यापुढे आडवं येऊन सांगितलंसुद्धा... पण त्यांचा एकाही बँडवाल्यावर परिणाम झाला नाही.

शेवटी वऱ्हाड निघालं ते बँडशिवाय. वडगावातलं असं बँडशिवाय बाहेरगावी जाणारं हे पहिलं वऱ्हाड!

वऱ्हाडातल्या प्रत्येकाला चुकल्या-चुकल्यासारखं वाटू लागलं.

***

परभूच्या हातात कोतवाल संघटनेचं हँडबिल होतं. कोतवालांच्या मागण्या सरकारदरबारी मांडण्यासाठी प्रत्येक जिल्ह्यात कोतवालांचे मेळावे भरवण्याचे आदेश संघटनेने दिले. १ जून १९८५ रोजी अकोला जिल्ह्यातील कोतवालांचा असाच भव्य मेळावा वाशिमला नगरपालिकेच्या हॉलमध्ये भरणार आहे. मेळाव्यासाठी जिल्हा तसेच राज्यस्तरांवरचे कार्यकर्ते येत आहेत.

गेल्या वर्षी असाच मेळावा कारंज्याला भरला होता. त्या मेळाव्याला परभू गेला होता. त्या मेळाव्यात वक्ते मोठ्या पोटतिडिकीने बोलले होते. त्यांचं बोलणं अजूनही परभूला आठवत होतं.

गेल्या २६ वर्षांपासून कोतवाल हे शासनाचे पूर्ण वेळ सेवक म्हणून काम करीत आहेत. गावपातळीवरचा एकमेव सरकारी सेवक म्हणून कोतवालाकडे पाहिलं जातं. गावात येणारा प्रत्येक सरकारी अधिकारी कोतवालाचीच मदत घेतो. शिवाय महसूल गोळा करणं, गावकऱ्यांना चावडीवर बोलावणं, गावातले जन्म-मृत्यू, उपजत मृत्यू, विवाह यांच्या नोंदीसाठी ग्रामपंचायत सचिवास मदत करणं, पोलीस, कोर्ट यांच्याकडून आलेल्या समन्सची तामिली करणं; गावात कोण येतं, कोण जातं यावर लक्ष ठेवणं, कोणी संशयास्पद वाटल्यास त्याची पोलीस-पाटलास सूचना देणं, तलाठ्याला कामात मदत करणं, गावाची चावडी स्वच्छ ठेवणं, तिथली दिवा-बत्तीची व्यवस्था करणं... इत्यादी अनेक कामं त्याला करावी लागतात... अलीकडे ही कामांची संख्या घटली. आता ग्रामपंचायत आणि पोलीस-पाटील यांच्याशी कोतवालाचा संबंध राहिला नाही, तो फक्त पटवाऱ्याशीच बांधील राहिला. तरीही पाटील, सरपंच ही गावातली मंडळी किंवा बाहेरून येणारे शासकीय अधिकारी कोतवालाला राबवून घेतातच. इतर नोकरदारांना कामाच्या वेळा ठरवून दिलेल्या असतात. अकरा ते पाच. तशी कोतवालासाठी कोणतीही निश्चित अशी कामाची वेळ नाही. रात्री-बेरात्री त्याला बोलावणं आलं की, कामावर हजर व्हावं लागतं. एकीकडे सरकारचा पूर्ण वेळ सेवक

म्हणून जाहीर करावयाचं, वेठबिगारासारखं सतत वापरून घ्यायचं आणि त्याच्या हक्कांच्या बाबतीत मात्र दुर्लक्ष करावयाचं.

जेव्हा संघटनेने आंदोलन केलं, तेव्हा कुठे त्याला चतुर्थ श्रेणीचा दर्जा द्यायचं मान्य केलं; पण अद्याप दिला गेला नाही. तो जर दिला तर मग सर्व प्रकारच्या रजा व लाभासह वेतनश्रेणी, महागाई भत्ते, निवृत्ती वेतन, बोनस इ. बाबींचा त्यांना लाभ मिळाला असता. त्याला जे मानधन दिलं जातं, तेही अतिशय तुटपुंजं असं आहे.

स्वातंत्र्यानंतर आपल्या न्याय्य मागण्यांसाठी सर्वांत जास्त संघर्ष कोतवालांनाच करावा लागला. सरकारने आपण होऊन त्यांना काहीच दिलं नाही. प्रत्येक गोष्ट त्यांना भांडूनच मिळवावी लागते. तसं कोतवालाचं जीवन म्हणजे यातनांचं माहेरघर आहे. गावातही काम करताना कधी नको ते प्रसंग त्या बिचाऱ्यावर ओढवतात.

महाराष्ट्र राज्य कोतवाल परिषद ही संघटना कोतवालांच्या न्याय्य हक्कांसाठी सरकारशी अनेक वर्षांपासून भांडते आहे. संघटनेशी सरकारने अनेक वेळा बोलणीही केली. सरकारने आश्वासनं दिली; पण ती पाळण्याची गरज सरकारला वाटली नाही.

सध्याचे शिवाजीराव निलंगेकरांचं सरकार या बाबतीत काय करतं ते देव जाणे! पण यापूर्वीच्या वसंतदादा सरकारने तर कोतवालच काय; पण सर्वच कर्मचाऱ्यांच्या तोंडाला पानं पुसली. राज्य कर्मचाऱ्यांनी केलेला ५१ दिवसांचा संप वसंतदादांनी मोडून काढला. कर्मचाऱ्यांना काम कमी आणि पगार मात्र जास्त पाहिजे या गोष्टीवर ते चिडले होते; त्यामुळे त्यांनी संपाकडे संपूर्णपणे पाठ फिरवली. नाइलाजाने कर्मचाऱ्यांना संप बिनशर्त मागे घ्यावा लागला.

सरकार बदललं; त्यामुळे प्रत्येक कर्मचारी संघटनांना थोडंफार काहीतरी मिळेल, याची आशा वाटू लागली. म्हणून अनेक संघटनांनी या दृष्टीने मोर्चेबांधणी सुरू केली. कोतवाल संघटनेचीही हीच भूमिका आहे. सध्या जिल्हा पातळीवर संमेलनं आयोजित करून पुढे नागपूरच्या हिवाळी अधिवेशनात विधानभवनावर प्रचंड मोर्चा नेण्याचा विचार हँडबिलात मांडला गेला होता. या मेळाव्याला प्रत्येक कोतवालाने आवर्जून हजर राहावं असं आवाहन करण्यात आलं.

"का वं, आंग धुवा ना? वाशिमले जायाचं मनता तं?" पारूनं परभूला आवाज दिला.

तो जागचा उठला. घरात गेला. घरात गेल्यागेल्या पिकलेल्या आंब्याचा घमघम वास आला. कोपऱ्यात विनायक सरपंचाच्या लाडीतल्या शेंदऱ्या आंब्याचे जवळपास दोनशे आंबे गवताखाली पिकू घातले होते. पूर्वी म्हणजे वीस-तीस वर्षांपूर्वी आंबा उतरवला की, गावकऱ्यांकडून प्रत्येक मातंगाला चार-दोन फाडे आंबे फुकट मिळायचे; आता काळ बदलला. मांगाचे मातंग झाले, अन् कुणब्यांनीही हात आखडले. तरीही विनायक सरपंच कोणताही आंबा उतरवला की, परभूला घरी

बोलावून शंभर-दोनशे आंबे सहज देतो... वाडवडिलांची ही रीत अजून तरी त्यांनी सोडली नाही.

"का वं, आंबे पिकले असतील का?"

"काऊन?"

एऱ्हीच."

"तरी?"

"मले वाटते, पाच-पंचीस आंबे घेऊन जावावं."

"कुठं?"

"वाशिमले

"कोणासाठी?"

"त्या नरसबाईसाठी. बापूले सुटी झाली त्याच्याउप्पर त्या बाईले भेटलोच नाही. ती मनात मनत असंल, किती आपमतलब्या हाये ह्यो माणूस? गरज सरो अन् वैद मरो असाच वागायला?"

"न्या की, काय हरकत हाये?" पारूनंही होकार दिला.

त्याची अंघोळ - जेवण झाल्यावर पारूनंच आपल्या हातानं पाच फाडे म्हणजे तीस आंबे एका थैलीत घालून दिले.

तो वाशिमला आला. एस.टी.तून उतरून स्टँडबाहेर आला. अगोदर त्या ज्योतीला जाऊन भेटावं. दवाखान्यात असेल तर दवाखान्यात; घरी असेल तर घरी. मग कोतवाल संघाच्या मेळाव्याकडे जाऊ. नाहीतर मेळाव्यात आधी गेलो तर विनाकारण आंब्यांची थैली बाळगत बसावी लागेल.

या विचाराने तो निघाला. पोलीस स्टेशनसमोर आला, तर मागून एक जीप करकचून ब्रेक दाबत त्याच्या बाजूला उभी राहिली. त्याने जीपकडे पाहिलं. ड्रायव्हरच्या बाजूला सूर्यकांत साठे, प्रा. अंभोरे बसलेले होते. पाठीमागेही कार्यकर्ते मंडळी बसलेली होती.

"गायकवाड बसा गाडीत?" साठे घाईने म्हणाले.

"कुठे जायाचं?"

"गाडीत बसल्यावर सांगतो. व्हा पाठीमागे. वेळ घालवू नका. चला."

आणखी दोघा-तिघांनी - प्रा. अंभोरेने नव्हे - "चला, चला" म्हटलं अन् परभूलाही काही विचार न करता गाडीत बसावं लागलं. गाडीत बसल्यावर त्याला बाकीच्या कार्यकर्त्यांकडून कळले. रात्री रिसोडजवळच्या खंडाळा गावातील सवर्णांनी मातंग वस्तीला आग लावली. त्यात पंधरा घरं जळून खाक झाली. घरात असलेली भांडी-कुंडी, धान्य, कपडा-लत्ताही जळून गेला. सुदैवाने प्राणहानी झाली नाही. त्या ठिकाणी भेट द्यायला ही जीप निघाली होती.

थोडक्यात जळीत प्रकरणाची कारणंही कळली. शामराव थोरात नावाचा त्या गावचा तरुण कार्यकर्ता हिरिरीनं मातंग चळवळीचं काम करीत होता. गावात मेलेली जनावरं ओढणं. गावातील साफसफाई करणं आदि गावकीची कामं करणाऱ्या किसन थोरात नावाच्या मातंगावर तो 'तू अशी कामे करू नको' असे दडपण आणत होता. हा किसन अशी कामं करायला लागला की, तो त्यास अडवी; त्यामुळे गावकऱ्यांचा शामरावावर राग होता. त्यात डॉ. बाबासाहेब आंबेडकर, अण्णाभाऊ साठे, लहुजी साळवे यांच्या जयंत्या, पुण्यतिथ्या साजऱ्या करून तो आपल्या समाजाची जागृती करीत होता. त्याची साडेतीन एकर शेती होती. त्यांपैकी दोन एकरांत ऊस होता. विहिरीला पक्कं पाणी होतं; त्यावर तो आपला उदरनिर्वाह करीत होता. गावात कोणाकडे भीक मागत नव्हता; त्यामुळे गावकऱ्यांच्या मनात त्याच्याविषयी अधिक राग होता. कालच्या घटनेपूर्वी जेव्हा शामरावने किसनला गावकीची कामं करावयास विरोध केला, तेव्हा गाववाल्यांनी शामरावला पकडून जबरदस्तीने चावडीसमोर नेले आणि त्याला गावातल्या सवर्णांतील गुंड प्रवृतीच्या अनेकांनी बेदम मारहाण केली. त्यावर त्याने रिसोड पोलीस स्टेशनमध्ये जाऊन त्या सवर्णांच्या नावे रिपोर्ट दिला; त्यामुळे गाववाले अधिकच चिडले आणि त्यांनी रात्री दहा वाजता मातंगवाड्यातील शामरावच्या घराला आग लावली. वाऱ्यामुळे आगीने रौद्ररूप धारण केलं आणि त्याचा परिणाम म्हणून शामरावच्या घराच्या दक्षिणेला असलेली मातंगांची पंधरा घरं जळून खाक झाली. त्यात गावकीची कामं करणाऱ्या किसन थोरातचंही घर जळालं. हे ऐकून परभू थक्क झाला. त्याच्या अंगावर काटा उभा राहिला. त्याला वडगावच्या सवर्णांची आठवण आली, एका यंकाला राजारामने आणि त्याच्या पुतण्यांनी केलेल्या मारहाणीचा प्रकार वगळता मातंगांवर एवढा अतिरेक या लोकांनी अजून तरी केला नाही. पुढे कोणी सांगावं?

जीप शहराबाहेर पडली अन् भरवेगाने रिसोडकडे निघाली.

काही वेळाने परभूच्या थैलीतल्या आंब्यांवर कार्यकर्त्यांचं लक्ष गेलं आणि सगळेजण आंब्यावर तुटून पडले.

परभूला हसूही आलं अन् रागही आला. त्या खंडाळ्याच्या मंडळींवर एवढा जीवघेणा प्रसंग आला अन् त्यांचे कैवारी म्हणवणारे हे तालुका पातळीवरचे संघटनेचे कार्यकर्ते आंबे खाण्यात गुंग झाले.

वाशिमच्या रेस्ट हाउससमोर अ. म. मातंग संघाच्या अकोला जिल्ह्यातील पदाधिकाऱ्यांची, कार्यकर्त्यांची गर्दी वाढली. महाराष्ट्राचे गृहराज्यमंत्री नामदार प्रमोद ठाकरे व अकोला जिल्ह्याचे संपर्कमंत्री आणि ग्रामविकास राज्यमंत्री म. विलासराव लहाने हे अकोल्यावरून येथे आले. अ. म. मातंग संघाच्या पदाधिकाऱ्यांसह ते

वाशिमवरून तडक खंडाळ्याला आले, तेव्हापासून कलेक्टर, डी.एस पी; रिसोड, वाशिम परिसरातील राजकीय नेते, आमदार या सर्वांसोबत त्यांची बोलणी चालू होती. अ. म. मातंग संघाच्या कार्यकर्त्यांना त्यांनी पाच वाजता भेटीची वेळ दिली होती.

जळीत प्रकरणातील आपदग्रस्त खंडाळवासी मातंग मंडळीही आपापल्या बायका-पोरांसह रेस्ट हाउससमोरच्या लिंबाच्या झाडाखाली दीनवाणे चेहरे करून बसले होते. शामराव थोरातच्या पायाला मात्र दम नव्हता. तो अ. म. मातंग संघाच्या पदाधिकाऱ्यांसोबत सारखी धावपळ करीत होता.

त्यानेच अ. म. मातंग संघाच्या वाशिम शाखेच्या पदाधिकाऱ्यांना हाताशी धरून या प्रकरणी महाराष्ट्रभर गदारोळ उठवून दिला. महाराष्ट्रातील बहुतेक वृत्तपत्रांतून, साप्ताहिकांतून या प्रकरणाची वृत्तं, रिपोर्ट, फोटोसह प्रकाशित झाली. मुंबईपासून ते नागपूरपर्यंत कित्येक वृत्तपत्रांचे प्रतिनिधी खंडाळ्याला येऊन गेले; त्यांनी शामराव थोरात आणि इतर पीडितांच्या मुलाखती घेतल्या. त्यात किसन थोरातचाही समावेश होता.

पोलिसांत तक्रार करूनही पोलिसांनी फारशी दखल घेतली नाही. या जळीत प्रकरणाचे आरोपी म्हणून गावातल्या दारू पिणाऱ्या दोघांना अटक केली. वास्तविक त्यांचा या प्रकरणाशी तिळाचाही संबंध नव्हता. जे खास आरोपी होते; ते राजरोसपणे हिंडत होते, फिरत होते.

"आमचं कोण काय वाकडे करते?" असं ते मग्रुरीने म्हणत होते. या गोष्टीची शामराव थोरातला अधिक चीड येत होती. पोलिसांनी पैसा खाऊन प्रकरण दाबलं असा त्याने जाहीरपणे पोलिसांवर आरोप केला होता.

अ. म. मातंग संघाच्या अकोला आणि वाशिम येथील पदाधिकाऱ्यांसह शामरावने मग मुंबई गाठली. डॉ. अण्णा भोपळेंची भेट घेतली. त्यांना या प्रकरणाची सर्व माहिती सांगितली. डॉ. भोपळेंनी या सर्वांना घेऊन मुख्यमंत्र्यांची भेट घेतली. प्रकरणातील गांभीर्य त्यांच्या ध्यानात आणून दिले. मुख्यमंत्र्यांनीही 'योग्य कारवाई' करण्याचं आश्वासन दिलं. मंडळी मुंबईवरून परत फिरली.

पण पंधरवडा लोटला तरी काहीच झालं नाही; त्यामुळे शामरावसह सर्वजण पेटून उठले. शामरावने आठ दिवसांत योग्य कारवाई न झाल्यास कलेक्टर ऑफिससमोर स्वतःला जाळून घेण्याची धमकी दिली.

मग कुठे सरकारच्या सगळ्या आघाड्या जागृत झाल्या. कलेक्टर, डी.एस. पीं.नी या प्रकरणात लक्ष घातलं, कारण आत्मदहनाच्या धमकीची वार्ता मंत्रालयापर्यंत गेली. डॉ. भोपळेंनी पुन्हा मुख्यमंत्र्यांची भेट घेतली. पालकमंत्र्यांसह गृहराज्यमंत्र्यांना घटनास्थळी त्वरित पाठवण्यात येईल, असं मुख्यमंत्र्यांनी डॉ. भोपळेंना सांगितलं.

मुंबईवरून अकोल्याला कलेक्टर, डी.एस.पी.ना मंत्र्यांच्या दौऱ्याच्या सूचना आल्या, म्हणून कलेक्टर, डी.एस.पीं.नी हालचाली केल्या. परिणामी, पोलिसांनी खंडाळ्यातील आणखी दोन फडतूस माणसांना अटक केली; पण शामरावचं यावर समाधान होत नव्हतं.

या संघर्षाला तीव्रता आणि व्यापकपणा यावा यासाठी अकोला जिल्ह्यातील अनेक मागासवर्गीय संघटनांनी आपापले पाठिंबा जाहीर केला; त्यामुळे शामराव आणि अ. म. मातंग संघाच्या कार्यकर्त्यांचा उत्साह वाढीला लागला.

पाच वाजून गेले; पण अजून मंत्र्यांकडून भेटीचं निमंत्रण आलं नव्हतं. जसजसा वेळ लागू लागला तसतसे कार्यकर्ते बेचैन होऊ लागले. त्यातच कुणीतरी घोषणा द्यायला सुरुवात केली,

गुंडाराज नही चलेगा, नही चलेगा ऽऽऽ

अन्यायग्रस्तांना न्याय, मिळालाच पाहिजे ऽऽऽ

अ. म. मातंग संघाचा, विजय असो ऽऽऽ

तिथं उपस्थित असणाऱ्या पोलिसांचा ताफा घोषणांबाजांकडे धावला. त्यांना धमकावून, दटावून त्यांनी घोषणा बंद पाडल्या.

बरोबर साडेसहा वाजता आतून निरोप आला. शामराव आणि पदाधिकाऱ्यांसोबत सगळे कार्यकर्ते निघाले; तसं पोलिसांनी त्यांना अडवलं. 'फक्त पाच-सहाजणच जा.' असं फर्मावलं. त्यावर दहाजणांना पोलिसांनी जाऊ दिलं. नवल हे की, त्या दहाजणांत सूर्यकांत साठेंमुळे परभूचा नंबर लागला. तिथं उपस्थित असलेल्या गणा आणि कंपनीने हे पाहिलं आणि त्यांच्या माथ्यावरच्या शिराच ठणकल्या, कारण शिष्टमंडळात त्यांचा नंबर लागला नाही.

आत गेल्यावर सूर्यकांत साठेने औपचारिकता म्हणून शिष्टमंडळातील सर्वांची ओळख करून दिली. शामराव थोरातांवर उभय मंत्र्यांनी विषेश ध्यान दिलं.

"बसा." गृहराज्यमंत्री म्हणाले.

चहा आला. बिस्किटं आली. चर्चेला सुरुवात झाली. गृहराज्यमंत्री बोलू लागले.

"हे पाहा मंडळी, आम्ही खंडाळा या गावी जाऊन परिस्थितीची प्रत्यक्ष पाहणी केली. तिथून परतल्यावर स्थानिक अधिकारी, पदाधिकारी, आमदारसाहेब, राजकीय कार्यकर्त्यांच्या भेटी घेतल्या. एकूण परिस्थिती गंभीर आहे हे लक्षात आलं... पण आग कोणी लावली याचा प्रत्यक्षदर्शी पुरावा पोलिसांना...."

"साहेब, पुरावा माझा चुलतभाऊ..." शामराव उसळून बोलला.

तसे स्थानिक आमदार म्हणाले, "थोरात साहेब, थोडी शांतता बाळगा. मंत्री महोदय काय सांगतात, हे अगोदर ऐकून घ्या. तुमच्या तक्रारी ते ऐकून घेणारच आहेत, त्याचसाठी त्यांनी आपल्याला बोलावलं आहे."

यावर शामराव गप्प झाला. मंत्री महोदय पुढे म्हणाले, "तर पोलिसांच्या म्हणण्यानुसार आग कोणी लावली याचा प्रत्यक्षदर्शी पुरावा मिळाला नाही. तरी गावातलं आधीचं तापलेलं एकूण वातावरण पाहता कुणीतरी जाणूनबुजून आग लावली असावी. संशयित म्हणून पोलिसांनी आतापर्यंत चौघांना अटक केली, त्यांचे जबाब घेतले... पण त्यातूनही फारसं निष्पन्न झाले नाही. याबाबत आपली काय भूमिका आहे ती समजून घेतल्यावरच काय निर्णय घ्यायचा ते पाहता येईल... आपल्यापैकी कुणीतरी एकजण बोला."

मंत्र्यांनी एकाला बोलण्याची परवानगी दिली ही गोष्ट शिष्टमंडळातील अनेकांना पटली नाही. बोलायचं म्हणजे कुणी बोलायचं? ज्याच्यावर हा अनिष्ट प्रसंग गुदरला त्या शामरावने बोलायचं की अ. म. मातंग संघाच्या पदाधिकाऱ्यांनी बोलायचं? सूर्यकांत साठेने बोलायला सुरुवात करून, प्रथम या गोष्टीची मंत्री महोदयांना जाणीव करून दिली.

"तसं माझं म्हणणं नाही. प्रथम तुमच्यापैकी कोणीतरी तुमची बाजू मांडा. मग आपण सर्वजण मिळून त्यावर चर्चा करूच."

"शामराव, तुम्हीच साऱ्या गोष्टी मंत्री महोदयांना सविस्तरपणे सांगा. बारीकसारीक घटना सांगा." सूर्यकांत साठेंनी शामरावला म्हटलं...

आणि शामराव बोलायला लागला. गाव, गावातील मातंग, तिथली एकूण आर्थिक, सामाजिक, राजकीय स्थिती. मुळात भानगड कशी सुरू झाली; निमित्त कसं मिळालं? गावकऱ्यांनी कशा धमक्या दिल्या वगैरे! मागच्या ग्रामपंचायतीच्या निवडणुकीत शामराव हा सदस्य म्हणून निवडून आला होता. तो ज्या गटाकडून उभा होता, त्या गटाचे नऊपैकी पाच सदस्य निवडून आले होते. विरोधी गटाने आपल्या गटाचा माणूस सरपंच व्हावा म्हणून शामरावला पैशाचं आमिष दाखवून फोडायचा प्रयत्न केला; पण शामराव बधला नाही. शेवटी विरोधी गटाचा सरपंच होऊ शकला नाही. तिथूनच शामरावला गावातला हा गट प्रत्येक बाबतीत विरोध करू लागला. त्यात वाढ झाली मातंग चळवळीने. डॉ. अण्णा भोपळेसाहेबांचं वाशिमला भाषण झाल्यावर शामरावने गावकीची कामं करणाऱ्या किसन थोरातला "कामं करू नको." असा सल्ला दिला. तो त्याने मानला नाही. त्यातून दोघांमध्ये वाद उभा राहिला. त्यात शामरावच्या विरोधी गटाने किसनला साथ दिली.

"तू तुहे कामं चालू ठेव; पाहतो ह्यो शामऱ्या काय करते तुले?" किसनला चळवळीशी घेणं-देणं नव्हतं, तो स्वार्थानं बरबटला होता... आपण गावकीची कामं बंद केली, तर आपल्याला, आपल्या बायको-पोरांना उपाशी मरावं लागेल, याची त्याला भीती वाटत होती; त्यामुळे त्याने शामरावचं न ऐकता कामे चालूच ठेवली. विरोधी गटातल्या, एकाची गाय मरण पावली. ती ओढायला किसन निघाला, तेव्हा

त्याला शामराव आडवा आला... ही गोष्ट विरोधी गटातल्या, गाववाल्यांना कळली. त्यांच्यातल्या साताठजणांनी धावत येऊन शामरावला पकडलं आणि जबरदस्तीने चावडीसमोर नेलं आणि तिथे शामरावला मारहाण केली.

त्यावर शामराव रिसोड पोलीस स्टेशनमध्ये रिपोर्ट द्यायला गेला हे कळल्यावर त्या गुंडांनी मातंगवाड्यात येऊन शामरावच्या चुलत भावाला धमकी दिली, तिथून "साले हो, माजल्यासारखे करता का? या गावावर तुम्ही कसे राहता तेच आम्ही पाहतो. या गावात उगवलेला उद्याचा दिवस तुम्हाले पाहू देणार नाही." असं बोलून ते तिथून निघून गेले अन् रात्री शामरावच्या घराला प्रथम आग लावली. वाऱ्याच्या दिशेने आग वाढत गेली अन् त्यात बाकीच्या झोपड्या जळून खाक झाल्या. सुदैवाने आम्ही आगीतून सुखरूपपणे बाहेर पडलो. प्राणहानी झाली नाही..."

सांगतासांगता त्याला हुंदका दाटून आला... हुंदके देत तो पुढे म्हणाला, "साहेब, घरात माही बायको आठ दिसाची वल्ली बाळतीण व्हती. जर मी घरी नसतो, तं माही बायको अन् माहा आठ दिसाचं पोरगं..." पुढे त्याला बोलणं अशक्य झालं.

वातावरण अधिक गंभीर झालं. थोडा वेळ गेल्यावर तो सांगू लागला, "ही झाली माझी स्थिती... बाकीच्यांच्या घरातली माणसंही सुदैवाने बाहेर पडली. आम्ही गाढ झोपेत असताना हा प्रकार झाला असता तर पंधरा घरांतून आम्ही जवळपास पंचवीस-तीसजण तरी जळून खाक झालो असतो... एवढं होऊनही शासन काहीच करायला तयार नाही."

"काहीच केलं नाही असं नाही, पोलीस तपास सुरूच आहे."

"साहेब, असा कसा पोलीस तपास? चोराला सोडून संन्याशाला फाशी? ज्या लोकांचा या प्रकरणात काहीही संबंध त्यांना विनाकारण अटक आणि जे खरे दोषी आहेत, ते राजरोसपणे फिरतात?"

"तुम्ही त्यांची नावं सांगा, आम्ही त्यांना अटक करू!"

"साहेब, ज्या दिवशी ही घटना घडली, त्याच दिवशी रात्री मी रिसोडच्या पोलीस स्टेशनमध्ये जाऊन तक्रार नोंदवण्याचा प्रयत्न केला; पण "उद्या सकाळी या." असं सांगून तक्रार नोंदवून घेतली नाही. दुसऱ्या दिवशी सकाळी जाऊन मी रीतसर तक्रार दिली, त्या तक्रारीत मी आरोपींची नावं स्पष्टपणे लिहिली; तरीही पोलिसांनी दुसऱ्यांनाच पकडलं!"

"काय माने, हे काय म्हणतात?" मंत्र्यांनी एस.पी.ला विचारलं.

"नाही साहेब, तक्रारीत यांनी नावं दिली नाहीत."

"साहेब, आता या प्रकरणाची फाइल बोलवा, माझी तक्रार पाहा. एस.पी. साहेब आपली दिशाभूल करीत आहेत."

"ए...!" एस.पी. उसळले. त्यावर मंत्र्यांनी हात वर करून त्यांना गप्प बसायला सांगितलं.

"नका बोलावू फाइल साहेब, त्या तक्रारीची माझ्याजवळ ही कार्बन कॉपी आहे. वाचा ती. बघा, तिच्यात त्या लोकांची नावं आहेत की नाही?" शामरावने कागद पुढे केला. शामरावच्या कार्यपद्धतीचं सर्वांना नवल वाटलं.

मंत्र्यांनी तक्रारीवरून नजर फिरवली अन् तो कागद एस.पी.कडे दिला.

"साहेब, आता चळवळीच्या माध्यमातून आम्ही आमचे हक्क मिळवणं गुन्हा आहे का?..." शामरावला त्वेष आला; पण पालकमंत्र्यांनी त्याला गप्प बसण्याची खूण केली.

"माने, या प्रकरणाची चौकशी करा. दोन दिवसांत याचा अहवाल द्या. आरोपींना लगेच अटक करा. संपूर्ण प्रकरणाची चौकशी करा. दोषी आढळतील त्यांच्यावर केसेस भरा... आणि या प्रकरणात हलगर्जीपणा करणाऱ्या पोलीस कर्मचाऱ्यांवर कडक कारवाई करा. समजलं?"

"एस सर!" मानेनी सॅल्यूट मारला.

"आता या प्रकरणाबाबत आपल्याला पुढे काही बोलायचं?" मंत्र्यांनी विचारले.

तसा शामराव "नाही." म्हणाला; पण सूर्यकांत साठेंनी बोलायला परवानगी मागितली.

"साहेब, आपण आमच्यासमोर तडकाफडकी दिलेले आदेश पाहून आम्ही प्रभावित झालो... पण आणखी प्रश्न आहेत.

"बोला."

"साहेब, ज्यांच्यावर ही दुर्दैवी वेळ आली; त्यांच्यासाठी शासकीय मदतीची गरज आहे. ही घटना घडल्यापासून ही माणसं बेवारस आहेत. त्यांना ना घर- ना दार, ना जेवण - ना पाणी. आम्ही आमच्या संघटनेमार्फत त्यांच्या निवास-जेवणाची तुटपुंजी व्यवस्था करीत आहोत; पण त्यांची कायमस्वरूपी सोय होईल, त्यांना पुन्हा घरे उभारता येतील, भांडी-कुंडी, कपडालत्ता, धान्य देता येईल यासाठी शासकीय तिजोरीतून त्वरित काही मदत मिळाल्यास आम्ही आपले आभारी राहू."

"Yes, Mr. Joseph, will you manage something immediately?"

मंत्र्यांनी कलेक्टरांना विचारले.

"Surely, I will sir!"

मग मंत्री महोदय साठेंना म्हणाले,

"हे बघा, तात्पुरती सरकारी मदत कलेक्टर साहेब करतीलच. त्याशिवाय शासनाकडून ह्या आपदग्रस्तांना काय देता येईल, हे मी स्वतः बघतो अन् स्वतः जातीने त्याची अंमलबजावणी करायला लावतो. तुम्ही त्याची चिंता करू नका.

आणखी काय?''

आता बाकी काहीच उरलं नव्हतं. मंत्र्यांनी अगदी मोकळेपणाने सहकार्य केलं. याचंच सर्वांना कौतुक वाटू लागलं. तरीही जिल्हा शाखेच्या पदाधिकाऱ्यांनी दिलेलं मातंग समाजासाठी विशेष सवलती मागण्यासाठीचं एक लेखी निवेदन सूर्यकांत साठेंनी मंत्री महोदयांना दिलं.

आता आणखी तिथे बसून राहण्यात अर्थ नव्हता. म्हणून साठेंनी ''बरं साहेब, मनःपूर्वक धन्यवाद...! येतो आम्ही!'' असं म्हटलं अन् सगळेजण उठले.''

''बसा, दोन मिनिटं.'' मंत्र्यांच्या सूचनेवरून सर्वजण पुन्हा बसले.

तुमच्या जिल्ह्याचे संपर्कमंत्री मा. लहाने साहेब माझ्या सोबत आहेत. त्यांना तुमच्याशी काही बोलायचं असल्यास...'' ठाकरेंनी वाक्य तोडलं.''

''बोलायचंय; पण मंत्री म्हणून नव्हे, तुमच्या चळवळीबद्दल जिज्ञासा आणि आपुलकी असणारा एक माणूस म्हणून.''

''बोला साहेब, आम्हाला ऐकायला आनंद वाटेल!'' साठे उद्गारले. एरव्ही पालकमंत्री असल्याने ''तुम्ही बोलू नका'' असं म्हणणंही शक्य नव्हतं, कारण कोणत्या कामासाठी कधी त्यांच्याकडे जावं लागेल हे सांगता येत नव्हतं. मा. लहानेंनी बोलायला सुरुवात केली.

''मानवाने प्रगतीच्या हव्यासापायी चंद्रावर पाय ठेवला. आहे त्या परिस्थितीत आपण अधिक चांगला बदल करून आपलं सामाजिक, सांस्कृतिक, आर्थिक जीवन अधिक समृद्ध करण्यासाठी अविरत त्याची धडपड सुरू असते. या कामी त्याला बऱ्याचदा समाज, सरकार, सरकारचे कायदेकानून यांचा आधार मिळत असतो. एखाद्या व्यक्तीने वा समाजाने ''मी एकट्याने माझा विकास करून घेईन'' असं म्हटलं तर मला वाटतं, ते तितकंसं खरं नसतं. हे विमान, ही कार आमच्या प्रगतीचं द्योतक आहे. दळणवळणातील वेग या वाहनांवर अवलंबून आहेत. मुंबईहून आम्ही पटकन आलो, असं म्हणणं याला म्हणूनच अर्थ उरत नाही. आम्हाला आणण्यात त्या विमानाचा, कारचाही सहभाग आहे. म्हणजे उपलब्ध साधनसामग्रीचा वापर व मानवामानवांमधील सहकार्य ही प्रगत समाजाची महत्त्वाची अंगं होत... प्रगती व्हावी यासाठी केवळ आक्रस्ताळेपणा करणं; विधायक गोष्टींकडे पाठ फिरवून विघातक गोष्टींत आपली शक्ती खर्ची करणं याने कोणा एकाचा अथवा त्या विशिष्ट समाजाचा उत्कर्ष होऊ शकत नाही. उलट त्याने अडथळे मात्र निर्माण होतात. मी काय बोलतो, हे आपल्या लक्षात येतंय ना मंडळी?''

''हां!'' सर्वांनी माना डोलवल्या. मा. लहाने सुंदर विश्लेषण करीत होते. ते मंत्री होण्यापूर्वी अकोल्याच्या एका महाविद्यालयात समाजशास्त्राचे प्राध्यापक होते; त्यामुळे या बाबतीत काय अन् कसं बोलायचं हे त्यांना सांगण्याची आवश्यकता नव्हती.

"आपल्या चळवळीकडे माझं फार बारीक लक्ष आहे. आपल्याच कशाला, संपूर्ण महाराष्ट्रातल्या अशा अनेक लहान-मोठ्या चळवळींचं निरीक्षण करून, मी माझ्या मनाशी काही निष्कर्ष काढत असतो. आपल्या चळवळीविषयी विचार करताना काही गोष्टी माझ्या लक्षात आल्या. सद्य परिस्थितीत आपल्याला क्रांतिकारी असा बदल हवा आहे. मात्र, त्यासाठी इतरांचं सहकार्य घेण्याची आपली तयारी दिसत नाही. ज्या समाजाच्या अंकित राहून आपल्याला आपलं पोट भरावयाचं, त्या समाजाला विरोध करून आपली चळवळ पुढे कशी जाईल, हेच मला कळत नाही! मी म्हणतो, याउलट या सवर्ण समाजाला विश्वासात घेऊन तुमच्या समाजाच्या प्रगतीची आवश्यकता, निकड त्यांना समजावून सांगितली, तर बरंच फायद्याचं होईल... यावर आपण म्हणाल की, सवर्ण या बाबतीत आम्हाला सहकार्य देत नाहीत. त्यावर माझं म्हणणं असं की, आपण सवर्णांच्या दारात जाऊन याबाबत सहकार्य मागितलं का?... आम्ही चळवळीत पडलो; त्यामुळे आम्ही अमूक करणार, तमूक करणार नाही, अशा आवेशपूर्ण घोषणा करून सवर्णांना चीड आणण्याचा उद्योग केला. काय झालं असावं, हे आपणास कळतं. मी मुंबईत असल्याने माझा गावाशी संपर्क तुटला... तरीपण आपल्या, म्हणजे महाराष्ट्रभरातील मातंग मंडळींच्या सवर्णांबद्दलच्या तक्रारी ऐकून मला जे वाटतं ते मी स्पष्टपणे बोलतो, त्याबद्दल मला माफ करा. आणि हो! यापैकी कुणी पत्रकार असले तर त्याने वा तुमच्यापैकी कुणीही माझं हे बोलणं वर्तमानपत्रात प्रकाशित करू नये, कारण ही मतं माझी मतं आहेत; शासनाच्या धोरणाशी याचा काहीही संबंध नाही. तर मंडळी, गेली तीन-चार वर्षं आपली चळवळ सुरू आहे. तिच्याबद्दल आपण गांभीर्याने कधी विचार करता का? चळवळीने आपल्याला काय दिलं? चळवळीपूर्वी आपली आर्थिक, सामाजिक स्थिती कशी होती, आता कशी आहे? चळवळ नीट दिशेने पुढे जाते आहे की ती दिशाहीन झाली आहे? आपल्यापैकी कितीजणांनी या गोष्टींचा गांभीर्याने विचार केला? की गावोगाव अन् गावातील वातावरण दूषित करावयाचं हेच आपण केलं? बरं, एखाद्या गावात वातावरण दूषित झालं तर तिथे जाऊन त्या दोन्ही समाजांत सामंजस्य निर्माण करण्याचा आपण कधी प्रयत्न केला? की थोडं काही झालं की सरळ पोलीस स्टेशन, मोर्चे, धरणं, उपोषणं... हेच केलं. हेच जर केलं असेल, तर आपल्यापैकी कितीजणांचा अमूल्य वेळ विनाकारण वाया गेला? मी बोलतो ते आपणास योग्य वाटतं का? की बंद करू?"

"नाही साहेब, बोला, आम्ही आपलं बोलणं मन लावून ऐकत आहोत..." दोघा-तिघांनी एकसाथ म्हटलं. परभूने प्रा. अंभोरेंकडे पाहिलं. प्रा. अंभोरे विचलित झालेले दिसले.

"गावागावांत विनाकारण जातीय संघर्ष, तणाव वाढवणं; त्यातून होणारा

मानसिक त्रास, आर्थिक झळ याने काय साधलं जाईल? त्यापेक्षा विधायक काही करा. डॉ. बाबासाहेब आंबेडकरांनी 'आधी शिका.' हा संदेश दिला, तो काय त्यांच्या एकट्या बौद्ध समाजासाठी? तुमच्या-आमच्यासाठी नव्हे? शिक्षण हा सामाजिक आणि मानसिक उत्कर्षाचा तिसरा डोळा आहे. जो समाज जास्तीतजास्त शिकेल तोच समाज पुढे जाईल. त्यामानाने तुमच्या समाजात शिक्षणाचं प्रमाण फार कमी आहे. तुमच्या संघटनेने या दृष्टीने कधी विचार केला? महाराष्ट्राची गोष्ट सोडा, अकोला जिल्ह्याचीही सोडा, तुमच्या वाशिम तालुक्याचीही सोडा; वाशिम तालुकाही फार मोठा झाला. त्यात वाशिम, मालेगाव, रिसोड अशा तीन पंचायत समित्या आहेत. एकट्या वाशिम पंचायत समितीचा विचार करा, या पं. स.मधील एकूण गावांपैकी किती गावांत मातंग समाज राहतो? त्या त्या गावातील मातंग समाजाची लोकसंख्या किती? कितीजणांजवळ जमीनजुमला आहे? किती आहे? किती भूमिहीन आहेत? कितीजण पोटासाठी वेगवेगळे उद्योग करतात? कोणते करतात? किती लोक शिक्षित आहेत? कितव्या वर्गापर्यंत शिकले? अशिक्षित किती? नोकरदार किती? किती मुलं-मुली शाळा शिकताहेत? कोणकोणत्या वर्गात शिकताहेत? महाविद्यालयीन शिक्षण घेणारे किती? त्यातले किती विद्यार्थी शहरात भाड्याने खोली करून राहतात? कितीजण होस्टेलमध्ये राहतात? भाड्यानं राहणं त्यांना परवडतं का? त्यांच्यासाठी तुमच्या संघटनेला काही करता येईल का? जास्तीतजास्त मुला-मुलींनी शाळेत जावं यासाठी आपली संघटना गावोगावच्या मातंग समाजातील पालकांना प्रोत्साहन देते का? शाळेत शिकणाऱ्या किती मुला-मुलींना आपण गणवेश, वह्या, पुस्तकं दिली? कितीजणांना फी भरण्यासाठी मदत केली? असा काही निधी जमा केला का? तुमच्या मुलांनी आजच्या शैक्षणिक स्पर्धेत टिकून राहावं यासाठी त्यांना वेगळी ट्यूशन्स लावण्यात हातभार लावला का? चौथ्या वर्गात, सातव्या वर्गात, मॅट्रिकला अथवा बारावीला किंवा महाविद्यालयीन परीक्षेत गुणवत्ता प्राप्त करणाऱ्या मुलांचा एखादा छोटेखानी समारंभ घेऊन आपण बक्षिसं देऊन कौतुक करता का? हे झालं मुलांचं. दुसरा मुद्दा व्यवसायाचा. डॉ. अण्णा भोपळेंनी मोठा संघर्ष करून सरकारला अण्णाभाऊ साठे विकास महामंडळ स्थापायला लावलं. त्या मंडळाकडून कितीजणांनी व्यवसायाकरता कर्ज घेतलं? कितीजणांना कर्ज घेण्यासाठी मदत केली? कितीजणांना ह्या मंडळामार्फत कर्ज घेता येतं याची जाणीव करून दिली? मंडळाच्या कार्यालयातील प्रशासकीय व्यवस्थापकास वा मंडळाच्या मान्यवर सदस्यास बोलावून आपल्या वाशिमला आपल्या समाजबांधवांसाठी एखादं मार्गदर्शन शिबिर घेतलं का?... तुमच्यासाठी ज्या काही प्रलंबित मागण्या आहेत, त्यात मला वाटते, अण्णाभाऊ साठे विकास महामंडळाचं स्वतंत्र असं जिल्हावार कार्यालय सुरू व्हावं अशीही एक मागणी आहे. दुसरी

मागणी 'कसेल त्याची जमीन' या न्यायाने भूमिहीनांनी शासकीय जमिनीवरील अतिक्रमित केलेले शेताचे पट्टे अतिक्रमण करणाऱ्यांच्या नावे करणं ही महत्त्वाची अशी मागणी आहे. जागोजाग म्हणजे वाशिम, रिसोड, मालेगाव अशा पंचायत समितीच्या ठिकाणी समाजकल्याण खात्याने मागासवर्गीय मुलांचं वसतिगृह चालू करावं याचाही आग्रह धरता येईल; अतिक्रमित जमिनीवरील उभी पिकं चारणाऱ्यांवर कडक कारवाई करण्याचीही तुमची मागणी असते. अण्णाभाऊ साठे विकास मंडळात जिल्हा व्यवस्थापक, कारकून सदस्य मातंग समाजाचेच घ्यावेत यासाठीही आपण लढू शकता. याशिवाय किती मातंगांना स्वतःची पुरेशी घरं आहेत? गावात बांधल्या जाणाऱ्या शासकीय घरकुलांपैकी जास्तीतजास्त घरं या समाजबांधवांना मिळावीत यासाठी प्रयत्न करता का? ग्रामीण भागातील किती मातंग बांधवांच्या घरात विद्युत आहे? ज्यांच्या घरात नाही, त्यांना यासाठी काही मदत करता येईल का? मातंग समाजातील किती लोकांनी सरकारकडून शाळा मिळवल्या? कितीजणांनी खासगी वसतिगृहं मिळवली? मला वाटतं, ही यादी वाढवतो म्हटले तर कितीतरी मोठी करता येईल? ह्या मागण्या आपणा सर्वांच्या तोंडपाठ आहेत. मी तुम्हाला त्या सांगणं फार मोठेपणाचं आहे, अशातला भाग नाही. मला हे म्हणायचे की, गेल्या ७-८ महिन्यांत असं काम घेऊन मातंग समाजाचा वा संघटनेचा आपल्या जिल्ह्यातला एकही कार्यकर्ता पालकमंत्री म्हणून माझ्याकडे आला नाही. आपण का येत नाही? मुंबईत यायचं ते फक्त तक्रारी घेऊन डॉ. अण्णा भोपळेसाहेबांकडेच! एवढ्यासाठीच मुंबई मर्यादित आहे का? या थोरातांच्या दुर्दैवी प्रकरणात जशी आपण एकजूट दाखवून प्रकरण रेटलं; तशी ही छोटी छोटी कामं सर्वजण मिळून का करत नाहीत? जे संघटनेचे पदाधिकारी असतील त्यांनी या गोष्टी अधिक गंभीरपणे का लक्षात घेऊ नयेत? अशा विधायक कामांसाठी आपण आपला वेळ खर्च केला, तर त्याचा आपल्या समाजाच्या प्रगतीसाठी फायदा होणार नाही का? की संघटनेच्या पदाधिकाऱ्यांनी खेड्यात जायचं ते फक्त भडक भाषणं करून तिथे सामाजिक तेढ वाढवण्यासाठी? हा माझा जिल्हा आहे; या जिल्ह्यात विविध समाजांत सामंजस्य व एकोपा टिकून राहावा अशी माझी इच्छा आहे. गावचा पाटील मातंग मंडळींचं काम घेऊन माझ्याकडे आला पाहिजे. मातंग मंडळींच्या कामासाठी मातंग कार्यकर्त्यांची वा संघटनेच्या पदाधिकाऱ्यांची गरजच पडली नाही पाहिजे. मला वाटतं, आपण असं काही वागण्याचा प्रयत्न केला, तर आज थोरातांवर जी वेळ आली, ती आली नसती. मी जे काही सुचवलं, ते आपणास पटल्यास त्यावर अवश्य विचार करा. सामाजिक तणाव टाळा. कुठल्याही विधायक कामासाठी आपण मला मुंबईला वा अकोल्याला वा मी जिथे-कुठे असेन तिथे भेटा. मी आपणास जरूर सहकार्य करीन. बस्स! एवढंच मला

सांगयाचं होतं.''

ना. लहानेंच्या बोलण्याने परभू फारच भारावून गेला. अ. म. मातंग संघाने सुरू केलेल्या चळवळीची दिशा आणि दशा यावर एवढं सुंदर विश्लेषण मातंग चळवळीतल्या एखाद्या कार्यकर्त्याला वा संघटनेच्या पदाधिकाऱ्यालाही जमणार नाही. चळवळीचा जोश, त्वेष डोक्यात घेऊन वावरणारी माणसं कुठे चुकतात हे त्यांचे त्यांना कळत नाही. ते दुसऱ्याचे दोष काढतील; पण स्वतःचे दोष त्यांना दिसत नाहीत. म्हणतात ना दुसऱ्याच्या डोळ्यातलं कुसळ दिसतं; पण आपल्या डोळ्यातलं मुसळ दिसत नाही... लहाने साहेबांनी म्हटल्याप्रमाणे आपण वागलेच पाहिजे, अशी जणू प्रत्येकाने मनाशी खूणगाठ बांधली. मात्र, परभूला मोठाच दिलासा मिळाला. आपण जे वागतो ते योग्यच आहे... गावातील लोकांशी खेटा घेऊन चळवळ पुढे जाणार नाही हे आपल्यासारख्या अडाण्याला कळतं... मग या शिकलेल्या शहरी कार्यकर्त्यांना, संघटनेच्या पदाधिकाऱ्यांना का कळत नसेल?

परभू मोठा उल्हसित मनाने शिष्टमंडळासोबत बाहेर पडला. शिष्टमंडळ बाहेर येताच बाहेर त्यांची वाट पाहणाऱ्या कार्यकर्त्यांनी त्यांना 'काय झालं काय झालं?' म्हणत गराडा घातला.

***

भर पावसात परभू वाशिमला आला. आज एवढ्या पावसात येण्याजोगं त्याचं स्वतःचं असं काही महत्त्वाचं काम नव्हतं. आज एस.डी.ओ. वडगावच्या पाटीलकीचा निर्णय देणार आहेत. मागच्या महिन्यात नवा एस.डी.ओ. आला. त्याने पेंडिंग पडलेली जुनी कामं हातावेगळी करण्याचं ठरविलं. या साहेबांचा गुणधर्म हा की, ते पाच पैशांचा भ्रष्टाचार करत नव्हते. कोणाकडूनही कोणत्याही कामाचा मोबदला म्हणून एका पैचीही त्यांना अपेक्षा नव्हती. आधीचा एस.डी.ओ. मात्र नुसता खाऊच होता. पाटीलकीच्या प्रकरणात कोण किती पैसा देतो, याची चाचपणी त्याने आपल्या एका बाबूच्यामार्फत केली होती. वडगावच्या पाटीलकीसाठी अर्ज भरलेल्या पाचजणांपैकी फक्त दोघांनी - एक विनायक, दुसरा लिंबा बेल्या - पैसे देण्याची तयारी दाखवली होती. केशव बौद्ध आणि गणा यांची तर पाच पैसे देण्याची ऐपत नव्हती; राहता राहिला मुकींदा बेल्या, तर विकासला जेव्हा बाबूने पैशाबद्दल विचारलं, तेव्हा त्याने एस.डी.ओ.च्या तोंडावर वरिष्ठांकडे याबाबत तक्रार करण्याची धमकी दिली; त्यावर एस.डी.ओ.ने मध्यस्थी करून विकासची समजूत घातली आणि हे पाटीलकीचं प्रकरण बाजूला ठेवलं.

नव्या एस.डी.ओ.नी लगेच फाइल टेबलावर घेतली. फटाफट जाहीरनामे काढले. संबंधितांना मुलाखतीला बोलावलं आणि आज निर्णय देणार... म्हणून

वडगावचे पाच-पन्नासजण कोर्टावर आले.

येणाऱ्यांत गणाही होता. त्याच्यासोबत त्याचे सोबतीही होते. खंडाळ्याच्या थोरात प्रकरणात साठेंनी परभूला जी किंमत दिली, ती पाहून तेव्हापासून गणा परभूवर जळत होता. त्याला परभूचं वाढलेलं वर्चस्व सहन होत नव्हतं.

एस.डी.ओ. ऑफिसच्या व्हरांड्यात परभू आला अन् विकासशी त्याची गाठ पडली. गावात परभूचं कोणाशीही वाकडं नव्हतं; त्यामुळे तो विकाससोबत बोलत उभा राहिला.

शामराव थोरातच्या प्रकरणात पालकमंत्री ना. लहानेंनी ज्या गोष्टी सांगितल्या होत्या; त्या परभूच्या मनात पक्क्या बसल्या. त्यातल्या काही गोष्टी आपण स्वतः करावयाच्या असं त्यानं ठरविलं. याबाबत त्याने सूर्यकांत साठेंशी चर्चाही केली. त्यांनीही आनंदानं या गोष्टीला होकार दिला. एवढंच नाही, तर गावोगावच्या शाखांना असं काही करण्यासाठी एक दिवस शाखा पदाधिकाऱ्यांची बैठक घेण्याचंही साठेंनी ठरवलं.

या नव्या योजनेनुसार परभूने या वर्षी शाळा सुरू होताच मातंगवाड्यात घरोघर जाऊन पोरा-पोरींची पहिल्या वर्गात नावं टाकून घेतली. त्यासाठी गावातल्या शाळेचे हेडमास्तर वाघ अन् आणखी एक-दोन शिक्षक त्याच्यासोबत होते. हे काम करताना मातंगांपैकी कोणाची मुले-मुली नाव टाकूनही शाळेत जात नाहीत, याची चौकशी करून त्या मुला-मुलींना शाळेत पाठवण्याबद्दल त्यांच्या पालकांना सक्त ताकीद दिली. शाळा सुरळीत सुरू झाल्यावर ही मुलं/मुली शाळेत जातात किंवा नाही यावर त्याने लक्ष ठेवायला सुरुवात केली. एखादा मुलगा वा मुलगी घरी राहिली की, तो चौकशी करू लागला, पालकांना बोलू लागला. त्याला या कामात बराच प्रतिसाद मिळाला. हं, गणा आणि त्याची कंपनी यांच्या घरून मात्र विरोधच झाला. इतकंच काय, त्यांनी त्यांची शाळेत जाणारी मुलं-मुली चार-आठ दिवस मुद्दामच शाळेत पाठवली नाहीत.

आणखी एक नवा उपक्रम राबवायला त्याने सुरुवात केली. त्यासाठी सरपंच विनायक, लिंबा बेल्या, विकास, गावातील ग्रामपंचायत सदस्य आणि जुने जाणते तसंच नवे तरणे कारभारी या सगळ्यांच्या भेटी घेऊन आपल्या या उपक्रमास सहकार्य करण्याची विनंती केली. त्यासाठी त्याने एक सीलबंद पृष्ठाचा डबा तयार केला. त्याला मध्ये थोडी फट ठेवली आणि पहिल्या दिवशी विनायकपासून सुरुवात केली. आपण ज्याच्या दारात डबा घेऊन जाऊ, त्याने फक्त एक रुपया- कमी नको, जास्त नको- टाकायचा. टाकला तर फारच चांगलं, न टाकला तर त्याचं दुःख नाही. एका दिवशी दहा रुपये डब्यात पडेपर्यंत घरं मागायची. दुसऱ्या दिवशी दुसरी दहा घरं; त्यामुळे दररोज तीच-तीच घरं मागायची गरज पडणार नाही आणि आठवड्यातून एक दिवस एक रुपया द्यायला कोणाला जड जाणार नाही. या त्याच्या

योजनेला आधी लोकांनी मूर्खपणाची योजना म्हणून संबोधलं. काहींनी तर हाच यातले पैसे खाईल असंही म्हटलं; पण परभूने त्यासाठी सुरुवातीपासूनच हा डबा विनायकच्या घरी ठेवला. घरे मागायची की, मागून घ्यायचा; पुन्हा परत आणून ठेवायचा; अर्थात ज्या ज्या घरी तो सुरुवातीला गेला, त्या त्या घरच्यांना त्याने ही त्याची योजना समजावून सांगितली. १ जुलैपासून ते चौदा ऑगस्टपर्यंत राबवायचं ठरविलं. १ जुलै ते चौदा ऑगस्टपर्यंत एकूण ४५ दिवस होतात. दररोज १० रुपये या डब्यात पडले, तर ४५ दिवसांचे होतात ४५० रुपये. या ४५० रुपयांत शाळेत शिकणाऱ्या गरिबांच्या दहा मुला-मुलीस शाळेचे ड्रेस विकत घेऊन द्यायचे- मग ही मुलं कोणत्याही जाती-जमातीची असली तरी चालतील... आज सोळा जुलै १९८५ आजपर्यंत त्याची ही योजना अबाधितपणे चालू आहे. सुरुवातीला ज्या लोकांनी पैसे टाकायला नकार दिला, तेच लोक आता हाक मारतात. आधी परभूने ही योजना शेतीवाडी असणाऱ्यांसाठी मर्यादित ठेवली होती; पण आता मजुरी करणारे कुणबी आणि इतर समाजांतील- त्यात बौद्ध, मातंगही- लोकही बोलावून पैसे टाकू लागले.

'ही योजना आमच्या संघटनेची हाये.' असं तो ज्याला त्याला सांगू लागला. त्याचा एक चांगला परिणाम झाला. तो असा की, अ. म. मातंग संघाची चळवळ म्हणजे गावगाड्यात भांडणं लावणं हा जो गावकऱ्यांचा समज होता, तो कमी झाला. सगळं जग सुधारणेच्या मागे लागलं; मग मातंगांनीही सुधारतो म्हटलं, तर काही बिघडत नाही, असा गाववाल्यांचा समज झाला. त्याचा परिणाम म्हणून ते यंकाला मेलेलं ढोर ओढायला किंवा सोलायलाही बोलावत नव्हते. ज्याचं ढोर मेलं त्याने ते गाडीत घालून गावाबाहेर न्यावं आणि खोल खड्डा करून पुरून टाकावं. असा क्रम सुरू केला. राहिला प्रश्न दवंडी देण्याचा. दवंडी देण्याचे नगदी पैसे घ्यायचे आणि दवंडी देण्यासाठी डफडं न वाजवता थाळी वाजवायची असा मधला मार्ग परभूने शोधून काढला. बाकी ज्यात हीनपणा नाही अशी गावकीची कामं यंका करू लागला. गावात येस्करकीच्या भाकरी मागू लागला. तसं परभूला भाकरी मागाव्या हे पटत नव्हतं. कितीही झालं तरी ही लाचारीच झाली; पण काही गोष्टी कानामागे टाकाव्या लागतात. त्यातली ही परभूला न पटणारी गोष्ट.

याशिवाय आणखी एक गोष्ट करावयाची परभूने आधीच मनात पक्कं केलं. स्व. लोकशाहीर अण्णाभाऊ साठे, आद्य क्रांतीवीर लहुजी साळवे यांच्या जयंत्या आणि पुण्यतिथ्या अत्यंत साध्या पद्धतीने साजऱ्या करायच्या. त्यासाठी गणा आणि कंपनीने सहकार्य केलं नाही तरी हरकत नाही. या कार्यक्रमासाठी मातंग मंडळींबरोबरच गावातील सरपंच, पाटील, सोसायटीचे अध्यक्ष आणि इतर मान्यवर मंडळींना बोलवायचं. त्यांच्या हस्ते या लोकनेत्यांच्या प्रतिमांचं पूजन करावयाचं. अगदी परवा

म्हणजे अठरा जुलैला लोकशाहीर अणाभाऊ साठे यांची पुण्यतिथी आहे. त्या दिवशी हा प्रयोग करून पाहायचा. यात किती यश येतं ते पाहायचं.

येणाऱ्या विधानसभा वा लोकसभा किंवा पं. स., जि. प.च्या निवडणुकींच्या वेळी उभे राहणाऱ्यांकडे मातंगवाड्यात एका समाजमंदिराची मागणी करायची. तसं विद्यमान आमदारालाही या बाबतीत साकडं घालण्यास हरकत नाही.

अशा अनेक योजनांनी त्याच्या डोक्यात धुमाकूळ घातला. त्याला गावकऱ्यांचा आणि सर्व मातंग बांधवांचा चांगला प्रतिसाद मिळाला पाहिजे... मात्र, त्याने एक गोष्ट मनाशी पक्की बांधून ठेवली. अपयश आलं तर खचायचं नाही; पुनःपुन्हा प्रयत्न करायचे. यश मिळालं तर हे मी केलं असं म्हणून हुरळायचं नाही.

तर एस.डी.ओ. ऑफिसच्या व्हरांड्यात येताच विकासशी गाठ पडली; अन् त्याने विकासजवळ विषय काढला.

"१८ तारखेला लोकशाहीर अण्णाभाऊ साठेंची पुण्यतिथी हाये. ती घरगुती पद्धतीने माह्या घरी साजरी करायची असं म्यां ठरवलं. तं त्यासाठी तुम्ही माह्या घरी कार्यक्रमासाठी येवावं, अशी माही हात जोडून इनवणी हाये."

तसा विकास पटकन म्हणाला, "काय हरकत हाये, नक्की येईन मी. किती वाजता यायचं?"

"पाह्यटं आठ-नव वाजता. मी तसा बलवाय येईन."

"चालेल! बाकी काय?"

"सध्या तं दुसरं काय नाही."

"कोणासाठी आला तू? विनायकसाठी?'

"तसंच काही नाही. गावची पाटीलकी कोणाले भेटली तरी माह्यासारख्याले त्याचा काही फरक पडणार नाही अन् समजा, इनायकरावले पाटीलकी भेटली अन् भेटली नाही; तरी त्याह्यच्या घराशी माहा जो लोभ हाये, त्यात बी कमी व्हणार नाही."

"खरं आहे तुझं म्हणणं. फार स्पष्टपणे बोलला तू? मला फार आवडलं; पण एक सांग, गणा तुमच्या समाजाचा असल्यामुळे गणाला पाटीलकी भेटावी असं नाही वाटलं तुला?" हे बोलताना त्याने पलीकडे उभ्या असलेल्या गणाकडे पाहिलं. तसं गणाही या दोघांवर नजर ठेवून होता.

"जातीचा अभिमान धरला तर आनंदच व्हईल; पण दुःख याचं व्हईल की, पाटीलकी चुकीच्या माणसाच्या हाती गेली."

विकास आणखी पुढे काही बोलणार तेवढ्यात त्याला त्याचा चुलतभाऊ जगन्नाथाने बोलावून नेलं.

परभूही निघाला. गणा आणि कंपनीला ओलांडून पुढे आला. पावसाचा जोर आता कमी झाला होता; पण आभाळ गच्च भरून आलं होतं. आणखी पाऊस येणार

हे कोणी सांगण्याची गरज नव्हती. तशी पावसाचीही गरज होती. मागच्या महिन्यात वीस-बावीस तारखेला पेरण्या सुरू झाल्या. चार जुलैपर्यंत गावातल्या बहुतेक सर्वांच्या पेरण्या संपल्या. अधूनमधून पाऊस पडत गेल्याने बियाणंही टरारून उगवलं. बाळ-पिकं वाऱ्यावर डोलू लागली. दोन पानांच्या मध्ये शेंडी फोडून काही पिकांनी चार पाने केली होती; पण गेल्या आठ-दहा दिवसांत पावसाचा एकही थेंब पडला नव्हता. उलट ऊन खूपच तापत होतं; त्यामुळे पिकं सुकून जात होती. असंच आणखी सात-आठ दिवस चाललं असतं तर सर्व पिकं वाळून गेली असती. बरं झालं, ऐन वेळेवर अमृतासारखा पाऊस आला. चार दिवस आला नसता तरी चालला असता; पण त्याचं येणं वा जाणं कोणाच्या हाती आहे?

"अहो गायकवाड?" परभूच्या कानावर आवाज आला. त्याने आवाजाच्या दिशेने पाहिलं; खंडाळ्याचा शामराव थोरात त्याच्या गावातल्या पाच-सहा मातंगांसोबत उभा होता. खंडाळ्याला घरं जाळण्याच्या प्रकरणात या सगळ्या मंडळींशी परभूची अधिक जवळून ओळख झाली होती.

"का हो, कुणीकडे?" परभूनं चौकशी केली.

"आज आमचीही तारीख आहे."

गृहराज्यमंत्र्यांच्या भेटीनंतर पोलिसांनी खंडाळ्यातली घरं जाळण्याचा आरोप असणाऱ्या आरोपींना अटक केली होती. तसंच या कामी हलगर्जी केल्याबद्दल दोन पोलीस कर्मचाऱ्यांना निलंबित करण्यात आलं होतं.

पोलिसांनी चौकशी करून आरोपींवर रीतसर केस भरली होती. या एकूण प्रकरणाचा वाशिम तालुक्यातच नव्हे, तर संपूर्ण जिल्ह्यात सवर्णांवर परिणाम झाला. कोणी एकाएकी मातंग मंडळीच्या वाटेला जात नव्हतं.

कलेक्टरांनी जातीने जळित प्रकरणातील पीडितांना पाच-पाच हजार रुपये आर्थिक मदत दिली. शिवाय शासनानेही तडकाफडकी दहा-दहा हजार रुपयांची मदत केली; त्यामुळे पुन्हा घरं उभी करणं, भांडी-कुंडी, कपडा, धान्य यासाठी मातंगांना बराच हातभार लागला. ते गाव सोडून दुसरीकडे राहायला जायचं असं काही पीडितांचं म्हणणं होतं; पण शामरावने सूर्यकांत साठेंच्या मदतीने त्यांची समजूत घातली. गावातील मातंगांकडून असलेल्या सवर्णांच्या गटानेही त्यांना पाठिंबा दिला; त्यामुळे त्यांनी गावावर पुन्हा घरं उभी केली.

परभूनं त्या आरोपींना अद्याप पाहिलं नव्हतं. त्याला त्यांना पाहण्याची उत्सुकता होती.

"ते आरोपी आणले पोलिसाह्यनं कोर्टावर?"

"हो, पाहायचे?"

"हं!"

"दिवाणी कोर्टाच्या त्या कोपऱ्यावर आपला कांबळे नावाचा वाईंडर बसते. माहीत हाये?"

"हो, शेलगाव बांडेचा रमेश कांबळे ना?"

"हो."

"त्याच्या पलीकडूनच ते पोलिसांसंगं बसले हायेत."

"येतो पाहून."

"हो या."

परभू व्हरांड्यातून चालायला लागला. ही शासकीय इमारत एवढी मोठी आहे की, तिच्यातच तहसील ऑफिस, एस.डी.ओ. ऑफिस, फौजदारी अन् दिवाणी कोर्टही आहे. इमारत इंग्रजांच्या काळातली, दगडी चिऱ्यांच्या बांधणीची आहे.

जाताना त्याला मध्ये विनायक, लिंबा बेल्या आणखी पाच-पंचवीसजण भेटले. विनायक अन् लिंबा बेल्या दोघंही पाटीलकीचे उमेदवार आहेत, तरी ते एकमेकांना सोडून राहात नाहीत, याचं परभूला नवल वाटलं. वास्तविक लिंबा बेल्या मोठा विचित्र स्वभावाचा आहे; पण या वर्षा-दोन वर्षांत त्याच्या स्वभावात भलताच फरक पडला. आपल्या भावाने, राजारामने अन् दोन पोरांनी यंकाला मारलं हे त्यांचं चुकलं अशी त्यानं खुद्द परभूजवळ कबुली दिली होती.

"काय रे परभू? गुलालाचं पोतं आणून ठेवलं का नाही?" लिंबा बेल्याने हसून विचारलं. विनायक 'पाटील' होणार हे त्याला हे बोलण्यातून सुचवायचं होतं; पण परभूही काही कमी नव्हता.

"द्या ना पैसे? आता पळत जाऊन आणतो."

"अरे, माह्या पैशाचं आणलं तं कसं चालेल?"

"काऊन नाही चालणार? गुलालाले माणसासारखा थोडाच जीव असते? मनून त्यो मनल मले अमक्यावर उधळा, तमक्यावर उधळू नका?"

"तू लेका, बोलायले नाही ऐकत कोणाच्या बापाले?"

विनायकसह सगळे हसले.

"येतो." म्हणून परभूही पुढे निघाला.

शामराव थोरातने सांगितल्याप्रमाणे तो रमेश कांबळे वाईंडरजवळ आला. रमेशचं लिखापढीचं काम सुरू होतं. त्याच्या भोवती पाच-सहाजण गर्दी करून उभे होते. त्याच्या पलीकडून आडव्या व्हरांड्यात पोलिसांसह सातजण बेडीबंद बसलेले होते. सातहीजण वीस ते पंचवीस वर्षं वयाचे तरुण होते. दोघा-तिघांच्या गळ्यात टोंगळ्यापर्यंत लोंबलेले भगवे शेले होते.

त्यांचे भगवे शेले पाहून परभूला विकासची आठवण आली. त्याने ही भगवी संस्कृती वडगावला आणली. त्याच्यासह त्याच्या वयाची पाच-पंचवीस तरुण पोरं

हे भगवे शेले गळ्यात घालून नेहमी दिमाखाने फिरतात.

गावच्या राजकारणातली विकासची लुडबूड जुन्या राजकारण्यांना पसंत नाही. आताच्या पाटीलकीच्या प्रकरणातील त्याचा सहभाग तर विनायक, लिंबा बेल्याला अजिबात आवडला नाही. विकासच्या वयाचे तरण्या पोरांचं सळसळतं रक्त चांगल्या कामासाठी वापरणं आवश्यक होतं; पण त्याला तसं वळण द्यायला वा तसं मार्गदर्शन करायला कोणीच पुढे येत नव्हता. एक तर वाढतं वय, बऱ्याचजणांचं अर्धवट शिक्षण; काहाजण शिकूनही पटकन नोकरी मिळण्याची मारामार यामुळे या तरुण पोरांना काही काम उरलं नाही; रिकामं मन म्हणजे भुतांचा कारखाना म्हणतात- परभू चौथ्या वर्गात गावातल्या ज्या शाळेत शिकला; त्या शाळेच्या एका पाटीवर गुरुजींनी ही म्हण खडूने लिहिली होती, ती त्याला आता आठवली. भुतं म्हटलं मग ती काय उत्पात करणार नाहीत? अशा उचापती खंडाळ्याच्या या तरुण पोरांनी केल्या नसत्या तरच नवल? आपण करायलो ते योग्य की अयोग्य? याचा आपल्या भावी जीवनावर काही वाईट परिणाम होईल? याचा काहीच विचार या पोरांनी केला नाही. त्यात गावातील काही स्वार्थी राजकारणी त्यांचा पद्धतशीरपणे वापर करून घेतात. गावच्या अनिष्ट राजकारणापायी खंडाळ्याच्या राजकारण्यांनी या पोरांचा असाच वापर करून घेतला.

त्या सातजणांचे चेहरे निर्विकार होते. आपण मातंग समाजाचा फार मोठा गुन्हा केला, असा कुठलाही भाव त्यांच्या चेहऱ्यावर नव्हता. उलट त्यातले दोघं-तिघं आपसात गप्पा मारत होते, हसत-खिदळत होते.

परभूच्या मनात आलं, या केसमधून जर पुढे हे निर्दोष सुटले किंवा दोषी ठरून सजा भोगून बाहेर आले, तर कसे वागतील? शामराव थोरात आणि खंडाळ्याच्या इतर मातंग मंडळींशी कसे वागतील? कदाचित या गोष्टीचा सूड उगवण्यासाठी ते अधिक आक्रमक पवित्रा घेतील. कदाचित शामराव थोरातचा खूनही करतील... नुसत्या विचाराने परभूच्या अंगावर सरकन काटा उभा राहिला.

दुसरा एक विचार त्याच्या मनात आला. या सात पोरांना अटक झाल्यावर शामराव थोरातचं वागणं कसं असेल? या पोरांना अटक करण्यासाठी आपण राज्याच्या गृहराज्यमंत्र्याला आणि पालकमंत्र्याला खंडाळ्याला यायला भाग पाडलं, या गोष्टीचा त्याच्या वागण्यावर निश्चितच परिणाम झाला असेल. कदाचित त्याच्या मनात "मैं भी कुछ कम नही।' असा अहंकार निर्माण झाला असेल. त्याच्याबद्दल आज तरी त्याच्या गावातील सवर्णांच्या मनात दहशत निर्माण झाली असेल.

"भोंडे, चाल घे यांना!" एका पोलिसाने येऊन तिथे बसलेल्या दोन पोलिसांना म्हटले. ते दोघेही पटकन उठले. त्या पोरांना "चला रे." म्हणून पुढे घालून घेऊन गेले.

लग्नाच्या बेडीत अडकायच्या या वयात त्या सातजणांच्या नशिबी या बेड्या

आल्या? परभूला मनोमन वाईट वाटलं.

परभू बराच वेळ तिथे फिरला. पाटीलकीचा निकाल लागायला वेळ होता. गावात पांडेबुवाची भेट घेऊन येऊ, या विचाराने तो गावात निघाला. पांडेबुवाची भेट घेऊन साडेचार वाजता तो परत आला, तेव्हा कोर्टावर कोणीच नव्हतं. कुठे गेले? पाटीलकीचा निर्णय लागला की काय? कोण झाला असेल पाटील? त्याच्या मनात प्रश्न उभे ठाकले. कोणाला विचारावं? तिथे कोणीही ओळखीचं दिसेना. त्याला एस.डी.ओ.च्या ऑफिसातल्या राऊत बाबूची आठवण आली. तो ऑफिसात जाऊन राऊत बाबूला भेटला.

"एस.डी.ओ. साहेब अकोल्याला गेले; त्यामुळे तुमच्या गावच्या लोकांना पंचवीस तारीख दिली."

हत् तिच्या मायला! आता आणखी दहा-बारा दिवस हे प्रकरण टांगणीला लागणार.

आता कोर्टावर काही काम उरलं नव्हतं. साडेपाच वाजता गावाकडे जायला एस.टी. होती, म्हणून तो स्टँडवर निघाला. स्टँडजवळ आला. तो तिथे तुफान गर्दी. माणसे जमा झालेली. सायकली, मोटारसायकली, मोटारी थांबलेल्या. रस्ता पॅक झालेला. पुढे जायला थोडीशीही जागा नाही. झपाझप जाऊन त्याने गर्दीतल्या एक माणसाला विचारलं, "काय झालं?"

"मारामारी सुरू आहे."

"कोणाची?"

"काय माहीत?"

त्याने भोवताली पाहिलं. बाजूच्या पानटपरीवर एक पोलीस उभा होता. तोही गर्दीकडे नुसता पाहात होता; पण मारामारी थांबवण्यासाठी काहीही करत नव्हता. परभूला नवल वाटलं.

गर्दीतून मारामारी करणारांचं ओरडणं ऐकू येत होतं...

परभू तसाच गर्दीत घुसला. त्याने पुढे जाऊन पाहिलं. चिखलाच्या राड्यात एकजण पडला होता. त्याचे कपडे, अंग चिखलाने गच्च भरले होते. तो कोण आहे ते ओळखूही येत नव्हतं. मारणारी तरणी पोरं होती. त्या पोरांना पाहून परभूला मघाच्या त्या खंडाळ्याच्या पोरांची आठवण आली. ही पोरंही तशीच भगव्या शेल्यावाली नसतील? ते लाथा-बुक्क्यांनी खाली पडलेल्याला मारत होते. मार खाणारा ओरडत होता, मारणारांना शिव्या देत होता.

"कोण हाये त्यो खाली पडलेला?" परभूनं एकाला विचारलं.

"काय माहीत? खेड्यावरचा आहे कोणीतरी?" त्या शहरी माणसाने उत्तर दिलं.

परभूने भोवताली पाहिलं; त्या गर्दीत वडगावचा विश्वास बेल्या दिसला. विश्वास त्याच्याच वयाचा. विनायकचा चुलत भाऊ. विनायकसाठीच त्याच्यासोबत आला होता. तो विश्वासजवळ गेला. त्याने विश्वासला "मार खाणारा कोण हाये?" ते विचारलं, तर त्याने नाव सांगितलं. 'गणा.'

"काय गणा? कुठल्ला? आपल्या गावचा?"

"हो. आपल्या गावचाच, तुमचा बँडवाला गणा!"

"काऊन मार खायला, हे मारणारे कोण हायेत?"

"मारणारे वाशिमचे हायेत. त्या पोऱ्हायशी गणाची कशावरून तरी किटकिट झाली. त्या पोऱ्हायनं एक नाही, दोन नाही, त्याले मारायले सुरुवात केली."

अरेरे! काय गणाची गत ही? तशी त्याच्या घराण्याची परंपराच पुढे चालवली त्यानं. त्याच्या आज्यानं गावातल्या लोकांचा मार खाल्ला, तर बापानं सोनाटीच्या जगन्नाथ पाटलाचा अनसिंगात मार खाल्ला. आता गणानं वाशिमला हा मान दिला. त्याचं पोरगं पुढं अकोल्याला हा सत्कार स्वीकारंल का ? काय नशीब लेकाह्यचं? असो. कसंही करून या पोऱ्हायच्या कचाट्यातून गणाची सुटका करा लागंल. तसं केलं नाही तर मार खाऊन खाऊन ह्यो इथंच पटकन मरंल. आपलं अन् त्याचं पटत नाही, म्हणून आपल्यासमोर त्याले असा मार खाऊ द्यायचा का? हे बरोबर नाही; पण हे पोरं आपलं ऐकतील का? काय करावं? पोलिसाला बोलवावं? पण पोलीस तर पानपट्टीवरच उभा आहे. त्याला यायचं असतं तर तो आधीच आला असता. आपण गेलो अन् त्याला चाल म्हटलं तर तो येईल का? मग काय करावं? विश्वास अन् आपण मध्ये पडावं? की गावची आणखी माणसं इथे असतील त्यांना म्हणावं? तसंच करावं? त्याने भोवताली नजर फिरवली. त्याच्या गावचे आणखी दोघं-तिघं उभे असलेले दिसले. त्याने विश्वासला ही गोष्ट सांगितली; लगेच त्या तिघांजवळ गेला, त्यांनाही सांगितली. आणखीही दोघा-तिघांना गाठलं. ते सगळे सात-आठजण झाले अन् सर्व मिळून मध्ये पडले.

"ए पोरंहो, बस करा आता. सरका."

सात-आठजणानी त्या पोरांना अडवायचा प्रयत्न केला; पण एकाएकी ते ऐकेनात... तेव्हा दोघा-दोघांनी त्या पोरांना पक्कं धरून ठेवलं, तेव्हा कुठे ते थांबले. तरी त्यांचा जोश कमी होईना. आता त्या गर्दीत असणारे वडगावचे आणखी चार-पाचजण पुढे आले. त्यांनी गणाला उभं केलं. मार खाऊन खाऊन गणाच्या अंगाचा पार चेंदामेंदा झाला. त्याला नीट उभं राहता येईना.

त्याने तोंडावरचा चिखल पुसला, तरी तो त्या पोरांना शिव्या देऊ लागला; त्यामुळे ती पोरं धरलेल्याच्या हातून सुटण्याचा प्रयत्न करू लागली. पोरांची समजूत घालत त्यांना बाजूला नेलं, तेव्हा तिथे तो मघाचा पोलीस आला; हातातला दंडा

आपटून म्हणाला,

"ये यहाँ क्या हो रहा? चलो फुटो यहाँसे!"

जणू तिथे काही मामुली गोष्ट घडली अशा पद्धतीने त्या पोलिसाचं वागणं व बोलणं होतं.

"ए, तुम छोड दो इनको!" तो वडगावच्या माणसांना म्हणाला.

तसे परभूसह ते सर्वजण बाजूला झाले.

आता तो बाकीच्या जमा झालेल्या पब्लिकवर ओरडू लागला, "अरे, चलो, चलो; यहाँ ट्रॅफिक जाम मत करो. चलो."

हातातली काठी हवेत फिरवत त्याने रस्ता मोकळा केला. ती पोरंही सायकलवर टांगा टाकून निघून गेली. पोलिसाने त्यांना रोकलं नाही.

परभूला सारंच चमत्कारिक वाटू लागलं.

***

गणानं वाशिमच्या स्टँडवर बेदम मार खाल्ल्याची बातमी वडगावात प्रत्येकाला कळली. गणाच्या घरचे, त्याचे दोस्त अन् परभू सोडला, तर गावातल्या बाकी लोकांनी 'बरं झालं' असंच म्हटलं. गणाच्या वागण्यातला रगेलपणा, मग्रुरी, जिथं-तिथं आडमुठेपणा गावात सगळ्यांना माहीत होता; त्यामुळे गावात त्याच्याबद्दल कोणालाच सहानुभूती वाटत नव्हती. गावातल्या अनेकांनी त्या दिवशी गणाला मार खाताना पाहिलं होतं; पण आपण होऊन कोणीच त्याची सुटका केली नाही. जर परभू तिथे आला नसता, तर कदाचित त्या पोरांनी तिथेच त्याचा मुडदाही पाडला असता; पण परभूमुळे तो वाचला; त्यामुळे सगळा गाव परभूचं कौतुक करत होता. मात्र, गणा आणि त्याची कंपनी वेगळंच बोलत होती. गणाला मारण्यात परभूचाच हात आहे, त्या पोरांच्या तावडीतून सोडवणं हे सगळं नाटक होतं; त्याने त्या पोरांना मारणं थांबवा म्हटलं की, ते कसं काय थांबले? ती पोरं त्याच्या ओळखीची असली पाहिजे! कदाचित परभूनेच त्यांना पैसे देऊन गणावर छुडावून दिलं असलं पाहिजे? आता आम्हीही याचा बदला घेऊ, अशी धमकीही परभूच्या कानावर आली, तेव्हा त्याने कपाळावर हात मारून घेतला.

गणाला त्या पोरांनी का मारलं, असा प्रश्न इतरांप्रमाणेच त्यालाही पडला होता; पण गणाचा हा आरोप ऐकून त्याने याबाबत विचार करणंच सोडून दिलं. "आपण मध्ये पडलो, गद्धेपणा केला," असा तो स्वतःला दोष देत होता.

तसा गणा परभूचा कट्टर विरोधकच! परभूला गाव शाखेत कोणत्याच पदावर घेऊ नये, असा त्याने शाखा स्थापनेच्या वेळी खूप प्रयत्न केला; पण सूर्यकांत साठेने त्याची दाळ गळू दिली नाही. मध्ये राजारामने आणि त्याच्या पुतण्यांनी यंकाला

मारहाण केली, तेव्हा प्रा. अंभोरेला हाती धरून गणाने परभूवर कुरघोडी केली. त्यावर परभूने सल्लागारपदाचा राजीनामा पाठवला. मात्र, सूर्यकांत साठे मुंबईवरून परत आल्यावर त्यांनी परभूचा राजीनामा फाडून टाकला. खंडाळ्याच्या जळीत प्रकरणात प्रथमपासून शेवटपर्यंत साठेंनी गणाऐवजी परभूलाच महत्त्व दिलं. हे पाहून गणाच्या अंगाची अंगार झाली... पण तिथे त्याला काहीच करता आलं नाही.

परभूनं शाळा उघडल्यावर मातंगांच्या पोरा-पोरांची नावे शाळेत टाकण्यासाठी घरोघर जाऊन सांगितलं; त्यातही गणाने त्याच्या आणि भावाच्या पोरा-पोरींना मुद्दाम आठ-दहा दिवस शाळेत जाऊ दिलं नाही. ज्या मातंगांची पोरं शाळेत जात नव्हती, त्यांच्या घरी जाऊन परभू 'पोरांना शाळेत पाठवा' असा आग्रह धरत होता. खुद्द गणाची पोरगी दोन दिवस शाळेत गेली नाही, तेव्हा परभू त्याच्याही घरी गेला. गणा घरी नव्हता. त्याच्या बायकोला पोरीला शाळेत पाठवायला सांगितले. हे गणाला कळलं, तेव्हा त्याने परभूला खूप शिव्या दिल्या; पण परभूने त्या कानामागे टाकल्या.

गरीब विद्यार्थ्यांच्या कपड्यांसाठी तो दररोज गावात डबा फिरवत होता, 'हे संघटनेचं काम आहे' असं ज्याला त्याला सांगत होता... हीच गोष्ट गणाला पटत नव्हती. एक वेळ फक्त मातंग समाजाच्या पोरांनाच कपडे देण्यासाठी परभू डबा घेऊन फिरला असता, तर गणाची काहीच हरकत नव्हती; पण गावातल्या इतर जातींच्या पोरांचं अन् अ. म. मातंग संघाचं काय देणं-घेणं आहे? जे लोक अ. म. मातंग संघाच्या चळवळीला पाण्यात पाहतात, जागोजाग चळवळीला विरोध करतात; त्यांच्या पोरांसाठी अ. म. मातंग संघाचं नाव घेऊन वर्गणी गोळा करायची काय गरज? त्याला कोणी या उचापती करायला सांगितल्या? एक दिवस गणानं वाशिमला जाऊन परभूच्या या भानगडी प्रा. अंभोरेला जाऊन सांगितल्या. तर अंभोरे म्हणाले, "हा तर मूर्खपणा आहे. अ. म. मातंग संघाने अन् कार्यकर्त्यांनी जे काही चांगलं, विधायक करायचं, ते फक्त मातंगांसाठीच! बाकी समाजाशी काय संबंध? परभूने मातंगांच्या मुला-मुलींना शाळेत टाकायला वा पाठवायला सांगितलं ही चांगली गोष्ट आहे. ते मला पटलं; पण गावातल्या मुलांसाठी चंदा जमा करणं आणि गाववाल्यांना हे पटवून द्यायचं असेल की, पाहा आमची अ. म. मातंग संघाने सुरू केलेली चळवळ गाववाल्यांच्या विरोधात आहे; पण मी मात्र विरोधात नाही. म्हणजे त्याचा अर्थ असा झाला की, तुमच्या इथल्या शाखेचे अध्यक्ष म्हणून तो गाववाल्यांना तुमच्याविरुद्ध भडकावू शकतो. खोल विचार केल्यास परभूची ही कृती चळवळीला मारक आहे."

"आता याच्यावर काय इलाज?"

"इलाज काय, तालुका शाखेने त्याला हे बंद करायला लावायचे."

"पण साठेसाहेब तसं करतील? ते परभूचं जास्त ऐकतात. त्याले भलताच मान देतात. मी वडगाव शाखेचा अध्यक्ष हावो ही गोष्ट तं जणू त्यांच्या खिजगणतीतही नसते."

"हं, ते मात्र खरं आहे. मागे तुमच्या गावच्या व्यंकाच्या मारहाणप्रकरणी अन् नंतरच्या खंडाळा जळीत प्रकरणात ही गोष्ट सिद्धच झाली."

"मंग कसं करावं?'

प्रा. अंभोरेने थोडा विचार केला. मग म्हणाले, "तुम्ही तुमच्या अधिकारात हे बंद पाडा. तुम्ही गाव शाखेचे अध्यक्ष आहात. संघटनेचा संबंध असणारी कोणतीही गोष्ट तुमच्या सल्ल्याशिवाय गावात कोणालाही करता येणार नाही... आणि परभू ऊठसूट काही करत असेल, तर मग तुमच्या अध्यक्षपणाला काय अर्थ?"

प्रा. अंभोरेंनी दिलेला सल्ला गणाच्या पक्का लक्षात बसला. त्याने परभूला विरोध करण्याचं ठरवलं; पण मध्येच त्याच्यावर वाशिमला हा हल्ला झाला. या हल्ल्याबाबतही त्यानं प्रा. अंभोरेंचा सल्ला घेतला होता. त्या दिवशी हल्ल्यातून सुटका झाल्यावर तशाच चिखलाने लडबडलेल्या अवस्थेत तो पोलीस स्टेशनमध्ये गेला. त्याने हल्ल्याबाबतची रीतसर तक्रार नोंदवली. हल्लेखोरांची नावं त्याला सांगता आली नाहीत; पण त्या वेळी त्याच्या मनात एक विचार आला, या हल्ल्यामागे परभूचा हात असावा असा संशय त्या तक्रारीत नोंदवायचा; पण तसं त्याने केलं नाही. इतकंच काय पण तोंडीही त्याने पोलिसांना परभूबाबत काहीच सांगितलं नाही. मात्र, दुसऱ्या दिवशी म्हणजे काल वाशिमला जाऊन प्रा. अंभोरेंना भेटून त्यानं परभूबाबत संशय व्यक्त केला, यावर प्रा. अंभोरेंनीही 'तसं काही झालं नसेल.' अशी शक्यता वर्तवली.

"एक गंमत पाहा, त्या पोरांनी तुमच्यावर एवढा हल्ला करायला काहीच कारण नाही. तुम्ही सांगता त्याप्रमाणे त्या पोरांपैकी एकाने मुद्दाम तुम्हाला सायकलचा धक्का दिला. त्यावर काही बोलण्याआधीच त्या पोरांनी तुम्हाला एकाएकी मारायला सुरुवात केली. याचा अर्थच हा हल्ला पूर्वनियोजित होता. यातून आपण निश्चितपणे ह्यामागे परभूचा हात आहे, असं म्हणू शकत नाही. कदाचित दुसऱ्या कोणीही असं घडवून आणलं असेल!"

"पण गावात तसं कोणी वाटत नाही. एवढा जीवघेणा हल्ला करण्याएवढा म्या गावात कोणाचा गुन्हाच केला नाही."

"परगावच्या कोणाशी?"

"कोण्याच गावच्या कोणाशी भांडण नाही."

"मग काही सांगता येत नाही. एरव्ही परभूला तुमचं अध्यक्ष होणं सुरुवातीपासूनच आवडलं नव्हतं. तुम्हाला त्याने विरोध केला होता म्हणे. तरी तुम्ही अध्यक्ष

झाल्यावर त्याने वेळोवेळी तुमच्यावर कुरघोडी करण्याचा प्रयत्न केला. तुमच्या इथल्या व्यंकाची तक्रार रीतसर तुमच्यामार्फत यायला पाहिजे होती; तर ती तुम्हाला विश्वासात न घेता त्यानेच स्वतः तालुका शाखेसमोर मांडली. शिवाय गावात त्याने जे उपक्रम सुरू केले म्हणता, त्याबाबतही तुम्हाला काहीच विचारलं नाही. खरं म्हणजे तो तुम्हाला वडगाव शाखेचा अध्यक्ष समजतच नाही. तो स्वतःलाच अध्यक्ष मानून या सगळ्या गोष्टी करतो. ही बाब गंभीर आहे. हे तर तुमच्या अध्यक्षपदाला आव्हान आहे.''

एवढी गंभीर बाब प्रा. अंभोरेंनी त्याच्या लक्षात आणून दिल्यावर गणाचं डोकं शाबूत राहणं शक्यच नव्हतं. रात्री घरी आल्यावर त्याने त्याच्या सोबत्यांना बोलावून घेतलं. त्यात वसंता, केशव अन् भिमा तिघंही होते. परवाच्या दिवशी गणावर हल्ला झाला, त्या वेळी हे तिघं तिथं नव्हते. ते तिघंही कोर्टावरून गणासोबत स्टँडपर्यंत आले. त्या तिघांनाही पाटणी चौकात आपापली काही कामे होती, म्हणून गणाला स्टँडवरच सोडून ते गावात गेले. परत आले, तेव्हा गणा पोलीस स्टेशनमध्ये तक्रार देण्यासाठी गेला होता हे त्यांना कळलं. मग तेही पोलीस स्टेशनमध्ये गेले. तो बाहेर आला की, हे तिघे त्याच्या बरोबर स्टँडवर आले.

तर गावात बोंब उठली की, गणाला मारायला त्या पोरांनी सुरुवात केली तशी वसंता, केशव अन् भिमा तिथून जीव घेऊन पळून गेले. अशी अफवा पसरवणारा कोण हे त्या तिघांना दुसऱ्या कोणी सांगायची गरज नव्हती. परभूशिवाय दुसरा कोणी हे काम करू शकतच नाही, याबद्दल त्या तिघांच्या मनात तिळमात्र संशय नव्हता. वास्तविक याबद्दल परभूनं एक ब्र शब्दही काढला नव्हता.

ही अफवा ऐकल्यापासून त्या तिघांच्या मनांत परभूबद्दल राग खदखदत होता. याबाबत गणाशी सल्लामसलत करण्यासाठी हे तिघं गणाच्या घरी आले होते; पण तो सकाळीच वाशिमला गेला होता. तरी वसंताने गणाच्या मायला म्हटलंही... ''काकू, त्याले एकट्याले काहाले जाऊ देलं? आजूक ते लोक त्याच्यावर हल्ला करतील! आम्हाले तं निरोप द्यायचा व्हता, आम्ही जात नव्हतो त्याच्यासंगं?''

''सांगितलं; पण त्यानं ऐकलं नाही बाप्पा आमचं. त्याचं मन्नं, 'हे तिघं माह्यासंगं सावलीसारखे राह्यतात; पण त्या दिसी तिघेही बगलनं झाले; अन् माह्यावर हल्ला झाला, तेव्हा मीबी बेसावध व्हतो. सावध असतो तं दहाजणाह्यले लोळवत व्हतो. आता या मनावं; पण नेहमी नेहमी असं व्हत नसते' त्यानं असं मनल्यावर आम्ही मुकेच राह्यलो.''

गणा गेला; अन् या तिघांचा जीव लागेना...

''चला, आपणबी वासमाले.'' वसंता म्हणाला...

तेव्हा गणाची बायको लिला पटकन म्हणाली,

"आता काहाले जाता? वरातीमांघून घोडं." तिच्या बोलण्याचा ढंग पाहून ती तिघांवरही रागावली, हे तिघांच्याही लक्षात आलं. तिचं रागावणं साहजिक होतं.

...काही न बोलता तिघंही बाहेर पडले; पण दिवसभर गणा आला की नाही हे पाहण्यासाठी त्यांनी पोरांना चार-पाच वेळा तरी गणाच्या घरी पाठवलं होतं.

शेवटी गणानेच अंधार पडल्यावर घरी आल्यावर त्या तिघांना बोलावलं. तो सहीसलामत आल्याचं पाहून त्यांना बरं वाटलं.

"गणा, याच्यामव्हरं तू एकटा कुठं जात जाऊ नको. आम्हाले सांगत जाय, आम्ही तुह्यासंगं येत जाऊ."

"बसा." त्याने हातानंच खुणावलं.

ते बसल्यावर त्याने त्याचं प्रा. अंभोरेंशी झालेलं बोलणं सांगितलं. तर त्या तिघांनीही गावात पसरलेली अफवा सांगितली.

"या परभ्याचा बंदोबस्त करा लागते. आपल्याले डोईजड व्हयाला लेकाचा."

"तू सांग, आता असेच जातो तिघंबी अन् त्याले घरबाहीर वढून पाणी पाजोस्तर मारतो.

"तसं नका मारू. मी सांगतो तसं करा."

"सांग."

"उद्या पाह्यटं त्यो परभ्या गावात डबा घेऊन वर्गणी मांघायले निघाला की, त्याले अडवा. अ. म. मातंग संघाचा याले इरोध हाये मना. ऐकला तं ठीक; नाही ऐकला तं..."

तिघांच्या सारं लक्षात आलं.

रात कटणं त्या चौघांनाही मोठं कठीण गेलं.

सकाळ झाली अन् चहापाणी घेऊन तिघंजण कामावर निघाले.

दिनकर बेल्याच्या दुकानापुढे परभूच्या पोराशी- संतोषशी त्यांची गाठ पडली. परभूऐवजी तोच विनायक सरपंचाच्या घरून वर्गणीचा डबा घेऊन वर्गणी जमा करण्यासाठी निघाला. आज १८ जुलै. लोकशाहीर अण्णाभाऊ साठेंची पुण्यतिथी. ही पुण्यतिथी गावातील प्रतिष्ठितांच्या उपस्थितीत साजरी करायची ठरवली. या कार्यक्रमासाठी गावातल्या दहा-पाच मान्यवरांना निमंत्रण देण्यासाठी परभू घराबाहेर पडला. त्याने वर्गणी जमा करण्याचं काम संतोषवर सोपविलं. संतोष अभ्यास करत बसला होता. अभ्यास झाल्यावर विनायक सरपंचाच्या घरचा वर्गणीचा डबा घेऊन तो कोणा-कोणाच्या घरी फिरवायचा ते सांगितलं. डबा फिरवून पुन्हा तो विनायकच्या घरी ठेवायचा सांगितले."

"माहा एवढं लिहिणं झालं की जातो."

"लवकर जाय, लय उशीर लावू नको."

"नाही लावत."

तरीही संतोषला बराच वेळ लागला. पारूनंही त्याला एक-दोनदा हटकलं. शेवटी कुरकुरतच तो पुस्तकं गुंडाळून घराबाहेर पडला. त्याला लोकशाहीर अण्णाभाऊ साठेंच्या पुण्यतिथीचा कार्यक्रमही पाहायचा होता. परभूच्या सांगण्यावरून मातंग-वाड्यातल्या शाळेत जाणाऱ्या पोरांनाही या कार्यक्रमासाठी बोलवायचं होता, म्हणून घाईघाईने तो डबा घेऊन वर्गणी मागायला निघाला, तर दिनकर बेल्याच्या दुकानापुढे वसंता, केशव अन् भीमा या तिघांच्या रूपाने संकट त्याला आडवं आलं...

"ए संत्या, कुठे चालला?"

"वर्गणी मांघाय."

"तुव्हा बाप कुठं गेला?"

"हाये, गावात गेला."

"त्यो डबा दे इकडे. तुह्या बापाले सांग आजपासून वर्गणी मांघणं बंद!" वसंताने त्याच्या हातातल्या डब्यावर झेप घेतली. "मी नाही देत." म्हणत संतोष डबा सोडत नव्हता. तसा केशवही वसंताच्या मदतीला धावला. त्या दोघांनी त्याच्या हातचा डबा काढून घेतला.

"डबा द्या वापस, नाही तं मी माह्या बापाले सांगीन." संतोष रडकुंडीस आला.

"डबा देत नाही, तुह्या बापाले सांग. याच्यामव्हरं गावात वर्गणी मांघतली तं आमच्याएवढं वाईट नाही मनावं."

ते तिघंही डबा घेऊन गणाच्या भेटीला निघाले. संतोषला काय करावं ते सुचेना. रस्त्याने येणारे-जाणारे अन् दुकानातले साताठजण ही भानगड पाहायला लागले. ते तिघं गेल्यावर बघणारांनी संतोषला घराकडे पाठवलं. तोही हतबल होऊन डोळे गाळत घराकडे निघाला. घरी पोहोचल्यावर त्याने पारूला ही भानगड सांगितली. त्यावर ती म्हणाली "येऊ दे त्याह्यले घरी. मंग त्याह्यले सांग."

"काय झालं सूनबाई?" बाहेरून काठी टेकवत आलेल्या येसाजीनं विचारलं.

संतोषनं काय काय झालं ते येसाजीला सांगितलं. त्यावर येसाजी म्हणाला,

"नेऊ दे नेला तं. त्या बटक्याह्यले डबा नेयाले त्या गण्यानंच सांगितलं असंल. परवाच्या दिसी एवढा गधीसारखा बदबद मार खाल्ला तरी त्याचा ताठा गेला नाही. आपण दुसरा डबा तयार करू! सुदद्याचं कुदं कसं व्हईल एवढंच त्या गण्याले कळते अन् काय तं गाव शाखेचा अध्यक्ष झाला. कशाले चोदवाय अध्यक्ष झाला काजून?"

येसाजीनं समजूत घातली, तरी संतोषच्या मनाची उदासी कमी झाली नाही.

विनायक सरपंच, लिंबा बेल्या, आनंदा बेल्याचा विकास, सोसायटीचा अध्यक्ष नामदेव बेल्या, ग्रामपंचायतीचे सदस्य रामा बेल्या, उत्तम बेल्या, तुकाराम धनगर, दत्ता गोपाळ अन् आणखी चार-पाचजणांना सोबत घेऊन काही वेळाने परभू घरी आला. यंकाच्या हाताने त्याने मातंगवाड्यातल्या सगळयाजणांना, त्यात गणा आणि

कंपनीचाही समावेश होता. 'कार्यक्रमासाठी या' असा निरोप दिला होता. परभूला मातंगवाड्यात येताना पाहून गावकऱ्यांसह मातंगवाड्यातले दहा-बाराजण त्याच्या मागोमाग निघाले. संतोषने शाळेतल्या पोरांना न सांगूनही पोरं 'काय हाये?' असं विचारत जमा झाले. लहान-मोठी पाच-पन्नास माणसं तिथं जमा झाली.

रात्री परभूनं गावातून खतांच्या पिशव्यांची शिवलेली चार-पाच गोणी मागून आणून ठेवली होती. ती त्याने इतरांच्या मदतीने अंथरली. एका बाजूने गावकऱ्यांना, दुसऱ्या बाजूने मातंग मंडळींना बसायला सांगितलं. काल शाळेतून एक लाकडी खुर्ची आणली होती. ती अंगणात माणसांसमोर कुडाला टेकून उभी केली. भागवत बेल्याच्या दारचं जास्वंदीचं फूलं आणून त्या फुलांचा हार तयार करण्याचं काम त्यानं शेजारच्या रघू गायकवाडच्या देवानंदला सांगितलं होतं. देवानंद हा आठव्या वर्गात शिकणारा संतोषचा दोस्त; त्यामुळे त्याने हे काम मोठ्या आनंदाने स्वीकारलं. त्याने हार तयार करून तो आधीच परभूच्या घरी- पारूजवळ आणून दिला होता. तिने आठवणीने तो हार हळदी-कुंकवाच्या ताटात ठेवला. ताटात खायच्या तेलाचा दिवा ठेवला. माचीस ठेवली. उदबत्त्या ठेवल्या. ते ताट तिने परभूच्या हाती दिलं. परभूने त्याच्यावर एक नजर टाकली आणि तो हसून पारूला म्हणाला,

"ये येडमाट, या ताटात हळद कशाले टाकली? ती काढून घे अन् तांदूळ टाक जरासे."

"आत्ता माय!" म्हणत तिनं ताट हातात घेतलं अन् त्याला म्हणाली, "आपल्या घरात तांदळाचा दाणा नाही. हप्ता झाले सरले."

"आवं, तुवा आगुदर काऊन नाही सांगितलं? काल आणून ठेवले नसते पावभर? आता असं कर, शेजारच्या रघूच्या बायकोजवळून, पद्मिनीजवळून आण मूठभर; जाय पटकन्."

...ती ताट ठेवून लगबगीनं शेजारच्या पद्मिनीकडे गेली; पण पद्मिनीच्या घरातही तांदूळ नव्हते. मागच्या महिन्याच्या कंट्रोलातून तिच्या नवऱ्यानं अर्धा किलो तांदूळ आणले होत, ते तेव्हाच खाण्यात गेले.

'आता काय करावं?' पारूला प्रश्न पडला. त्याहीपेक्षा मातंग समाजाची दशा कशी आहे, असा विचार तिच्या मनात आला. परभूला पगार भेटतो, तरी त्याच्या घरी कपाळाला लावायला तांदूळ नाहीत. रघू तर बरं मोलमजुरी करून जगणाराच आहे... ती तशीच आणखी चार घरी गेली; तेव्हा कुठे एका घरी तिला थोडेसे तांदूळ मिळाले, तेही कपाळाला लावण्यापुरतेच!

ती परत आली. तोपर्यंत परभूनं सारी मांडामांड केली. खुर्चीवर चारपदरी करून शाल अंथरली. त्यावर लोकशाहीर अण्णाभाऊ साठेंचा फोटो मांडला. फोटो त्याच्या घरातलाच होता. धुपटाने त्याची काच पिंगट झाली होती. ओल्या फडक्यानं पुसून

तो परभूनं खुर्चीवर ठेवला. त्याच्याभोवती इतर मांडामांड करू लागला. संतोष, देवानंद आणखी चार-दोन पोरं त्याला मदत करत होती.

मातंगवाड्यातल्या बायका-पोरं, माणसं आली. दाटीवाटीने अंगणात आली.

येसाजी अन् बायजा दोघंही बाहेर येऊन बसले. मंगला बायजाला खेटून उभी राहिली. पारूची आत-बाहेर धावपळ सुरू होती.

येसाजीला मोठा आनंद वाटत होता. आपल्यामागे परभू आपलं नाव चांगलं चालवतो, याचा तो आनंद होता. "पुत्र व्हावा ऐसा गुंडा, ज्याचा तिन्ही लोकी झेंडा!" असं म्हणतात...

तिन्ही लोकांचं सोडा; पण गावात, सोयऱ्या-धायऱ्यांत परभूनं नाव कमावलं होतं. येसाजीनं आयुष्यभर कोणाशी भांडण केलं नाही. लहान-मोठे मग ते कुणबी असो, बौद्ध असो, गोपाळ असो, धनगर असो वा मातंग असो - सगळ्यांना दादा-बाबा म्हणूनच त्यानं कामं केली. कधी कोणाशी रगेली केली नाही... हीच आपली काठी आता परभूही पुढे चालवतो, हा कार्यक्रम म्हणजे याचा दाखला आहे. कुणब्यांच्या विरोधात मातंगांची एवढी चळवळ सुरू असूनही त्याने कोण्या कुणब्याला दुखावलं नाही, का भावकीला दूर सारलं नाही. हे गणा अन् त्याचे सोबती जाणूनबुजून परभूशी खाजवून घेतात... तरी परभू त्यांच्याशी चांगलं वागायचा प्रयत्न करतो. रात्रीची गोष्ट येसाजीला आठवली.

रात्री झोपल्याझोपल्या येसाजीनं सहज परभूला विचारलं होतं,

"कोणाकोणाले बलवायचं ठरलं उद्याच्या कार्यक्रमाले?"

परभूनं गावातल्या दहा-बाराजणांची नावं सांगितली.

"अन् आपल्या मातंगाह्यले बलवायचं का नाही?"

"बलवायचं ना! कार्यक्रम त्याह्यचा हाये, त्याह्यच्यासाठी हाये. मंग त्याह्यले न बलावून कसं जमंल? हे तं नवरी-नवरदेवाशिवाय लग्न लावण्यासारखं व्हईल."

"गणा, वसंता, भिमा येतील?"

"आपण बलावणं पाठवल्यावर ते त्यायनं यायलेच पाह्यजे. मंग इतकं करून त्याह्यची मर्जी."

परभूला गणा अन् त्याच्या सोबत्यांबद्दल काय वाटतं अन् गणाला परभूबद्दल काय वाटतं? तो लाथा मारतो, तरी हा त्याला पोटाशी कवटाळतो. नाहीतर आज लोकशाहीर अण्णाभाऊंच्या पुण्यतिथीच्या दिवशी संतोषच्या हातचा डबा हिसकावून घ्यायची गणाला काही गरज होती? इतके दिवस कसा नाही विरोध केला? नेमका आजच? काय वाटलं असेल तर लोकशाहीर अण्णाभाऊंच्या आत्म्याला? ज्या समाजाच्या प्रगतीसाठी आपण झटलो, तो समाज आपल्या पुण्यतिथीच्या दिवशी हा असा बेकीचा व्यवहार करतो? कसा सुधारेल हा समाज?...

'मंडळी', परभू बोलायला लागला. येसाजीनं मनातले विचार आवरले. तो परभूच्या बोलण्याकडे ध्यान देऊ लागला, "लोकशाहीर अण्णाभाऊ..."

"ए बंद कर हे नाटक" कुणीतरी मोठ्यानं ओरडलं. सगळ्यांनी माना वळवून पाहिलं. गणा लालबुंद चेहरा करून बोलत होता. पाठीमागे त्याची फौजही होती.

गणाला पाहताच ऐकणाऱ्यांत खळबळ माजली. परभूही थोडा विचलित झाला. तरी त्याने संयम ठेवून गणाला "या गणाजी; आम्ही तुमची वाट पाहिली. दोनदा पोरगा बलवाय पाठवला. तुम्हाले येळ लागू लागला मनून नेमकाच कार्यक्रम सुरू केला."

"तुले असा कार्यक्रम घेता येणार नाही." जवळपास मातंगांची माणसं-पोरं तुडवतच तो परभूजवळ आला. त्यांच्यामागून त्याचे दोन्ही दोस्तही आले.

"काऊन? काय चुकलं माहा?"

"मी अ. म. मातंग संघाच्या गाव शाखेचा अध्यक्ष हाओ. माह्या परवानगीबिगर तुले कोणताच कार्यक्रम करता येणार नाही. ना ह्यो कार्यक्रम घेता येणार, ना गावात वर्गणी मांघता येणार. आज म्या तुह्या पोराच्या हातचा डबा हिसकावून घेतला."

"काय?" परभूला हे ऐकून धक्काच बसला. त्याला यातलं काहीच माहिती नव्हतं. त्यानं संतोष, येसाजीकडे पाहिलं. त्यांना ही गोष्ट सांगायला वेळच मिळाला नाही.

"हो, याच्यामव्हरं जे काय करायचं असेल ते मी सांगीन तसंच करा लागंल."

"अरे, ह्यो कार्यक्रम आपल्या सगळ्याह्यचा हाये. माह्या एकट्याचा नाही."

"सगळ्याह्यचा असला तरी तुवा मले इचारलं नाही..."

"इचारलं नाही हे माहा चुकलं." परभूनं गोष्टीचा वाढवा करायचं टाळण्याच्या उद्देशाने म्हटलं, "ही पाहाय गावातली मोठी-मोठी मंडळी आली."

"आली तं त्याह्यले चहा पाज अन् घराकडे जाऊ दे!" गणाचं हे बोलणं ऐकून आता विनायक, लिंबा बेल्या अन् बाकीची गावातली माणसं उभी राहिली. त्यांचे पाहून मातंगांची माणसं, बायका-पोरंही उभी ठाकली... नाही म्हणता गोंधळ वाढायला लागला.

"वसंता, उचल रे त्यो फोटो."

गणानं ऑर्डर दिली. तसा वसंता पुढे झेपावला. मात्र, परभूनं त्याला अडवलं अन् करड्या आवाजात परभू म्हणाला,

"हे पाहा, आता तुम्ही मर्यादा सोडून वागायले. एक ध्यानात घ्या. कार्यक्रम जरी आपल्या सगळ्याह्यचा असला, तरी तो म्या ठेवला, माह्या अंगणात ठेवला, त्याच्यासाठी म्या कोणाले पाच पैसे वर्गणी मांघतली नाही. म्या माह्या घरातला

लोकशाहिरांचा फोटो आणून मांडला. एवढे असल्यावर तुम्ही या कार्यक्रमाचा इचका करायची गरज नव्हती. तुम्हाले पसंत नव्हतं तं तुम्ही घरीच बसून राहा लागत व्हतं. नाही तं माह्या कार्यक्रमापेक्षा मोठा कार्यक्रम करा लागत व्हता. मोठेपणानं अ. म. मातंग संघाच्या गाव शाखेचा अध्यक्ष व्हवून बसला असता; पण लोकशाहीर अण्णाभाऊ साठे अन् उस्ताद लहुजी साळवे याह्यच्या जयंत्या अन् पुण्यतिथ्या कव्हा हायेत, हे तुह्या ध्यानात नाही. म्या ध्यानात ठेवून कार्यक्रम ठेवला तं त्यात गोंधळ घालाय आला?''

गावातल्या अन् मातंगवाड्यातल्या बहुतेक सगळ्यांना परभूचं हे बोलणं पटलं. या भानगडीत आपला अपमान होत आहे हे जाणूनही केवळ परभूच्या स्वभावामुळे गावातल्या मंडळींनी नमतं घेतलं. गणाला समजावून सांगितलं; पण गणा ऐकायला तयार नव्हता. मग दोन्ही बाजूंनी एकमेकांच्या उखाळ्या-पाखाळ्या काढल्या. गोंधळ वाढतच गेला. आता इथे थांबण्यात मजा नाही हे ध्यानात घेऊन विनायक, लिंबा बेल्या आणि बाकीची गावकीची माणसं परत गेली. परभूने त्यांना थांबायची विनंती केली, हात जोडले तरीही कोणीच थांबलं नाही. गणाही आपल्या सोबत्यांसोबत निघून गेला.

सगळे निघून गेल्यावर 'हे काय झालं?' या गोष्टीने परभूचा गळा दाटून आला अन् तो खुर्चीजवळ मटकन बसला. 'अण्णाभाऊ, मले माफ करा' म्हणत त्याने अण्णाभाऊंचा फोटो उराशी कवटाळून गळा काढला. ते पाहून येसाजी, पारू, संतोष अन् मंगला हुंदके देत परभूजवळ जमा झाले.

परभूच्या साऱ्या घराने अण्णाभाऊंच्या फोटोला आसवांची लाखोली वाहून त्यांची पुण्यतिथी साजरी केली.

❋❋❋

दिवस बराच वर आला. ढगाळ वातावरण असल्याने सूर्य किती वर आला ते दिसत नव्हतं. तरी आठ-साडेआठ वाजले असतीलच.

परभू अजूनही झोपलेलाच होता. फार दिवसांनी त्याला अशी झोप लागली होती.

गेल्या अठरा तारखेला घडलेल्या घटनेचा फार खोल परिणाम त्याच्या मनावर झाला होता, तेव्हापासून त्याने घराबाहेर पाय टाकला नाही. फक्त गेला तर संडासलाच. ना घरातल्या, ना बाहेरच्या कोणाशी बोलणं. जणू त्याच्या जिभेवरून वारं गेलं. डोळे नुसते टुकटुक उघडे. डोळ्यांतलं तेजच नाहीसं झालं होतं. सारख्या धारा वाहत होत्या. येसाजी, बायजा, पारू हे घरचे. शिवाय यंका, सदाशिव, देविदास, रघुनाथ आणि इतरांनी त्याला किती समजावून सांगितलं तरी त्याच्यावर

कोणाच्याच सांगण्याचा परिणाम झाला नाही. अधूनमधून 'यापेक्षा मरण बरं' एवढेच शब्द बोलत होता.

त्याच्या अशा बोलण्याने घरातले सर्वच धास्तावले होते. असं काही बोलून हा खरंच आत्महत्या तर करणार नाही ना? अशी त्यांना भीती वाटत होती. येसाजीला हा विचार असह्य झाला, तेव्हा त्याने कवठ्याला निरोप पाठवून पारूचा बाप दयाराम, चुलता संताराम यांना बोलावून घेतलं. दोन दिवस मुक्काम करून त्यांनी परभूची समजूत घातली; पण काहीच फरक पडला नाही.

"दवाखान्यात नेऊन पाहावं असं मला वाटतं. डोक्शावर ताण पडला की, व्हते असं!" संतारामने सुचवलं. बाकीच्यांनीही होकार दिला; पण परभूला 'दवाखान्यात चाल' म्हटलं, तेव्हा तो तयार झाला नाही.

सुदैव हेच की, तो सकाळ-संध्याकाळ पोटभर नाही; पण अर्धपोटी भाकर खात होता.

पण रातं-दिवस टक लावून पाहत खाटेवर पडून राहात होता. झोप कशी ती लागत नव्हती.

अनसिंगचा डॉ. धोपे तिसऱ्या दिवशी गावात यायचा. त्याला बोलावलं; पण परभूने त्याला हात लावू दिला नाही.

"एक करता येईल?" संताराम म्हणाला.

"काय?"

"गावातल्या ज्याह्यचा ज्याह्यचा त्या दिसी अपमान झाला, असं जावईबुवाले वाटते, त्याह्यले भेटून जावईबुवाची समजूत घालायले बलावून घेऊन या. का ते लोक बी रागावलेले हायंत खरंच?"

येसाजीनं तेवढं काम तातडीनं केलं होतं. कार्यक्रमाचा पचका झाला त्याच्या दुसऱ्या दिवशीच येसाजीनं विनायक, लिंबा बेल्या, अन् बाकीच्या सगळ्याह्यच्या भेटी घेऊन त्याह्यचा अपमान झाल्याबद्दल त्याह्यचे पाय धरले होते, डोळ्यांत पाणी आणून माफी मागितली होती.

"येसादा, परभूची काहीच चुकी नव्हती. त्याले थोडंच वाटलं, त्यो गण्या तसं काही करेल? आमचा अपमान परभूनं नाही त्या गण्याने केला. परभूनं इनाकारण टेंशन घ्यायची गरज नाही." असं प्रत्येकानं येसाजीला म्हटलं. येसाजीनं गाववाल्यांशी झालेलं सारं बोलणं परभूलाही सांगितलं. तरीही त्याच्यावर काहीच परिणाम झाला नाही.

"रागावलेले नाहीत; पण ते कसे येतील? त्याह्यले 'चाला' तरी कसं मनावं, कोण्या तोंडानं मनावं?"

"मनून पाह्यले काय हरकत हाये? 'येतो' मनले तं ठिकच; 'नाही' मनले तं

पुढे काय करायचे ते पाहून घेऊ.''

येसाजीने दोघा-चौघांना जाऊन तसं म्हटलं. 'नाही' कोणी म्हटलं नाही; पण येण्याबाबत उत्सुकताही दाखवली नाही. विनायकची अन् येसाजीची दोनदा त्याच्या घरी जाऊनही भेट झाली नाही. नंतर मग संतारामनंच येसाजीला गावात जाऊ दिलं नाही.

''आता इसरा झालं गेलं ते! किती दिवस असे पायांत मुंडी खुपसून राह्यता? तुम्ही त्या गाववाल्याह्यचा का जाणूनबुजून अपमान केला? त्याह्यले भेटा, त्याह्यची माफी मागा. इसरतील ते लोक सारं.'' संतारामनं गावाकडे परत जायच्या दिवशी परभूची समजूत घातली. परभू नुसता बघत राहिला.

''उद्या मी वाशिमले जातो. त्या सूर्यकांत साठेंची भेट घेतो. त्याले ही भानगड सांगतो अन् परभूची समजूत घालायले पाठवून देतो.'' संताराम जाताना सांगून गेला. त्याला जाऊन पाच दिवस होत आले; तरीही सूर्यकांत साठेंचा पत्ता नव्हता.

परभूच्या अशा वागण्याने घरातला तणाव अजिबात कमी होत नव्हता.

''बाबू, तू असा जिवाले इनाकारण जाळून घेऊ नको. तुवा जे केलं ते चुकीचं नव्हतं. अरे, चांगलं काम करायचं मनलं की, हे असं व्हणारच हाये. देवादिकाह्यले, साधू संताह्यले जे चुकलं नाही ते आपल्याले कसं चुकंल? ऊठ, तुहं वर्गणी मांघायचं काम बंद पडलं, ते सुरू कर. त्या गण्यानं जरी डबा हिसकावून घेतला असेल, तं घेऊ दे. जाऊ दे तेवढे पैसे. उद्यापासून आजूक डबा फिरवणं सुरू कर. पंधरा ऑगस्टला जे पैसे जमा व्हतील; त्यातून चार-दोन लेकराह्यचे कपडे आण; पण हे काम बंद पडू देऊ नको. हे काम बंद पाडशील तर त्या गण्याले वाटलं, तू भेला.'' येसाजीनं एक दिवस म्हटलं.

त्यावरही त्याने काहीच म्हटलं नाही. 'ज्या लोकाह्यचा आपण अपमान केला, त्याह्यच्याच दारात जायचं? काय मनतील ते लोक?' अशी त्याच्या मनाची भावना असेल, असा येसाजीने अंदाज केला.

परभूजवळ बसून येसाजी इकडच्या-तिकडच्या गोष्टी करू लागला; पण सारं काही वायफळ होतं.

परवा कवठ्यावरून परभूचा मेहुणा आला. त्याच्यासोबत त्याचा कळमनुरीचा साडभाऊ होता. कळमनुरी परभणी जिल्ह्यातील एक तालुका. हा साडभाऊ नांदेडला कापडाच्या मिलात नोकरी करतो, त्याच्यासोबत त्याचा एक दोस्तही होता. तो नांदेड जिल्ह्यातल्या टेंभुर्णीचा होता. याच टेंभुर्णीच्या पोचीराम कांबळे नावाच्या मातंगाला गावकऱ्यांनी जिवंत जाळलं होतं. जाळण्याचं कारण काय तर तो मराठवाडा विद्यापीठ नामांतर लढ्यात भाग घेत होता. एकोणीसशे अठ्ठ्याहत्तरमध्ये शरद पवारांनी पुलोद आघाडीचं मंत्रिमंडळ स्थापन केलं, तेव्हा विधानसभेत मराठवाडा

विद्यापीठाला डॉ. बाबासाहेब आंबेडकरांचं नाव देण्याचा प्रस्ताव पास केला. त्यावर मराठवाडा उभा पेटला. जाळपोळ, लुटालूट, दंगे, रेल्वे, मोटारी अडवणं... असा सगळा भीषण प्रकार सुरू होता. या संघर्षात अनेक गावी बौद्धांची घरं जाळण्यात आली; त्यांना मारहाण करण्यात आली. नेमका याच संघर्षात पोचीराम कांबळे शहीद झाला. त्याला सवर्णांनी जिवंत जाळलं... या घटनेने सगळा महाराष्ट्र हादरला. जातीने मांग असूनही तो बौद्ध मंडळीच्या खांद्याला खांदा लावून नामांतर लढ्यात प्राणपणाने लढला, याचं सगळ्यांना मोठं नवल वाटत होतं...

त्याच पोचीरामच्या टेंभुर्णीचा हाही मातंग होता, याचंही आडनाव कांबळेच होतं.

संतारामने मुद्दाम त्या तिघांना वडगावला पाठवलं. निदान टेंभुर्णीच्या पाहुण्याला भेटून तरी त्याच्यात काही फरक पडेल! पण ते आले, बोलले, निघून गेले; तरी परभूने तोंड उघडलं नाही...

एवढं कशाला, काल पंचवीस तारखेला पाटीलकीचा निकाल लागला. एस.डी.ओ.नं विनायकला पाटील म्हणून घोषित केलं. गावात लोकांनी जल्लोष केला. त्याची ताशे लावून मिरवणूक काढली. गुलाल उधळून, सगळे रस्ते लाल केले. विनायकनंही मनाचा मोठेपणा दाखवून मिरवणुकीच्या वेळी जीपमध्ये एका बाजूनं लिंबा बेल्या अन् दुसऱ्या बाजूनं विकासला घेतलं. तेही हसत होते... विशेष म्हणजे गणाचा बँड लावला नाही, वाशिमवरून ताशे आणले होते.

महाभारतातल्या संजयनं धृतराष्ट्राच्या डोळ्यांसमोर जसं महाभारत युद्धाचं चित्र उभं केलं, तसंच येसाजीने या मिरवणुकीचं परभूच्या डोळ्यांसमोर चित्र उभं केलं; पण छे...! परभू निर्विकार होता.

"आता काय करावं या पोराले?" असं म्हणून येसाजी हुंदका देऊन रडायला लागला. त्याला बायजानं, पारूनं अन् पोरांनीही साथ दिली.

परभूच्या काळजीनं सगळेच खंगू लागले.

फार दिवसांनंतर आज त्याचा डोळा लागला होता. दिवस कितीतरी वर निघून आला, तरी तो झोपलेलाच होता.

"त्याले उठवू नका, झोपू द्या." येसाजीनं सर्वांना सांगितलं.

पारूनं मात्र सकाळी उठल्यापासून मनात काही एक वेगळंच ठरवलं होतं.

ती लगबगीनं काम धंदा आटोपत होती.

परभू उठायच्या आत तिचं स्वयंपाक-पाणी झालं.

"इतक्या लवकर काऊन गं आज?" बायजानं विचारलं.

"एक काम हाये, गावाले जातो."

"कोण्या? काहाले?"

"वापस आल्यावर सांगीन" ती एवढंच बोलली. बायजाला वाटलं, ही एखाद्या वैद्याला आणायला चालली असेल. जाऊ दे, परभूसाठी ज्याला जे जे करायचं असेल, ते ते करू दे. खुद्द बायजानं शेगावच्या गजानन महाराजाच्या नावानं अकरा रुपयांचे पेढे वाटायचा नवस कबूल केला.

"मंगले, आज्या-आजीले अन् त्याह्यले अंघोळीले पाणी दे. त्याह्यच्या अंघोळी झाल्या की, धुणं पिळून टाक. तिघायले जेवाय वाढ. तूबी जेव त्याह्यच्यासंगं, मी अन् दादा वापस येतो दुपारलोक."

तिनं संतोषला सोबत घेतलं.

इकडे मंगलाने सारं काही पारूने सांगितल्याप्रमाणे केलं अन् ती दारात बसून पारूची वाट पाहू लागली.

दुपारी तीन वाजता पारू आली. तिला पाहताच दारात बसून असलेली मंगला ओरडली, "माय आली, दादा आला!"

तिचं ओरडणं ऐकून घरात बसलेले बायजा अन् येसाजी धडपडून बाहेर आले. पारू कोठे गेली, कशाला गेली याची त्या दोघांनाही मोठी उत्सुकता होती.

ते बाहेर आले. पाहतात तर पारू अन् संतोषसोबत एक बाई...

पारूच्याच वयाची; पण पांढरीफेक साडी नेसलेली. बायजा अन् येसाजीनं तिला ओळखलं. अन् त्या दोघांच्या मनात प्रश्न निर्माण झाला, "इले काहाले आणलं असंल पारूनं?"

ते काही विचारणार तर पारूनं त्यांना 'बोलू नका' असं तोंडावर बोट ठेवून सुचवलं.

"ते काय करायले?" तिनं विचारलं.

"काय करणार हाये? पडलाय बाजंवर आढ्याकडे टकमक पाहात."

"बाई, पाय धुवा." पारूनं त्या बाईला म्हटलं.

"थांबा धुते नंतर."

ती बाई दरवाजाजवळ आली अन् परभूला उद्देशून मोठ्यानं म्हणाली, "प्रभू, प्रभू, बाहेर ये. बघ, मी तुला भेटायला आले."

परभूनं हा आवाज ऐकला. त्याला आपण स्वप्नात आहोत असंच वाटलं. एवढ्या मंजूळ, कोवळ्या आवाजात अन् तेही शुद्ध, शहरी भाषेत आपल्याला कोण हाक मारेल? त्याने त्याकडे दुर्लक्ष केलं.

पण दुसऱ्यांदाही त्याच्या कानावर आवाज आला.

"प्रभू, प्रभू घरातून बाहेर ये. बघ मी तुझ्यासाठी आले. तू बाहेर आल्याशिवाय मी तुझ्या घरात पाय ठेवणार नाही..."

आता मात्र त्याचं मन चाळवलं. असं कोण आहे, जे आपल्या दारात येऊन

आपल्याला एवढ्या प्रेमळ आवाजात बोलावत आहे? पाहावं का उठून?

तो उठला. उभा राहिला. शरीर खूप थकलं होतं. पाय उचलता येत नव्हता, तरी तो दाराकडे निघाला.

"प्रभू, प्रभू, येतोस ना...?"

आवाज मध्येच बंद पडला. परभू दारात आला. त्याने समोर बघितलं अन् आश्चर्यचकित होऊन म्हणाला, "ज्योतीताई, तुम्ही?"

"हो, आश्चर्य वाटलं?"

"हं" तो तिच्याकडे पाहातच राहिला, बेभान होऊन!

"या, या घरात." भानावर येत म्हणाला.

"येते; पण एका अटीवर."

"कोणती अट?"

"जर तू माझ्याशी, घरातल्या सगळ्यांशी मोकळेपणाने बोलशील तरच मी घरात येते."

"अन् बोललो नाही तर?" तो हसला.

"आले तशी परत जाईन."

"या, तुमची अट मान्य!"

"पाय धुते."

"धुवा." परभू बोलला.

परभू एका झपाट्यात एवढं बोलला, याचं येसाजी, बायजा, पारू अन् पोरांनाही कौतुक वाटलं. हे बिनापैशाचं औषध पारूनं आणलं त्यासाठी येसाजीला, बायजाला तिचाही जास्त हारीक आला.

"हे ईले लक्षात आलंच कसं?" असा प्रश्नही त्यांच्या मनात आला.

ज्योतीताई म्हणजे वाशिमच्या सरकारी दवाखान्यातील नर्स. येसाजी बिमार होता, तेव्हा तिने त्याची फार काळजी घेतली होती. ती होती म्हणून येसाजी वाचला... आता तिच्या येण्यामुळेच परभूची वाचा परत आली... ज्योतीताई... खरंच ज्योती... ज्योती... दिव्याची... घरातला अंधार दूर पळवणारी ज्योती... येसाजीचं मन विचारात गढलं.

ज्योती पाय धुवून घरात आली. तिच्या मागोमाग सारेच घरात आले. तोपर्यंत परभूने ज्योतीसाठी भिंतीला टेकून एक पोतं अंथरलं.

"बसा, पाणी दे गं बाईंना."

त्याचं शुद्ध बोलणं ऐकून संतोषला नवल वाटलं. त्याला दम निघाला नाही. "बाबा, तुम्ही एवढं शुद्ध बोलता?"

त्याचा प्रश्न ऐकून ज्योतीसह परभूही मोकळेपणाने हसला. ज्योतीची थोडक्यात

ओळख करून देऊन त्यानं 'तिचा शुद्ध बोलण्याचा आग्रह' सांगितला...

ज्योतीने पाणी घेतलं.

"कशा आल्या?"

त्यानं विचारलं.

"अरे, कशा म्हणजे काय? तुला भेटायला! वहिनी आल्या होत्या सकाळी माझ्याकडे. तू तर म्हणे आठ-दहा दिवसांपासून मौनव्रतच धारण केलंस."

आता त्याला ज्योती येण्याच्या आधीची अवस्था आठवली. कशी जादू केली ज्योतीनं? शाळेत असतानाच तिने आपल्याला प्रकाश दाखवला होता. आपण अर्धवट वाट सोडली. तिने सांगितलेल्या मार्गाने गेलो असतो, तर आज कुठल्यातरी ऑफिसात नोकरीला असतो... मध्ये तिचा आपला संबंध तुटला. तो येसाजीच्या आजाराच्या निमित्ताने पुन्हा जुळला. आपल्यापेक्षाही तिने आपल्या बापाची त्या काळात जास्त सेवा केली... अन् आज?

दि. १८ जुलैच्या कार्यक्रमानंतर बसलेली आपली दातखिळीच तिनं फटकन उघडली. या काळात जीवनाबद्दल किती निराश झाले होतो आपण? ऊठसूट आत्महत्येचे विचार मनात येत होते... ज्योतीला घेऊन येणाऱ्या पारूचं त्यालाही कौतुक वाटू लागलं. हेच औषध आपल्याला लागू पडतं हे तिला कसं कळलं असावं?

"चहा ठेव गं?"

"वहिनी, माझ्या एकटीसाठी नाही. प्रभूसाठीसुद्धा ठेवा."

त्यानं नाही म्हटलं नाही.

"कसा वेडा आहेस रे तू? साध्या गोष्टीसाठी मनाची दारं एवढी बंद करून घेतलीस? आठवतं तुला, आपल्याला तिसऱ्या वर्गात असताना संत ज्ञानेश्वरांवरचा एक पाठ होता?"

"आठवते!"

"काय होते त्या पाठात?"

"एकदा ज्ञानेश्वर रुसतात अन् घराचं दार आतून बंद करून बसतात!"

"हं, बरोबर. पुढे?"

"कोणाच्याही म्हणण्यावर ते दार उघडत नाहीत."

"हं!"

"शेवटी त्यांची धाकटी बहीण मुक्ताबाई त्यांची समजूत घालण्यासाठी ताटीचे अभंग म्हणते... 'चिंता, क्रोध मागे सारा, ताटी उघडा ज्ञानेश्वरा...'

"अन् ज्ञानेश्वर ताटी उघडून बाहेर येतात. असंच ना?" ज्योतीने त्याचं वाक्य पूर्ण केलं. परभूनंही होकार भरला.

"हे बघ प्रभू, मी मुक्ताबाईएवढी मोठी नाही; पण मला वाटतं, ज्ञानेश्वरांचं मौन तोडण्यात मुक्ताबाईंना जे यश मिळालं, तेच यश मला तुझं मौन तोडण्यात मिळालं."

"ताई, तुम्ही माझ्यासाठी मुक्ताबाईच आहात." बोलता बोलता त्याच्या डोळ्यांत पाणी आलं. "मलाही सख्खी बहीण नाही. आज मला बहीण भेटली, तुमच्या रूपाने."

"अरे, मी शाळेत असल्यापासूनच तुझी बहीण होते; फक्त तू मला ओळखलं नाहीस. ती ओळख आज झाली. तुला माहीत नसेल, मी मामासोबत या गावी शिकायला आले. त्याच्या आदल्या वर्षी माझ्यापेक्षा दोन वर्षे वयानं मोठा असणारा माझा भाऊ विहिरीत पडून मरण पावला होता. मी जेव्हा तुला पहिल्यांदा पाहिलं... तेव्हा मला माझ्या भावाची आठवण आली. तो तुझ्यासारखाच होता... काळा सावळा... नाकेला... लाजराबुजरा..."

हे ऐकून परभूचा जीव गलबलला. त्याला स्पष्ट आठवत होतं. शाळेत असताना ज्योती जेव्हा जेव्हा त्याच्याकडे पाहायची, तेव्हा त्याला वेगळंच काही वाटायचं अन् ती मात्र त्याला भाऊ मानत होती. आपलं ते वाटणं किती मूर्खपणाचं होतं... किती मोठ्या मनाची आहे ज्योती! ती ब्राह्मण, आपण मांग... ती उच्च कुळातली, आपण नीच कुळातले; तरीही आपल्याला शाळेच्या काळापासून भाऊ मानते. ब्राह्मण असे, ब्राह्मण तसे असं म्हणून ब्राह्मणांबद्दल लोकांची मनं कलुषित करणारांना काय म्हणावं? कुळकर्णी मास्तर, ज्योती यांच्याकडे पाहिल्यावर ब्राह्मणांबद्दल वाईट-साईट विचार आपल्या तरी मनात येऊच शकत नाहीत.

"मनूनच मांघ माह्या दुखण्यात तुम्ही माही इतकी काळजी घेतली?" येसाजीनं कौतुकानं म्हटलं.

"हो बाबा, प्रभूला भाऊ मानल्यावर तुम्हाला तरी मी वेगळं का मानावं?"

येसाजीला प्रश्न पडला, कोणती नाती खरी मानावी? रक्ताची की मानलेली? काही असो; ज्योतीच्या येण्याने परभूच्या वागण्यात बदल झाला, याचाच त्याला फार आनंद झाला. येसाजीलाच काय, घरातल्या लहान-मोठ्या सर्वांनाच आनंद झाला. घरातलं वातावरणच एकदम बदलून गेलं होतं.

* * *

"बस आजचा शेवटचा दिवस" परभू ज्या ज्या घरी गेला, तिथे तिथे त्याने रुपया डब्यात टाकणारांना म्हटलं. "अरेरे, असं काऊन करतं? पुढंबी सुरू ठेव ना?" असं लोक म्हणायचे अन् तो नुसताच हसायचा.

वाशिमच्या ज्योतीताई भेटून गेल्यावर त्याने हे काम पुन्हा सुरू केलं. परभूच्या

बिमार पडण्यावर हसून-खिदळून खुशी मानणारे गणा अन् त्याचे दोस्त तो दुरुस्त होऊन पुन्हा वर्गणी मागायला लागला हे पाहून जळफळून उठले.

लोक मात्र तो पुन्हा वर्गणी मागायला आला हे पाहून त्याच्या बिमार पडण्याची चौकशी करू लागले अन् एक रुपयाऐवजी कोणी पाच, कोणी दहा रुपये टाकत होते.

"फक्त एकच रुपया टाका" असं त्यानं म्हटलं की, लोक त्याला म्हणायचे,

"त्या गण्यानं तुहा डबा हिसकावून नेला ना! त्या पैशाची भरपाई नको करायले? त्या गण्याच्या नाकावर टिच्चून तुहं हे काम तडीपार झालं पाह्यजे. समजलं?"

'आजचा शेवटचा दिवस' असे म्हणू म्हणू अर्ध्या अधिक गावाने त्याच्या डब्यात पैसे टाकले. एरव्ही अर्ध्या-पाऊण तासातच त्याचं हे काम आटोपायचं. आज त्याला दीड तास लागला.

"इनायक पाटील माही वाट पाहात असतील. मी वापस येवस्तोर घरीच थांबा, असं मी त्याह्यले सांगून आलो." तो ज्याला, त्याला सांगत होता आणि परतण्याची घाई करत होता.

लोकांच्या मनात एखाद्या चांगल्या गोष्टीला मदत करण्याची केवढी चांगली भावना असते, हे त्याच्या लक्षात आलं. भागवताची गावपंगत असली की, कोणीही न म्हणता गावातले लोक जसे आपापल्या कुवतीप्रमाणे धान्य, पैसा, मारोतीच्या पारावर नेऊन जमा करतात, तसाच हा अनुभव परभूला आला.

शेवटी एकदाचा तो विनायक पाटलाच्या घरी आला.

मध्यंतरी ही योजना बंद पडल्यानंतर पुन्हा चालू करण्यासाठी विनायक पाटलाचं प्रोत्साहन फार कामी आले.

पाटीलकीचा निकाल पंचवीस जुलैला लागला. तो दिवस तर त्यांचा अत्यंत धामधुमीत गेला. तसे आधीचे दिवसही धावपळीतच गेले. सव्वीस तारखेला संध्याकाळी मात्र त्यांना धीर निघाला नाही. परभूच्या तब्येतीची चौकशी करण्यासाठी ते स्वतः मातंगवाड्यात आले होते; पण त्या वेळी ज्योतीताईंना पोहोचवण्यासाठी ती नको म्हणे तरीही तो फाट्यावर गेला होता. ज्योतीताई तिच्या मुलांना, नवऱ्याला सांगून न आल्यामुळे ती त्या दिवशी मुक्कामाला राहिली नाही.

परभूचं दुखणं पळालं हे विनायकला येसाजीकडून कळल्यावर त्यांना मोठा आनंद झाला.

रात्री उशिरा घरी परत आल्यावर 'पाटील येऊन गेले' असं येसाजीनं परभूला सांगितलं, तेव्हा तेवढ्या रात्री तो विनायक पाटलांना भेटायला घराबाहेर पडला.

"तुही वर्गणीची योजना उद्यापासून पुन्हा सुरू कर" त्यांनी सुचवलं, त्यानुसार

ही योजना सत्तावीस जुलैपासून आज चौदा ऑगस्टपर्यंत चालू राहिली.

तो वर्गणी मागून परत आलेला पाहून विनायक म्हणाले,

"आलास?"

"हो त्यानं डबा त्यांच्यासमोर ठेवला."

"फोडायचा का आणखी कोणाले बलवायचं?"

"मले वाटते, शाळेचे हेडमास्तर वाघ गुरुजींना बलवावं."

आधीचे हेडमास्तर गावंडे बदलून आसेगावला गेले. त्यांच्या जागी या वर्षी हे वाघ गुरुजी आले. ते गावातच पारापुढच्या रामजी बेल्याच्या लहानशा खोलीत एकटेच राहात होते.

"बलावं."

तो लगेच निघाला.

काही वेळाने वाघ गुरुजींना पुढे घालून परत आला.

"या गुरुजी" विनायकने गुरुजींचं हसून स्वागत केलं.

"गुरुजी, तुम्हाला माहीतच असेल, या परभूने आपल्या शाळेतल्या मुलांना उद्या पंधरा ऑगस्टच्या कार्यक्रमात कपडे देण्यासाठी गावात वर्गणी मागितली."

"हो."

"तर आज चौदा ऑगस्ट. आज त्याच्या वर्गणीचा शेवटचा दिवस, तर आपण हा डबा फोडू अन् यात किती पैसे जमा झाले ते बघू."

गुरुजींनी होकार दिल्यावर विनायक पाटलांनी डबा फोडला अन् तो खाली अंथरलेल्या सतरंजीवर उघडला. त्यात दहा रुपयांच्या नोटेपासून ते पंचवीस - पन्नास पैशांपर्यंत नोटा आणि नाणी होती.

गुरुजींनी नोटा लावून नोटा आणि नाणी मोजली.

"किती भरले?"

"तीनशे साठ रुपये."

"सत्तावीस तारखेपासून आज चौदा तारखेपर्यंत म्हणजे एकोणीस दिवसांत बरेच पैसे जमा झाले." विनायकने परभूकडे कौतुकानं पाहात म्हटलं.

"गणानं डबा लुटायच्या आधी १४ तारखेपर्यंत किती पैसे जमा व्हावे, असं वाटतं होतं तुले?"

"चारशे पन्नास रुपये. एका दिवसाचे दहा असे पंचेचाळीस दिवसांचे साडेचारशे."

"हं, साडेचारशाले किती कमी आहेत हे गुरुजी?"

"नव्वद रुपये कमी आहेत."

लगेच विनायकने खिशात हात घातला. खिशातून नोटाचं पुडकं काढलं. त्यातून पन्नासच्या दोन नोटा काढून त्या गुरुजींच्या हातात दिल्या.

"त्यातले दहा रुपये वापस द्या गुरुजी अन् हे शंभर रुपये त्यात टाका."

गुरुजींनी तसं केलं.

"आता झाले साडेचारशे."

परभूलाही समाधान वाटलं.

"आता गुरुजी, आज वाशिमले जाऊन याचे येतील तेवढे ड्रेस विकत आणणं तुमचं काम. फक्त एक करा. जेवढे ड्रेस येतील, त्यात अर्धे पोरांचे तर अर्धे पोरींचे आणा."

एवढ्या वेळात घरातून न सांगता चहा आला. घरातल्या बायकांना असं न सांगता चहा करण्याची सवयच पडली होती. दिवसभर किती चहा होत असेल याला गणतीच नाही. वाघ गुरुजी, पाटील यांना ज्या कपबशांत चहा आला, तशाच कपबशीत परभूलाही आला. परभूनेही काही न म्हणता तो घेतला. त्याच्यासाठी किंवा इतर कोणा मागासजातीवाल्यासाठी विनायक पाटलाच्या घरी वेगळी कपबशी ठेवली जात नव्हती. गावात काही घरी अजूनही ही पद्धत चालू आहे.

चहा घेणं झाल्यावर पाटील म्हणाले,

"गुरुजी, उद्याच्या ध्वजारोहणाच्या कार्यक्रमासाठी आपण आजच गावातल्या मान्यवर मंडळींना निमंत्रण देऊ."

"बरोबर!"

"हां, यादी लिहून ती मी मुलांच्या हाताने फिरवतो. त्या यादीवर ज्यांना आमंत्रणं द्यायची त्यांच्या सह्या आणायला सांगतो."

"सांगा. मी म्हणतो की, उद्याच्या कार्यक्रमाचं निमंत्रण परभूलाही द्या."

"व्वा! यांना कसा विसरेन मी?"

"अन् याच्यासोबतच मातंगवाड्यातल्या गणा, वसंता, केशव, यंका अशा पाच-दहाजणांनाही निमंत्रण द्या. म्हणजे आपल्या कार्यक्रमाला गावातले जास्तीतजास्त लोक हजर असले पाहिजे."

"बरं... मग असं करू का?"

"कसं?"

"शाळेत ज्यांची ज्यांची मुलं शिकतात, त्यांना त्यांना पालक म्हणून निमंत्रण देऊ."

"चालेल; पण इतक्याजणांच्या घरी मुलं कधी जातील?"

"कशाला घरी जायचं? आज शाळेत मुले येतील की नाही? त्यांच्याजवळ सांगतो."

"मग यादीचं काय? यादी नाही पाठवणार गावात?"

"आपली नेहमीची असेल तशी यादी पाठवतो."

“त्यात परभूचं, गणाचं नाव घाला... चालेल?...”

“हो.”

पाटलानं परभूबरोबर गणाला कार्यक्रमाला बोलवा म्हटलं; पण तो नक्कीच येणार नाही, याबद्दल परभूच्या मनात संशय नव्हता.

इकडच्या तिकडच्या गप्पा करून गुरुजी उठून निघून गेले. पाटील वाशिमला निघाले अन् परभूही घराकडे आला.

डब्यात तीनशे साठ रुपये निघाल्याची अन् वरतून विनायक पाटलांनी नव्वद रुपये टाकल्यानं वर्गणीची एकूण रक्कम साडेचारशे रुपये झाल्याची बातमी परभूने येसाजीला सांगितली.

“अं, पाहाय पडलंच का नाही एक चांगलं काम मांघ?” येसाजीनं आनंद व्यक्त केला. चांगल्या कामी कोणालाही प्रोत्साहन द्यायची त्याची पद्धत होती. इथे तर त्याचा पोटचा पोरगा होता.

“मातर एक कर.” तो परभूला म्हणाला.

“काय?”

“उद्या शाळेत मलेबी घेऊन चाल. मले पाहू दे तुहं कौतुक.”

“नेईन.” परभूने आश्वासन दिलं.

उद्याचा दिवस कधी उगवेल, असं त्यालाही झालं होतं.

दिवस गेला, रात्रही गेली. पंधरा ऑगस्टचा दिवस उगवला... सगळेजण सकाळी पाच वाजताच उठले. संतोषला सात वाजताच अनसिंगला पोहोचायचं होतं. एवढ्या सकाळी एस.टी. नसते, म्हणून त्याने गावातल्या मुलाच्या सायकलवर जायचं ठरविलं; मग मंगलालाही गावातल्या शाळेत जायचं होतं. ती या वर्षी पाचव्या वर्गात शिकत होती. येसाजीला अन् परभूलाही गावातल्या शाळेत जायचं होतं. काल संध्याकाळी रीतसर आमंत्रण देण्यासाठी शाळेतली पोरं रजिस्टर घेऊन आली होती. आमंत्रण मिळालं, त्याची सही घेऊन गेली होती. तसं मंगलाजवळही गुरुजींनी शाळेत उपस्थित राहण्याबद्दल निरोप दिला.

येसाजीचं अन् त्यांचं चहा-पाणी आटोपल्यावर परभूनं येसाजीला सोबत घेतलं अन् तो शाळेत जायला निघाला.

“काय परभू दा, इतक्या लवकर शाळेत? आम्हालेबी येयाचं ना?” केशव कांबळ्याचा नारायण रस्त्यात भेटला. हा सोयरा दोन वर्षांपूर्वी बामणीवरून वडगावला राहायला आला. त्याचं पोरगं, पोरगी शाळेत जात होते. बामणीवरून वडगावला आल्यावर त्याच्या पोराचं, पोरीचं नाव शाळेत टाकण्यासाठी परभूच त्याच्यासोबत गावातल्या शाळेत गेला होता.

“बापू हायेत संगं, त्याह्यच्या पायानं हळूहळू जायाचं मनल्यावर...”

मातंगवाड्यापासून शाळाही बरीच दूर होती. मातंगवाडा गावच्या ईशान्य टोकाला, तर शाळा पश्चिमेला. तीही गाव सोडून दोन फर्लांग दूर. झोपडपट्टीला लागून!

असं अनेकांनी परभूला म्हटलं. काहीजणांनी टोमणेही मारले,

"काबे, इतक्या लवकर जाऊन तू एकटाच कपडे वाटतं का काय लेकरायले?"

असं कुजकं बोलणारांकडे परभूने दुर्लक्ष केलं.

परभूसारखंच येसाजीलाही काहीजणांनी म्हटलं,

"काय येसा, पोराचं कौतुक पाहायले चालला वाटतं?"

"हो जी, बाबाजी."

"जाय जाय, तुह्या पोरानं कामबी तसंच केलं, कौतुक करण्याजोगं!"

असं ऐकलं की, येसाजीचा ऊर भरून यायचा. तर काहीजण म्हणाले, "फार दिसानं आलास गड्या इकडे?"

"आता चालणं व्हत नाही जी! जराक्सं चाललं की, दम लागते. मनून आपलं घराच्याबाहीर पडतच नाही."

ते दोघं बाप-लेक शाळेत पोहोचले, तेव्हा शाळेतले शिक्षक आणि मुलं यांच्याशिवाय गावातलं कोणीच तिथं नव्हतं. खरंच आपण येण्यात घाई केली असं आता परभूला वाटू लागलं. जाऊ द्या, शाळेत जाऊन बसण्याऐवजी थोडा वेळ झोपडपट्टीत शिवाच्या घरी जाऊन बसू. त्याची बायको लय बिमार व्हती म्हणं, आपलं काही तिला भेटायला जाणं झालं नाही. आता तिचीही भेट घेता येईल...

शाळेचं गेट ओलांडून तो झोपडपट्टीकडे निघाला. शाळेच्या व्हरांड्यातून हेडमास्तर वाघ गुरुजींनी हे पाहिलं अन् त्यांनी दोन पोरांना पाठवून परभूला 'शाळेतच या' असा निरोप दिला.

"अरे, बाबू शाळा मांघ पडली की काय?" येसाजीनं विचारलं. चालण्याच्या तंद्रीत त्याचं शाळेच्या गेटकडे लक्षच नव्हतं.

"मंग इकडे कुठे निघालो आपण?"

"जरा येळ हाये कार्यक्रमाले. आजून गावातलं कोणीच आलं नाही. मनून मनलं तव्हरक शिवाच्या घरी बसू! त्याची बायको लय बिमार व्हती, तिचीबी भेट घेता येईल."

"नको आता मले दम वाटत नाही. शाळेतच चाल. वाटल्यास मले शाळेत सोड अन् तू एकटा जाय शिवाच्या घरी." परभू परत फिरला. दोघेही शाळेत आले. गुरुजींनी त्यांचं आगतस्वागत केलं. परभूला अन् येसाजीला व्हरांड्यात अंथरलेल्या सतरंजीवर बसायला सांगितलं; पण दोघंही खाली बसले. परभूनं भोवताली नजर टाकली. शाळेपुढचा परिसर झाडून स्वच्छ केला होता. वाघ गुरुजी इथे रुजू झाल्यावर त्यांनी कंपाउंडच्या आतून निलगिरीची अन् अशोकाची झाडं लावली होती.

झाडांची ही रोपं टोंगळ्याएवढी वाढली होती. हवेवर डुलत होती. हेडमास्तरांच्या ऑफिससमोर ध्वजस्तंभ होता. त्याच्या भोवताली मुलींनी रांगोळ्या काढल्या होत्या. ध्वजस्तंभाला डोक्याएवढ्या उंचीपर्यंत विविधरंगी पताका चिटकवल्या होत्या.

वाघ गुरुजींनी स्वतःच ऑफिसात जाऊन एक गठ्ठा आणून परभूसमोर ठेवला.

"हे कपडे आहेत मुलांचे."

"किती आले?"

"लहान-मोठे नऊ ड्रेस आहेत. चार मुलांचे, पाच मुलींचे."

"पण ह्यो गठ्ठा तं मोठा दिसायला?" परभूनं गठ्ठ्याला हात लावला.

"हो. तुम्ही केलेल्या वर्गणीतून एकूण नऊ ड्रेस आले आणि आपल्या शाळेतील प्रत्येक शिक्षकाने स्वयंस्फूर्तीने एक-एक ड्रेस घेतला म्हणजे तुमचे नऊ आणि आमचे सहा असे एकूण पंधरा ड्रेस आहेत."

"वा! हे तं लयचं मस्त झालं!" येसाजी उत्स्फूर्तपणे म्हणाला.

"आजोबा, प्रभूजींनी आमच्या शिक्षकवर्गाला ही प्रेरणा दिली."

वाघ गुरुजी पुढे आणखी काही बोलणार तेवढ्यात कंपाउंडमधून विनायक पाटील, लिंबा बेले ही जोडी येत होती. त्यांच्या स्वागतासाठी वाघ गुरुजी गेटकडे गेले. परभूही उठून उभा राहिला.

मग गावातली माणसं भराभर आली. महत्त्वाची सारी मंडळी आल्यावर वाघ गुरुजींनी विनायक पाटलांना विचारलं.

"पाटील, करू सुरू?"

विनायक पाटलांनी होकार भरला.

बाकीच्या शिक्षकांनी मुला-मुलींना आपापल्या वर्गाच्या रांगेत बसायला सांगितलं. वाघ गुरुजींनी विनायक पाटील, लिंबा बेल्या, बाकीचे ग्रामपंचायत सदस्य, शाळा सुधार समितीचे सर्व पदाधिकारी, इतर गावकरी यांना व्हरांड्यात अंथरलेल्या सतरंजीवर बसून आपलं स्थान ग्रहण करण्यास सांगितलं. बहुतेक सगळेजण वर बसलेच होते, परभूलाही गुरुजींनी वर येण्याबद्दल म्हटलं; पण परभूने नकार दिला. विनायक पाटलांनी 'ये' म्हटलं तरी त्याने ऐकलं नाही. त्याचं पाहून बाकी मातंग, बौद्ध मंडळीही खालीच बसली.

वाघ गुरुजींनी विनायक पाटलांना ध्वजारोहण करण्याची विनंती केली. विनायक पाटील हेच सरपंच असल्याने त्यांच्या हस्ते ध्वजारोहण झाल्यावर राष्ट्रगीत झालं. 'भारतीय स्वातंत्र्य दिन चिरायू होवो!', 'महात्मा गांधी की जय!' अशा घोषणा झाल्या अन् वाघ गुरुजींनी विनायक पाटलांच्या अध्यक्षतेखाली पुढील कार्यक्रम सुरू केला. सरस्वतीपूजन, पुष्पगुच्छ देऊन अध्यक्षांचा सत्कार झाल्यावर वाघ गुरुजींनी प्रास्ताविक भाषण दिलं. त्यात त्यांनी प्रामुख्याने परभूच्या वर्गणी मागण्याचा उल्लेख केला. ते

म्हणाले, ''मी आतापर्यंत नोकरीनिमित्ताने अनेक गावं फिरलो; पण अशा प्रकारचा उपक्रम अद्याप कोठेही कोणीही राबवलेला आपण पाहिला नाही. उत्स्फूर्तपणे असे उपक्रम राबविणाऱ्याच्या अंगी समाजकल्याणाची, समाजसेवेची भावना असणं महत्त्वाचं असतं; पण आपल्या ऐपतीप्रमाणे, मग अशी एखादी योजना आखून ती लोकवर्गणीच्या माध्यमातून यशस्वी करणं ही सोपी गोष्ट नाही. ती गोष्ट येथील श्री. प्रभूजी गायकवाड यांनी केली आणि ही गोष्ट आमच्या शाळेशी संबंधित असल्याने मी सर्वप्रथम त्यांचं मनःपूर्वक अभिनंदन करतो.''

गुरुजींचे हे बोल ऐकून येसाजीचं मन भरून आलं. त्याने आपल्या जाड चष्म्यातून कौतुकानं परभूकडे पाहिलं. तो मात्र मागं पाहात होता; गणा आणि त्याची कंपनी आली का ते पाहण्यासाठी; पण त्यांचा पत्ता नव्हता.

''समाजोपयोगी असणाऱ्या अशा छोट्या-मोठ्या गोष्टी इतरांनाही प्रेरणा देणाऱ्या असतात. सुरुवातीला या योजनेला विरोध झाला असेल, कोणी नाकं मुरडली असतील; पण या उपक्रमातील उपयुक्तता आणि उपक्रम राबवणाऱ्याच्या मनातील तळमळ लक्षात आल्यावर या योजनेला गावकऱ्यांकडून भरपूर प्रतिसाद मिळाला. त्याबद्दल मी गावकऱ्यांचेही आभार मानतो, त्यांचे अभिनंदन करतो.''

परभूने गणाचा विषय झटकून टाकला अन् तो गुरुजींचं भाषण ध्यान देऊन ऐकू लागला.

''ही शाळा सर्व गावाची आहे. या शाळेत शिकणारी मुलं तुमची आहेत. त्यांच्या कल्याणाची योजना तुम्ही उचलून धरली. त्याचा आम्हा शिक्षकांवर परिणाम झाला नसता तरच नवल! कारण आम्ही इथे आहोत ते या मुलांच्या भरवशावरच! तीच आमची दैवतं आहेत; त्यामुळे आमच्या शाळेतील प्रत्येक शिक्षकाने उत्स्फूर्तपणे शंभर शंभर रुपये जमा केले. आम्ही एकूण सहाजण; आमच्या सहाशे रुपयांतून आम्ही मुलांसाठी सहा ड्रेस आणले.''

''वा, वा!'' विनायक पाटलांनी वाहवा केली अन् टाळ्या वाजवल्या. ते पाहून इतरांनीही जोरदार टाळ्या वाजवल्या. सर्व शिक्षकांचे चेहरे उजळून निघाले.

''ही योजना दरवर्षी अशीच चालू राहावी, अशी मी नम्र सूचना करतो.''

गुरुजींच्या या घोषणेलाही टाळ्या मिळाल्या.

''आता मी सभेचे अध्यक्ष मा. श्री. विनायकरावजी पाटील यांना नम्र सूचना करतो की, त्यांनी शालेय विद्यार्थ्यांसाठी हा विशेष उपक्रम राबवणाऱ्या श्री. प्रभूजी गायकवाड यांचा शेला, टोपी आणि श्रीफळ देऊन सत्कार करावा.''

''ये प्रभू, वर ये!'' विनायकने आवाज दिला.

भारावल्यासारखा परभू वर गेला. विनायकनं त्याला टोपी, शेला, श्रीफळ देऊन त्याचा सत्कार केला. त्याला फुलांचा गुच्छ दिला. मुलांनी, उपस्थित गावकऱ्यांनी

कडाकड टाळ्या वाजवल्या. येसाजीच्या डोळ्यांच्या कडा भरून आल्या...

सत्कार स्वीकारून प्रभू खाली उतरू लागला, तर वाघ गुरुजींनी त्याला थांबवलं अन् म्हटलं, ''प्रभूजी, या उपक्रमाची प्रेरणा आपल्याला कशी झाली याबद्दल दोन शब्द सांगा.''

परभू गोंधळला. काय बोलावं ते त्याला सुचेना. खरं तर अ. म. मातंग संघाच्या गाव शाखेनं नसत्या भानगडीत वेळ घालवण्यापेक्षा अशा काही गोष्टी कराव्या, असं त्याला मनोमन वाटत होतं. त्याच्या या विचारांना पुष्टी दिली अकोला जिल्ह्याचे पालकमंत्री मा. ना. लहाने यांनी. खंडाळ्याच्या जळीतप्रकरणी वाशिमच्या रेस्ट हाउसवर त्यांनी अ. म. मातंग संघाच्या शिष्टमंडळाला असे काही उपक्रम राबवायला सांगितले होते... त्यामुळे परभूने हा उपक्रम लगेच हाती घेतला... हे सगळं कसं सांगायचं?... आपल्याला भाषण द्यायची सवय नाही... मग?...

तरी तो एवढंच बोलला,

''हे म्या एकट्यानं केलं हे म्हणणं खोटं हाये. याच्यात माहा काहीच नाही. जे काही हाये ते मदत करणाऱ्या सगळ्या गावकऱ्याह्यचं अन् आमच्या अ. म. मातंग संघाचं. बस्स इतकंच!''

एवढं बोलून तो खाली आला; पण त्याच्या एवढ्या भाषणावर सर्वांत जास्त टाळ्या वाजल्या. हा उपक्रम राबवल्याबद्दलचा मीपणा त्याने दाखवला नाही याचं सर्वांना कौतुक वाटलं.

नंतर अध्यक्षांच्या हस्ते मुला-मुलींना कपडे वाटण्यात आले. वाघ गुरुजी एका एकेका मुला-मुलीचं नाव घेऊ लागले. मुलं अध्यक्षांच्या हस्ते कपडे घेऊन परत जात होती. ज्यांना ज्यांना कपडे मिळाले, त्यांच्या तोंडावर भलताच आनंद पसरलेला दिसून येत होता.

''कु. मंगला प्रभू गायकवाड. वर्ग ५ वा.''

वाघ गुरुजींनी नाव पुकारलं अन् प्रभू बावरला. पाचव्या वर्गाच्या रांगेतून मंगला उठली. पुढे चालत आली; पण तेवढ्यात परभू चटकन उभा राहिला अन् वाघ गुरुजींना म्हणाला,

''गुर्जी, मंगलाले नका ड्रेस देऊ!''

''का बरं?''

''तिच्याऐवजी दुसऱ्या कोणाले बी द्या. तिले देऊ नका.''

''अहो, पण का?''

''मले तसं सांगता येणार नाही; पण तिले देऊ नका.''

तोपर्यंत मंगला अध्यक्षांसमोर येऊन उभी ठाकली. तिला उद्देशून परभू म्हणाला,

''मंगला, वापस जाय जाग्यावर.''

परभूनं असं म्हटलं अन् मंगला चेहरा पाडून परत फिरली.

"गुरुजी, तो म्हणतो तसं करा. त्याचंही बरोबर आहे. त्याने ही वर्गणी जमा केली, ती त्याच्या मुलीला ड्रेस मिळावा म्हणून नाही! बरोबर म्हणतो ना मी परभू?" विनायक पाटील मध्येच बोलले.

परभूनं मान हलवली अन् तो खाली बसला. सगळ्यांना त्याच्या मनाच्या मोठेपणाचं कौतुक वाटलं. येसाजीवर तर वेडा व्हायची वेळ आली...

शाळेतील मुलांचे मनोरंजनाचे कार्यक्रम, त्यांना बक्षिसं वाटणं हे सगळं झाल्यावर शेवटी वाघ गुरुजींना विनायक पाटलांना अध्यक्षीय भाषण करण्याची विनंती केली.

विनायक पाटील बोलायला उभे राहिले... ते शाळेबद्दल, शिक्षकांबद्दल, देशाबद्दल आधी बोलले. मग परभूवर येऊन ठेपले. "मंडळी, तुम्ही-आम्ही पैशानं मोठे, श्रीमंत असू; पण आपल्या सगळ्यांपेक्षा परभू खरा श्रीमंत आहे. समाजाशी आपलं काही देणं-घेणं नाही ही आपली भावना असते. आपण आपल्याच स्वार्थात गळ्यापर्यंत बुडालेलो असतो; त्यामुळे आपण कोणतीच चांगली गोष्ट करू शकत नाही. एखादा कोणी चांगली गोष्ट करत असेल तर ती कशी नासवायची, हे आपल्याला चांगलं माहीत असतं..." परभूला वाटलं, पाटील गणाबद्दल बोलताहेत...

"वेगवेगळ्या मागास समाजांत चळवळी सुरू आहेत हे आपण पाहतो. अशी एखादी चळवळ गावात आली की, गावातलं वातावरण नासलंच समजा. मातंगांची चळवळ आल्यावर असं काही होईल, असं मला वाटलं होतं अन् तसं झालं असतं; पण परभूसारखा शहाणा माणूस या चळवळीत असल्याने तसं काही झालं नाही. चळवळीनं मातंगांचं भलं करावं हे साहजिक आहे; पण त्यांची चळवळ गावकऱ्यांसाठी, तुमच्या-आमच्यासाठीही काही करू शकते, हे या माणसाने दाखवून दिलं. असं करून दाखवणं सोपं नसतं. त्याच्यासाठी फार मोठं मन पाहिजे."

विनायक पाटील जे बोलत होते, त्याने परभू, येसाजी यांची मनं तृप्त होत होती. पंतप्रधानांच्या हातून एखादा मोठा पुरस्कार मिळाल्यावरही कदाचित एवढा आनंद झाला नसता. हा दिवस आपल्याला डोळ्यानं दिसला हे आपलं भाग्य अशी भावना येसाजीच्या मनात निर्माण झाली.

परभूबद्दल बरंच बोलल्यावर शेवटी विनायक पाटील म्हणाले, "हा उपक्रम यापुढेही चालू राहावा अशी वाघ गुरुजींनी सूचना केली. सूचना योग्य आहे; पण एका माणसाला त्याचे दररोजचे व्यवहार बाजूला ठेवून असं काही करताना फार त्रास होतो; त्यामुळे गावात फिरून वर्गणी जमा करण्याऐवजी गावातल्या ज्यांना ज्यांना शक्य आहे, त्यांनी यापुढे दरवर्षी चौदा ऑगस्टला एक ड्रेस विकत घेऊन शाळेला द्यावा. मी स्वतः न चुकता दरवर्षी पाच ड्रेस विकत घेऊन देण्याचा संकल्प जाहीर करतो.

ही योजना ज्यांना ज्यांना मान्य असेल, त्यांनी हात वर करून मंजुरी देण्याची मला गरज वाटत नाही. फक्त एकच करा, आज रोजी आपल्याला दरवर्षी चौदा ऑगस्टला एक ड्रेस द्यायचा, एवढंच ध्यानात ठेवा. परभूपासून आपण एवढी प्रेरणा घेतली, तरी त्याच्या कष्टाचं चीज झालं असं मी मानेन.''

टाळ्यांच्या गजरात विनायक पाटलांनी भाषण संपवले.

आभारप्रदर्शन होऊन चहा-पाण्यानंतर कार्यक्रम संपला.

परभू येसाजीला घेऊन घराकडे निघाला. दोघांचीही मनं फुलपाखरू झाली होती, विविध विचारांच्या रंगीत फुलांवर ती उडत होती.

***

पोळ्याचा दिवस उगवला. गावकीची कामं करणाऱ्या यंकाच्या मागे काहीच धावपळ नव्हती. वास्तविक आदल्या दिवशी म्हणजे खांदेमळणीच्या दिवशी बैलांचे खांदे मळण्यासाठी गावकीचं काम करणाऱ्या येसकरानं गावातल्या प्रत्येक कुणब्याच्या घरी जाऊन तीन पानांचा पळसाचा डहाळा अन् दोन-चार बेलाची पानं टाकायची पूर्वापार पद्धत होती. शिवाय प्रत्येक खुटाच्या मानदाराच्या घरून तोरण बांधण्यासाठी दोरी आणून तिला आदल्या दिवशीच आंब्याची पानं, बेलाची पानं टोचायची. हे काम करण्यासाठी दरवर्षी यंका आपल्या बायकोला- गवनाला अन् पोरांना हाताशी धरत असतो. पूर्वीच्या काळी रामकिसन मानदार हा एकटाच सगळ्या कुणब्यांचा मानदार होता. सगळ्या गावची बैलं एकाच तोरणाखाली उभी असायची. सगळ्या बैलांची पूजा करण्याचा अन् घास लावण्याचा मान रामकिसन मानदारांच्या घराण्याकडे होता; पण गेल्या आठ-दहा वर्षांत गावात गटबाज्या झाल्या, ग्रामपंचायत निवडणुका आल्या की, गटबाज्यांना ऊत यायचा. लिंबा बेल्या अन् विनायक पाटील नवीनच राजकारणात उतरले अन् पोळ्याचे बैल वेगवेगळ्या तोरणाखाली गेले. मानदार बदलले. गावात कुणब्यांचे चार खुटं, खुटं म्हणजे घराणी. प्रत्येक खुटाचं तोरण वेगळं; मानदार वेगळा. असे चार खुटांचे चार मानदार. येसकराचं काम यामुळे वाढलं. आधी एका मानदाराकडून पोळ्याच्या तोरणासाठी दोरी आणायची तर ती आता चारजणांजवळून आणायचं काम पडू लागलं. अ. म. मातंग संघाच्या चळवळीमुळे आता यंकाला तेही काम करायचं नव्हतं. तसं त्यानं आपल्या मनानंच बरीच कामं सोडून दिली होती. चळवळ सुरू झाल्यावरही काही दिवस त्यानं येसकरीच्या भाकरी मागितल्या... पण पुढे त्याला तेही बरं वाटंना. म्हणून त्याने तेही सोडून दिलं... तशी गावकीची कामंही आता पहिल्यासारखी राहिली नव्हती. पूर्वी हागलं-मुतलं की बोलवा येसकराला. मर्तिकाचे निरोप देण्यापासून ते लग्नाची लाकडं फोडण्यापर्यंत सारीच कामं त्याच्या उरावर पडत. आता ना मर्तिकाचा निरोप

घेऊन जायचं काम, ना मर्तिकाच्या सरणासाठी लाकूड-गवऱ्या न्यायची भानगड... पूर्वी लग्नाची लाकडं फोडणं, पात्रं-डोणे तयार करण्यासाठी पळसाची पानं आणून देणं या कामी येसकराचं कुटुंबच राबायचं. प्रत्येक कुणब्याच्या घरात लग्नासाठी चार-चार पोती पानं लागायची; ती तोडणं, पोत्यात भरून डोक्यावर ओझी आणणं यामुळे येसकराच्या अंगी लग्न लागत नसे. ही अवघड कामं आता नसल्याने खरं तर येसकराला कामंच उरली नाहीत. चळवळीमुळे मेलेली ढोरं ओढणं, सोलणं सुटली... तसं आता हे पोळ्याचं कामही सोडायचं यंकाने ठरवलं. खांदेमळणीच्या म्हणजे पोळ्याच्या आदल्या दिवशी बेल पानं, पळसाची पानं टाकायला अन् तोरणाची दोरी न्यायला तो न आल्याने बहुतेकांनी 'यानं हे काम सोडलं' असं समजून घेतलं आणि त्यावर कोणीही त्याला 'कारे, असं काऊन केलं?' असं म्हटलं नाही. प्रत्येक खुटाच्या मानदाराने आपल्या घरच्या गड्या-पोरांना सांगून तोरणाच्या दोऱ्या तयार केल्या आणि गड्या-पोरांना सूचना दिली,

"हे पाहा, त्यो यंका काही उद्या येणार नाही तोरणाचे जाळे रवाय. तं त्याची वाट न पाहता पोळा भरायच्या आदुगर तुम्हीच मारोतीपुढे जाऊन आपल्या वाट्याचे दोन जाळे रवा अन् आपलं तोरण बांधून टाका."

पोळ्याचा दिवस उगवला. इकडे यंकाला चुकल्याचुकल्यासारखं वाटू लागलं, तर त्याच्या वाट्याची कामं गाववाल्यांना करायचं काम पडल्याने त्यांनाही वेगळंच वाटू लागलं. यंकाची घामाघूम कमी झाली अन् गाववाल्यांची वाढली.

दुपार झाली. सगळ्यांनी आपापले बैल सजवले. पैकी दरवर्षी गावातल्या बेले मंडळींचे बैल राममंदिरापासून बँड लावून वाजतगाजत मारोतीच्या पारापर्यंत नेले जात असत. बाकी इतर समाजांच्या लोकांचे बैल या मंडळींच्या बैलांच्या मागून मारोतीच्या पारापुढे जमा व्हायचे. धनगर, गोपाळ, वाणी, वठ्ठी, काही बौद्ध, काही मातंग आणि असे इतर जातीचे कोणी शेतकरी त्या सगळ्यांचे बैल तोरणाखाली उभे राहण्याऐवजी बाजूला उभे राहत असत. त्यांच्या बैलांना कोणताच मानदार पुजत नसे, ना घास लावत नसे... ज्याने त्याने आपल्या बैलांची घरीच पूजा करायची अन् घास लावून पारासमोर आणायचे ही पद्धत होती; त्यातही ज्यांच्या घरी बैलं नसत ते आपापल्या लोभाच्या कुणब्यांचे बैल धरत. अशा बैल धरणारांत परभूचाही समावेश असे. तो विनायक पाटलांचा बैल धरत असे. त्याच्या तीन पिढ्यांपासून पाटलांच्या घरचा बैल धरण्याची प्रथा चालत आली होती.

"परभू, मी बी येऊ का रे औंदा?" सकाळी परभूच्या घरी येऊन यकानं विचारलं होतं.

"कुठे?"

"पाटलाचा बैल धराय, धरू देतील मले?"

"काऊन नाहीत धरू देणार?"

"हेच औंदा म्या पोळ्याचे काहीच काम केलं नाही मनून?"

"पाटील इतक्या हलकट विचाराचे नाहीत. चाल, तू माह्यासंगं मी सांगतो पाटलाले."

"तू बैल धराय निघाला की, मलेबी बलाव."

"बरं!" असं परभूनं म्हटल्यावर तो घराकडे निघाला अन् पुन्हा वळला.

"आता काय?" परभूनं कपाळावर आठी पाडली.

"आता मले वाटायलं, तू मांघं मनत व्हतास तेच खरं हाये."

"काय?"

"तू मनत नव्हता, गायरानातलं चार-दोन एकर रान वाहितीले काढ मनून?"

"हो, मी तं आताबी मनतो तसं! इतकंच काय म्या बी दिवाळी झाली की, असं रान काढायचं ठरवलं."

"खरंच?"

"खरंच मंजे, खरंच; त्यात काय खोटं आलं?"

परभू असं म्हणाला; पण हे काही तेवढं खरं नाही. त्याची सरकारी नोकरी असल्यामुळे अशा भानगडीत पडायचं तो टाळतो; पण आपल्या नुसत्या बोलण्यामुळे जर व्यंकासारख्यांना प्रेरणा मिळत असेल अन् ते असे गायरानातले पट्टे वाहितीला काढायला तयार होत असतील, तर थोडंफार खोटं बोललं तर काय बिघडलं? खोटं बोलणं चांगलं नाही हे मान्य! आपणही तसे कधी कोणाशी विनाकारण खोटं बोलतही नाही; पण आपल्या खोट्या बोलण्याने कोणाचं भलं होणार असेल, तर तसं खोटं बोलणं वाईट नाही, असं पुराण-पोथ्यांतूनही सांगितलं गेलं..."

"पण..." तो घुटमळला.

"पण काय?"

"आपल्या मातंगांपैकी काहीजणाह्यनं मांघ उंबरवाटंवरच्या गायरानातले पट्टे वाहितीले काढले, तव्हा गाववाले चिडचिड करू लागले."

यंका म्हणतो ते खरंही आहे. गायरान हे सरकारी रान असल्याने गावच्या काही लोकांना ते रान आपापली गुरं-ढोरं चारण्यासाठी हवं होतं. विशेषतः उंबरवाटेवरच्या भागात ज्यांची शेतं आहेत, त्यांना असं फार वाटायचं. मागच्या वेळी मातंगांची माणसं ही जमीन वाहितीला काढण्यासाठी गेली, तेव्हा त्या भागातल्या शेतकऱ्यांनी विरोध केला. मातंगांना त्या रानातून हाकलून लावलं... सगळे परभूकडे आले, तेव्हा परभूने त्यांना सोबत घेऊन विनायक पाटलाची भेट घेतली. विनायक पाटलांचा या कामी मातंगांना पहिल्यापासूनच पाठिंबा होता; त्यामुळे त्यांनी मातंगांना विरोध करणाऱ्यांची भेट घेतली; त्यांची समजूत घातली.

"ढोरं चरण्यापेक्षा त्या रानात कष्ट करून मातंगांची चार कुटुंबं जगली तर यासारखी दुसरी चांगली गोष्ट कोणती?" ही बाब शेतकऱ्यांना त्यांनी पटवून दिली. तेव्हा कुठे ते तयार झाले. हं, आता जर गाववाल्यांचा विरोध झाला तर मात्र कठीण गोष्ट. मालेगावजवळच्या शेलूत गावकऱ्यांची आणि मातंगांची या गोष्टीवरून हाणामारी झाली. प्रकरण कोर्टात गेलं; तसं तर काही या गावात होणार नाही. मग?

गावातल्या लोकांचा विरोध नसल्यावर मातंगवाड्यातल्या ज्यांनी ज्यांनी पट्टे वाहितीला काढले नाहीत, त्यांनी त्यांनी काढायला हरकत नाही. दिवाळी झाली की, परभूला हेच काम करायचं होतं. अ. म. मातंग संघानेही तसं सुचवलं आहे. राहिली सरकारी मान्यता मिळण्याची गोष्ट; तर मातंगांनी असे पट्टे काढण्याआधी बौद्धांनी १९५६ मध्ये बौद्धधर्म स्वीकारल्यानंतर असेच पट्टे गावोगाव काढले. अजून त्यांनाही मान्यता मिळालेली नाही. अधूनमधून गावकऱ्यांनी तक्रारी केल्या, तर तहसीलदार सरकारी जमिनीवरची ही अतिक्रमणं हटवतात... गावकऱ्यांच्या मदतीने पिकांची नासाडी करतात. इथं या गावात गाववाल्यांचा आज रोजी तरी सरकारी पट्टे वाहितीला काढण्यास विरोध नाही; त्यामुळे यंकाला गावकऱ्यांची वाटणारी भीती विनाकारण आहे हे परभूने त्याच्या लक्षात आणून दिलं.

"पटलं ना मंग?" परभूनं विचारलं.

"हो."

"मंग होऊ दे दिवाळी! तू, मी, आणखी जे जे आपल्यासंगं येतील, ते मातंग सगळे मिळून पट्टे काढू मोकळ्या गायरानातले. आपल्या गावच्या शिवारात वाण नाही. मंग आपण दोघं एक/एक बैल घेऊ. त्याच्यावर वाहिती करू अन् पुढच्या पोळ्याले आपलेच बैलं सजवून-धजवून मारोतीपुढे नेऊ. चालंल?"

"हो चालंल!"

या विचारानं यंका खूश झाला अन् "गावात जातानी मले आवाज दे" असं म्हणून घराकडे गेला...

पाटलाच्या घराकडे जायची वेळ झाली. परभूने शर्ट घातला. टोपी घातली. दोन्ही जुनेच! येसाजीच्या काळात परभूला दरवर्षीच्या पोळ्याला नवे कपडे असत. तर येसाजीला भगवान पाटलांकडून कपडे शिवून मिळत; पण भगवान पाटलाच्या हातचा कारभार विनायकच्या हाती आला, तेव्हापासून ही पद्धत बंद पडली; तर परभूलाही संतोषला, मंगलाला पोळ्यासाठी म्हणून कपडे शिवायची गरज वाटत नव्हती. शाळा सुरू व्हायच्या की, त्यांना शाळेचे कपडे शिवावे लागत होते; त्यामुळे पुन्हा दोन महिन्यांत कोण कपडे शिवतो?

सगळ्या गावातच आता असं झालं. पूर्वी मालक कामावरच्या गड्या-माणसांना, घरच्या पोरासोरांनाही कपडे विकत घ्यायचे; तर गडी-माणसंही आपापल्या पोराबाळांना

कपडे द्यायचे. एकदा पोळ्याला अन् एकदा दिवाळीला असे वर्षातून दोनदा सगळ्यांना नवे कपडे शिवले जायचे. मग उन्हाळा तसाच कडक जायचा. मात्र, पोळ्याला अन् दिवाळीला महिनाभर आधीपासून वाण्याच्या शंकरचं तोंड दिसायचं नाही. त्या काळी गावात त्याची एकट्याचीच शिलाई मशीन होती. कपड्यांच्या ढिगात तो पार बुडून जायचा. आता तर पाच-सहा मशिनी गावात आल्या. इतकंच नव्हे, तर सदाशिव बेल्याची लहानी सूनही आता बायका-पोरींचे झंपर शिवते. गावाला आता तिचंच नवल वाटू लागलं.

"चला, तुम्हाले कुकू लावते!" असं म्हणून पारूनं परभूला ओवाळलं. त्याच्या हाती पानाचा विडा, करदुडा दिला. त्याचं दर्शन घेतलं. येसाजीलाही ओवाळलं. बायजाला कुंकू लावलं. दर्शन घेतलं.

"संतोष नाही आला का रे शाळेतून?" येसाजीनं आठवण काढली. पारूनं "त्याचं मॅट्रिकचं वर्ष हाये, त्याच्यानं सणांच्या दिशीबी पोरगं शाळा बुडवत नाही" असं सांगितलं.

"त्याचं बरोबरच हाये!" पारूच्या म्हणण्याला परभूनं दुजोरा दिला. तसा परभू त्याच्या अभ्यासाच्या बाबतीत दक्ष राहतो. तो आठवीत असताना लाइनमनच्या मागे लागून परभूनं घरात लाइट घेतली. मागासवर्गीयांसाठी फक्त पंचवीस रुपयांत घरात मीटर देण्याची सरकारची योजना नुकतीच आली होती. त्या योजनेचाच परभूने लाभ घेतला अन् मातंगवाड्यातल्या बाकी अनेकांना घ्यायला लावला. त्याच्याबरोबर बाकीच्या दहा-बाराजणांच्या घरी मीटर आलं.

संतोषची अभ्यासाची सोय झाली. तसं अधूनमधून शाळेत जाऊन परभू संतोषच्या मास्तरांनाही भेटतो. संतोषच्या अभ्यासाबद्दल चौकशी करतो. त्याचे वर्गशिक्षक त्याच्या अभ्यासावर फारच खूश होते. "पोरगा तुमचं नाव काढील" असं ते म्हणत. "त्याला पुढे शिकू द्या, घरी बसवू नका" हेडमास्तरही सांगत. तोही होकार द्यायचा. खरंच त्याला शिकवून मास्तर करायची त्याचीही इच्छा होतीच.

"पण या मास्तर लोकायनं यंधवाच्या दिवस पोळ्याची सुटी देऊ नाही का?"

"मा, पोळा आपल्याले झाला. मास्तर लोकाह्मले कशाचा आला पोळा?"

"हो बाप्पा, ते बी खरंच."

परभूनं पाटलाच्या घरी पोळ्याचा बैल धरायला जाण्यासाठी गडबड चालवली.

"तू यायली पाराकडे?" परभूनं पारूला विचारलं.

पोळा कसा फुटतो तो पाहायला पारावर; दरवर्षी पारापुढे गावातल्या बायकांची गर्दी असते. पारूही जात असते.

"येईन."

"औंदाचा पोळा तं आम्हालेबी पाहावं वाटायला गड्या" येसाजीनं म्हटलं.

"काऊन मंता?" बायजानं कारण विचारलं.

"कशी हेडंबा हायेस वं? आता औंदाच्या पोळ्यावर आपल्या मातंग मंडळींचा इंकार हाये ना. त्या यंकानंबी तोरण बांधलं नाही मनं, काल सागाच्या मोळ्या, सागाचे पानं, बेलपानं, पळसाचे पानं टाकले नाहीत. बँडवाला गणाबी काय करते काजून."

दरवर्षी गणाचा बँड राम मंदिरापासून मारोतीच्या पारापर्यंत फुकट बैल वाजवत नेत असतो. या वर्षी चळवळीमुळे काय होईल सांगता येत नाही.

"त्याचा बँड राहील. बँडाले वाजवायले अ. म. मातंग संघाची ना नाही."

येसाजीला त्याच्या काळातली आठवण आली.

"आम्ही पोळ्याच्या दिशी आमच्या चौघड्याचा जोड वाजवत व्हतो हरहमेस... काय मजा यायची."

परभूनं येसाजीवर एक नजर टाकली अन् तो घराबाहेर पडण्याआधी म्हणाला, "तुम्हाला यावं वाटते; पण येसाल अन् नाहाक एखांद्या बैलाचा धक्का लागेल; घेसाल हातपाय मोडून." येसाजीला अन् बायजाला आपली इच्छा मारावी लागली.

तो घराबाहेर पडला. जाताना यंकाला घेऊन विनायक पाटलाच्या वाड्यावर आला.

"का रे, लयच बाश्शा झाला रे?" पाटलाच्या कामावर असलेल्या आनंदा गोपाळानं परभूला म्हटलं.

"काऊन, काय झालं रे?" दुसऱ्या गड्यानं विचारलं.

"अबे, त्याचा बैल सजवावं कोणं? याचे इथं नोकर हाओ का आम्ही?"

परभूच्या ध्यानात आलं. दरवर्षी तो घरून लवकर येतो. तो जो बैल धरतो, त्याला स्वतः सजवतो; पण या वर्षी त्याला भान राहिलं नाही.

"चुकलं हो आनंदादा, मले माफ करा; पण माहा बैल सजवला का नाही?"

"न सजवून काय करू?"

"तेच मनलं."

त्यांचं संभाषण पुढे लांबायचं तेवढ्यात गावातले चार खुटांवे चार मानदार, लिंबा बेल्या आणि बाकी चार-पाचजण आले. त्यांनी परभूलाच विचारलं, "का रे, पाटील हायेत का घरात?"

"पाहतो."

परभूनं बैठकीत पाहिलं. बैठकीत कोणीच नव्हतं. त्यानं आत- घरात आवाज दिला.

"आलोच रे" म्हणत विनायक पाटील घरातून आले.

"मालक, मंडळी आली गावातली."

“बसायले सांग बैठकीत.

परभूने सगळ्यांना बैठकीत बसायला सांगितलं. परभू, यंकाही बाहेर उभे राहिले. विनायक पाटीलही बैठकीत आले.

“बोला मंडळी?”

“पाटील, बँडाचं कसं?” गोविंदा बेल्याने विषय काढला.

“काऊन? काय झालं?”

“आम्ही गेलतो त्या गण्याकडं.”

“मंग?”

“तं त्यो मने, बिनापैशांचं मी वाजवाय येत नाही. वाजवायचे कमीतकमी एकशे एक रुपये घेईन.”

“मंग काय झालं?”

“दरवर्षी त्यो फुकट वाजवतो!”

“अबे, ते बी लय माजल्यावाणी करायलं? ती काहाची त्याह्यची चळवळ सुरू झाली तव्हापासून?” लिंबा बेल्या धसकफसक बोलला.

“मंग तुमचं मन्नं काय?”

“गावचा मामला हाये, त्याह्यले एकशे एक रुपये कोणं देवावं?” आनंदाजवळ बसलेल्या वडाखालच्या नामदेवनं प्रश्न केला.

“तसा पैसा द्यायचा प्रश्न नाही. तुम्ही मंसाल तं एकशे एक रुपये मी देतो; पण प्रश्न हाये पैसे देऊन वाजवाय लावायचं का नाही त्याचा.” विनायकनं मुद्दा उपस्थित केला.

“इनायक, म्या याह्यले हेच सांगितलं. त्यानं वाजवलं नाही तं आपले बैलं का रुसणार हायेत थोडेच? मी मनतो, त्याच्या मव्हरं नाक घासत काऊन जायाचं?” लिंबाचा बेधडक सवाल.

“हे पाहा, जर त्यो फुकटात वाजवाय येत असेल तं येऊ द्या. हे काही कोणा एकट्याच्या घरचं काम नाही. नसंल येत तं त्याची खुशी. आपण जबरदस्ती तं करू शकत नाही.” विनायकच्या बोलण्यात समजूतदारपणा होता.

“मले वाटते, जी गोष्ट आपल्याले पटते ती आपण करावं, न पटणाऱ्या गोष्टीच्या मांघं काहीले लागावं? तुम्हाले माहीत नसंल, आपल्या त्या दिवशी मंजे पाटीलकीचा निकाल लागल्या दिवशीच्या मिरवणुकीसाठी आगुदरच वाशिमले ढोल-ताशवाले सांगितले; पण पैसे देऊनही त्याले ये मनलं नाही. नाही पटत एखादी गोष्ट आपल्याले, तं तिचा सोडपिच्छा करायचा...”

विनायकचं धोरण बहुतेक सगळ्यांनां पटलं. तरी आनंदानं नाराजी दाखवत म्हटलं,

"कशी मुकी मुकी एवढी पोळ्याची रोशनाई? बरं वाटते?"

"मंग इलाज काय हाये?" लिंबानं आवाज चढवला.

"राह्यला बँड; निदान डफडं तरी" आनंदानं लांबण लावली.

"ते कोण वाजवावं? तुवा का म्या?"

"लिंबा तात्या तसं नाही; मले वाटते, त्या यंकानं वाजवलं तं...?"

"अरे, त्यो कसा वाजवंल? त्यो त्या चळवळीतच हाये ना जणू? त्यानं काल सागाचे, बेलाचे अन् पळसाचे पानं टाकले? तुह्या घरची तोरणाची दोरी काल नेली?"

"नाही."

"मंग त्यालेबी काऊन मंता?"

हे बोलणं बाहेरून परभू अन् यंका एकमेकांकडे पाहात ऐकत होते.

"तसं नाही आनंदा, तू एक ध्यानात घे. आपण एक उदाहरणच घेऊ. तुहा बाप पटका घालते, बरोबर?" विनायक बोलू लागला.

"बरोबर."

"तू टोपी घालतं."

"हं!"

"अन् तुव्हं पोरगं? ते बोडखं राहाते. याले काय मंशील? दरेक पिढीत बदल व्हायला का नाही?"

"हो."

"तशी मंग या मातंग मंडळींतबी बदल व्हायला; तं त्याह्यले आपण काय मनून अडथळा करावं? ते सुधारायलेत तं काय गुन्हा करायलेत?"

विनायकचा हा मुद्दा ऐकून परभूला आणि यंकालाही त्याचं कौतुक वाटलं.

"आपण मनलं, तं त्यो यंका जर वाजवाय तयार झाला तं त्यात आपला मोठेपणा वाढला अन् त्यानं जर नाही मनलं तं...? बसा नाहाक भानगडी करत!"

या बोलण्यावर लिंबा बेल्या मनातल्या मनात खजील झाला, कारण मागे त्याच्या भावानं, राजाराम मास्तरनं अन् त्याच्या पोरांनी विनाकारण यंकाला मारहाण केली होती.

"ठीक हाये, मंग सोडून देऊ त्या गोष्टीचा नाद!" आनंदा तयार झाला.

"चला, उठा मंग; आता फालतू टाइम नका लावू" नामदेव बेल्या उठून उभा राहिला. "हो" म्हणत बाकीचेही उठले.

मात्र, परभूला अन् यंकाला विनायकच्या बोलण्याचं जेवढं कौतुक वाटलं, तेवढंच बैलांपुढे कोणतंच वाद्य वाजणार नाही याचं वाईटही वाटलं. काय करणार? त्यांचाही नाइलाज होता.

***

मातंगवाड्यातलं वातावरण बदललं होतं. अण्णाभाऊ साठेंच्या पुण्यतिथीच्या वेळी गणानं परभूच्या दारात जो धिंगाणा घातला होता, तो मातंगवाड्यातल्या अनेकांना पसंत पडला नाही. त्या भानगडीपासून गणाच्या धाकामुळे परभूपासून दूर राहणारे मातंगवाड्यातले बरेचजण परभूकडे आकर्षिले गेले. आपल्या अडचणी, कामं त्याला सांगू लागले. तोसुद्धा त्याबाबत कंटाळा करत नव्हता. आजही तो त्याच तत्परतेने वाशिमला निघाला.

हारजीचा लहाना मुलगा बाबू, झोपडपट्टीत राहणारा शिवा, जामटीवरून राहायला आलेला नारायण कांबळे या तिघांना घेऊन परभू वाशिमला आला. या तिघांना अण्णाभाऊ साठे विकास मंडळामार्फत वेगवेगळ्या धंद्यासाठी कर्ज घ्यायचं होतं. बाबूला शिलाई मशीन घ्यायची होती. त्यानं अनसिंगच्या राजू टेलर्सकडे सहा महिने राहून शिलाईचं सारं काम शिकून घेतलं. मशीन घ्यायला लागणारे हजार-बाराशे रुपये त्याच्याजवळ नव्हते. त्याला कर्जापोटी एवढे पैसे मिळवून देण्याचं आश्वासन परभून दिलं होतं. तसंच शिवाला झोपडपट्टीत चालेल असं छोटेखानी किराणा दुकान चालवायची इच्छा होती. त्याने किराणा दुकानाऐवजी दुसरा काही धंदा करावा अशी परभूची इच्छा होती, कारण झोपडपट्टीत सर्वच जातींची माणसं राहतात. मातंगांची मात्र कमी घरं आहेत. बाकी घरे बौद्ध, कुणबी, तेली, धनगर, गोपाळ यांची आहेत. ही माणसं शिवाच्या दुकानातून माल विकत घेतीलच याचा काय भरूसा? कारण काळ बदलत चालला तरी माणसांच्या मनातील शिवाशिव पाळण्याची वृत्ती अजूनही कायम आहे. दुसरा मुद्दा असा की, हा धंदा उधारीवर जास्त चालतो; नगदीची गिऱ्हाइकं फार कमी असतात आणि शिवाला उधार देणं परवडणार नाही. त्यानं उधार दिलं तर त्याचं दुकान महिनाभरात बसू शकतं. ''मंग दुसरा काय धंदा करावं?'' शिवानं विचारलं, तेव्हा परभूनंही शेळ्यांचा धंदा करावा असं सांगितलं. तिसरा नारायण कांबळे, हा छोटं-मोठं सुतारकाम करत होता. वाकस, किकरं, करवत, रंध्याची मशीन किंवा असंच काहीबाही विकत घेता आलं, तर अनसिंगला धंदा टाकता येईल, असा त्याचा उद्देश होता.

त्यांना सोबत घेऊन जाण्याआधी परभूनं सूर्यकांत साठेंची भेट घेतली होती.

'मी चौकशी करतो, तुम्ही पुढच्या शनिवारी या' असं ते म्हणाले होते. आजचा शनिवार. आज जाऊन काम होईल किंवा नाही, याची सूर्यकांत साठेंना भेटून चौकशी करतो, जर त्याने 'काम होते' असं म्हटलं, तर आपण एखाद्या दिवशी पुन्हा जाऊ असं परभूचं म्हणणं होतं; पण या तिघांना दम पडला नाही. त्यांना आजच हाती पैसे यावेत असं वाटत होतं. जणू सूर्यकांत साठेच त्यांना खिशातून हे पैसे देणार आहेत. परभूने पुन्हा समजावून सांगितले तरी त्यांनी सोबत येण्याचा आग्रह धरला.

सूर्यकांत साठेंची अन् या चौघांची स्टँडवरच्या एका पानटपरीवरच भेट झाली.

सूर्यकांत साठेंनी त्यांना पाहाताच म्हटलं,

"तुमचं काम काही झालं नाही. आपल्या जिल्ह्यातून या मंडळावर सदस्य म्हणून नेमलेले पातूरचे थोरात नावाचे गृहस्थ आहेत. त्यांच्याशी फोनवरून मी दोन-चार वेळा संपर्क साधण्याचा प्रयत्न केला; पण 'साहेब मुंबईला गेले' असं तिकडून उत्तर मिळालं."

"मंग?" परभूनं काळजीच्या सुरात विचारलं.

"दुसरं काय करता येईल? आपल्याला कर्जाच्या केसेस या थोरातांच्या मार्फतच पाठवाव्या लागतात."

शिवा, बाबू अन् नारायण कांबळे यांनी एवढुशी तोंडं केली. उगाच हेलपाटा झाला, नाहाक तिकिटांत दहा रुपये गेले... दिवस वाया गेला... आपल्याले परभूनं म्हटलंही होतं; पण आपणच ऐकलं नाही, असा भाव त्यांच्या चेहऱ्यावर होता.

"बरं किती किती कर्ज उचलायचं? कोणत्या धंद्यासाठी?" परभूनं कर्जाचं अन् धंद्याचं स्वरूप सांगितलं. "पाच-पाच अन् दोन-दोन हजार रुपयांसाठी मंडळाकडे भानगडी करायला परवडतील? त्यापेक्षा तुम्ही असं का करत नाही?"

"कसं?"

"ग्रामीण बँकेतून कर्ज घ्या. ही नवीनच उघडलेली राष्ट्रीयीकृत बँक आहे. सरकारी योजना राबवण्यासाठीच ती उघडली गेली. तुम्ही म्हणाल तर आताच आपण इथल्या ग्रामीण बँकेत जाऊ, साहेबांना भेटू, चौकशी करू."

"चला मंग." सर्वाआधी शिवाच म्हणाला.

"चालते. आपल्याला काय कर्ज मिळण्याशी मतलब!" परभूनं त्या तिघांकडे पाहात म्हटलं.

"चला, तर मग."

लगेच साठे निघाले. त्यांच्या मागोमाग हे चौघंही निघाले. एवढ्या तडकफडक काम करणारा माणूस शिवा, बाबू अन् नारायण कांबळेनं आजच पाहिला. परभूचंही काम या साठेसाहेबांसारखंच आहे. एखादी गोष्ट करायची म्हटलं की, तिचा शेवटच लावायचा, तोपर्यंत दम घ्यायचा नाही. त्यासाठी मग स्वतःच्या खिशाला पाच-पंचवीस रुपयांना चॅट बसली तरी चालेल... कशी असतील ही माणसं? ज्यात स्वतःचा पाच पैशाचा स्वार्थ नाही, अशी कामं ही माणसं का करत असावी? कोणतं समाधान मिळत असेल यांना?... तिघेही मनात हाच विचार करू लागले.

ते पाचजण पाटणी चौकात आले. पाटणी चौकात एका कोपऱ्यावर ही बँक होती. सूर्यकांत साठेंची अन् बँकेच्या मॅनेजरची ओळख होतीच. साठेंनी याआधी कित्येक मातंग बांधवांना विशेषतः शेळ्यांसाठी या बँकेचं कर्ज मिळवून दिलं होतं.

साठेंनी या तिघांबद्दल माहिती दिली. साहेबांनी कर्ज देण्याची तयारी दाखवली.

"एवढंच की, रोख पैसा हाती मिळणार नाही, तुम्हाला हवी असलेली वस्तू आम्ही विकत घेऊन देऊ." असं साहेब बोलले. तिघंही या गोष्टीला तयार झाले.

"शिवा, तू शेळ्यांसाठीच कर्ज घे; दुकानापरीस मले वाटते, हे बरं. शेळीचं धन वाढतं असते, एका वर्षात जनते, एक-दोन पिले देते. कसं?" परभूनं शिवाच्या डोक्यात विषय घातला. शिवालाही दुकानापेक्षा हे बरं वाटलं, नको उधार वाटायची झंझट, ना उधारी मागायची कटकट; ना बार-बार वाशिम-अनसिंगवरून माल आणायची खटखट.

"तसंच करा. शेळ्यांसाठी माहा अर्ज घ्या." शिवा तयार झाला.

साहेबांनी तिघांना कागदपत्रं दिली. त्याबद्दल माहिती दिली. ती भरून, पूर्ण करून, परत आणून द्यायला सांगितली.

सगळेजण बाहेर आले.

"झालं, आता काही अडचण?"

"काही नाही. चला, चहा घेऊ." परभू म्हणाला.

"नको चहा आता." साठेंनी नकार दर्शवला. तरी परभूने जबरदस्तीने त्यांना हॉटेलात नेले.

"आणखी एक गोष्ट करा." साठेंनी विषय काढला.

"कोणती?"

"पंचायत समितीमार्फत वाशिमलाच वेगवेगळ्या धंद्याचं ट्रेनिंग दिलं जातं. त्या ट्रेनिंगसाठी मॅट्रिक पास वा नापास झालेली आपल्या समाजाची मुलं पाठवा. काल-परवाच मला बी.डी.ओ.साहेबांनी ही बातमी सांगितली. बी.डी.ओ.साहेब मागास जातीतले आहेत; त्यामुळे त्यांची आपल्यावर विशेष कृपा आहे."

मॅट्रिक पास - नापास मुलं? वडगावात तर एकही नाही. या वर्षी परभूचा संतोष मॅट्रिकची परीक्षा देणार. मॅट्रिकची परीक्षा देणारा तोच पहिला मातंगाचा मुलगा.

परभूनं नुसता सुस्कारा टाकला. देव आला देयाले, पदर नाही घेयाले, अशी आपली गत.

"त्यांना जर असं एखादं ट्रेनिंग मिळालं; तर बँकेमार्फत थोडंफार कर्ज घेऊन एखादा धंदा टाकता येईल. त्यासाठी अनसिंगला किंवा वाशिमला एखादा खोका विकत घेता येईल... शेतीतली कष्टाची, मोलमजुरीची अन् विशेष म्हणजे दुसऱ्याच्या ताबेदारीतली कामं करण्यापेक्षा हे बरं."

याशिवाय पंचायत समितीकडून शिलाई मशीन, शाळेतल्या विद्यार्थ्यांना जाण्या-येण्यासाठी सायकली, घरावरचे पत्रे... असं बरंच काही मिळतं. तुमच्या भागातले पं.स.चे सदस्य कोण आहेत?"

"लिंबीचे रंगनाथराव ठाकरे."

"त्यांच्याशी सतत संपर्क ठेवा. ते माझ्याही ओळखीचे आहेत. मीही त्यांना याबाबत बोलतो... कोणत्याही मार्गाने आपण आपल्या जास्तीतजास्त माणसांचा फायदा कसा करून घेता येईल यासाठी अधिक प्रयत्न केला पाहिजे."

"साहेब, एक इचारू?" मध्येच बाबूनं टोकलं.

"विचारा."

"या परभूले आमच्या गावाच्या अ. म. मातंग संघाच्या शाखेच्या अध्यक्षाचा किती तरास हाये हे माहीत हाये तुम्हाले? पह्यल्यापासून त्यो त्याह्यले पाण्यात पाह्यतो. आमच्या गावात, आपल्या समाजात जी काय सुधारणा झाली असंल का पुढंबी व्हईल ती याच माणसामुळे; आमच्या अध्यक्षानं तं गावात कोणाचंच भलं केलं नाही. निसता शाखेचा अध्यक्ष व्हवून बसला. शाखेत त्याचेच आगाऊ दोस्त भरले. माहा भाऊबी त्यांच्यात हाये, त्याचा सोबतीच हाये. मले मनायचं, असा अध्यक्ष तुम्ही बदलून काऊन नाही टाकत? त्याच्या जागी या परभूले अध्यक्ष काऊन नाही करत."

एका दमात बाबूनं या गोष्टी बोलल्या, त्याला ह्या गोष्टी बोलताच कशा आल्या, हेच परभूला समजेना. तो बाबूकडे नुसता पाहातच राहिला.

"हे पाहा, दुसऱ्याची सेवा करण्याची आवड असणारा एखादा माणूस शाखेचा पदाधिकारी असला काय अन् नसला काय त्याच्या काम करण्याच्या पद्धतीवर त्याचा काही परिणाम होत नाही, कारण तो स्वतःचा मोठेपणा मिरवण्यासाठी अशी कामं करत नसतो आणि एवढं करूनही 'अमूक एक काम मी केलं किंवा माझ्यामुळे झालं' असं तो कधी म्हणत नाही. अशा माणसांना काम करण्याची फक्त प्रेरणा मिळाली पाहिजे. मला वाटतं, आपल्या अ. म. मातंग संघाचं खरं काम सुरू झालं, डॉ. भोपळेसाहेबांचं गेल्या वर्षी वाशिमला भाषण झालं त्यानंतर. तेव्हापासून हे गायकवाड खऱ्या अर्थाने कामाला लागले. त्याआधी त्यांनी अशी कामं केलीच नसतील असं नाही. अ. म. मातंग संघाच्या माध्यमातून यांना प्रेरणा मिळाली. आपल्या समाजाविषयी मनातून तळमळ आणि अ. म. मातंग संघाने दिलेली प्रेरणा यामुळे हे गायकवाड अशा कामी स्वतःला वाहून घेऊ शकले. आमचे गावोगावचे कार्यकर्ते नेहमी माझ्याकडे तक्रार करतात की, अ. म. मातंग संघ आमच्यासाठी काहीच करत नाही. वेळोवेळी सभा घेतल्या जातात. प्रसंगी उपोषणं, मोर्चे काढले जातात. यात सगळ्या मातंगांना काय मिळणार? तेव्हा सर्वांसाठी अ. म. मातंग संघाने, विशेषतः डॉ. भोपळेसाहेबांनी काही केलं पाहिजे अशी त्यांची अपेक्षा असते. मला वाटतं, ही विचारसरणी चुकीची आहे. महाराष्ट्रात खेडोपाडी, शहरांतून पसरलेल्या मातंग समाजासाठी अ. म. मातंग संघ किंवा डॉ. भोपळे काय करू शकणार? एवढंच की, अ. म. मातंग संघाच्या माध्यमातून डॉ. अण्णा भोपळेंनी आपल्याला एक विचार दिला आहे. तळागाळात, चिखलात रुतलेल्या, दारिद्र्यात

खितपत पडलेल्या, अज्ञानाच्या अंधारात बुडालेल्या आपल्या समाजाला स्वाभिमानानं जगण्याचा मंत्र दिला. अशा मोठ्या माणसांचं साधं बोलणंही मंत्रासारखं असतं. त्या मंत्रांनी तुमच्या-माझ्यासारख्या हजारो लोकांचं जीवन उजळून निघतं. संपूर्ण महाराष्ट्रातल्याच नव्हे, तर महाराष्ट्राबाहेर जिथे कोठे मातंग बंधू राहत असतील, त्या सर्वांचं जीवन प्रकाशमय व्हावं, ही त्यांची तळमळ आहे. अ. म. मातंग संघ अशी प्रेरणा निर्माण करण्याचं साधन आहे. त्याच्या गावोगाव शाखा स्थापून ही प्रेरणा प्रत्येकापर्यंत पोहोचती करणं हे त्यांचं स्वप्न होतं. मला वाटतं, ते त्यांचं स्वप्न पुरं झालं. आता कोणाला जर त्यांनी किंवा अ. म. मातंग संघाने धनाचा हंडा द्यावा, असं वाटत असेल, तर ते कधीच शक्य नाही. याचं कारण डॉ. अण्णा भोपळे म्हणजे टाटा-बिर्ला नाहीत किंवा महाराष्ट्राचे मुख्यमंत्रीही नाहीत, म्हणून तुमच्या-आमच्यासाठी ते पैसा वाटत फिरतील! आपण जे जीवन जगतो, त्या परिस्थितीत कालच्यापेक्षा आपलं आजचं जगणं, आजच्यापेक्षा उद्याचं जगणं कसं चांगलं होईल, सन्मानाचं होईल याचाच ध्यास त्यांनी मनाशी धरलेला आहे. त्यानुसार जिथं कुठे आपण शाखा उघडल्या, तिथल्या लोकांपर्यंत त्यांचा हा विचार पोहोचला पाहिजे. हे काम केवळ शाखेचं आहे, अध्यक्षांचं आहे किंवा शाखेच्या इतर पदाधिकाऱ्यांचं आहे, हे तत्त्व मला स्वतःला मान्य नाही. हे काम कोणीही करू शकतो, प्रभूराव तर करतच आहेत. त्यांनी तुमच्या गावात काय काय योजना राबवल्या, या सर्व माझ्या कानावर आल्या आहेत. अत्तराचा सुगंध बाटलीचं झाकण उघडलं की, आपोआप आपल्या नाकापर्यंत येऊन पोहोचतो. आपलं नाक त्या बाटलीच्या तोंडाशी नेण्याची गरज उरत नाही... काम करणाऱ्या माणसांचंही तसंच असतं. ते कोणत्या पदावर असले काय अन् नसले काय, काही फरक पडत नाही. तुमच्या गावात खऱ्या अर्थानं अ. म. मातंग संघाचा आणि डॉ. भोपळेसाहेबांचा संदेश या प्रभूरावांनी ग्रहण केला... आता राहिला प्रश्न गणाजींचा. मी खरं ते बोलतो, गणाजी तुमचे कदाचित नातेवाईक असतील; पण त्या माणसाचा स्वभाव आहे. ते कोणाचं भलं पाहू शकत नाहीत ना कोणाचं भलं करू शकत नाहीत. अशी माणसं शाखेत असली आणि नसली तरी उपद्व्याप करीत राहतातच. फक्त त्यांच्याकडे कानाडोळा करून आपल्याला पटतं ते कार्य करत राहणं हेच उत्तम! आणि मला वाटतं, तुमचे प्रभूराव हेच करत आहेत.''

सूर्यकांत साठेंच्या बोलण्यानं परभूही प्रभावित झाला. अ. म. मातंग संघाच्या जिल्हा शाखा, तालुका शाखा यांनी अधूनमधून समाजोपयोगी असं काहीतरी करत राहावं, असं त्याला सतत वाटायचं. त्याच्या या वाटण्याचं हे जणू उत्तरच होतं.

''आणखी एक गोष्ट अशी की, ज्यांनी आपल्या समाजाला क्रांतीची, चळवळीची, उत्थानाची प्रेरणा दिली, ते डॉ. भोपळेसाहेब कदाचित उद्या आपल्यात असतील

किंवा नसतीलही.''

"म्हणजे?'' परभूनं चिंतातुर स्वरात विचारलं.

"म्हणजे तसं काही वेगळं म्हणायचं नाही मला! त्यांना दीर्घ आयुष्य लाभणार आहे. उद्या ते आपल्यात नसतील याचा अर्थ चळवळीशी आहे. म्हणजे असं की, डॉ. भोपळेसाहेब शिवसेनेमध्ये प्रवेश करणार असल्याच्या बातम्या येत आहेत.''

"खरं?''

"हो आणि उद्या जर खरंच त्यांनी तसा शिवसेनेत प्रवेश केला, तर आपल्या चळवळीचं भवितव्य काय, याची मला चिंता लागून राहिली आहे.''

यावर परभूलाही त्यांच्यासारखीच चिंता वाटू लागली. नुकतीच या वर्षा-दीड वर्षात ही चळवळ आपल्या वाट्याला आली. चळवळीच्या रेट्याने गावागावांतील मातंग समाज ढवळून निघाला. मातंगांनी गावकीची कामं टाकून दिली. स्वाभिमानाने जगायचं म्हणून गावकीचा विरोध सहन करण्याची हिंमत दाखवली. चळवळीने दिलेला विचार नुकताच कुठे आमच्या अंगवळणी पडू लागला की, चळवळीचे प्रणेते डॉ. भोपळेसाहेबांनी पक्षात शिरून राजकारण करावं? का?

"काऊन चालले ते शिवसेनेत?'' परभूनं विचारलं.

"त्यांचा स्वतःचा काही वेगळा विचार असू शकेल! पण मला असं वाटतं, एखादी सामाजिक चळवळ यशस्वी होण्यासाठी राजकारणाचा वापर केल्यास उशिरा मिळणारं यश लवकर मिळेल. आज ना उद्या शिवसेना - भाजपा युतीचं सरकार महाराष्ट्रात येईल. त्याचा फायदा घेऊन भोपळेसाहेब कदाचित मंत्रीही बनू शकतील... त्यामुळे आपल्या समाजाचे प्रश्न सरकारी यंत्रणेच्या माध्यमातून पटकन सोडवून घेता येतील. सरकारच्या बाहेर राहून, राजकारणाबाहेर राहून कितीही आटापिटा केला तरी सरकार असल्या चळवळीकडे लक्ष देईलच याचा भरवसा नाही.''

"पण मले सांगा. याच्याआधी अन् आताच्या काँग्रेस सरकारातबी आपल्या जातीचे मंत्री, आमदार नव्हते, नाहीत का काय? त्याह्यनं आपल्या समाजासाठी कोणते दिवे लावले? तुम्ही मनता, तसे समजा, उद्या डॉ. भोपळेसाहेब आमदार झाले, मंत्री झाले तरी आपल्या समाजासाठी सगळं काही त्याह्यले करता येईल, याचा काय भरूसा? ते एकटे म्हणजे सरकार का? अन् सरकारात राहून बी त्याह्यले काही नाही करता आलं तं आताच्या काँग्रेस आमदार-मंत्र्यासारखीच त्याह्यची गत व्हणार नाही का? आज त्यायनं नुसतं हूं म्हटलं तं त्याच्या इशाऱ्यावर महाराष्ट्रातले हजारो मातंग आपला जीव देयाले मांघे-पुढे पाहणार नाहीत. तेच पुढे सरकारात गेले, आमदार - मंत्री झाले अन् समाजाच्या मागण्या पुऱ्या करता नाही आल्या तं आज त्याह्यले डोक्यावर घेऊन नाचणारा आपला समाज त्याह्यच्यावर उलटायले येळ लागणार नाही.''

"प्रभूजी, हे तुम्हा-आम्हाला कळते; ते त्यांना कळत नसेल असं थोडंच आहे? केवळ स्वतः स्वार्थ साधण्यासाठी ते राजकारणात प्रवेश करायले असं कोणीही म्हणणार नाही; तरी पण राजकारण प्रवेशाने आज जोमाने सुरू असणाऱ्या चळवळीचं फार मोठे नुकसान होणार आहे. मुख्य म्हणजे चळवळीचा वेग मंदावेल. कदाचित चळवळ बंदही पडेल. जागोजाग म्हणजे जिल्हा - तालुका पातळीवर आपल्यातील स्वार्थी लोक आपल्या समाजाला आकर्षित करणाऱ्या छोट्या-छोट्या संघटना स्थापन करतील; समाजप्रबोधन, समाजपरिवर्तन करण्याऐवजी स्वतःची पोळी भाजण्यासाठीच ते अशा संघटना राबवतील. अशाने समाजाची एकसंध शक्ती विभागली जाते; त्यामुळे तोटेच तोटे होतात."

"हे तं भलतंच अवघड हाये!" परभूनं दीर्घ उसासा टाकून म्हटलं.

"अशा वेळी जाणीवपूर्वक चळवळीचं काम करणाऱ्या तुमच्यासारख्या कार्यकर्त्यांची जबाबदारी वाढते. तुम्ही म्हणजे तुमच्यासारखे कार्यकर्ते जिथे जिथे असतील तिथे तिथे त्यांनी चळवळीला पुढे नेण्याचा प्रयत्न करावा. चळवळ बंद पडेल; असं कुठेही, काहीही होऊ देऊ नये!"

या विषयावर आणखी कितीही वेळ त्यांचं बोलणं चाललं असतं; पण बाबूला, परभूला शोधत बाबूचा चुलतभाऊ तिथे आला, अन् म्हणाला,

"तुम्हाले गावाकडं बलावलं. मोठी माय मेली." मोठी माय म्हणजे बाबूची माय- गया.

"काय?" परभूला धक्का बसला. मात्र, बाबूला काहीच वाटलं नाही, कारण आज ना उद्या ती जाणारच होती. बरेच दिवसांपासून आजारी होती.

"काय यांच्या आई आजारी होत्या?" सूर्यकांतने सहानुभूतीनं विचारलं.

"हो, आजारी व्हती अन् वयबी झालं व्हतं." परभूनं सांगितलं.

"बरं, उठा मग तुम्ही. गावाकडे निघा." सूर्यकांत साठेंनी म्हटलं.

सगळे उठले. परभू चहाचे पैसे देऊ लागला, तर साठेंनी काउंटरवरच्या सेठला "घेऊ नका, मी देतो" म्हटलं.

"जा. निघा तुम्ही. खिशात हात घालत साठेंनी त्यांना निघायला सांगितलं.

ते पाचजण ताबडतोब स्टँडवर निघाले.

***

हारजीच्या बाबूच्या मायचं, गया बुढीचं आज सावडणं. उद्याच्या म्हणजे तिच्या दहाव्या दिवशी दसरा होता, म्हणून दसऱ्याच्या आधीच्या दिवशी नवव्या दिवशी सावडण्याचा कार्यक्रम ठेवला.

हारजी मागेच मरण पावला होता. त्याच्या माघारी त्याची बायको गया बुढी

राहिली. हारजीला तीन पोरं. मोठा यंका जो गावकीची कामं करत होता. त्याच्यानंतर केशव. हा केशव बँडवाल्या गणाचा खास दोस्त. लहानगा बाबू. बाबू रोज मजुरी करायचा. दसरा झाला की, हायब्रीड ज्वारी काढायला येते. लोकांना कणग्या लागत; बाबू या दिवसांत जंगलातून गोचिडीचे फोक तोडून आणून कणग्या तयार करायचा. बाबू अन् यंका परभूचं म्हणणं ऐकायचे, याचा केशवला राग यायचा. त्या दोघांनी परभूशी संबंध ठेवू नये म्हणून त्यानं बऱ्याचदा धमकावलं, भांडण केलं. शेवटी त्या दोघांशी संबंधच तोडून टाकला. यंकाला राजाराम मास्तरनं मारलं, तेव्हा अन् त्याच्या आधी यंकाच्या बायकोला, गवनाला राजाराम मास्तरच्या बायकोनं- साधनानं विहिरीवर मारलं, तेव्हा या केशवनं त्या दोघा नवरा-बायकोकडे ढुंकूनही पाहिलं नव्हतं. तसा बाबूही कशात काहीच नव्हता. तो स्वतःहून कोणाशी कधी भानगड करत नव्हता. तर कोणाच्या भानगडीत पडत नव्हता; त्यामुळे भावाला अन् भावजयीला मारलं तरी त्याने त्यात तिळाएवढा भाग घेतला नव्हता. तो भला अन् त्याचा कामधंदा भला!

हारजी असतानाच हे तिघं भाऊ अलग निघाले होते. वाटण्याच्या वेळी टिनांच्या वाटण्यावरूनं केशवनं आकांडतांडव केलं होतं. यंकाला एक टिन जास्त गेला, यावरून त्यानं भांडण केलं. हारजीने ह्या वाटण्या केल्या होत्या. केशवच्या अन् बाबूच्या वाट्याला तीन-तीन अन् यंकाला त्यानं चार टिन दिले होते. त्याचं कारण केशव अन् बाबूच्या वाट्यावर आलेले टिन चांगले होते तर यंकाच्या वाट्यावर आलेल्या सर्व टिनांची चाळणी झाली होती. म्हणून त्याला एक टिन जास्त दिला होता; पण केशवनं त्यावरून भांडण उभं केलं होतं.

हारजी अन् गया दोघं बाबूसोबतच राहू लागले. वाटण्या झाल्यानंतर दोन वर्षांतच हारजी मेला... गया मागे राहिली. म्हातारपण अन् त्यात तिला पोटाची बिमारी; त्यामुळे ती गेली. बाबूनं त्याच्या परीनं तिची औषध-पाण्याची, खाण्याची सोय केली. त्याच्या जिवाची घालमेल व्हायची, लोकांचे चार पैसे उरावर व्हायचे; पण त्यानं कधी म्हातारीला दुखवलं नाही. एकदा गयालाच वाटलं, आता आपले शेवटचे दिवस केशवच्या अन् यंकाच्या घरी जाऊन घालवावेत; बाबूला एकट्यालाच किती त्रास द्यावा? म्हणून ती बाबूला न सांगता एक दिवस केशवच्या घरी गेली. संध्याकाळी केशव घरी आल्यावर गयाने त्याला आपल्या मनातली गोष्ट सांगितली; तर तो एकाएकी भडकला. मागचा-पुढचा विचार न करता त्यानं गयाला घराबाहेर हाकललं.

"वाटण्या करतानी त्या मोठ्याले एक पत्तर जास्त देलं, तव्हा काऊन तुले माहा पुळका आला नाही? तव्हा कशी तुही दातखिळी बसली व्हती? आता माह्या दारात तुवा पाय टाकलाच कसा? जाय, तुह्या मोठ्या लेकात..." असं काही बाही बोलला.

गया एवढुसं तोंड करून घराबाहेर पडली. परत बाबूच्या घरी आली. बाबूला हे कळलं तर त्यानेही तिला कल्ला केला. त्याचं म्हणणं- त्याने आतापर्यंत तिला पोसलं, केव्हा कमी-जास्त झालंही असेल; बारा महिने सारखेच दिवस राहात नसतात. कधी अडचण असते; अडचणीच्या काळात केशवच्या किंवा यंकाच्या घरी जावं? म्हणजे गयाच्या अशा वागण्यानं, बाबूनं सोय केली तरी जग म्हणेल, म्हातारीचे हाल होत असतील म्हणून म्हातारी इकडे तिकडे पळापळ करायली... गयाच्या मनात असं काहीच नव्हतं. तरी तिनं ही गोष्ट मनाला लावून घेतली. मग पुढे तिनं खाटच धरली... त्यात तिचा शेवट झाला.

लांबच्या गावचे सोयरे, बायका-माणसं आधल्या दिवशी म्हणजे कालच मुक्कामी आले. जवळपासच्या गावची माणसं आज सकाळी आले. महत्त्वाचे असे सगळे सोयरे आले हे पाहून माणसं सावडायला निघाली. हारजीला पोरगी नव्हती... त्यामुळे गयासाठी रडायला कोणीच नव्हतं; सगळे मुक्या-मुक्यानंच निघाले.

एकटा केशव बडबडत होता, लवंडत चालला होता. एवढ्या सकाळी त्याने दारू घेतली होती. दारू मातंग समाजाच्या जणू पाचवीलाच पुजलेली असते. लग्न असो, मरण-धरण असो, साधं पाहुणपणानं आलं-गेलं तरी दारूचा आग्रह केला जातो. दारू न पिणाराजवळ अन् न पाजणाराजवळ माणुसकी नाही, असा समज केला जातो. काही काळापूर्वी गणाच्या बापानं- भिकानं दारू गाळायचा, विकायचा धंदा गावावर सुरू केला होता; पण भगवान पाटलानं त्याचा बंदोबस्त केला; म्हणून त्याचा धंदा फारसा चालला नाही.

तसं वडगावच्या काही मातंग मंडळींना दारूचं वावडं नाही. फक्त गावात कोणी दारू काढत नाही. ज्याला प्यायची ते सरळ अनसिंगला जातात; पिऊन येतात. फार तर सोबत शिशा आणतात, घरातल्या घरात पितात; पण आता केशवसारखे पिऊन रस्त्यावरही येऊ लागले. जुन्या काळात भगवान पाटलाचा, त्यांच्याआधी सिदाजी पाटलाचा गावावर वचक होता. आता परिस्थिती बदलली. चळवळीचं जग आलं अन् माणसं दारू पिऊन, रस्त्यावर येऊन धिंगाणा करण्याएवढी निर्भय झाली. गावातल्या कोणाचा धाक नाही. वजन नाही; त्यामुळे वडगावात राजरोस पिणारांची संख्या अलीकडे वाढू लागली. हे चळवळीचं यश की अपयश याचा विचार करण्याची पाळी परभूसारख्यांवर आली.

पाहुण्यांचा मोठेपणा करण्यासाठी केशवनं काल अनसिंगवरून दारू आणून ठेवली असावी. रात्री पिऊन उरलेली त्याने आताही घेतली असावी. त्यानं दारू प्यायल्यामुळेच त्याच्या बडबडीवर कोणी ध्यान देत नव्हतं.

मंडळी स्मशानात पोहोचली. रिवाजाप्रमाणे आधी सोयऱ्या मंडळींनी राखेला हात लावला. पाहुणे झाल्यावर भावकीची माणसं पुढे झाली. तसा एवढा वेळ बाजूला

उभा असलेला केशव राखेच्या ढिगाजवळ येऊन उभा ठाकला अन् हातवारे करत तो बोलू लागला,

"ए भावकीचे लोकहो, एक ध्यानात घ्या. मी माह्या मायच्या राखंले सगळ्या भावकीले हात लावू देईन; फक्त एका माणसानं हात लावलेला मले जमणार नाही. त्यानं जर हात लावला तं मंग माह्याएवढं वाईट नाही."

त्याच्या बोलण्यानं एकाएकी तणाव निर्माण झाला. जो तो परभूकडेच पाहू लागला. केशव म्हणतो, 'एक माणूस' म्हणजे परभूच हे बाळुत्यातल्या लेकरालाही ओळखू आलं असतं.

लोकांची आपसात कुजबूज सुरू झाली. परभू सगळं पाहत होता. गणा पलीकडे उभा राहून तिरप्या नजरेनं परभूकडे पाहत होता. ही सगळी चाल या गणाचीच हे न सांगताही परभूच्या लक्षात आलं होतं. जागोजागी तो परभूला अडवत होता. स्वतः अ. म. मातंग संघाच्या गाव शाखेचा अध्यक्ष होता; पण कोणासाठी काहीच करत नव्हता. उलट परभूच्या कामात अडथळे निर्माण करत होता. तरी परभू त्याच्याकडे दुर्लक्ष करीत होता. 'परभ्याने आपल्याशी सरळसरळ दोन हात करावे, मग त्याला मजा दाखवू' असं ज्याच्या-त्याच्याजवळ तो बोलून दाखवत होता; पण परभू अशा फालतू बडबडीवर ध्यान देत नव्हता.

"केशव, कोण हाये त्यो एक माणूस?" एका सोयऱ्यानं विचारलं.

"त्यो येसाजीचा परभ्या" केशवनं मोठ्यानं म्हटलं

त्यानं परभूला 'परभ्या' म्हटलेलं तिथं उपस्थित असणाऱ्या बऱ्याच लोकांना आवडलं नाही. परभू हा कशा वृत्तीचा माणूस आहे हे गावातल्या मातंग मंडळींना जसं माहीत होतं, तसं गावोगावच्या सोयऱ्यांनाही माहीत होतं. तसंच केशव कोणाच्या जोरावर असं बोलत होता, हेही तिथं उपस्थित असणारे सगळे लोक जाणून होते. हे सगळं गणाचं कारस्थान, हे सर्वांच्या ध्यानात आलं होतं... आणि गणा मात्र आपला या भानगडीशी काहीच संबंध नाही, अशा भावनेनं दूर उभा होता.

"ए केशव, या जागी असा हटकोरपणा करून नसता तितंबा करू नको." केशवचा मामा- सावरगावचा थोरबा कांबळे पुढे येऊन केशवची समजूत घालू लागला, "तुले त्या परभूसंगं काय दुस्मनदावा करायचा असेल त्यो ह्यो कार्यक्रम पार पडल्यावर कर. तुमची दुशमनी दाखवायची ही जागा नाही."

"मामा, तुम्ही आमच्या भानगडीत नाक खुपसू नका. यातलं तुम्हाले काहीच माहीत नाही."

केशवनं मामाला 'नाक खुपसू नका' म्हटल्याचा बाबूला, यंकाला राग आला. बाबूला दम निघाला नाही, तो तावातावानं केशवच्या अंगावर जात म्हणाला, "मायले मांग लागो याच्या!" आपण काय शिवी द्यायलो याचं भान

त्याला राहिलं नाही. तसं परभूनं आणि इतरांनी त्याला आवरलं.

"याले लाज वाटते का नालायकाले? माय याच्या घरी गेली, तव्हा यानं तिले हाताले धरून घराबाहीर काढलं! तव्हा ती याची माय नव्हती का? आताच याले तिचा कसा पुळका आला? ह्यो कोणाच्या वंजळीनं पाणी प्यायला हे का आम्हाले कळत नाही का?" केशवच्या लहान्या भावानं- बाबूनं रागानं गणाकडे पाहत म्हटलं.

"ए बाब्या, तू मले शहाणपणा शिकवू नको. तू माह्या मंधात येशील तं एका लाथनं पाडीन!" त्याने हवेत लाथ हाणली अन् तोल न सावरल्याने म्हातारीच्या राखेच्या ढिगावरच पडला.

"हे पाहाय बाबू, नसत्या भानगडी व्हण्यापरीस मी बगलंनं व्हतो. तुम्ही तुमचं सावडणं आटोपून घ्या!" परभूनं समजूतदारीनं म्हटलं.

"परभू, तू नको बगलंन व्हवू, यालेच बगलंनं करतो आम्ही!" आता यंका पुढे सरसावला. खाली पडलेल्या केशवला हाताला धरून त्यानं उभं केलं अन् त्याला बाजूला चलण्याचा आग्रह करीत म्हणाला, "चाल, बगलंन व्हय, पाव्हण्या-राव्हण्यादेकता तमाशा करू नको."

"ए, तू सोड मले. तू कोण मले बगलंनं नेणार? मी इथंच उभा राह्यतो. पाह्यतो त्यो परभ्या कसा राखंले हात लावते? त्यानं राखंले हात लावला तं नाही त्याचं टाळकं मारोतीवाणी लाल करणार तं तू मले खऱ्या बापाच्या पोटचा समजू नको." तो पाय रोवून जागीच उभा ठाकला.

"तू खऱ्या बापाच्या पोटचा हायेस; पण खऱ्या मायच्या पोटचा असशील तं बगलंन व्हय. फालतूच्या पंचायती करू नको. चाल." असं म्हणून यंकाने त्याला लोटलं. तसा पुन्हा त्याचा तोल गेला. तो खाली पडला. स्वतः धडपडत उठला अन् मायच्यावर शिवी देत त्यानं यंकाच्या थोबाडीत मारली.

ते पाहून सगळे चकित झाले.

"आता याची लय झाली, सोडा मले!" असं ओरडत बाबू परभूच्या आणि इतरांच्या हातातून निसटला अन् त्यानं धावत जाऊन केशवच्या कमरेत लाथ घातली. केशव पुन्हा राखेच्या ढिगावर पडला अन् बाबू तसाच त्याला लाथा-बुक्क्यांनी तुडवू लागला. मेलेल्या मायच्या राखेवर दोघा भावांची लट्ठालट्ठी पाहून चार-पाचजण पुढे धावले; पण त्यांना यंकाने अडवले. तो त्यांना म्हणाला, "थांबा, करू द्या जरा त्याची हिवसी. मूत पिला भोसडीच्यानं अन् नसता धिंगाणा घालायला."

परभूला मात्र हे पटलं नाही. खरं तर आपल्यासाठी या सगळ्या भानगडी होणं हेच त्याला बरोबर वाटत नव्हतं. आपण राखेला हात न लावता बाजूला झालो तरी काही बिघडत नाही. गया लहानीमायच्या बाबत आपली काय भावना होती, हे जिवंतपणी तिलाही माहीत होतं; त्यामुळे ती मेल्यावर तिच्या राखेला आपला हात

लागला काय अन् न लागला काय, याने काही फरक पडणार नव्हता... भलेही मग गणाला त्याचं कारस्थान पार पडलं, असं वाटू दे... आपल्यामुळे सोयऱ्या-धायऱ्यांसमोर ह्या भानगडी होणं हे आपल्याले तरी शोभणार नाही.

तो लगेच पुढे झाला. त्यानं एकट्यानं बाबूला आवरलं. तरीही बाबू त्याच्या हातातून सुटायचा प्रयत्न करू लागला. तसा परभू म्हणाला,

"हे पाहाय बाबू, माह्यासाठी तुमच्या मायच्या राखंच्या ढिगावर तुमची ही लाथाळी व्हणं, हे काही मले बराबर वाटेना. तुमची ही कुस्तमकुस्ती पाहून सोर्गातं त्या गयालाह्यनीमायच्या आत्म्याले काय वाटत असंल? ती मले सेवा देत असंल, 'परभू, तुह्यामुळेच माहे पोरं अशी लढाई खेळायले' असं मनत असंल, तव्हा तुम्ही ही मारामारी थांबवा; तुमचा कार्यक्रम आटोपून घ्या. मी माहा घराकडे जातो."

असं परभूनं म्हटलं आणि तो खरंच गावाकडे निघाला.

ते पाहून बाबूनं केशवचा नाद सोडला; तो आणि यंका परभूच्या मागे गेले. ते दोघं परभूची दादा-पुता करून समजूत घालू लागले.

"त्यो केशा गधा हाये, त्याच्या बोलण्यावर ध्यान देऊ नको. चाल, वापस."

त्या दोघांच्या सोबतीला यंकाचा मामा, त्याचे दोन मेहुणेही आले, तेव्हा कुठे परभू परत फिरला.

राखेचा ढीग सारा इकडेतिकडे पसरला होता. म्हातारीचे अर्धवट जळालेले हाडांचे तुकडे उघडे पडले होते. त्या राखेने केशव भुरकाटरक झाला होता. खाली पडून त्याची बडबड चालूच होती; पण बाबूनं त्याला बरंच बुकलल्यामुळे उठून उभं राहण्याची त्याच्यात ताकद उरली नव्हती.

दोघा-तिघांनी त्याला उचलून बाजूला टाकलं अन् गावातल्या माणसांनी राखेला हात लावले. गणा हात लावायला आला, तेव्हा यंकाच्या, बाबूच्या अंगाची अंगार झाली; यानेच केशवला ही भानगड करायला लावलं. खरं तर यालाच मायच्या राखेला हात लावू द्यायला नको, असंही दोघा भावांना वाटलं; पण आपण तसं केलं तर पुन्हा वाद वाढेल, म्हणून ते गप्प बसले. गणानेही खालच्या मानेने राखेला हात लावला अन् तो बाजूला झाला. चार सोयऱ्या-धायऱ्यांदेखत परभूला अपमानित करण्याचा त्याचा डाव साधला नाही.

बायकांनी राखेला हात लावले. माणसांनी राख जमा केली. त्यातल्या काही अस्थी वेगळ्या केल्या, त्या छोट्याशा मडक्यात ठेवल्या. बाकीची राख पोत्यात भरली. त्या जागेची विधीवत पूजा केली. आधी बायका अन् नंतर पुरुष मंडळी गावाकडे निघाली. बाकीची भावकीची आणि काही सोयरेमंडळी रक्षा-विसर्जनासाठी, अंघोळीसाठी सालईच्या ओढ्यावर जायला निघाली. सालईच्या ओढ्यावर जामटीच्या वाटेला लागून मोठा डोह आहे. त्या डोहात राखेचे विसर्जन करणे, केस देणे,

अंघोळी करणे हा वडगावच्या मातंग मंडळीचा शिरस्ता होता.

सगळे निघाले. फक्त केशव एकटाच तिथं बडबड करत, उन्हात पडून होता. परभूला ते बरं वाटलं नाही. त्याने भावकीच्या दोघा पोरांना सोबत घेऊन केशवला उठवून उभं केलं अन् त्या दोघांना म्हणाला, "याले घराकडे नेऊन घाला; मंग तुम्ही जामटीच्या वाटेवरच्या डव्हावर या."

ती पोरं केशवला घेऊन घराकडे निघाली.

परभूनं गया म्हातारीला जाळलेल्या जागेकडे पाहून मनोमन हात जोडले अन् म्हणाला,

"लाह्यनीमाय, मले माफ कर. तुहा आखरीचा दिवस माह्यामुळे नासला."

त्याचं मन भरून आलं अन् स्वतःला सावरून तो जामटीच्या वाटेवरील डोहाकडे निघाला.

***

जामटीच्या वाटेवर असणाऱ्या सालईच्या ओढ्याकाठी दोन्ही बाजूंनी सरकारी गायरानाची जवळपास चाळीस-पन्नास एकर जमीन आहे. ही सगळी जमीन वडगावच्या शिवारात येते. हा ओढा पिंपळदरी, जामटीच्या शिवारातून वाहत येतो. आपल्या सोबत गाळ घेऊन येणारं पुराचं पाणी इथं आल्यावर ओढ्याच्या पोटात मावत नाही. काठाच्या दोन्ही बाजूंना शिंदीची झुडपं पसरलेली आहेत. या झुडपांवर वडगावची मातंग मंडळी आपला हक्क सांगते आणि फड्यांसाठी इथल्या शिंदीच्या झाडांच्या पन्हाळ्यांची कटाई करते. जामटीची मातंग मंडळीही या शिंदीच्या बनावर डोळा ठेवून असते. त्यातून कित्येकदा दोन्ही गावांतील मातंग मंडळींच्या भानगडी झाल्या.

'ही जमीन आमच्या शिवारातली, मनून जामटीकरांनी इथं पाय टाकू नये,' असं वडगावकरांचं मत. मुजोरी करून ही मंडळी आपल्या या मतावर ठाम असत आणि जामटीकरांना तिथं पाय टाकू देत नसत.

याच ओढ्यावर जामटी वाटेच्या पश्चिमेला धरण होणार आहे म्हणे. या धरणात गायरानाची ही सगळी जमीनही बुडणार आहे म्हणे. त्या धरणाच्या भिंतीचं मोजमापही झालं. आता धरणाचं काम सुरू होणार आहे अशा बातम्या सतत येतात; पण अजून काही काम सुरू झालेलं नाही.

परभूच्या सल्ल्यानुसार हारजीचा यंका, त्याचा लहान भाऊ बाबू, झोपडपट्टीतल्या चहादूचा सोपान, परभूचा शेजारी असलेला रघू आणि अ. म. मातंग संघ, शाखा वडगावचा अध्यक्ष असलेल्या गणाचा पाठचा भाऊ गजू अशा पाचजणांनी जामटीच्या वाटेला लागून; पण प्रत्यक्ष ओढ्यापासून फर्लांग-दीड फर्लांग दूर असणारी या गायरानातली आठ-दहा एकर जमीन वाहितीला काढायचं ठरवलं. या योजनेत

गणाचा भाऊ गजू सामील झाला याचं नवल जसं वडगावातल्या बाकी मातंग मंडळींना झालं, तसं परभूलाही झालं. अगोदर यंका, बाबू, सोपान अन् रघू एवढ्यानी हे पट्टे वाहितीला काढायचा विचार ठरला होता. हे कळल्यावर गजूनं यंकाची भेट घेतली अन् त्याला विचारलं,

"यंकादा, मलेबी तुमच्यासंगं पट्टा वाहितीले काढू दे मनावं परभूले!" यंकानं परभूला विचारतो असं म्हटल्यावर त्याच दिवशी संध्याकाळी परभूजवळ ही गोष्ट काढली, तेव्हा परभू डोळे वासून बोलला,

"काय म्हणतं? गजू आपल्यासंगं येतो मनते? गणा त्याले येऊ देईल?"

"त्याच्याशी आपल्याले काय देणं-घेणं? त्याले फक्त तू आपल्यासंगं येऊ देतं का ते सांग!"

"अरे, मी कोण त्याले आडवणार? ती जमीन का माह्या बापाच्या मालकीची हाये का काय, मनून मी त्याले 'येऊ नको' मनू? ये मनावं, खुशाल ये."

अन् गजू या योजनेत सहभागी झाला. ही गोष्ट गणाच्या कानावर गेल्यावर त्यानं बरीच आदळआपट केली म्हणे; पण गजूनं त्याच्याकडे दुर्लक्ष केलं. दोन वर्षांपूर्वी ते सर्व पाचजण भाऊ एकमेकांतून वेगळे निघाले होते. गणानं बँडाचा जेवढा पैसा आला, त्यातले पाच पैसे एकाही भावाला दिले नव्हते. फक्त आपापले कपडे घेऊन गणानं त्यांना वेगळं काढून दिलं. 'त्याचा माहा काय संबंध? मले माह्या, माह्या लेकराह्यच्या पोटा-पाण्याची काळजी कराच लागेल का नाही?' असं परभूजवळ गजूनं मन मोकळं केलं.

गणाच्या कामाच्या पद्धतीची अन् परभूच्या कामाच्या पद्धतीची त्यानं तुलना केली.

"परभू जे काही करायला, त्यातलं पाच पैशांएवढंही काम गणाले करता येणार नाही. नुसता धाक दाखवून माणसं किती काळ आपल्या हातात ठेवता येतील? माह्यासारखे कितीतरीजण गणाच्या तावडीतून निसटायची कोशिस करायले; पण मले जमलं, तसं त्याह्यले अजून जमलं नाही."

गजूचं म्हणणं बरोबरच होतं अन् गणाच्या बाजूची माणसंही गणापेक्षा आपली जास्त किंमत करतात याचं त्याला समाधान वाटलं.

जामटीवरचं हे रान काढणं तितकं सोपं नव्हतं. त्यासाठी ज्यांची शेतं त्या रानाला लागून आहेत, त्यांचा आणि मातंग मंडळींचा सल्ला घेणंही आवश्यक होतं. जे गायरान वाहितीला काढलं जातं; त्यामुळे त्या गायरानाशेजारी शेती असणारे किंवा गावातले इतरही शेतकरी अडचणीत येतात. त्या गायरानात त्यांच्या गुरा-ढोरांना चरायला रान उरत नाही म्हणून गाववाले कुणबी अन् त्या रानाशेजारचे शेतकरी असं रान वाहितीला काढणारांना विरोध करतात. जबरदस्तीने अशी रानं काढली तर हे

गाववाले उभ्या पिकांत ढोरं घालतात... त्या रानाला लागून असणारे रामा धनगर, किसन बेल्या, जगन्नाथ बेल्या यांची शेतं त्या शिंदीच्या बनाला लागून आहेत आणि महत्त्वाचे म्हणजे लिंबा बेल्या याची भेट घेणं परभूला आवश्यक वाटत होतं...

"त्याह्यले काय इचारायचं? आपण का त्याह्यचे रान काढायलो?" असं यंकाचं आणि बाकीच्यांचे मत पडलं. यावर परभूने त्यांची समजूत घालीत म्हटलं,

"तसं नाही, त्याह्यचे रान जरी नसंल, तरीबी त्याह्यच्या कानावर ही गोष्ट घातली तं बिघडणार नाही. शेवटी त्यानं नाहीच मनलं तं आपण तं रान काढणारच हाओ."

ते सगळ्यांना पटलं.

परभूनं पहिल्यांदा विनायक पाटलाच्या कानावर ही गोष्ट टाकली. त्यांनी मोकळेपणानं होकार दिला. मग परभूनं लिंबा बेल्या परवानगी देईल की नाही याबाबत विनायकला काय वाटतं ते विचारलं; तर विनायक म्हणाला, "त्यो नाही मनणारच नाही."

"एवढं ठामपणे कसं मनता?"

"गावातलं राजकारण कुणीकडे चाललं हे तुले माहीत नाही. मी पाटील कसा झालो? मले लिंबानं, त्या आनंदकाकाच्या विकासनं सुखासुखी पाटील होऊ देलं असं वाटतं का तुले?"

परभूला या भानगडी माहीत नव्हत्या. खरं म्हणजे त्याची नोकरी आणि चळवळ यात त्याचा वेळ जात होता; त्यामुळे पाटीलकीसाठी काय काय खलबतं झाली, याच्याकडे लक्ष द्यायला त्याला फुरसतच मिळाली नव्हती.

विनायकनं सारं काही समजावून सांगितलं. पुढच्या वर्षी येणाऱ्या ग्रामपंचायतीच्या निवडणुकीत सरपंचपद लिंबा बेल्याला आणि उपसरपंचपद विकासच्या भावाला द्यायचं ठरलं, ठरलं म्हणजे त्यांनी विनायकजवळून तसा तोंडी करारच करून घेतला; त्यामुळे विनायकला पाटीलकी मिळाली. लिंबा बेल्याच्या वागण्यात एकाएकी नरमपणा आला. मातंगांच्या चळवळीकडे कानाडोळा करतो, याचं काय कारण? कारण त्याला सरपंच होण्यासाठी पुढे मातंग समाजाची म्हणजेच परभूची मदत हवी आहे. आतापासून मातंग मंडळी दुखावून ठेवली तर त्याला सरपंच होणं तसं सोपं जाणार नाही. म्हणून...

परभूच्या डोक्यात लख्ख प्रकाश पडला.

"चला, हे आपल्या चळवळीसाठी बरं झालं." असं त्यानं मनाशी म्हटलं.

अन् जामटीच्या वाटेवरचं रान काढण्याबाबतीत खरंच लिंबा बेल्यानं 'नाही' म्हटलं नाही. इतकंच नाही तर थोडीफार कुरकुर करणाऱ्या जगन्नाथ बेल्याला त्यानं "तुह्या बापाच्या घरचं हाये का ते रान? अबे, तुले मोठेपणानं त्यो परभू इचाराय

आला तं 'हो' मन. तुवा 'हो' मनलं अन् 'नाही' मनलं तरी हे लोक रान काढणारच. मंग ते तुले मान देयाले तं काऊन नाहाक अपमान करून घेतं?'' त्याच्या अशा समजावण्यानं जगन्नाथ बेल्याही तयार झाला.

''आपल्या मातंगाह्यले काहाले इचारा लागते? गाववाल्याह्यनं 'हो' मनलं बस्सं झालं!'' बाबूनं परभूपुढे सवाल टाकला.

''अबे, तसं नाही. ते रान आपल्या मातंगांसाठी लक्ष्मी हाये. ज्याले रोजगार मिळत नसंल, रोजगार करायचा कटाळा आला असंल, त्यानं सरळ उठावं, हातात काती नाही तं इळा घेवावं अन् या रानात धसून भाराभर शिंदीच्या पन्हाळ्या आणावं... चार फडे करावं. इकावं अन् पोट भरावं. कोणी रोकणार नाही, कोणी बोलणार नाही. हे रान मनजे आपल्या मातंग मंडळींचं पिढ्या-पिढ्याह्यचं वतनच हाये का नाही?''

ते त्या पाचजणांनाही पटलं.

''मंग त्याह्यच्या वतनदारीच्या रानावर आपण अतिक्रमण करायलो मनल्यावर त्याह्यले इचारणं आपलं काम नाही?''

सगळे तयार झाले.

गणा आणि त्याचे साथीदार सोडले तर बाकीच्यांनी होकार दिला.

''मात्र, तुम्ही रानात अतिक्रमण सुरू केलं तं याद राखा, तहसीलसदाराकडे तुमची तक्रार करतो'' अशी गणानं धमकी दिली; पण त्याच्या धमकीची फिकीर न करता या पाचजणांना काम सुरू करायचा परभूनं सल्ला दिला.

भाऊबीजेच्या दुसऱ्या दिवशी परभूच्या हातानं या कामाचा नारळ फोडला. त्या वेळी यंका म्हणाला, ''तू आमच्यासाठी एवढं केलं; तू बी आमच्यासंगं सामील झाला असता तं बरं झालं असतं.''

परभूचीही तशी इच्छा होती; पण तो सरकारी नोकर असल्यामुळे त्याने या भानगडीत पडू नये, असा पांडेबुवानं, विनायक पाटलानं सल्ला दिला; म्हणून त्याने विचार बदलला.

आपापलं रान आखून घेऊन नीट करण्याऐवजी परभूनं सर्वांनी मिळून होईल तेवढं रान नीट करावं, असं सुचवलं. जे रान नीट होईल, त्याचे दक्षिण-उत्तर पट्टे पाडायचे, म्हणजे कोणाचं रान हलकं, कोणाचं रान भारी राहणार नाही. सगळ्यांना सारखं रान वाटणीवर येईल. दक्षिणेकडून ओढ्याच्या काठचं गाळाचं रान, तर उत्तरेकडून गावाकडचं थोडं हलकं रान प्रत्येकाच्या वाट्याला येईल. शिवाय पुढे धरण झालंच तर ओढ्याकाठचंच काही रान पाण्याखाली जाईल. वरचं बाकी रान शिल्लक राहील... हे त्या पाचजणांनाही पटलं.

पाचजण विचारानं एक झाले. कामाला लागले. परभू पाहात होता. दोघाजणांनी काट्या-कुट्यांची झुडपं तोडायला सुरुवात केली, तर उरलेले तिघेजण शिंदीच्या

बुडखांवर तुटून पडले. बुडखाभोवतालचं हातभर रान हातभरच खोल खोदून ते तिघं शिंदीच्या बुडावर कुऱ्हाडीचे घाव घालू लागले आणि ते दृश्य पाहून परभूचा जीव एका वेगळ्या विचाराने कळवळला... ज्या शिंदीच्या बुडांनी आतापर्यंत कित्येक मातंग कुटुंबांना भाकर दिली, त्यांच्या बुडांवर कुऱ्हाडीचे घाव म्हणजे त्यावर आपली भूक भागवणाऱ्या मातंग कुटुंबांवर घाव घालणं. जसजसे कुऱ्हाडीचे घाव बसत होते, तसतसा मातंग कुटुंबांचा आक्रोश त्याच्या कानात वाढत जात होता अन् त्यानं त्याचं मन कासावीस होत होतं.

हे त्याला असह्य झालं; तेव्हा तो त्या पाचजणांना काहीही न सांगता गावाकडे निघाला...

***

"मे. अध्यक्ष तथा सर्व मान्यवर पदाधिकारी,

दि. २५-११-८५ रोजी दुपारी १२ वाजता स्व. अण्णाभाऊ साठे वाचनालय, शुक्रवार पेठ, वाशिम येथे न चुकता उपस्थित राहावे."

सूर्यकांत साठेंच्या सहीचं हे पत्रक परभूला मिळालं ते त्याच्या सासुरवाडीत कवठ्याला. त्याचा सासरा - दयाराम कांबळे आजारी असल्याने परभू आणि पारू दोघेही भेटण्यासाठी काल इथे आले होते. आज सकाळी गावाकडे परत जायचं तर सासूने 'दुपारच्या गाडीनं जा' असा आग्रह धरला; पारूनंसुद्धा सकाळी निघायची फारशी घाई केली नाही; म्हणून परभूनंही दुपारच्या गाडीनं जायचं ठरवलं.

परभूला त्याचा चुलत मेहुणा असणाऱ्या संतोष कांबळेनं चहासाठी घरी नेलं. ते चहा पित बसले असताना तिथं सुखदेव कांबळे आला. सुखदेव कांबळे वाशिमला कृषी उत्पन्न बाजार समितीत चपराशी म्हणून काम करतो. सुखदेव हा परभूच्याच वयाचा. मॅट्रिक नापास झालेला. कवठ्याचे गोपाळराव पाटील कृषी उत्पन्न बाजार समितीचे अध्यक्ष असताना त्यांनी सुखदेवला चपराशी म्हणून तिथे लावलं. गेल्या बारा वर्षांपासून तो ही नोकरी करतो आहे. याशिवाय अ. म. मातंग संघाचा सक्रिय कार्यकर्ता आहे. वाशिम तालुका कार्यकारिणीत तो मान्यवर सदस्य म्हणून काम करतो आहे.

परभूला घरात बसलेला पाहून सुखदेवनं 'जय मातंग परभूदाजी' असं म्हणून नमस्कार घातला आणि आश्चर्यानं विचारलं, "काहो, तुम्ही आज इथं कसे?"

या प्रश्नाचा रोख परभूलाही कळला नाही. त्यानं स्पष्टीकरण विचारलं, तेव्हा सुखदेवनं वरील पत्रक परभूच्या हाती ठेवलं अन् विचारलं, "तालुका शाखेचं हे पत्रक मिळालं नाही तुम्हाला?"

"नाही बॉ."

"असं कसं होईल? मी माझ्या हातानं गावोगावच्या शाखांची पत्रकं लिहिली. त्यात तुमच्या गावच्या शाखेचंही पत्रक होतं."

"आमच्या गाव शाखेच्या अध्यक्षाले पत्रक भेटलं असंल; पण त्याने काही मले दाखवलं नाही."

"म्हणजे तुमचं अन् त्यांचं पटत नाही का?"

"नाही बॉ तसं तं काही नाही!" उगीच आपल्या गावच्या भानगडी या माणसासमोर कशाला मांडा, या विचारानं परभूनं याबाबत खरी गोष्ट लपवून ठेवली. आपण वडगाव शाखेचे सल्लागार आहोत; आतापर्यंत एकदातरी एखाद्या बाबतीत त्याने आपला सल्ला घेतला? आपण सल्लागार म्हणजे नुसते शोभेचे! बाकी सल्लागार म्हणून आपला काय सहभाग आहे गाव शाखेत? म्हणून आपण मागे राजीनामा देतो म्हटलं, तर सूर्यकांत साठेंनी ती गोष्ट ऐकली नाही.

त्याने दोन ओळींचं पत्र वाचलं. बैठकीची तारीख पुन्हा वाचून म्हणाला, "२५-११-८५ म्हणजे आजच बैठक?"

"हो, मी चाललो; हा संतोषही येणार आहे. संतोष आमच्या गाव शाखेचा अध्यक्ष आहे."

"हो, मले माहीत हाये. चळवळीचं फार चांगलं काम केलं याह्यनं. मंजे शहाणपणानं केलं... गावात नाहाक तणाव निर्माण न करता केलं."

"म्हणून त्याचं तालुका शाखेत वजन आहे."

परभूला वाटलं, या सुखदेव कांबळेला विचारावं, "मलेबी तालुका शाखावाले किती चाहतात हे तुले माहीत नाही का?"

पण मोठेपणासाठी कोणती गोष्ट करण्याची त्याची पद्धत नाही. काहीही गाजावाजा न करता चांगलं तेवढं करत राहायचं. बोटभर कामाचा धांदभर गवगवा करणारे चळवळीचे कार्यकर्ते परभूलाही माहीत आहेत. असे कार्यकर्ते जसे तालुका शाखेत आहेत, तसेच गावोगावच्या शाखांतही आहेत. थोडंसं काही केलं की, तेच तेच सतरा वेळा सतराजणांना सांगत बसतात... परभूला अशा लोकांचा मोठा राग येतो.

"तुम्ही येता का नाही?" सुखदेवनं विचारलं.

"मी?" परभू क्षणभर विचारात पडला. आपल्याला पारूला घेऊन गावाकडे जाणं आवश्यक आहे. दोन दिवसांपासून बापू खाटेवर पडून आहेत. मागचं त्यांचं पोटाचं दुखणं पुन्हा एकदा जोर धरू लागलं आहे. आजच त्यांना वाशिमला नाहीतर अनसिंगला दवाखान्यात न्यायचं होतं; तर आज सकाळी सासूनं गावाकडे जाऊ दिलं नाही.

क्षणभर परभूच्या मनाला कौटुंबिक अडी-अडचणींनी भुरळ घातली... पण मग

दुसऱ्याचं क्षणी त्याचं दुसरं मन म्हणालं, "तुझ्या घरापेक्षा समाज मोठा आहे. आधी समाजाचं दुःख दूर कर; मग वेळ उरला तर घराकडे बघ... तू नेहमीच असा वागत आलास; मग आताच काय असा विचारात पडला? अरे, बापाचं काय घेऊन बसलास? बाप कितीही झालं तरी पिकलं पान. कधी ना कधी ते गळून पडणार. तू मीटिंगला गेला नाहीस तर तिथे काय चर्चा झाली ती तुला कशी कळणार? तुला तुझ्या समाजासाठी जे काही करायचं, त्यासाठी अशा चर्चा निदान कानावर पडणं तरी आवश्यक आहे. ऊठ, आणखी विचार करू नको."

परभूच्या मनात क्षणभर निर्माण झालेला कौटुंबिक मोह जळून गेला. तो उघडपणे सुखदेवला म्हणाला, "मले तं याच लागंल? कव्हा निघायले तुम्ही?"

"अकराच्या एस.टी.वर."

"अनसिंग ते वाशिम ही वडगावला लागून येणारी सडकच कवठ्यावरून गेली आहे."

"मी बी जेवण करतो; मले जाताना आवाज द्या संतोषदाजी."

संतोषनं 'हो' म्हटलं.

संतोषनं दोघांनाही चहा दिला. स्वतःही घेतला.

"पण एवढी काय तातडीची मीटिंग हाये?" चहा घेता घेता परभूनं सुखदेवला विचारलं.

"तुम्हाले माहीत नाही? डॉ. अण्णासाहेब भोपळे, ज्यांनी आपली अ. म. मातंग संघ ही संघटना स्थापन केली; त्यांनी शिवसेनेत प्रवेश केला."

"नाही बॉ? कव्हा केला?"

"तारीख नक्की माहीत नाही."

"अस्सं!" परभूनं फारसं नवल दाखवलं नाही, कारण याबाबत मागच्या भेटीत सूर्यकांत साठेंनी परभूला सांगितलं होतं.

"म्हणजे, तुम्हाला आश्चर्य नाही वाटलं?" सुखदेवनं विचारलं.

"त्यात काय आश्चर्य वाटायचं?"

"अहो, आश्चर्यच नाही तर काय? अ. म. मातंग संघानं सुरू केलेली ही चळवळ अशी जोरात असताना तिच्या भवितव्याबाबत कुठलीही चिंता न करता, चळवळ अर्धवट सोडून देऊन असं राजकारणात घुसणं बरोबर आहे का? तुम्हाला कल्पना नाही, ही बातमी मुंबईवरून फोनवर आम्हाला कळली, तेव्हा आपले वाशिमचे अर्धेअधिक कार्यकर्ते थंडगार झाले. काही तर भोपळेसाहेबांवर रागावले. त्यांचं म्हणणं, भोपळेसाहेबांनी स्वतःच्या स्वार्थापोटी मातंग समाजाला वापरून घेतलं. मातंग समाजाला आपल्या पाठीमागे उभे केलं अन् शक्तिप्रदर्शन केलं. त्यांच्या ह्या कृतीमुळे चळवळ थांबेल, चळवळीचं मोठं नुकसान होईल. ते पुढे आमदार होतील, कदाचित मंत्री होतील. मात्र,

संपूर्ण मातंग समाजाच्या पाठीत खंजीर खुपसून ते मंत्र्यांच्या गादीवर सुखानं बसू शकणार नाहीत!'' सुखदेव स्वतःच संतप्त झाला होता. तो भावनावेगात बोलत होता.

परभूला मात्र डॉ. भोपळेसाहेबांनी शिवसेनेत प्रवेश घेणं यात गैर काही वाटलं नाही. समाजकारण आणि राजकारण या दोन वेगवेगळ्या गोष्टी आहेत हे मान्य; म्हणून एकाच व्यक्तीने समाजकारण आणि राजकारण एकाच वेळी करू नये असं थोडंच आहे. समाजकारणाला राजकारण पूरकच ठरू शकतं. आपण तरी काय करायलो? आपल्या मातंगवाड्याचं समाजकारण करताकरता गावातलं, पं. स., जि.प. निवडणुकांचं राजकारण करतोच की. समाजहिताला बाधक असेल ते राजकारण करू नये एवढंच... हे न कळण्याइतके डॉ. भोपळेसाहेब अडाणी आहेत असं कसं म्हणावं?

एकंदरीत वाशिम तालुका शाखेत वातावरण अतिशय तापलेलं दिसतंय, हे परभूच्या लक्षात आलं. आपण काहीही झालं तरी अशी मीटिंग हुकवणं योग्य होणार नाही, आपण मीटिंगला हजर राहिलेच पाहिजे.

''बरं, चलतो मी. आवाज द्या!'' सुखदेवचा विषय अर्धवट ठेवूनच परभू उठला.

सासऱ्याच्या घरी येऊन त्याने पारूला तो वाशिमला जाणार असल्याचं सांगितलं, तेव्हा ती म्हणाली, ''वाशिमले जातो मंता अन् मंग गावाकडे कव्हा जावावं?''

''तू जाय दुपारच्या गाडीनं गावाकडं. मी येतो संध्याकाळच्या टाइमनं वाशिमवरून!''

''मथाऱ्याले दवाखान्यात नेतो मनले व्हते आज.''

''नेईन उद्या.''

पारूनंही फारशी लांबण लावली नाही. ''अकराच्या गाडीनं जायाचं, सयंपाक लवकर कर'' असं सांगून तो त्याचा मोठा सासरा संतरामच्या घरी जायला निघाला; पण डोक्यात वाशिमला होऊ घातलेल्या बैठकीचे विचारच धिंगाणा घालत होते.

***

''मुळात हा माणूस मोठा नाहीच. त्याला तुम्ही-आम्ही डोक्यावर घेतलं. मोठं केलं. त्याचा उदोउदो केला, पूजा केली; त्याला देव बनवलं. त्याच्या पाया पडलो. याच्या पाया पडायला हा काय मोठा महात्मा होता? हा काय संत होता? अहो, गाडगेबाबांसारखे संत ज्यांनी आपलं सारं आयुष्य दुसऱ्याचं दुःख दूर करण्यासाठी वेचलं; लोक त्यांच्या दर्शनासाठी त्यांच्यापुढे वाकत, तेव्हा ते त्यांना काठीने मारत. माणसानं माणसाच्या पाया पडावं, हे त्यांना पटत नसे आणि इथे हा माणूस लोकांनी दर्शन घेतलं की, त्यात धन्यता मानतो.'' प्रा. मच्छिंद्र अंभोरे त्वेषानं बोलत होते. खरं तर ते डॉ. अण्णासाहेब भोपळेंविषयी गरळ ओकत होते.

'आपला, आपल्या समाजाचा उद्धारकर्ता' या भावनेनं लोक डॉ. भोपळेंच्या

पाया पडतात, हे दृश्य परभूने वाशिमच्या सभेच्या वेळी पाहिलं होतं; पण त्यात त्याला काही गैर वाटलं नव्हतं. एरव्ही आपण घरातल्या, नात्यातल्या वडीलधाऱ्या माणसांचं दर्शन घेत नाही का?

"...हा माणूस व्यक्तिपूजेचं स्तोम माजवणारा आहे. मुंबईच्या झोपडपट्टीत स्वतःचं पोट भरण्यासाठी आपलं गाव सोडून गेलेला हा माणूस मुंबईतल्या मातंग मंडळींच्या जिवावर वाढत गेला. स्वतःला मोठं करण्यासाठी त्याने लोकांना गोळा केलं. त्यात त्याला यश मिळालं... काय तर म्हणे शपथ घेतली...'जगेन तर समाजासाठी मरेन तर समाजासाठी' हे कसलं स्वार्थी जगणं...? आता त्यांना आमदारकीचे, मंत्रिपदाचे डोहाळे लागले. आता कुठे गेला समाज? विचारलं समाजाला, राजकारणात प्रवेश करू का म्हणून?... लोकांना भुलवलं, मूर्ख बनवलं... अन् त्यांना वाऱ्यावर सोडून हे राजकारणात शिरले... व्वारे, समाजनिष्ठा ! व्वारे समाजचिंता..."

प्रा. मच्छिंद्र अंभोरेंचं बोलणं परभूला ऐकावंसं वाटेना; परभूच काय तिथं कित्येकांना हे आवडलं नाही. ज्यांना आवडलं नाही, त्यांनी माना खाली घातल्या होत्या. त्यात खुद्द सूर्यकांत साठेंचा समावेश होता... ज्यांना आवडत होतं, ते चेहऱ्यावर आसुरी आनंद आणून प्रा. अंभोरेंचं बोलणं ऐकत होते. प्रा. अंभोरेंचा स्वभाव परभूला माहीत झाला होता. अतिशय उथळ, अभिमानी, इतरांना तुच्छ लेखण्याची वृत्ती. आपण आक्रमक विचारांचे आहोत अशी फुशारकी मारण्याची सवय... त्यांच्या या गोष्टी परभूच्या लक्षात आल्या होत्या.

"...आता समाजानेही त्यांना त्यांची जागा दाखवली पाहिजे. समाजाच्या उत्थानासाठी अनेक नेते उदयाला येत असतात. कृष्णाने भगवत्गीतेत 'यदा यदाही धर्मस्य...' म्हणून सांगितलं आहे की, जेव्हा धर्माला ग्लानी येते, म्हणजे धार्मिक अत्याचार वाढतात, तेव्हा त्यांचे निर्दालन करण्यासाठी मी पुनःपुन्हा जन्म घेतो. मला वाटतं, आपल्या समाजातही कृष्ण पुनःपुन्हा जन्म घेणार, डॉ. भोपळे हा आपल्या समाजासाठी कृष्णाचा पहिला अवतार मानला, तरी दुसराही अवतार तो कृष्ण घेतल्याशिवाय राहणार नाही..."

प्रा. अंभोरेंनी डॉ. अण्णासाहेब भोपळेंना अवतारी पुरुष मानलं, हेही खूप झालं, या गोष्टीचा परभूला आनंद झाला.

"...मला हेच म्हणायचंय की, डॉ. भोपळेंचं अवतारकार्य आता संपलं. आता त्यांच्याकडून आपण, आपल्या समाजानं आणखी अपेक्षा करणं मूर्खपणा आहे... आता आपणच आपल्यासाठी लढायला सिद्ध झालं पाहिजे. म्हणून मी याच ठिकाणी संपूर्ण मातंग जातीच्या न्याय्य हक्कांसाठी, प्रत्येक मातंग बांधवाला स्वाभिमानानं जगता यावं यासाठी 'स्व. अण्णाभाऊ साठे क्रांतिदल' या नावाची संघटना स्थापन

करण्याची घोषणा करत आहे. या संघटनेचं काम मिळमिळीत, पडखाऊ, खालमानेने होणार नाही; तर इथे 'ईंटका जवाब पत्थरसे' या न्यायाने लढा दिला जाईल. एखाद्याने तुमच्यावर हात उगारला तर तो हात आम्ही मुळातून उखडून काढून टाकू. कुणी डोळा वासला तर डोळा फोडू, कुणी शिवी दिली तर त्याची जीभ हासडू... अ. म. मातंग संघाच्या या पाणचट आणि पोचट चळवळीचा मला कंटाळा आला आहे. तुमच्यापैकी ज्या कोणाला माझ्यासोबत यायचं असेल; त्यांनी हात वर करा.''

प्रा. अंभोरेंनी बोलताबोलता तिथं बसलेल्यांना हात वर करण्याचं आवाहन केलं. अ. म. मातंग संघ, वाशिम शाखेत पडणारी ही फूट होती. याने संघाची शक्ती विभागली जाणार होती, एकजुटीने एखादं कार्य जेवढ्या जोमदारपणे करता येईल, तेवढं फुटीरता दाखवून सिद्ध होणार नाही. जे होतं आहे ते अयोग्य आहे, प्रा. अंभोरेंनी एकट्याने पुढाकार घेऊन अशा पद्धतीने नवी संघटना काढण्याऐवजी सर्वांशी विचारविनिमय करून काय करायचं ते ठरवायला पाहिजे होतं... पण एवढा धीर असेल तर ते प्रा. अंभोरे कसले? आपल्या उतावळ्या स्वभावाप्रमाणे त्यांनी ही घोषणा केली. या घोषणेला कोणीही प्रतिसाद देऊ नये असं परभूला मनातून वाटत होतं. तिथे दाटीवाटीने बसलेल्या गावोगावच्या आणि तालुका शाखेच्या चाळीस-पन्नास पदाधिकाऱ्यांपैकी कोण कोण प्रा. अंभोरेंनी आवाहन केल्यावरून हात वर करतो, हे पाहण्यासाठी परभूनं खाली घातलेली मान वर केली, तर दहा-बाराजणांचे हात वर आले; त्यात गणाही होता.

''...तर मग चला उठा, माझ्या मागे या. आता आपल्याला अ. म. मातंग संघाच्या व्यासपीठावर बसून चालणार नाही... चला...''

मध्येच प्रा. अंभोरेंनी भाषण थांबवलं आणि त्यांना पाठिंबा देणारे त्यांचे समर्थक घेऊन ते वाचनालयातून बाहेर पडले. या प्रकाराने सभेचं वातावरण भलतंच गोंधळाचं बनलं... पुढे काय करावं, हे कोणालाच काही कळेना... तेव्हा सूर्यकांत साठे स्वतः उभे राहिले. त्यांनी सभेची सूत्रं आपल्याकडे घेतली. तसा या सभेला अध्यक्ष वगैरे निवडण्याचा औपचारिकपणा मुळातच करण्यात आला नव्हता. डॉ. भोपळे यांनी शिवसेनेत प्रवेश केल्यामुळे निर्माण झालेल्या परिस्थितीवर विचार करण्यासाठी ही अनौपचारिक बैठक आयोजित करण्यात आली होती. या बैठकीत सुरुवातीलाच भाषण देऊन अंभोरेंनी फूट पाडली.

''आपल्यापैकी आणखी कोणाला आपले विचार मांडावयाचे असतील, तर त्यांनी उभं राहून बोलावं!'' सूर्यकांत साठेंनी उरलेल्या कार्यकर्त्यांना आवाहन केलं; पण कोणाचीही तयारी दिसली नाही. दोघं-चौघं म्हणाले,

''आता तुम्हीच बोला; विरोधात बोलणारे गेले.''

''ठीक आहे. मंडळी, अखिल महाराष्ट्र मातंग हृदयसम्राट डॉ. अण्णासाहेब

भोपळे यांच्यावर आणि अ. म. मातंग संघावर खरोखरच निष्ठा असणाऱ्या महाराष्ट्रातील अनेक कार्यकर्त्यांपैकी आपण आहात. ज्यांच्या निष्ठा ढासळल्या होत्या, ते सारे आमचे मित्र आणि अ. म. मातंग संघ, वाशिम तालुक्याचे सरचिटणीस प्रा. मच्छिंद्र अंभोरे यांच्यासह आपल्यातून निघून गेले. जे झालं ते एकापरीने बरंच झालं आणि असं काही होणार हे अपेक्षितच होतं. केवळ आपल्या पातळीवरच नव्हे, तर जिल्हा आणि राज्यपातळीवरही डॉ. अण्णासाहेबांच्या राजकारण प्रवेशाचे पडसाद कमी-जास्त प्रमाणात पडणार आहेत आणि हे स्वाभाविक आहे. एखादी संघटना, पक्ष चालवताना त्या संघटनेच्या, पक्षाच्या सर्वच गोष्टी सर्वच कार्यकर्त्यांना मान्य होत असतातच असं नाही. अशा प्रकारचा विरोध करणारे त्या त्या संघटनेतून, पक्षातून फुटून बाहेर पडण्याची संधी पाहात असतात. दुर्दैवाने आज डॉ. अण्णासाहेबांच्या राजकारण प्रवेशाने अशी संधी अनेकांना लाभली. त्यात आमचे मित्र प्रा. अंभोरे यांचाही समावेश आहे. याबाबत मी त्यांना दोष देणार नाही. एखादी गोष्ट न पटल्यावर त्या गोष्टीचा त्याग करणं ही माणसाची सहज प्रवृत्ती आहे. त्यानुसार अंभोरे वागले.''

सूर्यकांत साठेंचं बोलणं किती संयमित, मधाळ? प्रा. अंभोरेंच्या आक्रस्ताळेपणाने बोलण्याच्या तुलनेत साठेंच्या बोलण्याची छाप तेथे बसलेल्या सर्वांच्या मनावर पडली.

''मित्रहो, भारताच्या स्वातंत्र्यप्राप्तीसाठी म. गांधींनी अहिंसक मार्गाचा अवलंब केला, तसा काही जहाल मतवादी मंडळींनी आपापल्या परीने आक्रमक पवित्राही घेतला. दोघांचंही उद्दिष्ट एकच- भारताला स्वातंत्र्य प्राप्त करून देणं... अगदी हीच गोष्ट आज इथे घडते आहे. अ. म. मातंग संघ ही संघटना सर्जनशीलतेवर, सहविचारांवर भर देणारी संघटना आहे. आपल्या जातीचा माणूस अंतर्बाह्य बदलला पाहिजे, केवळ त्याची आर्थिक स्थिती सुधारून चालणार नाही, तर त्याच बरोबर त्याच्या ठिकाणी वैचारिक, बौद्धिक बदलही झाला पाहिजे... यासाठी एकीकडे समाजप्रबोधनासाठी मेळावे, चर्चासत्रं, सभा इत्यादींचं आयोजन करणं आणि समाजाच्या आर्थिक स्थितीत बदल व्हावा यासाठी शासनदरबारी विविध न्याय्य मागण्यांसाठी लढा देणं अशा दुहेरी पातळीवर महाराष्ट्रात अ. म. मातंग संघाचं कार्य चालू आहे. डॉ. अण्णासाहेब भोपळे यांनी १९८२ मध्ये हा लढा सुरू केला. आमचे मित्र प्रा. अंभोरे यांनी भोपळेसाहेबांवर व्यक्तिपूजेचं स्तोम माजवण्याचा आरोप केला. त्याचबरोबर त्यांनी कृष्णाच्या भगवत्‌गीतेचा दाखला देऊन, डॉक्टरसाहेबांना अवतारी पुरुषही म्हटलं. यातली गल्लत कशी ते मी तुम्हाला सांगतो. सामान्य माणूस जो पिढ्यान्‌पिढ्या दुःखाच्या, अज्ञानाच्या, अन्यायाच्या गर्तेत खितपत पडला आहे, त्याला त्या गर्तेतून, अंधारातून बाहेर काढण्यासाठी जर कोणी हात दिला; तर

त्याला तो हात देणारा देवासारखा वाटला तर मला वाटतं, त्यात त्याचा दोष नाही. एखाद्याने आपल्यासाठी एखादं काम केलं, तर आभार मानण्याची आपली भारतीय संस्कृती आहे. हे आभार आपण शब्दांनी मानतो, हात हाती देऊन मानतो, दोन्ही हात जोडून मानतो किंवा दर्शन घेऊनही मानतो. एखाद्याने आपल्यावर केलेल्या उपकारांची तीव्रता जसजशी वाढत जाते, आपल्या रंजलेल्या - गांजलेल्या, पिडलेल्या अनेक पिढ्यांचा उद्धार करणारा माणूस भेटल्यावर, सामान्य माणसाने त्याला देव मानून पाय धरल्यास त्यात वावगं काय? अडाणी माणूस पाय धरेल, तर प्रा. अंभोरेंसारखी उच्च-विद्याविभूषित माणसं 'थँक्यू' म्हणून आभार मानतील; पण प्रा. अंभोरेंनी त्याही पुढे जाऊन डॉक्टरसाहेबांना अवतारी पुरुष म्हणजे देव मानलं. मग मला सांगा, देव म्हणून डॉक्टरसाहेबांचं प्रत्यक्ष दर्शन घेणाऱ्या अडाणी माणसात आणि त्यांना देवाचा अवतार असं संबोधणाऱ्या प्रा. अंभोरेंसारख्या शिकलेल्या माणसात फरक काय?''

हा विचार बहुतेकांना पटला.

''पण मंडळी, अंभोरेंनी डॉ. भोपळेंचं अवतारकार्य संपलं असं म्हणून स्वतः अण्णाभाऊंच्या नावे संघटना स्थापन करण्याचा विचार व्यक्त केला. या गोष्टीने आपल्या अ. म. मातंग संघाच्या वाशिम तालुका शाखेत फूट पडली. हे जरी खरं असलं, तरी प्रा. अंभोरेंची संघटनाही समाजकार्यच करणार आहे. मघाशी सुरुवातीला मी म्हटल्याप्रमाणे भारताला स्वातंत्र्य मिळवून देणं, हीच गांधीजी आणि इतर जहाल मतवाद्यांची तळमळ होती. एवढंच की, दोघांचे मार्ग वेगळे होते. तसा प्रा. अंभोरेंनीही वेगळा मार्ग निवडला. अ. म. मातंग संघाची शक्ती या प्रकाराने कमी झाली असली, तरी दोघांनाही एकच ध्येय प्राप्त करायचं आहे.''

आता समोर बसलेली मंडळी ऐसपैस बसली. प्रा. अंभोरेंनी केलेल्या भाषणाचा आणि नंतर फुटून बाहेर पडण्याच्या प्रकाराचा सर्वांच्या मनावरचा ताणही निवळला. सर्वजण ध्यान देऊन बोलणं ऐकू लागले.

''मंडळी, अलीकडे एका मासिकात मी एका विचारवंताचा लेख वाचला. त्यातलं एक वाक्य मनात घर करून आहे. ते वाक्य असं, ''कोणतंही वयात आलेलं आंदोलन शेवटी राजकीय स्वरूप घेतल्याशिवाय राहत नाही, आपल्या चळवळीने वयात येण्यापूर्वीच राजकारणाची कास धरली. डॉ. अण्णासाहेब भोपळेंचा त्यातही काही उद्देश असावा. मला वाटतं, राजकारणाने, पक्ष कारणाने आज संघटनेला स्वतःची ताकद सिद्ध करण्याची संधी प्राप्त होते. पक्षीय राजकारणात दबाव गट निर्माण करता येऊ शकतो. आपल्या समाजाच्या मागण्या शासनापुढे रेटण्यास हा दबाव गट कामी येतो... म्हणजे अशा प्रकारे चळवळीने राजकारणाची कास धरली तर त्यातूनही काही फायदा होण्याची शक्यता नाकारता येत नाही. फक्त त्यात

आपल्यासाठी धोका एवढाच आहे की, डॉ. अण्णासाहेब राजकारणात पडल्याने त्यांना चळवळीकडे पूर्ण वेळ लक्ष द्यायला जमणार नाही. अर्थात चळवळीचा वेग कमी होईल. आपल्यासाठी पूर्ण वेळ राबणारा माणूस सामान्य जनतेच्या गळ्यातला ताईत बनतो; तोच माणूस राजकारणात पडून मतं मागायला आपल्या दारात आला, तर त्याला कदाचित आपण मतही देणार नाही, कारण तो आता चळवळीची कमी आणि पक्षाची जास्त धोरणं राबवणारा माणूस बनलेला असतो. भल्याभल्यांना राजकारण भुरळ घालत असतं. तशी भुरळ आपले नेते डॉ. अण्णासाहेब भोपळे यांनाही पडली असल्यास नवल काय? यातून ते आपल्यासाठी आणखी काहीतरी भरीव प्राप्त करू शकतील, अशी आपण अपेक्षा करू या.''

''साठेसाहेब, एक गोष्ट लक्षात घ्या. डॉ. भोपळेसाहेबांना आपला स्वतंत्र असा एखादा पक्ष काढता आला नसता?'' इंगोले गुरुजींनी प्रश्न केला. इंगोले गुरुजी जि. प.मध्ये वरखेडला शिक्षक म्हणून कार्यरत आहेत. ते चळवळीचे कार्यकर्ते आहेत.

''तुम्ही म्हणता ते खरं आहे. कदाचित स्वतःचाच स्वतंत्र असा पक्ष काढण्याचा विचार डॉ. भोपळेसाहेबांच्या मनातही आला नसेल असं नाही; पण महाराष्ट्रात आपल्या समाजाची संख्या कमीच आहे. एखाद्या विधानसभा किंवा लोकसभा मतदारसंघाच्या निवडणुकीत निवडणुकीचा निर्णय बदलवण्याची ताकद आपल्या समाजात नाही. एकगठ्ठा मतांवर एखाद्या उमेदवाराचं भविष्य अवलंबून राहील. ही ताकद आपल्या समाजात नाही. याचं कारण आपलं अल्पसंख्याक बळ... ही गोष्ट लक्षात ठेवूनच डॉ. भोपळेसाहेबांनी स्वतंत्र पक्ष काढण्याचा धोका पत्करला नसेल. स्वतंत्र पक्ष काढून आपलं हसं करून घेण्यापेक्षा एखाद्या मान्यवर पक्षात प्रवेश करणं त्यांना सोपं वाटलं असेल.''

''मंग आता आपण पुढे काय करायचं?'' परभूनेच प्रश्न विचारला.

''तुमचा प्रश्न योग्य आहे. मी त्याकडेच वळतो आहे. एक लक्षात घ्या. डॉ. भोपळेसाहेबांनी शिवसेनेत प्रवेश केला असला, तरी आपला अ. म. मातंग संघ काही त्यांनी विसर्जित केलेला नाही. अ. म. मातंग संघ तर कायम ठेवलाच, त्याशिवाय भारतीय बहुजन आघाडी ही व्यापक विचारांची संघटना स्थापन केली. केवळ मातंगांच्या हक्कांसाठीच न लढता इतर मागासवर्गीयांच्या हक्कांसाठीही लढा देणं हाही संघटना काढण्यामागे हेतू आहे. या संघटनेमुळे वेगवेगळे उपेक्षित समाज एकत्र येऊन एक खरोखरची महाशक्ती निर्माण होईल आणि सर्व मागास समाजाच्या कल्याणकारी मागण्या शासनापुढे प्रभावीपणे रेटता येतील... मला असं म्हणायचं आहे की, जर डॉ. भोपळेसाहेबांनी अ. म. मातंग संघाचं विसर्जन केलं असतं आणि ही नवी भारतीय बहुजन आघाडी स्थापन केली नसती; तर त्यांच्या राजकारण प्रवेशामागील स्वार्थी हेतू आपल्या लक्षात आला असता; पण जुनं ते कायम ठेवून

त्यांनी नवी आघाडी निर्माण केली. याचा अर्थ हे आंदोलन, ही चळवळ आता व्यापक रूप धारण करणार आहे. आता आपला प्रश्न असा आहे की, आपण कोणत्या झेंड्याखाली कार्य करायचं? अ. म. मातंग संघातच राहून कार्य करावयाचं की प्रा. अंभोरेंनी स्थानिक पातळीवर निर्माण केली तशी एखादी संघटना स्थापन करायची? मला वाटतं, याबाबत आपण सर्वानुमते काय ठरवायचं ते ठरवू.''

यावर जवळपास एक तास चर्चा झाली आणि शेवटी सर्वानुमते अ. म. मातंग संघात राहूनच कार्य करावयाचं असं ठरलं.

''प्रा. अंभोरेंच्या संघटनेत सामील झालेल्यांच्या जागी दुसऱ्या पदाधिकाऱ्यांची लवकरच नेमणूक करण्यात येईल'' अशी सूचना देऊन साठेंनी सभा विसर्जित केली.

या निर्णयाने परभूचं समाधान झालं अन् या समाधानातच तो गावाकडे निघाला.

***

अ. म. मातंग संघ, वाशिम तालुका शाखेत फार मोठी फूट पडली नाही. शाखेच्या पदाधिकाऱ्यांपैकी एकटे प्रा. मच्छिंद्र अंभोरे यातून बाहेर पडले. बाकीजणांत तालुका संघटनेच्या पदाधिकाऱ्यांपैकी कोणीही नव्हतं. ते तालुका शाखेचे सरचिटणीस होते. सूर्यकांत साठेंनी प्रा. मच्छिंद्र अंभोरेंच्या जागी सरचिटणीस म्हणून परभूची नेमणूक केली. ही नेमणूक केली, तेव्हा परभू तिथे प्रत्यक्ष हजर नव्हता. त्याला तसं नंतर कळवण्यात आलं. तो लगेच साठेंच्या भेटीला आला.

''गावातल्या शाखेचं काय करायचं?'' परभूनं विषय काढला.

अ. म. मातंग संघ, शाखा वडगावचा अध्यक्ष गणा हा प्रा. अंभोरेंच्या स्व. अण्णाभाऊ साठे क्रांतिदलात सहकाऱ्यांसह सामील झाला; त्यामुळे शाखेला अर्थ उरला नाही. शाखेची पुन्हा स्थापना करणं आवश्यक आहे, असं परभूनं सांगितलं.

''आधीच्या शाखेतले कोण कोण तुमच्यासोबत आहेत?''

''झोपडपट्टीतला शिवा, संपतचा देविदास अन् चहादूचा सोपान.''

''तिघेजण?''

''हो.''

''मग या तिघांपैकी कोणा एकाला अध्यक्ष करा, एकाला उपाध्यक्ष करा अन् एकाला सचिव करा. आणखी दोन-तीन सदस्य म्हणून घ्या. नवीन पोरांना- नुकतीच वीस-बावीस वर्षे वयाची, शिकलेली असतील तर त्यांना संधी द्या.''

त्यानुसार परभूने देविदासला अध्यक्ष केलं. शिवाकडे उपाध्यक्षपद दिलं, तर सोपानला सदस्य ठेवलं. साठेंच्या म्हणण्याप्रमाणे वीस-बावीस वर्षे वयाची पोरं घ्यायची... त्यानं चहादूच्या रामाच्या विजयला सचिव, तर बाबू गायकवाडच्या राजेशला सदस्य म्हणून घेतलं. देविदास, शिवा, सोपान, विजय, राजेश असे

पाचजण झाले. यातले पहिले तिघं दुसरी-तिसरी शिकलेले; तर विजय, राजेश सातव्या वर्गापर्यंत शिकून घरी मोलमजुरी करणारे. सहावा सदस्य कोण घ्यायचा, याचा परभूला प्रश्न पडला. पोरांपैकी मातंगवाड्यात त्याला कोणीच दिसत नव्हता. शिकणाऱ्यांची संख्याच फार कमी होती. आता घरोघरची मुलं-मुली परभूच्या सांगण्यावरून शाळेत जातात, ती गोष्ट वेगळी!

"काका, आमच्यासंगं तुमच्या संतोषले घ्यानं?" विजयनं सुचवलं.

पण परभूला हे पटलं नाही. एक तर तो या वर्षी मॅट्रिकला आहे. वर्गातला हुशार विद्यार्थी आहे. त्याला चांगल्या मार्कांनी पास व्हायचं आहे. त्याला आपण या नसत्या भानगडीत पाडलं तर अभ्यासाकडे त्याचं दुर्लक्ष होईल आणि त्याचा परीक्षेवर परिणाम होईल आणि अशा चळवळीत पडण्याचं त्याचं वय तरी आहे का? पंधरा-सोळा वर्षांचं ते पोर; नुकतीच कुठे मिशांच्या जागची केसांची लव घट व्हायली. हॅट! नको त्याचा विचार. त्याच्यापेक्षा आणखी कोणी बघू. नाहीतर राहील ती जागा तशीच! पाचजणांचीच कार्यकारिणी राहू दे. एरव्ही कार्यकारिणीने काही लोकोपयोगी कामं केली, तरच त्या कार्यकारिणीला कार्यकारिणी म्हणता येईल. बहुजनांच्या हिताची कामं करण्याऐवजी गणासारखे इतरांचे दोष दाखवायचं एकमेव कार्य करणारे कार्यकारिणीचे अध्यक्ष अन् सदस्य काय कामाचे?

सूर्यकांत साठे तर नेहमीच म्हणायचे, "प्रभूजी, तुम्हीच आमच्यासाठी तुमच्या गावची खरी कार्यकारिणी. तो तुमचा अध्यक्ष उचापतीशिवाय काय काम करतो? आणि बाकीची पदाधिकारी मंडळी तरी काय असून नसल्यासारखीच? त्यापेक्षा तुम्ही एकटे जे काही करता, ते आपल्या तालुक्यातही कोणतीच कार्यकारिणी करीत नाही, इतकंच काय आम्ही तालुका कार्यकारिणीवालेही तुमच्यापुढे फिके आहोत, खरं तर तुम्ही तालुका पातळीवरच्या कार्यकारिणीतच यायला पाहिजे."

आणि या वेळी त्यांनी आपला शब्द खरा केला. परभूला तालुका कार्यकारिणीचा सरचिटणीस केलं. परभूची जबाबदारी वाढली.

सरचिटणीस झाल्यापासून दोन दिवसांच्या आत परभूवर तसंच जबाबदारीचं काम सोपवलं गेलं.

अ. म. मातंग संघ आणि बहुजन आघाडीच्या वतीने दि. ८ डिसेंबर ८५ रोजी नागपूर विधानभवनावर मातंग समाजाचा भव्य, विराट मोर्चा नेण्याचा निर्णय डॉ. अण्णासाहेब भोपळेंनी घेतला. त्यानुसार प्रत्येक जिल्हा शाखेला, तालुका शाखेशी संपर्क साधून जास्तीतजास्त जातीबांधवांस या मेळाव्यास उपस्थित राहण्याबद्दल प्रवृत्त करावं असं सुचवण्यात आलं, तर अकोला जिल्हा शाखेने वाशिम तालुका शाखेला वरील आशयाचा आदेश पाठवला.

त्यासाठी वाशिम कार्यकारिणीची बैठक बोलवण्यात आली. त्या बैठकीत

शाखेच्या वतीने दोन बाय तीन फूट आकाराची मोठी पोस्टर्स छापून त्यावर उस्ताद लहुजी, लोकशाहीर अण्णाभाऊ यांच्यासह डॉ. अण्णासाहेब भोपळे यांचे फोटो मोठ्या आकारात छापण्याचं ठरलं. पुढीलप्रमाणे मजकूर तयार करण्यात आला :

'ही पृथ्वी शेषाच्या मस्तकावर तरली नसून, कष्टकऱ्याच्या तळहातावर तरली आहे.' स्व. अण्णाभाऊ साठेंचं विधान सर्वांत वर घ्यायचं.

त्याखाली अ. म. मातंग संघाचे दोन तलवारींमध्ये मशाल हे बोधचिन्ह घेऊन त्याच्या दोन्ही बाजूंना एकीकडून लहुजींचा तर दुसरीकडून अण्णाभाऊंचा फोटो, त्याखाली उजव्या बाजूला डॉ. अण्णासाहेब भोपळेंचा उजवा हात उंचावल्याच्या मुद्रेतील उभा असलेला फोटो, त्याच्या बाजूला बाकीचा मजकूर.

या मजकुरात सर्वांत वर 'अ. म. मातंग संघ आणि बहुजन आघाडीच्या वतीने दि. ८ डिसेंबर १९८५ रोजी नागपूर विधानसभेवर मातंग समाजबांधवांचा विशाल मोर्चा' हा मजकूर मोठ्या टाइपात.

त्याखाली पुढील मजकूर तो ठळक अक्षरात.

'स्थळ - नागपूर रेल्वे स्टेशनवरून दुपारी ठीक १ वाजता मोर्चास सुरुवात होईल. या मोर्चाचं नेतृत्व डॉ. अण्णासाहेब भोपळे हे करतील.' यातील 'डॉ. अण्णासाहेब भोपळे' हे शब्द आणखी मोठ्या टाइपात.

त्याखाली प्रमुख मागण्या –

१) उपेक्षित मातंग समाजाला लोकसंख्येच्या प्रमाणात वेगळे आरक्षण द्यावे.

२) मुंबईत अण्णाभाऊ साठे यांचे स्मारक, तर पुण्यात आद्य क्रांतिवीर लहुजी साळवे यांचे स्मारक युद्धपातळीवर उभारावे.

३) लोकशाहीर अण्णाभाऊ साठे विकास महामंडळात १०० कोटी रुपये भाग भांडवल करावे.

४) अण्णाभाऊ साठे कला विद्यापीठ स्थापन करावे.

५) शासकीय महामंडळावर अखिल भारतीय मातंग संघ व बहुजन आघाडीच्या कार्यकर्त्यांना प्राधान्य द्यावे.

६) भूमिहीन उपेक्षित मातंगांच्या नावे गायरान जमीन पट्टे करावे.

७) जिल्हा स्तरावर लो. साठे विकास महामंडळाच्या शाखा स्थापन करून त्या शाखांमध्ये भरण्यात येणाऱ्या कर्मचाऱ्यांत मातंग समाजातील लायक युवकांचा समावेश करावा.

हा मजकूर झाल्यावर एका ओळीत मातंग बंधू-भगिनींना आवाहन ते असे -

'मातंग बंधू-भगिनींनो, शासनाकडून आपल्या मागण्या मान्य करून घेण्यासाठी एकजुटीने, लाखोंच्या संख्येने उपस्थित व्हा.'

आपले नम्र- याखाली कोणाचीही नावं न देता, 'अ. म. मातंग संघ, वाशिम

तालुका' असं लिहायचं ठरलं.

सर्वांत शेवटी सर्वांनी दि. ७ डिसेंबर रोजी सायंकाळी ७ वाजता वाशिम रेल्वे स्टेशनवर जमा व्हावं, अशी टीप टाकायचं ठरलं. याशिवाय जाणाऱ्या लोकांसाठी बिल्ले छापायचंही ठरलं.

ही पोस्टर्स, बिल्ले छापून घेणं, गावोगावच्या कार्यकर्त्यांपर्यंत पोहोचवणं, त्याशिवाय स्वतः कोणाही एका कार्यकर्त्याला घेऊन गावोगावच्या शाखा पदाधिकाऱ्यांच्या भेटी घेणं; जास्तीतजास्त संख्येने लोकांनी मोर्चात सामील व्हावे, यासाठी प्रयत्न करण्याचा आग्रह करणं, मेळाव्याला रेल्वेने जाणं-येणं फुकट असल्याचं सांगणं... ही सर्व कामं परभूवर पडली.

परभू रात्रं-दिवस या कामात बुडून गेला. त्यात पांडेबुवालाही सांभाळावं लागायचं. वेळ मिळाला की, मग चालले फिरतीवर, सूर्यकांत साठेंनी मोटारसायकल असणारा वाशिमच्या कॉलेजात शिकणारा दीपक वानखेडे हा मुलगा सोबत दिला होता. एवढा मोठा वाशिम तालुका एकट्याने पिंजून काढणं शक्य नव्हतं. शेवटी मालेगाव पं. स. आणि रिसोड पं. स.मधल्या गावांची जबाबदारी त्या त्या पं. स.मधील कार्यकर्त्यांवर सोपवली. एकट्या वाशिम पं. स.ची जबाबदारी परभूवर पडली. तीन-चार दिवसांत त्याने युद्धपातळीवर हे काम केलं.

दुसरी जबाबदारी वडगावची जास्तीतजास्त मंडळी निघाली पाहिजेत, ही होती. त्यासाठी घरोघर जाऊन माणसं तयार करणं आवश्यक होतं. तशी गावातली पोस्टर्स त्याने अ. म. मातंग संघ, वडगाव शाखेच्या कार्यकारिणीत नव्याने घेतलेल्या रामाच्या विजयला आणि बबन गायकवाडच्या राजेशला मातंगवाड्यात लावण्यासाठी गावाकडे पाठवून दिली होती.

दि. ५ डिसेंबरला संध्याकाळी तो घरी आला, तर विजय अन् राजेशने वेगळीच तक्रार केली. त्यांनी जागोजाग लावलेली पोस्टर्स गणाने, भिमाने फाडून टाकली होती; एवढंच नव्हे तर त्यांच्याजवळची पोस्टर्सही घेऊन टराटर फाडली. "याच्या उप्पर मातंगवाड्यात असं काही करसाल तर याद राखा" अशी धमकीही त्यांना दिली. गणा असं काहीतरी करील असं परभूला वाटलंच होतं. त्याने त्या दोघांची समजूत काढत म्हटलं,

"ठीक आहे, फाडू द्या फाडली तं. आपल्याजवळ दुसरी हायेत. आपण मातंगवाड्यात घरोघर जाऊन दाखवू. जास्तीतजास्त लोक आपल्या गावातून गेले पाह्यजे, त्यासाठी प्रयत्न करू."

जेवणं आटोपल्यावर विजयला अन् रामाला घेऊन तो घरोघर जायला निघाला.

***

"बाबा, उंद्याचाच दिवस आडवा मंतं, परवाच्या दिशी पाह्यटंच निघायचं मंतं, मंग पैशाची सोय रे?" जो तो पहिला प्रश्न विचारू लागला. आपल्या समाजाच्या पाचवीला पुजलेलं दारिद्र्य पाहून त्याला वाईट वाटलं. एखादे वेळी काही करण्याची इच्छा झाली तरी ती मारावी लागते किंवा मग उरावर कर्ज करून ती इच्छा पूर्ण करावी लागते. ना धड घर, ना जमीन-जुमला... आतापर्यंत कशाच्या भरोशावर हा समाज तरला? ह्या समाजानं कसं सुधारावं? अ. म. मातंग संघाची चळवळ यांच्या जीवनात काही बदल घडवून आणू शकेल? पूजेच्या बाबतीत 'आधी पोटोबा मग विठोबा' म्हणतात, इथे पोटं उपाशी ठेवून चळवळीत घोषणा कशा देता येतील? कशी येतील ही माणसं नागपूरला? रेल्वेने फुकट जायचं म्हणून जाण्या-येण्यासाठी तिकिटाचा खर्च येणार नाही, हे खरं असलं, तरी वडगाव ते वाशिम आणि परत येताना वाशिम ते वडगाव या प्रवासासाठी एस.टी.च्या भाड्याचे पैसे तर लागतीलच की नाही? आणि दोन दिवसांचं जेवण घरून तयार करून घेतलं, तरी जवळचं अन्न सरल्यावर जेवण कसं मिळवायचं? त्यासाठी पैसे लागणार नाहीत? हा पैसा कुठून आणायचा?

...आपल्या पूर्वजांनी का आळशीपणा दाखवला? का ते शिळ्या अन्नावर खूश राहिले? का त्यांनी गावोगावी शेतीवाडी जमा केली नाही? हे जर त्यांनी केलं असतं तर पुढच्या पिढ्यांना हा त्रास झाला असता का?... नुसत्या विचारांनी त्याचं डोकं फुटायची वेळ आली. तरीही संयमानं त्यानं प्रत्येकाची समजूत घातली,

"हे समाजाचं काम हाये. माणूस जन्माला आला त्यो काय फक्त पोट भरण्यासाठीच? अहो, पोट तं मरेपर्यंत पाठीमांघं लागलेलं हाये... फक्त आपल्या पोटाचाचं इचार करसाल तं मंग समाजासाठी काही करू शकाल का? समाजाचं तुमच्यावर काही देणं हाये का नाही? ते कव्हा फेडता? आज नागपूरले जाण्या-येण्यात समजा, दोन दिवस उपाशी राहायचं काम पडलं, दोन दिवस चहा भेटला नाही; गावातून वाशिमले अन् वाशिमून गावात वापस येताना चार पैसे खर्च झाले; ते कोणाजवळून व्याजानं, उसने घेतले... तर काय होईल? दोन दिवसांच्या उपासानं माणूस मरतो का? तसे दोन दिसांच्या भाकरी आपुन घरून करून घेतोच की. दोन दिवस चहा नाही भेटला तं... त्यो न भेटल्यानं मेल्यावर सोर्गात जागा भेटणार नाही?... एस. टी.च्या भाड्यासाठी चार पैसे उरावर झाले तरी ते फेडायसाठी थोडे जास्त कष्ट करायचं काम पडलं तं काय बिघडलं?... आपण समाजासाठी काहीतरी केलं, हे समाधान यातून मिळेल... दुसरी गोष्ट थोड्याशा पैशात जग पाहायला मिळेल... माहीत हाये तुम्हाले, दरवर्षी पाहता तुम्ही, आपल्या गावातली बौद्धांची मंडळी दसऱ्याच्या वक्ती बेधडक नागपूरला जातात. त्यातल्या कितीजणाजवळ मुबलक पैसा असतो?... मंग आपण एवढं काय झुरायचं पैशासाठी? चला, काही

कमी-जास्त झालं तं मी हाओ संगं... कसं? जमते ना?''

घरोघर तो माणसांची समजूत घालायचा, होकार मिळवूनच पुढच्या घरी जायचा.

गणा, वसंता आणि भिमा यांची घरं आणि त्यांच्या दडपणाखाली वागणारी दुसरी चार-दोन घरं सोडली, तर सगळी घरं त्याने धुंडून काढली. बहुतेक सगळेजण तयार झाले.

दुसऱ्या दिवशी ही गोष्ट गणाला कळली अन् तो मांगवाड्यात परभूला शिव्या देत फिरू लागला, मातंगवाड्यातल्या लोकांनाही धमक्या देऊ लागला.

''त्या परभ्यासंगं जासाल तं याद राखा, एकेकाची सोय लावीन'' त्याच्या सोबतीला वसंता अन् भिमाही होते.

मात्र, सात तारखेला साडेदहाच्या एस.टी.वर सगळा मातंगवाडा लोटला. मोठी माणसं, बायका, पोरं-सोरं, तरणे-ताठे इतकंच काय म्हातारे-कोतारेही निघाले. खुद्द परभूची माय बायजा अन् बाप येसाजीही निघाले. येसाजीचं पोट अधूनमधून दुखत होतं. दवाखान्यात नेऊनही आराम पडत नव्हता. परभूनं 'येऊ नका' म्हटलं; तर येसाजी म्हणाला,

''पोरा, मी मांघंच मेलो असतो; पण मेलो नाही. काऊन? म्या तव्हा दवाखान्यात तुले मनलं व्हतं, मी जगायलो ते चळवळ पाहायसाठी. आता एवढी जत्रा भरंल त्या नागपुरात, गावोगावचे लोक येतील अन् मी घरी राहू? हे पाहाय, माहे डोळे त्यो सोहळा पाह्यल्याशिवाय मिटणार नाहीत. घरी राह्यलो तं मी झुरूझुरूच मरीन.''

परभूचा नाइलाज झाला. एकटा संतोष घरी राहिला. तोही त्याची शाळा बुडू नये म्हणून. काही काही घरी तर कोणीच राहिलं नाही. त्यांनी घरांना कड्या लावल्या. गणा, भिमा, वसंता या तिघांच्या घरचेच तेवढे गावावर उरले. त्यांच्या धमक्यांना कोणीही भीक घातली नाही, परभूला बरं वाटलं.

ह्या गोष्टीने गणाची तळपायाची आग मस्तकात गेली.

'मी पाहून घेईन' असं तो संतापानं म्हणत होता; पण 'आपलं कुठे चुकलं?' 'आपले भाऊ, जवळचे भाऊबंदही आपल्याले सोडून त्या परभूमागे का गेले?' असा विचार चुकूनही त्याच्या मनात आला नाही.

***

आवई तुळजा, देवई तुळजा ऽऽऽ देवाच्या भगुती, गोंधुळ घालती ऽऽऽ खिरी-तूप...

पारूनं गाणं म्हणायला सुरुवात केली. तिच्या गाण्यात वेग आला, तसा संतोष गोंधळला. ती गात होती. तेवढ्या वेगाने त्याला लिहून घेता येत नव्हतं; म्हणून तिला

थांबवत तो म्हणाला,

"मा, थोडं हळू गा ना. मला लिहून घेता आलं पाहिजे." तशी पारू गायचं थांबली.

त्याचं शुद्ध बोलणं पारूला नेहमी ऐकावंसं वाटे. तो घरात तसं बोलला की, तिला वाटे, घरात जसा कोणी बॅलिस्टर बोलायला. खरं तर त्याला शुद्ध बोलायची सवय मागं परभूला भेटायला आलेल्या वाशिमच्या ज्योतीताईंनंच लावली. लहानपणी शाळेत शिकताना ती परभूलाही शुद्ध बोलायला भाग पाडत असे म्हणे. किती चांगली बाई आहे ती! पारूला तिची आठवण आली.

दसऱ्याच्या वेळी मातंग स्त्रिया नवरात्र मागताना जी गाणी म्हणतात, ती गाणी संतोषच्या एका शिक्षकाने मुद्दाम लिहून आणायला सांगितली. त्यानं घरी आल्यावर पारूला त्या गाण्यांबाबत विचारलं होतं. पारूनंही लग्न होण्याआधी माहेरात आणि लग्न झाल्यावरही बराच काळ वडगावात नवरात्र मागताना हे गाणं म्हटलं होतं.

"तुह्या मास्तरले काय काम पडलं, या गाण्याचं?" पारू त्याला म्हणाली होती.

"काय माहीत; पेपरमध्ये छापायचं असं काहीतरी म्हणत होते."

"मग माहा नाव-गीव छापते का काय?" ती घाबरून गेली.

"छापलं तर काय बिघडलं? तुझं नाव चार लोकांपर्यंत जाईल. आमचे सर म्हणतात, ही लोकगीतं फार मोलाची आहेत. ती आपल्या पूर्वजांचं लोकधन आहे. काळाच्या ओघात ती नष्ट होतील. ती कोणीतरी, कुठेतरी नोंदवून ठेवली पाहिजेत."

"तुहा मास्तर बामन हाये का रे?"

"नाही, का?"

"लयच बामनाच्या माणसावाणी बोलते?"

"मीही शुद्ध बोलतो; मग मीही ब्राह्मण आहे का?"

"हे" तिनं नकार दिला; त्यावर संतोष हसला.

"मा, देतेस ना लिहून?"

"पण माहा नाव नको टाकू मनावं तुह्या मास्तरले त्याच्यावर!" तिनं अट घातली.

आणि ती गाणं लिहून देऊ लागली. लिहिण्यासाठी गाणं हळुवार गावं लागेल किंवा एक एक शब्द सांगावा लागेल, याचं तिला भान राहिलं नाही. तिने सरळ गाणं गायला सुरुवात केली; पण मध्येच तिला संतोषनं रोकलं.

"हं, एक-एक शब्द म्हण."

"मले तसा एक-एक शब्द नाही मनता येत. मले गळ्यावर मनल्याबिगर येत नाही."

"मा, मला तेवढ्या झपाट्यानं लिहिता येत नाही."

आता आली का अडचण? त्यावर संतोषनं तोडगा काढला.

"असं करशील?"

"काय?"

"तू गा. मला जसं लिहिता येईल तसं मी लिहितो... मध्ये काही लिहायचं राहिलं तर त्यासाठी पुन्हा गाणं गाशील?"

ती तयार झाली.

ती गाऊ लागली. तो लिहू लागला.

'आवई तुळजा, देवई तुळजा
देवाच्या भगुती, गोंधुळ घालती
खिरी; तूप पोतुर भरती
आई बसल्या नवरती
दहा दिसाची भरती
पाटीलपांडे या मिळूनी
गावलोक या मिळूनी
शिव लगनाले जाती
धानाचे तुरे लेती
धानाचे तुरे लेती
सोनं घेऊन घरा येती
सोनं घेऊन घरी येती
मायबह्यनी ववाळती...'

गाणं संपलं. तसं पारूनं विचारलं,

"झालं लिहिणं?"

"नाही. सुटलं कुठं कुठं. तू गा पुन्हा मी सुटलेलं लिहितो."

ती पुन्हा गाऊ लागली.

त्याने तिला तीन-चार वेळा गायला भाग पाडलं, तेव्हा कुठं त्याचं गाणं पूर्णपणे लिहिणं झालं.

यावर त्याच्या हुशारीबद्दल पारूला शंका आली अन् तिनं विचारलं,

"कारे, असा कसा हुशार हायेस रे तू शाळेत? मास्तर वर्गात लिहायले सांगतात, तेव्हा तू असंच करतेस का?"

"नाही, शाळेत मुलांना लिहून घेता आलं पाहिजे यासाठी सर हळूहळू सांगतात."

संतोषनं गाणं लिहून झाल्यावर पारूसारखं गायचा प्रयत्न केला; पण त्याला नीट गाता येईना, तेव्हा पारूने त्याला पुन्हा गाऊन दाखवलं. नंतर त्याला गायला

लावलं... पण तरी त्याला जमेना. यात तिचा वेळ जाऊ लागला, म्हणून ती म्हणाली, "राहू दे आता, मले टाइम नाही. माहे भांडे तसेच पडले धुयाचे... कपडेबी धुवाचे, चार दिवस झाले, नागपूरले गेलो त्या मोर्चासाठी तं अंगावरचे कपडे मळमळ झाले... तू असता आमच्या संगं तं? किती मज्जा आली असती? केवढं हाये नागपूर शहर? रस्त्यानं किती गाड्या? किती मोटारी? उच्ची उच्ची सिमिटचे बंगले... त्या बंगल्याह्मले आपण हात लावला तं आपल्या हाताचाच मळ लागायचा, इतके चकचक!..."

तिनं नागपूर-पुराण सुरू केलं. ती काल दुपारी आली, तेव्हापासून चार-पाच वेळा तरी संतोषला 'तुवा यायले पायजे व्हतं' असं बोलली.

"माझी मॅट्रिकची परीक्षा आहे ना, मा? मॅट्रिकची परीक्षा नसती तर जरूर आलो असतो. मलाही नागपूर पाहायला आवडते, उंचउंच बिल्डिंगा, मोटारगाड्या यापेक्षा आपल्या जातीची तिथं जमा झालेली माणसं पाहावीशी वाटतात मला. मा, कशी होती ती माणसं?"

"कशी मंजे, मान्सासारखी!"

"म्हणजे कशी? तुझ्यासारखी? बाबासारखी? साधी-सुधी? की झकपक कपड्यातली? सुटाबुटातली?"

पारूनं क्षणभर त्याच्याकडे पाहिलं आणि तिची नजर हरवली. पाहतापाहता तिच्या डोळ्यांसमोर तो अफाट जनसागर उभा ठाकला. कसा होता हा जनसागर? पिढ्यान्‌पिढ्यांची भूक डोळ्यांत घेऊन जमा झालेला, अंगावर चिंध्या पांघरून आलेला, कळकटलेला, मळकटलेला, अनवाणी पायांचा; जणू महाउकिरडा. त्यात कोण उजळ, कोण कळकट? कोण उपाशी, कोण भरल्या पोटाचं? कोण दुःखी? कोण सुखी? अशी निवड करणं अशक्य... सगळा जनसागरच एखाद्या महाउकिरड्यासारखा! आपल्या समाजाच्या नशिबी एवढं घोर दारिद्र्य असेल, असं पारूला स्वप्नातही वाटलं नव्हतं... खरं तर गावातल्या अन् माहेरच्या मातंग मंडळींशिवाय तिनं आणखी मातंग समाज पाहिलाच कशाला?... त्या भुकेच्या डोंगरासमोर आपल्या भरल्या ताटाची तिला लाज वाटली... हे जे आहेत, तसे आपण नाहीत... आपण त्यांच्यापेक्षा थोडे सरस... पोटभरू... आपलं एकट्याचं पोट भरलं. आपल्या एकट्याला अंगावर भरपूर कपडा घालायला भेटला की संपलं... ही स्वार्थी भावना तो जनसागर पाहून आपोआप गळून पडली... पाहतापाहता तिच्या डोळ्यांत आसवं जमा झाली.

"मा, तू रडायली?" संतोषनं हलवून विचारलं.

"नाही, एऱ्हीच डोळ्याले पाणी आलं!" म्हणून तिनं डोळे पुसले.

"मी म्हटलं, कसे होते आपल्या समाजातले लोक?"

त्याला काय उत्तर द्यावं हे तिला कळेना. ती एवढंच म्हणाली, "मले नाही सांगता येतं."

त्यावर संतोष तिला म्हणाला, "मा, मी सांगू एक गोष्ट?"

"हं सांग."

"आमच्या वर्गात काही ब्राह्मणांची, मारवाड्यांची मुलं आहेत. ती कशी राहतात माहीत आहे?"

"कशी रे?"

"झकपक, जसे तळ्याच्या काठावर बसलेले बगळे, त्यांचे पांढरफेक शर्ट. त्यांच्यासमोर मी मात्र कसातरी. पांढऱ्यापफेक बगळ्यांत एखादा कावळा बसावा तसा." एकाएकी तो असं बोलला, ते ऐकून पारूचा जीव हलला. तिने त्याच्या अंगावरच्या कपड्यांकडे पाहिलं. आज रविवार, शाळेला सुटी असूनही तो शाळेचाच ड्रेस घालून अभ्यासाला बसला होता. दुसरे वेगळे कपडेही नव्हते. दोनच ड्रेस; तेही शाळेचेच! आज एक घातला, तर उद्या दुसरा. तरी ती अधूनमधून साबण, सोडा, पावडर घालून कपडे धुवायची... अन् तरी तो वर्गातल्या इतर पोरांपुढे स्वतःला कावळा समजतो.

"मा, आणखी एक सांगू, त्या झकपक पोरातलं एकही पोरगं माझ्यासोबत, माझ्या बेंचावर बसत नाही."

या गोष्टीनं तर पारूचं मन आणखी कळवळलं. गावात मातंगाला कुणबी-मराठे जसे दूर ठेवतात, तसंच संतोषलाही त्याच्या वर्गातली वरच्या जातींची पोरं दूर ठेवतात की काय? शाळेतही जाती-पाती पाळतात का पोरं? मास्तर?

"त्या शाळेत माझं नाव टाकल्यापासून माझ्याजवळ माझा एकच दोस्त बसतो. श्रीरंग भालेराव."

"त्यो कुठल्ला? कोण्या जातीचा?"

"आपल्याच जातीचा, एकांब्याचा."

"मंजे शाळंतबी जात-पात पाळतात?" तिनं स्पष्टच विचारलं.

"हो, पाळतात."

"मास्तरबी पाळतात?"

"सगळे नाही. एक-दोन मास्तर आहेत तसे. ते मला कधीच प्रश्न विचारत नाहीत. मी काही विचारलं की, नीट सांगत नाहीत. मारवाडी, ब्राह्मण, कुणब्यांच्या मुलांनाच विचारतात, त्यांनाच सांगतात."

"अन् दुसरे?"

"दुसरे तसे नाहीत. ते चांगले वागतात. सगळ्यात चांगले वागतात आमचे वर्गशिक्षक. ते माझ्यावर फार जीव लावतात. मलाच जास्तीतजास्त प्रश्न विचारतात.

तुला माहिती आहे? सुरुवातीला मी वर्गात सर्वांत शेवटच्या बेंचावर बसायचो; पण या सरांनी मला सर्वात पुढे जागा दिली. एका ब्राह्मणाच्या मुलाजवळ; तर तो मुलगा उठून मागे गेला. माझ्याजवळ नेहमी बसणाऱ्या भालेरावला पुढे माझ्याजवळ बसवलं.

हे काय ऐकायलो आपण? आपल्याला वाटलं, संतोष शाळेत शिकतो, तर शाळेत अशा गोष्टींचा त्रास नसेल? तिथं जात-पात पाळत नसतील? शिकलेली सवरलेली मास्तर मंडळी बी अशीच अडाणी? मग त्यांचा शिकून काय फायदा? त्यांच्यापेक्षा आपण अडाणी माणसं बरी? आपण हलकटपणानं वागलो तर कोणीही म्हणेल, जाऊ द्या ही अडाणी माणसं आहेत; पण या शिकलेल्यांना काय म्हणावं?... हे सगळं परभूच्याही कानावर घातलं पाहिजे असं तिला वाटलं.

''तेव्हापासून बहुतेक मारवाडी-ब्राह्मणाची पोरं माझ्यावर जळतात; मला आडवंतिडवं बोलतात.''

''मंग तू मास्तरले काऊन नाही सांगत?''

''सांगितले आमच्या वर्गशिक्षकसरांना.''

''मंग काय मनत ते?''

''ते म्हणाले, संतोष, तू यांच्या मूर्खपणाकडे ध्यान देऊ नको. अरे, डॉ. बाबासाहेब आंबेडकरांनाही शाळेत शिकताना असाच त्रास झाला; पण त्यांनी जिद्दीनं शिक्षण घेतलं. ते या देशातलेच नव्हे जगातले सर्वात बुद्धिमान पुरुष ठरले... तुला माहीत आहे, तुझा जन्मही योगायोगानं डॉ. बाबासाहेब आंबेडकरांच्या जन्मदिनी झाला. तुझी हुशारी पाहून तर मला तू म्हणजे डॉ. बाबासाहेबांचंच ते शाळेतलं रूप वाटतं. बघ, अशा फालतू गोष्टींकडे ध्यान न देता फक्त अभ्यासातच लक्ष घाल. मॅट्रिकच्या परीक्षेत तुला सर्वात जास्त गुण मिळाले पाहिजेत... तू हे करशील त्या दिवशी तुला छळणाऱ्या सर्वांचे दात त्यांच्याच घशात जातील!''

पारूला बरं वाटलं. असा कोणता मास्तर आहे, त्याला एकदा भेटायला पाहिजे, अशी तिला तीव्र इच्छा झाली.

''हे मास्तर आपल्या जातीचे हायेत?...'' तिनं शंका विचारली. आपल्या जातीच्या शिक्षकाने आपल्या मुलाची एवढी काळजी घेणं साहजिकच आहे.

''नाही मा, ते ब्राह्मण आहेत; पाठकसर त्यांचं आडनाव!''

''अस्सं बामन?''

तिला आठवली, ज्योती देशपांडे. कुळकर्णी मास्तर, परभू नेहमी त्या दोघांबद्दल सांगत असतो. कुळकर्णी मास्तरांनी आपल्यावर चांगले संस्कार केले, असं तो नेहमी बोलत असतो. आता संतोषला हे पाठकमास्तर चांगलं शिकवतात... म्हणजे संतोषची आपण एवढी काळजी करण्याचं काही कारण नाही आणि आपण काळजी करून फायदा तरी काय? आपण शाळेत जाऊन संतोषच्या वर्गातल्या त्या पोरांना

सांगू शकतो? आणि आपण सांगितलं तरी ते आपलं ऐकतील? त्यापेक्षा पाठक मास्तरवरच आपण भरोसा ठेवावा. तेच आपल्यासाठी, संतोषसाठी देव आहेत असं समजावं. या विचाराने तिचं मन स्थिरावलं. ती संतोषलाही तेच म्हणाली,

"बाबा, त्या तुह्या पाठकमास्तरनं सांगितलं तसं वाग. ते मंतात तसा डॉ. बाबासाहेब आंबेडकर व्हय. ते मास्तर मनतात, तसं झालं तं आमच्या जन्माचं सार्थक व्हईल."

संतोष काही बोलण्याआधीच मंगला "दादा, दादाऽऽऽ" म्हणत बाहेरून धावत आली.

"काय हाये वं घोडे? काऊन अशी कुत्रं मांघं लागल्यावाणी पळत आली?" पारू खेकसली.

"मा, ग्रामपंचायतीच्या आफिसात टि.व्ही. सुरू झाला बरं; चाल दादा, आपण पाहून येऊ."

"काहाचा असते वं टि. व्ही.?"

"मा, रेडिओसारखीच माणसं त्यात बोलतात. रेडिओत ती दिसत नाहीत; पण टि. व्ही.तल्या पडद्यावर दिसतात."

संतोष मागच्या वर्षीपासूनच अनसिंगच्या एका हॉटेलवाल्यानं लावलेला टि. व्ही. पाहत आला आहे; त्यामुळे त्याला गावात नव्यानंच आलेल्या टि. व्ही.चं फारसं आकर्षण नव्हतं. तरी मंगलाचं "दादा, चाल नं माह्यासंगं" असं म्हणून रडकुंडीला येणं आणि पारूचंही "जाय बाप्पा, ती मनते तं तिच्यासंगं" असं सांगणं, म्हणून नाइलाजाने पुस्तकं तात्पुरती गुंडाळून ठेवून तो तिच्यासोबत गेला.

पारूनं त्याच्या पुस्तकांच्या ढिगाकडे पाहिलं. रातं-दिस अभ्यास करतो, झोप म्हटलं तरी झोपत नाही... एक दिवस शाळा बुडवत नाही. नागपूरला "चाल" म्हटलं, आला नाही. आता पारूच्या डोक्यात प्रकाश पडला. त्याच्या पाठकमास्तरांनी सांगितल्याप्रमाणे त्याला डॉ. बाबासाहेब आंबेडकर व्हायचंय. बौद्धवाड्यातला डॉ. बाबासाहेब आंबेडकरांचा पुतळा ती जाता-येता पाहते. इतके दिवस डॉ. आंबेडकर तिला बौद्धांचेच वाटायचे. डॉ. आंबेडकरांच्या जन्मदिनी संतोषला आपण जन्म दिला, या गोष्टीचं कौतुक वाटण्याऐवजी तिला मनातून वाईटच वाटायचं; पण तेच बाबासाहेब आपल्या संतोषसाठी देव बनले, हे पाहून तिला डॉ. बाबासाहेब आंबेडकरांचा हारिक वाटला. घरात परभूने तीन फोटो लावले. त्यात एक लहुजींचा, दुसरा लोकशाहीर अण्णाभाऊ साठेंचा अन् तिसरा डॉ. अण्णासाहेब भोपळेंचा... आता डॉ. बाबासाहेब आंबेडकरांचा चौथा फोटो परभूला आणायला लावायचा, असा मनाशी विचार पक्का करून ती घरकामाला लागली.

***

अ. म. मातंग संघ, शाखा वाशिमचा व्याप आता खूप वाढला होता. गावोगावच्या गरजू मातंग बांधवांना त्यांच्या कामात मदत करण्यास सोपं जावं म्हणून अ. म. मातंग संघाचे तात्पुरते कार्यालय कुठेतरी ठरवणं भाग होतं... त्यासाठी सूर्यकांत साठेंच्या चुलतभावाचा, रमेश साठेचा बसस्टँडला लागून असलेला खोका मुक्रर करण्यात आला. हा खोका रमेशनं ब्रास बँड पार्टीसाठी टाकला होता. तो लोकांकडून बँड वाजवण्याच्या तारखा घ्यायचा अन् आपली माणसं त्या त्या तारखेला त्या त्या ठिकाणी वाजवायला पाठवायचा; तो स्वतः कुठेही जात नसे. नेहमी खोक्यावरच असे... म्हणूनच अ. म. मातंग संघ, शाखा वाशिमचं तात्पुरतं कार्यालय म्हणून त्याच्या खोक्याची निवड केली होती. गरजू मातंग बांधवही तिथे येत... तिथे बसलेल्या पदाधिकाऱ्यांशी संपर्क साधत. आपलं जे कोणतं काम असेल त्यासाठी मदत मागत. कामं विविध प्रकारची होती. विविध बँकांची कर्जं, अण्णाभाऊ साठे विकास महामंडळाचं कर्ज, पंचायत समितीमार्फत राबवल्या जाणाऱ्या योजना, जि. प.च्या योजना अशा अनेक गोष्टींचा व्याप अ. म. मातंग संघाने आपल्यामागे लावून घेतला होता. तालुका शाखेच्या प्रत्येक पदाधिकाऱ्याने रमेशच्या खोक्यावर येऊन हजेरी लावणे सक्तीचं केलं गेलं. उपस्थित असलेल्या पदाधिकाऱ्याने कोणी गरजू आल्यास त्याचं काम तत्परतेने करावं असंही ठरवलं गेलं. पदाधिकाऱ्यांपैकी एखाद्याला बाहेरगावी जायचं झाल्यास तशी रमेश साठेजवळ सूचना देण्यात येऊ लागली. ब्रास बँड पार्टी चालवता, चालवता रमेश पदाधिकारी आणि गरजू मातंग बांधव यांच्यामध्ये समन्वय साधण्याचं काम करू लागला.

परभूच्या सुदैवाने मागच्या दिवाळीपासून बदलून आलेले पाटील पांडेबुवा वाशिमचेच होते; त्यामुळे परभूला फारसा त्रास होत नसे. वाशिमला जाऊन तो पांडेबुवाचीही भेट घ्यायचा, तर रमेशच्या खोक्यात जाऊन हजेरी द्यायचा. पांडेबुवाचा दौरा वडगावला असला की, त्या दिवशी तो गावीच थांबत असे; पांडेबुवा आदल्या दिवशी रमेशला तशी सूचना देत असे.

पाटील पांडेबुवा आडनावाचेच पाटील होते; जातीने ते बौद्ध समाजाचे होते. ते बदलून आले, तेव्हा आपल्याला विनाकारण त्रास देतील असं परभूला वाटलं होतं; पण माणूस फार चांगला निघाला. अठ्ठावीस-तीस वर्षे वयाचा आहे, तरुण आहे; तडफदार आहे. दलित मुक्ती सेनेचा सक्रिय कार्यकर्ता आहे; त्यामुळे चळवळीत काम करताना माणसाची किती ओढाताण होते हे त्यांना चांगलंच माहीत होतं. म्हणून परभूला ते म्हणायचे,

"हे बघ, तुला संघटनेचं पूर्ण वेळ काम करायचं असलं तर मला तुझ्या बदल्यात तात्पुरता कोणी माणूस दे. मी माझं काम त्याच्या मदतीनं भागवून घेईन."

पण परभूला ते पटेना. शिवाय दुसरा माणूस तरी कोण द्यावा?

"तुझा मुलगा काय करतो? त्याला काही काम नसेल तर त्याला पाठवत जा." एक दिवस त्यांनी सुचवलं.

तेव्हा परभू म्हणाला, "साहेब, माहा पोरगा या वर्षी मॅट्रिकला हाये."

"अरे व्वा! मंग तर चांगलीच प्रगती आहे."

"वर्गात हुशार हाये साहेब... त्याने पुढे खूप शिकावं, तुमच्यासारखं चांगल्या नोकरीला लागावं... म्या कोतवाली केली, तशी त्यानंबी करावी असं मले वाटत नाही."

"बरोबर आहे तुझं म्हणणं... अरे, तुमचा समाज आणि आमचा समाज काय वेगळा आहे? दोन्ही समाजांची स्थितीगती फार काही वेगळी नाही. एवढंच की, आता आमच्या समाजात शिकलेल्यांचं प्रमाण वाढलं; त्यामुळे खूपजण नोकरीला लागले. त्यामानाने तुमचा समाज अजून मागासलेलाच आहे. जोपर्यंत शिकणाऱ्यांचं प्रमाण तुमच्या-आमच्या समाजात वाढत नाही; तोपर्यंत आपल्या समाजाची आर्थिक स्थितीसुद्धा बदलणार नाही; तर तुझा मुलगा खूप शिकू दे, त्याला या चिखलात घालू नको. चळवळीचं काम करून, तुला वेळ मिळेल तसा मला देत जा; तू असला - नसला तरी मी सांभाळून घेईन... वडगावचं पांडेपण माझ्याकडे आहे, तोपर्यंत तू चिंता करू नको..."

त्यामुळे परभू बराच निश्चिंत झाला. तरी दुसऱ्या - तिसऱ्या दिवशी पांडेबुवाला भेटू लागला. काहीही काम न करता फुकट पगार घेणं त्याला बरं वाटेना... एका गोष्टीचं पथ्य त्याला पाळावं लागलं. कोणाचं तहसील ऑफिसचं काम असलं, तर तो ते करायचं टाळायचा... एखाद्या वेळी एखाद्याने तहसीलदाराकडे तक्रार केली की, हा आपला गावकामदार असून लीडरकी करतो, तर नाहक नोकरी जायची... पण ही भीती काही दिवसच त्याच्या मनात राहिली. एक दिवस असा आला की, त्याच्या सासुरवाडीच्या- कवठ्याच्या त्याच्या एका चुलत मेहण्यासाठी जातीचा दाखला मिळवायला त्याला तहसीलदारासमोर जावं लागलं... तेव्हापासून तो तहसील ऑफिसमधली कामंही सर्रास करू लागला. नव्हे त्याने तहसील ऑफिसमधली कामं मुद्दाम आपल्या अंगावर घेतली. तहसील ऑफिसमधील चपराशी, बाबूमंडळी बहुतेक त्याच्या परिचयाची होतीच. त्यातले कोणी पाच-दहा रुपये मागायचे, तेव्हा परभू त्यांना "गरिबाच्या अंगात कशाचं रक्त आलं साहेब? द्या सोडून लेकाले. दहा-पाच रुपयानं तुमचं तरी काय होते? जरा मोठे, गब्बर गिहाइकं कापा ना गरिबांवरचे" असं हसून म्हणायचा अन् कामं करून घ्यायचा.

त्याने काम करून दिलं की, ज्याचं काम असेल तो चहा पाजायचा. परभूनं नाही म्हटलं तरी जबरदस्ती पाजायचा. लोकांची कामं केली म्हणजे कमीतकमी चहा तरी प्यावाच लागतो, अशी परभूने मनाची समजूत करून घेतली; पण एक दिवस एकाने

त्याच्या खिशात दहाची नोट टाकली.

"हे काय? कशासाठी?" त्याने विचारलं.

त्याची कोतवाल बुकाची नक्कल काढून द्यायची होती. त्यासाठी रीतसर दहा रुपयांची पावती फाडून परभूनं हे काम करून घेतलं. करून घेतलं म्हणण्यापेक्षा संबंधित बाबूने त्यालाच संबंधित कोतवाल बुकाच्या नकलेचा शोध घ्यायला लावला, त्यातली नोंद पाहायला लावली... यासाठी त्याला फक्त काही शारीरिक श्रम करावे लागले; त्याचा मोबदला म्हणून हा माणूस दहा रुपये देऊ लागला.

"पाव्हणे हो, दहा रुपये लईच कमी झाले हे मले कळते; पण काय करू? जास्तीचे देयाले माह्याजवळ पैसेच नाहीत. मांगच्या वर्षी मी याच नकलंसाठी तीन दिवस तहसील ऑफिसले हेलपाटे घातले... काय त्याह्यचे आडनाव? अंभोरे... हं अंभोरेच! त्याह्यनं काम करून देतो मनलं; पण पन्नास रुपये लागतील मनले. म्याबी दिले." हे ऐकून परभूला प्रश्न पडला. हे कोण अंभोरे? प्रा. अंभोरे तर नाहीत? त्यानं त्या माणसाला अंभोरेबद्दल आणखी माहिती विचारली, तेव्हा त्यानं जे वर्णन केलं त्यावरून पन्नास रुपये मागणारे प्रा. अंभोरेच हे त्याच्या लक्षात आलं.

प्रा. अंभोरेंनी पैसे घेतले? एवढ्या मोठ्या पगाराची नोकरी असताना प्रा. अंभोरे आपल्याच जातीवाल्यांकडून पैसे खातात? त्याला त्या माणसाची किळस आली.

"आता तुम्ही भेटले नसते तं मी त्या अंभोरेकडेच जाणार व्हतो."

"ते कुठे राहतात माहीत हाये तुम्हाले?"

"हो, नगरपालिकेच्या मांघं! त्याह्यनंच पत्ता सांगितला व्हता, काहीबी काम पडलं तं या मनले घरी."

नगरपालिकेच्या मागे प्रा. अंभोरेच राहतात. ही शिकली, सवरलेली आपल्या समाजासाठी समाजकारण करणारी माणसं अशी कशी स्वार्थी ?

अशानं कसा समाज सुधारेल? पाटील पांडेबुवा म्हणतात, आपल्या समाजात शिक्षणाचं, नोकरी करणारांचं प्रमाण वाढलं पाहिजे. या प्रा. अंभोरेसारख्यांचा काय फायदा समाजाला? हा अंभोरे शिकला नसता तर बरं झालं असतं? गावाकडे एखाद्या पाटलाच्या म्हशी वळत त्याचं आयुष्य गेलं असतं? या माणसासारख्या गरिबांना नाडायची संधी त्याला भेटली नसती. अशी किती माणसं त्यानं नाडली असतील? संघटनेतही फूट पाडली, वेगळा झाला. स्व. अण्णाभाऊ साठे क्रांतिदल स्थापन करून बसला. काय केलं या क्रांतिदलानं, स्थापन झाल्यापासून? प्रा. अंभोरे म्हणजे समाजातला एक सडका आंबा, आतापर्यंत त्यानं कितीजणांना सडवलं असेल...? वडगावचा गणा त्याच्याचसारखा... वसंता, भिमासुद्धा... अशी माणसं कशाला जन्माला येतात...? जन्मतःच ती मातीआड का होत नसावीत?

"पुढच्या वक्ती दहाक रुपये जास्तीचे देईन. आता एवढ्यावरच भागवा!" तो

माणूस काकुळतीला आला.

त्यावर परभू म्हणाला, "हे पाहा, तुमचं काम मी केलं ते मला तुमच्याकडून पैसे मिळाले पाहिजेत, म्हणून नाही."

बोलताबोलता त्याच्या लक्षात आलं, आपण संपूर्ण वाक्य शुद्ध बोललो. त्याला त्याचंच कौतुक वाटलं... आता आता असं जास्त वेळा होऊ लागलं... विशेषतः तो अ. म. मातंग संघ, वाशिम तालुका शाखेचा सरचिटणीस झाला अन् जातवाल्यांची अशी कामं करू लागला, तेव्हापासून... एखाद्या कारकुनासमोर, बाबूसमोर किंवा साहेबासमोर जमेल तेवढं शुद्ध बोलावं लागत होतं.

तो पुढे म्हणाला, "मी नोकरीवाला हाओ. सरकार मले पगार देते. तुमच्या आशीर्वादाने मले काहीच कमी नाही. सेवाभाव मानून हे काम मी आपल्या संघटनेच्या आदेशावरून करतो...! हूं, तुमची काही देण्याची इच्छाच असेल तर संघटनेला मदत म्हणून द्या."

"मंग मदत मनून घ्या, माही गरिबाची."

"पण मी तशी कशी घेऊ? ना पावती ना काही..."

"पावती मंग द्या! चलतो मी."

आणि परभू 'अहो, अहो' म्हणेपर्यंत तो माणूस तरातरा चालत निघाला.

यातून एक लक्षात आलं... लोकांनाही फुकट काम करून घ्यावसं वाटत नाही. आपल्यासारखं कोणी फुकट काम करून दिलं तर त्यांना काम झालंच नाही असं वाटतं... अशानं भ्रष्टाचार कमी होण्याऐवजी वाढणार नाही का ? काय करावं? या माणसाने हे पैसे आपल्या खिशात घातले... काय करावं या पैशांचं? त्या प्रा. अंभोरेसारखे खावे...? पण पचतील आपल्याला? खाल्ले तर रक्तपितीसारखे अंगातून फुटून निघतील... हे लोक कसे पैसे खात असतील? कोणत्याही ऑफिसात गेलं तर बिनापैशांचं काम होत नाही... दरवाजावरचा चपराशी खातो... तर आत खुर्चीवर बसलेला मोठा साहेबही खातो?... या लोकांना काहीच वाटत नसेल? आपल्यासारखा यांचा जीव कधी गुदमरत नसेल?

"काय प्रभूजी? काय विचार चालला?"

परभूच्या कानावर आवाज आला. त्यानं भानावर येऊन पाहिलं. त्याच्यापुढे सूर्यकांत साठे उभे होते. त्यांना पाहताच परभू म्हणाला, "बरं झालं साहेब, देवासारखे भेटले तुम्ही!"

"का, काय झालं?"

परभूनं थोडक्यात जे घडलं ते सांगितलं, प्रा. अंभोरेसकट अन् साठेंच्या हाती दहा रुपयांची नोट देऊन म्हणाला, "संभाळा साहेब, हे जहर."

"पण याचं मी तरी काय करू?" साठेही विचारात पडले.

दोघांनी यावर बराच खल केला. शेवटी त्यांनी ठरवलं. अ. म. मातंग संघ, तालुका वाशिम यांच्या नावे पावती पुस्तक छापून घ्यायचं अन् असे पैसे देणारांचे पैसे पावती फाडून स्वीकारायचे; त्यामुळे पैसे देणारांना वाटेल आपण फुकट काम करून घेतलं नाही अन् संघटनेलाही या पैशांची मदत होईल. कोणाकोणाचं काम केलं याची नोंदही राहील.

पुढील बैठकीत हा विचार बाकी पदाधिकाऱ्यांसमोर मांडला, तेव्हा त्यातही त्यांनी दुरुस्ती सुचवली; काम घेऊन येणाराला त्याची ऐपत असो नसो संघटनेच्या नावे दोन रुपयांची पावती फाडायला सांगायची... मग त्याचं काम करायचं... मात्र, एखाद्याची पाच पैसे द्यायची ऐपत नसेल तर त्याला अडवायचं नाही.

जबरदस्ती दहा रुपये देणाऱ्या माणसामुळे एक चांगली गोष्ट अमलात आली, याचा परभूला आनंद झाला.

***

मातंगवाड्यात झपाट्याने लहान-मोठ्या घटना घडू लागल्या. त्यातल्या काही चांगल्या तर काही वाईटही होत्या; पण चांगल्या अधिक, वाईट कमी होत्या.

सर्वांत खळबळजनक अन् वाईट गोष्ट घडली ती खुद्द गणाच्या सर्वांत लहान्या भावजईची. मीरा तिचं नाव. बाजीराव हा त्याचा सर्वांत लहाना भाऊ. गणासह ते सगळे चार भाऊ. सर्व वेगवेगळे राहणारे. बाजीरावचंही लग्न झालेलं. आसोला ही त्याची सासरवाडी. आसोला हे मालेगावला लागून असणारं लहानसं गाव. मालेगाव हे तालुक्याचं गाव. बाजारपेठेचं गाव. गावातल्या लोकांचे सगळे व्यवहार मालेगावात. मजुरी करणाऱ्या बाया, माणसं, तरणी पोरं-पोरी मालेगावात दिवस घालवायची. तिथं कामाला तोटा नसे... शेतातली, कारखान्यातली, दुकानातली... अशी कितीतरी कामं. बाजीरावची सासू अन् त्याची बायको मीरा एका तेलमिलात काम करायच्या... आताही त्याची सासू त्याच तेलमिलात काम करते... बाजीरावचं लग्न झालं तेव्हापासून मीराचं तिथलं काम सुटलं... तरी चार दिवस माहेरपणाला ती गेली की, हटकून मिलात कामाला जायची.

या मिलात काम करणाऱ्या एका मुसलमान तरुणाशी मीराचा संबंध आला. तिचं लग्न झाल्यावर तो अधूनमधून तिच्या भेटीला वडगावला यायचा...'तो कोण आहे?' असं कोणी विचारलं की, ती 'माहा मावसभाऊ' असं उत्तर द्यायची. चौकशी करणारांना ते खरं वाटायचं. बाजीराव अन् त्याचे भाऊ वेगळे निघाले... अन् तेव्हापासून मीराच्या त्या मावसभावाच्या चकरा जास्त वाढल्या. तो दोन-दोन, चार-चार दिवस मुक्कामी राहू लागला. त्या दोघांचं हसणं-खिदळणं पाहून पुन्हा पाहणाऱ्यांच्या कपाळावर आठ्या पडू लागल्या. कुजबूज वाढली. येता-जाता माणसं घरात डोकावून

पाहू लागली. काहींनी तर मोठ्या हिमतीनं ही गोष्ट बाजीरावच्या बापाच्या म्हणजे भिकाच्या अन् त्याच्या आईच्या म्हणजे द्वारकीच्या कानांवर घातली... दोघंही म्हातारे झालेले. त्यांनी नुसतं ऐकून घेतलं. म्हटलं काही नाही. खरं म्हणजे त्या दोघांचं घरात कोणताही मुलगा किंवा सून ऐकत नाहीत, त्या दोघा नवरा-बायकोच्या सुरुवातीपासूनच ही गोष्ट लक्षात आली होती; त्यांनी मीराला हटकलंही होतं... भिका तर रागानं असंही म्हणाला होता, "तुह्या मायनं तुव्हं नाव मीरा ठेवलं; तं तिले काय तुहं पुढचं भविष्य आदुगरच कळलं व्हतं का काय? नवऱ्यावर ध्यान नाही अन् परक्याचं पान लावी. हे धंदे सोडून दे. हे आपल्याले शोभत नाहीत."

त्यावर ती खूप रडली, पडली. बाजीराव घरी आल्यावर तिने त्याला एकाचे दोन सांगितलं. बाजीरावला ते पटलं... तो माय-बापाच्या अंगावर मारायला धावला. मारलं नाही एवढंच... तेव्हापासून त्या दोघांनी आपले डोळे अन् कान मिटून घेतले. याच पद्धतीनं तिनं घरातल्या जावा-भायांना गप्प केलं... वेगळी निघाली, तेव्हापासून तिचंच राज्य सुरू झालं. आता ती बाहेरच्या कोणालाच काय पण खुद्द बाजीरावलासुद्धा भीत नसे... दहा वर्षांपासून, म्हणजे लग्न झाल्यापासून तिच्या छिनालपणात वाढच होत गेली. थट्टेच्या नात्यानं एक-दोघींनी मीराला छेडलं. तिला याचं कारण विचारलं; तर ती म्हणाली, "किती दिवस उपाशी राहू? तुमच्या भावाजवडे जेवारीच नाही माह्या पोटाले लागंल इतकी."

त्यावर त्या थट्टा करणाऱ्या म्हणायच्या, "असं कसं तुहं पोट हाये माय...? घरच्या भाकरी खातं, त्या मालेगाववाल्या मावसभावाच्या खातं."

यावरून बाजीरावला चिडवणारेही काहीजण होते... "असा काय बुळा नवरा हायेस लेका तू? त्यो मालेगावचा मुसलमान बेधडक तुह्या बायकोसंगं संसार करायला अन् तू आपले डोळे लावून बसला? तुह्या जागी मी असतो, तं बायकोसकट तिच्या याराले कुऱ्हाडीनं तोडून काढलं असतं... सोडलं नसतं."

अशा बोलण्याने बाजीरावच्या मनात खळबळ सुरू व्हायची. खरंच ही बायको की वेश्या? अशी रांड बाळगणं मंजे आपल्या कुळाले कलंक लावून घेणं... बरं, त्यात एखादं लेकरू झालं असतं, तर तिचा जीव गुंतला असता... बाहेरचं शेणं खाणं कमी झालं असतं... जगात अशा बायका नाहीत का काय? गावातही आहेत अन् मातंगवाड्यातही आहेत... आपल्याला का माहीत नाहीत...? पण एवढ्या उघडउघड धंदा करणाऱ्या नाहीत त्या!... हिने तर लाजच सोडली... मालेगाववाल्याले दोष देऊन काय फायदा? आपलंच ढोरं ओढाळ म्हटल्यावर जगानं वेगळं काय करावं? ते काय नाही, हे थांबलचं पाहिजे; नवरा म्हणून आपला काही धाक आहे की नाही?

आणि आता या गोष्टीची गणालाही थोडीफार चीड वाटू लागली. एक दिवस

घराबाहेर पडलेल्या बाजीरावला त्यानं बोलावलं अन् रागावून त्याला म्हणाला, "ए गद्या, असा कसा खालमान्या निपजलास तू? तुले काहीच कसं कळत नाही? त्या मिरीचे हे धंदे बंद करता येत नाहीत तुले?"

...यावर बाजीराव म्हणाला, "मी तिले लय मनतो; पण ती माहा ऐकत नाही. मारहाण करायले गेलो, तं मनते, अंगावर घासलेट टाकून पेटवून घेईन अन् तुम्हीच जाळलं असं पोलिसात सांगीन... बससाल मंग खडी फोडत जेहलात जलमभर... मंग सांग मी काय करू? बरं, एकदा म्या थापड-बुक्की मारली अन् तिनं खरंच अंगावर घासलेट वतून घेतलं... डबीची काडी उजाळली. अंगाले लावायची तं म्याच हिसकली... मंग तिच्यासाठी माह्या जिवाचे काहाले येल्हे करून घेऊ?... त्याच्यानं मी डोळे लावून हाओ..."

गणाला त्याची असहायता पटली. मीरा तशीच आगजाळ आहे, हेही त्याला माहीत होतं... आता आपणच काहीतरी केलं पाहिजे... असा त्यानं मनाशी विचार पक्का केला.

अन् एक दिवस तो मुसलमान तरुण फाट्यावर बेशुद्ध पडलेला गाववाल्यांनी पाहिला; तेवढाच. त्यानंतर पुन्हा तो वडगावात आला नाही.

***

केंद्र सरकारने जाहीर केलेल्या संजय गांधी निराधार योजनेचा लाभ मिळवून देण्यासाठी चौघाजणांना घेऊन परभू तहसील कार्यालयावर आला. या चौघांपैकी कौसल बुढी वडगावचीच होती. ती लग्न होऊन या गावात आली, तेव्हापासून ताठस होती, तोपर्यंत सुईणपण करीत होती. तिच्या हातानं किती बायका-पोरींची बाळतपणं झाली असतील याची गणती नाही. येसाजीच्या पिढीतला यादव म्हातारपणाने दोन वर्षांपूर्वीच गुजरला. त्याची बायको कौसल बुढी मातंगवाड्यात एकटीच आहे. तिला एक पोरगा अन् दोन पोरी होत्या. पैकी पोरगा भागवत जन्मतःच वेडसर निघाला... सहा-सात वर्षं राहिला अन् एक दिवस मरण पावला. दोन्ही पोरी चांगल्या धडधाकट होत्या... त्या दोघी भागवतच्या पाठीवर आलेल्या. मोठी सगुणा, लहानी रंभू... त्या दोघींच्या नंतर कौसल बुढीला दिवस गेलेच नाहीत... खूप खटपट केली... पण फायदा झाला नाही..."तुम्ही पोरासाठी दुसरी बायको करा..." असं कौसल बुढी यादवला किती वेळा म्हणाली... पण त्यानं ऐकलं नाही. "आपली का अशी इस्टेट वाया चालली? नसलं पोरगं तर नसलं." अशी त्याची भूमिका होती... पोरगं मेलं... पोरींची लग्नं झाली. त्या आपल्या संसारात रमल्या... यादव बुढा मेला. कौसल बुढी एकटी पडली... खऱ्या अर्थानं निराधार झाली... तिचं थकतं वय; त्यामुळे तिला आता कामधंदाही होत नव्हता... तरी विनायक पाटलाच्या घरचं थोडंबहुत काम

करायची... त्यांच्या घरचं खायची... आता म्हातारपणानं तेही बंद पडलं... तिला उपाशी राहायची पाळी आली... परभू हे दररोज पाहत होता. त्यानं एक दिवस सूर्यकांत साठेंजवळ कौसल बुढीची गोष्ट काढली... अन् साठेंनी उपाय सुचवला, "संजय गांधी निराधार योजनेचा फायदा करून द्या म्हातारीला. या योजनेत निराधार, निराश्रितांना सरकारतर्फे दरमहा शंभर रुपये मिळतात... त्याच्यासाठी अर्ज कसा करायचा, कोणकोणते कागद पाहिजेत, याची सर्व माहिती तहसील कार्यालयाकडून मिळवा... तुमच्याच ऑफिसची ही योजना अन् तुमच्याच कशी लक्षात आली नाही?" साठेंनी आश्चर्य व्यक्त केलं.

मग तहसील ऑफिसमधून त्याने या योजनेची संपूर्ण माहिती मिळवली. भारताच्या माजी पंतप्रधान श्रीमती इंदिरा गांधी यांची दोन मुलं. एक राजीव, दुसरा संजय... संजय गांधींनी आणीबाणीचा काळ अधिक गाजवला. नसबंदी शस्त्रक्रियेची योजना त्यांनीच राबविली... तेव्हा जबरदस्तीने नसबंदी केली जायची... लोक या नसबंदीला फार घाबरायचे... रानात पळून जायचे, आठ-आठ, पंधरा-पंधरा दिवस रानातच लपून राहायचे... हेच संजय गांधी विमान चालवताना अपघातात मरण पावले. सरकारने त्यांच्या नावाने संजय गांधी निराधार योजना सुरू केली... परभूला वाटलं बरं झालं, संजय गांधी मरण पावले म्हणून कौसल बुढीसारख्यांची थोडीफार सोय झाली. त्याला रेडिओवर येणाऱ्या गाण्याची आठवण झाली- 'कोणाच्या खांद्यावर कोणाचे ओझे?...' तसं 'संजय गांधीच्या खांद्यावर कौसल बुढीचं ओझं...'

वडगावची कौसल बुढी अन् बाकीच्या तिघाजणांत एक शेलूचा, एक रिठ्याचा अन् एक पिंपळगावचा. तीन म्हातारे, एक म्हातारी! चौघंही मातंग समाजाचेच. संजय गांधी निराधार योजनेसाठी जातीची तशी काहीच अट नाही.

चौघांना तहसील कार्यालयासमोरच्या लिंबाखाली बसवून तो ऑफिसात गेला. कुटे बाबूंना भेटला. कुटे बाबूकडेच हा टेबल होता... कुटे बाबूनं 'थोडं थांबून या' म्हटलं म्हणून मग पुन्हा बाहेर आला.

तर व्हरांड्यात पिंपळनेरचा विश्वास भालेराव भेटला. हा विश्वासही पिंपळनेरचा गावकामदार. त्याची बहीण वडगावात दिलेली. गणाचा भाऊ गजू हा त्याचा मेहुणा, तर गजूची बायको द्वारका त्याची बहीण. गजू हा गणाची संगत सोडून परभूच्या मागे आला. जामटी वाटेवरच्या ओढ्याकाठची गायरानं यंका, बाबू, सोपान अन् रघूसोबत गजूनंही काढली. गजू परभूच्या मागे येण्याआधी हाच विश्वास परभूकडे रागारागाने पाहायचा... आता गजूसोबत त्याचीही परभूकडे पाहण्याची दृष्टी बदलली.

"काय दाजी?" विश्वासनं विचारलं.

"काय नाही, जरासं काम व्हतं."

"चला चहा घेऊ."

"मी पाजतो, चला."

"तुम्ही पाजा. आपल्याले काय चहा पोटात जायाशी मतलब?"

दोघं हॉटेलात आले. परभूनं दोन कटची ऑर्डर दिली.

"राती मुक्कामी व्हतो मी वडगावात." विश्वास म्हणाला.

"अं, मले तं काही माहीत नाही. आले काऊन नाही घराकडे मंग?"

"टाइमच नाही भेटला. पाह्यटं पह्यल्या गाडीनंच वाशिमले आलो."

चहा आला. चहाचा घोट घेता घेता विश्वासने विचारलं, "काय मनते तुमच्या गावची चळवळ?"

"काय म्हणजे? काही कळलं का कमी-जास्त तुम्हाले?"

परभूला वाटलं, गणानं काही कमी-जास्त भानगड केली असंल किंवा मेहुण्याच्या नात्याने विश्वासजवळ काही बोलला असंल. गणा काहीतरी या विश्वासजवळ बोलला असेल; असा त्याला संशय आला... बाकी गावात म्हणजे मांगवाड्यात घडण्यासारखं दुसरं तर काहीच नाही.

"नाही तसं काही कळलं नाही; पण डॉ. अण्णासाहेब भोपळे शिवसेनेत गेले, तेव्हापासून गावोगावची चळवळ जरा थंडीच पडली. आमच्याच गावात आधी गावकीचं काम करणाऱ्या शामरावनं पुन्हा ढोरं वढायचं, सोलायचं काम सुरू केलं.

"गाव शाखेने काहीच नाही केलं?"

"गावशाखा काय करंल?... त्याह्यनं त्या शामरावले हे धंदे पुन्हा सुरू करू नको मनलं; पण त्यो आईकला नाही..."

"मंग?"

"मंग काय? हे शाखावाले मुकेच बसले."

"असे कसे मुके बसले? त्याच्यावर दंड लावावं व्हता, बहिष्कार टाकावं व्हता..."

"तसं काहीच झालं नाही, बेधडक शामराव कामं करायला..."

"मंग आम्हाले मंजे तालुका शाखेले काही करा लागंल. कारभार असा भोंगळा सोडला तं उद्या कोणी काही करतो मनंल?"

परभूच्या अंगात अ. म. मातंग संघाच्या तालुका शाखेचं सरचिटणीसपद शिरलं. वास्तविक अ. म. मातंग संघ किंवा डॉ. भोपळे हे केवळ निमित्तमात्र आहेत. मातंग समाजातल्या सगळ्यांनीच जुनी कात टाकून नवं सतेज रूप धारण करायला पाहिजे. ही वृत्ती निर्माण व्हायलाच पाहिजे. अशा लोकांना खरं तर फाशीच द्यायला पाहिजे... पाहता पाहता परभूचे विचार हिंसक बनले.

"तेच मी बी मनायलो. तुमच्या गावात बी अशीच चळवळ सुरू हाये मनं?"

"कशी?"

"तुमच्या गावाच्या यंकाचं पोरगं- काय त्याचं नाव?"

"गजानन..."

"हं, तं त्यानं एक दिवस. गावात एस्करकी मांघली मनं?"

"काय मंता? मले तं काहीच माहीत नाही!"

"तुम्हालेच काय, कोणालेच माहीत नाही..."

"मंग तुम्हाले कसं कळलं?"

"माह्या बह्यनीनं सांगितलं मले..."

"काय?"

"आता का पुन्हा तेच सांगू? चला!" चहाचा कप ठेवून तो उठला.

परभूला त्याच्या बोलण्यातून काहीच कळलं नाही. यंका किंवा त्याचा पोरगा असं काही करतील, यावर त्याचा विश्वासच नव्हता. मग या विश्वासनं असं भलतंच कसं सांगितलं? त्याला शंका आली... आमच्यात म्हणजे यंकात अन् आपल्यात फूट पाडावी म्हणून तर त्याने काही चुगलखोरपणा केला नसंल?

तो संध्याकाळी गावाकडे आला. याच्या-त्याच्याजवळ चौकशी करण्यापेक्षा याबाबत यंकालाच विचारावं म्हणून तो यंकाच्याच घरी गेला. तर यंका गावाला गेल्याचं अन् उद्या येणार असल्याचं कळलं. दुसऱ्या दिवशी रात्री तो पुन्हा यंकाकडे गेला. यंकाजवळ त्याने ही गोष्ट काढली, तेव्हा यंकाच्या बायकोनं- गवनानंच सांगितलं, "आत्ता माय, त्या दिवशीची गोष्ट व्हय? तिचं इतकं चेऱ्याचं वारं केलं लोकाह्यनं... आवं, तं मांघल्या बस्तरवारी इठ्ठल बेल्याच्या घरी त्याच्या पोरीचं लगन व्हतं... तं लगनाच्या दुसऱ्या दिशी त्याची बायको नर्मदा बेलीन मले रस्त्यात भेटली अन् मने, "गवने, संध्याकाळी तुह्या पोराले पाठवून देवं, माह्या सरोजच्या लग्नातली उरसुर देतो त्याच्याजवळ" तं म्या गजाननले संध्याकाळी अंधार पडल्यावर पाठवलं... तिनं त्याच्याजवळ अर्धी दुल्डी बुंदी, पाच-पन्नास पुऱ्या पाठवल्या... माय, माय त्यालेच हे लोक एस्करकी समजायले का काय? कोण असे मनणारे? मले नावं सांगा. एकेकाचं मनगट धरून मी त्याह्यले पुसतो..."

पण परभूने कोणाचंच नाव सांगितलं नाही, तर या खुलाशाने त्याचं समाधानही झालं.

लोक असं येलाले बेल लावत असतील; तं मंग आम्हाले उघडउघड 'गावकीचे कामं सुरू करा लागतील; त्या पिंपळनेरच्या शामानं, वाडीच्या उत्तमनं, हिवऱ्याच्या हिरामणनं केलं तसं.' गवनाही सारी नावं सांगायली म्हणजे हे काय व्हायलं? या लोकांना झालं तरी काय? डॉ. अण्णासाहेब भोपळे शिवसेनेत गेले म्हणून काय त्यांनी चळवळ सोडून दिली? बरं, त्यांनी चळवळ सुरू केली ती काय त्यांच्या

एकट्यासाठी?

"तसं काही करू नका. कोणं इहिरीत उडी मारली तं मंग आपणबी मारायची का?" परभूनं समजूत घातली.

"पण मंग अशा एकाच्या दोन गोष्टी सांगून, लावालाव्या काऊन करावं?"

ती पुढे आणखी काहीतरी बोलणार तेवढ्यात संतोष परभूला बोलवायला आला, "बाबा, पटकन चला; घरी बोलावलं तुम्हाला?"

"कशाला रे?"

"घरी कोणीतरी सांगत आलं..."

"काय?"

"विनायक पाटलांचे वडील मरण पावले."

"काय? भगवान पाटील मरण पावले?" परभूला धक्काच बसला.

या माणसाचे त्याच्यावर, त्याच्या कुटुंबावर अनंत उपकार आहेत. सात जन्म घेऊन त्यांची सेवा केली तरीही त्यांचे उपकार फिटणार नाहीत!

"अरे, कसं झालं गड्या?" यंका म्हणाला.

"असं एकाएकी कसं झालं? काल संध्याकाळीच मले बोलले ना!" परभू आतल्या आत अस्वस्थ झाला.

"पण पाहा ना दिवस कसा निवडला पाटलांनं मरायसाठी?"

"कसा?" यंकानं विचारलं.

"आवं, आज महाशिवरात हाये ना! महादेवाचा दिवस हाये!"

"पण उंद्या आवस मनल्यावर..."

"असे ना अवस... उंद्या दिवसभरात माती सावडणं व्हते ना... आवसंची रात जाऊ नाही मड्यावरून..."

परभूला या गोष्टीत रस वाटला नाही... तो पटकन उठला अन् घराकडे जाण्याऐवजी विनायक पाटलाच्या घराकडे निघाला.

***

१९ मार्च १९८६ म्हणजे उद्यापासून संतोषची मॅट्रिकची परीक्षा सुरू होणार. आज त्याला अनसिंगला मुक्कामी जायचं होतं. पेपर संपेपर्यंत तो तिथेच मित्राच्या खोलीवर राहणार होता. तशी जाण्या-येण्यासाठी एस.टी. होती... पण संतोषचं म्हणणं, नेमकी एखाद्या पेपरच्या वेळी एस.टी. लेट-बीट झाली तर? त्यापेक्षा परीक्षा होईपर्यंत अनसिंगलाच राहातो... संतोषने अनसिंगलाच नेहमीसाठी खोली करून राहणाऱ्या मित्रांना याबाबत विचारलं; तर ते 'राहा' म्हणाले. राहिला प्रश्न जेवणाचा, तर जेवणाचा दोन्ही वेळचा डबा घरून परभू स्वतः घेऊन जाणार होता...

म्हणजे डबा देता येईल अन् पेपर कसे गेले तेही पाहता येईल.

संतोष वर्गातला हुशार विद्यार्थी म्हणून नावाजलेला. सर्वांत जास्त मार्कस मिळवून तोच केंद्रातून पहिला येईल, कदाचित मेरिट लिस्टमध्येही येईल, अशी त्याच्या वर्गशिक्षकांना जबरदस्त आशा होती... परभूजवळ ते अनेकदा तसं बोललेही... तशी अभ्यासाच्या बाबतीत संतोषनेही कसूर ठेवली नाही. रात्रंदिवस त्याला अभ्यास-अभ्यास एवढा एकच ध्यास होता.

एक दिवस विनायक पाटलांच्या बैठकीत पाटील आणि गावातल्या इतर चारचौघांबरोबर परभू बसलेला असता संतोषचा विषय निघाला. तिथे बसलेल्या चिंतामण बेल्याचा गुरूदेव नावाचा मुलगा संतोषच्याच वर्गात होता. चिंतामणनेच गोष्ट काढली.

"का रे परभू, तुहं पोरगं लयच हुशार हाये मनं? आमचा गुरूदेव सांगते बॉ!"

परभूची छाती भरून आली... मनात म्हणाला... मंग कोणाचा पोरगा हाये? परभूचाच ना? परभूही शाळेत शिकत असताना असाच हुशार होता; पण त्याची हुशारी चौथ्या वर्गानंतर जागीच जिरली... संतोषचं तसं होऊ द्यायचं नाही... त्याला जोपर्यंत शिकायचं असेल; तोपर्यंत शिकवायचं... त्याला काय शिकायचं?... याचा खुलासा परभूनं काढला होता... मॅट्रिक झाल्यावर डी.एड्.चं ट्रेनिंग करायचं अन् शाळेवर मास्तरकी करायची, असं त्याने आपलं मन बोलून दाखवलं होतं.

"मले तं वाटते, तुवा डॉक्टर, इंजिनिअर व्हवावं?" परभूनं उलटं म्हटलं.

"अंहं! मला नाही वाटत तसं!"

"काऊन?"

"काय माहीत? पण नाही वाटत."

"मंग मास्तरच का व्हवावं वाटते?"

"बाबा, मास्तर झालो तर मी आपल्या समाजातल्या कितीतरी पोरा-पोरींना शिकवीन... मी डॉक्टर, इंजिनिअर झालो नाही तरी मी त्यांना डॉक्टर, इंजिनिअर बनवीन..."

त्याचं हे शहाणपणाचं बोलणं ऐकून परभूनं डोळेच वासले. चुलीजवळ बसून भाकरी थापणारी पारू म्हणाली, "तं तूच कसा अलग निघशील? खाणी तशी बाणी अन् व्हशील कोणावाणी...? आज्यानं तेच केलं, बापबी करायला, पुढे तू बी कर... काही घरदार, संसार असते हे ध्यानात ठेवायचं काम नाही..."

यावर परभू हसला... तिचं म्हणणं खरं होतं. येसाजी, परभू ह्यांचा जगण्याचा दृष्टिकोनच उदात्त होता. स्वतःसाठी जगताना इतरांसाठी काय काम करता येईल ते सर्व ते करत होते. त्यात त्यांना आनंदच वाटत होता. ती याबाबत नेहमीच तक्रार करते... पण तो या तक्रारीकडे हमेशा दुर्लक्ष करतो.

"आवं, आपला समाज आडाणी हाये, अज्ञानी हाये. दरिद्री हाये. आमचे साठेसाहेब नेहमी मनतात, आपला समाज अठरा विश्वे दारिद्र्यात अडकलेला आहे. मनजे १८ x २०=३६० दिवस म्हणजे वर्षभर आपल्या समाजाले दारिद्र्यात दिवस काढावे लागतात. जव्हा या समाजातले लेकरं जास्तीतजास्त शिकतील, नोकरी धंद्याले लागतील, तव्हाच आपला खरा उद्धार व्हईल."

"तं ते तुम्हीच पाहा! मले येडीले नाही त्यातलं काही कळत! मले एवढं कळते की, माणसानं घरातल्या समद्याह्यले खायाले, लेयाले भेटते का ते पाहावं; कोणाची तब्येत बराबर नसंल तं त्याले डॉक्टरकडे नेवावं, घरात असल्या-नसल्या त्या चीजवस्तू आणावं... का बसावं अंगाले राख लावून गावोगाव 'अल्लख निरंजन' करत भीक मागत...?"

कधी-मधी पारू अशी वैतागायची, तेव्हा तो गप्प बसायचा. चळवळीच्या कामात त्याचं घराकडे नेहमी दुर्लक्ष व्हायचं. अशीच एकदा ती वैतागली असताना येसाजीने तिची समजूत घातली. तो म्हणाला, "पोरी, तुले पुराणातली ती तीन पावलांची कथा माहीत हाये?"

"मले नाही माहीत कशाची कथा न् बिधा?" ती तोऱ्यात बोलली.

"जरासा राग बाजूले सार अन् ऐक. मी सांगतो तुले ती कथा. परभू, तू बी ध्यान दे." परभू, पारू अन् बायजा तिघंही कथा ऐकायसाठी तयार झाले.

"पुराणात बळीराजा अन् बटू वामनाची कथा हाये. बटू वामनाचं रूप घेऊन विष्णू बळीराजाकडे आला. बळीराजा दानी व्हता... बटूनं त्याच्याकडं दान मनून तीन पावलं जमीन मागितली. ती त्यानं देली. बटू वामनानं पह्यल्या पावलात सगळी पृथ्वी आटवली, दुसऱ्या पावलात सोर्ग गिळला... तिसऱ्या पावलाले जागा उरली नाही. तव्हा बळीराजानं आपल्या मस्तकावर पाय ठेवायले सांगितला. बटूनं त्याच्या डोक्शावर पाय ठेवला अन् बळीले पाताळात गाडलं!" बोलता बोलता येसाजी थांबला.

"झाली कथा...? ही कथा तं मले आदुगरच माहीत व्हती?" पारूनं नाक मोडलं.

"कथा झाली... ती पुराणातली झाली. आता आपली ऐक. आपली मंजे आपल्या समाजाची... तीन पावलांची कथा... अशीच."

तो पुढे काय सांगणार हे परभूलाही कळेना.

"आपल्या समाजालेबी बटू वामनासारखं तीन पावलाचं वरदान भेटलं; पण आपल्या समाजानं पावलं टाकले बटू वामनाच्या नेमके उलटे. पहिलं पाऊल टाकलं अन् आपला समाज नरकात बुडाला."

"त्यो कसा काय?"

"अरे, तसंच नाही तं काय? बौद्धायनं गावकीचे कामं सोडले अन् आपल्या समाजानं ते घाणीचे काम पत्करले... मेलेलं ढोरं वढणं, सोलणं, त्याचं मास खाणं ह्या गोष्टी नरकापरीस कमी हायेत की काय?"

परभूच्याही डोक्यात लख्ख प्रकाश पडला. खरंच, बापू म्हणतात तसंच झालं. आपल्या समाजानं पहिल्या पावलात खरंच नरकच गाठला. जाणूनबुजून गाठला. जगात कुठेतरी असा एखादा समाज असेल का? मागासलेले समाज आपल्यात सुधारणा व्हावी म्हणून धडपडतात अन् मातंग समाज? बौद्धांनी सोडलेली घाण आनंदानं स्वीकारून बसला. काय म्हणावं या समाजाला? बापू सांगतात ते का खोटं आहे?

"दुसरं पाऊल कुठं टाकलं आपल्या समाजानं?" परभूनं उत्सुकतेने विचारलं.

"दुसरं पाऊल त्याने टाकलं जमिनीवर, घाणीतलं पाऊल त्यानं उचललं!"

"कसं ते सांगा? समजलं नाही."

"अरे, तुमच्या त्या अण्णासाहेब भोपळ्यानं तुमची ही चळवळ सुरू केली... आपल्या जातीले त्या नरकातल्या घाणीची जाणीव करून देली. त्यातून बाहीर पडाय सांगितलं. नरकातून जमिनीवर यायले लावलं."

परभूला येसाजीच्या विचारांचं कौतुक वाटलं.. बटूच्या तीन पावलांची कथा आपल्या समाजाच्या स्थितीगतीचं दर्शन घडवते. या गोष्टीवर येसाजीनं केवढा विचार केला असेल?

"तिसरं पाऊल मंजे सोर्गातलं!"

"ते कसं?" बायजानं विचारलं.

"अगं, म्या न सांगता तुह्या ध्यानात येईल. पाहाय कसं ते? पह्यलं पाऊल मंजे माह्या पिढीतल्या लोकाह्यचं पाऊल... आमच्या पिढीतल्या लोकाह्यनं बौद्धांनी सोडलेलं घाणीचं कामं पत्करले... दुसरं पाऊल परभूच्या पिढीच्या लोकाह्यचं... या लोकाह्यनं चळवळीवाल्या भोपळेसायबाचं मननं ऐकलं अन् घाणीचे कामं सोडले... आता तिसरं पाऊल ते सोर्गात टाकायचं... त्यो स्वर्ग म्हणजे सुख, समाधान, सन्मान, सुधारणा. मंजे शिकणाऱ्या, सवरणाऱ्या, नोकरी करणाऱ्या या संतोषच्या पिढीचं पाऊल!"

परभूनं खुशीनं मान डोलवली. बायजालाही त्यातलं बरंच काही कळलं; पण "शिकल्यानं कसा काय सोर्ग मिळेल, ते पुन्हा सांगा?" असं विचारलं अन् तिचं अज्ञान पाहून परभूनं कपाळावर हात मारून घेतला.

"आवं येडे, शिकल्यानं ग्यान वाढते... मनात चांगले इचार येतात. माणसाच्या हातून वक्टंसक्टं काहीबी घडत नाही. माणूस शिकला तं नोकरी लागते... त्याच्या कुटुंबाचं कल्याण व्हते... आपल्या जातीवाल्या पोरायले मदत करता येते... सांग

मंग? मी मनतो, ती तीन पावलांची गोष्ट खरी का खोटी?''

पारूला सगळं कळल्याने ती गोष्ट खोटी असं तिला म्हणताच आलं नाही. आपला संतोष शिकणार म्हणजे स्वर्ग गाठणार या गोष्टीचा त्या दोघा नवरा-बायकोला खूप आनंद झाला. त्यानंतर पारूनं कधी चिडचिड केली नाही.

पाटलाच्या बैठकीत चिंतामण बेल्यानं संतोषच्या हुशारीबद्दलची गोष्ट काढल्यावर परभूला आनंद होणं साहजिकच होतं.

''कोणत्या वर्गात शिकते तुव्हा पोरगा?'' विनायक पाटलानं विचारलं.

''औंदा मॅट्रिकची परीक्षा देणार हाये.''

''अरे वा! मंग तं चांगली गोष्ट हाये! काय व्हयाचं मनते पुढे शिकून?''

''हो रे बाबा परभू, तुह्यासारखं गावकीत अन् भावकीत नको त्याले अडकवू! जाऊ दे गाव सोडून कुठंबी नोकरी कराय...'' सदाशिव बेल्या म्हणाला.

परभूलाही नेहमी असंच वाटतं... आपल्या बापानं गावकामदारकी केली म्हणून आपणही गाव कोतवाल झालो... शिकलो, सवरलो असतो तर गाव सोडून दुसरीकडे कुठेही नोकरी लागली असती. त्या वेळी सातवा वर्ग पास झालं की, मास्तरकी लागायची... आताच्यासारखं डी.एड्. अन् फी.एड्. नव्हतं... पण आपण शाळेकडे पाठ फिरवली अन् या नरकात अडकलो... आपला संतोष मात्र यापासून दूर राहिला पाहिजे. होईना का मास्तर? काय बिघडलं?

परभूनं मास्तर व्हावंसं वाटतं हे सांगितलं, त्यावर विनायक पाटील म्हणाले,

''चांगलं आहे. तुला एक सांगू... आपल्या वाशिम पंचायत समितीचे सभापती कुंडलिकराव ठाकरे साहेब आपल्या गावात शाळा काढायले...''

''कव्हा? कितव्या वर्गालोक?'' चिंतामण बेल्यानं मध्येच विचारलं.

''आठव्या, नवव्या, दहाव्या वर्गांची, या वर्षी म्हणजे पुढे उन्हाळ्याच्या सुट्या संपल्यावर, दुसऱ्या शाळा सुरू झाल्या की, ही बी शाळा सुरू व्हईल. त्या संस्थेमार्फत ते ही शाळा काढायले, ज्या संस्थेचा मीबी सदस्य आहो... ही त्याह्यची मंजे आमच्या संस्थेची चौथी शाळा हाये... पाहू, तुहं पोरगं जर खरंच पुढे चालून डी.एड्. झालं तं त्याले आपल्या शाळेतच लावून घेऊ...''

ही गोष्ट परभूनं घरी सर्वांना सांगितली. येसाजी, बायजा, पारू हे ऐकून खूश झाले. संतोष मात्र गप्पच होता. त्यावर येसाजीनंच विचारलं,

''कारे बाबू, तुले काहीच नाही वाटलं याचं?''

''नाही...''

''काऊन?''

सगळेजण तो काय उत्तर देतो याकडे लक्ष देऊन बसले.

''तुमच्या त्या विनायक पाटलाला डी.एड्.चा शिक्षक कोणत्या वर्गासाठी

असते ते तरी माहीत आहे का?"

सगळे अवाक झाले. परभूला मात्र संतोषच्या आगाऊपणाचा जरासा राग आला. विनायक पाटलासारख्या मोठ्या माणसाची त्यानं चूक काढावी?

"अहो आज्या, मॅट्रिक डी.एड्. झालेला शिक्षक पहिल्या वर्गापासून ते सातव्या वर्गापर्यंतच चालतो... पुढे आठवी, नववी, दहावीसाठी बी.ए., बी.एड्. नाही तं बी. एस्सी., बी.एड्. शिका लागतं." त्याचं स्पष्टीकरण ऐकून परभूचा राग गेला. त्याला त्याच्या हुशारीचं कौतुक वाटलं.

संतोषला आज परीक्षेसाठी अनसिंगला जायचं म्हणून संतोष, पारू सकाळी लवकर उठले. पारूनं सारं काम आटोपून त्याच्या आताच्या जेवणाची, संध्याकाळच्या डब्याची तयारी केली; तर संतोषही आपली पुस्तकं, वह्या, कंपास, कपडे असं आवश्यक सामान थैलीत भरून ठेवून तयार झाला.

त्याच्याजवळ पंचवीस-तीस रुपये असावेत; म्हणून परभूनं विनायक पाटलाजवळूनच पन्नास रुपये मागितले. ते देताना विनायक पाटलांनी चौकशी केली, "काय गडबड?"

"काय नाही. आमच्या संतोषची उद्यापासून मॅट्रिकची परीक्षा सुरू व्हायली. त्याच्यासाठी त्याले आजपासून अनसिंगले मुक्कामी जायाचं."

"उद्यापासून परीक्षा सुरू व्हायली?"

"हो."

"संतोषले सांग, काप्या-माप्याच्या नादात पडू नको मनावं. काप्या करणं फार वाईट हे त्याले सांग... बरं!"

परभूनं आता विनायक पाटलाची ही गोष्ट फारशी लक्षात घेतली नाही. मागच्या त्यांच्या गोष्टीतला फोलपणा संतोषनंच घरात सर्वांच्या लक्षात आणून दिला होता. तशीच ही गोष्ट असेल.

"झालं काय रे संतोष तुहं?" घरात आल्या आल्या त्यानं चौकशी केली.

"हो, दोन घास जेवते; तुम्हीबी अंगावर दोन तांबे घ्या अन् जेवून घ्या. त्याच्यासंगं जाता ना वाटते अनसिंगले तुम्ही?" पारूनं विचारलं.

परभूचं संतोषबरोबर जायचं आधीच ठरलं होतं. पारूच्या म्हणण्यानुसार त्यानं अंघोळ केली. दोघं बाप-लेक जेवले.

"चाल आटप." परभूनं गडबड सुरू केली.

"नारळ आणलं तुम्ही? जाता जाता मारोतीले फोडलं असतं. मारोतीचं दर्शन घेऊन गेला असता संतोष!" पारूनं विषय काढला.

नारळाची परभूला कल्पना नव्हती... मारोतीच्या पाया पडायची गोष्ट तर अजिबात त्याच्या मनात आली नाही. खरं काय झालं, अ. म. मातंग संघाच्या

चळवळीपासून देव-देवतांच्या बाबतीत त्याची मतं एकदम बदलली होती... राम, कृष्ण, विठ्ठल, मारोती या देव-देवतांची पूजा-अर्चा करून आपला, आपल्या समाजाचा तसा कधीच फायदा झाला नाही. त्यातही कधी दर्शन करून घेतो म्हटलं तर शिवाशिव, देवळात जाऊ नको, पारावर चढू नको... अशी बंधनं... मग हे देव जर आपल्याला माणूस म्हणून समजून घ्यायला तयार नाहीत, तर आपणच त्यांना देव का मानावं? तसा यात त्या दगडांच्या देवांचा काही दोषही नाही. ते बिचारे शेवटी दगडच! दगडाला थोड्याच भावना असतात, त्याला का बोलता येतं? त्याला बोलता येत असतं, तर त्याने त्याच्या पुढे ठेवलेला नैवेद्य कुत्र्याला का खाऊ दिला असता?... किंवा त्याच्या मंदिरातली घंटा चोराला का नेऊ दिली असती...? आपल्याला या दगडांच्या देवांपासून दूर ठेवण्यात या वरच्या जातीच्या माणसांचाच हात. 'हा आमचा देव' म्हणणाऱ्या या माणसांच्या मनात इतर जातींच्या माणसांबद्दल प्रेम, आपुलकी, जिव्हाळा या दगडाच्या देवाला कसा निर्माण करता येईल? अ. म. मातंग संघाच्या चळवळीत गावोगावी तिथल्या शाखांनी हिंदू देव-देवतांच्या मूर्तीपूजेवर मातंगांना बहिष्कार टाकायला सांगितला. त्यांनी मातंगांच्या घरातले देव, दारातल्या तुळशी उपटून फेकून द्यायला लावल्या; तुळशीची, देव-देवतांची पूजा करणारांना दंड ठोठावले... परभूनं ही भानगड इथल्या मांगवाड्यात उपस्थित केली नाही. त्याला वाटत होतं, आपल्या समाजातली माणसं एकदा का शिकली की, ह्या अंधश्रद्धांमधील फोलपणा त्यांच्या लक्षात येईल. जे काही चांगलं मिळवायचं असेल, ते कष्टाने; देवाची कृपा त्यासाठी कामी पडत नाही... हेही त्यांना कळेल; पण माणसाचं काही खरं नाही. माणूस जरासा मोठा झाला की, ही माणसं त्याचा देव करतात. त्याचे पुतळे उभारतात. त्या पुतळ्यासाठी वाद निर्माण करतात. मागं बौद्ध मंडळींनी डॉ. आंबेडकरांच्या पुतळ्यासाठी गदारोळ केला! आपल्या समाजाचंही पुढे तसंच होणार नाही कशावरून? कदाचित पुढे डॉ. भोपळे, अण्णाभाऊ साठे, मतंग ऋषी यांचे पुतळे उभारण्यावरून गावातल्या लोकांशी भांडणं उभी होतील? कोणी सांगितलं भविष्यकाळात काय घडेल?

"अहो, नारळ आणाय लावता ना?" पारूने त्याला विचारातून बाहेर काढलं.

त्यानं 'हो' म्हटलं. मंगलाजवळ दहा रुपये देऊन नारळ आणण्यासाठी तिला दुकानावर धाडलं.

"सगळ्याह्यचं दर्शन घे रे" पारूनं सुचवलं. तसा संतोष बायजाच्या पाया पडला. तिनं कडाकड टाळ्यावर बोटं मोडून आशीर्वाद दिला. मग तो येसाजीपुढे वाकला. तसा येसाजी म्हणाला, "बापू, आंबेडकरावाणी लय मोठा व्हय."

ते ऐकून परभूला नवल वाटलं... मागं वाशिमला डॉ. बाबासाहेब आंबेडकरांच्या

पुण्यतिथीच्या दिवशी सभा होती, तर त्या दिवशी डॉ. अण्णासाहेब भोपळेंची सभा मुद्दाम का ठेवली? आंबेडकर हे बौद्धांचे पुढारी, आपला अन् त्यांचा काय संबंध? असं म्हणून येसाजी वाशिमच्या सभेला यायला तयार नव्हता, तेव्हा परभूला त्याची खूप समजूत घालावी लागली. डॉ. बाबासाहेब आंबेडकर महार जातीत जन्माला आले असले, तरी त्यांनी भारतातल्या सगळ्या हलक्या, खालच्या जातींच्या लोकांसाठी काम केलं... हे पटल्यावर मग येसाजी वाशिमला आला... तसंच संतोषचा जन्म आंबेडकर जयंतीलाच झाला, ही गोष्टही तो काढू देत नव्हता... असं असताना आज तो संतोषला 'आंबेडकरांवाणी मोठा हो' असा आशीर्वाद देतो? याचा अर्थ डॉ. बाबासाहेब आंबेडकरांचं मोठेपण त्याच्या लक्षात आलं.

मंगलानं नारळ आणला. परभूने त्याच्या जटा काढल्या. पारूनं परभूजवळ उदबत्ती, माचीस डबी दिली.

अन् ते दोघं बाप-लेक घराबाहेर पडले. पारू, मंगलाही मागं मागं निघाली. मारोतीच्या पारासमोर येऊन सर्वांनी नारळ फोडला. ते वडगाव फाट्यावर जाणाऱ्या-येणाऱ्या सडकेला लागले... अन् मंगला, पारू थांबल्या.

"आई जा, मंगला जाऽऽ" संतोषने आवाज दिला.

तसा पारूच्या मनाचा बांध फुटला... तिला रडू आवरेनासं झालं. मंगला ते पाहून गोंधळली... मागाहून फाट्यावर जाण्यासाठी म्हातारा दिनकर बेल्या आला. त्याने तिला हुंदके देताना पाह्यलं. "काय झालं वं पोरी?" म्हणून विचारलं. मंगलानं कारण सांगितलं. त्यावर हसून दिनकर बेल्या म्हणाला, "भाग्यवान हायेस पारे तू! तुमची शाळा शिकायची ऐपत नाही तरी तूहं पोरगं शिकतो मंते अन् माहे नातूऽऽ? पाहाय कसे मडे पडेस्तोर खातात अन् कठाळ्यावाणी गावात नुसते या गलीचे त्या गलीले फिरतात... असते आपापलं नशीब.... तुले चांगल्यासाठी रडू यायलं... आम्हाले वाईटासाठीबी आसू आणता येत नाही. जाय, आता घराकडे... त्या पोरीले भांबावून टाकू नको..."

दिनकर बेल्याचं म्हणणं पारूनं ऐकलं अन् पदरानं डोळे पुसत ती परत माघारी फिरली.

***

सरकारनं ग्रामपंचायतीच्या निवडणुका घ्यायचं जाहीर केलं. १९ एप्रिल ८६ ही अर्ज भरण्याची तारीख. २१ ही अर्ज मागे घेण्याची तारीख आणि २ मे रोजी प्रत्यक्ष मतदान; असा निवडणुकीचा कार्यक्रम जाहीर झाला. ज्या ग्रामपंचायतींच्या निवडणुका होऊन पाच वर्षं झाली; त्या ग्रामपंचायतींच्या निवडणुका होत्या. यात वडगावची ग्रामपंचायतही सामील होती.

म्हणजे आजपासून एक महिन्यावर मतदान आलं.

पण एक/एक दिवस जाऊ लागला, तसा गावात हालचालींना वेग आला. मतदारांत चर्चा सुरू झाली. विनायक सरपंचानं गेल्या पाच वर्षांत काय केलं, काय नाही याचा हिशेब लोक मांडू लागले. कोणी त्याच्या कार्यपद्धतीवर खूश होते, तर कोणी नाराज होते. शाळेसमोर असणाऱ्या आधीच्या झोपडपट्टीला लागून पण फाट्याच्या दिशेने नवीन पंचवीस प्लॉट पाडण्याची योजना जाहीर केली गेली होती... त्यात विनायक पाटलाने स्वतःसाठी प्लॉट घेतला नसला, तरी बाकीच्या मेंबरांनी आपल्या मर्जीतल्या माणसांना पुढे केलं... त्यांच्या नावे स्वतःसाठी दोन/दोन प्लॉट घेतले अन् पुढे ह्या प्लॉटचे त्यांना प्रत्येकी एक/एक हजार रुपये देऊन ते प्लॉट आपल्या ताब्यात घेतले. या बाबतीत स्वतः परभूचीसुद्धा नाराजी होती. बौद्धमंडळी तर आधीच गाववाल्यांवर नाराज होती; या प्रकरणाने त्यांच्या नाराजीत अधिक भर पडली... दुसरा महत्त्वाचा प्रश्न होता नव्या घरकुल योजनेचा... सरकारकडून या पाच वर्षांत दहा घरकुलं बांधून दिली गेली... जुन्या झोपडपट्टीलाच लागून असणारी ही घरकुलं ज्यांना गावात चांगल्या स्थितीतली घरं आहेत, अशा लोकांना वाटली. तिथेही आपला-तुपला हा भेद झालाच! जवाहर रोजगार योजनेअंतर्गत रस्त्यांची, नाल्यांची कामं केली गेली... जिथे गरज नाही तिथे म्हणजे नेमका ग्रामपंचायत मेंबरांच्या दारात मुरूम टाकला गेला... नाल्याही त्यांच्या घरापुढेच बांधल्या गेल्या... मातंगवाडा, बौद्धवाडा या योजनांपासून वंचित राहिला. पावसाळ्यात या दोन्ही वस्तींत चालणं म्हणजे दिव्य ठरतं... जागोजाग चिखल-पाण्याचा गाटा साचलेला... नळयोजनेचंही तसंच... झोपडपट्टी, बौद्धवाडा अन् मातंगवाडा या तिघांच्या वाट्याला एक-एक स्टँड आला. तिथं नीट पाणी चढत नाही. म्हणून हे स्टँड असून-नसून सारखेच! गावात जागोजागी स्टँडमधून पाणी नुसतं वाया जातं अन् त्याच वेळी या तिन्ही वस्तींतल्या बायका गावाबाहेरून डोक्यांवरून पाणी आणतात... ते बरं की गावाबाहेरच्या विहिरी कुणब्यांनी या लोकांसाठी बंद केल्या नाहीत... आणखी एक गोष्ट म्हणजे विजेचे दिवे. गावात प्रत्येक खांबावर ट्यूब अन् या तीन वस्त्यांतील एक-दोन खांब आड करून बल्ब. असे मोजून दोन बल्ब झोपडपट्टीत, तीन बल्ब बौद्धवाड्यात अन् तीन बल्ब मांगवाड्यात. आता या सहा महिन्यांत तर अंधारच आहे. गेलेले बल्ब काढून टाकून तिथे नवे बल्ब बसवण्याची ग्रामपंचायतीला गरजच उरली नाही.

नेमका या तीन वस्त्यांच्या बाबतीतच ग्रामपंचायतीने एवढा सावत्रपणा का करावा? बौद्धमंडळींशी पुतळा प्रकरणावरून ग्रामपंचायत अशी वागत असेल तर ते समजू शकतं; पण पुतळा प्रकरणाच्या आधीही काही योजना आल्याच होत्या ना? त्या वेळीही तसंच. बरं बौद्धांशी गाववाल्यांचं पटत नाही, हे एक वेळ समजू शकतं;

पण मातंगवाड्याने त्यांचे केळीचे बाग का कापले? अरे हां, मातंगांनी चळवळ सुरू केली, गावकीची कामं टाकली, त्याचा हा राग म्हणायचा, नाही का? पण याला काय अर्थ आहे? ही चळवळ सुरू होण्यापूर्वीही तशीच परिस्थिती होती...

सध्याच्या ग्रामपंचायतीमध्ये बौद्धांचे दोन मेंबर, एक मातंगांचा मेंबर असूनही त्या मेंबरांचा काही असा फायदा नव्हता. मागच्या ग्रामपंचायतीच्या निवडणुकीच्या वेळी बौद्धांनी त्यांचे मेंबर अविरोध निवडून दिले होते. विनायक पाटलाला पाठिंबा देण्यासाठी त्यांच्याकडे या मेंबरांनी डॉ. आंबेडकरांच्या पुतळ्याची मागणी केली होती... विनायकने म्हटल्याप्रमाणे पुतळा आणून दिला; पण तो मांडण्याच्या जागेवरून मोठा वाद निर्माण झाला. मातंगांचा मेंबर मात्र काही न देता घेता विनायकला पाठिंबा देऊन बसला.

या वेळी तसं होऊ द्यायचं नाही. सर्व मातंगवाड्यातल्या मंडळींच्या सल्ल्याने मेंबर अविरोध निवडून द्यायचा. सरपंच होण्यासाठी ज्याला पाठिंबा हवा असेल त्याच्याकडून जास्तीतजास्त पैसा घेऊन तो सर्वानुमते योग्य वाटेल त्या कामी वापरायचा; तसं नाही जमलं तर मग कोणाही दोघांच्या नावांचं बँकेत खातं काढायचं... तात्पुरते पैसे बँकेत टाकून द्यायचे... परभूच्या मनात विचार आकार घेत होते. त्याच्या या योजनेला गणाकडून नक्कीच विरोध झाला असता; बाकी कोणी विरोध करेल असं वाटत नाही.

"विनायक पाटलानं अमक्या-ढमक्याले पाठिंबा द्या म्हटलं तर?" त्याच्या मनात शंका निर्माण झाली अन् त्याचं उत्तरही तयार झालं. समाजाच्या कामी विनायक पाटलाची ढवळाढवळ काय म्हणून सहन करायची? हं, विनायक पाटलाला स्वतःला सरपंच व्हायचं असेल त्यांना जरूर पाठिंबा देऊ... पण ते या वेळेस उभे राहणार नाहीत म्हणे; मागच्या पाटीलकीच्या वेळी लिंबा बेल्या अन् विकाससोबत त्यांचा तोंडी करार झाला, असं त्यांनीच परभूला सांगितलं होतं. त्या करारानुसार पाटीलकी विनायक पाटलानं घ्यायची अन् पुढच्या निवडणुकीनंतर सरपंच लिंबा बेल्यानं व्हायचं अन् उपसरपंच विकासनं व्हायचं.

पण गावात वेगळीच खळबळ चालू होती. 'मी सरपंच व्हतो, तू उपसरपंच व्हय' असं लिंबा बेल्या अन् विकास एकमेकाला म्हणत होते... म्हणजे दोघानांही सरपंच व्हावंसं वाटत होतं. हा वाद शेवटी विनायक पाटलांकडे आला. पाटलानं पाटीलकीच्या वेळी ठरल्याप्रमाणे वागा, असं दोघांना सांगितलं; पण विकास या गोष्टीला तयार झाला नाही. 'सरपंच होईन तर मीच' असं तो म्हणाला अन् वाद चिघळला. लिंबा बेल्यानंही विकासचं आव्हान स्वीकारलं. 'तू सरपंच कसा व्हतं तेच मी पाह्यतो' असा शब्द दिला... आता पंचाईत झाली विनायक पाटलाची. कोणाची बाजू घ्यावी? एकाची बाजू घेतली तर दुसऱ्याला राग...'तुम्हाले काय करायचं ते

करा... मले यात वढू नका' असं म्हणून पाटलानं दोन्ही वाघ किळवंड खेळण्यासाठी मोकळे सोडले.

लगेच दोघांनी मोर्चेबांधणी सुरू केली. कोणाला कोणत्या वॉर्डात उभं करायचं, याची रात्र-रात्र खलबतं सुरू झाली. याच्या-त्याच्या घरी मीटिंगा चालू लागल्या. दोन्ही पक्ष बौद्धांना अन् मातंगांना आपल्याजवळ ओढायचं राजकारण खेळू लागले. त्यात बौद्धांनी स्पष्ट सांगितलं... आम्ही मागू तेवढा पैसा देसाल तर आमचे दोन मतं भेटतील... हे दोन उमेदवार ते अविरोध निवडून देणार होते... राहिला प्रश्न मातंगांचा. मातंगांची अशी काही ठाम भूमिका अजून ठरली नव्हती. तरी एक दिवस विकासनं परभूला गाठलं... 'परभूदा, वडगावच्या ग्रामपंचायतीवर आपल्या पक्षाचाच झेंडा फडकला पाह्यजे?' परभूला त्याचं हे बोलणं कळलं नाही. त्यानं खुलाशानं विचारलं, तर विकास म्हणाला, "अरे, तुहा अन् माहा पक्ष एकच ना? शिवसेना!"

"माहा कसा काय? माहा शिवसेनेशी काय संबंध?"

"वा, कसा नाही? तुमचे डॉ. अण्णासाहेब भोपळे कोण्या पक्षात आहेत?"

"शिवसेनेत!"

"मग त्याह्यचे तुह्यासारखे कार्यकर्ते दुसऱ्या कोणत्या पक्षात राहतील?"

"अस्सं!" परभूने त्याच्या बोलण्याचं कौतुक केलं. कुठली गोष्ट कुठं लावली त्यानं? वास्तविक डॉ. भोपळेसाहेब शिवसेनेत गेले; पण परभू किंवा त्याच्यासारखे अ. म. मातंग संघाचे असंख्य कार्यकर्ते काही शिवसेनेत गेले नाहीत. ते अजूनही अ. म. मातंग संघाशीच बांधिलकी कायम ठेवून आहेत; पण डॉ. भोपळेंच्या शिवसेनाप्रवेशाचा गावच्या राजकारणासाठी विकास असा उपयोग करतो आहे.

"पाहू." एवढंच परभू त्याला बोलला.

तर लिंबा बेल्याचं काम तडकफडक. तो परभूला भेटला अन् बेधडक म्हणाला, "तुमच्या ग्रामपंचायत सदस्यासाठी किती पैसे लागतात, ते सांग."

पण लिंबा बेल्याने विचारलं, तोपर्यंत मातंगाच्या सदस्याचं काय करायचं ते काहीच ठरलं नव्हतं.

त्याच दिवशी रात्री परभूनं सदाशिवच्या घरी सगळ्या मातंगांची मीटिंग बोलावली. हा प्रश्न सगळ्या मातंगांचा असल्याने परभूने गणालाही निमंत्रण दिलं. बाकी सगळे आले; पण गणा आला नाही. त्याला पुन्हा बोलवायला पोरगा गेला, तेव्हा तो आला... ग्रामपंचायतीच्या सदस्यपदासाठी कोणाची बिनविरोध निवड करायची, हा पहिला प्रश्न उपस्थित केला गेला. परभूनं सदाशिवचं नाव पुढे केलं. बऱ्याचजणांनी या नावाला पाठिंबा दिला; पण गणाने जणू आधीच ठरवल्याप्रमाणे विरोध केला.

"मंग तू सांग, कोणाले सदस्य करायचं ते?" दोघा-तिघांनी विचारलं.

त्याने त्याचे दोस्त वसंता अन् भिमापैकी कोणाही एकाला निवडा, असं

सांगितलं... पण या दोन्ही नावांना परभूनं विरोध केला... तर परभूला बाकीच्या पाच-सहाजणांनी पाठिंबा दिला.

"व्हवू द्या मंग निवडणूक! तुम्ही तुमचा माणूस उभा करा, आम्ही आमचा माणूस उभा करतो!" गणानं ताणायला सुरुवात केली.

"पण आपल्याले निवडणूक न घेता बिनविरोध माणूस निवडायचा. निवडणूक घेतली तं कोणाचा माणूस निवडून येईल, हे सांगायची गरज नाही."

"अरे, आमचा पडला तं चालंल; पण तुमचा माणूस बिनविरोध निवडून तं येणार नाही ना!"

परभूची अन् गणाची वादावादी सुरू झाली. आज रोजी वडगावच्या मातंगवाड्यात परभूमागे जास्त लोक आहेत, गणामागे कमी आहेत; असं गणाला माहीत असूनही तो अशी आडमुठेपणाची भूमिका घेत होता.

"वाद जास्त न ताणता काय करायचं ते ठरवा. परभूले अन् गणालेबी पसंत पडंल असा कोणी माणूस निवडा!" सदाशिवनं सामंजस्याची भूमिका घेतली.

शेवटी असा माणूस कोण? यावर विचार झाला अन् गजूचं नाव पुढे आलं. गणा ह्या नावाला विरोध करू शकला नाही, कारण गजू हा गणाचा त्याच्यापेक्षा लहान असणारा भाऊ होता... मात्र, मागच्या दिवाळीपासून तो परभूच्या बाजूला गेला होता. परभूच्या सल्ल्यानेच त्याने जामटीच्या ओढ्याच्या काठचं गायरान इतरांबरोबर वाहितीला काढलं होतं; त्यामुळे परभूलाही त्याला विरोध करायची गरज नव्हती.

पहिला अन् महत्त्वाचा प्रश्न सुटला. दुसरा प्रश्न सरपंचपदासाठी मतदान करताना जो उमेदवार जास्त पैसे देईल, त्यालाच मतदान करायचं, असं ठरलं... पैसे मातंगवाड्यातल्या सार्वजनिक कामासाठीच खर्च करायचे... त्यातून एखादं लहानसं दगड-मातीचंच का होईना समाजमंदिर बांधता आलं तर पाहायचं, ही गोष्टही सर्वांनी मान्य केली; पण हा पैसा कोणाजवळ ठेवायचा, या गोष्टीसाठी गणानं पुन्हा ताणायला सुरुवात केला, तेव्हा हा पैसा गजू अन् परभू या दोघांच्या नावे बँकेत संयुक्त खातं काढून ठेवायचा असा निर्णय झाला अन् बैठक उठली.

एक दिवस विनायक पाटलानं 'तुमचं काय ठरलं रे परभू' असं विचारलं.

परभूनं मातंग मंडळींच्या मीटिंगमध्ये जे काही ठरलं ते सांगितलं, "जो जास्त पैसा देईल त्याला सरपंच होण्यासाठी मत."

"या गोष्टीला गणा तयार झाला?"

"हो, त्यो बी व्हता मीटिंगले."

"तरीबी जरा संबाळून वाग बाबा, ग्रामपंचायतीचं राजकारण लय गुंतागुंतीचं असते... कोण, कव्हा, कसा, कुठून फासा टाकंल अन् त्या फाशात माणूस अडकंल ते सांगता येत नाही. त्यात तू झाला सरळमार्गी अन् त्यो गण्या दहा गावचं

पाणी पिलेला. तुले त्यो एखांद्या बारीला गोत्यात बी आणंल.''

पाटलाची सूचना परभूनंही ध्यानाने ऐकून घेतली.

शेवटी पाटील म्हणाले, ''सध्या कोणालेच 'हो' मनू नको. ना विकासले ना लिंबाले. मतमोजणी झाल्यावर काय चित्र पुढे येते ते पाहू अन् मंग सरपंचपदासाठी कोणाले मत देयाचं, कोणाले नाही याचा विचार करू.''

पाटलानं परभूला आगाऊ थोपटून ठेवलं; पण या वेळी पाटलाच्या ओंजळीने पाणी प्यायचं नाही; आपल्याला अन् मातंगवाड्यातल्या बाकी सगळ्यांना जे योग्य वाटेल तेच करायचं. पाटील एक वेळ म्हणतात, मी राजकारणात पडणार नाही अन् आपल्याला म्हणतात, ''कोणाले मत द्यायचं ते नंतर पाहू...'' आपण मात्र आता अ. म. मातंग संघाचे कार्यकर्ते आहोत. डॉ. अण्णासाहेब भोपळ्यांनी गावात वागताना तुम्ही स्वतंत्रपणे वागा, कोणाच्या दडपणाखाली वागू नका... ही दिलेली शिकवण आपण अमलात आणायला पाहिजे. आपण जर आताही पाटील म्हणतात तसेच वागत राहिलो, तर मग चळवळीचा आपल्यावर काहीच परिणाम झाला नाही म्हणायचा!... आता आपण कोणाच्याच हातचं बाहुलं बनायचं नाही... मग पाटील रागावले तरी चालतील! पाटीलच काय गावातल्या कोणाचा राग आपल्यावर ओढवला तरी चालेल.

आणि मग त्यानं मातंग मंडळींचे निर्णय कोणापासूनही लपून ठेवले नाहीत. बौद्धांनी जसं 'जास्त पैसा देईल त्याला मत' असं जाहीर केलं, तसं त्यानंही जाहीर केलं आणि एक दिवस रात्री बारा वाजता परभूच्या दारावर टकटक झाली... पारूनं दार उघडलं... पाहते तर दारात लिंबा बेल्या उभा! 'परभूले उठव' त्यानं म्हटलं. पारूनं गडबडीनं परभूला उठवलं... लिंबानं परभू दारात येताच त्याच्या हातात शंभर रुपयांचे नोटांचं बंडल म्हणजे पुरे दहा हजार दिले. म्हणाला, ''ही तुझ्या एका मेंबरच्या मताची इसार रक्कम... बाकीची रक्कम जितकी मनशील तितकी मतमोजणीच्या दिवशी देईन... येतो मी...'' तो आला तसा ताडताड निघून गेला. परभू नुसता पाहतच बसला; पण दुसऱ्या दिवशी त्याने ते पैसे परत केले. 'नंतर पाहू.' म्हणाला.

विकासही काही कमी नव्हता. त्यानं परभूला वाशिमला पाटणी चौकात गाठलं अन् त्याच्यापुढे वीस हजार रुपये ठेवत म्हणाला, ''पंधरा हजार रुपये तुह्या मेंबरचे अन् पाच हजार तुहे.'' पाच हजार आपले? या शब्दांनी क्षणभर त्याचा विचार डोलला; पण क्षणभरच!

पण त्यानं तेही पैसे नाकारले. 'नंतर पाहू' म्हणाला. या सगळ्या गोष्टी तो मातंग मंडळींना सांगू लागला. त्यांचा सल्ला घेऊ लागला.

जसजसा मतदानाचा दिवस जवळ येऊ लागला, तसतसं त्याचं टेंशन वाढू लागलं.

१९ एप्रिलला वडगाव ग्रामपंचायतीच्या तीन वॉर्डांतून जवळपास १८ जणांनी अर्ज भरले. त्यात बौद्धवाड्यातून फक्त दोघांचे अन् मातंगवाड्यातून फक्त एकट्या गजूचाच अर्ज होता. बाकीच्या जागांसाठी कुणब्यात सगळी लाथाळी होती. त्यात विकास अन् लिंबा बेल्या यांचेही अर्ज होते.

२१ एप्रिल हा दिवस अर्ज मागे घेण्याचा होता; पण अठरापैकी एकही अर्ज मागे घेतला गेला नाही. पहिल्या वॉर्डात तीन जागांसाठी नऊजण. त्यात लिंबा बेल्याही एक; दुसऱ्या वॉर्डात दोन जागांसाठी सहाजण. हा वार्ड मातंग मंडळींचा; शिवाय विकासही याच वॉर्डात उभा होता... उरलेला तिसरा वार्ड बौद्धवाड्याचा समावेश असणारा. तिथे एकाच जागेसाठी निवडणूक होणार होती अन् त्या जागेसाठी तिघेजण उभे होते. दोन्ही बाजूंच्या पार्ट्यांनी भाऊबंदकीचे सारे डावपेच लढवून माणसं उभी केली होती... लिंबा बेल्याचे तिन्ही वॉर्डांत सहा, तर विकासचेही तिन्ही वार्ड मिळून सहाच माणसं उभी होती. उरलेले सहाजण स्वतंत्र म्हणून उभे होते... दोन्ही बाजूंपैकी ज्या बाजूने पाच माणसं निवडून येतील, तीच बाजू बहुमतात राहील; अन् तिचाच सरपंच होईल. असं झालं तर मग बौद्धांच्या अन् मातंगांच्या मेंबरांना कुत्रंही हुंगणार नाही; पण असं नक्की होईलच याचा काय भरवसा? ग्रामपंचायत इलेक्शन म्हटलं की, जुन्या-पुराण्या, उखाळ्या-पाखाळ्या काढल्या जातात... सख्खे भाऊ एकमेकांवर रुसतात... इथे तर उभे राहणारे बारा घरचे बारा आहेत... कोणाचं खेटर कोणाच्याच पायात राहत नाही... म्हणून कोणतीच पार्टी सहापैकी पाच किंवा सहाही जागा जिंकू शकणार नाही. एका पार्टीचे चार; दुसरीचे दोन किंवा एकीचे तीन अन् दुसरीचेही तीन असे मेंबर निवडून आले, तरच मातंगांना अन् बौद्धांना किंमत येणार... मग मातंग मंडळी आपली चांदी करून घेतील नाहीतर बौद्ध आपला खिसा गरम करून घेतील... काय राजकारण आहे पाहा! संख्येने कमी असणाऱ्यांच्या लहरीवर संख्येने जास्त असणाऱ्यांचं नशीब उदयाला येणार. ते कशामुळे? तर या कुणबी समाजाची आपसात एकजूट नाही म्हणून... एकजूट फार कामाची गोष्ट आहे. पाच बोटं आवळली की, हाताची मूठ बनते... अन् एकेका बोटापेक्षा मुठीत जास्त ताकद असते... परभूला 'आपला समाज एक झाला' यातच धन्यता वाटत होती.

२ मे रोजी प्रत्यक्ष मतदान... म्हणजे २१ एप्रिल ते २ मे... मोजून पंधरा दिवस बाकी... मग धामधूम सुरू झाली. मतदार वळवण्यासाठी भेटणं, बोलणं, विनवणं, पाया पडणं, दबाव आणणं, रुसवे-फुगवे काढणं असं सुरू झालं. त्यात राजाराम मास्तरनं वेगळंच सुरू केलं... त्यानं अनसिंगवरून देशी दारूची खोकी विकत आणली अन् लिंबा बेल्यानं मतदारांना बाटल्या वाटून टाकल्या... जे चोरून किंवा उघडपणे पिणारे होते, त्यांनी बाटल्या घेतल्या. न पिणाऱ्या काहीजणांनीही बाटल्या

घेतल्या; दुसऱ्या दिवशी गावात पिणाऱ्यांना त्या विकून टाकल्या. पहिल्यांदा अनिष्ट गोष्ट घडली. निवडणुकीच्या वेळी पैसा वाटणं हे समजू शकतं; पण दारू? राजारामचं पाहून बाकीच्या उमेदवारांना झक मारत दारूच्या बाटल्या आणाव्या लागल्या... गाव दारूनं वाहून जाईल की काय असं वाटू लागलं... परभूला हे पाहून वाईट वाटलं... कुठे चालले हे लोक? काय तमाशा सुरू केला यांनी हा? यांच्यात अन् भट्टी काढणाऱ्या भिकात फरक काय? यातही पुढे वेगळीच पद्धत सुरू झाली. दारूसोबत मटणाचा वापर सुरू झाला. ज्वारी, गहू, दाळ-दाणा, पैसा, दारू, मटण अशा गोष्टींचं मुक्तहस्ताने वाटप होऊ लागलं.

परभूच्या पाठीमागेही लिंबा बेल्याचा अन् विकासचा टेंभू सुरू झाला... आमच्यावर ध्यान दे, लागंल तेवढा पैसा घे... असं म्हणून दोन्ही पार्ट्या दबाब वाढवू लागल्या. 'मतमोजणी तं व्हवू द्या' असं परभू सांगू लागला... तरीही त्याची दाढी धरणारे, त्याची मनधरणी करणारे त्याचा पिच्छा सोडत नसत...

एक/एक दिवस परभूचं टेंशन वाढवत होता.

१ मेचा दिवस उजाडला. १ मेची रात्र जणू रात्र नव्हतीच. गावात कोणीच झोपलं नाही. जागोजागी दबक्या आवाजात बोलणं, फुसफुसणं, धुसफुसणं, समजावणं... पाय धरणं, घरात मतं किती यावरून कोणाला शंभर, कोणाला दोनशे, कोणाला पाचशे रुपये देणं; या गोष्टीला ऊत आला. या मतदानात मतदारांची चांदीच झाली. ही रात्र संपूच नये असं मतदारांना वाटत असेल; पण सूर्य का या लोकांचा नोकर आहे? तो त्याचं नित्याचं काम करणारच! अन् २ मेचा सूर्य नित्यनेमाने उगवला. सकाळी ७ वाजल्यापासून संध्याकाळी ५ वाजेपर्यंत म्हणजे दिवसभरात ७ x ५ = ३५ वेळा तरी टेंशन निर्माण करणारे प्रसंग उद्‌भवले. कोणी कोणाचे मतदार फोडणं; कोणी दुसऱ्याच्या नावावर मतदान करण्याचा प्रयत्न करणं... म्हाताऱ्या माणसांचं मतदान कोणी करायचं, यासाठी वाद... अमका म्हातारा आंधळा नाही; त्याला दिसतं, सुचतं... एकाची यमुना नावाची पहिली बायको मरण पावली; त्याने दुसरी बायको केली. ती पहिलीच्या नावानं मतदान करायला आली. तिचं नाव मात्र मथुरा होतं. तरी नवऱ्याचं म्हणणं, आमच्यात मेलेल्या बायकोचं नाव दुसऱ्यांदा केलेल्या बायकोला लावतात. हा वाद सर्वांत जास्त गाजला. विरोधी पक्षाने त्या बाईला यमुना नावाने मतदान करू दिलं नाही. मथुरा नावाने तिचं मतदान यादीत नाव नव्हतं. बूथबाहेर अन् बूथच्या आतही वाद उफाळले... असं वाटायचं आता मारामारी होते, पणं तसं काही झालं नाही... मतदान करायचं राहिलं असं गावात कोणी राहिलं नाही. मतदार गावात ठेवून कसं चालेल? बाहेरगावाहून- मुंबई, सुरतवरून उमेदवारांनी आपापले मतदार स्वखर्चाने आणले... धनगराचा रामा अन् त्याची बायको सुरतहून आले. मतदान

संपल्याची घंटी व्हायची वेळ अन् त्यांची शाळेच्या फाटकात यायची वेळ एकच झाली, तरी पण विरोधी पक्षाने त्यांना मतदान राहिलेल्या मतदारांच्या रांगेत घुसू दिलं नाही. एवढा आटापिटा करून त्यांना गावात आणणाऱ्यांचा काहीच फायदा झाला नाही. त्रासाला, खर्चाला मर्यादा उरली नाही. लिंबा बेल्याचा अन् विकासचा सर्वांत जास्त खर्च झाला... शेवटी मतदान संपलं. दिवसभराचा ताण संपला... पण खरं तर मतदारांचा ताण संपला... उमेदवारांचा अधिक वाढला. दुसऱ्या दिवशी वाशिमला मतमोजणी... कोण निवडून येतो, कोण नाही? पण प्रत्येकजण मतदारांचा हिशेब लावून आपणच जिंकून येणार असं सांगत होता... म्हणजे जेवढे लोक उभे तेवढे सगळेच निवडून येणार... असंच नाही का?

मतमोजणीचा दिवस उगवला... अर्धा गाव वाशिमच्या तहसील ऑफिसवर लोटला... गावोगावची मतमोजणी; त्यामुळे तहसील ऑफिसवर जणू जत्राच भरली. हॉटेलवाल्यांचा धंदा जोरात सुरू झाला.

रात्री ९ वाजता वडगावचा नंबर लागला... रात्री १२ वाजता मतमोजणी संपली. लिंबा बेल्यासह त्याची आणखी तीन माणसं निवडून आली. विकासच्या पार्टीचे दोघंच जिंकले. त्यात विकास होता... म्हणजे लिंबा बेल्याचे चार अन् विकासचे दोन... गावातल्या लोकांनाही थोडेसं आश्चर्य वाटलं... लिंबा निवडून येईल याबद्दल शंका नव्हती... पण त्याच्या पार्टीच्या ४ जागा येतील असं कोणालाच वाटलं नाही... विकासच्या पार्टीची जास्त माणसं निवडून येतील असं कोणालाही वाटत होतं... पण झालं उलटंच...

मात्र, या गोष्टीने परभूला, मातंगवाड्याला आनंद झाला... कारण निकाल जाहीर झाल्याबरोबर लिंबा बेल्यानं परभूला म्हटलं, "परभू, आता सगळं तुह्याच हातात हाये गड्या!" परभूही "हो" म्हणाला... कारण आता सरपंच होण्यासाठी लिंबा बेल्याला एकाच सदस्याची गरज होती. परभूने अन् मातंगवाड्याने ठरवलेला गजू आता लिंबा बेल्यासाठी देव झाला. तसा मातंगाच्या गजूऐवजी लिंबा बेल्याला बौद्धांचा दोनपैकी एक मेंबरही पटवता आला असता; पण त्या गोष्टीला तो तयार नव्हता. याचं कारण मागच्या डॉ. आंबेडकर पुतळ्याच्या प्रकरणात लिंबा बेल्यालाही जेलचा त्रास सहन करावा लागला, तेव्हापासूनच बौद्धांबद्दल लिंबाचं मन कलुषित झालं... म्हणून लिंबा बेल्याला बौद्धांच्या मेंबरपेक्षा गजू परवडणारा होता...

पाहतापाहता तिथेच लिंबा बेल्याच्या लोकांनी गुलाल उधळला, घोषणा दिल्या; जणू लिंबा बेल्याच सरपंच झाला. विकास अन् त्याची माणसं मात्र गप्पच राहिली... मुकाट्याने बाजूला झाली... एक मात्र सगळ्यांच्या लक्षात आलं, तहसील ऑफिसवर दिवसभर अन् रात्रीही विनायक पाटलाचा पत्ता नव्हता. विनायक पाटलानं मतदानाच्या दिवशीही फारसा भाग घेतला नाही. गाववाल्यांना याचं नवल वाटू लागलं. मात्र,

परभूला नवल वाटलं नाही. पाटीलकीच्या वेळी ठरलेल्या कराराप्रमाणे विनायक पाटलाने निवडणुकीतून आपलं अंग काढून घेतलं होतं.

दुसऱ्या दिवशी सकाळच्या गाडीने सर्वजण गावाकडे आले. जे पडले त्यांचे चेहरे सुकले होते... जे निवडून आले, त्यांपैकी लिंबा बेल्याच्या पार्टीच्याच लोकांचे चेहरे खुललेले होते... विकास अन् त्याचा निवडून आलेला उमेदवारही फारसे खूश नव्हते. त्यात लिंबा बेल्या विकासच्या तोंडावरच म्हणाला, 'कालचं आंडमव्हूळ, मले डोईजड व्हयाले पाहू लागलं... आता कसं झालं?...' विकासला काही बोलता आलं नाही, कारण त्याचं आव्हानच संपुष्टात आलं होतं.

"परभू, थांबून या दोघं-चौघं घराकडे" लिंबा बेल्यानं गावात आल्यावर परभूला म्हटलं. परभूनंही "हो" म्हटलं.

गजूला, गणाला अन् बाकीच्या महत्त्वाच्या मातंग मंडळींना निरोप देऊन लिंबा बेल्यानं त्याच्या घरी बोलावून घेतलं... पण परभूचं म्हणणं, आपण सगळे तिथं जाण्याआधी एकदा सल्ला-मसलत करू.... आपल्या मेंबरचे किती पैसे घ्यायचे?... बाकीच्यांनाही ही गोष्ट पटली. देविदासच्या घरी बैठक ठेवली... देविदासच्या पोराच्या हातानं गजूला, गणाला अन् बाकीच्या मातंगांना बोलावलं... त्या मीटिंगला गजू आला; गणा नाही आला. बाकीची माणसंही आली. गणाला पुन्हा पोरगा बोलवायला गेला, तर तो घरी नसल्याचं सांगण्यात आलं. शेवटी मीटिंग सुरू झाली... सर्वानुमते पैसे परभूने घ्यावे, किती घ्यायचे तेही त्यानेच ठरवावं अन् परभूच्या अन् गजूच्या नावाने बँकेचं पुस्तक काढून त्यात ते टाकावे... पैसे आणण्यासाठी परभूने, गजूने जावं असं ठरलं. त्यानुसार परभू अन् गजू दोघंच गावात आले. गाववाले त्यांना पाहून हसू लागले. गावातलं चित्र ज्याला त्याला कळत असल्याने, जो तो परभूला, गजूला म्हणू लागले, "कारे, चालले दोघं डाका टाकाय लिंबा बेल्याच्या घरावर, नाही?" ते दोघं नुसते हसत... चळवळीने मातंगांची मानसिकता बदलली... म्हणूनच आज पाहिल्यांदा मातंग मंडळी ग्रामपंचायत निवडणुकीत आपल्या मेंबरची किंमत वसूल करायला निघाली होती... चळवळीच्या नेते मंडळींनीच ही शिकवण दिली. तीच हे दोघं आज अमलात आणायला निघाले होते. मातंगांच्या दृष्टीने ही घटना फारच क्रांतिकारी होती... मातंगांची ही एकजूट अशीच कायम राहिली, तर यापुढे मातंगांचा मेंबर लाखमोलाचा होईल... गावच्या राजकारणात मातंगाला अजूनही एवढी किंमत मिळाली नव्हती... डॉ. भोपळेसाहेबांची ही चळवळ उदयाला आली नसती, तर कदाचित आजही लिंबा बेल्यानं नुसता पाय आपटला असता तरी 'जी हुजूर' म्हणत मातंगांचा मेंबर त्याचा झाला असता; पण गेले ते दिवस... मातंगांच्या जीवनातला अंधार संपला, अन्याय दूर झाला; अत्याचाराला मूठमाती मिळाली... आज हा त्यांच्यासाठी सोनियाचा दिवस... आत्मसन्मान वाढवणारा,

मातंगांना गावकीनं डोक्यावर घेणारा... गावकीला मातंगांची किंमत कळणारा... परभूला तर वाटलं, याचसाठी केला सारा अट्टाहास, शेवटचा दिस गोड व्हावा... हाच... हाच तो दिवस... याच दिवसाची आपण वाट पाहात होतो... आता यानंतर आपले डोळे मिटले तरी... अरेरे! ही काय भाषा वापरायलो आपण? परभूच्या ध्यानात आलं, तेव्हा त्याला येसाजीची आठवण आली. वाशिमवरून घरी आल्यावर लिंबा बेल्याचे चार अन् विकासचे दोन उमेदवार निवडून आले हे येसाजीला परभूनं सांगितल्यावर येसाजी अभिमानाने म्हणाला, ''येरे माह्या गब्रू, काय दिवस दाखवला तुवा? माह्या डोळ्याचं पारणं फेडणारा ह्यो दिवस. खरंच, आज आता या क्षणी देवानं माहे डोळे मिटवले तरी मले समाधान वाटंल... तुमच्या चळवळीचं फळ मले पाहायचं व्हतं... ते मले पाहता आलं. माहा जीवन धन्य झालं... परभू, चळवळीनं देलेल्या शहाणपणाच्या आधारावर तुवा हे मातंगवाड्याच्या एकीचं वारूळ कणाकणानं बांधलं... तुवा या कामी लय रक्त आटवलं. पोरा... माह्या पोटी तुह्यासारखा हिरा जन्माले आला मनून मले माह्या जीवनाचं सार्थक झालं असं वाटते... खरंच देवानं माहे डोळे आता मिटवले तरी मले दुख व्हणार नाही...'' अशी निर्वाणीची भाषा येसाजी बोलला... नकळत तीच निर्वाणीची भाषा परभूच्याही मनात उद्भवली... त्यानेच तो ओशाळला...

येसाजीनं मातंगवाड्याला वारूळ म्हटलं, ते परभूला आवडलं... वारूळावरची एक कविता त्याला आठवली. तो तिसऱ्या किंवा चौथ्या वर्गात असताना मराठीच्या पुस्तकात ही कविता होती. त्याची तोंडपाठ होती. तिच्या ओळी अशा...

''वारूळ वारूळ,
मुंग्यांचे वारूळ,
कृमी कीटकांनी,
बांधिले देऊळ...''

खरंच वारूळ हे मुंग्यांसाठी देऊळच नाही तर काय? देवळात शांतता असते; थंडावा असतो; प्रसन्नता असते, समाधान असते, या साऱ्या गोष्टी वारूळातही असतात. सुख, समाधान, शांती, सहकार्य यांचे उत्तम उदाहरण म्हणजे वारूळ...

''पोरा, या वारूळाले जप... त्याले कोणाले फोडू देऊ नको... वारूळ जर का फुटलं, तं आतल्या मुंग्या उघड्या पडतील... मंग त्याह्यले कोणी वाली उरणार नाही... कावळे येतील, पाखरं येतील... एका/एका मुंगीले येचू येचू खातील... मंग तुम्हाले काही करता येणार नाही... मनून डोळ्यांत तेल घालून वारूळाचं राखण कर....'' येसाजी गंभीरपणे बोलला. कोणाकोणाच्या मदतीने त्यानं हे वारूळ घडवलं... खरं तर हे उपकार आहेत डॉ. अण्णासाहेब भोपळेंचे, अ. म. मातंग संघाचे, वेळोवेळी मार्गदर्शन करणाऱ्या, प्रोत्साहन देणाऱ्या सूर्यकांत साठेंचे! या सर्वांमुळे परभूला नवनिर्माणाची नजर प्राप्त झाली; त्यामुळेच मातंगवाड्याचं हे

वारूळ घडलं. त्याला मातंगवाड्यातल्या लहान-मोठ्या सर्व मुंग्यांनी पाहिजे ते सहकार्य केलं... म्हणून जे काही घडलं, ते त्याचं एकट्याचं काम आहे असं जे येसाजी म्हणतो, ते खरं नाही. मातंगवाड्यातल्या अनेकांचे हात या कामी आले... त्यात गणाही महत्त्वाचा घटक. इतके दिवस गणानं त्याच्याशी हेकटपणा केला; पण निवडणुकीच्या काळात तोही सरळ झाला... त्याला कळलं असावं परभू जे करतो ते त्याच्या एकट्यासाठी नाही... त्यानं केलेल्या गोष्टीनं सगळ्याह्यचं म्हणजे सगळ्या मातंगाह्यचं कल्याण होईल... म्हणून या वारूळाच्या निर्मितीत परभूएवढाच गणाही महत्त्वाचा आहे; त्याच्या सहकार्यानंच मातंगांची आज खरी एकजूट झाली.

येसाजी म्हणतो, या आयत्या वारूळात शिरायसाठी डोमे नाग टपून बसले. हे डोमे नाग म्हणजे लिंबा बेल्या, विकास, विनायक यांसारखी गावकीची मंडळी. स्वतःचा स्वार्थ साधण्यासाठीच हे नाग आतापर्यंत आपला वापर करीत होते; पण आता त्यांना ते शक्य होणार नाही. आपण डोळ्यांत तेल घालून मातंगवाड्याच्या हिताचं रक्षण करू.

रस्त्यानं चालताना परभूच्या मनात विचारांचे असे तरंग उठत होते. त्या तरंगांनी निर्माण झालेल्या छोट्या छोट्या लाटांवर त्याचं मन हिंदकळत होतं. त्याच्यासोबत चालणारा गजू मात्र निर्विकार वाटत होता... परभूसोबत एखादं कळसूत्री बाहुलं चालावं, तसा तो वाटत होता. तो ना बोलत होता, ना डोलत होता. आजच्या या घटनेने मातंगांच्या जीवनात एक फार मोठा क्रांतिकारी बदल घडून आला आहे, हे त्याला कदाचित कळतही नसावं... आपल्यासारखं वडगावच्या मातंगवाड्यातल्या कितीजणांना वाटत असावं? सर्वांनाच वाटत असावं? का आपल्यासारख्या काही मोजक्याच लोकांना वाटत असावं? वास्तविक ही जाणीव सगळ्या मातंगवाड्याला व्हायला पाहिजे...

"परभूदा, लिंबा बेल्याचं घर आलं!" चालताचालता गजूनं परभूला म्हटलं, तेव्हा कुठे तो भानावर आला.

"हो चाल!" म्हणत तो लिंबा बेल्याच्या दाराच्या पायऱ्या चढायला लागला. तसा आत तक्तपोसावर बसलेला लिंबा बेल्या म्हणाला, "काय रे परभू? आता, आणखी तुम्ही दोघं कसे काय आले रे?"

म्हणजे? आणखी आम्ही दोघं म्हणजे? याच्याआधी कोणी एखादा येऊन गेला की काय? का आपण एकट्यानंच यावं असं तर लिंबा बेल्याला सुचवायचं नाही?

"कसं मनले, नाही समजलं आम्हाले!" परभूनं विचारलं...

"अरे, अर्धा घंटा आदुगर गजूचा भाऊ गणा येऊन गेला ना?" लिंबा बेल्याचं बोलणं किती सुधारलं? एरव्ही गणाला गण्या, गजूला गज्या अन् परभूला परभ्या

म्हणणारा हा रगेल माणूस स्वतःच्या स्वार्थापोटी वठणीवर आला.

"त्यो येऊन गेला मंग झालं काय? तुम्हीच तं आपण वाशिमहून आलो, तव्हा दोघं-चौघं या मनले, आजूक तुमचा निरोप घेऊन गडीबी आला व्हता मांगवाड्यात!"

"त्या गोष्टीले आता जमाना झाला रे!"

"कसा ते समजावून सांगता?"

"अबे, येडेहो, त्यो गणा तुमच्या मेंबरचे पंधरा हजार रुपये माह्याजवळून घेऊन गेला."

"काय?" दोघांनी तोंडेच वासली...

हे कसं झालं? मीटिंगमध्ये न येता गणानं असं का केलं? मीटिंगमध्ये पैशाचा व्यवहार परभूनं अन् गजूनं करावा अस ठरलं... आता कसा व्यवहार करावा? गणानं असा मध्येच आडपाय का हाणावा? त्याचं अन् गजूचं तरी पटतं का? सख्खा भाऊ असूनही त्या दोघांच्या मधून विस्तव आडवा जात नाही, तरी त्याने एकट्याने गजूच्या नावावर पैसा का घ्यावा? आणि लिंबा बेल्याने तरी एकट्या गणाला का द्यावा? वाशिमवरून येताना परभूला "दोघं-चौघं घराकडे या" असं म्हणणाऱ्या लिंबानं एकट्या गणाशीच कसा काय व्यवहार केला? आता गजूचं मत तरी त्याला कसं द्यावं? पैसे नाहीत तर मत नाही, असं स्पष्ट सांगावं का लिंबाला?

"काय इचार चालला रे इतका?" लिंबानं विचारलं.

"विचारात पाडलं तुम्ही आम्हाले!" परभूनं सुस्कारा टाकला.

"त्या गणावर तुमचा भरूसा नाही का? त्यो तं मने, तुम्ही सगळ्याह्यनं त्याले पैसे आण मनून सांगितलं."

यावर काय बोलावं ते परभूला कळेना.

शेवटी 'येतो आम्ही' असं म्हणून परभू घराकडे जायला निघाला, तेव्हा लिंबाचा मूळ स्वभाव उफाळून आला. तो उसळून म्हणाला,

"जा; पण याद राखा. या गजूचं मत मलेच पडलं पायजे. काय?"

ते दोघंही न बोलता त्याच्या बैठकीतून बाहेर पडले.

ते परत मांगवाड्यात आले. त्यांची वाट पाहात सदाशिवच्या घरी बसून असणाऱ्या मंडळींना परभूने ही भानगड सांगितली, तेव्हा ज्याने त्याने 'त्याने एकट्यानं कसे काय पैसे घेतले?' असा प्रश्न विचारला.

"त्याचं उत्तर गणाचं देईल!" परभू म्हणाला.

"मंग चला. त्याले इचारू!"

"पण त्याच्या आदुगर गजूचा काय इचार हाये, ते पाहा!" शिवानं गजूकडे पाहत कपाळभर आठ्या चढवल्या...

"माहा काय इचार?" गजू गोंधळला.

“तुव्हा इचार मनजे गणानं जे केलं ते तुले पसंत हाये का? त्यानं तुले इचारून तसं केलं का?”

“नाही बॉ! त्यानं काय केलं ते मले काहीच माहीत नाही. मले भेटलाबी नाही, काही मनलाबी नाही.”

“पण मंग तुले काय वाटते, त्यानं केलं ते बरोबर हाये?” सदाशिवनं विचारलं.

“नाही, मंले नाही तसं वाटत... तेच त्यानं सगळ्याह्यच्या इचारानं केलं असतं!”

“मग आता आपण काय करावं मंत?” परभूनं त्याचं मतं विचारलं.

“मले वाटते, आपण त्याले पैसे मांघावं... नाही तं दुसरी पार्टी आपल्याले पैसे देत असंल ते घेवावं अन् मत त्या पार्टीला देवावं..”

“व्वा! काय मस्त बोलले गजूकाका!’ विजयनं टाळी वाजवली.

“पण... असं न व्हवावं पुढे” परभूनं शंका काढली.

“कसं?” गजूनं कपाळभर आठी पाडली.

“तू मनतं तसं गणाशी पैशासाठी नसता वाद घालत बसण्यापेक्षा जर दुसरी पार्टी पैसे द्यायला तयार असली, तं आपण पैसे घ्यायचे अन् ऐन वेळेवर तुवा गणाच्या दडपणाखाली येऊन त्यो म्हणंल त्या माणसाले मतदान करायचं...”

“हे पाहा परभूदा, एकाच मायबापाच्या पोटी जन्माले आलो मनून गणा आणि मी भाऊ-भाऊ झालो. बाकी त्याच्या वागण्यात अन् माह्या वागण्यात तुम्हाले जमीन-अस्मानचा फरक दिसत असंल. जर मी बी वागायले त्याच्यासारखा असतो तं मी त्याले सोडून तुमच्यामांघं आलो नसतो... तसं मले हे आदुगरच कळत व्हतं की, मी तुमच्यामांघ आलो अन् कितीबी तुमच्या मननं ऐकू लागलो, तरीबी तुम्हाले माहा भरूसा वाटणार नाही.”

“अरे, तसं नाही” विषय भलतीकडेच जातोय असं परभूला वाटलं.

“परभूदा, मले बोलू द्या. मले माहा मन मोकळं करू द्या.”

नाइलाजानं परभूला त्याचं बोलणं ऐकणं भाग पडलं...

“माह्याबद्दल तुमच्या मनात शंका असणं यात तुमचा काही दोस नाही. काऊन तं आमचं खानदानी रक्तच तसं हाये. आमचा आज्या, आमचा बाप भावकीसंगं कसा वागला ते मले माहीत हाये. त्या दोघाह्यचं भावकीसंगं कव्हाचं पटलं नाही; पुढं गणाबी तेच करायला. त्याच गणाचा मी भाऊ मनून मीबी तसंच वागीन असं तुम्हाले वाटलं तं त्यात गैर काही नाही... पण पाच पंचाच्या मेळ्यात बसलो. मी बोलीन ते शब्द माहा जीव गेला तरी खोटे ठरू देणार नाही. लिंबाचे पैसे घेऊन माह्या भावानं माह्यावर लिंबालेच मतदान करायसाठी कितीबी दडपण आणलं, तरीबी मी त्याले मतदान करणार नाही अन् तुम्ही सगळे मिळून अमूकजणाले मतदान कर असं मनलं

तं मी तेच करीन... माह्या दोन पोराह्यची शपथ घेऊन सांगतो तुम्हाले.''

तिथलं वातावरण भलतंच गंभीर बनलं. कोणी काहीच बोलेना. शेवटी परभूनंच कोंडी फोडली. तो म्हणाला, ''तू जे बोललास त्याच्यावर आमचा सोळा आणे भरूसा हाये. लव्हाळीची काडी अन् मातंगाची जबान कव्हाच मोडत नसते. मातंग पह्यल्यापासून जबानीचा पक्का असते; मनूनच मातंगाचे व्यवहार सुपारीवर चालत आले. नासक्या सुपारीले काय किंमत असते? पण किंमत त्या सुपारीची नाही, मातंगाच्या जबानीची असते. गजू, तू बी खरा मातंग हायेस. गणा कसं वागायला याच्याशी आपल्याले काही देणं-घेणं नाही. आपण त्याले पैसे मांघाय जाऊन त्याच्याशी नसती भानगड करायची गरज नाही. हं, जर ते पैसे घेऊन त्योच आपल्याकडे आला, तं त्यो मनलं त्याले तुव्हं मत आपण देऊ; पण त्यानं जर तसं केलं नाही तं मग आपण मंजे तू आमच्या मनापरमानं वागायले मोकळा, बरोबर?''

''हां. बरोबर. तुम्ही मनसाल त्याच्या तिळभर बाहेर मी जाणार नाही.''

''ठीक हाये. ठरलं मंग. गणाले जे काही करायचं असंल ते त्याले करू द्या. आपल्याले जे काही करायचं ते आपण करू. बरोबर मनतो ना मी गजू?''

''हो बरोबर, पुन्हा एकदा माह्या पोराह्यची शपथ घेऊ?''

''नाही. त्याची आता गरज नाही. तुह्यावर इतका बेभरूसा ठेवायले आम्ही का ढोरं हाओत भल्या माणसा? आता तू आमचा, आम्ही तुहे! तसा तू आमच्या मांघं आला व्हता, तव्हाच तू आमचा झाला व्हतास; पण आता त्यात भर पडली. ठीक हाये. मोडायची मीटिंग?''

''मंग काहाले इनाकारण घोळ घालत बसायचं इथं?'' शिवा लगेच जागेवरून उठला.

''गावातलं राजकारण कसं कसं बदलते, ते आपण पाहू. मग काय करायचं ते ठरवू.''

''तसं नाही परभूदा'' आता गजू बोलला, ''या सगळ्यादेखता मी सांगतो, जे काय ठरवायचं असंल ते आता तुम्हीच ठरवा. मले फक्त अमूक माणसाले मत दे, एवढंच तुम्ही सांगायचं.''

''हो. ते बी बरोबर हाये. येवढ्या तेवढ्या गोष्टीसाठी पुनःपुन्हा सगळ्याह्यले बोलावणं बरोबर नाही. मनून परभू तू जे ठरवशील, ते आम्हाले सगळ्याह्यले मान्य! कारे गडे हो?'' सदाशिवनं विचारलं. त्यावर सगळ्यांनी होकार दिला... आणि मीटिंग बरखास्त झाली.

परभू घराकडे निघाला; पण त्याचं मन अस्वस्थ झालं. त्याला आठवलं येसाजीचं बोलणं, ''पोरा, या वारूळाला जप, आयत्या वारूळात शिरायसाठी डोमे

नाग टपून बसलेले असतात...'' आपल्याला वाटलं, लिंबा बेल्या, विकास, विनायक हे डोमे नाग; पण कसचं काय? वारूळातल्या गणा नावाच्या मुंगीनंच डोम्या नागाचं रूप धारण केलं. सगळ्या मुंग्याह्यचा विश्वास त्यानं गिळला... आपल्या वारूळातल्या या डोम्या नागाला ठेचलंच पाहिजे... ठेचलंच पाहिजे... चालताचालता परभूच्या भावना तीव्र झाल्या. त्याला पुढचा रस्ता दिसेना. दिसत होता फक्त डोम्या नाग... गणा... पण दुसऱ्याच क्षणी तो सावरला. आपल्या मनात एवढा अतिरेकी विचार कसा आला? आपल्याला माणसांची वाईट वृत्ती बदलायची की माणसं ठेचायची? गणाची वृत्ती कशीही असली, तरी तो आपल्यासाठी तेवढाच महत्त्वाचा आहे, जेवढे आपण स्वतः, कारण तो आपला आहे. मातंग आहे. त्याचं वाईट वागणं बदलेल, त्यासाठी आपण वाट पाहू. या विचाराने तो स्वस्थ झाला.

चार-पाच दिवस असेच गेले. कुठे काहीच घडलं नाही. जणू गावात इलेक्शन झालंच नाही. सगळीकडे सामसूम होतं. याचं कारणही तसंच होतं. लिंबा बेल्याच सरपंच होणार, याबद्दल गावात काळ्या कुत्र्यालाही शंका येणार नव्हती. लिंबा बेल्याच्या पार्टीचे चार मेंबर अन् पाचवा मातंगाचा गजू... ही साखळी एकदम फिट्ट झाली होती. इतकंच काय, गजूसाठी त्याच्या भावाला, गणाला लिंबा बेल्यानं पंधरा हजार रुपये दिल्याची वार्ताही गावाच्या कानावर गेली होती; त्यामुळे गावात चर्चा करण्यासारखं काहीच उरलं नव्हतं. फक्त ग्रामपंचायत सरपंचपदाची निवडणूक कोण्या तारखेला होते, याचीच लोक वाट पाहत होते.

२५ मे ही सरपंचपदाच्या निवडीची तारीख जाहीर झाली. ११ मे रोजी ही तारीख जाहीर झाली, त्या दिवशी गावात थोडी चलबिचल झाली. बाकी नंतर सारं शांत... शांत! परभूचा जीव मात्र गुदमरल्यासारखा होऊ लागला. डॉ. भोपळेसाहेबांनी अ. म. मातंग संघाची स्थापना केल्यानंतर वडगाव ग्रामपंचायतीची ही पहिली निवडणूक... निवडणूक जाहीर झाली, तेव्हा आपण यंव करू अन् त्यंव करू असं मनाशी म्हणत होतो... पण गणानं आपल्यावर वरताण केली... अन् आपले विचार वांझ ठरवले... गजू म्हणतो, तो गणाच्या म्हणण्याप्रमाणे लिंबा बेल्याला मतदान करणार नाही... पण त्यानं मतदान केलं नाही, तरी त्याचा काही फायदाही नाही... कारण लिंबा बेल्याच्या विरोधात सरपंचपदासाठी उभं राहण्याबाबत विकासची, त्याच्या पार्टीची काहीच हालचाल दिसत नव्हती... तशी हालचाल करणंही तोंडचं काम नव्हतं. विकासचे दोनच मेंबर निवडून आले. सरपंच व्हायचं म्हटलं, तर त्याला आणखी तीन मेंबर पाहिजेत. पैकी दोन बौद्धांचे अन् एक मातंगाचा गजू. तीन मेंबरपैकी गजूचे पैसे देऊन लिंबा बेल्याने त्याला फिट केलं. हे विकासच्याही कानावर गेलं होतं; त्यामुळे गजूबाबत काही हालचाल करणं त्याला शक्यच नव्हतं...

उरलेली बौद्धांची दोन माणसं असून-नसून त्यांचा काहीच उपयोग नव्हता.... याशिवाय बौद्धांचे दोन अन् मातंगांचा एक असे तीन उमेदवार पैसे देऊन उभे करायचे म्हणजे प्रत्येकी पंधरा हजार म्हटलं तरी पंचेचाळीस हजार रुपये लागणार! एवढे पैसे आपण उभे करू शकू, याबाबत विकासलाच शंका होती. म्हणून त्याने सरपंचाबाबत दुर्लक्ष केलं असावं.

लिंबा बेल्या मात्र पावरमध्ये आला होता. त्याच्या वागण्या-बोलण्याचा, चालण्याचा तोरा वाढला होता... तसं गाववाल्यांचं त्याच्याबद्दल फारसं चांगलं मत नव्हतं... पण आता तसं म्हणण्यालाही अर्थ नव्हता; कारण गावकऱ्यांनीच त्याचे त्याच्यासह चार मेंबर निवडून दिले होते.

परभूला मात्र वाटत होतं की, आताही विनायक पाटलानं मनावर घेतलं तर ते होत्याचं नव्हतं करू शकतात; पण त्यांनी तर सुरुवातीपासनूच इलेक्शनकडे दुर्लक्ष केलं होतं... तरी परभूला आशा वाटत होती... कारण एकदा त्याला ते म्हणाले होते की, 'तुमचा मेंबर हाताशी राहू दे! मतमोजणी झाल्यावर कोणाला सरपंच करायचं कोणाला नाही करायचं ते ठरवू.'

पण २५ तारीख ४ दिवसांवर आली, तरी ते काहीच करायला तयार नव्हते. का आपणच जाऊन भेटावं पाटलांना? असा अधीरता वाढविणारा विचार त्याच्या मनात कित्येकदा आला; पण त्याने तो रोकला.

२१ तारीख मागे पडली. २२ तारीख उजाडली. सारं काही नेहमीप्रमाणं सुरू झालं. परभू सकाळीच उठला... गावाबाहेर संडासला गेला... घराकडे आला. नेहमीची मातंगवाड्यातली, गावातली माणसं येता-जाता भेटली... 'जय मातंग'पुरतं बोलली... घरी आल्यावरही घरच्यांचं नेहमीसारखं वागणं... पारूचं घरकाम... येसाजी, बायजा खाटेवरच गुंडाळून पडलेले... संतोष, मंगला उठलेले... संतोष उगीच इकडेतिकडे करायलेला... मंगला पारूला कामात मदत करायलेली. काही कशात फरक नाही...

परभूचाही क्रम रोजच्याप्रमाणे सुरू झालेला... संडासहून आल्यावर हात-पाय धुवायचे... राखेनं दात घासायचे; तोंड धुवायचं, चहा घ्यायचा; मग अंघोळ करायची; अन् कांही काम असेल तर गावात जायचं...

आजही त्याची अंघोळ आटोपली. त्यानं कपडे घातले... गावात जायचं तर तसं काही विशेष कामही नव्हतं... त्यामुळे तो घरातच रेंगाळला... उगंच काहीतरी मन गुंतवायला काम काढायचं म्हणून सनई-चौघड्यात तो वाजवायचा ती पालवाच्या धडप्यात गुंडाळून टिनाखाली एका गळीला अडकवलेली सनई त्याने काढली. तिला गुंडाळलेल्या धडप्यावर धूळच धूळ झाली होती. त्यानं घराबाहेर अंगणात येऊन हलक्या हाताने तिच्यावरचा धडपा सोडला, तर सनईही धुपटाळली.

गेल्या बारा-तेरा वर्षांत आपण तिला हातच लावला नाही. कापडात गुंडाळली अन् आढ्याच्या लाकडाला अडकवून ठेवली. ह्या सनईला तरी आपण बरंच सुरक्षित ठेवलं... नाथाकाकाच्या घरी असलेले चौघड्याचे दोन्ही पानं... काय हाल आहेत त्यांचे? त्यांच्यावरचे चामड्याचे पडदे कधीचेच फाटले... नाथाकाकाच्या मोठ्या सुनेनं त्या पानांचा ज्वारी, गहू असा माल भरायसाठी वापर सुरू केला... मोठ्या पानात दीड पायली माल बसतो, तर लहान्या पानात आधेलीभर माल बसतो... माल टाकून त्यावरून ती शेणामातीचा पेंड देते... त्यामुळे त्यांच्या रूपांचं बेरूप झालं... ज्या चौघड्यांच्या पानांवर टिपऱ्या टाकून नाथाकाका मान डोलवू लागायचा, धुंद व्हायचा, त्या पानांची अशी दुर्दशा पाहून, त्याला कधी काही वाटलं नसेल? त्याने सुनेला कधी काहीच म्हटलं नसेल...? किती जीव होता त्याचा त्या पानांत? त्याने आपल्या पानांना कधी कोणाला हात लावू दिला नाही! त्या पानांचे हाल पाहून त्याच्या डोळ्यांत कित्येकदा पाणी आलं असेल...! हीच गत गावोगावच्या चौघडावाल्यांची झाली असेल? आता एखाद्या शौकीन माणसाने सनई-चौघडा वाजवायची सुपारी देतो म्हटलं, तर ती सुपारी घेणारा तरी सापडेल का? काय अवस्था झाली ही सनई-चौघड्याची? सनई-चौघड्याची सवत म्हणून बँड आला अन् सनई-चौघड्यांच्या जोडीला धूळ खात कोपऱ्यात पडावे लागले. बँडवरही पुढे कधी काळी अशी पाळी येईल का? काय सांगावं, काळाच्या पोटात काय दडलं आहे ते? तो रावाला रंक बनवतो अन् रंकाला राव बनवतो. महालांच्या जागी झोपड्या उगवतो अन् झोपड्यांच्या जागा महालांनी व्यापतो... आता आपल्या समाजाचीच गोष्ट घ्या... 'जी हुजूर' करण्यात या समाजाच्या किती पिढ्या बरबाद झाल्या? अन् आज रोजी किती बदल झाला? यापुढे किती पटींनी होईल?

"परभू, घरी हाये का रे?" बाहेरून आवाज आला.

"कोण हाये?" परभूनं बसल्या जागेवरून आवाज दिला.

"मी हाओ इसेनात... पाटलाचा चुलतभाऊ."

"अहो बापू, कसे काय आले?" पटकन परभू उठला... बाहेर जाण्यासाठी निघाला...

पण इसेनात वाकून आत आला. कधीही घरात न आलेला हा माणूस आज सरळ घरात आला? एरव्ही काही काम असलं, तर अंगणाच्याही पलीकडे रस्त्यावर उभं राहून आवाज द्यायची कुणब्यांची पद्धत; एकाएकी कोणताच कुणबी परभूच्याच काय इतर कोणाही मातंगांच्या घरात येत नाही अन् आज इसेनात एकदम घरात? परभूला जर नवल वाटलं.

"मी जे सांगतो ते ध्यानानं ऐक... आज दुपारा तू कवठ्याले जाय... तिथल्या पाटलाच्या घरी इनायक पाटील अन् विकास तुही वाट पाहात बसलेले असतील...

न चुकता तू तिथं जाय... काय?''

परभू "हो'' म्हणाला...

"बस इतकंच! जातो मी.''

इसेनात आला तसा निघून गेला. परभू मात्र चकित झाला. गेल्या पंधरा-वीस दिवसांत गावात काहीच घडेना... परभूला वाटलं, सारं सामसूम झालं... पण इसेनातनं आणलेल्या निरोपावरून गावाच्या वारूळात वळवळ चालूच होती... विनायक पाटील अन् विकास यांना भेटण्यासाठी त्याचं मन उत्सुक झालं.

त्यानं पटकन सनई पुसली आणि जुन्या पालवांऐवजी दुसऱ्या पालवात गुंडाळून आढ्याला जिथल्या तिथं ठेवली.

आता त्याला कवठ्याचे वेध लागले होते.

***

परभू कवठ्याला एस. टी.तून उतरला; कवठा ही त्याची सासुरवाडी; पण सासऱ्याकडे न जाता तो सरळ रमेश पाटलाच्या घरी आला होता. सासऱ्याकडे गेलो तर चहा-पाण्यात वेळ जाईल... शिवाय कशासाठी आले? म्हणून फालतूच्या चौकशा केल्या जातील. हे परभूला टाळायचं होतं... विनायक पाटील अन् विकास यांनी त्याला कवठ्याला बोलावलं; त्यातही या दोघांचा उद्देश असेल, गावात नाहीतर वाशिम, अनसिंगला ते परभूशी बोलू शकले असते; पण त्याची विनाकारण चर्चा झाली असती. ही गोष्ट कदाचित लिंबा बेल्याच्या कानावरही गेली असती... तो सावध झाला असता... आणि विनायक पाटील आणि विकास यांनी गुप्तपणे जे काही करायचं ठरवलं असेल, तसं घडलं नसतं. म्हणूनच त्यांनी कवठ्याची निवड केली.

परभू सरळ रमेश पाटलाच्या दारी आला. बाहेर रमेश पाटलाचा गडी बसलेलाच होता. तो परभूच्या ओळखीचा होता. परभूलाही तो ओळखत होता... परभू आल्याचं पाहताच तो जागचा उठला... 'या माह्यामांघं' म्हणत तो पाटलाच्या वाड्यात शिरला. वाड्याचा मोठा दरवाजा ओलांडून ते चौकात आले. गडी चौकातून एका खोलीत शिरला. तशा चौकाच्या तिन्ही बाजूंनी तीन-तीन खोल्या... पण परभूची पुढे जायची हिंमत झाली नाही. तो जागीच थांबला... तसा गडी मागे वळून म्हणाला, "या, माह्यामांघं या, भिऊ नका.''

हं, भिऊ नका म्हणे! पाटील, मग तो कवठ्याचा असो का वडगावचा! त्यांच्या बैठकीपुरती, फार तर आतल्या चौकात जाण्याची परभूसारख्यांना मुभा होती; पण चौक ओलांडून वर पलीकडे पाय टाकण्याची कोणाच मातंगाची हिंमत झाली नसती. परभूनेही आतापर्यंत विनायक पाटलाच्या घरात चौकापलीकडे पाय टाकला नाही.

हे घर विनायक पाटलाच्या आत्याचं... इथं तरी आपण कसा चौक ओलांडावा? म्हणून तो थांबला होता; तरी गडी म्हणाला, "भिऊ नका, माह्यामांघं या."

म्हणजे असे कुठं बसलेत विनायक पाटील अन् विकास? याचा त्याला प्रश्न पडला. एक तर हे परकं गाव, या गावात रमेश पाटलाच्या बैठकीत बसून जरी ते परभूशी बोलले असते तरी चाललं असतं! पण... बैठकीऐवजी गडी घरात घेऊन चालला... हे कसं?

गड्याने तिसऱ्यांदा म्हटल्यावर तो वर चढला अन् गड्यामागून निघाला. खोल्यांमागून खोल्या अशा ऐसपैस चार खोल्या त्याने ओलांडल्या... सगळ्या खोल्या शेतमालाची पोती शिवून भरलेल्या... अर्धवट अंधार, अर्धवट उजेड... काहीशा गूढ वाटणाऱ्या... चारही खोल्यांत माणूस होतं ना कुणूस... बाजूच्या खोल्यांतून बायका-पोरांचा आवाज येत होता...

अबब! किती मोठं घर असावं रमेश पाटलाचं? एवढ्या मोठ्या घरात किती माणसं राहात असतील... रमेश पाटील एकटेच होते... त्यांना भाऊ नव्हता. परभू या गावी नेहमी येतो-जातो; त्यामुळे त्याला रमेश पाटलाच्या कुटुंबाची पूर्णपणे ओळख होती. रमेश पाटील, त्याची बायको, दोन पोरं, म्हातारी आई... बस्सं! त्यांचे वडील चार-पाच वर्षांपूर्वीच मरण पावले होते... पाच माणसांसाठी एवढं दहा-बारा खोल्यांचं, वर तेवढीच माडी असणारं घर?... अन् आपलं घर! आपलंच काय, मातंगवाड्यातल्या कोणाचंही घर? केवढाली घरं आहेत ती? आपल्या घरांना घर तरी म्हणावं का? चार पत्र्यांच्या खोलीत सहा-सहा, आठ-आठ माणसं कोंबून बसल्यासारखी राहतात. दोन भाऊ जवान असतील अन् त्यांची लग्नं झाली की, त्यांच्या खाटा एकमेकाला खेटूनच टाकाव्या लागतात. तिथेच त्यांचे मायबापही... सगळ्यांनीच समजून-उमजून येडेपणाची सोंगं घ्यायची; अन् बेशरमपणे रात्री घालवायच्या... आपल्यासारख्यांच्या वाट्याला का नाही असली मोठमोठाली घरं...? त्याचं मन व्यथित झालं...

"आरामात पायऱ्या चढून या." चौथ्या खोलीत गेल्यावर गडी म्हणाला.

त्याच्या मागोमाग परभूही पायऱ्या चढून वर आला. तर माडीत बसलेल्या विनायक पाटलाने त्याला 'ये' म्हणून त्याचं स्वागत केलं.

"बापा, मालक, किती अवघड जागी येऊन बसले...? खोल्यांमागून खोल्या मांघं टाकत येताना माहा तं जीवच दडपला... ही माडीबी तशीच... ऐसपैस!" त्यानं कौतुकानं म्हटलं.

"बस."

गड्याने त्याला जमिनीवर बसायला पोतं टाकलं; पण तो पोत्यावर बसला नाही, खाली बसला... विनायक पाटील, रमेश पाटील 'पोत्यावर बस' म्हणाले, तरी

त्याने ऐकलं नाही. आपण आपल्या पायरीनं बसलेलं बरं... त्याच्या मनात विचार आला; पण लगेच त्याचं दुसरं मन म्हणालं... चळवळीनं हेच शिकवलं का तुले? काय करा मनते चळवळ...? स्वाभिमानानं जगा, लाचारी सोडा... हे काय हाये मंग? ही लाचारीच नाही का? यात कोणता तुहा स्वाभिमान उरला? थूत तुही लेका!... तरी पण त्यानं मनाचं ऐकलं नाही... देवापुढे बसायचं झालं तं भक्त जमिनीवरच बसतात... विनायक पाटील बी माह्यासाठी देवच हायेत... त्याह्यनं माहा काही बिघडवलं नाही... उलट एखादी अडचण आली तर ती त्यांनी निस्तारली.

त्याला वाटलं, आता विनायक पाटलाने लगेच मुख्य विषयाला सुरुवात करावी... अन् झालंही तसंच... विनायक पाटील बोलायला लागले... "म्या तुले इथं काऊन बलावलं असंल? याचा अंदाज तुले आलाच असंल? आपल्या गावच्या राजकारणाची आजरोजीची घडी आपल्याले बदलवून टाकायची... कोण्याही हालतीत लिंबा बेल्या सरपंच झाला न पायजे... तुले काय वाटते?"

"माह्या वाटण्या न वाटण्यानं काय फरक पडतो?" त्यानं पडीची भूमिका घेतली.

"पडतो, आज रोजी तरी पडतो."

"कसा?"

"तुवा मनात आणलं तं मी मनतो ती गोष्ट घडू शकते."

"मले सविस्तर समजावून तं सांगा."

मग विनायक पाटील सारं काही सांगू लागले.

"लिंबा बेल्यानं सरपंच व्हावं यासाठी निवडणुकीची तारीख लागली, तेव्हापासून काय काय भानगडी केल्या... मतासाठी घराघरांत लाथाळ्या लावल्या. एक भाऊ विकासकडे, तर दुसरा भाऊ लिंबाकडे... इतकंच नाही तर बायको विकासकडे अन् नवरा लिंबाकडे अशी परिस्थिती निर्माण झाली. निवडून येण्यासाठी लिंबा बेल्यानं पाण्यासारखा पैसा वापरला; दारू वाटली, मटण वाटलं. का, तर काहीबी करून, कसंबी करून त्याला सरपंच व्हायचं... त्याच्या नशिबाने त्याच्या चार जागा निवडून आल्या अन् एक तुमची मातंगाची अविरोध सीट... त्यानं म्हणे गणाला पैसेही देऊन ठेवले. म्हणजे तो बिनधोकपणे सरपंच व्हणार... पण गावात किती लोकाह्यले हे बरोबर वाटते? वरून वरून लिंबा बेल्याच्या तोंडापुरतं बोलणारेही त्याच्या माघारी 'तो सरपंच होऊ नये' असं म्हणतात."

"पण नुसतं मनून फायदा काय?" परभूनं विचारलं.

"तेच सांगतो... आपण निसतं मनणार नाही. आपण जे मनतो ते करून दाखवणार... तसं व्हणार असेल तरच आपण बोलू..."

"मंग तुम्ही मनता तसं हे व्हण्यासारखं हाये असं वाटते का तुम्हाले?"

“तुवा मनावर घेतलं तं व्हते.”

“ते कसं काय?”

“तुमच्या गजूचं मत फुटलं तं जमते.”

“फुटलं तं मंजे?”

“मंजे त्या लिंबा बेल्यानं गणाला पंधरा हजार रुपये देऊन हे मत पक्कं केलं म्हणे.”

“गणानं लिंबा बेल्याकडून गजूच्या नावाचे पंधरा हजार रुपये घेतले हे खरं; पण याचा अर्थ गजूचं मत त्याले पडंलच, असं कसं मनता येईल?”

“मंजे, गजूचं मत फुटण्याची गुंजाईश हाये?”

“सोळा आणे.”

“खरंच बोलतोस तू हे?”

“मी तुमच्यासंगं कव्हा खोटं बोललो?”

विनायक पाटलानं विकासकडे पाहिलं. ते दोघंही गालातल्या गालात हसले.

“त्याच्या मतासाठी तुमची काय भूक हाये?”

“भूक मंजे जास्त नाही; जेवढे गणानं घेतले तेवढे तुम्ही द्या.”

“हे पाहाय गड्या, पैसा मनशील तं आपलं बोलणं इथंच खुटलं, कारण पैसा द्यायले या विकासची ऐपत नाही. बरं, तुम्हाले पंधरा हजार देल्यावर त्या बौद्धायले त्याह्यच्या दोन मतांसाठी किती देवावं? मले एक सांग, तुम्ही पैसा घेऊन काय करणार आहा?”

“आमच्या मातंगवाड्यात एखांदं समाजमंदिर बांधायची इच्छा हाये आमची.”

“अरे, मंग ते विकासकडं लागलं ना! सरपंच झाल्यावर सरकारी पैशानं तुम्ही मनसाल तसं समाजमंदिर त्यो बांधून देईल... काय रे विकास, मी मनतो ते खरं ना?”

“हो” म्हणून विकासनं मान हलवली.

“पण आमच्या मंडळीले हे पटवून देणं जरा अवघडच हाये. त्याह्यले तं आज रोजी दिसती गोष्ट पायजे.”

“हे तं मोठं अवघडच हाये मंग.” विनायक पाटील विचारात पडले.

एकाएकी माडीत शांतता निर्माण झाली; ही शांतता परभूला असह्य झाली. तोही विचार करू लागला... काय करावं? विनायक पाटील म्हणतात, तसा विकास सरपंच झाल्यावर सरकारी पैशानं समाजमंदिर बांधून देईल. विनायक पाटलाच्या बोलण्यावर आपला सोळा आणे भरूसा हाये. मनून आपल्या बाकीच्या मंडळींना तसा विश्वास वाटला पाहिजे. त्यांना तर आज नगदी काहीतरी पाहिजे. नगदी काय मागावं? ज्यामुळे मातंग मंडळींचं समाधान व्हईल... एकाएकी त्याच्या मनात विचार

आला... अन् त्याने तो बोलून दाखवला..."असं करा... विकास सरपंच झाले तं समाजमंदिर बांधून तं द्याच; पण ते देऊन आमच्या गजूले उपसरपंचपद द्या."

आपण लहान तोंडी मोठा घास तर घेतला नाही? उपसरपंचपद अन् एका मातंगाला? आतापर्यंत कधीतरी या गावात एखादा मातंग उपसरपंच झाला का?... पण इतके दिवसाची गोष्ट वेगळी होती. खाली मान घालून पाटीलबुवा म्हणतील तसं करण्यात आपल्या समाजाची हयात गेली... आता आपण जागृत झालो... अ. म. मातंग संघाने आपल्याला स्वाभिमान शिकवला... सरपंच, उपसरपंच ही पदं काही कुणब्या-पाटलाची मिरासदारी नाही. गेले ते दिवस. आम्हीही त्यांच्यासारखीच माणसं आहोत... कायद्याने आम्हालाही हक्क दिले आहेत.. इतके दिवस आम्हाला त्यांची जाणीव नव्हती... आता आम्ही आमचे हक्क मिळवणारच...

"कसं मनतं?" विनायक पाटलानं विचारांच्या तंद्रीतून बाहेर येत विचारलं.

"मनलं, विकास सरपंच झाले तं समाजमंदिर बांधून द्या... अन् आमच्या गजूले उपसरपंच पद द्या..."

"दोन/दोन गोष्टी? कोणती एकच मान्य करता येईल! त्यातबी उपसरपंचपदाची जरा भानगडच हाये."

"कशी काय?"

"ते बौद्धाचे माणसं काय मंतात ते पाहावं लागेल. त्याह्यचे दोन मतं मनल्यावर ते बी उपसरपंचपद मागतील? तुले होकार देल्यावर त्याह्यले काय सांगावं?"

"मंग त्याह्यच्याशीच बोला... आपलं बोलणं राह्यलं...." परभूनं जरा ताठरपणा दाखवला... तसं विनायक पाटलानं त्याच्याकडे पाहिलं... परभूचं अशा पद्धतीचं बोलणं याआधी त्यांनी कधीच ऐकलं नव्हतं... त्यांनी कपाळावर आठ्या पाडत म्हटलं, "तू तर बराच मुरलेला राजकारणी झाला?"

"तसं नाही... माहा एक मननं असं की, मी आमच्या एका मतासाठी उपसरपंचपद माघायलो, तं तुम्ही मान चोळायले... अन् तेच त्या बौद्धायचे माणसं तुम्हाले आजूक भेटले नाही तं तुम्ही त्याह्यले उपसरपंचपद देयाचं मनता? मंजे, बौद्धायच्या माणसाइतकी आम्हाले किंमत हाये काय?..." त्याचा आवाज वाढला. मातंगाचा माणूस उपसरपंच झाला तं उपसरपंचपद बाटते का काय? असंही त्याला बोलावंसं वाटलं... हे बौद्ध गावकऱ्याच्या मस्तकावर एवढे मिरे वाटतात, तरी गाववाले त्यांचीच मनधरणी करतात... मागच्या पुतळा प्रकरणात त्यांनी गावकऱ्यांना एवढं जेरीस आणलं होतं... तरी आता उपसरपंचपद त्यांनाच द्यायचं म्हणतात... अन् मातंग चळवळीत पडले, तरी अजूनही गावाच्या विरोधात वागत नाहीत... गाववाल्यांची मर्जी राखतात... तर हे त्यांना उपसरपंचपद नको म्हणतात... आता तर गजूसाठी उपसरपंचपद अन् समाजमंदिर या दोन्ही गोष्टी मिळणार असतील,

तरच गजूचं मत विकासला द्यायला लावायचं... नाहीतर होऊ द्या लिंबा बेल्या सरपंच... त्यानंच काही मातंगांचे केळीचे बाग कापले नाहीत...

"अरे पण, त्याह्यचे दोन माणसं हायेत, तुमचा एक मानूस हाये!"

"माणसाच्या संख्येले किंमत नाही; माणसाले किंमत हाये... मंग असं करा, त्या बौद्धायलेच उपसरपंचपद द्या अन् व्हवू द्या विकासले सरपंच..."

"अन् तुमचा माणूस?"

"आम्ही आमचे एका बाजूनं व्हतो..."

"अरे अशानं कसं व्हईल...? त्या बौद्धायचे दोन मतं भेटले अन् तुमचं एक मत भेटलं नाही, तं त्याह्यच्या दोन मतांचा फायदा काय?"

"तं मंग मी मनतो तसं करा... उपसरपंच पद अन् समाजमंदिर... या गोष्टी देत असाल तं आपलं बोलणं पुढे चालू ठेवू... नसंल तं उगंच टाइमपास करण्यात मतलब नाही...." त्याने शेवटी रोखठोक भूमिका घेतली.

"तुवा मोठं चिमटीत पकडलं आम्हाले?" विनायक पाटील चिंताग्रस्त होऊन बोलले.

"त्यात काय चिमट हाये? व्हत असंल तं हो मना, नाही तं तुम्ही मोकळे; मी मोकळा!"

बोलणी थांबली... विनायक पाटलानं विकासला हाताशी धरून उठवलं. त्याला माडीतच; पण थोडं पलीकडे घेऊन गेले. दोघांनी बराच वेळ विचार केला... मग परभूजवळ येऊन म्हणाले,

"ठीक हाये, तू मनतं तसं करू... फक्त एक करा लागंल... पंचवीस तारखेलोक गजूले कुठंतरी नेऊन लपवा लागंल..."

"त्याले कोण्या गावाले पाठवू."

"तसं नाही, आमच्या माणसासंगं त्याले पाठवू!" आता विकास बोलला.

"पण त्यो गणा जाऊ देईल? अडवणार नाही?"

"त्यो काय अडवते? तुले माहीत हाये, मांघं त्याले वाशिमले मरेस्तोर मारलं व्हतं. तुवाच त्याले वाचवलं व्हतं!"

"हो"

"ते मारणारे कोण व्हते?"

"काय माहीत? वळखीचे नव्हते."

"ते माहेच माणसं व्हते.... म्याच त्याह्यले सांगितलं व्हतं..."

विकासचं बोलणं ऐकून परभूनं डोळेच वासले...

"एवढं मारायचं कारण?"

"तुले माहीत असंल, माह्या लग्नाच्या वक्ती बँडाची सुपारी घेऊन बी त्यो लग्न

वाजवाय आला नव्हता..."

हे तर भलतंच झालं... एरव्ही पोरगेलासा, गरीब वाटणारा विकास एवढा पोहोचलेला असेल, असं परभूला स्वप्नातही वाटलं नव्हतं.

"तेच दोन पोरं पाठवतो मी आज रात्री... तुही काही हरकत तं नाही. तू त्याले समजावून सांग... त्याच्या बायकोलेबी सांग... एवढंच की, ही गोष्ट कोणाजवळ बोलू नका मनावं."

"ठीक हाये..."

"झालं बोलणं सगळं... का राहिलं काही?" विनायक पाटलानं विचारलं.

"आता काय राह्यलं?"

"मंग उठू आपण इथूनं."

"हो चला" परभू पटकन उठला, "मी निघतो मंग?"

"हो निंघ..."

तो माडीवरून खाली आला. सासुरवाडीकडे निघाला.

गावाकडे यायला त्याला अंधार पडला. विकासची ती दोन पोरं येण्याआधी आपण वडगावला पोहोचून गजूला, त्याच्या बायकोला त्या पोरांच्या सोबत जाण्याबाबत सांगणं आवश्यक होतं. आपण जाण्याआधी जर ती पोरं आली तर मोठाच घोटाळा होईल.

तो मातंगवाड्यात आला. तो घराकडे जाण्याऐवजी सरळ गजूच्या घराकडे निघाला... त्याच्या दारात गेला तर तिथे माणसा-बायकांची गर्दी... काही कमी-जास्त तर झालं नाही, अशी त्याला शंका आली. त्याने चौकशी केली... त्याला कळलं की, गणाने गजूला मोटरसायकलवर बसवून कोण्यातरी गावाला जबरदस्तीने नेलं... गजूची बायको गणाच्या नावानं बोटं मोडीत गळा काढून रडत होती...

हे सारं ऐकून, पाहून परभूच्या डोळ्यांपुढे अंधार पसरला... कवठ्याला त्याने विनायक पाटलाशी जो करार केला त्या कराराचं काय होईल, याचीच त्याला आता चिंता वाटू लागली.

तिथे कोणाशीही, काहीही न बोलता कंबरेत मोडलेल्या कुत्र्यासारखा पाय घासत तो घराकडे निघाला.

त्याच्या मनात विचार आला. आपण गणाला आपला म्हणतो; पण गणाला स्वतःच्या स्वार्थाशिवाय दुसरं काहीच दिसत नाही. आपण मात्र समाजासाठी रक्त आटवतो. कोणाचं बरोबर आहे? कोणाचं चुकतं? त्याचं मन संभ्रमात पडलं... त्याचा पायही उचलेना.

"कारे परभू, कसं झालं हे?" विनायक पाटलानं विचारलं.

काल कवठ्याला विनायक पाटलाशी परभूचं बोलणं झालं. तो परत घरी

आल्यावर त्याला कळलं की, गणाने जबरदस्तीने गजूला कुठेतरी पळवून नेलं...

ही गोष्ट विनायक पाटलांना कळली, तेव्हा त्यांनी सकाळीच परभूला बोलावून घेतलं अन् विचारलं... पण हे कसं झालं, हे परभूला लगेच माहीत नव्हतं; त्यामुळे तो काय उत्तर देणार?

"कोण्या गावाला नेलं, काही कळलं?"

"नाही; काहीच कळलं नाही" परभू म्हणाला; त्याने त्याबाबत ज्याला नाही विचारायचं त्याला विचारलं; पण नक्की काही कळलं नाही...

"मंग आपली योजना तं बारगळते मनायची?"

"काय सांगावं? गणानं गजूवर जास्तच दडपण आणलं तं बारगळंल. तसा गजूनं मले शब्द देला व्हता, जीव गेला तरी गणाच्या मननं ऐकणार नाही मने...

"ती बोलायची गोष्ट झाली... अन् तव्हा परिस्थिती वेगळी व्हती. तुह्याजवळ तसं बोलायले त्यो तव्हा स्वतंत्र व्हता. आता तं त्याच्यावर गणाचं दडपण असंल का नाही?.. अन् शेवटी रक्त रक्तालेच मिळते... रक्त अन् पाणी एक करतो मनलं तं ते पातळ व्हते... किती झालं तरी ते दोघं भाऊ-भाऊ... कदाचित गणा त्याले पंधरा हजार रुपये देईल... पैसा भेटल्यावर गजू बदलला तर त्यात काय नवल?"

"तुम्ही काही मना; पण माहा त्याच्या बोलण्यावर आजूकबी भरूसा हाये."

"तू लय भोळा हायेस बे... वाटनं चाललेल्या चोरावरबी तू भरूसा ठेवशील; पण राजकारणात या गोष्टी चालत नसतात... इथं तं बाप लेकावर अन् लेक बापावर भरूसा ठेवत नाही..."

पाटलाचं बोलणं ऐकून परभू निराश झाला. बरं, त्यावर त्याला काही इलाजही करता येत नव्हता... एखादी जादूची कांडी फिरवावी अन् लगेच गजूला समोर हजर करावं, असं तर करता येत नव्हतं.

"मंग आता कसं करता? लिंबाजीले अविरोध सरपंच होऊ देता?"

"नाही रे, तसं काऊन व्हवू देयाचं...? विकासचाबी सरपंचपदासाठी अर्ज भरायचा. त्या लिंबाले बिनविरोध काऊन निवडून येऊ देयाचं?"

"गजूऐवजी लिंबा बेल्याचा आणखी एखादा मेंबर नाही फोडता येणार?"

"इतकी सोपी गोष्ट हाये का ती भल्या माणसा? सगळा खेळ या गजूवर अवलंबून व्हता... पण त्यो आपल्या हातातून निसटला..."

"तसं शंभर टक्के मनता येणार नाही. त्यो त्याच्या शब्दाले जागला तं ऐन येळेवर काहीबी घडू शकतं..."

"तसं जर झालं तं माह्यातर्फे तुले एकट्याले किलोभर पेढे... विकास सरपंच झाला तं मी पुढाकार घेऊन तुमचं समाजमंदिर दोन वर्सात बांधून देईन..."

विनायक पाटलानं समाजमंदिराची हमी दिली; पण उपसरपंचपदाचं काहीच बोलले नाहीत. आपण तरी कसं विचारावं? आज जर आपला माणूस हजर असता, आपल्या ताब्यात असता तर विचारायचं कामच नव्हतं... सारं काही ठरल्याप्रमाणं झालं असतं... पण काळ मोठा खेळ्या आहे. आपण जे काही ठरवतो, तसं तो होऊ देईलच याचा नक्की भरवसा देता येत नाही. तसं मग आपलंच चुकलं... आपण गजूला आधीच कुठेतरी गायब करायला पाहिजे होतं... गणानं तडफडण्याशिवाय काय केलं असतं? पण आपल्याला राजकारणातले हे छक्के-पंजे कळले नाहीत. आपल्या मानानं गणा या कामी बराच हुशार भरला. एरव्ही आपण सरळमार्गी. तो मात्र डावपेचवाला.

"का रे, त्या गजूच्या बायकोले पोलीस-स्टेशनले रिपोर्ट दे मनावं, माहा नवरा पळवला मनून?" पाटलानं आयडिया सांगितली.

"खरंच पाहू का तसं करून?"

"पाहाय... देऊ लेकाचे पोलीस छिवाडून त्या गणामांघं... त्यो तरी गावात हाये का नाही?"

"नाही, ते बेणंबी गायब हाये... मंग? मनू गजूच्या बायकोले?"

"मनून तं पाहाय."

तो लगेच उठला... अन् मातंगवाड्यावर आला... तडक गजूच्या घराकडे निघाला; पण तिथे गेल्यावर पाहतो तर गजूच्या घराला कुलूप लावलेलं... शेजारी चौकशी केली तर कळलं की, त्याची बायको माहेरी गेली... आपल्या भावाच्या हाताने ती गजूचा तपास करते मने...

ही गोष्टसुद्धा परभूच्या हातातून निसटली.

२३ तारीखही अशीच गेली.... सरपंचपदाची निवडणूक दोन दिवसांवर आली... आणि परभूला काहीच करता येत नव्हतं... त्याला आठवलं, रामायणातलं जटायू अन् रावणाचं युद्ध... रावणानं जटायूचे पंख छाटले. तसंच गणाने गजूला गायब करून आपले पंख छाटले... आपण रक्तबंबाळ झालेल्या जटायूसारखे जागच्या जागी तडफडायलो...

२४ तारखेचा दिवस अन् रात्र परभूला खायला उठले. त्याने ना बरोबर जेवण घेतलं ना त्याला झोप लागली.

त्याची ही अवस्था पाहून पारूला, येसाजीला, बायजाला भीती वाटू लागली. मागे गावातले लोक एका कार्यक्रमासाठी त्याने घरी बोलावले होते; तेव्हा गणाने तो कार्यक्रम होऊ दिला नव्हता; त्यामुळे गावातले लोक परत गेले. त्या गोष्टीचा परभूच्या मनावर फार परिणाम झाला होता आणि त्याने आठ-दहा दिवस बोलणं सोडलं होतं. आजचं त्याचं लक्षणही त्याच प्रकारचं वाटत होतं.

येसाजीने त्याची समजूत घातली... ''राजकारण ह्यो बदमाश लोकाह्यचा खेळ हाये. तुझ्यासारखे सज्जन त्यात टिकत नाहीत... मनूनच आज रोजी गणा तुले वरचढ भरला... मले वाटते, या राजकारणात पडण्यापरीस तुवा अ. म. मातंग संघाचंच काम करावं... ते काम आपल्या समाजाच्या उपयोगाचं हाये... राजकारणानं समाजाचं भलं व्हईलच याचा भरूसा नाही. समाजकारण मनजे वारूळ उभं करणं... अन् राजकारण मंजे वारूळाची नासधूस करणं... यातलं तुले जे पटते, करावं वाटते, तेच करत जाय...''

त्याला येसाजीची ही गोष्ट पटली नाही. खरं तर समाजकारणाने निर्माण केलेल्या वारूळावर राजकारणानं सोन्याचा कळस बसवता येतो. सूर्यकांत साठे नेहमी म्हणतात, येत्या काही वर्षांत राजकारणाचे फायदे आपल्या मागासवर्गीयांना जास्त प्रमाणात होतील... या देशात राष्ट्रपती, पंतप्रधान, मुख्यमंत्री, जि. प. अध्यक्ष, पं. स. सभापती अन् शेवटचे म्हणजे ग्रामपंचायतीचे सरपंचपद याशिवाय पाटीलकी हे मागासवर्गीयांसाठी राखीव म्हणून ठेवलं जाईल; त्यामुळे उद्या या देशाचा पंतप्रधान किंवा राष्ट्रपती एखादा मागासवर्गीय माणूस झाला तर नवल वाटावयास नको... ग्रामपंचायत सरपंच ही तर मामुली गोष्ट आहे. फक्त गरज आहे ती राजकारणात उडी घेण्याची, टिकून राहण्याची. त्याच कारणाने डॉ. अण्णासाहेब भोपळ्यांनी राजकारणात प्रवेश केला असावा. राजकारण हा चळवळीचा पुढचा टप्पा आहे. सध्या आपण त्या टप्प्यावर उभे आहोत.

रात्र उताराला लागली तरी त्याचा डोळा मात्र लागला नाही... राजकारण त्याचा पिच्छा सोडत नव्हतं... ते भूत बनून त्याच्या मानगुटीवरच बसलं होतं. एकाएकी त्याच्या मनात एक विचार आला... सरपंच, उपसरपंचपद उद्याच्या निवडणुकीच्या वेळी विकासने जर निवडणूक अधिकाऱ्याकडे गुप्त मतदान पद्धतीची मागणी केली, तर कदाचित गजू लिंबा बेल्याऐवजी विकासला मतदान करू शकेल... उघडउघड विकासच्या बाजूनं हात वर करण्याची गजूची कदाचित हिंमत होणार नाही... मात्र, गुप्त मतदान पद्धतीत त्याच्यावर तेवढं दडपण राहणार नाही. बस्स! उद्या सकाळी ही गोष्ट विकासच्या अन् विनायक पाटलाच्या कानावर घालायचीच.

सकाळ झाली. तो खाटेवरून उठला... तसा तो झोपला नव्हताच; त्यामुळे झोपेतून उठला असं म्हणायचं काही कारणंच नव्हतं. उठल्याउठल्याच पाटलाकडे, विकासकडे जावं असं त्याला वाटलं; पण त्याने मनाला रोकलं.

संडासला जाऊन आला. तोंड धुतलं, चहा घेतला, अंघोळ केली अन् मग घराबाहेर पडला.

***

आज २५ तारीख. आज दुपारी २ वाजता सरपंच, उपसरपंचपदाच्या निवडणुकीला ग्रामपंचायत ऑफिसात सुरुवात होणार. जसजसे घड्याळाचे काटे पुढेपुढे सरकू लागले; तसतसा परभूचा जीव झुरणी लागला... गजूला घेऊन गणा येईल... किती वाजता येईल? कशाने येईल? मोटरसायकलने, जीपने की पायी-पायी? गजूला त्याने काय काय पटवून सांगितलं असेल? लिंबा बेल्याजवळून घेतलेले पंधरा हजार रुपये त्याने गजूला दिले असतील का? जर दिले असतील तर गजू आपल्याला दिलेला शब्द पाळेल का? की गणाजवळचे पैसे घेऊनही आपल्याला दिलेला शब्द पाळणार नाही? आपला शब्द म्हणजे काय तर लिंबा बेल्याला मत न देणं, जमेल त्याला? की तो गणाजवळचे पैसेच घेणार नाही? काय होईल? या प्रश्नांनी परभूचं मन कुरतडण्यास सुरुवात केली होती.

कसेबसे दोन घास पोटात ढकलून, तो ग्रामपंचायत ऑफिसकडे निघाला; पण जाताना गजूच्या घराकडून निघाला. कदाचित गजू घरी आला असेल, तर त्याला दोन शब्द सांगता येतील... पण गजूचं घर अजूनही लावलेलंच होतं... त्याची बायकोही माहेरावरून परतली नव्हती... सदाशिव, शिवा अन् बाकीच्यांना सोबत घ्यायचं म्हणून तो त्यांच्याही घरी गेला... सात-आठजण ग्रामपंचायत ऑफिसकडे निघाले.

मारोतीच्या पाराला लागून असलेल्या ग्रामपंचायतीच्या ऑफिससमोर निवडणूक अधिकाऱ्याची जीप येऊन उभी ठाकली होती... निवडणुकीच्या प्रक्रियेस एक तास बाकी होता... लिंबा बेल्या आपल्या तीन साथीदारांसह आला... त्याच्या चेहऱ्यावर कसलीच चिंता नव्हती. गणा गजूला घेऊन ऐन वेळेवर येणार यात त्याला शंकाच नव्हती... विकासही आपल्या एका उमेदवारासह ग्रामपंचायतीमध्ये शिरला... बौद्धांची दोन सदस्य मंडळीही डुलत-डुलत आत गेली.

ग्रामपंचायत ऑफिसपासून दूर मोकळ्या मैदानाच्या दुसऱ्या टोकाला लागून असलेल्या वाण्याच्या, धनगराच्या, गोपाळच्या बैठकीत माणसं दाटली होती. तिथं जणू जत्राच भरली होती.

गोपाळच्या अंगणात येऊन परभू अन् बाकीची मंडळी थांबली. गणा दिसतो का म्हणून परभूने आजूबाजूच्या माणसांवर नजर टाकली... पण त्याचा पत्ता नव्हता. म्हणजे तो आला नव्हता तर... येतो का नाही? निवडणुकीला हजर राहून गजू जर विकासला मत देणार असेल, तरच त्यानं यावं... इथे येऊन जर तो लिंबा बेल्याला मतदान करणार असेल, तर त्याने अजिबात येऊ नये... इकडे मग निवडणुकीचं काही होवो...

पण परभूला फारसा विचार करायचं कामच पडलं नाही. तेवढ्यात एक जीप भरभर करत ग्रामपंचायत ऑफिससमोर आली. तिच्यातून राजाराम मास्तर, गणा

अन् गजू असे तिघे उतरले. त्यांना पाहून परभूची छाती उगीच धडधडायला लागली.

उतरल्या उतरल्या गणा गजूशी काहीतरी बोलला अन् गजूला ग्रामपंचायत ऑफिसात जायला सांगितलं. तो गेला अन् राजाराम मास्तर, गणा पुन्हा जीपमध्ये बसले. जीप तिथून आल्यापावली परत गेली.

मग एक/एक क्षण काळासारखा जाऊ लागला. लोक चर्चा करू लागले... पण सगळी चर्चा लिंबा बेल्या सरपंच अन् त्याच्या पार्टीचा नामदेव बेल्या उपसरपंच होणार अशीच होती... आणि ते तेवढं काही खोटंही नव्हतं; तरीपण परभूचं मन शंभर टक्के ही गोष्ट स्वीकारायला तयार नव्हतं.

कसं विचित्र असतं हे राजकारण? किती झुलवते माणसाला? जो आपलाच आहे असं आपल्याला वाटतं, तो कधी आपल्या पाठीत सुरा खुपसेल हे सांगता येत नाही. लिंबा बेल्या, विकास अन् विनायक पाटील हे सोबत राहणारे; पण ते एकमेकांचे झाले नाहीत... विनायक पाटलाने ग्रामपंचायत निवडणुकीत भाग घेणार नाही असं वचन देऊनही विकाससाठी सारे खेळ खेळले... लिंबा बेल्या सरपंच होऊ नये यासाठी जंगजंग पछाडलं... आता काय होईल ते कोणी सांगावं?

परभूने आपली नजर पुन्हा भोवतालच्या माणसांवर फिरविली. त्याला विनायक पाटील तिथे कोठेच दिसले नाहीत... पडद्यामागे राहून सारी सूत्रं हलवायची ही पाटलाच्या राजकारणाची पद्धत होती... ते आता जरी त्यांच्या घरी असतील, तरी त्यांचं सारं लक्ष ग्रामपंचायत ऑफिसवरच असेल. कदाचित त्यांनी आपली खास माणसं इथं पाठवली असतील... पाच-पाच मिनिटाला पळत जाऊन इथल्या घडामोडी कळवत असतील त्यांना.

एकाएकी वाण्याच्या बैठकीतून घोषणा झाली...'विकास पार्टी झिंदाबादऽऽऽ', त्याला उत्तर म्हणून धनगराच्या बैठकीत 'लिंबाजी बेले झिंदाबादऽऽऽ'च्या घोषणा झाल्या. पाचेक मिनिटं घोषणा रंगल्या. ग्रामपंचायत ऑफिससमोर उभा असलेला पोलीस लगेच धावत आला; अन् त्याने 'घोषणा देऊ नका' असं म्हणून दरडावलं... माणसं तोंडावरून वारं गेल्यासारखी गप्प झाली.

पुन्हा पळापळाने वाट पाहणं सुरू झालं.

आणि बरोबर पावणेतीन वाजता विकास ऑफिसच्या बाहेर आला. त्याला पाहताच सगळे तो काय सांगतो हे ऐकायला अधीर झाले... तो कधी इकडे चालत येईल अन् त्याला कधी विचारावं, यापेक्षा आपणच धावत जाऊन त्याला विचारावं असं कित्येकांना वाटलं; परभूलाही वाटलं.

पण कोणालाच अधिक वाट पाहायचं काम पडलं नाही. विकास व्हरांड्यातील अन् वाण्याच्या बैठकीतील लोकांकडे पाहात दोन्ही हात वर करून ओरडला, 'हिंदू हृदयसम्राट बाळासाहेब ठाकरेऽऽऽ'

लगेच वाण्याच्या बैठकीतल्या त्याच्या माणसांनी 'झिंदाबादऽऽ' म्हणून प्रतिसाद दिला.

याचा अर्थ विकास सरपंच झाला, हे सर्वांनी ओळखलं... त्यामुळे विकासच्या पार्टीच्या लोकांचे चेहरे खुलले; तर लिंबाच्या पार्टीच्या लोकांचे चेहरे कोमेजले... परभूही खुलला. त्याचं कारण म्हणजे गजूने त्याला दिलेला शब्द पाळला...

मग मारोतीच्या मंदिरासमोर विकासच्या पार्टीचा जल्लोष सुरू झाला... हार तुरे, गुलाल उधळला जाऊ लागला... मोठमोठ्या आवाजाचे फटाके फोडले जाऊ लागले.

"हिंदू हृदयसम्राट बाळासाहेब ठाकरे ऽऽऽ झिंदाबाद ऽऽऽ"

"शिवसेना ऽऽऽ झिंदाबाद ऽऽऽ"

"विकास सरपंचाचा विजय असो ऽऽऽ"

एकामागून एक घोषणा आसमंतात घुमू लागल्या, गुलालात लाल झाल्या; फटाक्यांच्या आवाजात निनादू लागल्या.

***

जे झालं ते विचित्रच झालं. सरपंच म्हणून विकास निवडून आला, तर उपसरपंच म्हणून लिंबा बेल्याच्या पार्टीचा नामदेव बेल्या निवडून आला... अन् हा सगळा खेळ गजूच्या मताच्या लहरीपणामुळे झाला... सरपंचपदासाठी त्याने विकासला मत दिलं, तर उपसरपंचपदासाठी नामदेव बेल्याला मत दिलं... एक मत काय काय प्रताप करू शकतं? याचा अनुभव लोकांना आला...

परभूला गजूला भेटण्याची उत्सुकता होती; पण ग्रामपंचायतीपुढच्या गर्दीत तो दिसलाच नाही. तो घरी गेला असेल असं वाटून परभूने विजयला त्याच्या घरी पिटाळलं... पण त्याचं घर बंद होतं... तो गणाच्या घरी असावा, या शंकेने पुन्हा विजयला पाठवून गणाच्या घरी पाहण्यास सांगितलं... तर तो गणाच्याही घरी नव्हता. म्हणजे तो कुठं गेला? का पुन्हा एकदा गणाने त्याला पळवलं? तसंही काही सांगता येत नाही, कारण त्याने गणाच्या म्हणण्याप्रमाणे लिंबा बेल्याला मत दिलं नाही.

परभू मनातल्या मनात अस्वस्थ झाला... गणा गजूला नेऊन कदाचित मारहाणही करेल... अशी त्याला भीती वाटू लागली... आपण त्याला गणाच्या कचाट्यातून वाचवलं पाहिजे. विकासच्या विजयी मिरवणुकीची तयारी मारोतीच्या पारापुढेच सुरू झाली... विकासने आधीच वाशिमवरून ताशे वाजवणारे १० जण बोलावले होते... ताशांचा धूमधडाका सुरू झाला.

विकासने मारोतीला नारळ फोडले... अन् मिरवणुकीला सुरुवात झाली.

उपसरपंचपदी निवडून आलेल्या नामदेव बेल्याची ना मिरवणूक ना धूमधडाका...

लिंबा बेल्याच्या पार्टीचे सगळेजण तेथून तोंड काळे करून निघून गेले.

परभूने सदाशिव, शिवा, विजय यांना बाजूला घेऊन, गजूबद्दल वाटणारी काळजी सांगितली; म्हणाला, "चला, आपण त्याले धुंडाळून काढू. नाही तर त्यो गणा त्याले बेदम मारंल."

बाकीचे सगळे 'चला, चला' म्हणून परभूच्या मागे निघाले.

***

गावात विकासच्या निवडणुकीचा जल्लोष चालू असताना परभूसह त्याचे सारे साथीदार गजूच्या शोधात परेशान होते... त्यांनी त्याला कोठे कोठे नाही पाहिलं? सगळा मातंगवाडा धुंडाळला, गणाच्या घरी जाऊन पाहिलं. वसंता, भिमाची घरंही धुडाळली... गावात तो जिथे - जिथे जाण्याची शक्यता होती, तिथे तिथे ते जाऊन आले... झोपडपट्टी पाहिली. याशिवाय ग्रामपंचायतीची निवडणूक संपल्याबरोबर तो आपल्या बायकोला भेटायला सासुरवाडीला गेला असेल असं वाटल्याने परभूने विजयला त्याच्या सासुरवाडीला पिटाळलं... रात्री शेवटच्या टाइमने विजय परत आला... गजू तिथेही गेला नव्हता... महत्त्वाचे हे की, दिवस होता तोपर्यंत परभू आणि कंपनीने गजूची कमी काळजी केली... पण रात्री त्यांना गणाही गायब असल्याचं कळलं, तेव्हा त्यांची काळजी वाढीस लागली... कारण गजूला गणानेच पळवलं आणि तो आता त्याला मारल्याशिवाय राहणार नाही, याबद्दल कोणालाही तिळमात्र शंका नव्हती.

काय करावं, कोणाला काहीच सुचत नव्हतं आणि आता अंधारात काही करणंही शक्य नव्हतं... तरी विनायक पाटलाची भेट घेऊन, त्यांच्या कानावर ही गोष्ट टाकायची ठरली... आणि परभूसह सात-आठजण विनायक पाटलाच्या वाड्यावर हजर झाले...

"अरे, मंग पोलीस स्टेशनमध्ये त्या गणाच्या नावाचा रिपोर्ट द्या ना. त्या गणानं त्याले मारहाण केली अन् त्यात त्याच्या जिवाले काही कमी-जास्त झालं तर... अन् त्यो गणा तेवढ्याले कमी करणार नाही..." विनायक पाटलानं सल्ला दिला.

"पण आता कसं जावावं पोलीस स्टेशनात... ना बस ना गाडी?" परभूने अडचण मांडली.

"मंग पाह्यटं जा पह्यल्या टाइमनं; पण तसे मुके बसू नका... हे मले मनायचं."

सगळे उठले मातंगवाड्यात आले. मातंगवाड्यात येऊनही कोणाच्या जिवाला चैन नव्हती. ते पोरांना पुनःपुन्हा गजूच्या अन् गणाच्याही घरी पाठवत; पण दोघंही घरी नव्हते. मात्र, वसंता अन् भिमा घरीच होते.

माणसं रात्रभर जागली. परभूचा तर आदल्या रात्रीही डोळ्याला डोळा लागला

नाही... अन् आजची रात्र बिनाझोपेचीच गेली... त्यामुळे त्याचं अंग चढून आलं, डोळे जळजळ करू लागले.

सगळेजण पहिल्या टाइमवर वाशिमला जायचं ठरवून आपापल्या घराकडे गेले.

***

परभूनं तोंड धुतलं अन् तो चहा घेत बसला. तेवढ्यात कुणीतरी रस्त्यावरून ओरडतच त्याला म्हणालं "काका, काका?"

काय झालं, कोण ओरडलं, ते पाहण्यासाठी कपबशी खाली टेकवून परभू बाहेर आला... त्याच्यामागे पारूही आली... तर समोर विजय... अत्यंत घाबरलेला...

"कारे, काय झालं! काऊन इतका घाबरला?"

"काका, चला, तुम्हाले पटकन बलावलं?"

"कोणं?"

"झोपडपट्टीतल्या शिवाकाकानं!"

"काहाले."

"ते मनले, शाळेच्या मांघं गजूकाका अन् गणाकाकाचे मुडदे पडलेले हायेत."

"कायऽऽय!!" परभूही मोठ्यानं ओरडला.

अन् तो तसाच धावत सुटला.

त्याच्यामागं सगळा मातंगवाडा धावू लागला... पुरुष, स्त्रिया, पोरं-पोरी, म्हातारेही काठ्या संभाळत निघाले.

ते का पळायले, कुठे चालले, ते गावाला कळेना... काय झालं या उत्सुकतेपोटी गावही त्यांच्यामागे निघालं.

परभू शाळेच्या मागे येऊन पोहोचला...तर तिथे माणसांची, पोरा-सोरांची ही गर्दी...

"परभूदा, हे पाहा दोघं भाऊ इथे मेल्यासारखे पडले..." शिवा परभूजवळ येत म्हणाला.

"अरे पण ते जित्ते हायेत का... खरंच मेले, ते पाह्यलं का?"

"नाही, आम्ही हातच लावला नाही."

परभू गर्दी बाजूला सारून पुढे आला. गणा अन् गजू दोघंही पोटावर झोपल्यासारखे पडले होते. त्यांच्या अंगावरचे कपडे जागोजाग फाटले होते. फाटल्याजागचं अंग काळं-निळं झालं होतं... मात्र, अंगातून कुठे रक्त आल्याचं दिसलं नाही. काय झालं असावं ते परभूच्या लक्षात आलं. आपण सर्व मातंगवाड्यातले माणसं गणानं गजूला पळवून नेलं अन् तो त्याला मारहाण करणार असं समजत राहिलो... पण लिंबा बेल्या या दोघांनाही पळवून नेऊन मरेपर्यंत मारेल अशी शंकाही आपल्या मनात

आली नाही... राजकारण कसं जीवघेणं असते हे ते तो डोळ्यानं पाहात होता.

परभूनं खाली वाकून दोघांच्याही अंगाला हात लावला. दोघांचीही अंगं गरम होती... म्हणजे... म्हणजे हे मेले नाहीत... त्याने त्यांच्या हातांच्या नाड्या पाहिल्या. त्या चालू होत्या... याचा अर्थ ते दोघे बेशुद्ध पडले होते...

"शिवा, जाय पटकन कोणाचीबी बैलगाडी घेऊन ये... हे दोघंबी जित्ते हायेत... याह्यले लवकरात लवकर दवाखान्यात न्या लागते." शिवा अन् शिवासोबत आणखी चारजण गावाकडे पळाले.

गणाच्या घरचेही तिथे पोहोचले. त्या दोघांची अवस्था पाहून त्यांच्या घरचे सर्वजण उर बडवू बडवू रडू लागले... तर मातंगवाड्यातल्या बाकीच्या बायका-माणसं त्यांना धीर धरायला सांगू लागले.

शिवानं गाडी आणली... इतरांच्या मदतीनं त्या दोघांनाही परभूनं गाडीत टाकलं. गाडी फाट्यावर घ्यायला सांगितली.

वाशिमवरून एस.टी. आली. त्यात त्या दोघांना घालून परभूसह पंधरा-वीसजण अनसिंगला आले.

अनसिंगच्या सरकारी दवाखान्यात त्या दोघांना भरती करायला नेलं. डॉक्टरांनी पोलीस-स्टेशनला रिपोर्ट द्यायला सांगितलं.

परभूनंही वेळ न दवडता पोलीस स्टेशन गाठलं. गणाला अन् गजूला लिंबा बेल्याने व त्याच्या दोन भावांनी आणि दोन मुलांनी जीव जाईपर्यंत बेदम मारलं असा त्या सर्वांवर आरोप करून नावानिशी रिपोर्ट दिला. आयुष्यात पहिल्यांदाच त्याने गाववाल्यांच्या विरोधात नावानिशी रिपोर्ट दिला. गणाचा स्वभाव कसा आहे यापेक्षा गणाही आपल्यातलाच मातंग म्हणून एक महत्त्वाचा घटक आहे. आज त्याच्यावर, गजूवर जीवघेणा हल्ला झाला. उद्या आपल्यावरही होऊ शकतो. आतापर्यंतची आपली गाववाल्यांशी वागायची सामोपचाराची भूमिका सोडून आक्रमक होणं भाग आहे, याची त्याला तीव्रतेने जाणीव झाली आणि त्यानं मन खंबीर केलं. आपण सवर्णांच्या विरोधात खंबीरपणे उभे राहिलो आणि आपसातले हेवेदावे विसरून सवर्णांच्या विरोधात एका नव्या लढाईसाठी दमदारपणे उभे ठाकलो या गोष्टीचंच त्याला अपार समाधान वाटू लागलं. या अर्थाने आपण, आपल्या मातंगवाड्यानं खऱ्या अर्थानं कात टाकली. आपण अनेकांच्या सहकार्याने जे वारूळ उभं केलं, त्यातल्या सर्व किड्या-मुंग्यांसह त्या वारूळाचं रक्षण करणं ही आपली जबाबदारी आहे, याची त्याला प्रथमतः जाणीव झाली आणि दवाखान्याकडे परतताना नकळत त्याच्या मनात कविता सुरू झाली.

'वारूळ वारूळ,
मुंग्यांचे वारूळ
कृमी-कीटकांनी,
बांधिले देऊळ'

***